ಮುಂಜಾನೆಯ ಮುಂಬೆಳಕು

ಸಾಯಿಸುತೆ

ಸುಧಾ ಎಂಟರ್‌ಪ್ರೈಸಸ್

ನಂ. 761, 8ನೇ ಮೈನ್, 3ನೇ ಬ್ಲಾಕ್,
ಕೋರಮಂಗಲ, ಬೆಂಗಳೂರು – 560 034.

Munjaaneya Mumbelaku (Kannada): a social novel written by Smt. Saisuthe; published by Sudha Enterprises, # 761, 8th Main, 3rd Block, Koramangala, Bangalore - 560 034.

ಮೊದಲನೆಯ ಮುದ್ರಣ	:	1985
ಎರಡನೆಯ ಮುದ್ರಣ	:	2006
ಮೂರನೆಯ ಮುದ್ರಣ	:	2016
ನಾಲ್ಕನೆಯ ಮುದ್ರಣ	:	2023
ಪುಟಗಳು	:	200
ಬೆಲೆ	:	ರೂ. 190
ಉಪಯೋಗಿಸಿದ ಕಾಗದ	:	70 ಜಿ.ಎಸ್.ಎಂ. ಮ್ಯಾಪ್‌ಲಿಥೋ
ಮುಖಪುಟ ವಿನ್ಯಾಸ	:	ಚಂದ್ರನಾಥ ಆಚಾರ್ಯ
ಹಕ್ಕುಗಳು	:	ಲೇಖಕಿಯವರದು

ಸಗಟು ಮಾರಾಟಗಾರರು
ವಸಂತ ಪ್ರಕಾಶನ
360, 10ನೇ 'ಬಿ' ಮುಖ್ಯರಸ್ತೆ, 3ನೇ ಬ್ಲಾಕ್,
ಜಯನಗರ, ಬೆಂಗಳೂರು – 560 011.
ದೂರವಾಣಿ : 080–40917099 / ಮೊ: 7892106719
email : vasantha_prakashana@yahoo.com
website: www.vasanthaprakashana.com

ಅಕ್ಷರ ಜೋಡಣೆ :
ವಸಂತ ಪ್ರಕಾಶನ

ಮುದ್ರಣ :
ಶ್ರೀ ಶ್ರೀನಿವಾಸ ಬೈಂಡಿಂಗ್ ವರ್ಕ್ಸ್

ಮುನ್ನುಡಿ

ಆತ್ಮೀಯ ಓದುಗರೆ,

ಮನೆ ನಂದನವಾಗೋದು ಕೆಲವರ ಪಾಲಿಗೆ ಮಾತ್ರ. ಬಹಳಷ್ಟು ಜನ ನನ್ನಂಥವರು ಭಯಂಕರ ಕಾಡಿನಲ್ಲಿ ವಾಸಿಸಬೇಕಾದ ಅವಸ್ಥೆಗೆ ಕಟ್ಟುಬಿದ್ದರೇ ನಿನ್ನಂಥವರಿಗೆ ನಿರ್ಜನ ಪ್ರದೇಶ. ಇವೆಲ್ಲದರ ನಡುವೆಯೇ ಬದುಕು. ಇದಕ್ಕೆ ಒಳಪಟ್ಟಂತೆಯೆ ಇದೇ ಸಾಮಾಜಿಕ ಜೀವನ – ಇದು ಕಾದಂಬರಿಯಲ್ಲಿ ಪೀಟರ್ ಮಾತು.

ನನ್ನ ಮಿತಿಗೆ, ಅನುಭವಕ್ಕೆ ಸಿಕ್ಕಂಥ ಪಾತ್ರಗಳಿಗೆ ಪದ ಮೂಲಕ ಜೀವನ ತುಂಬಿದ್ದೆ. ಅದನ್ನು ನೀವು ಒಪ್ಪಿಕೊಂಡಿದ್ದೀರಿ. ಅದು ಹೆಚ್ಚು ಸಂತಸ ತಂದ ಸಂಗತಿ.

ಈ ಕಾದಂಬರಿ ಮರು ಮುದ್ರಣವಾಗುತ್ತಿದೆ. ಅದಕ್ಕೆ ಮುಂದಾಗಿರುವ ಸುಧಾ ಎಂಟರ್‌ಪ್ರೈಸಸ್‌ನ ಉತ್ಸಾಹಿ ಪ್ರಕಾಶಕರಿಗೂ, ಮುಖಚಿತ್ರ ಕಲಾವಿದರಾದ ಶ್ರೀ ಚಂದ್ರನಾಥ ಆಚಾರ್ಯ ಅವರಿಗೂ ಅಚ್ಚುಕಟ್ಟಾಗಿ ಮುದ್ರಿಸಿರುವ ಮುದ್ರಣಕಾರರಿಗೂ ಕೃತಜ್ಞತೆಗಳು.

ಹಿಂದಿನ ಮುದ್ರಣಗಳ ಪ್ರತಿಗಳನ್ನು ಕೊಂಡು ಓದಿದ ಓದುಗರಿಗೆ ಧನ್ಯವಾದಗಳು.

ಸಾಯಿಸುತೆ

"ಸಾಯಿಸದನ"
12, 2ನೇ ಮುಖ್ಯರಸ್ತೆ, 2ನೇ ಅಡ್ಡರಸ್ತೆ,
ಮಾರುತಿನಗರ, ಕೋಗಿಲೆ ಕ್ರಾಸ್,
ಯಲಹಂಕ, ಬೆಂಗಳೂರು – 560064.
ದೂ.: 080–28571361

ನಮ್ಮಲ್ಲಿ ದೊರೆಯುವ ಸಾಯಿಸುತೆಯವರ ಇತರ ಕಾದಂಬರಿಗಳು

57. ಶ್ರೀರಸ್ತು ಶುಭಮಸ್ತು
58. ಗಂಧರ್ವಗಿರಿ
59. ಶುಭಮಿಲನ
60. ಸಪ್ತಪದಿ
61. ಚೈತ್ರದ ಕೋಗಿಲೆ
62. ಬೆಳ್ಳಿದೋಣಿ
63. ವಿವಾಹ ಬಂಧನ
64. ಮಂಗಳ ದೀಪ
65. ಡಾ॥ ವಸುಧಾ
66. ಮುಂಜಾನೆಯ ಮುಂಬೆಳಕು
67. ಸೊಬಗಿನ ಪ್ರಿಯದರ್ಶಿನಿ
68. ರಾಗಬೃಂದಾವನ
69. ಬಿಳಿ ಮೋಡಗಳು
70. ಅನುಬಂಧದ ಕಾರಂಜಿ
71. ಮಿಂಚು
72. ನಾಟ್ಯಸುಧಾ
73. ಪಸರಿಸಿದ ಶ್ರೀಗಂಧ
74. ಬೆಳದಿಂಗಳ ಚೆಲುವೆ
75. ಸಪ್ನ ಸಂಭ್ರಮ
76. ವರ್ಷಬಿಂದು
77. ನನ್ನ ಭಾವ ನಿನ್ನ ರಾಗ
78. ಸುಮಧುರ ಭಾರತಿ
79. ಮೌನ ಆಲಾಪನ
80. ಮತ್ತೊಂದು ಬಾಡದ ಹೂ
81. ಶಿಶಿರದ ಇಂಚರ
82. ಮುಂಗಾರಿನ ಹುಡುಗಿ
83. ಸಾಮಗಾನ
84. ಕಡಲ ಮುತ್ತು
85. ಆಡಿಸಿದಳು ಜಗದೋದ್ಧಾರನಾ
86. ಪಂಚವಟಿ
87. ಶ್ಯಾನುಭೋಗರ ಮಗಳು
88. ಮೂಡಿ ಬಂದ ಶಶಿ
89. ಜನನೀ ಜನ್ಮಭೂಮಿ
90. ಬಿರಿದ ನೈದಿಲೆ
91. ಶರದೃತುವಿನ ಚಂದ್ರ
92. ಮೋಹನ ಮುರಳಿ ಕರೆಯಿತು
93. ಮುಗಿಲ ತಾರೆ
94. ಅಗ್ನಿದಿವ್ಯ
95. ಧವಳ ನಕ್ಷತ್ರ
96. ಕಲ್ಯಾಣಮಸ್ತು
97. ದಂತದ ಗೊಂಬೆ
98. ಸುಭಾಷಿಣಿ
99. ಮಮತೆಯ ಸಂಕೋಲೆ
100. ಮಂತ್ರಾಕ್ಷತೆ
101. ಸಪ್ತಧಾರೆ
102. ಹೇಮಂತದ ಸೊಗಸು
103. ಬೆಳಕಿನ ಹಣತೆ
104. ಗ್ರೀಷ್ಮದ ಸೊಬಗು
105. ಗ್ರೀಷ್ಮ ಋತು
106. ಪ್ರಿಯ ಸಖೀ
107. ಚಿರಬಾಂಧವ್ಯ
108. ಅಗ್ನಿದಿವ್ಯ
109. ಆಶಾಸೌರಭ
110. ಗಿರಿಧರ

ಸಾಗರ್ ಕೋಣೆಗೆ ಬಂದವನೇ ಮಲಗಿಬಿಟ್ಟ. ದೊಡ್ಡ ಭಾರ ಇಳಿಸಿಕೊಂಡ ಹಗುರತೆ ಅವನಲ್ಲಿತ್ತು. ಸದ್ಯ ಮುಗಿಯಿತು. ಮುಂದಿನ ಪರಿಣಾಮದ ಬಗ್ಗೆ ಅವನಿಗೆ ಆತಂಕವಿಲ್ಲ. ಹಿರಿಯರಿಗೆ ನೆಮ್ಮದಿ, ಅಷ್ಟು ಸಾಕು ಅವನ ಪಾಲಿಗೆ.

ಅಷ್ಟಿಷ್ಟು ಬಂಧುಬಳಗ ಸೇರಿದ್ದ ಮನೆಯಲ್ಲಿ ಅಸಾಧ್ಯ ಗಲಾಟೆ. ಮೊಮ್ಮಗನ ನಾಮಕರಣ ಮಾಡಿದಷ್ಟು ಸಂಭ್ರಮ ಶಾಂತಾರಾಮ್‌ಗೆ.

"ಸದ್ಯಕ್ಕೆ ಎಲ್ಲಾ ಮುಗೀತು. ವರ್ಷದ ಹೊತ್ಗೇ ನಳಿನಿ ತೊಟ್ಟಿಲು ಕಟ್ಟಬೇಕು!" ತುಂಬು ನಿರ್ಧಾರದ ಸ್ವರದಲ್ಲಿ ಅತಿಥಿ ಮಹಾಶಯರೊಬ್ಬರು ನುಡಿದಾಗ ಮತ್ತಷ್ಟು ಜೋರಾಗಿ ಗಾಳಿ ಬೀಸಿಕೊಂಡಳು ಬೀಸಣಿಗೆಯಿಂದ ನಳಿಸಿ. ಕುಳಿತವರ ಮುಂದೆಲ್ಲ ಒಂದು ಪುಟ್ಟ ಮಗುವಿನ ಚಿತ್ರ ಹರಿದಾಡಿದಂತಾಯಿತು.

ಬಂಧುಗಳಲ್ಲಿ ಒಬ್ಬಾಕೆ ಮಧ್ಯೆ ಬಾಯಿ ಹಾಕಿದಳು.

"ಮೊದಲನೆಯದು ಹೆಣ್ಣಾ? ಗಂಡಾ? ನಿಂಗೆ ಯಾವ ಮಗು ಬೇಕು, ನಳಿನಿ?"

ಒಂದುಕ್ಷಣ ನಳಿನಿ ಗೊಂದಲಕ್ಕೆ ಬಿದ್ದಳು.

"ಯಾರು ಬಯಸೋದು ಗಂಡೇ! ಹೆಣ್ಣು ಬೇಕೂಂತ ಆಸೆ ಪಸೆಪಡೋಕೆ ನಳಿನಿಗೇನು ಬುದ್ಧಿ ಇಲ್ವಾ?" ಇನ್ನೊಬ್ಬಾಕೆ ಉತ್ತರಿಸಿ ನಳಿನಿಯ ಕೆಲಸ ಹಗುರ ಮಾಡಿದರು.

ತಟ್ಟನೆ ನೆನಪಾದವಳಂತೆ ಎದ್ದಳು. ಅಶ್ವಿನಿಯ ಮಕ್ಕಳನ್ನು ಮುದ್ದಾಡುವ ಸಾಗರ್‌ನ ಚಿತ್ರ ತೇಲಿತು. ಎದೆಯಾಳದಲ್ಲಿ ಒಂದು ತರಹ ಒತ್ತಡ.

ಗೆಲುವಿನಿಂದ ಕೋಣೆಯ ಕಡೆ ಹೆಜ್ಜೆ ಹಾಕಿದ.

ಕಣ್ಮುಚ್ಚಿ ಮಲಗಿದ್ದ ಸಾಗರ್‌ನ ದಿಟ್ಟಿಸಿದಳು. ಹುಬ್ಬುಗಳ ನಡುವೆ ಇದ್ದ ಕುಂಕುಮದ ಬೊಟ್ಟು ಆ ಮುಖಕ್ಕೆ ಅತ್ಯಂತ ಶೋಭಾಯಮಾನವಾಗಿತ್ತು.

'ಸಾಗರ್‌ನಂಥ ಗಂಡು ಮಗುವೇ ಚೆನ್ನ' ಅವಳ ಮನ ಹಕ್ಕಿಯಾಯಿತು. ಮೆಲುವಾಗಿ ಬಂದು ಅವನ ಪಕ್ಕ ಕೂತಾಗ ಸಾಗರ್ ಮಗ್ಗಲು ಬದಲಾಯಿಸಿದ.

"ಸ್ವಲ್ಪ ಎಚ್ಚರ ಮಾಡಿಕೊಳ್ಳಿ" ತೋಳಿಡಿದು ಅಲುಗಾಡಿಸಿದಾಗ ಸಾಗರ್ ಮಂಪರಿನಲ್ಲಿಯೇ ತೊದಲಿದ. "ಪ್ಲೀಸ್, ನನ್ನ ಬಿಟ್ಟು..., ಬಿಡಮ್ಮ...."

ನಳಿನಿಯ ಕಣ್ಣುಗಳಲ್ಲಿ ಅಸಹನೆ ಇಣುಕಿತು. ಜೊತೆಯಾಗಿ ಬೆಳೆದು ಬಂದ ಹಟಮಾರಿತನ ಸಿಡಿಯಿತು.

"ಮೊದ್ಲು ಏಳಿ, ನನ್ನ ಪ್ರಶ್ನೆಗೆ ಉತ್ತರಿಸಿಯೇ ನೀವು ಮಲ್ಗಬೇಕು."

ಮೆಲ್ಲಗೆ ಸಾಗರ್ ಕಣ್ತೆರೆದ. ಮನದನ್ನೆಯ ಹಠಮಾರಿತನದ ಪರಿಚಯವಿತ್ತು. ಗಂಭೀರವಾಗಿ ಎದ್ದು ಕೂತ.

"ಅದೇನು ನಿನ್ನ ಪ್ರಶ್ನೆ?" ಅವನ ಮುಖದಲ್ಲಿ ಬೇಸರ ಸ್ಪಷ್ಟವಾಯಿತು? ನಳಿನಿ ಅವನ ಕೈಹಿಡಿದು ಕೆನ್ನೆಗೊತ್ತಿಕೊಂಡಳು. "ನಿಮ್ಗೇ ಹೆಣ್ಣು ಮಗು ಬೇಕಾ? ಗಂಡು ಮಗು ಬೇಕಾ?"

ಹಣೆಗಟ್ಟಿಸಿಕೊಂಡ ಸಾಗರ್.

"ಸದ್ಯಕ್ಕೆ ಯಾವ್ದು ಬೇಡ. ನನ್ನ ಸುಮ್ನೇ ಬಿಟ್ಟು ಬಿಡು."

ನಳಿನಿ ಇಷ್ಟಕ್ಕೆಲ್ಲ ಸೋಲುವವಳಲ್ಲ. ಮೀಸೆ ಕಿತ್ತಾಗ ಕೆಂಪುಕೆಂಪಾಗಿ ಅಷ್ಟು ದೂರಕ್ಕೆ ತಳ್ಳಿದ. ಕೋಪದಿಂದ ಕೆಂಪೆತ್ತಿದ ಮುಖ ಧುಮುಗುಟ್ಟಿತು.

"ಈ ದೊಡ್ಡವ್ರು ಅನ್ನಿಸಿಕೊಂಡ ಜನಕ್ಕೆ ಬುದ್ಧಿ ಇಲ್ಲ. ನೀನೇ ಶುದ್ಧ ಮಗು ಹುಡ್ಗು! ನಿಂಗ್ಯಾಕೆ ಮಕ್ಳು? ನಿನ್ನ ಕೈಯಲ್ಲಿ ಅವು ಅನುಭವಿಸುವುದು ಬೇಡ ಮಹರಾಯಿತಿ. ನಾನು ಅನುಭವಿಸ್ತಾ ಇರೋದೆ ಸಾಕು" ರೇಗಿಬಿಟ್ಟ.

ಏಟು ತಿಂದ ಪಕ್ಷಿಯಂತೆ ನಳಿನಿ ಮಿಲಿಮಿಲಿ ಒದ್ದಾಡಿದಳು. ಕಂಬನಿ ಕೆನ್ನೆಯ ಮೇಲೆ ಧಾರೆ. ಕ್ಷಣದಲ್ಲಿ ಕರಗಿದ.

"ಸಾರಿ, ಸುಮ್ನೇ ನನ್ನ ನಿದ್ದೆ ಕೆಡ್ಸಿ ಕೋಪದಿಂದ ಬರ್ಸಿಬಿಟ್ಟೆ" ಬಳಸಿ ಸಂತೈಯಿಸಿದ. ನಳಿನಿ ಬೆಚ್ಚನೆಯ ಎದೆಯಲ್ಲಿ ಎಲ್ಲಾ ಮರೆತಳು. "ನಿಮ್ಗೇ ಹೆಣ್ಣು ಬೇಕಾ? ಗಂಡು ಬೇಕಾ?" ಅವನ ಕೈ ಹಿಡಿತ ಸಡಿಲವಾಯಿತು. ಮಂಚದ ಮೇಲೆ ಹೋಗಿ ಕೂತ.

ಈಗ್ಲೇ ಯಾಕೆ ಯೋಚ್ನೇ ? ನಮ್ಮ ತೀರ್ಮಾನದ ಪ್ರಕಾರ ನಡ್ಯೋಕೆ ಸದ್ಯಕ್ಕಂತು ಸಾಧ್ಯವಿಲ್ಲ!" ತಲೆ ಕೊಡವಿದ.

ನಳಿನಿ ಹಿಂದೆಗೆಯಲಿಲ್ಲ.

"ಅದೇನೇ ಇರ್ಲಿ.....ನಿಮ್ಗೇ ಯಾವ ಮಗು ಇಷ್ಟ?" ಕರುಣೆಯಿಂದ ನೋಡಿದ. "ಯಾವುದಾದ್ರೂ.... ಪರ್ವಾಗಿಲ್ಲ. ಸದ್ಯಕ್ಕಂತು ನೆಮ್ದಿಯಾಗ್ಬೇಕಾದ್ರೆ ಒಂದ್ಮಗು ಬೇಕೇ ಬೇಕು. ಇಲ್ದಿದ್ರೆ ... ಇನ್ನು ಸಾಕಷ್ಟು ಕಷ್ಟಪಡಬೇಕಾಗುತ್ತೆ."

ನಳಿನಿ ಸುಲಭವಾಗಿ ಅರ್ಥಮಾಡಿಕೊಂಡಳು. ನಾಗರ ಪ್ರತಿಷ್ಠೆಯ ಸುದ್ದಿ ಎತ್ತಿದಾಗ ನೇರವಾಗೇ ರೇಗಿದ್ದ.

"ಅವ್ರಿಗಂತು ತಿಳಿವಳಿಕೆ ಕಮ್ಮಿ? ಎಂದ್ರೆ.... ನಿಂಗ್ಯಾಕೆ ಬುದ್ಧಿ ಇಲ್ಲ? ಈಗಾಗ್ಲೇ ನಾವು ಮುದುಕರಾಗ್ಬಿಟ್ವಾ? ಈಗಾಗ್ಲೇ ಹತ್ತಾರು ಕ್ಷೇತ್ರ ಸುತ್ತಿಸಿದ್ದಾರೆ. ಇದ್ರಲ್ಲೇ ಮುಳುಗ್ಸಿಬಿಡೋ ಹಾಗೆ ಕಾಣುತ್ತೆ. ಸದ್ಯಕ್ಕೆ ಇನ್ನ ನಾಲ್ಕು ವರ್ಷ ಆರಾಮವಾಗಿರೋಣ. ಆಮೇಲೆ ನೋಡ್ಕೊಂಡರಾಯ್ತು."

ಈ ಸಿಡುಕಾಟದ ಮೇಲೆ ಬಂಡೆಯೆಳೆದೇ ನಾಗರ ಪ್ರತಿಷ್ಠೆ ಮಾಡಿ ಮುಗಿಸಿದ್ದರು. ಸಾಗರ್ ಬೇಸರದಿಂದಲೇ ಒಪ್ಪಿಕೊಂಡಿದ್ದು.

ಇದಕ್ಕೆಲ್ಲ ನಳಿನಿ ಸೋಲಲು ಸಿದ್ಧಳಿರಲಿಲ್ಲ. ಪಟ್ಟು ಹಿಡಿದು ಕೂತು ಅವನ ಬಾಯಲ್ಲಿ ಕಡೆಗೆ ಹೊರಳಿಸಿಯೇ ಬಿಟ್ಟಳು.

"ನಂಗೇ ಹೆಣ್ಣೇ ಇಷ್ಟ" ಅವನ ಕಣ್ಣುಗಳು ನಕ್ಷತ್ರಗಳಂತೆ ಹೊಳೆದಿದ್ದವು. ನಳಿನಿ ಗಾಬರಿಗೊಂಡಳು. "ಸದ್ಯಕ್ಕೆ ನಾನು ಒಪ್ಪೊಲ್ಲ. ನಂಗೇ ಗಂಡೇ ಬೇಕು."

ಸಾಗರ್ ಕಣ್ಣರಳಿಸಿದ. ಗಂಡಿನ ದೌರ್ಜನ್ಯ, ಸ್ವಾರ್ಥವನ್ನು ಖಂಡಿಸುವ ಹೆಣ್ಣುಗಳಿಗೂ ಗಂಡು ಮಗುವಿನ ಬಯಕೆ. ಒಣ ನಗೆ ನಕ್ಕು ಹೇಳಿದ " ಓ.ಕೆ. ಯಾವುದಾದ್ರೂ ಸರಿ. ಸುಮ್ನೇ ತಲೆ ಕೆಡ್ಸಿಕೊಳ್ಳೋದ್ಬೇಡ. ಬೆಳಿಗ್ಗೆ ಹೊರಡೋಕೆ ನಿಮ್ಮಪ್ಪನ ಪರವಾನಗಿ ಪಡ್ಕೋ" ಕೆನ್ನೆ ಸವರಿ ಹೊರಗೆ ಕಳುಹಿಸಿದ.

ಮೈ ಮುರಿದು ಎದ್ದು ಕಿಟಕಿಯ ಬಳಿ ಹೋಗಿ ನಿಂತ. ವಯಸ್ಸಿನ ಅಂತರವಿಲ್ಲದೆ ಪಟಾಣಿಗಳು ಆಡುತ್ತಿದ್ದರು. ಕಣ್ಣುಗಳು ಅಚಲವಾಗಿ ನೆಟ್ಟವು.

ಮೆಲುವಾಗಿ ಬಾಗಿಲ ಸರಿದ ಶಬ್ದ. ಹಿಂದಕ್ಕೆ ತಿರುಗಿದ. ನಾಲ್ಕಾರು ಕಡೆ ಕಂಡ ಮುಖ.

"ಈ ಬಟ್ಟೆಗಳ್ನ ತಗೊಂಡ್ಹೋಗ್ತೀನಿ" ಸಂಕೋಚದ ಸ್ವರ. ಕಣ್ಣರಳಿಸಿದ.

"ತಗೊಂಡ್ಹೋಗು..."

ಅವಳು ಹೋಗಿ ನಿಮಿಷಗಳಾದ್ರೂ ಕಣ್ಮುಂದಿನ ಅವಳ ರೂಪ ಮರೆಯಾಗಲಿಲ್ಲ. ದೈವ ಸೃಷ್ಟಿಯ ಸುಂದರ ಕೆತ್ತನೆಯ ಕೊಡುಗೆ. ಅಪರೂಪದ ಚೆಲುವು.

'ರವಿವರ್ಮ ಇಂಥ ಹೆಣ್ಣಿನ ರೂಪ ನೋಡಿಯೇ ಚಿತ್ರಿಸಿರಬೇಕು. ಸಾಗರ್ ಮನದಲ್ಲಿ ಮೆಚ್ಚುಗೆ ಮೂಡಿತು.

ಬಂದ ನಾಲ್ಕಾರು ದಿನಗಳಿಂದ ಹತ್ತಾರು ಬಾರಿಗೆ ಕಣ್ಣಿಗೆ ಬಿದ್ದಿದ್ದಳು. ಅಪರೂಪದ ಶಾಂತ, ಸ್ನಿಗ್ಧ ಹೊಳಪು ಕಣ್ಣುಗಳು. ಆದರೆ ಇಲ್ಲಿ ಬಡತನದ ಛಾಯೆ ಸ್ಪಷ್ಟ.

ಬಿರುಗಾಳಿಯಂತೆ ನಳಿನಿ ಒಳಗೆ ನುಗ್ಗಿದಳು. ಅತ್ತಿತ್ತ ತಡಕಾಡಿ ಎದೆಯ ಮೇಲೆ ಕೈಯಿಟ್ಟುಕೊಂಡಳು.

"ನಂಗೆ ಎದೆನೆ ಹೊಡ್ದು ಹೋಯ್ತು" ಬೆರಳಿಗೆ ತೂರಿದ ಉಂಗುರವನ್ನೆ ನೋಡಿದ. ನಸುನಗು ಅವನ ತುಟಿಗಳ ಮೇಲೆ ಅರಳಿತು. "ಅಂತೂ ನಿನ್ನ ಹುಷಾರಾಗಿ ನೋಡ್ಕೋಬೇಕು. ಅರ್ಥಗರ್ಭಿತವಾಗಿ ಹೇಳಿದಾಗ ನಳಿನಿ ಅರ್ಥಮಾಡಿಕೊಳ್ಳುವ ಪ್ರಯತ್ನವನ್ನೇ ಮಾಡಲಿಲ್ಲ."

"ನಿಮ್ಗೇ ಇವೆಲ್ಲ ಅರ್ಥವಾಗೊಲ್ಲ. ಕಿತ್ತು ತಿನ್ನೋ ಕಡುಬಡತನ ಬಂಗಾರ ಸಿಕ್ರೆ ಬಿಡ್ತಾರ ? ನಮ್ಮ ಹುಷಾರಿನಲ್ಲಿ ನಾವು ಇರ್ಬೇಕು" ಗೊಣಗಿದಾಗ ನೋಟ ಹೊರಗೆ ಹಾಕಿದ.

"ಒಳ್ಗಡೆ....ಬರ್ಲಾ...." ಸುಸ್ವರಕ್ಕೆ ಸಾಗರ್ ಕೂಡ ಇತ್ತ ತಿರುಗಿದ. ಅದೇ ಹೆಣ್ಣು.

"ಸಾವಿತ್ರತ್ತೆ ಬಟ್ಟೆ ನೆನಸ್ಬೇಡಾಂದ್ರು" ವಿಧೇಯತೆಯ ನಡುವೆ ತೇಲಾಡಿತು ಸ್ವರ.

"ನಿನ್ನ ಪಾಡಿಗೆ ನೀನು ಒಗೆದು ಹರವಿಬಿಡು. ಇನ್ನೊಂದ್ಸಲ ಬಂದಾಗ ತಗೊಂಡ್ಹೋಗ್ತೀನಿ. ಇಲ್ಲ, ಅಪ್ಪ ಬಂದಾಗ ತಂದ್ಕೊಡ್ತಾರೆ."

ಸಾಗರ್ ಮುಖ ಗಂಟಾಕಿದ. ಮಡದಿಯ ಈ ತರಹ ಸ್ವಭಾವ ಅವನಿಗೆ

ಬೇಸರ. ಕೆಲವೊಮ್ಮೆ ಮೈಯೆಲ್ಲ ಉರಿ.

"ಆ ಬಟ್ಟೆಗಳನ್ನೆಲ್ಲ ಇಲ್ಲೇ ಒಗೆಸೋಂತ ಹಟ ಯಾಕೆ? ಅಲ್ಲೇ ಲ್ಯಾಂಡ್ರಿಗೆ ಕೊಟ್ಟರಾಗಿತ್ತು" ಸಾಗರ್ ಕಣ್ಣುಗಳಲ್ಲಿ ಕೋಪ ಸ್ಪಷ್ಟವಾದಾಗ ನವಿರಾದ ನಗೆ ನಕ್ಕಳು.

"ಕೆಲವು ವಿಷಯಗಳಲ್ಲಿ ನಿಮ್ಗೇ ತಲೆ ಕಡಿಮೆ. ಹೇಗೂ ಇವತ್ತು, ನಾಳೆ ಇಡೀ ಸಂಸಾರ ಇಲ್ಲೇ ಇರ್ತಾರೆ. ಊಟ, ತಿಂಡಿ ಕೂಡ ಇಲ್ಲೇ ಆಗುತ್ತೆ. ಅಷ್ಟಿಷ್ಟು ಕಾಸು ಸಿಗುತ್ತೆ. ಮಾಡ್ಲೀ ಬಿಡಿ" ಕಟು ಧೋರಣೆಗೆ ಬೇಸರಗೊಂಡ.

"ಛೇ, ಇಷ್ಟೊಂದು ಕಟುವಾಗ್ಬಾರ್ದು. ಸಾವಿರಗಟ್ಟಲೇ ಖರ್ಚು ಮಾಡಿ ನಾಗರಪ್ರತಿಷ್ಠೆ, ಸಂತರ್ಪಣೆ ಮಾಡಿಸಿದ್ರಿ. ಯಾವ ಪ್ರಯೋಜನಕ್ಕೆ ? ದೈವ ಇಂಥ ಆಮಿಷಗಳಿಗೆಲ್ಲ ಬಲಿಯಾಗಿ ಬಿಡುವಷ್ಟು ದುರ್ಬಲ ಮನುಸ್ಕನ ? ಪ್ರೀತಿ, ಪ್ರೇಮದ ಜೊತೆ ಮನುಷ್ಯನಿಗೆ ಕರುಣೆ, ಸಹಾನುಭೂತಿಗಳು ಬೇಕು" ಎಂದವನೇ ಮುಖ ತಿರುಗಿಸಿಕೊಂಡು ಹೊರಗೆ ನಡೆದ.

ಹೆಜ್ಜೆಗಳು ಮುಂದೆ ಹೋಗಲು ತಡವರಿಸಿತು. ಶಾಂತಾರಾಮ್ ಕೈಯಲ್ಲಿನ ಬೀಸಣಿಗೆ ಅತ್ತಿತ್ತ ಆಡಿ ಸ್ತಬ್ಧವಾಯಿತು.

"ಬರ್ಬೇಕೂ....ಅಳಿಯಂದಿರು" ಬೋನಿಯಲ್ಲಿ ಸಿಕ್ಕಿ ಹಾಕಿಕೊಂಡ ಇಲಿಯ ಸ್ಥಿತಿಯಾಯಿತು ಅವನದು. ಅವನು ಏನಾದರೂ ಹೇಳುವ ಮುನ್ನ ಅವರೇ ಧ್ವನಿಯೆತ್ತಿದರು. "ಒಂದ್ವಿಷ್ಯ ನಿಮ್ಹತ್ರ ಮಾತಾಡಬೇಕು. ನಮ್ಮ ಜೋಯಿಸರು ಮಗ್ಳಿಗೆ ಒಂದು ವರ ಬೇಕು."

ನಿರ್ಲಿಪ್ತತೆ ಅವನ ಮುಖದ ಮೇಲೆ ಹರಿದಾಡಿತು. ಬೇಸರದ ಮುಖ ಮಾಡಿದ. ಅಸಹನೆಯಿಂದ ಅಲ್ಲೇ ಕೂತ.

"ಇಲ್ಲ ಅನ್ಬಾರ್ದು. ಬಡವ ಕನ್ಯಾದಾನ ಮಾಡ್ದೇ ಕೂಪದಲ್ಲಿ ಬಿದ್ದು ಒದ್ದಾಡ್ತಾ ಇದ್ದಾನೆ. ದಯವಿಟ್ಟು ಸಹಾಯ ಮಾಡ್ಬೇಕು" ಸ್ವರ ಬಂದತ್ತ ನೋಟವರಿಸಿದ ಸಾಗರ್. ಅವನ ಕಣ್ಣುಗಳು ಕಿರಿದಾದವು.

'ಅವ್ಳಿಗೆ ಅನ್ನ, ಬಟ್ಟೆ ಕಾಣಿಸೋಂಥ ಜನವಾದ್ರೆ ಸಾಕು" ಮತ್ತೆ ಹೇಳಿದರು.

ತಕ್ಷಣ ಶಾಂತಾರಾಮ್ ಅವರ ನೆರವಿಗೆ ಬಂದರು. ಬಡತನ ವೃತ್ತಾಂತದ ಜೊತೆ ಜೋಯಿಸರ ಸ್ವಸಹಾಯಕತೆ, ಸೋಮಾರಿತನವನ್ನು ವಿವರಿಸುವ ಜೊತೆಗೆ ರಾಧಳ ಸಭ್ಯ, ವಿನಯ ನಡವಳಿಕೆಯನ್ನು ಹೊಗಳಿದರು.

"ತಿಂಗ್ಳಿಗೆ ಏನೋ ಒಂದಿಷ್ಟು ಸಂಬ್ಳ ಬರೋಂಥ ವರನಾದ್ರೆ...ಸಾಕು. ಏನೋ ನಮ್ಮ ಕೈಯಲ್ಲಾದ್ದು ಹಾಕಿ ಒಂದ್ಮದ್ವೇಂತ ಮಾಡಿಬಿಡೋಣ. ಪಾಪದ ಹೆಣ್ಣು ಬದ್ಕಿಕೊಳ್ಳುತ್ತಾಳೆ. ಈ ಜೋಯಿಸನಿಗೆ ಸ್ವಲ್ಪ ನೆಮ್ದಿನೂ ಸಿಕ್ಕುತ್ತೆ. ಇದ್ನ ಮನಸ್ಸಿನಲ್ಲಿ ಇಟ್ಕೋ" ಶಾಂತಾರಾಮ್ ಒತ್ತಾಯದ ಧ್ವನಿಯಲ್ಲಿ ನುಡಿದರು.

ತುಟಿ ಕಚ್ಚಿ ಕೂತ ಸಾಗರ್. ರಾಧಳ ಸುಂದರ, ಸುಕೋಮಲತೆ ಕಣ್ಮುಂದೆ ಬಿಚ್ಚಿಕೊಂಡಿತು. 'ಇಂಥ ಹೆಣ್ಣಿಗೆ ಗಂಡಿನ ಅಭಾವವೇ?' ಕಣ್ಣುಗಳಲ್ಲಿ ಮೆಚ್ಚುಗೆ ಮೂಡಿತು.

"ನೋಡೋಣ, ಆದ್ರೂ ನನ್ನ ನೆಚ್ಚಿಕೊಳ್ಳೋದ್ರಿಂದ ಪ್ರಯೋಜನವಿಲ್ಲ." ಅಡ್ಡ ಗೋಡೆಯ ಮೇಲೆ ದೀಪವಿಟ್ಟ.

ಆಮೇಲೆ ತಲೆಗೊಂದರಂತೆ ಮಾತಾಡಿದರು. ಎದ್ದು ಹಿತ್ತಲ ಕಡೆ ನಡೆದ. ರಾಶಿ ಬಟ್ಟೆಯೊಂದಿಗೆ ಸೆಣಸಾಡುತ್ತಿದ್ದ ರಾಧಾ ಕಣ್ಣಿಗೆ ಬಿದ್ದಳು. ಮುಖದಲ್ಲಿ ಅಸಾಧ್ಯವಾದ ಬಳಲಿಕೆ ಇದ್ದರೂ ಅದನ್ನು ಹೊರದಬ್ಬುವಂಥ ಶಾಂತತೆ.

"ರಾಧ...." ಸ್ವರವನ್ನು ಅತ್ಯಂತ ಮೃದುವಾಗಿಸಿದ. ಬೆದರಿದ ಹುಲ್ಲೆಯಂತೆ ಕಂಡಳು. ಸಣ್ಣಗೆ ನಕ್ಕ. ಎಲ್ಲವನ್ನು ಮೆಟ್ಟುವ ಬಡತನದ ಬಗ್ಗೆ ಅವನಿಗೆ ಅಸಾಧ್ಯವಾದ ರೋಷ ಬಂತು. "ಕಲಿಯೋ ವಯಸ್ಸಿನಲ್ಲಿ ಯಾಕೆ ಮನೆಯಲ್ಲಿ ಇದ್ದಿ?" ಅವಳ ಮುಖದಲ್ಲಿ ಸ್ವಲ್ಪ ಹೊಳಪಿನ ಸಿಂಚನವಾಯಿತು.

"ಕಾಲೇಜು ಓದೋಂಥ ಶ್ರೀಮಂತಿಕೆ. ಬಿಡುವು ನನಗಿಲ್ಲ. ಹೊಟ್ಟೆ, ಬಟ್ಟೆಗಾಗಿ ದಿನವೂ ಹೊಡೆದಾಡುವಂಥ ಜನ" ಮುಗ್ಧತೆ ಬಾಯಿ ಬಿಟ್ಟಾಗ ಬಡತನದ ಚಿತ್ರ ಮುಂದೆ ಬಿಚ್ಚಿಕೊಂಡಿತು.

"ಅಂದ್ರೆ...." ಅವನ ಸ್ವರದಲ್ಲಿ ಅನುಮಾನ ಇಣಕಿದಾಗ ಮೆಲ್ಲಗೆ ತುಟಿ ತೆರೆದಳು. "ಹೋದ್ವರ್ಷ ಫಸ್ಟ್ ಕ್ಲಾಸ್‌ನಲ್ಲಿ ಎಸ್.ಎಸ್.ಎಲ್.ಸಿ. ಪಾಸಾಯ್ತು."

ಅಷ್ಟರಲ್ಲಿ ಸುಂದರಮ್ಮ ಬಂದಿದ್ದರಿಂದ ತನ್ನ ಕೆಲಸದತ್ತ ಗಮನ ಕೊಟ್ಟಳು. ಸಾಗರ್ ನಿಂತೇ ಇದ್ದ.

"ಮಾವ ಸಹಾಯ ಮಾಡಿದ್ರೆ... ಈ ಹುಡ್ಗೀ ಕಾಲೇಜಿಗೆ ಸೇರ್ಕೊಬಹ್ದು" ಗುಣಗುಣಿಸಿದ. ಸುಂದರಮ್ಮ ಇತ್ತ ತಿರುಗಿದರು.

"ಇನ್ಯಾಕೆ ಬೇಕು, ಓದು? ಕೆಲ್ಸ, ಬೊಗ್ಸೆ ಚೆನ್ನಾಗಿ ಮಾಡ್ತಾಳೆ. ಸದ್ಯಕ್ಕೆ ಒಂದ್ಗಂಡು ಸಿಕ್ರೆ ಸಾಕು"

ಅಷ್ಟಕ್ಕೆ ತೆಪ್ಪಗಾಗಿ ಒಳಗೆ ಬಂದ. ಕೋಣೆಗೆ ಬಂದವನೇ ತನ್ನ ಬಟ್ಟೆಗಳನ್ನೆಲ್ಲ ಸೂಟುಕೇಸ್‌ಗೆ ತುಂಬಿದ.

ಯಾಕೋ ಈ ವಾತಾವರಣ ಬೇಸರವೆನಿಸಿತು. ಅವನು ಮೆಚ್ಚಿ-ಒಪ್ಪಿ ಮದುವೆಯಾದ ಹೆಣ್ಣು ನಳಿನಿ. ಹೊಂದಾಣಿಕೆಯ ಸುಖದಾಂಪತ್ಯವೇ ಅವರದು. ಆದರೆ ಈಚೆಗೆ ಬಂದು ವಿಧವಾದ ನಿರುತ್ಸಾಹ.

"ನಮ್ಮ ಮದ್ವೆಯಾಗಿ ಆಗ್ಲೇ ನಾಲ್ಕು ವರ್ಷವಾಯ್ತು.

ಇನ್ನ ಯಾಕೆ ಮಕ್ಕಳಾಗಿಲ್ಲ?" ನಳಿನಿ ಕೀಟದಂತೆ ಕೊರೆಯತೊಡಗಿದಾಗ ಅವನ ನೆಮ್ಮದಿಯೇ ಹಾಳಾಗಿತ್ತು.

ಹಿರಿಯರ ಸಲಹೆಯಂತೆ ಅಲ್ಲಲ್ಲಿ ಎಡೆ ತಾಕಿದ್ದು ಆಯಿತು. ನಾಗರ ಪ್ರತಿಷ್ಠೆ ಮಾಡಿದ ಮೇಲೆ ಲಾಲಿ ಹಾಡಿದಂಥ ಹುಮ್ಮಸ್ಸು ನಳಿನಿಗೆ. ಆದರೆ ಸಾಗರ್ ತಲೆ ಕೆಡಿಸಿಕೊಳ್ಳಲು ಹೋಗಿರಲಿಲ್ಲ.

* * * *

ದಿನಗಳು ಯಾವುದೇ ವೈವಿಧ್ಯತೆ ಇಲ್ಲದೆ ಕಳೆದುಹೋಗುತ್ತಿದ್ದವು. ಮಧ್ಯೆ ಮಧ್ಯೆ

ಅಪಸ್ವರವೆತ್ತುವ ನಳಿನಿ ಕೆಲವೊಮ್ಮೆ ಅವನ ಮನಃಶಾಂತಿಯನ್ನು ಹಾಳು ಮಾಡಿ ಬಿಡುತ್ತಿದ್ದಳು.

ಹತ್ತಾರು ಬಾರಿ ಕಾಲಿಂಗ್‌ಬೆಲ್ ಒತ್ತಿದ ಮೇಲೇನೆ ಅಂದು ನಳಿನಿ ಬಾಗಿಲು ತೆಗೆದಿದ್ದು. ಬಾತುಕೊಂಡ ಕೆನ್ನೆಗಳು, ಕೆಂಪು ಹತ್ತಿದ ಕೆನ್ನೆಗಳು ಸಾಗರ್ ಗಾಬರಿಗೊಂಡ.

"ಏನಾಗಿದೆ ನಿಂಗೆ?" ಅವನ ಸ್ವರದಲ್ಲಿ ಗಾಬರಿಯೊಡೆದಾಗ ಅವನ ಕೆನ್ನೆಗಳ ಮೇಲೆ ಕಂಬನಿ ಧಾರೆಯಾಯಿತು. "ಯಾವುದಾದ್ರೂ... ಟೆಲಿಗ್ರಾಮ್ ಬಂತಾ?"

ನಳಿನಿ ಉತ್ತರಿಸದೆ ಹೊರಟಾಗ ಅವನ ಕಾಲುಗಳು ಹಿಂಬಾಲಿಸಿದವು. ಕೈಯಲ್ಲಿನ ಹೆಲ್ಮೆಟ್ ಮೇಲಿಟ್ಟು ಕೂತ.

"ಬಾಯಿಬಿಟ್ಟು ಏನಾದ್ರೂ ಹೇಳಿದ್ರೆ....ತಾನೆ ಅರ್ಥವಾಗೋದು! ಕಣ್ಣೀರು ಹಾಕೋಂಥದ್ದು ಏನಾಗಿದೆ?" ಅಸಹನೆಯಿಂದ ಗುಡುಗಿದ.

ನಿಧಾನವಾಗಿ ತಲೆಯೆತ್ತಿದ ಅವಳ ಸಜಲ ನೇತ್ರಗಳಲ್ಲಿ ತನ್ನ ನೋಟವನ್ನೂರಿದ. ಎದೆಯಾಳದ ನೋವು ಮೈಯನ್ನು ಆವರಿಸಿತು.

"ಏನಾದ್ರೂ ಹೇಳು. ಯಾಕೆ ಹೀಗೆ ಸತಾಯಿಸ್ತೀ?" ಬೇಸರದ ಸ್ವರದಲ್ಲಿ ದೈನ್ಯತೆಯ ನೆರಳಾಡಿದಾಗ ಬಾಯಿಗೆ ಕೈ ಅಡ್ಡ ಇಟ್ಟು ಬಿಕ್ಕಿದಳು.

"ನಂಗೆ ಮಕ್ಕಳು ಆಗೋ ನಂಬಿಕೆ ಇಲ್ಲ."

ಸಾಗರ್ ಹಗುರವಾಗಿ ನಕ್ಕುಬಿಟ್ಟ. ಬಗ್ಗಿ ಷೂ ಬಿಚ್ಚಿ ಅತ್ತ ಸರಿಸಿ ಅವಳತ್ತ ನಡೆದ. ಬಿಕ್ಕುವ ಹೆಣ್ಣಿನ ಬಗ್ಗೆ ಕನಿಕರ.

ತೋಳಿನಿಂದ ಬಳಸಿ ಕಣ್ಣೀರು ತೊಡೆದ. ಒಂದು ಗಳಿಗೆ ಚಿಂತಿತನಾದ. 'ಬಹುಶಃ ತಮಗೆ ಮಕ್ಕಳ ಯೋಗವಿಲ್ಲದಿದ್ದರೇ......' ಮರುಕ್ಷಣದಲ್ಲಿಯೇ ತೊಡೆದು ಹಾಕಿದ. 'ಅದ್ರಿಂದ ಯಾವ ಪ್ರಪಂಚ ಏನು ಮುಳುಗಿ ಹೋಗಲ್ಲ;'

"ಸ್ವಲ್ಪ ಅರ್ಥಮಾಡ್ಕೋ ನಳಿನಿ. ನಿನ್ನ ಪ್ರಕಾರ ಮಕ್ಕಳಾಗದಿದ್ರೂ ನಷ್ಟವಿಲ್ಲ. ಅದಕ್ಕಾಗಿ ಗೋಳಾಡಬೇಡ. ಸಮಾಧಾನ ಮಾಡ್ಕೋ" ಸಂತೈಸುವ ಪ್ರಯತ್ನ ಮಾಡಿದ.

ನಳಿನಿ ಮುಖವೆತ್ತಿ ಅವನ ಕಣ್ಣುಗಳಲ್ಲಿ ನೋಟ ನೆಟ್ಟಳು. ಆಳಕ್ಕೆ ಇಳಿದು ಕೆದಕಲಾರಂಭಿಸಿತು. ಸಾಗರ್‌ಗೆ ಮಕ್ಕಳನ್ನು ಕಂಡರೇ ತುಂಬ ಪ್ರೀತಿಯೆಂದು ಅವಳಿಗೆ ಗೊತ್ತು.

"ಇವೆಲ್ಲ ಮೇಲ್ಮಾತುಗಳು. ನಿಮ್ಗೇ ಮಕ್ಕಳನ್ನ ಕಂಡ್ರೆ ತುಂಬ ಪ್ರೀತಿ". ಮಗುವಿನ ತೊದಲ್ನುಡಿಗಳೆನಿಸಿತು ಸಾಗರ್‌ಗೆ. ಸಣ್ಣಗೆ ನಕ್ಕ. "ಪ್ರೀತಿ ಇದ್ದ ಮಾತ್ರಕ್ಕೆ ಮಕ್ಳು ಆಗ್ಲೇಬೇಕೆನ್ನೋ ನಿಯಮವೇನು ಇಲ್ಲ. ಆದ್ರೆ..... ಸಂತೋಷ ಆಗ್ದಿದ್ರೆ ಯಾವ ಯೋಚನೇನು ಇಲ್ದೇ ಆರಾಮವಾಗಿದ್ದು ಬಿಡೋಣ."

ತಲೆ ಸವರಿ ಉಡುಪು ಬದಲಾಯಿಸಲು ಹೋದ. ನಳಿನಿಗೇಕೆ ಅನುಮಾನ? ಅವಳಲ್ಲೇನಾದ್ರೂ ದೋಷವಿದ್ಯಾ? ಅವನೆದೆಯ ಬಡಿತ ತಕ್ಷಣ ಏರಿ ಮೊದಲ ಸ್ಥಿತಿಗೆ ಬಂತು. ತನ್ನ ಬಗ್ಗೆ ಏನಾದರೂ ಕಲ್ಪಿಸಿಕೊಳ್ಳುವುದಕ್ಕೂ ಅವನಿಗಿಷ್ಟವಿರಲಿಲ್ಲ.

ಮೊದಲು ಈ ಬೀಜವನ್ನು ಅವಳ ತಲೆಯಲ್ಲಿ ಬಿತ್ತಿದವರು ಅವಳ ತಾಯಿ

ತಂದೆಯರೇ. ಸಹಜ ಮಾತೃತ್ವದ ಛಾಯೆ ದೊಡ್ಡ ಮರವನ್ನಾಗಿ ಬೆಳೆಸಿತ್ತು. ಈಗ ಒಂದು ತರಹ ಕಸಿವಿಸಿ.

"ನಿಮ್ಗೇನಾದ್ರೂ ತಿಂಡಿ ಬೇಕಾ?" ಗಡುಸು ಸ್ವರಕ್ಕೆ ಹಿಂದಿರುಗಿದ. ಬೇಸರವೆನಿಸಿತು. "ಬೇಡ ಬಿಡು..." ಹ್ಯಾಂಗರ್‌ಗೆ ಕೈ ಹಾಕಿದ.

ನಳಿನಿ ತುಟಿ ಕಚ್ಚಿದಳು. ಸಾಗರ್ ಬಗ್ಗೆ ರೋಷ. ಎಂದೂ ತಾನಾಗಿ ಮಕ್ಕಳ ಪ್ರಸ್ತಾಪವನ್ನೇ ಎತ್ತಲ್ಲ.

"ಎಷ್ಟು ದಿನಾಂತ ಹೀಗಿರೋದು?" ಕೋಪದಿಂದ ತೋಳಿಡಿದು ಜಗ್ಗಿದಾಗ ಹಗುರವಾಗಿ ನಕ್ಕ. "ತಕ್ಷಣಕ್ಕಂತೂ.... ಮುದ್ಕರಾಗೋಕೆ ಸಾಧ್ಯವಿಲ್ಲ" ಕಣ್ಣು ಮಿಟುಕಿಸಿದ.

ಇಡೀ ಮೈಯಲ್ಲಿನ ರಕ್ತವೆಲ್ಲ ನಳಿಯ ಮುಖಕ್ಕೆ ನುಗ್ಗಿತು. ಉದ್ವೇಗದಿಂದ ಎದೆಯೇರಿಳಿಯತೊಡಗಿತು. ಕೆಳತುಟಿಯಲ್ಲಿ ಹಲ್ಲಿನಡಿಯಲ್ಲಿ ಕಚ್ಚಿದಳು.

"ನನ್ನಿಂದ ನೀವೇನೋ ಮುಚ್ಚಿಡ್ತಾ ಇದ್ದೀರಿ" ಬೆಚ್ಚಿದ ಸಾಗರ್ ಅವಮಾನದಿಂದ ಕುಸಿಯುವಂತಾಯಿತು. "ನಳಿನಿ, ಸ್ವಲ್ಪ ಬಿಡಿಸಿ ಹೇಳು" ಅವಳ ಕೆನ್ನೆ ಬಳಿ ಬಗ್ಗಿದ. ಉಸಿರಾಟದ ಏರುಪೇರು ಸ್ಪಷ್ಟವಾದಾಗ ಸ್ವಲ್ಪ ಬೆದರಿದಳು.

ತಾನೇ ಸಮಾಧಾನಕ್ಕೆ ಬಂದ ಸಾಗರ್ ಮೃದುವಾಗಿ ಪ್ರಶ್ನಿಸಿದ.

"ಅಪಾರ್ಥದಿಂದ ಮನಸ್ಸು ಕೆಡ್ಸಿಕೊಳ್ಳೋದ್ಬೇಡ. ನಿನ್ನಿಂದ ನಾನು ಏನು ಮುಚ್ಚಿಡ್ತಿದ್ದೀನಿ? ಇಲ್ಲಿ ಸಂಕೋಚ್ಪಕ್ಕೆಡೆ ಇರ್‍ಬಾರ್‍ದು. ಪ್ಲೀಸ್.... ಹೇಳು....." ನಳಿನಿ ತಲೆ ಕೆಳಗೆ ಹಾಕಿದಳು. ಡಿಗ್ರಿಯ ಹಣೆ ಪಟ್ಟಿ ಹೊತ್ತ ವಿದ್ಯಾವಂತ ಹೆಣ್ಣು ಅವಳು. ಮಕ್ಕಳ ಪ್ರಸ್ತಾಪ ತಾನು ಮಾಡುತ್ತಿದ್ದರೂ ಮೌನವಹಿಸಿದ ಅವನಲ್ಲಿ ಏನೋ ಲೋಪವಿದೆಯೆಂದು ಸಂದೇಹ.

"ನೀವು ಯಾಕೆ ಡಾಕ್ಟ್ರು ಸಲಹೆ ಪಡಿಲಿಲ್ಲ?" ದಿಗ್ಭ್ರಮೆಯಿಂದ ನಿಂತು ಬಿಟ್ಟ ಸಾಗರ್. ಇಂಥ ಒಂದು ಕ್ಷುಲ್ಲಕ ಸಂದೇಹ ತನ್ನ ಪ್ರೀತಿಯ ಮಡದಿಯ ಮನದಲ್ಲಿ ಸುಳಿಯಬಹುದೆಂಬ ಕಲ್ಪನೆ ಕೂಡ ಅವನಿಗಿರಲಿಲ್ಲ. ಅಪರೂಪದ ವ್ಯಂಗ್ಯ ನಗು ಅವನ ತುಟಿಯಂಚಿನಲ್ಲಿ ಮಿನುಗಿತು. "ನೀನು ಈ ತರಹ ಯೋಚಿಸ್ತೀಂತ ನಂಬೋಕು ಸಾಧ್ಯವಾಗ್ತಾ ಇಲ್ಲ. ನನ್ನ ಎಂಥ ಸ್ಥಾನದಲ್ಲಿ ನಿಲ್ಸಿಬಿಟ್ಟೆ..."

ನಳಿನಿ ತಣ್ಣಗಾದಳು. ತಾನು ಆಡಿದ ಮಾತಿನ ಬಗ್ಗೆ ಅವಳಿಗೇನು ಪಶ್ಚಾತ್ತಾಪವಾಗಲಿಲ್ಲ. ನಿಲ್ಲಲಾರದೆ ಸಾಗರ್ ಹೊರಗೆ ಹೋದ.

ತಂಗಾಳಿಗೆ ಮೈಯೊಡ್ಡಿ ನಿಂತಿದ್ದರೂ ಸುಡು ಬಿಸಿಲಿನಲ್ಲಿ ನಿಂತ ಅನುಭವ. ಹಲ್ಲುಗಳನ್ನು ಬಿಗಿಯಾಗಿ ಕಚ್ಚಿಹಿಡಿದ. ಮಿದುಳಿನಲ್ಲಿ ಭಯಂಕರ ಸಿಡಿತ. ನಿಲ್ಲಲಾರದೆ ಚಡಪಡಿಸಿದ. 'ಗಂಡು....' ಎನ್ನಿಸಿಕೊಂಡವನಿಗೆ ಇದಕ್ಕಿಂತ ಅವಮಾನ ಬೇರೆ ಇಲ್ಲ.

'ಕಾಫೀ ತಗೊಳ್ಳಿ" ಮಡದಿಯ ಸ್ವರಕ್ಕೆ ಅವನ ಮನ ಹುಚ್ಚೆದ್ದು ಕುಣಿಯಲಿಲ್ಲ. ಕೈ ಚಾಚಿದ. "ಈಗೇನು...ಕಾಫೀ ಬೇಕಿರಲಿಲ್ಲ."

ಗಂಟಲಿಗೆ ಬಿದ್ದ ಗುಟುಕು ಕಾರ್ಕೋಟಕ ವಿಷವೆನಿಸಿತು. ಕಪ್ ಜಾರಿ ಅಷ್ಟು ದೂರಕ್ಕೆ ಬಿತ್ತು. ಅಣಕಿಸಿದಂತಾಯಿತು.

‘ಎಷ್ಟು ಆಪ್ಯಾಯಮಾನವಾಗಿರುತ್ತಿದ್ದ ಪಾನೀಯ ಇಂದು ವಿಷ. ಗುಟುಕರಿಸಿ ಆಸ್ವಾದಿಸುವ ಕಾಫೀಗೆ ಎಂಥ ಸ್ಥಿತಿ! ಇದು ಮನುಷ್ಯನ ಬದುಕಿಗೂ ಅನ್ವಯ! ಗಹಗಹಿಸಬೇಕೆನಿಸಿತು.

ಒಳಗೆ ಬಂದವನೇ ಬಟ್ಟೆ ಧರಿಸಿ ಸ್ಕೂಟರ್ ತಳ್ಳಿಕೊಂಡು ಹೊರಟೇ ಬಿಟ್ಟ. ವರ್ಣಮಯವಾಗಿ ಕಾಣುತ್ತಿದ್ದ ಜೀವನ ಈಗ ಬೆಂಗಾಡೆನಿಸಿತು.

“ಸಾರ್...” ತಟ್ಟನೇ ಬ್ರೇಕ್ ಬಿತ್ತು. ಸ್ವರ ಬಂದತ್ತ ತಿರುಗಿದ. ಹೂವಿನಂಗಂಡಿಯವನು ಹಲ್ಲುಕಿರಿದ. “ಒಬ್ರೇ ಹೊರಟಿದ್ದೀರಲ್ಲ. ಅಮ್ಮಾವರು ಊರಿನಲ್ಲಿ ಇಲ್ವಾ?” ಉತ್ತರಿಸಬೇಕೆನಿಸಲಿಲ್ಲ. ಸ್ಕೂಟರ್ಗೆ ಸ್ಟ್ಯಾಂಡ್ ಹಾಕಿದ. ಎದೆ ಭಾರವಾಯಿತು.

ಎರಡು ರೂಪಾಯಿ ನೋಟು ಕೊಟ್ಟು ಹೂ ಪಡೆದ. ಅವನ ಪ್ರಶ್ನೆಗೆ ಉತ್ತರಿಸದಾದ.

“ನಳಿನಿ, ಎಂಥ ಮಧುರವಾದ ಕ್ಷಣಗಳನ್ನು ಹಾಳು ಮಾಡ್ಬಿಟ್ಟೆ, ನನ್ನ ಮೋಸಗಾರನ ಸ್ಥಾನದಲ್ಲಿ ನಿಲ್ಲಿಸೋಕೆ ನಿಂಗೆ ಹೇಗೆ ಮನಸ್ಸು ಬಂತು? ಹೆಣ್ಣಿಗೆ ತಾಯ್ತನ ಒಂದು ಸೌಭಾಗ್ಯ. ಅದ್ನ ನೀಡಲಾರದ ಗಂಡನ್ನ ಖಂಡಿತ ಪ್ರೀತಿಸಲಾರಳು’ ಹಣೆಯ ಮೇಲೆ ಪುಟ್ಟ ಪುಟ್ಟ ಬೆವರಿನ ಬಿಂದುಗಳು ಸಾಲಾಗಿ ಮೂಡಿ ತಮ್ಮ ಇರುವನ್ನ ಅರುಪಿದವು.

ಬೆರಳು ಪ್ಯಾಂಟ್ ಜೇಬಿನಲ್ಲಿ ತಡಕಾಡಿ ಕರ್ಚೀಫ್‌ನ ಹೊರಗೆಳೆಯಿತು. ಬೆವರು ತೊಡೆದು ಸ್ವಸ್ಥಾನ ಸೇರಿಸಿದ. ಇನ್ನೊಂದು ಕೈಯಲ್ಲಿನ ಹೂ ನರಳಿತು.

ಪಾರ್ಕ್‌ನಲ್ಲಿ ಹೋಗಿ ಕೂತ. ಬದುಕು ತೀರಾ ಕಠೋರವೆನಿಸಿತು. ಕನಸಿನ ಗುಳ್ಳೆ ಗಂಟೆಗಳ ಹಿಂದೆ ಒಡೆದು ಅವಶೇಷ ಮಾತ್ರ ಉಳಿದಿತ್ತು.

ಕ್ಷಣಗಳು ಗಂಟೆಗಳಾದಾಗ ಎದ್ದು ಸ್ಕೂಟರಿನತ್ತ ನಡೆದ. ನಳಿನಿ ಊರಿನಲ್ಲಿದ್ದ ಎಲ್ಲಾ ದಿನಗಳು ಅವನ ಸಂಜೆಯ ಜೊತೆಗಾತಿ, ಕ್ಲಬ್, ಸಿಗರೇಟು, ಕುಡಿತದಂಥ ಯಾವ ಚಟಗಳು ಅವನನ್ನು ಅಪ್ಪದಿದ್ದರೂ, ನಳಿನಿಯ ಪ್ರೀತಿಯ ಸರೋವರದಲ್ಲಿ ಅವನು ಭಾವುಕನಾಗಿದ್ದ. ತೆರೆ ಸರಿದಾಗ ಬದುಕಿನ ವಾಸ್ತವ ಚಿತ್ರಣ ಭಿನ್ನವಾಗಿತ್ತು.

ತೀರಾ ನಿಧಾನಗತಿಯಲ್ಲಿ ಚಲಿಸುತ್ತಿದ್ದ ಸ್ಕೂಟರ್ ಬಹುತಡವಾಗಿಯೇ ಮನೆ ತಲುಪಿದ್ದು. ಹೊರಗೆ ನಿಂತಿದ್ದ ನಳಿನಿ ತಟ್ಟನೇ ಒಳಗೆ ಹೋದಳು.

ಹಿಂದಿನ ಹಾಗೆ ‘ಮೇಷ್ಟ್ರ ಮಗಳೇ’ ಎಂದು ಜಡೆ ಹಿಡಿದು ನಿಲ್ಲಿಸುವ ಮನಸ್ಸಾಗಲಿಲ್ಲ.

ಕೋಣೆಗೆ ಬಂದವನೇ ಬಟ್ಟೆ ಬದಲಾಯಿಸಿ ಮಲಗಿಬಿಟ್ಟ. ಬಳೆ ಸದ್ದಿಗೆ ಅರಳಬೇಕಾದ ಮನ ಅರಳಲಿಲ್ಲ. ಸಾಕ್ರೇಟಿಸ್‌ನ ಮಾತು ನೆನಪಿಗೆ ಬಂತು. ‘ಅವಶ್ಯವಾಗಿ ಮದುವೆಯಾಗಿ, ಹೆಂಡತಿ ಒಳ್ಳೆಯವಳಿದ್ದರೇ ನೀನು ಸುಖಿ. ಇಲ್ಲದಿದ್ದರೆ ನೀನು ನನ್ನಂತ ತತ್ವಜ್ಞಾನಿ ಯಾಗುತ್ತಿ’ ಮಗ್ಗುಲಾದ. ಅರ್ಥವಾಗದ ಸಂಕಟ ಎದೆಯಾಳದಲ್ಲಿ ತಟ್ಟನೆ ಅನುಮಾನ ಇಣಕಿತು. ‘ತನ್ನಿಂದ ನಳಿನಿಯನ್ನು ತೃಪ್ತಿಪಡಿಸಲು ಸಾಧ್ಯವಿಲ್ಲವೆ? ಅವಳು ಅತೃಪ್ತಳೇ?’ ದಢಾರನೆ ಎದ್ದು ಕೂತ.

ಸಮಸ್ಯೆಯ ಮೂಲ ರೋದಿಸುತ್ತ ಹೋದಂತೆ ಸಂಪ್ರದಾಯ ಬದ್ಧತೆಯ ತೊಡಕು ವೈಜ್ಞಾನಿಕವಾಗಿ ವಿಶ್ಲೇಷಿಸುತ್ತ ನಡೆದಾಗ ಅದರಲ್ಲಿನ ಸಮಸ್ಯೆಗಳು

ಸ್ಪಷ್ಟವಾಗತೊಡಗಿದವು.

ಎದ್ದು ಕೂತ ಮುಖ ಮೇಲೆತ್ತಿ ಭಾರವಾದ ಉಸಿರು ದಬ್ಬಿದ.

ಮದುವೆಗೆ ಮುನ್ನ ದಂಪತಿಗಳು ವೈದ್ಯ ತಪಾಸಣೆಗೆ ಒಳಪಡುವುದು ಯೋಗ್ಯವೆನಿಸಿತು. ಭಾವೀ ಸಂಗಾತಿಯ ಪರಂಪರೆಯಲ್ಲಿ ವಂಶ ಪಾರಂಪರ್ಯವಾದ ಯಾವುದಾದರೂ ರೋಗ ಲಕ್ಷಣ ಇದ್ದರೇ ಮೊದಲೇ ತಿಳಿದುಕೊಳ್ಳುವುದರಿಂದ ಮುಂದಿನ ಎಷ್ಟೋ ಸಮಸ್ಯೆಗಳು ಪರಿಹಾರ.

ತಟ್ಟನೆ ತೋಳಿನ ಮೇಲೆ ಕೈಬಿದ್ದಾಗ ನಿಟ್ಟುಸಿರು ದಬ್ಬಿದ. ನೋಟ ಅವಳತ್ತ ಹೊರಳಿತು. ಅತ್ತ ಗುರುತುಗಳು ಕೆನ್ನೆಯ ಮೇಲೆ. ಅವನೆದೆಯಲ್ಲಿ ಚೂರಿಯಾಡಿದಂತಾಯಿತು.

ಮೃದುವಾಗಿ ಕೈಹಿಡಿದು ಸನಿಹದಲ್ಲಿ ಕೂಡಿಸಿಕೊಂಡ. ಬಗ್ಗಿದ ತಲೆಯನ್ನು ತೋರು ಬೆರಳಿನಿಂದೆತ್ತಿದ.

"ನೀನು ಅರ್ಥಮಾಡಿಕೊಳ್ಳಲಿಲ್ಲ. ನಮ್ಮ ಮದುವೆಯಾಗಿ ಐದ್ವರ್ಷದ ಮೇಲೆ ಒಂದು ತಿಂಗಳು ಆಗಿದೆ. ತ್ವರಿತವಾದ ಮಕ್ಕಳ ಬಯಕೆಯ ಬಗ್ಗೆ ನಾನು ತಲೆ ಕೆಡಿಸಿಕೊಳ್ಳಿಲ್ಲ. ನಿಮ್ಮವರ ಆತುರಕ್ಕೆ ನಾನು ಬಲಿಪಶು. ಖಂಡಿತ ಈಗ ವೈದ್ಯಕೀಯ ತಪಾಸಣೆ ಅಗತ್ಯವೆನಿಸಿದೆ. ನನ್ನಲ್ಲಿ ದೋಷವಿದ್ರೆ ಖಂಡಿತ ನಾನು ನಿನ್ನ ಮಾತೃತ್ವನ ಬಲಿ ಕೊಡೋಲ್ಲ. ವೈಜ್ಞಾನಿಕ ರೀತಿಯಲ್ಲಿ ಪರಿಹಾರ ಕಂಡುಕೊಳ್ಳಬಹುದ್!" ಉದ್ವಿಗ್ನನಾಗಿ ಹೇಳಿದ.

ಅವನ ಅಂಗೈಯಲ್ಲಿ ಮುಖವಿಟ್ಟು ಕಣ್ಣೀರು ಸುರಿಸಿದಳು. ಸುತ್ತಲು ಗಾಢಾಂಧಕಾರ ಮುಸುಕಿದ ಅನುಭವವಾಯಿತು ಸಾಗರ್‌ಗೆ. ಕಣ್ಮುಚ್ಚಿ ತೆಗೆದ.

"ಸಮಾಧಾನ ಮಾಡ್ಕೋ ನಳಿನಿ. ಇಂಥ ಸಮಸ್ಯೆಗಳು ಕೆಲವರ ಜೀವನಗಳಲ್ಲಿಯಾದ್ರೂ ಬರುತ್ತೆ. ಸಾಮರಸ್ಯ ಮನೋಭಾವದಿಂದ ನಡ್ಡುಕೊಳ್ಳಬೇಕು. ಮೇಲ್ಮುಖಕ್ಕೆ ಹೆಚ್ಚು ಸಮರ್ಪಕವೆನಿಸುವ ಜೋಡಿ ಆರೋಗ್ಯ ತಪಾಸಣೆಯಲ್ಲಿ ಸಿಕ್ಕಿ ಬೀಳುತ್ತಾರೆ."

ಎಷ್ಟೋ ಹೊತ್ತಿನವರೆಗೂ ಅದೇ ಸ್ಥಿತಿಯಲ್ಲಿದ್ದರು.

ರಾತ್ರಿಯೆಲ್ಲ ಯೋಚಿಸಿ ಸಾಗರ್ ನಿರ್ಧಾರಕ್ಕೆ ಬಂದ. ಮೊದಲು ತಾನು ತಪಾಸಣೆಗೆ ಗುರಿಯಾಗಬೇಕು. ರಿಸಲ್ಟ್ ತಿಳಿದ ನಂತರ ಯೋಚಿಸಬಹ್ದು.

ಎದ್ದ ಕೂಡಲೇ ಎರಡು ದಿನಕ್ಕೆ ರಜಾ ಅರ್ಜಿ ಬರೆದು ಜೇಬಿನಲ್ಲಿಟ್ಟು ಬಾತ್‌ರೂಂನತ್ತ ನಡೆದ. ಸ್ನಾನ ಮಾಡುತ್ತಲೇ ನಿನ್ನೆಯ ವಿಷಯಕ್ಕೆ ನಟನೆ ತೆರೆ ಎಳೆಯಲು ನಿಶ್ಚಯಿಸಿದ.

"ಮೇಷ್ಟ್ರ... ಮಗಳೇ" ಹಾರಿಬಂದ ಕೂಗಿಗೆ ನಳಿನಿಯ ಗರಿಗೆದರಿದ ನವಿಲಾದಳು. ಕೆನ್ನೆಗಳು ರಾಗರಂಜಿತವಾದವು. ಒಂದೇ ಹಾರಿಗೆ ಬಾತ್‌ರೂಂನಲ್ಲಿ ಪ್ರತ್ಯಕ್ಷ. ಕಣ್ಣಲ್ಲಿ ಕಣ್ಣಿಟ್ಟು ನೋಡಿ ನಸು ನಕ್ಕ. "ಎರ್ಡು ದಿನ ರಜ. ಪೂರ್ಣವಾಗಿ ರಾಣಿಯವರ ಸೇವೆಗೆ ಮೀಸಲು" ಒದ್ದೆ ಕೈ ಅವಳ ಕೆನ್ನೆಯ ಮೇಲಾಡಿತು.

ಅವಳ ಕಣ್ಣಲ್ಲಿ ಇಣುಕಿದ ಗಾಬರಿ ಕುತೂಹಲವಾಗಿ ಕೆನ್ನೆಯ ಮೇಲೆ ಇಣಕಿತು. “ಮೊದ್ಲು ಹೋಗಿ ಡಾಕ್ಟ್ರನ ಕಂಡ್ಬರ್ತೀನಿ” ಅರ್ಥಗರ್ಭಿತವಾಗಿ ಹೇಳಿದ. ಅವಳ ತಲೆ ಬಾಗಿತು. “ಕ್ಷಮಿಸಿ ಬಿಡಿ. ನಾನು ಏನೇನೋ ಮಾತಾಡಿಬಿಟ್ಟೆ.

“ನೀನು ಹಾಗೆ ಆಡಿದ್ದೆ ಒಳ್ಳೆದಾಯಿತು. ನಾನು ಇಷ್ಟು ಬೇಗ ಕಾರ್ಯೋನ್ಮುಖನಾಗ್ತಾ ಇರ್ಲಿಲ್ಲ. ಈ ಚಾರ್ಮ್‌ನಲ್ಲಿ ಇನ್ನಷ್ಟು ದಿನ ಇರೋ ಯೋಚ್ನೇ ಇತ್ತು.” ಕೊನೆಯಲ್ಲಿ ಹಾಸ್ಯ ಬೆರೆಸಿದ. ಅವನ ಕೈಯಲ್ಲಿನ ಸೋಪು ಮೈಮೇಲೆ ಹರಿದಾಡತೊಡಗಿದಾಗ ನಳಿನಿ ಹೊರ ಬಂದಳು. ಎಂದಿನಂತೆ ವರ್ತಿಸಲು ಅವಳಿಂದಾಗಲಿಲ್ಲ.

ಉಪಾಹಾರದ ಮಧ್ಯೆ ಆಡಿದ್ದು ಒಂದೆರಡು ಮಾತುಗಳು ಮಾತ್ರ. ಹೊರಡುವ ಮುನ್ನ ಮತ್ತೆ ಒತ್ತಿ ಹೇಳಿದ.

“ನಾನು ಡಾಕ್ಟ್ರನ ಕಂಡ್ಬರ್ತೀನಿ” ಮೌನವಾಗಿ ಉಗುಳು ನುಂಗಿ ತಲೆ ಅಲುಗಾಡಿಸಿದಳು. ಆಸೆ ಮನಸ್ಸನ್ನು ದೃಢಗೊಳಿಸಿತ್ತು. ತಾಯಿ ಹತ್ತಾರು ಬಾರಿ ಆಡಿದ್ದರು.

“ಮದ್ವೆಯಾದ್ವರ್ಷದಲ್ಲೇ ಮೊಮ್ಮಗನನ್ನು ಎತ್ಕೋಬೇಕೂಂತ ಇದ್ದೆನಲ್ಲೇ ತಾಯಿ. ನಿನ್ನ ಹಿಂದೆ ಮದ್ವೆ ಆದವ್ರಿಗೆಲ್ಲ ಎರ್ಡು ಸಲ ಬಾಣಂತನವಾಯ್ತು.”

ಸಾಗರ್‌ನ ತಾಯಿ ತಂದೆಗಳು ಕೂಡ ಈ ವಿಷಯದಲ್ಲಿ ಹಿಂದಾಗಲಿಲ್ಲ ಮಗನ ಮುಂದೆ ಸಂಕೋಚಿಸಿದರೂ ಹಿಂದೆ ಸೊಸೆಯ ಬಳಿ ತೋಡಿಕೊಂಡೇ ಇದ್ದರು.

“ಆ ಯೋಜನೆ.....ಆ ಯೋಜನೇಂತ ತಲೆ ಕೆಡಿಸ್ಕೋಬೇಡಿ. ನಮ್ಮ ವಂಶಕ್ಕೆ ಸಾಗರ್ ಒಬ್ನೇ ಆಧಾರ. ಒಂದೆರಡು ಮಕ್ಳು ಬೇಗ ಬೇಗನೆ...ಆಗ್ಲೀ”

ಇದೆಲ್ಲ ಅವಳಲ್ಲಿ ಕಿಚ್ಚೆಬ್ಬಿಸಿತ್ತು. ಅಸಹನೆ, ಕೋಪ, ಅನುಮಾನದ ಬೆಂಕಿಯ ನಡುವೆ ಅವಳು. ಡಾಕ್ಟರ್ ತಪಾಸಣೆಯ ಮಧ್ಯೆ ಒಂದು ವಿಚಿತ್ರ ಅವನ ಮುಂದೆ ತೆರೆದುಕೊಂಡಿತ್ತು. ಪರಸ್ಪರ ವಿರುದ್ಧವಾದ RH ಗುಂಪಿನ ರಕ್ತವುಳ್ಳ ದಂಪತಿಗಳ ತೊಂದರೆ, ಸಂತಾನಹೀನತೆಯುಳ್ಳ ಹೆಣ್ಣು, ಗಂಡುಗಳ ಬವಣೆ, ತೃಪ್ತಿಪಡಿಸಲಾರದ ಗಂಡುಗಳ ಹೊಸ ಪ್ರಪಂಚ ಕಂಡಂತಾಗಿತ್ತು. ಆರ್ಟಿಫಿಶಿಯಲಿ ಇನ್ ಸೆಮಿನೇಷನ್ ಇತ್ಯಾದಿ.

ರಿಪೋರ್ಟ್ ಕೈಗೆ ಬಂದಾಗ ಅವನಿಗೆ ಕುಣಿದಾಡುವಷ್ಟು ಸಂತೋಷವಾಯಿತು. ಆದರೆ ನಳಿನಿಯ ಮುಖ ಕಣ್ಮುಂದೆ ಸುಳಿದಾಗ ಭೂಮಿಗೆ ಕುಸಿದಂತಾಯಿತು. ತಾನು ‘ಸ್ಪರ್ಮೈಲ್’ ಅಲ್ಲ ಎನ್ನುವ ಗಳಿಗೆಯಲ್ಲಿ ಅಡಗಿಹೋಯಿತು.

ಡಾಕ್ಟರ್ ತುಂಬು ಮುಗುಳ್ನಗುವನ್ನು ತುಟಿಗಳ ಮೇಲೆ ತುಂಬಿಕೊಂಡು ಹೇಳಿದರು.

“ನಿಮ್ಮಲ್ಲಿ ಯಾವ್ದೇ ದೋಷವಿಲ್ಲ. ಒಂದಲ್ಲ ನಾಲ್ಕು ಮಕ್ಕಳ ತಂದೆಯಾಗ್ಬಹ್ದು. ನಿಮ್ಮ ಶ್ರೀಮತಿಯವ್ರನ್ನ ಒಮ್ಮೆ ಚೆಕಪ್ ಮಾಡ್ಸಿ. ಅವರಲ್ಲಿನ ಸಣ್ಣಪುಟ್ಟ ದೋಷಗಳು ಶಸ್ತ್ರ ಚಿಕಿತ್ಸೆಯಿಂದ ಸರಿಪಡಿಸಬಹುದು. ಬೆಸ್ಟ್ ಆಫ್ ಲಕ್.”

ಹೊರಗೆ ಬಂದಾಗ ಸುಂದರ ಜಗತ್ತು ಹಾಳುಬಿದ್ದಂತೆ ಕಂಡಿತು. ಒಂದು ಕ್ಷಣ ಮಂಕು ಕವಿದುಕೊಂಡರೂ ತಳ್ಳಿ ಹಾಕಿ ಉಲ್ಲಾಸವನ್ನ ತುಂಬಿಕೊಂಡ.

ನಾಲ್ಕಾರು ದಿನ ಕಳೆದರೂ ನಳಿನಿಗೆ ಹೇಳಲಿಲ್ಲ. ಅವಳ ಪ್ರಶ್ನೆಗೆಲ್ಲ ನಕ್ಕು ಸುಮ್ಮನಾಗುತ್ತಿದ್ದ.

ಅಂದು ಸಂಜೆ ಮನೆಗೆ ಬಂದಾಗ ಮುಖ ಧುಮ್ಮಿಸಿಕೊಂಡು ಕೂತಿದ್ದಳು. ಸಾಗರ್ ಮುಖದ ಮೇಲೆ ಬೇಸರ ಮುತ್ತಿಕ್ಕಿತು.

"ನಿಂಗೇನಾಗಿದೆ? ಹೊರಗಿನ ಬೇಸರ, ನೋವು ಎಲ್ಲಾ ಮರೆಯಲು ಮನೆಗೆ ಧಾವಿಸಿ ಬಂದರೆ ಇದೊಂದು ಗೋಳು" ಅಸಹನೆಯಿಂದ ಮುಖ ಗಂಟಿಕ್ಕಿದ ತಕ್ಷಣ ಎದ್ದು ಹೋದಳು.

ಕ್ಷಣಕಾಲ ಚಿಂತಿಸಿದ. ಈ ಸಮಸ್ಯೆ ಇಷ್ಟೊಂದು ಪ್ರಬಲವೆಂದು ಯೋಚಿಸಿರಲಿಲ್ಲ. ಬಿಸಿಯಾದ ತಲೆ ಸಿಡಿಯತೊಡಗಿತು. ನಿಮಿಷಗಳು ಗಂಟೆಗಳಾದಾಗ ತಾನೇ ಎದ್ದು ಕೋಣೆಯೊಳಕ್ಕೆ ಹೋದ.

ಉಸಿರು ಸಿಕ್ಕಿಕೊಂಡಂತಾಯಿತು.

"ನಳಿನಿ, ನಿಂಗೇನಾಗಿದೆ? ಸುಂದರವಾದ ಕ್ಷಣಗಳನ್ನು ಯಾಕೆ ಧ್ವಂಸ ಮಾಡ್ತಾ ಇದ್ದೀಯ? ನಂಗೆ ಅರ್ಥವಾಗುತ್ತೆ" ಎಂದವನೇ ಬೀರುವಿನಲ್ಲಿಟ್ಟಿದ್ದ ರಿಪೋರ್ಟ್ ತೆಗೆದು ಅವಳ ಕಾಲ ಬಳಿ ಎಸೆದ.

"ನೋಡ್ಕೋ ಇನ್ನ ಏನಾದ್ರೂ ಅನುಮಾನವಿದ್ರೆ ಬೇರೆ ಡಾಕ್ಟ್ರರಲ್ಲಿಗೆ ಹೋಗೋಣ" ಅವನ ಸ್ವರ ಉದ್ವೇಗದಿಂದ ಕಂಪಿಸಿತು. ಬೆಂಕಿಯ ಮಧ್ಯೆ ನಿಂತವನಂತೆ ಚಡಪಡಿಸಿದ.

ನಿಧಾನವಾಗಿ ಬಗ್ಗಿ ರಿಪೋರ್ಟ್ ಕೈಗೆತ್ತಿಕೊಂಡಳು. ಅವಳು ವಿದ್ಯಾವಂತೆ. ಆಕಾಶ ಕಳಚಿ ಅವಳ ತಲೆಯ ಮೇಲೆ ಬಿದ್ದಂತಾಯಿತು. ತಾನು ಪರಿಪೂರ್ಣ ಹೆಂಗಸೆಂಬ ಅವಳ ಒಣ ಹೆಮ್ಮೆಗೆ ಬಲವಾದ ಪೆಟ್ಟು. ತತ್ತರಿಸಿದಳು.

ಮೆಲ್ಲಗೆ ಇತ್ತ ನೋಟವರಿಸಿದ ಸಾಗರ್ ಕಣ್ಣುಗಳು ಕಿರಿದಾಗಿ ನೋವು ಮೂಡಿತು. ಎಂತಹುದೋ ವೇದನೆ ಎದೆಯಾಳದಲ್ಲಿ. ಕೆಡುಕೆನಿಸಿತು. ಬೇಸರ, ಅಸಹನೆಯ ಮೇಲೆ ಕಲ್ಲು ಚಪ್ಪಡಿ ಎಳೆದ.

"ಹುಚ್ಚಿ, ಎಲ್ಲ ನಿರ್ಣಯನು ಡಾಕ್ಟರ್ ರಿಪೋರ್ಟ್‌ನಲ್ಲೇ! ಇರೋದಾದ್ರೆ...ವ್ರತ, ಪೂಜೆ, ನಾಗರ ಪ್ರತಿಷ್ಠೆ ಎಲ್ಲಾ ಯಾಕೆ ಮಾಡ್ಸಬೇಕು? ಜೋಯಿಸರು ಹೇಳ್ದ ಪ್ರಕಾರ ವರ್ಷ ತುಂಬೋದ್ರೊಳಗೆ ಆಗ್ದಿದ್ರೆ.. ಒಂದೆರಡು ವರ್ಷಕ್ಕಾದ್ರೂ ಆಗುತ್ತೆ. ಸುಮ್ನೇ ತಲೆ ಕೆಡ್ಸಿಕೊಂಡು ಜೀವ್ನನ ನರ್ಕ ಮಾಡಿಕೊಳ್ಳೋದ್ಬೇಡ" ಸಂಯಮದಿಂದ ಸಂತೈಸಲು ಪ್ರಯತ್ನಿಸಿದ.

ಈ ಪ್ರಕರಣದ ನಂತರ ಸದಾ ಅಂತರ್ ಮುಖಿಯಾಗಿರುತ್ತಿದ್ದ ನಳಿನಿ ಒಂದು ಸಮಸ್ಯೆಯಾದಳು. ಶಾಂತಾರಾಮ್ ಬಂದಾಗಲೆಲ್ಲ ಇದೇ ಪ್ರಸ್ತಾಪ. ತಾವು ಗಳಿಸಿದ ಆಸ್ತಿಯನ್ನು ಬೇರೆಯವರಿಗೆ ಸೇರುವುದು ಅವರಿಗಿಷ್ಟವಿಲ್ಲ.

ಮಗಳ ಮನೆಗೆ ಗಂಡ, ಹೆಂಡತಿ ಬಂದು ನಾಲ್ಕು ದಿನ ಬೀಡುಬಿಟ್ಟರು. ಸಾಗರ್‌ನೊಂದಿಗೆ ಏನು ಹೇಳದಿದ್ದರೂ ನಾಲ್ಕಾರು ದಿನ ಮಗಳೊಂದಿಗೆ ಹೊರಗೆ ಹೋಗಿ ಬಂದರು.

ಅಂದು ಭಾನುವಾರ ಮನೆಯಲ್ಲಿಯೇ ಇದ್ದ. ತಾಯಿ ಮಗಳು ಅಡಿಗೆ, ತಿಂಡಿ ಮುಗಿಸಿ ಹೊರ ಹೊರಡುವ ತಯಾರಿಯಲ್ಲಿದ್ದರು. ಅವನು ತುಟಿ ಬಿಚ್ಚಿ ಕೇಳಲಿಲ್ಲ. ನಳಿನಿಯ ನಡತೆಯಿಂದ ಅವನಿಗೊಂದು ತರಹ ಬೇಸರವಾಗಿತ್ತು.

"ನಾವು ಸ್ವಲ್ಪ ಹೊರ್ಗಡೆ ಹೋಗ್ಬರ್ತೀವಿ" ವಾರೆಗಣ್ಣಿನಿಂದ ಮಡದಿಯತ್ತ ನೋಡಿದ. ತಾನು ವಿಶ್ವಾಸಕ್ಕೆ ತೆಗೆದುಕೊಳ್ಳಲಾರದಷ್ಟು ಅಪರಿಚಿತನೇ? "ಹೋಗ್ಬಾ...." ಮುಖಕ್ಕೆ ಅಡ್ಡವಾಗಿ ಹಿಡಿದ ಪೇಪರ್ ಕೆಳಗಿಳಿಯಲಿಲ್ಲ.

ಕೋಣೆಯೊಳಕ್ಕೆ ಬಂದ ಶಾಂತಾರಾಮ್ ಎರಡು ಮೂರು ಸಲ ಏನೋ ಹೇಳಲು ಪ್ರಯತ್ನಪಟ್ಟು ಸುಮ್ಮನಾದರು. ಹೊರಗೆ ಹೋಗಿ ಪುನಃ ಬಂದರು.

"ಆ ರಿಪೋರ್ಟ್ ಸ್ವಲ್ಪ ಕೊಡ್ತೀರಾ?" ಮೇಲಿನಿಂದ ಕೆಳಕ್ಕೆ ತಳ್ಳಿದಂತಾಯಿತು ಸಾಗರ್‌ಗೆ. ಮುಖ ಧುಮುಗುಟ್ಟಿತು. ಪ್ರಯಾಸದಿಂದ ಅವಮಾನ ನುಂಗಿದ.

"ಬೀರುವಿನಲ್ಲಿದೆ. ನಿಮ್ಮ ಮಗ್ಳಿಗೆ ತೆಗ್ದು ಕೊಡೋಕೆ ಹೇಳಿ."

ಶಾಂತಾರಾಮ್ ಮುಖ ಕಳೆಗುಟ್ಟಿತು. ಚೇತರಿಸಿಕೊಳ್ಳಲು ಕ್ಷಣಗಳು ಬೇಕಾಯಿತು.

ತಟ್ಟನೇ ಮೇಲೆದ್ದು ಬೀರು ತೆಗೆದು ರಿಪೋರ್ಟ್ ಟೇಬಲ್ಲಿನ ಮೇಲೆಸೆದ. ಅವನೆದೆ ಏರಿಳಿಯುತ್ತಿತ್ತು ಉದ್ವೇಗದಿಂದ.

"ಯಾಕೆ, ಇಷ್ಟೊಂದು ಎಕ್ಸೈಟ್ ಆಗ್ತೀರಾ? ನಮ್ಮ ಮಗ್ಳು ಸಂಸಾರ ಎಲ್ಲ ರೀತಿಯಿಂದ್ಲೂ ಸಂತೃಪ್ತಿಕರವಾಗಿರ್ಲೀಂತ ಬಯ್ಸೋದು ನಮ್ಮ ತಪ್ಪಾ? ನಿಮ್ಮ ಕೆಲಸ ಎಷ್ಟೋ ರೀತಿಯಲ್ಲಿ ಹಗುರ ಮಾಡಿ ನಾವೇ ನಿರ್ವಹಿಸ್ತಾ ಇದ್ದೀವಿ." ಶಾಂತಾರಾಮ್ ಸ್ವರದಲ್ಲಿ ವ್ಯಂಗ್ಯವಿಲ್ಲದಿದ್ದರೂ ಅವನ ಮೈ ಉರಿದಂತಾಯಿತು.

"ನಿಮ್ಮಿಷ್ಟ ಬಂದಂಗೇ ಮಾಡ್ಕೊಳ್ಳಿ" ಹೊರಗೆದ್ದು ನಡೆದ. 'ವಿವಾಹಿತ ಸಂಬಂಧ ಆ ಕ್ಷಣದಲ್ಲಿ ತೀರಾ ಅರ್ಥಹೀನವೆನಿಸಿತು. 'ನಳಿನಿ ನೀನು ಈ ರೀತಿ ನಡ್ಕೋಬಾರ್ದಿತ್ತು. ಸ್ವಂತ ಮಗುವನ್ನ ಬಯಸಲಾರದಷ್ಟು ಚಂಡಾಲನಲ್ಲ' ಸಾಗರ್ ಹೃದಯ ಬಾಯಿಗೆ ಕಿತ್ತು ಬಂದಂತೆ ಪರಿತಪಿಸಿದ.

ಕೂತು ಮಾಸ ಪತ್ರಿಕೆಯ ಪುಟಗಳನ್ನು ಮೊಗಚತೊಡಗಿದ. ಶಾಂತಾರಾಮ್ ಬಂದು ಎದುರು ಕೂತರು. ಮೀನಾಮೇಷ ಎಣಿಸಿ ಆ ವಿಷಯ ತಳ್ಳಿ ಬೇರೆ ಸಂಗತಿ ಪ್ರಸ್ತಾಪಿಸಲು ಮೊದಲಿಟ್ಟರು.

"ಜೋಯಿಸರ ಮಗ್ಳು ಸಂಗ್ತಿ ಹೇಳಿದ್ದೇವಲ್ಲ. ಯಾವುದಾದ್ರೂ ವರ ಕಣ್ಣಿಗೆ ಬಿತ್ತಾ? ದಿನ ಬೆಳಗಾದ್ರೆ ಆ ಮಹರಾಯನ ಪಂಚಾಯಿತಿ."

ಸಾಗರ್ ಮುಖ ಧುಮಗುಟ್ಟಿತು. ತಾನು ಯಾವ ಕ್ಷಣದಲ್ಲಿಯಾದ್ರೂ ಸಹನೆ ಕಳೆದುಕೊಳ್ಳಬಹುದು ಎನಿಸಿತು. ಪತ್ರಿಕೆಯಿಂದ ನೋಟ ಎತ್ತದಾದ.

"ಆ ವಿಷಯಗಳಲ್ಲಿ ನನ್ನ ಪ್ರಶ್ನಿಸೋದ್ರಿಂದ ಯಾವ ಪ್ರಯೋಜನವು ಇಲ್ಲ." ಸಾಗರ್ ಸ್ವರದಲ್ಲಿನ ತೀಕ್ಷ್ಣತೆಗೆ ಶಾಂತಾರಾಮ್ ಕ್ಷಣಕಾಲ ಅಲುಗಾಡಿದರೂ ಮತ್ತೆ ದೃಢವಾಗಿ ನಿಂತರು. ಅದು ಅವರ ಸಹಜ ಸ್ವಭಾವ "ಹಾಗಂತ ಅಲ್ಲ. ಆಗಾಗ ಬರೋ ವೆಂಕಣ್ಣನ ಬಗ್ಗೆ. ಎರ್ಡುಹೊತ್ತು ಅವ್ನ ಹೊಟ್ಟೆಗೆ ಹಾಕೋ ಚೈತನ್ಯವಿದ್ರೆ....

ಸಾಕು. ಅವ್ನು ಏನು ಸುಮ್ನೇ ಕೂಡೋಲ್ಲ."

ಸಾಗರ್ ಮುಖದಲ್ಲಿ ಇಣಕಿದ್ದು ಬೇಸರ ಬೆರೆತ ಜಿಗುಪ್ಸೆ. ವೆಂಕಣ್ಣನ ವ್ಯಕ್ತಿತ್ವ ಬಂದು ಕಣ್ಮುಂದೆ ನಿಂತಿತು. ಒಂದು ಕಾಲು ಎಳೆದು ಹಾಕುತ್ತಿದ್ದ. ಕುರೂಪ ಮುಖ, ಬಡಕಲು ಶರೀರ.

"ಛೆ, ಯಾಕೆ ಇಂಥ ಯೋಚ್ನೇ ಮಾಡ್ತೀರಾ? ಒಳ್ಳೆ ಕರ್ಪೂರದ ಬೊಂಬೆಯಂತೆ ಇರೋ ಹೆಣ್ಣನ್ನ ಅವ್ನಿಗ್ಯಾಕೆ ಕಟ್ತೀರಾ? ಅವ್ನಿಂದ ಆ ಹುಡ್ಗೀ ಯಾವ ಸುಖ ಸುರ್ದ್ಕೊಳ್ತಾಳೆ?" ಸ್ವಲ್ಪ ಖಾರವಾಗಿಯೇ ಹೇಳಿದ.

ಶಾಂತಾರಾಮ್ ಹಿಂದೆಗೆಯಲಿಲ್ಲ. ಸಂಯಮದಿಂದಲೇ ಎಲ್ಲ ಸಾಧಿಸಿ ಬಿಡುವ ಛಲಗಾರ.

"ಅದೆಲ್ಲ ಯೋಚ್ನೇ ಮಾಡೋಕಾಗುತ್ತಾ? ಸದ್ಯಕ್ಕೆ ಅವ್ಳ ಕುತ್ತಿಗೆಗೆ ತಾಳಿ ಬಿಗಿಯೋಕೆ ಒಂದ್ಗಂಡು ಬೇಕು."

ಅವರ ಸ್ಪಷ್ಟತೆಯ ನಡುವೆ ಸಾಗರ್ ತೊಳಲಾಡಿದ. 'ಕಚ್ಚೆ ಹರಕ' ಎಂದೇ ಹೆಸರಾದ ಅಡಿಗೆ ವೆಂಕಣ್ಣನಿಗೆ ರಾಧಳನ್ನು ಕಟ್ಟಲು ಅವನ ಒಳ್ಳೆ ಮನಸ್ಸು ನಿರಾಕರಿಸಿತು.

"ಅವ್ನ ನಡತೆ, ವ್ಯಕ್ತಿತ್ವ, ಸಂಪಾದ್ನೆ ಯಾವ್ದೂ ಸರ್ಯಾಗಿಲ್ಲ. ಗಂಡು ಅನ್ನೋ ಒಂದೇ ಕಾರಣಕ್ಕಾಗಿ ಆ ಹುಡ್ಗೀನ ಒಪ್ಸೋದು ಬೇಡ. ನಿಮ್ಗೇ ದೇವರು ದಿಂಡರೂಂದ್ರೆ ಅಸಾಧ್ಯವಾದ ಭಕ್ತಿ. ಅವನಿಗಾದ್ರೂ ನೀವು ಹೆದ್ರಿ... ಇಂಥ ಕೆಲ್ಸ ನಿಲ್ಸಿ" ಮುಖ ಕೆಂಪಗೆ ಮಾಡಿಕೊಂಡು ಎದ್ದು ಹೋದ ಅಳಿಯನ ಕಡೆನೇ ನೋಡಿದರು.

ಮಗಳು ಈ ಮನೆಗೆ ಸಂಸಾರಕ್ಕೆ ಬಂದಾಗಿನಿಂದ ಎಲ್ಲಾ ಖರ್ಚುಗಳು ಶಾಂತಾರಾಮ್ ಅವರದೇ. ಮಡದಿಗಾಗಿ ಕೈಯಲ್ಲಿ ಹಿಡಿದು ಬರೋ ಹೂ, ಸ್ಕೂಟರ್‌ಗೆ ಹಾಕ್ಸೋ ಪೆಟ್ರೋಲ್, ಹೋಟಲ್, ಸಿನಿಮಾ ಬಿಟ್ಟರೇ ಅವನ ಹಣ ಯಾವುದಕ್ಕೂ ಖರ್ಚಾಗುತ್ತಿರಲಿಲ್ಲ.

ತಿಂಗಳಿಗೆ ಒಂದೆರಡು ಬಾರಿ ಬಂದು ಹೋಗುತ್ತಿದ್ದ ಅತ್ತೆ, ಮಾವ ಮನೆಯ ಬೇಕೂಬೇಡಗಳನ್ನು ನೋಡಿಕೊಳ್ಳುವುದರ ಜೊತೆಗೆ ಮಗಳ ಕೈಯಲ್ಲಿ ಹಸಿರು ನೋಟುಗಳನ್ನು ಇರಿಸಿ ಹೋಗುತ್ತಿದ್ದರು.

ಒಮ್ಮೆ ಸಾಗರ್ ಬೇಸರ ವ್ಯಕ್ತಪಡಿಸಿದಾಗ ಶಾಂತಾರಾಮ್ ಸಮಾಧಾನದಿಂದಲೇ ಹೇಳಿದ್ದರು.

"ನಮ್ಗೇ ಬೇರೆ ಖರ್ಚುಗಳು ಏನಿದೆಯಪ್ಪ? ತೋಟ, ಜಮೀನುಗಳಿಂದ ಬರೋ ಆದಾಯನ ಏನ್ಮಾಡಿಕೊಳ್ಳೋದು? ಅದೆಲ್ಲ ಎಂದಾದ್ರೂ ನಿಮ್ದೇ. ಅಲ್ಲಿನ ದುಡ್ಡು ಇಲ್ಲಿ ಸುರೀತಿವಿ. ನಮ್ಗೇ ಅಗ, ಅಳಿಯ ಎಲ್ಲಾ ನೀವೆ."

ಬಾಯಿಮುಚ್ಚಿಕೊಂಡು ತೆಪ್ಪಗಾಗಿದ್ದ ಸಾಗರ್. ಆದರೆ ಮಿಡಲ್ ಸ್ಕೂಲ್ ಹೆಡ್ ಮಾಸ್ಟರ್ ಆಗಿ ರಿಟೈರ್ಡ್ ಆದ ಶಾಂತಾರಾಮ್ ಸಂಪಾದನೆ ಅವನಿಗೆ ಶೇಷ ಪ್ರಶ್ನೆಯಾಗಿತ್ತು ಎಷ್ಟೋ ಸಲ ಮಡದಿಯನ್ನು ಛೇಡಿಸುತ್ತಿದ್ದ.

"ನಾನು ಮೇಷ್ಟ್ರು ಮಗ್ಳುನ ಮೆಚ್ಚಿ ಕೈ ಹಿಡೀತಾ ಇದ್ದೀನಿಂದ್ರೆ ನನ್ನ ಸ್ನೇಹಿತರೆಲ್ಲ

ಗೇಲಿ ಮಾಡ್ತಾ ಇದ್ದರು. ಆದ್ರೆ ಇಲ್ಲಿ ತಿರ್ಗಾ ಮುರ್ಗಾ ಆಯಿತು. ನಿಮ್ಮಪ್ಪ ಇದ್ನೆಲ್ಲ ಹೇಗೆ ಸಂಪಾದ್ಸಿದ್ರು?"

ನಳಿನಿ ಬಾಯ್ತುಂಬ ನಗುತ್ತಿದ್ದಳು. ಶಾಂತಾರಾಮ್ ತಮ್ಮ ಸರ್ವೀಸೆಲ್ಲ ಕಳೆದಿದ್ದು ಹಳ್ಳಿಗಳಲ್ಲೇ. ಸದಾ ಹುಡುಗರ ಹಿಂಡನ್ನ ಮನೆಯಲ್ಲಿ ತುಂಬಿಕೊಂಡಿರುತ್ತಿದ್ದರು ಎಲ್ಲಾ ಸಾಮಾನುಗಳು ಫ್ರೀಯಾಗಿ ಬಂದು ಬೀಳುತ್ತಿದ್ದವು. ಅಟೆಂಡೆನ್ಸ್ ಬೇಕು, ಪಾಸು ಮಾಡ್ಸಬೇಕು, ಎಲ್ಲಕ್ಕೂ ಶಾಮೀಲೆ! ಮೇಲಿನವರ ಕೈ ಬೆಚ್ಚಗೆ ಮಾಡುವುದಲ್ಲದೇ ಸಹೋದ್ಯೋಗಿಗಳನ್ನು ತಮ್ಮ ಹಿಡಿತದಲ್ಲಿರುವಂತೆ ನೋಡಿಕೊಂಡಿದ್ದರು. ರಿಟೈರ್ಡ್ ಆಗುವ ವೇಳೆಗೆ ತೋಟ, ಜಮೀನು ಮಾತ್ರವಲ್ಲದೇ ಚಿನ್ನ, ಹಣ ಎಲ್ಲಾ ಸಂಪಾದ್ನೆ ಮಾಡಿ ದೊಡ್ಡ ಕುಳ ಎನಿಸಿಕೊಂಡಿದ್ದರೂ ಬೇರೆಯವರ ಬಳಿ ತಮ್ಮ ತಾಪತ್ರಯ ತೋಡಿಕೊಳ್ಳುತ್ತಲೇ ಇದ್ದರು. ತುಂಬು ಚಾಣಾಕ್ಷ ವ್ಯಕ್ತಿ.

* * *

ಶಾಂತಾರಾಮ್ ಮಗಳ ಮನೆಯಲ್ಲೇ ನಿಂತು ಹತ್ತಾರು ಡಾಕ್ಟರ್‌ಗಳ ಬಳಿ ಅಲೆದಾಡಿದರು. ಹೆಸರಾಂತ ನರ್ಸಿಂಗ್ ಹೋಂಗಳಿಗೆ ದಾಳಿಯಿಟ್ಟರು. ಎಲ್ಲರದು ಒಂದೇ ಉತ್ತರ. ಯಾವ ಸಣ್ಣ, ಪುಟ್ಟ ಶಸ್ತ್ರಚಿಕಿತ್ಸೆಯಿಂದಲೂ ನಳಿನಿ ತಾಯಿಯಾಗಲು ಸಾಧ್ಯವಿಲ್ಲ ಅವಳ ತೀರಾ ಬೆಳವಣಿಗೆ ಇಲ್ಲದ ಗರ್ಭಕೋಶಕ್ಕೆ ಆ ಶಕ್ತಿಯೇ ಇಲ್ಲ. ಆದರೂ ತಮ್ಮ ವೃತ್ತಿಯ ಸಂಯಮವನ್ನು ಕಾಯ್ದುಕೊಂಡೇ ಹೇಳಿದ್ದರು.

"ಯಾವ್ದೇ ಶಸ್ತ್ರಚಿಕಿತ್ಸೆಯಿಂದ ಸದ್ಯಕ್ಕೆ ಸರಿಪಡಿಸೋಕ್ಕಾಗೋಲ್ಲ. ಕೆಲವೊಮ್ಮೆ ವಿಜ್ಞಾನಕ್ಕೆ ಮೀರಿದ್ದು ದೈವ ನಿರ್ಮಿಸಿ ಬಿಡುತ್ತೆ. ಅದ್ನೆ ಪವಾಡ ಅಂತಾರೆ. ಅಂಥದ್ದೂ ನಿಮ್ಮ ಮಗ್ಳ ಜೀವನದಲ್ಲಿ ನಡೆದ್ರೂ ಹೆಚ್ಚಲ್ಲ. ಗಾಡ್ ಈಸ್ ಗ್ರೇಟ್. ವಿಶ್ ಯು ಬೆಸ್ಟ್ ಆಫ್ ಲಕ್."

ಅಪ್ಪ ತಲೆಯ ಮೇಲೆ ಕೈಯೊತ್ತು ಕೂತರೆ, ಅಮ್ಮ ಮುಸಿ ಮುಸಿ ಅಳಲು ಶುರು ಮಾಡಿದರೆ, ಮಗಳು ಅನ್ನ, ನೀರು ಬಿಟ್ಟು ಹಾಸಿಗೆ ಹಿಡಿದಳು. ಸಾಗರ್ ತಲೆಯ ಮೇಲೆ ಕೈಯೊತ್ತ.

ಬೆಳಿಗ್ಗೆ ಮಾಡಿದ ಅಡಿಗೆ ತಣ್ಣಗಾಗಿತ್ತು. ಬೆಟ್ಟ ತಲೆಯ ಮೇಲೊತ್ತು ಕೂತ ಶಾಂತಾರಾಮ್‌ನ ಕಡೆ ನೋಡಿ ಬೇಸತ್ತ.

"ಏನಾಯ್ತುಂತ ಹೀಗೆ ಕೂತಿದ್ದೀರಾ? ಮಕ್ಳು ಆಗ್ಲಿಲ್ಲಾಂದ್ರೆ ಯಾವ ರಾಜ್ಯ ಮುಳುಗಿ ಹೋಗುತ್ತೆ! ವಂಶಕ್ಕಾಗಿ ಆಳೋಕೆ ನಮ್ದೇನು ರಾಜವಂಶಾನಾ? ಒಂದು ಸಣ್ಣ ವಿಷ್ಯಕ್ಕೆ ಇಷ್ಟೊಂದು ರಂಪ..." ಸಾಗರ್‌ನ ಅಸಹನೆಯ ನುಡಿಗೆ ತಲೆಯೆತ್ತಿದರು ಶಾಂತಾರಾಮ್. ಅವರ ಮುಖದಲ್ಲಿ ದಟ್ಟ ನೋವಿನ ಗುರುತು. ಸಾಗರ್ ಕಂಗೆಟ್ಟು ಬಿಸಿಯುಸಿರು ದಬ್ಬಿದ.

"ಈ ತೀವ್ರತೆ ಹೇಗೆ ಸುಡುತ್ತೇಂತ ನಿಂಗೆ ಇನ್ನ ಸ್ವಲ್ಪ ಮುಂದೆ ಗೊತ್ತಾಗುತ್ತೆ. ನಮ್ಮ ಜೀವನದಲ್ಲಿ ನಳಿನಿ ಇಲ್ದಿದ್ರೆ ಯಾವ ಅರ್ಥ ಇತ್ತು? ಬದ್ಕಿನ ಬಗ್ಗೆ ಆಕರ್ಷಣೆ

ಕಳ್ದು ನೀರಸವಾಗಿ ದಿನಗಳನ್ನು ದೂಡೋದು ಎಷ್ಟು ಕಷ್ಟ? ಆಸೆ, ಆಕಾಂಕ್ಷೆಗಳಿಲ್ದ ಜೀವಕ್ಕೆ ಯಾವ್ದೇ ಬೆಲೆ ಇಲ್ಲ."

ಅವರ ಧಾಟಿಗೆ ಬೇಸತ್ತರೂ ಸತ್ಯವನ್ನು ಹೀಗಳೆಯಲಾಗಲಿಲ್ಲ. ಸ್ವಲ್ಪ ಮೆತ್ತಗಾದ.

"ನಿಮ್ಮ ಮಾತುಗಳು ಒಪ್ಕೊಂಡ್ರು , ಈಗ ನಾವು ಏನ್ಮಾಡೋ ಸ್ಥಿತಿಯಲ್ಲಿದ್ದೀವಿ. ಬದ್ಕುನಲ್ಲಿ ಹೊಂದಾಣಿಕೆ ಅಗತ್ಯ. ನೀವು ಅದ್ನ ನಳಿನಿಗೆ ತಿಳಿಹೇಳಿ. ಅನ್ನ ನೀರು ಬಿಟ್ಟು ಕೂಡೋದ್ರಿಂದ ಯಾವ ಪ್ರಯೋಜನ?" ಭಾರವಾದ ಸ್ವರದಲ್ಲಿ ಹೇಳಿದ.

ಶಾಂತಾರಾಮ್ ಮೌನವಾಗಿ ಕೂತೇ ಇದ್ದರು.

"ಮಿತಿ ಬಿಟ್ಟು ಬೇರೆ ರೀತಿಯಲ್ಲಿ ಯೋಚಿಸಬಾರ್ದು? ಮನೆ, ಮಕ್ಕಳು, ಆಸ್ತಿ, ಅಂತಸ್ತು ಬಿಟ್ಟು ಸ್ವಲ್ಪ ಸಾಮಾನ್ಯ ರೀತಿಗಿಂತ ಬೇರೆ ರೀತಿಯಲ್ಲಿ ಯೋಚಿಸಿದ್ರೆ ಇದು ಸಮಸ್ಯೆಯೇ ಅನಿಸೋಲ್ಲ" ಅವನ ಮಾತುಗಳಿಗೆ ವಿಷಣ್ಣತೆಯ ನಗೆ ಬೀರಿದರು.

"ಸಮಾಜ, ದೇಶ, ದೀನ ದಲಿತರ ಉದ್ಧಾರಕ್ಕೆ ಅಂತ್ಲೇ ಬೇರೆ ಜನ ಹುಟ್ಟಿರ್ತಾರೆ. ನಾವು ಸಾಮಾನ್ಯ ಜನ. ನಮ್ಮ ಬದ್ಕು, ಸುಖ, ದುಃಖ ಎಲ್ಲಾ ಒಂದು ಮಿತಿಯಲ್ಲಿ" ಮನದಲ್ಲಿದ್ದುದನ್ನು ಸ್ಪಷ್ಟವಾಗಿ ಹೇಳಿದರು ಶಾಂತಾರಾಮ್. ಬೇಸರದ ಮುಖ ಮಾಡಿ ಎದ್ದು ಹೋದ ಸಾಗರ್.

ಅಮ್ಮ, ಅಪ್ಪ ಊರಿಗೆ ಹೋದರು ನಳಿನಿ ಚೇತರಿಸಿಕೊಳ್ಳಲಿಲ್ಲ. ಸದಾ ಮ್ಲಾನವದನ, ಬೇಕಾಬಿಟ್ಟಿ, ಅಡಿಗೆ, ತಿಂಡಿ, ಊಟ, ಮಾತು ಕೂಡ ಅಷ್ಟೇ. ಉಸಿರು ಗಟ್ಟಿದಂತಾಯಿತು ಈ ವಾತಾವರಣದಲ್ಲಿ.

ಅಂದು ಆಫೀಸಿಗೆ ಹೋದವನೆ ರಜ ಚೀಟಿ ಕೊಟ್ಟು ಹಿಂದಿರುಗಿದ. ಬಾಗಿಲು ಅಗಣಿ ಹಾಕದಿದ್ದುದ್ದರಿಂದ ತಳ್ಳಿಕೊಂಡು ಒಳಗೆ ನಡೆದ. ಅರಸಿಕೊಂಡು ಸದ್ದಾಗದಂತೆ ಅಡಿಗೆ ಮನೆಗೆ ನಡೆದ.

ನಳಿನಿ ಊಟ ಮಾಡುತ್ತಿದ್ದಳು. ತಟ್ಟೆಯ ಸುತ್ತ ಎರಡು ತರಹ ಉಪ್ಪಿನಕಾಯಿ ಸಣ್ಣ ಜಾಡಿಗಳು, ಗಟ್ಟಿ ಮೊಸರಿನ ಪಾತ್ರೆ, ತುಪ್ಪದ ಬಟ್ಟಲು.

'ಅವಳು ಸುಖವಾಗಿ ಬೆಳೆದ ಹೆಣ್ಣು. ತನ್ನ ಮಿತಿ ಅಧಿಕಾರದಲ್ಲಿಯೇ ಸಾರ್ವಭೌಮರಾಗಿ ಮೆರೆದ ವ್ಯಕ್ತಿ ಶಾಂತಾರಾಮ್. ಹುಡುಗರಿಂದ ಬರೋ ಪುಷ್ಕಳವಾದ ತರಕಾರಿ, ಹಾಲು, ಮೊಸರು, ತುಪ್ಪದಿಂದಲೇ ಮಗಳನ್ನು ಬೆಳೆಸಿದ್ದರು. ಈಗಲೂ ಕೂಡ ತುಪ್ಪ ಮಾತ್ರವಲ್ಲದೆ ಬಂದಾಗಲೆಲ್ಲ ತರಕಾರಿ ತರುತ್ತಿದ್ದರು.

"ನೀನು ಯಾವುದಕ್ಕೂ ಪೇಚಾಡ್ಕೋಬೇಡ, ತುಪ್ಪ, ಹಾಲು, ಮೊಸರು ಒಂದ್ಚೂರು ಕಮ್ಮಿ ಮಾಡ್ಕೋಬೇಡ, ಹಾಯಾಗಿ ತಿಂದ್ಕೊಂಡು ನಗು ನಗುತ್ತಾ ಇದ್ಕೋ. ನಿಮ್ಮಪ್ಪ ತನ್ನ ಬುದ್ಧಿ ಚಾಕಚಾಕ್ಯತೆಯಿಂದ ಸಾಕಷ್ಟು ಸಂಪಾದಿಸಿದ್ದಾನೆ. ಬಂದಾಗಲೆಲ್ಲ ಮಗಳಿಗೆ ತಾಯಿ ಹೇಳುತ್ತಿದ್ದ ಮಾತುಗಳು.

ಈ ದೃಶ್ಯ ಅವನಿಗೆ ಒಂದು ರೀತಿಯ ನೆಮ್ಮದಿಯನ್ನು ತಂದುಕೊಟ್ಟಿತು.

"ಹಲೋ...ಮೇಷ್ಟ್ರ ಮಗಳೇ..." ಹಾಸ್ಯದ ಸ್ವರಕ್ಕೆ ಬೆಚ್ಚಿ ಬಿದ್ದಳು. ಅವಳ ಕಣ್ಣಿನ ಗೋಲಿಗಳು ಒಂದು ಸುತ್ತು ಹೊಡೆದವು. ಕೈಯಲ್ಲಿನ ತುತ್ತು ತಟ್ಟೆಗೆ ಬಿತ್ತು. "ಆಫೀಸಿಗೆ

.... ಹೋಗಲಿಲ್ಲವಾ?"

ಸಣ್ಣಗೆ ನಕ್ಕು. ಅವಳ ಬದಿಯಲ್ಲಿಯೇ ಕೂತ. ಕಲಿಸಿದ್ದ ಹುಳಿಯನ್ನದ ಪಕ್ಕದಲ್ಲಿ ಒಂದು ಗುಪ್ಪೆ ಅನ್ನ ಇತ್ತು. ಅವಳ ಊಟದ ಬಗ್ಗೆ ಅವನಿಗೆ ಗೊತ್ತು. ಎಷ್ಟೋ ಬಾರಿ ತಲೆಯ ಮೇಲೆ ಕೈಯೊತ್ತ ನಟನೆ ಮಾಡಿ ಹಾಸ್ಯ ಮಾಡುತ್ತಿದ್ದ.

"ನನ್ನ ಕೈಹಿಡಿದ್ರೂ ನೀನು ಅದೃಷ್ಟ ಮಾಡಿದ್ದೆ. ಇಲ್ದಿದ್ರೆ ನನ್ನ ಸಂಬ್ಳ ನಮ್ಮಿಬ್ರ ಊಟಕ್ಕೂ ಸಾಕು ಸಾಲದಂತಾಗ್ತಾ ಇತ್ತು."

ನಳಿನಿ ತಾನು ನಕ್ಕು ಸುಮ್ಮನಾಗುತ್ತಿದ್ದಳು. ಅಕ್ಕರೆಯಿಂದ ಮಿತಿ ಮಾಡದೆ ತಿನ್ನಿಸಿ ಅವಳ ಹೊಟ್ಟೆಯನ್ನು ದೊಡ್ಡದು ಮಾಡಿದ ಬಗ್ಗೆ ಕೆಲವೊಮ್ಮೆ ತಾಯಿಯ ಮೇಲೆ ಕೋಪಿಸಿಕೊಳ್ಳುತ್ತಿದ್ದಳು.

"ಯಾಕೆ ನಿಲ್ಲಿಸ್ದೆ! ಊಟ ಮಾಡು" ತುತ್ತು ಮಾಡಿ ಅವಳ ಬಾಯಿಗೆ ಇಟ್ಟ. ಕೆನ್ನೆಯ ಮೇಲೆ ಹರಿದ ಕಂಬನಿಯನ್ನು ಮುಂಗೈನಿಂದ ತೊಡೆದುಕೊಂಡಳು. "ನಂಗೆ ತುಂಬ ನಿರಾಸೆಯಾಗಿದೆ."

ಸಾಗರ್ ಸಣ್ಣಗೆ ನಕ್ಕ. ಈ ನಿರಾಸೆ ಕೂಡ ತಾತ್ಕಾಲಿಕವೆನಿಸಿತು ಅವನಿಗೆ.

"ಡೋಂಟ್ ನಾಟ್ ಟಾಕ್ ನಾನ್‌ಸೆನ್ಸ್" ಅವಳ ಊಟವಾಗುವವರೆಗೂ ಕಾದು ಕೂತ. ಭಾವುಕ ಮನ ನಾನಾ ಕಲ್ಪನೆಗಳಲ್ಲಿ ವಿಹರಿಸಿತು. ಪುಟ್ಟ ಪುಟ್ಟ ಹತ್ತು ನೂರು, ಸಾವಿರ ಮಕ್ಕಳು ಅವನ ಕಣ್ಮುಂದೆ ಸುಳಿದವು.

"ಯಾಕೆ ವಾಪಸ್ಸು ಬಂದಿದ್ದು?" ತಟ್ಟನೆ ಉತ್ತರಿಸದಾದ ಕಣ್ಣುಗಳಲ್ಲಿ ನೋವು ಇಣಕಿತು. "ನಂಗೆ ಈ ತರಹ ಬದ್ಕು ಇಷ್ಟವಿಲ್ಲ. ನಮ್ಗೇ ಮಕ್ಕಳು ಆಗ್ದೇ ಇರೋದ್ರಿಂದ ಅಂಥ ಪ್ರಮಾದವೇನು ಘಟಿಸೋಲ್ಲ. ಹಾಯಾಗಿ ಸಂತೋಷವಾಗಿ ನಗ್ತಾ ನಗ್ತಾ ಇರೋಣ. ಡೋಂಟ್ ವರೀ"

ಎದೆ ಭಾರವಾದಾಗ ನೋವನ್ನು ಮರೆಸಲು ಹೊರಗೆದ್ದು ಹೋದ. ಸ್ವಲ್ಪ ಅರ್ಥವಾದಂತಾಯಿತು ನಳಿನಿಯ ಮನಸ್ಸು. ಆದರೇನು ಮಾಡಲು ಸಾಧ್ಯ?

ಹೊರಗೆ ಹೋಗಿ ನಿಂತ. ಲಾಯರ್ ಪತ್ನಿ ಅಳುತ್ತಿರುವ ಮಗುವನ್ನು ಸಂತೈಸಲು ಸಾಕಷ್ಟು ಹೆಣಗಾಡುತ್ತಿದ್ದಳು.

"ಅಣ್ಣಾ....ಬೇಕು....ಅಣ್ಣಾ....ಬೇಕು...." ಪುಟ್ಟ ಕಿಶೋರಿಯ ರಂಪ. 'ಇಂಥ ಅಳು, ಪ್ರೀತಿ...ಎಲ್ಲಾ ಎಷ್ಟೊಂದು ಚೆನ್ನ' ಹಣೆ ಹಿಂಡಿ ಒಳಗೆ ಬಂದ.

ಎಲ್ಲೋ ಹತ್ತಿಕೊಂಡ ಕಿಚ್ಚು ಇಡೀ ಸಂತೃಪ್ತಿಯನ್ನು ದಹಿಸಿಬಿಡುವಂತೆ ಕಂಡಿತು. ತುಟಿ ಕಚ್ಚಿದ.

'ಆ ರಂಗನಾಥ್ ಮಗುದು ಎಂಥ ಗಲಾಟೆ!" ಮುಖ ಮೇಲೆತ್ತಿ ಹೇಳಿದಾಗ ನಳಿನಿ ಮುಖದ ಗಂಭೀರತೆ ಹರಡಿಕೊಂಡಿತು. "ಸದಾ ಅವ್ಳಿಗೆ ಅವ್ರಪ್ಪನ ಧ್ಯಾನ. ಆಕೆ ಹೇಗೆ ಸುಧಾರಿಸ್ಬೇಕು?"

ಅವನ ಕಣ್ಣಲ್ಲಿ ಮಿಂಚು ಹರಿದಾಡಿತು. ಎಂತಹುದೋ ಅಂದೋಲನ.

"ಹೋಗಿ ಕರ್ಕೊಂಡ್ಬಾ... ಹೇಗೋ ನಮ್ಗೂ ಕೆಲಸವಿಲ್ಲ" ಅವನು ಸಹಜವಾಗಿ

ಆಡಿದ್ದು ಅವಳ ಪಾಲಿಗೆ ವ್ಯಂಗ್ಯದ ಮೊನಚಾಯಿತು. ಕೋಪದಿಂದ ಮುಖ ಕಂಪಿಸಿತು. "ನಂಗೆ ಬೇರೆಯವ್ರ ಮಕ್ಕಳನ್ನು ಮುದ್ದಾಡೋಕೆ ಇಷ್ಟವಿಲ್ಲ."

ಬಲವಾದ ಪೆಟ್ಟಿಗೆ ತತ್ತರಿಸಿದಂತಾಯಿತು ಸಾಗರ್‌ಗೆ. ಸುಧಾರಿಸಿಕೊಳ್ಳಲು ನಿಮಿಷಗಳೇ ಬೇಕಾಯಿತು. ಬಲವಂತವಾಗಿ ಉಗುಳು ನುಂಗಿದ.

"ವ್ಯರ್ಥವಾಗಿ ಯಾಕೆ ತಾಳ್ಮೆ ಕಳೆದುಕೊಳ್ಳುತ್ತೀಯಾ?" ಬೇಸರದಿಂದ ಎದ್ದು ಕೋಣೆಯ ಕಡೆ ಹೋದ.

ಒಮ್ಮೆ ನೊಂದುಕೊಂಡ ಸುಂದರಮ್ಮ ಮನದಲ್ಲಿದ್ದುದ್ದನ್ನ ಮಗಳ ಮುಂದೆ ಒದರಿಬಿಟ್ಟಿದ್ದರು.

"ಗಂಡನ ಪ್ರೀತಿ, ಆಕರ್ಷಣೆ ಸಂಪೂರ್ಣವಾಗಿ ಉಳ್ಸಿಕೊಳ್ಳಬೇಕಾದ್ರೆ.... ಒಂದ್ಮಗು ಆಗ್ಲೇಬೇಕು. ಸಂಪೂರ್ಣವಾಗಿ ಗಂಡ ಹೆಂಡತಿ ಹಿಡಿತದಲ್ಲಿ ಸಿಕ್ಕಿಕೊಳ್ತಾನೆ. ಇಲ್ದಿದ್ರೆ.... ತುಂಬ ಕಷ್ಟ!"

ಅವರು ಸದುದ್ದೇಶದಿಂದಲೇ ಆಡಿರಬಹ್ದು. ಆದರೆ ಅವಳ ಮನದಲ್ಲಿ ದಟ್ಟವಾಗಿ ನಿಂತುಹೋಗಿತ್ತು. ತಾಯ್ತನದ ಹಂಬಲದ ಜೊತೆ ಅದೊಂದು ಭಯ!

ನಳಿನಿಯ ಮೈ ಮನದಲ್ಲಿ ಬೆವರೊಡೆಯಿತು. ನಿಧಾನವಾಗಿ ಹೊರಗೆ ಬಂದಳು. ವಿಮಲಳ ಸಾಂತ್ವನ ಮಗುವಿನ ರಂಪದಲ್ಲಿ ಉಡುಗಿಹೋಗಿತ್ತು.

ಇತ್ತ ತಿರುಗಿದ ವಿಮಲ ಬಲವಂತದ ನಗೆ ನಕ್ಕಳು.

"ಅದೇನು ಚಂಡಿತನ ನೋಡಿ. ಆಗ್ಲಿಂದ ಸುಧಾರಿಸ್ತಾಇದ್ದೀನಿ.: ಬಳಲಿದಂತೆ ನುಡಿದಾಗ ನಳಿನಿ ಒಣ ನಗೆ ನಕ್ಕಳು. "ಇಲ್ಬಾ ಮರಿ...."

ತಾಯಿಯ ಕೈಯಲ್ಲಿನ ಹೆಣಗಾಡಿ ಮಗುಗೆ ಸಾಕಾಗಿರಬಹ್ದು. ಬಿಕ್ಕಳಿಸುತ್ತಲೇ ಇವಳತ್ತ ಕೈ ಚಾಚಿದಳು. ಅರೆ ಮನದಿಂದಲೇ ಹೋಗಿ ಎತ್ತಿಕೊಂಡು ಬಂದಳು.

"ಮ್.....ಮ್.... ಅಣ್ಣ ಬೇಕು." ಅವಳ ಭುಜದ ಮೇಲೆ ತಲೆಯಾನಿಸಿಯೇ ಬಿಕ್ಕಿದಳು. ಎಂತಹುದೋ ವಾತ್ಸಲ್ಯ ಅವಳಲ್ಲಿ ತುಂಬಿ ಬಂತು."ಸಂಜೆ ಬರ್ತಾರೆ. ಈಗ ನಾನು ನಿಂಗೆ ಏನೇನೋ ಕೊಡ್ತೀನಿ."

ಬೇಕಾದಷ್ಟು ಬಾರಿ ಈ ಮನೆಯಲ್ಲಿ ಓಡಾಡಿದ ಮಗು ಬೇಗ ಹೊಂದಿಕೊಂಡಿತು. ಷೋಕೇಸ್‌ನಲ್ಲಿದ್ದ ಒಂದೆರಡು ಮುರಿಯದ, ಒಡೆಯದ ಗೊಂಬೆಗಳನ್ನು ಅವಳ ಮುಂದೆ ಹಾಕಿದಳು.

ಎಸೆದಾಡುತ್ತ, ನಗೆಯಾಡುತ್ತ ಅದರ ಪ್ರಪಂಚದಲ್ಲಿ ಮುಳುಗಿದ್ದಾಗ ಸಾಗರ್ ಎದ್ದು ಹೊರಗೆ ಬಂದ. ಪುಟಾಣಿ ರಾಣಿ ಅವನಿಗೇನು ಹೊಸಬಳಲ್ಲ. ಕೈ ಚಾಚಿದ ಕೂಡಲೇ ಅವನ ತೋಳುಗಳಲ್ಲಿ ಅಡಗಿದಳು.

"ಮಾಮ....ಮಾಮ...." ಆ ಮುದ್ದು ತೊದಲ್ನುಡಿಗಳು ಎಂದಿಗಿಂತ ಆಪ್ಯಾಯಮಾನವಾಗಿತ್ತು. ಕೆನ್ನೆ, ತಲೆಗೂದಲಲ್ಲಿ ಕೈಯಾಡಿಸಿದ. 'ಅಬ್ಬ... ಹೇಳಿಕೊಳ್ಳಲಾರದಂಥ ಸಂತೋಷ. ಕಣ್ಣುಗಳು ಕಿರಿದಾಗಿ ಹಣೆಯ ಮೇಲೆ ಗೆರೆಗಳು ಮೂಡಿ ಕಣ್ಣುಗಳಲ್ಲಿ ಜಿಜ್ಞಾಸೆ ಕಾಣಿಸಿಕೊಂಡಿತು. 'ಮನೆ, ಮಡದಿಯ ಅಗತ್ಯದಂತೆ

ಮಗುವು ಅವಶ್ಯಕ.'

ಒಂದೆರಡು ದಿನಗಳ ಯೋಚನೆಯ ನಂತರ ಒಂದು ರೀತಿಯ ನಿರ್ಧಾರಕ್ಕೆ ಬಂದ. ಹಿಂದಿಗಿಂತಲೂ ಹೆಚ್ಚಿನ ರೀತಿಯಲ್ಲಿ ಓಲೈಸತೊಡಗಿದ ನಳಿನಿಯನ್ನು.

ಸಂಜೆ ಅವನು ಆಫೀಸಿನಿಂದ ಮನೆಗೆ ಬರುವ ವೇಳೆಗೆ ಬೀಗ ನೇತಾಡುತ್ತಿತ್ತು. ಕೆಲವು ಕ್ಷಣ ಅವನ ಮಿದುಳು ನಿಷ್ಕ್ರಿಯವಾಯಿತು.

ಸ್ಕೂಟರ್ ನಿಲ್ಲಿಸಿ ಹೆಲ್ಮೆಟ್ ತೆಗೆದು ಅತ್ತಿತ್ತ ನೋಟವಿರಿಸತೊಡಗಿದ. ಮೈಮನದಲ್ಲಿ ಅರಿವಾಗದಂತೆ ನಿರುತ್ಸಾಹ ಮೂಡತೊಡಗಿತು.

"ತಗೊಳ್ಳಿ ಬೀಗದ ಕೈ, ನಳಿನಿ ಅವ್ರ ತಂದೆ ಜೊತೆ ಎಲ್ಲೋ ಹೋಗಿದ್ದಾರೆ" ವಿಮಲ ಸ್ವರಕ್ಕೆ ತಿರುಗಿದ. ಬೀಗದ ಕೀ ಕೈಗೆ ಬಂದಾಗ ಮುಗುಳ್ನಕ್ಕ. "ಎಲ್ಲಿ ರಾಜಕುಮಾರಿ? ಇನ್ನೂ ಲಾಯರ್ ಮನೆಗೆ ಬಂದಿಲ್ವಾ?"

ವಿಮಲ ಉತ್ತರಿಸುವ ಮುನ್ನ ಆಟೋ ಬಂದು ಮನೆ ಮುಂದೆ ನಿಂತಿತು. ತಂದೆ ಮಗಳು ಇಳಿದರು. ಬಾಗಿಲ ಕಡೆ ಹೆಜ್ಜೆ ಹಾಕಿದ ಸಾಗರ್.

ಕೋಣೆಗೆ ಬಂದವನೇ ಉಡುಪು ಕೂಡ ಬದಲಾಯಿಸದೇ ಕೂತುಬಿಟ್ಟ. ಈಚೆಗೆ ಇವರುಗಳ ಬರುವು ಅವನಿಗೆ ಬೇಕಿರಲಿಲ್ಲ. ಉಸಿರುಗಟ್ಟುವ ಬದುಕು ಅವನ ಪಾಲಿಗೆ ದುರ್ಭರ.

"ಈಗ್ಲೇನಾ.... ಬಂದಿದ್ದು?" ಮುಖ ಗಂಟಾಕಿದ. ಗಂಡನ ಮನಸ್ಸು ಅಸಮಾಧಾನ ಅವಳಿಗೆ ಅರ್ಥವಾಯಿತು. "ಯಾಕೆ ಸಿಡುಕ್ತೀರಾ? ನಾನೇನು ನನ್ನ ಸ್ವಾರ್ಥಕ್ಕೆ ಹೋಗಿರಲಿಲ್ಲ."

ಅವಳ ಸ್ವರದಲ್ಲಿದ್ದ ಗಡುಸುಗೆ ಬೆಚ್ಚಿದ. ಇದು ಮೊದಲನೇ ಸಲವಲ್ಲ.

ಈಚೆಗೆ ಅವಳ ಸ್ವಭಾವ, ನಡವಳಿಕೆ ಪೂರ್ತಿಯಾಗಿ ಬೇರೆಯಾಗಿತ್ತು. ಅವಳಲ್ಲಿನ ವಿವೇಕ ಸತ್ತಿತ್ತು. ಇದು ಸಾಗರನ ಸಹನೆಗೆ ಸವಾಲ್.

"ಪ್ಲೀಸ್ ನಳಿನಿ ಇಂಥ ಬದಲಾವಣೆ ನಾನು ಸಹಿಸ್ಲಾರೆ. ಮೊದ್ಲಿನ ಹಾಗೆ ಇರೋಣ. ನಾನು ನಿಂಗಾಗಿ ಸಾವಿರ ಕಣ್ಣುಗಳನ್ನೊತ್ತು ಓಡಿಬಂದ್ರೆ...." ಮೆಲ್ಲಗೆ ತಲೆಯತ್ತಿ ಅವನ ಕಣ್ಣುಗಳಲ್ಲಿ ಇಣಕಿತು. ಆ ಪ್ರಾಮಾಣಿಕ ಕಣ್ಣುಗಳಲ್ಲೇ ಪ್ರೀತಿಯನ್ನು ಅರ್ಥಮಾಡಿಕೊಳ್ಳಲಾರದಂಥ ನಿಶ್ಶಕ್ತತೆ.

ಬಟ್ಟೆ ಬದಲಾಯಿಸಿ ಸಾಗರ್ ಹೊರಗೆ ನಡೆದಾಗ ಶಾಂತಾರಾಮ್ ಸ್ವರ ಹಿಡಿದು ನಿಲ್ಲಿಸಿಕೊಂಡಿತು. ಅಲ್ಲೇ ಕೂತ.

"ಕೇರಳ ಕಡೆ ಬಾಬೂಜಿ ಒಬ್ರು ಬಂದಿದ್ದಾರೆ. ಅವ್ರ ಹತ್ರ ನಳಿನಿನ ಕರ್ಕೊಂಡ್ಹೋಗಿದ್ದೆ. ತುಂಬ ಭರವಸೆಯ ಮಾತಾಡಿದ್ರು. ಖಂಡಿತ ಅವ್ಳಿಗೆ ಮಕ್ಳು ಆಗುತ್ತಂತೆ."

ಅವರು ಮಾತುಗಳನ್ನು ಅರಗಿಸಿಕೊಳ್ಳಲು ಬಹಳ ಪ್ರಯಾಸ ಪಡಬೇಕಾಯಿತು. ಸಾಗರ್ ಕಣ್ಮುಚ್ಚಿ ತೆಗೆದು ಎದೆಯ ಮೇಲೆ ಕೈ ಕಟ್ಟಿದ.

"ಕೆಲವು ನಿಯಮಗಳ ಜೊತೆ ಭಸ್ಮ ಕೊಟ್ಟಿದ್ದಾರೆ. ಇಬ್ರೂ ತಗೋಬೇಕಂತೆ" ಅವರು ನವಿರಾಗಿ ಹೇಳಿದಾಗ ಅವನಿಗೆ ಕಪಾಳಕ್ಕೆ ಬಾರಿಸಿದಂತಾಯಿತು. ಕಣ್ಣು

ಕೆಂಪಾಯಿತು. ಅವಡು ಕಚ್ಚಿದ. ಬಲವಂತದ ಉಗುಳು ಗಂಟಲಲ್ಲಿ ಸಿಕ್ಕಿಕೊಂಡಿತು.

"ಸ್ವಲ್ಪ ನಿಯಮ, ಶ್ರದ್ಧೆ ಬೇಕು." ಅವರು ಒತ್ತಿ ಹೇಳಿದಾಗ ಏನಾದರೂ ಹೇಳಲೇ ಬೇಕಾಯಿತು. "ನಾನು ಹೊರ್ಗ್ಗೇ ದುಡಿಯೋ ಗಂಡ್ಸು. ಕೆಲವನ್ನ ನಾನು ಅನುಸರಿಸೋಕ್ಕಾಗೋಲ್ಲ ಅದೇನಿದ್ರೂ ನಿಮ್ಮ ಮಗ್ಳಿಗೆ ಹೇಳ್ಬಿಡಿ."

ಮೆಟ್ಟಿ ಬಿದ್ದರು ಶಾಂತಾರಾಮ್. ಎಂದಾದರೂ ಅಳಿಯ ಇಷ್ಟು ಗಡುಸಾಗಿ ತಮ್ಮೊಂದಿಗೆ ಮಾತನಾಡಿದ್ದರೇ! ಯೋಚಿಸತೊಡಗಿದರು.

ಎದ್ದು ನಿಂತವನು ಒಂದು ಕ್ಷಣ ಯೋಚಿಸಿದ. ಈ ರೀತಿ ಮುಂದುವರಿಯುವುದು ತೀರಾ ಅಪಾಯವಾಗಿ ಕಂಡಿತು.

"ನೋಡಿ, ನಳಿನಿ ಬೇರೆಲ್ಲ ರೀತಿಯಲ್ಲು ಆರೋಗ್ಯವಾಗಿದ್ದಾಳೆ. ನಿಯಮ. ವ್ರತದ ಜೊತೆ ಭಸ್ಮ, ಲೇಹ್ಯ, ಕಷಾಯ ಕೊಡ್ಸಿ ಅವ್ಳ ಆರೋಗ್ಯ ಹಾಳು ಮಾಡ್ಬೋದ್ಬೇಡ. ಸದಾ ಅವ್ಳ ಜೊತೆ ಇರೋನು ನಾನು. ಅದ್ರ ಬಿಸಿ ನಂಗೆ ತಟ್ಟುತ್ತೆ. ದಯವಿಟ್ಟು ಇಂಥದ್ನ ನಿಲ್ಸಿಬಿಡಿ" ಅವನ ಸ್ವರದಲ್ಲಿ ಬೇಸರ ಬೆರೆತ ಗಡುಸುತನ ಇಣಕಿತು. ಶಾಂತಾರಾಮ್ ಒಂದುಕ್ಷಣ ಪೆಚ್ಚಾದರೂ ಚೇತರಿಸಿಕೊಂಡರು.

"ನೀವ್ಹೇಳೋದು. ಒಂದು ರೀತಿಯಲ್ಲಿ ಸರಿ, ವೈಜ್ಞಾನಿಕವಾಗಿ ನಾವೆಷ್ಟೇ ಮುಂದುವರಿದ್ರೂ... ಅದ್ರ ವ್ಯಾಪ್ತಿಗೆ ಸಿಕ್ಕಿಕೊಳ್ಳೋ ಎಷ್ಟೋ ಘಟನೆಗಳು ನಡೆಯುತ್ವೆ. ಇದ್ನ ಯಾರು ಇಲ್ಲ ಅನ್ನೋಕಾಗೋಲ್ಲ. ಈಗ ನಾನು ಮಾಡ್ತಾ ಇರೋದು ಅಂತಹ ಪ್ರಯತ್ನವೇ. ದಯವಿಟ್ಟು ಸ್ವಲ್ಪ ಸಹಕಾರ ಕೊಡಿ. ನನ್ನ ಮಗ್ಳ ಸಂಸಾರ ನಂದಗೋಕುಲವಾಗ್ಬೇಕೂಂತಲೇ ನನ್ನ ಆಸೆ."

ಸಾಗರ್ ಕಣ್ಣುಗಳಲ್ಲಿ ನೋವು ಇಣಕಿತು. ಇವರುಗಳಿಗೆ ಹೇಗೆ ವಿವರಿಸುವುದು? ಅವಳು ಹೇಗೆ ಬದಲಾಗಿದ್ದಾಳೇಂತ ಇವರಿಗೇನು ಗೊತ್ತು?

"ಅಂಥ ಪವಾಡ ಘಟಿಸೋದಾದ್ರೆ- ತಾನಾಗಿ ಘಟಿಸಲಿ. ದಯವಿಟ್ಟು ಇಂಥ ಪ್ರಯತ್ನ ಮಾಡ್ಬೇಡಿ" ಖಡಾಖಂಡಿತವಾಗಿ ಹೇಳಿ ಎದ್ದು ಹೋದ.

ಶಾಂತಾರಾಮ್ ಕಂಗೆಟ್ಟವರಂತೆ ಕೂತರು. ಇಂಥ ಒಂದು ಸಮಸ್ಯೆ ಸವಾಲಾಗಿತ್ತು. ಜಮೀನು, ಆಸ್ತಿ, ಹಣ, ಒಡವೆಯಲ್ಲ ಅವರ ಮುಂದೆ ಬಿದ್ದು ನಿಸ್ಸಹಾಯಕವಾಗಿ ಗೋಳಾಡಿದ ಅನುಭವವಾಯಿತು.

ಹಣೆಯುಜ್ಜಿ ಬಾತ್‌ರೂಂ ಕಡೆ ಹೋದರು. ಮುಖಕ್ಕೆ ತಣ್ಣೀರು ಬಿದ್ದಾಗ ಹಾಯೆನಿಸುವ ಬದಲು 'ಚುರಿಚುರಿ' ಎಂದಿತು. ಅವರು ತಮ್ಮ ಇಡೀ ಸರ್ವಿಸ್‌ನಲ್ಲಿ ಎಂದೂ ಶಾಲೆಯಲ್ಲಿ ಮನಸ್ಸಿಟ್ಟು ಪಾಠ ಮಾಡಿದವರು ಅಲ್ಲ. ಬಡವ, ಬಲ್ಲಿದ ಅನ್ನೋ ತಾರತಮ್ಯವಿಲ್ಲದೆ ವಿದ್ಯಾರ್ಥಿಗಳಿಂದ ಗುರುದಕ್ಷಿಣೆ ಕಿತ್ತು ಪಾಠ ಮಾಡುವ ಜೊತೆ ಇಂತಿಷ್ಟು ಮಾರ್ಕ್ಸ್‌ಗೆ ನಿಗದಿ ಮಾಡಿದ್ದರು. ತುಂಬುವ ಬೊಕ್ಕಸಕ್ಕೆ ಯಾರದೇ ಕಾಟವಿಲ್ಲದೆ ಬೆಳೆದಿತ್ತು.

ತಮ್ಮ ಮಕ್ಕಳು ವಿದ್ಯಾವಂತರಾಗಲಿ ಎನ್ನುವ ದೃಷ್ಟಿಯಿಂದ ಹಳ್ಳಿಯ ಎಷ್ಟೋ ಮುಗ್ಧ ಜನಗಳು ಮಕ್ಕಳಿಂದ ಮುಚ್ಚಿಟ್ಟು, ತಮ್ಮ ಬಾಯಿ ಚಪಲ ಅಡಗಿಸಿಟ್ಟು

ಹಾಲು, ತುಪ್ಪದ ಜೊತೆ ಸಿಗೋ ಹಣ್ಣುಹಂಪಲುಗಳನ್ನು ಇವರಿಗೆ ಒಪ್ಪಿಸುತ್ತಿದ್ದರು.

"ಅಪ್ಪ, ಏನ್ಮಾಡ್ತಾ ಇದ್ದೀರಾ?" ಮತ್ತಷ್ಟು ತಣ್ಣೀರನ್ನು ಮುಖಕ್ಕೆ ಎರಚಿಕೊಂಡು ಹೊರಗೆ ಬಂದರು. ಅಕ್ಕರೆಯಲ್ಲಿ ಅರಳಿ ನಿಂತ ಹೆಣ್ಣು ಮಗಳನ್ನು ಕಣ್ತುಂಬಿಕೊಂಡರು. "ಅಳಿಯಂದಿರು ಬೇಜಾರು ಮಾಡ್ಕೊಂಡಿದ್ದಾರೆ. ನೀನೇ ಒಳ್ಳೆ ಸಮಯ ನೋಡಿ ಒಪ್ಸು."

ಅವಳ ಮುಖದ ಮೇಲೆ ಜಿಗುಪ್ಸೆ ಬೆರೆತ ಕೋಪ ಇತ್ತು. ಡಾಕ್ಟರ್ ರಿಪೋರ್ಟ್ ಕೊಟ್ಟ ಸುದ್ದಿ ಅವಳ 'ಅಹಂ'ಗೆ ಬಲವಾದ ಪೆಟ್ಟು. ಇಲ್ಲಿ ಸೋಲು ಒಪ್ಪಿಕೊಳ್ಳುವುದು ಅವಳಿಂದಾಗದ ವಿಷಯ. "ಒಪ್ಪಿಕೊಳ್ದೇ ಏನ್ಮಾಡ್ತಾರೆ?" ಇದು ಆತ್ಮವಿಶ್ವಾಸದ ಮಾತಾಗಿ ಶಾಂತಾರಾಮ್‌ಗೆ ಕಾಣಿಸಲಿಲ್ಲ. ಗಾಬರಿಯಾದರು. "ಸಂಸಾರದಲ್ಲಿ ಸಾಮರಸ್ಯ ಬೇಕು. ಅವ್ರ ಕೈ ಮೇಲಾಗದ ನಾವು ತಗ್ಗಿ ಬಗ್ಗಿ ನಡ್ಯಬೇಕು."

ಮುಖ ತಿರುಗಿಸಿಕೊಂಡು ನಳಿನಿ ಹೊರಟುಬಿಟ್ಟಾಗ ಶಾಂತಾರಾಮ್ ಗರಬಡಿದವರಂತೆ ನಿಂತುಬಿಟ್ಟರು. 'ಇದು ಆರೋಗ್ಯಕರವಾದ ಲಕ್ಷಣವಲ್ಲ' ಮನ ಎಚ್ಚರಿಸಿತು.

ಎಷ್ಟೇ ಜಾಗ್ರತೆ ವಹಿಸಿದರೂ ಸಾಗರ್ ತಮ್ಮ ಮೊದಲಿನ ದಾಂಪತ್ಯ ಜೀವನಕ್ಕೆ ಮರುಳಾಗಲಿಲ್ಲವೆನಿಸಿತು. ಹಿಂದೆ ಅವಳ ತುಸು ವ್ಯಂಗ್ಯ ಮಾತುಗಳು ಪ್ರೀತಿಯ ನಡುವೆ ಹುದುಗಿ ಹೋಗುತ್ತಿದ್ದವು. ಈಗೀಗ ಅವಕ್ಕೆ ಭರ್ಜಿಯ ಹರಿತ. ಹಿಂದಿನ ಪ್ರೀತಿ ಎಲ್ಲಿ ಅಡಗಿಹೋಯಿತೆಂದು ಚಿಂತಿಸುತ್ತಿದ್ದ. ಇವನು ಓಲೈಸಿದಷ್ಟು ಅವಳು ಮೇಲೇರುತ್ತಿದ್ದಳು.

ಅವನು ಅಂದು ಮನೆಗೆ ಬಂದಾಗ ಎಂಟರ ಸುಮಾರಾಗಿತ್ತು. ರೇಡಿಯೋ ಜೋರಾದ ಧ್ವನಿಯಲಿ ಅರಚುತ್ತಿತ್ತು. ಟಿ.ವಿ ನೋಡುತ್ತ ಅಲ್ಲೇ ಕೂತಿದ್ದವಳು ಅತ್ತ ಗಮನ ಕೊಟ್ಟಂತಿರಲಿಲ್ಲ.

ಕಿವಿ ಮುಚ್ಚಿಕೊಳ್ಳಬೇಕೆನಿಸಿತು ಸಾಗರ್‌ಗೆ.

"ಇದೇನು ಅವಸ್ಥೆ! ತೀರಾ ವಿಚಿತ್ರವಾಯಿತು." ರೇಗಿದ.

ಇವನತ್ತ ತಿರುಗಿದಳು. ಹಿಂದಿನ ಪ್ರೇಮಮಯ ನಯನಗಳಿಲ್ಲ. ಅಲ್ಲಿದ್ದುದು ಅಸಹನೆ, ಸಿಡುಕು ಸೇರಿದ ವಿಚಿತ್ರ ಭಾವವೊಂದು. ಉಗುಳು ನುಂಗಿದ.

"ನನ್ನ ಎಲ್ಲಾ ನಡವಳಿಕೆಗಳು ನಿಮ್ಗೇ ವಿಚಿತ್ರ, ನೀವು ಮೊದಲಿದ್ದ ಹಾಗಿಲ್ಲ" ಈ ಆಪಾದನೆಗೆ ಸಾಗರ್ ತತ್ತರಿಸಿದ. ಅವನ ಮೈನ ರಕ್ತ ಚಲನೆಯೇ ಏರುಪೇರಾಯಿತು. ಚೇತರಿಸಿಕೊಳ್ಳಲು ನಿಮಿಷಗಳು ಬೇಕಾಯಿತು. "ನಳಿನಿ, ಯಾಕೆ ಈ ರೀತಿ ಯೋಚಿಸ್ತೀಯಾ? ತಪ್ಪು ತಪ್ಪು ಕಲ್ಪನೆಗಳಿಗೆ ನಮ್ಮನ್ನೇ ಬಲಿ ಕೊಡಬೇಕಾಗುತ್ತೆ. ದಯವಿಟ್ಟು ಅರ್ಥಮಾಡ್ಕೋ" ಅವನ ಸ್ವರದಲ್ಲಿ ನೋವಿನ ಮಿಡಿತವಿತ್ತು.

ಆದರೆ ಅದನ್ನು ಅರ್ಥಮಾಡಿಕೊಳ್ಳುವ ಸ್ಥಿತಿಯಲ್ಲಿ ನಳಿನಿ ಇರಲಿಲ್ಲ. ಭಯ, ನಿರಾಸೆಯಿಂದ ತತ್ತರಿಸುತ್ತಿದ್ದಳು. ತಂದೆ ಗಳಿಸಿಟ್ಟ ಆಸ್ತಿಗೆ ಮುಂದೆ ವಾರಸುದಾರರು ಇಲ್ಲ. ತನ್ನನ್ನು ತಂದೆಯ ಸ್ಥಾನಕ್ಕೆ ಏರಿಸದ ಹೆಣ್ಣನ್ನ ತಿರಸ್ಕಾರದಿಂದ ಕಾಣಬಹುದು

ಗಂಡ.

ಅವರಿಬ್ಬರ ನಡುವೆ ಸಾಮರಸ್ಯ ಕತ್ತಲೆ ಬೆಳಕಿನಾಟವಾಡಿತು. ಸಾಗರ್ ಸುಮ್ಮನೆ ಕೂಡಲಿಲ್ಲ. ಹತ್ತು ಹಲವಾರು ತಜ್ಞ ಡಾಕ್ಟರ್‌ಗಳ ಬಳಿ ಮಡದಿಯನ್ನು ಕರೆದೊಯ್ದ. ತೃಪ್ತಿಗಾಗಿ ಮಾತ್ರೆ, ಟಾನಿಕ್‌ಗಳ ಜೊತೆ ಸಣ್ಣಪುಟ್ಟ ಶಸ್ತ್ರ ಚಿಕಿತ್ಸೆಗಳು ಆದವು. ಆದರೆ ಯಾವುದು ಫಲ ಕೊಡಲಿಲ್ಲ.

ಸಾಗರ್ ಮರೆತು ಧೈರ್ಯದಿಂದ ನೆಮ್ಮದಿಯಾಗಿ ಇರುವ ನಿರ್ಧಾರ ಮಾಡಬಲ್ಲ, ಆದರೆ ತಕ್ಷಣ ನಳಿನಿ ಛಿದ್ರ ಛಿದ್ರ ಮಾಡಿಬಿಡುವಳು.

ಆಫೀಸಿಗೆ ಹೊರಡುವ ವೇಳೆಗೆ ರೆಡಿಯಾಗಿ ಬಂದು ನಿಂತಳು. ಕಣ್ಣರಳಿಸಿ ತುಂಟ ನಗೆ ನಕ್ಕ.

ಯಾರನ್ನ ಕೊಲ್ಲೋಕೆ ಈ ಅಲಂಕಾರ? ಇನ್ನ ಆಫೀಸಿಗೆ ಹೋಗಿ ಕೆಲ್ಸ ಮಾಡ್ಲಾರೆ" ಮಿಂಚು ಗಣ್ಣಲ್ಲಿ ನೋಡಿದ. ಅವಳ ಮುಖ ದಪ್ಪಗಾಯಿತು. "ಅದ್ನೆಲ್ಲ ಖಂಡಿತ ನಾನು ನಂಬಿಬಿಡೋಲ್ಲ. ಊರಿಗೆ ಹೊರಟಿದ್ದೀನಿ. ಸ್ವಲ್ಪ ಬಸ್‌ಸ್ಟ್ಯಾಂಡಿಗೆ ಡ್ರಾಪ್ ಮಾಡಿ."

ಅವನ ಮೈಯೆಲ್ಲ ಹತ್ತಿ ಉರಿದಂತಾಯಿತು. ಈ ಹೆಣ್ಣಿಗೆ ಹೇಗೆ ಬುದ್ಧಿ ಕಲಿಸೋದು? ಹೇಗೆ ಇವಳ ಜೊತೆ ಸಂಸಾರ ಮಾಡೋದು? ತಲೆ ಚಿಟ್ಟೆನಿಸಿತು.

"ಓ.ಕೆ. ನಡೀ ...." ಒರಟಾಗಿ ಹೇಳಿದ.

ನಳಿನಿ ಹೊರಗೆ ಹೋದ ಮೇಲೆ ತಾನೇ ಬೀಗ ಜಡಿದ. ಮೈ ಕೈ ಸೋತ ಅನುಭವವಾಯಿತು. ಹಣೆಯುಜ್ಜಿದ. ಎರಡು ಕೈಗಳು ಪ್ಯಾಂಟ್ ಜೇಬಿನೊಳಕ್ಕೆ ಇಳಿದವು. ಅಡಿಯಿಂದ ಮುಡಿಯವರೆಗೂ ನಳಿನಿಯನ್ನ ನೋಡಿದ.

'ನಳಿನಿ, ಅಂದು ನಾನು ಸಹಾನುಭೂತಿ, ನೋವಿನಿಂದ ಕುಗ್ಗಿ ಹೋಗಿದ್ದೆ. ನಿನ್ನ ಪರಿಸ್ಥಿತಿಯಲ್ಲಿ ನಾನಿದ್ದರೆ ಇದುವರೆಗೂ ಬದುಕಲು ನೀನು ಬಿಡುತ್ತಿರಲಿಲ್ಲ. ರೋಸಿದ ಮನ ಲೆಕ್ಕ ಹಾಕಿತು.

ಬರೀ ಪೆಟ್ಟಿಕೋಟಿನಲ್ಲಿದ್ದ ಲಾಯರ್ ಮಗು ಬಾಗಿಲಿಗೆ ಬಂತು. ಕೆನ್ನೆ, ತುಟಿ, ಗದ್ದಕ್ಕೆ ಮೆತ್ತಿಕೊಂಡಿದ್ದ ಬಿಸ್ಕತ್ತು–ಆ ವೇಷದಲ್ಲೂ ಮುದ್ದಾಗಿ ಕಂಡಳು.

"ಮಾಮ....ಮಾಮ...." ಜೇನಿನಲ್ಲಿ ಮಿಂದಂಥ ಸ್ವರ. ಅರಿವಾಗದಂತೆ ಸಾಗರ್ ಮನ ಅರಳಿತು. ಕೈಯೆತ್ತಿ ನಸುನಕ್ಕ. "ನಾನು...ನಾನು..."

ತಟ್ಟನೆ ನಳಿನಿ ಮುಖ ತಿರುಗಿಸಿಕೊಂಡಳು.

"ಬೇಗ ಹೊರಡಿ. ನಂಗೆ ಹೊತ್ತಾಗುತ್ತೆ" ಅಸಹನೆಯಿಂದ ಸಿಡಿದಾಗ ತುಟಿ ಕಚ್ಚಿ ಸ್ಕೂಟರ್ ಏರಿದ. ರಾಣಿಯ ಕೂಗು ಕೇಳುತ್ತಿದ್ದರೂ ಅತ್ತ ತಿರುಗುವ ಸಾಹಸ ಮಾಡಲಿಲ್ಲ. "ಬೇಗ ಹತ್ತು...."

ಅಷ್ಟು ದೂರ ಹೋಗುವವರೆಗೂ ರಾಣಿಯ ಅಳುವಿನ ಸ್ವರ ಕಿವಿಯಲ್ಲಿ ಮಾರ್ದನಿಸುತ್ತಲೇ ಇತ್ತು.

'ಇವಳಲ್ಲಿನ ಅಂತಃಕರಣ ಸತ್ತು ಹೋಯಿತೇ? ಇಲ್ಲ, ಸೇಡಿನ ಮನೋಭಾವವೇ?

ಅರ್ಥಮಾಡಿಕೊಳ್ಳಲಾಗದೇ ತೊಳಲಾಡಿದ.

ಸ್ಕೂಟರ್‌ಗೆ ಸ್ಟ್ಯಾಂಡ್ ಹಾಕುವ ವೇಳೆಗೆ ನಳಿನಿ ಜನರ ಮಧ್ಯೆ ಕಣ್ಮರೆಯಾಗಿದ್ದಳು. ಅರಸಿಕೊಂಡು ನಡೆದ. ಇಡೀ ಬಸ್‌ಸ್ಟ್ಯಾಂಡ್ ಎರಡು ಸುತ್ತು ಸುತ್ತಿದ ಮೇಲೇನೇ ಅವಳ ಮುಖ ಕಂಡಿದ್ದು. ಉಗುಳು ನುಂಗಿದ.

"ಯಾವಾಗ ಬರ್ತೀಯಾ?" ಪತ್ರಿಕೆಯಿಂದ ತಲೆ ಎತ್ತಿದಳು. ತಟ್ಟನೆ ರೆಪ್ಪೆಗಳು ಕೆನ್ನೆಯ ಮೇಲೆ ಮಲಗಿದವು. "ಒಂದು ಹದಿನೈದು ದಿನ ಬಿಟ್ಟು ಬರ್ತೀನಿ." ಅವನೆದೆಗೆ ಭರ್ಜಿ ಹಾಕಿದಂತಾಯಿತು.

"ಈ ಮಾತು ಇಷ್ಟು ನಿಖರವಾಗಿ ಕೇಳಬೇಕಾಗಿ ಬಂದಿದ್ದು ನನ್ನ ದುರಾದೃಷ್ಟ." ತುಟಿ ಕಚ್ಚಿ ಅಂಗಡಿಯ ಸ್ಟಾಲ್‌ಗಳತ್ತ ನಡೆದ.

ನಾಲ್ಕಾರು ಪತ್ರಿಕೆಗಳ ಜೊತೆ ಒಂದೆರಡು ಬಿಸ್ಕತ್ ಪ್ಯಾಕೆಟ್‌ಗಳನ್ನು ಕೊಂಡ. ಅರಿವಾಗದಂತೆ ಕಾಲುಗಳು ಅತ್ತ ಹೆಜ್ಜೆ ಹಾಕಿದವು.

ಬಸ್ಸಿನೊಳಕ್ಕೆ ಬಂದ. ಇನ್ನು ಹಲವಾರು ಸೀಟುಗಳು ಖಾಲಿ ಇದ್ದುದರಿಂದ ಅವಳ ಪಕ್ಕನೇ ಕೂತ.

ಬಿಸ್ಕತ್ ಪ್ಯಾಕೆಟ್‌ಗಳನ್ನು ಅವಳ ಏರ್ ಬ್ಯಾಗಿಗೆ ಸೇರಿಸಿ ಪತ್ರಿಕೆಗಳನ್ನು ಅವಳ ಕೈಯಲ್ಲಿಟ್ಟ, ಅವಳ ನೋಟ ಹಿಡಿದಿಡುತ್ತ ಹೇಳಿದ.

"ನಂಗೆ ನಿನ್ನ ಬಿಟ್ಟಿರೋಕೆ ಕಷ್ಟ. ಸುಮ್ನೇ ಹಿಂದಕ್ಕೆ ನಡೀ. ಮಕ್ಳು ಒಂದು ಕೊರತೆ ಅನ್ನೋದನ್ನೇ ತೊಡೆದು ಬಿಡೋಣ. ಪೂರ್ತಿ ನಿರಾಶೆಗೊಳ್ಳೋಕು ಕಾರಣವಿಲ್ಲ. ಪ್ಲೀಸ್, ಪರಿಸ್ಥಿತಿನ ಅರ್ಥಮಾಡ್ಕೋ."

ಮೃದುವಾದ ಸಣ್ಣನೆಯ ಸ್ವರಕ್ಕೆ ಅವಳೆದೆ ಹಿಂದಿನಂತೆ ಕುಣಿದು ಲಾಗ ಹಾಕದಿದ್ದರೂ ಎದೆಯಾಳದ ನೋವು ನುಗ್ಗಿ ಬಂತು. ಬಾಯಿಗೆ ಕೈ ಅಡ್ಡ ಹಿಡಿದಳು.

"ದಯವಿಟ್ಟು ನನ್ನ ಡಿಸ್ಟರ್ಬ್ ಮಾಡ್ಬೇಡಿ. ಸದ್ಯಕ್ಕೆ ನಂಗೆ ಹೋಗೋಕೆ ಬಿಡಿ."

ಕರುಳು ಕತ್ತರಿಸಿದಂತಾಯಿತು ಸಾಗರ್‌ಗೆ. ಕುಲುಮೆಯ ಮಧ್ಯೆ ಕೂತಂತೆ ಚಡಪಡಿಸಿದ.

"ನಾನ್ಬರ್ತೀನಿ... ಪತ್ರ ಬರಿ" ಮುಖ ಕೆಳಗೆ ಹಾಕಿ ಹೊರಗೆ ನಡೆದ. ಬಸ್ ನಿಲ್ದಾಣದ ಗದ್ದಲದ ನಡುವೆಯು ನಿರ್ಲಿಪ್ತನಾದ.

ಸ್ಕೂಟರ್ ಏರಿದ. ಕುಗ್ಗಿದ ಉತ್ಸಾಹ ಅವನ ಚೇತನವನ್ನೇ ನಿಷ್ಕ್ರಿಯಗೊಳಿಸಿತ್ತು. ಆಫೀಸಿನ ಬಳಿಗೆ ಬರುವ ವೇಳೆಗೆ ಸಣ್ಣಗೇ ತಲೆ ಸಿಡಿಯತೊಡಗಿತು.

ಪೇಪರ್ ಹಿಡಿದು ಬಾಸ್ ಛೇಂಬರ್‌ನಿಂದ ಹೊರಬರುತ್ತಿದ್ದ ಹೆಡ್ ಕ್ಲರ್ಕ್ ದಾಮೋದರ್ ಸಣ್ಣಗೆ ನಕ್ಕ.

"ಯಾಕೋ ಒಂದು ತರಹ ಇದ್ದೀರಾ? ಏನಾದ್ರೂ ಫೈಟಿಂಗಾ?"

"ಎಂಥದ್ದೂ ಇಲ್ಲ. ಬರೀ ತಲೆ ನೋವು." ದಾಮೋದರ್ ಮುಖದ ಬಣ್ಣವನ್ನೇ ಬದಲಿಸಿದರು. "ಸದ್ಯಕ್ಕೆ ಎಲ್ಲಾ ವ್ಯಾಧಿಗಳಿಂದ ಇದು ಭಯಂಕರ. ಈ ಸ್ಥಿತಿಯಲ್ಲಿ ಕೆಲ್ಸ ಮಾಡೋದು ಅಪಾಯ. ರಜಾ ಗುಜರಾಯ್ಸಿ ಹೋಗಿ ಮಲ್ಗಿ ಬಿಡಿ" ಹುಬ್ಬು

ಕುಣಿಸಿದಾಗ ಗೋಣಾಡಿಸಿದ. ಸದ್ಯಕ್ಕೆ ಅದು 'ಸರಿ' ಎನ್ನುವುದು ಅವನ ಅಭಿಪ್ರಾಯ.

ಗಂಟೆಯ ತರುವಾಯವೇ ಅವನಿಗೆ ಹೊರಬರಲು ಸಾಧ್ಯವಾದದ್ದು. ಅವನು ಪ್ರೈವೇಟ್ ಫಾರ್ಮ್‌ಗೆ ಸೇರಿದ ಆಫೀಸಿನಲ್ಲಿ ಕೆಲಸ ಮಾಡುತ್ತಿದ್ದುದ್ದು. ಸಂಬಳ ಭತ್ಯ ಎಲ್ಲಾ ಆಕರ್ಷಕವಾಗಿದ್ದರೂ ಕೆಲಸ ಮಾತ್ರ ಅಧಿಕ. ಇಂಥ ಕೆಲಸಕ್ಕೆಂದೇ ಹಣೆಪಟ್ಟಿ ಇದ್ದರೂ ಸಮಯ, ಸಂದರ್ಭದಲ್ಲಿ ಎಲ್ಲಾ ಮಾಡಬೇಕಾಗಿತ್ತು.

ಎಷ್ಟೋ ಸಲ ನಳಿನಿ ರೇಗಿದ್ದಳು.

"ಈ ಕೆಲ್ಸ ಬಿಟ್ಟು ಬಿಡಿ. ಬೇರೆ ಯಾವುದಾದ್ರಾ ಸಿಕ್ಕುತ್ತೆ. ಈ ಸಂಬ್ಳದಲ್ಲೇ ಜೀವ್ನ ಮಾಡೋ ಹಣೆಬರಹ ನಮ್ಗಿಲ್ಲ."

ಅಂತಹ ಸಂದರ್ಭಗಳಲ್ಲಿ ಹಗುರವಾಗಿ ನಕ್ಕು ಗಲ್ಲ ಸವರಿ ಹೇಳುತ್ತಿದ್ದ. "ನೀನು ತಿಳ್ದ ಹಾಗೆ ಕೆಲ್ಸಗಳು ಮಾರ್ಕೆಟ್‌ನಲ್ಲಿ ಸುಲಭವಾಗಿ ಸಿಕ್ಕಿಬಿಡೋಲ್ಲ. ಮೇಷ್ಟ್ರ ಮಗ್ಳನ್ನ ಸಾಕೋ ತಾಪತ್ರಯವಿಲ್ದಿದ್ರೂ.... ನನ್ನ ಬಗ್ಗೆಯಾದ್ರೂ ಯೋಚಿಸ್ಬೇಕು. ಬೇರೆಯವ್ರ ಅನ್ನ ಎಂದೂ ಆರೋಗ್ಯಕ್ಕೆ ಒಳ್ಳೆಯದಲ್ಲ."

ಒಂದು ಗಂಟೆ ಮುಖ ಊದಿಸಿದ ಮೇಲೆನೆ ಅವಳು ರಾಜಿಗೆ ಬರುತ್ತಿದ್ದದ್ದು. ಕೆಲವೊಮ್ಮೆ ಶಾಂತಾರಾಮ್ ಕೈ ತಡೆಯಲು ಎಷ್ಟೋ ಬಾರಿ ಪ್ರಯತ್ನಿಸುತ್ತಿದ್ದ. ಅಂತಹ ಸಂದರ್ಭದಲ್ಲಿ ಅವನ ಅಪ್ಪ, ಅಮ್ಮನೇ ರೇಗಿಕೊಳ್ಳುತ್ತಿದ್ದರು.

"ನೀನ್ಯಾಕೆ ತಲೆ ಕೆಡ್ಸಿಕೊಳ್ತೀ? ಹೇಗೆ ಸಂಪಾದ್ನೇ ಮಾಡಿದ್ನೋ ಮಾರಾಯ, ಹೂತಿಡೋ ಅಷ್ಟು ಇದೆ. ಎಲ್ಲಾ ಇವ್ಳಿಗೆ ತಾನೇ! ಕೊಟ್ಟುಕೊಳ್ಳಿ... ಬಿಡು."

ಆಮೇಲೆ ತಲೆಗೆ ಹಚ್ಚಿಕೊಳ್ಳುವುದನ್ನ ಬಿಟ್ಟಿದ್ದ. ಬಂದಾಗ ಲೈಟ್ ಬಿಲ್ಲನ್ನು ಕೂಡ ಕೇಳಿ ಕಟ್ಟುತ್ತಿದ್ದರು. ಇಲ್ಲದ ಸಾಮಾನು ಪಟ್ಟಿ ಮಾಡಿ ಮನೆಗೆ ತಂದು ಎಳೆಯುತ್ತಿದ್ದರು.

"ನಿಮ್ಮಪ್ಪ ಎಲ್ಲಾ ಕೆಲಸನು ವಹ್ಸಿಕೊಂಡು ಸದಾ ನಿನ್ನ ಮುಂದೆ ಕೂಡೋ ಜಾಬ್‌ನ ಮಾತ್ರ ನಂಗೆ ವಹಿಸಿಕೊಟ್ಟಿದ್ದಾರೆ" ಎಂದು ಆಗಾಗ ತಮಾಷೆ ಮಾಡುತ್ತಿದ್ದ.

ಅವೆಲ್ಲ ಚೇತೋಹಾರಿ ಕ್ಷಣಗಳು. ಪ್ರೀತಿಯ ನಡುವೆ ಯಾವುದೇ ಮಾತುಗಳಿಗೆ ಅರ್ಥ ಹುಡುಕುವ ಸಂಭವವಿರಲಿಲ್ಲ. ಈಗ ಪ್ರತಿ ಮಾತು ತೂಗಿ ಲೆಕ್ಕಾಚಾರ ಆಡಬೇಕಿತ್ತು. ಪ್ರತಿಯೊಂದಕ್ಕೂ ನಳಿನಿ ಬೆಂಕಿ. ಇವನಿಗೆ ಸಿಡಿತ.

* * *

ಈಚೆಗೆ ರಾಣಿ ಬಲವಾಗಿ ಇವನಿಗೆ ಅಂಟಿಕೊಂಡಳು. ಬಿಡುವಿನ ವೇಳೆಗಳಲ್ಲಿ ಇವನ ಜೊತೆಗಾತಿಯಾದಳು. ಲಾಯರ್ ಮತ್ತು ಇವನ ಸಂಬಂಧದಲ್ಲಿ ಈ ಮಗುವಿನಿಂದ ಅನ್ಯೋನ್ಯತೆ ಬೆಳೆಯಿತು.

ಅಂದು ಬೆಳಿಗ್ಗೆ ಷೇವ್ ಮಾಡುತ್ತಿದ್ದ. ಕೆಲವು ಸಾಮಾನುಗಳನ್ನು ಗುಡ್ಡೆ ಹಾಕಿಕೊಂಡು ಆಟವಾಡುತ್ತಿದ್ದ ರಾಣಿ ತನ್ನ ಕಲ್ಪನೆಯ ಮಟ್ಟದಲ್ಲಿ ಮುದ್ದು ಮಾತುಗಳನ್ನಾಡುತ್ತಿದ್ದಳು.

ಕಾಲಿಂಗ್ ಬೆಲ್ ಸದ್ದಿಗೆ ಸಾಗರ್ ಎದ್ದ. ಷೇವಿಂಗ್ ಬ್ರೆಷ್ ಕೈನಲ್ಲೇ ಇತ್ತು.

ಬಾಗಿಲು ತೆಗೆದ. ಶಾಂತಾರಾಮ್ ಜೊತೆ ಮುದ್ದು ಮಡದಿ.

"ಅರೆ, ಬರೋ ವಿಷಯನೇ ಗೊತ್ತಿಲ್ವಲ್ಲ! ಪತ್ರ ಬರೆದಿದ್ರೆ ಬಸ್ ಸ್ಟ್ಯಾಂಡಿಗೆ ಬರ್ತಾ ಇದ್ದೆ" ಒತ್ತಿ ಹೇಳಿ ಹಿಂದಕ್ಕೆ ಸರಿದ. ದಢಕ್ಕನೇ ಒಳತೂರಿದಳು ನಳಿನಿ.

"ಈ ಹುಡ್ಗೀ ಬರ್ದಿದ್ದೀನಿ ಅಂದ್ಲು. ಮತ್ಯಾಕೆ ಬರ್ದು ತೊಂದರೆ ಕೊಡ್ಲಿ, ಹೇಗೂ ಬರುವವರಿದ್ದೀವಲ್ಲ" ಸಾಗರ್ ಕೈ ಕೆನ್ನೆಯ ಮೇಲಾಡಿತು.

ನಳಿನಿಯ ಮೇಲೆ ಕಪಾಳಕ್ಕೆ ಬಾರಿಸುವಷ್ಟು ಕೋಪ. ಅವನು ಬರೆದ ಎರಡು ಪತ್ರಕ್ಕೂ ಉತ್ತರ ಬರಯುವ ಸೌಜನ್ಯ ತೋರಿರಲಿಲ್ಲ ಅವಳು.

'ಟಣ್...' ಸದ್ದಿಗೆ ಹಿಂದಕ್ಕೆ ಬಂದ. ಪುಟ್ಟ ಬಾಟಲಿ ಚೂರಾಗಿತ್ತು.

"ಏಯ್....ರಾಣಿ... ಈ ಕಡೆ ಬಾ" ಅವಳನ್ನು ಹಿಂದಕ್ಕೆ ಎಳೆದುಕೊಂಡ.

"ತುಂಟಿ.... ಇದೆಲ್ಲ ಮುಟ್ಟಬಾರ್ದು. ಅಮ್ಮಂಗೆ ಗೊತ್ತಾದ್ರೆ ಏಟು ಬೀಳುತ್ತೆ" ಅಪ್ಪಿ ಅವಳ ಕೆನ್ನೆಗೆ ಮುತ್ತಿಟ್ಟ.

ಅವನ ಸಂತೋಷದ ಬದುಕಿನಲ್ಲಿ ಒಂದು ಸುಂದರ ಲೋಕವನ್ನು ಸೃಷ್ಟಿಸಿದ್ದಳು ರಾಣಿ.

"ಇದು.... ಮನೇನಾ?" ಬಿರುಸಿನ ಸ್ವರಕ್ಕೆ ಮೆಟ್ಟಿ ಬಿದ್ದ. ಮೆಲ್ಲಗೆ ಹುಬ್ಬೆತ್ತಿ ನೋಟ ಅವಳತ್ತ ಹೊರಳಿಸಿದ. ಮಾರ್ದವತೆ ಹುಡುಕಿ ನಿರಾಶವಾದ "ನಿಂಗೆ ಏನನ್ನಿಸುತ್ತೆ?"

ಅವಳೆದೆ ಉದ್ವೇಗದಿಂದ ಏರಿಳಿಯತೊಡಗಿತು. ಭಯದ ನೆರಳಿಗೆ ಅವಳು ವಿವೇಕವನ್ನು ತೆತ್ತುಕೊಂಡಳು. ಅವನ ತುಟಿಗಳ ಮೇಲೆ ಬೇಸರ ಬೆರೆತ ನಗು ಇಣುಕಿತು.

ರಾಣಿನ ಎತ್ತಿ ಛೇರ್ ಮೇಲೆ ಕೂಡಿಸಿ ಆ ಒಡೆದ ಬಾಟಲಿಯ ಚೂರುಗಳನ್ನೆತ್ತ ತೊಡಗಿದ. ನಿಂತೇ ಇದ್ದಳು ನಳಿನಿ. ಬಹಳ ಬಳಲಿ, ಬೆಂಡಾಗಿ ಕನವರಿಸುತ್ತ ಇಲ್ಲಿಗೆ ಬಂದವಳೇ ಗಡುಸಾಗಿದ್ದಳು.

"ಮಾಮ.... ನಾನು..." ತಕ್ಷಣ ಕೈ ಅಡ್ಡ ಇಟ್ಟ. ಆ ತುಂಟ ಪೋರಿಯ ಕಣ್ಣುಗಳನ್ನೇ ದಿಟ್ಟಿಸಿದ. "ನಂದು... ಹೊಡ್ದು ಹೋಯಿತು" ಅಭಿನಯ ಪೂರ್ವಕವಾಗಿ ಹೇಳಿದಾಗ ಎತ್ತಿ ಮುದ್ದಾಡಬೇಕೆನಿಸಿತು.

ಅಷ್ಟರಲ್ಲಿ ಒಳಗೆ ಬಂದ ವಿಮಲ ತುಟಿಯರಳಿಸಿದಳು.

"ಈಗ್ಬಂದ್ರಾ? ನಿಮ್ಮವ್ರಿಗೆ ಒಳ್ಳೆ ಜೊತೆಗಾತಿಯಾಗ್ಬಿಟ್ಲು ಈ ಪೋರಿ, ರಾತ್ರಿ ಕೂಡ ಇಲ್ಲೆ ಮಲ್ಗತೀನಿಂತ ಹಟ" ಆಕೆಯ ಕಣ್ಣುಗಳಲ್ಲಿ ಅಕ್ಕರೆ, ಅಭಿಮಾನಗಳ ನೀಲ ಸಮುದ್ರ. ತಾಯ್ತನದ ಭೋರ್ಗರೆತನದ ಸುಂದರ ವದನ, ನಳಿನಿಯ ಮನ ಕಹಿಯಾಯಿತು.

ನಳಿನಿಯ ವಿವೇಚನೆ ಕಳೆದುಕೊಂಡು ತನ್ನ ಅಪ್ರಸನ್ನತೆಯನ್ನು ಪ್ರಕಟಿಸಿಯೇ ಬಿಟ್ಟಳು ತಕ್ಷಣ.

"ಎಂಥ ಹಾರಾಟ ನಡ್ದು ಹೋಗಿದೆ ನೋಡಿ! ಷೋಕೇಸ್‌ನಲ್ಲಿರೋ

ಸಾಮಾನುಗಳನ್ನು ಕೂಡ ಈಚೆಗೆ ಬಂದ್ಬಿಟ್ಟಿದೆ, ನಿಮ್ಮ ಮಗಳ ದೆಸೆಯಿಂದ. ಇನ್ನ ನಾಲ್ಕು ದಿನ ಬರ್ದೇ ಇದ್ದಿದ್ರೆ... ಮತ್ತೇನು ರಂಪ, ರಾಮಾಯಣವಾಗಿ ಬಿಡ್ತಾ ಇತ್ತೋ!" ವಿಮಲ ದಿಗ್ಭ್ರಾಂತಳಾದಳು. ಬಾಯಿಂದ ಮಾತುಗಳೇ ಹೊರಡಲಿಲ್ಲ. ಸಂಕೋಚ, ನಾಚಿಕೆಯಿಂದ ಮುಖ ತಗ್ಗಿತು.

"ಮಗೂಗಂತು ಏನು ತಿಳಿಯೋಲ್ಲ, ನಾನಾದ್ರೂ ಯೋಚಿಸ್ಬೇಕಿತ್ತು. ಎಕ್ಸ್‌ಕ್ಯೂಸ್ ಮಿ. ಇಫ್ ದೇರ್ ಹ್ಯಾಸ್ ಬೀನ್ ಎನಿ ಮಿಸ್ಟೇಕ್."

ವಿಮಲ ಮಗುವನ್ನು ಅವಚಿಕೊಂಡೇ ಹೊರಗೆ ನಡೆದಾಗ ಸಾಗರ್ ನಿಂತಲ್ಲಿಯೇ ಕಲ್ಲಾದ. ಹೆಕ್ಕಿದ ಜಾಡಿನ ಚೂರುಗಳನ್ನು ಇಡೀ ಮೈಯನ್ನು ಚುಚ್ಚಿ ನೋಯಿಸಿದ ಅನುಭವವಾಯಿತು.

"ನಳಿನಿ, ಯಾಕೆ ಇಷ್ಟು ಕಟುವಾಗಿ ಮಾತಾಡ್ದೇ! ಆಕೆ ಎಷ್ಟು ನೊಂದುಕೊಂಡರೋ ಗೊತ್ತಾ? ಛೇ, ಇಂಥ ನಡತೇನ ನಾನು ಇಷ್ಟಪಡೋಲ್ಲ" ಮುಲಾಜಿಲ್ಲದೆ ಮನದ ಬೇಸರ ಕಕ್ಕಿದಾಗ ನಳಿನಿ ಮುಖ ತಿರುಗಿಸಿದಳು.

ಟವಲಿಡಿದು ಬಾತ್‌ರೂಂ ಹೊಕ್ಕವನೇ ಬಾಗಿಲು ಹಾಕಿಕೊಂಡ. ಪಕ್ಕದ ಮನೆಯ ರಾಣಿ ಬರುತ್ತಿದ್ದುದ್ದು ಅಪರೂಪವೇನಲ್ಲ. ಎಷ್ಟೋ ಸಲ ನಳಿನಿನೇ ಎತ್ತಿಕೊಂಡು ಬಂದು ಆಡಿಸುತ್ತಿದ್ದಳು. ತಾಯಿಗಿಂತ ತಂದೆಯನ್ನೇ ಹೆಚ್ಚಾಗಿ ಪ್ರೀತಿಸುವ ಆ ಮಗು ಇವನನ್ನು ಅಂಟಿಕೊಂಡಿರಬಹುದು. ಅದೊಂದು ದೊಡ್ಡ ತಪ್ಪಾ?

ಒಂದೇ ಸಮನೆ ಹಂಡೆಯಲ್ಲಿದ್ದ ನೀರನ್ನು ತಲೆಯ ಮೇಲೆ ಸುರಿದು ಕೊಳ್ಳತೊಡಗಿದ. "ಏನು ಮಾಡಿದ್ರೆ ನಳಿನಿ ಸರಿ ಹೋಗ್ಬಹುದು? ಅವ್ಳ ಶರೀರದಲ್ಲಿನ ದೋಷಕ್ಕೆ ತಾನು ಹೊಣೆಯೇ? ಈ ತರಹ ಸೋಲು ಅವಳನ್ನು ಮೆತ್ತಗೆ ಮಾಡಬೇಕಿತ್ತು. ಇಲ್ಲಿ ವಿರುದ್ಧವಾಗಿದೆ."

ಮೈಮೇಲೆ ಇಳಿಯುತ್ತಿದ್ದ ನೀರು ಕಾಲಬುಡ ಸೇರುವಂತೆ ಅವನ ವಿಚಾರಸರಣಿ ನಿರಾಶೆಯ ಅಂಚನ್ನು ಸೇರುತ್ತಿತ್ತು.

ಎಷ್ಟೋ ಹೊತ್ತಿನ ಮೇಲೆ ಸುರಿಯುವ ನೀರು ನಿಂತಿತು. ನೋಟವರಿಸಿದಾಗ ಹಂಡೆ, ಬಕೆಟ್‌ಗಳು ಖಾಲಿ. ಉದಾಸೀನದಿಂದ ಟವಲ್ ಕೈಗೆತ್ತಿಕೊಂಡ.

ಹೊರಗೆ ಬಂದಾಗ ಶಾಂತಾರಾಮ್ ತಲೆಯ ಮೇಲೆ ಬೆಟ್ಟ ಹೊತ್ತವರಂತೆ ಕೂತಿದ್ದರು.

"ನಿಮ್ಹತ್ರ ಒಂದು ವಿಚಾರ ಮಾತಾಡ್ಬೇಕಿತ್ತು!" ಮೊದಲ ಪೀಠಿಕೆ, ತಕ್ಷಣ ಗಂಟಾದ ಅವನ ಹುಬ್ಬುಗಳು ಸಡಿಲಗೊಂಡವು. "ಏನಾದ್ರೂ.... ಅರ್ಜೆಂಟಾ? ಸಂಜೆ ಮಾತಾಡ್ಬಹುದಲ್ಲ"

"ಆಗ್ಬಹ್ದುದು. ನೀವು ಸ್ವಲ್ಪ ಬೇಗ ಬಂದ್ರೆ ಒಳ್ಳೆಯದು. ಸ್ವಲ್ಪ ಹೊರ್ಗಡೆ ಹೋಗ್ಬೇಕು." ಹೊರಟ ಅವನ ಕಾಲುಗಳು ಸ್ತಬ್ಧವಾದವು. ನಿಂತ ಭಂಗಿಯಲ್ಲಿಯೇ ಕತ್ತು ತಿರುವಿದ. ಅಪ್ರಸನ್ನತೆಯ ಮುಖದಲ್ಲಿ ಇಣಕಿತು.

"ಯಾಕೆ ಈ ರೀತಿ ನನ್ನ ಹಿಂಸಿಸ್ತೀರಾ? ನಿಮ್ಮ ಮಗ್ಳಿಗೆ ಮಕ್ಳು ಆಗ್ದೇ ಇರೋಕೆ

ನಾನು ಕಾರಣನಲ್ಲ "ತಾಳ್ಮೆ ಕಳೆದುಕೊಂದು ಬಿರುಸಿನಿಂದ ಹೇಳಿದ ಏಟಿಗೆ ಶಾಂತಾರಾಮ್ ತತ್ತರಿಸಿದರು.

"ಅಯ್ಯೋ ಯ್ಯೋ... ಆ ವಿಷ್ಯವಲ್ಲ ಬಂದ್ಮೇಲೆ ನಿಮ್ಗೇ ಗೊತ್ತಾಗುತ್ತೆ" ವಿನಯದಿಂದ ಹೇಳಿದರು. ಅವಸರವಾಗಿ ಬಟ್ಟೆ ತೊಟ್ಟವನೇ ಸ್ಕೂಟರ್ ಏರಿ ಹೊರಟುಬಿಟ್ಟ. 'ಮೇಷ್ಟ್ರ ಮಗಳೇ.... ಮೇಷ್ಟ್ರ ಮಗಳೇ' ಎಂದು ಚುಡಾಯಿಸಿ ಗಜ ಗೌರಿಯಂತೆ ತುಂಬಿದ ಹೆಣ್ಣನ್ನು ಮದುವೆಯಾಗಿದ್ದ. ಸ್ವರ್ಗದ ಬಾಗಿಲಿಗೆ ಲಗ್ಗೆ ಹಾಕಿದ್ದೀನಿ ಅನ್ನೋ ಹಮ್ಮಿನಲ್ಲಿದ್ದಾಗಲೇ ಪಕ್ಕೆ ಮುರಿಯುವಂತೆ ಹೊಡೆತ ಬಿದ್ದಿತ್ತು.

ಆಫೀಸ್ ಬಾಗಿಲಿಗೆ ಹೋಗುವಾಗಲೇ ಒಂದು ಬಿಗುವಿನ ವಾತಾವರಣ ನಿರ್ಮಿತವಾಗಿತ್ತು. ಮಾಲೀಕರ ಆಗಮನದ ಸೂಚನೆ. ಉದಾಸೀನವಾಗಿ ಒಳಗೆ ನಡೆದ.

ಮ್ಯಾನೇಜರ್ ಛೇಂಬರ್ ಕಡೆಯಿಂದ ಬಂದ ಸೆಕ್ಷನ್ ಆಫೀಸರ್ ಕನ್ನಡಕ ಸರಿಪಡಿಸಿಕೊಂಡರು.

"ಅವ್ರದು ಒಂದೇ ತಗಾದೆ" ಅರ್ಥವಾಗದಂತೆ ಮುಖ ಮಾಡಿದ. ಅವರ ಕಣ್ಣುಗಳು ಮತ್ತಷ್ಟು ಆಳಕ್ಕೆ ಇಳಿದವು. ಸ್ವಲ್ಪ ಅವನತ್ತ ಬಗ್ಗಿದರು. "ನಮ್ಮ ಪೀಟರ್‌ನಿಂದ ಕಂಪನಿಗೆ ಎಷ್ಟೋ ಲಾಭವಾಗಿದೆ. ಅಲಹಾಬಾದ್, ಕಲ್ಕತ್ತ, ಮದ್ರಾಸ್ ಅಂತ ಅಲೆದಾಡಿ ತನ್ನ ಚಾಕಚಕ್ಯತೆಯಿಂದ ತಮ್ಮ ಫಾರ್ಮ್‌ನಲ್ಲಿ ತಯಾರಾಗೋ ವಸ್ತುಗಳನ್ನು ಮಾರಾಟ ಮಾಡ್ಸಿದ್ದಾನೆ. ಈಗ್ಲಾದ್ರೂ ಅವ್ನಿಗೆ ಪ್ರಮೋಷನ್ ಕೊಡೋದು ಮಾಲೀಕರ ಧರ್ಮ. ಅವ್ರಿಗೆ ಸುತಾರಾಂ ಇಷ್ಟವಿಲ್ಲ. ಇವ್ನಿಗೆ ಹೆಂಡ್ತಿ, ಮಕ್ಕಳನ್ನ ಬಿಟ್ಟು ಓಡಾಡೋಕೆ ಇಷ್ಟವಿಲ್ಲ. ಈ ವಿಷ್ಯದ ಬಗ್ಗೇನೆ ಮಾತುಕತೆ. ಅದ್ಕೇ ಸೂಕ್ತ ವ್ಯಕ್ತಿಯ ಆಯ್ಕೆ. ಅವ್ರಿಗೆ ಹೊಸಬ್ರ ಮೇಲೆ ಅಷ್ಟೊಂದು ವ್ಯವಹಾರ ಬಿಡೋಕೆ ಇಷ್ಟವಿಲ್ಲ.

ಅವನ ಮನದಲ್ಲಿ ಹೊಸ ಮಿಂಚೊಂದು ಹಾಯ್ದು ಹೋಯಿತು. ಇದೊಂದು ರೀತಿಯ ವಿಚಿತ್ರ ಹೆಡ್ ಆಫೀಸ್. ಆ ಕಡೆಯಿಂದ ಈ ಕಡೆಗೆ ಇಲ್ಲಿಂದ ಅಲ್ಲಿಗೆ ಎಲ್ಲಾ ದಿಕ್ಕುಗಳ ಪರಿಚಯ ತನ್ನ ಅಧಿಕಾರ ವರ್ಗಕ್ಕೆ ಮಾಡಿಕೊಳ್ಳುವುದು ಇಲ್ಲಿನ ವೈಶಿಷ್ಟ್ಯ.

ಇವನು ಬಾಯಿ ತೆರೆಯುವ ಮುನ್ನ ಅವರೇ ಹೇಳಿದರು. "ಟೂರ್ ಮಾಡಿ ಮಾಡಿ ಮನುಷ್ಯ ಬೋರ್ ಆಗಿ ಬಿಡುತ್ತಾನೆ. ಅವ್ನ ವೈಯಕ್ತಿಕ ಬದ್ಕನ್ನೇ ಬಲಿ ಕೊಟ್ಟು ಬಿಡ್ತಾನೆ. ಯಾರ್ಗೇ....ಬೇಕು?"ಮುಂದಕ್ಕೆ ಹೋದವರತ್ತಲೇ ನೋಡಿದ.

ಅವ್ರಿಗೆ ಟೂರ್ ಮಾಡಿ ಮಾಡಿ ಬೋರ್ ಆಗಿರಬಹ್ದು. ನಂಗೆ ಬದ್ಕೇ ಬೋರಾಗಿ ಬಿಟ್ಟಿದೆ. ಟೂರ್ ಮಾಡಿದ್ರೆ ಏನಾದರೂ 'ಥ್ರಿಲ್' ಸಿಗಬಹುದೇ?

ಮನದಲ್ಲೇ ನಗುತ್ತಾ ಸೀಟ್‌ನತ್ತ ಹೋದ. ಕೆಲಸದ ಗಡಿಬಿಡಿಯಲ್ಲಿ ಒಮ್ಮೊಮ್ಮೆ ಬೆಳಗಿನ ಪ್ರಕರಣ ಜ್ಞಾಪಕಕ್ಕೆ ಬಂದರೂ ತೊಡೆದು ಪೂರ್ಣವಾಗಿ ಮಗ್ನವಾಗಿ ಬಿಡುತ್ತಿದ್ದ.

ಸಂಜೆಯಾಗುತ್ತಿದ್ದಂಗೆ ಮಾವನವರ ಮನವಿ ಜ್ಞಾಪಕಕ್ಕೆ ಬಂತು. ಉದಾಸೀನ ಮಾಡಲು ಮನ ಇಚ್ಛಿಸಲಿಲ್ಲ. ಬೇರೆ ವಿಷಯಗಳು ಹೇಗಿದ್ದರೂ ಅವನನ್ನ ಪ್ರೀತಿ,

ವಿಶ್ವಾಸ, ಗೌರವದಿಂದಲೇ ಕಾಣುತ್ತಿದ್ದರು.

ಎಂದಿಗಿಂತ ಅರ್ಧಗಂಟೆ ಮೊದಲು ಮನೆಗೆ ಬಂದ. ಕಣ್ಣುಗಳಲ್ಲಿ ವಿಸ್ಮಯ ಇಣುಕಿತು.

"ಯಾವಾಗ್ಬಂದಿದ್ದು? ಪತ್ರದಲ್ಲಿ ಏನು ಬರ್ದೇ ಇರ್ಲಿಲ್ಲ" ಮಗನ ಸ್ವರದಲ್ಲಿನ ಬೇಸರ ಗುರ್ತಿಸಿದ ಪಾಂಡುರಂಗಯ್ಯ ಮೆಲು ನಗೆ ನಕ್ಕರು. "ಇದ್ದಕ್ಕಿದ್ದ ಹಾಗೆ ಹೊರಟಿದ್ದು. ಮಗನ ಮನೆಗೆ ಬರ್ದು ಕೇಳಿ ಮಾಡಿ ಬರೋ ಅವಶ್ಯಕತೆ ತಾನೇ ಏನಿದೆ?"

ಸಾಗರ್ ಹಣೆಯ ಮೇಲೆ ಗೆರೆಗಳು ಮೂಡಿ ಮರೆಯಾದವು. ಮೌನವಾಗಿ ಕೋಣೆಯತ್ತ ನಡೆದ. ಮಿದುಳಿನಲ್ಲಿ ಒಂದು ತರಹ ಕುದಿ. ಇದೆಲ್ಲ ಪೂರ್ವ ನಿಯೋಜಿತ ಕ್ರಮವೇ? ಗಡ್ಡ ತುರಿಸಿದ.

ಬಟ್ಟೆ ಬದಲಾಯಿಸಿ ಅಲ್ಲೇ ಕೂತ. ಮನ ಚಿತ್ರ ವಿಚಿತ್ರವಾಗಿ ಲೆಕ್ಕ ಹಾಕಿತು. ಕುರ್ಚಿಯ ಹಿಡಿಯ ಮೇಲೆ ತಾಳ ಹಾಕುತ್ತಿದ್ದ ತೋರು ಬೆರಳಿನ ಮೇಲೇನೆ ಇತ್ತು ನೋಟ.

"ಯಾಕೋ.... ಕೂತೇ?" ತಾಯಿಯ ಸ್ವರಕ್ಕೆ ಅವನ ಮುಖ ಮೊರದಗಲವಾಯಿತು. ಇಂಥ ಬದಲಾವಣೆ ಒಂದು ರೀತಿಯ ನೆಮ್ಮದಿ. "ಅಶ್ವಿನಿ ಬರಲಿಲ್ವಾ?"

"ಮೊದ್ಲಿನ ಹಾಗೆ ಎಲ್ಲಿ ಬರೋಕೆ ಅವ್ಳಿಗೆ ಆಗುತ್ತೆ? ಹುಡುಗರಿಗೆ ಶಾಲೆ ರಜೆ ಬಂದ್ರೇ ಹೊರಡೋಕ್ಕಾಗೋಲ್ಲ. ಮಕ್ಳು ಮರೀ ಆದ್ಮೇಲೆ ನೂರೆಂಟು ತಾಪತ್ರಯ" ಅವರು ತೋಡಿಕೊಂಡ ರೀತಿಯಲ್ಲೂ ಅಭಿಮಾನವಿದೆಯೆನಿಸಿತು.

ಮತ್ತಷ್ಟು ಛೇರಿಗೆ ಕಚ್ಚಿ ಕೂತ. ಇಲ್ಲಿನ ವಿಷಯ ಬಿಟ್ಟು ಬೇರೆಲ್ಲ ಮಾತನಾಡುವುದು ಅವನಿಗೆ ಹಿತ. ತಂಗಿಯ. ಸಂಸಾರದ ಪ್ರತಿಯೊಂದನ್ನೂ ವಿಚಾರಿಸಿದ.

ಕೋಣೆಯೊಳಕ್ಕೆ ಇಣುಕಿದ ಪಾಂಡುರಂಗಯ್ಯ ಮೃದುವಾಗಿ ಹೆಂಡತಿಯನ್ನ ಆಕ್ಷೇಪಿಸಿದರು.

"ಅವ್ನು ಈಗ ತಾನೇ ಬಂದಿದ್ದಾನೆ. ಕೈಕಾಲು ತೊಳೆಯೋಕು ಬಿಡ್ದೇ ಕೂಡ್ಸಿಕೊಂಡಿದ್ದೇಯಲ್ಲ. ಹೆಂಗ್ಸರ ಬುದ್ಧಿ ಯಾವಾಗ್ಲೂ ಹೀಗೆನೇ!"

ಆಕೆ ತೆಪ್ಪಗೆ ತಂದೆ, ಮಕ್ಕಳನ್ನು ಬಿಟ್ಟು ಎದ್ದು ಹೋದರು.

"ಸ್ವಲ್ಪ ಬೇಗ ನಿನ್ನ ಕೆಲ್ಸಗಳನ್ನು ಮುಗ್ಸು. ನಿಮ್ಮ ಮಾವನವ್ರು ನಿಂಗೋಸ್ಕರ ಕಾಯ್ತಾ ಇದ್ದಾರೆ" ಅವರ ಸ್ವರದಲ್ಲಿ ಬೇಸರ ಬೆರೆತ ಗಂಭೀರ ಇಣುಕಿದಾಗ ಅವನ ಕಣ್ಣುಗಳು ಕಿರಿದಾಗಿ ಹುಬ್ಬುಗಳು ಸಂಕುಚಿಸಿದವು. ಬಹಳ ಪ್ರಯಾಸದಿಂದ ಕಹಿ ಉಗುಳನ್ನು ನುಂಗಿದ. ಹೊರಗೆ ಹೋದ ಪಾಂಡುರಂಗಯ್ಯನವರು ಮತ್ತೆ ಕೋಣೆಯೊಳಕ್ಕೆ ಬಂದಾಗಲೂ ಸಾಗರ್ ಅದೇ ಸ್ಥಿತಿಯಲ್ಲಿ ಕೂತಿದ್ದ. ಮಂಕಾದ ಕಣ್ಣುಗಳಲ್ಲಿ ಗೋಜಲು ಗೋಜಲು ಭಾವ.

"ಯಾಕಯ್ಯ, ಸ್ವಲ್ಪ ಅಗತ್ಯವಾದ ಕೆಲ್ಸವಿದೆ ಎದ್ದು ನಡೀ" ಅವರ ಸ್ವರದಲ್ಲಿ ಅಧಿಕಾರವಿತ್ತು. ಮಗ ತಮ್ಮ ಮಾತನ್ನು ಇದುವರೆಗೂ ಧಿಕ್ಕರಿಸದಂತೆ

ನೋಡಿಕೊಂಡಿದ್ದರು. ಈಗ ಅದನ್ನು ತುಂಡು ಮಾಡಲು ಸಿದ್ಧವಾದ ಸಾಗರ್

"ಯಾವ್ದೇ ಅಗತ್ಯ ಕೆಲ್ಸಗಳಿದ್ರೂ ನಂಗೆ ಬರೋಕ್ಕಾಗೋಲ್ಲ."

ಚಕಿತರಾದರು ಪಾಂಡುರಂಗಯ್ಯ. ಕಣ್ಣುಳಲ್ಲಿ ವಿಸ್ಮಯ ಇಣುಕಿತು. ಗಡುಸಾಗಿದ್ದವರು ಮೆತ್ತಗಾದರು.

"ಸ್ವಲ್ಪ ನನ್ಮಾತು ಕೇಳು, ಸಾಗರ್" ಮೃದು ಸ್ವರಕ್ಕೆ ಸ್ವಲ್ಪ ಕರಗಿದ. ಮಾತನಾಡದೆ ಎದ್ದು ಹೋದ.

ಅತ್ತೆ, ಸೊಸೆ ನಗು ಕಿವಿಗೆ ಅಪ್ಪಳಿಸಿದಾಗ ಅವನ ಮೈ ಬೆಂಕಿಯಾಯಿತು. ಇಂಥ ನಗು ನಳಿನಿಯಿಂದ ಕೇಳಿ ಎಷ್ಟೋ ದಿನಗಳಾಗಿತ್ತು. ಬೇಕಾಗಿ ಸೇಡು ತೀರಿಸಿಕೊಳ್ಳಲು ಹೊರಟಿದ್ದಾಳೆ. ಉರಿಯುವ ಬೆಂಕಿಗೆ ತುಪ್ಪ ಹೊಯ್ದಂತಾಯಿತು.

ಮುಖ ತೊಳೆದು ಬಂದು ಬಟ್ಟೆ ಧರಿಸಿದ. ಬಲಿಗೆ ಸಿದ್ಧವಾದ ಕುರಿಯಂತೆ ಕಂಡ. ತಂದಿಟ್ಟ ಕಾಫೀ ಕಡೆ ಮುಖ ಕೂಡ ತಿರುಗಿಸದೆ ಹೊರಗೆ ಬಂದು ನಿಂತ.

ಬಿಸಿ ಕಾಫೀ ಕ್ಷಣಗಳು ಉರುಳಿದಂತೆ ತನ್ನಲ್ಲಿನ ಸ್ವಾದ, ಬಿಸಿ ಕಳೆದುಕೊಂಡು ತಣ್ಣಗಾಗತೊಡಗಿತು. ಕೋಣೆಯೊಳಕ್ಕೆ ಬಂದ ನಳಿನಿ ತಣ್ಣಗೆ ನಿಂತಳು.

"ಪ್ರೀತಿ, ಪ್ರೇಮ, ಬದುಕು.... ಎಲ್ಲಾ ಇಷ್ಟೆ ' ಎಂದು ಮಿದುಳಿನಲ್ಲಿ ಗಂಟೆ ಬಾರಿಸಿತು.

"ನೀನೇನು ಮಾಡ್ತಾ ಇದ್ದೀಯ? ಅಳಿಯಂದಿರು ಆಗ್ಲೇ ಹೊರಟು ನಿಂತಿದ್ದಾರೆ" ಸ್ವರವೇರಿಸದೆ ಮೃದುವಾಗಿ ರೇಗಿದಾಗ ಹೊರಗೆ ಬಂದಳು. ಅಪರೂಪದ ಬೇಸರ ಅವರ ಮುಖದ ಮೇಲೆ "ನಿನ್ನ ನಡತೆ ನಂಗೆ ಹಿಡಿಸಿಲ್ಲ."

ಆಘಾತಕ್ಕೆ ತುತ್ತಾದವಳಂತೆ ನಡುಗಿದಳು.

"ಸಾಗರ್ ಬಂದು ಎಷ್ಟು ಹೊತ್ತಾಯಿತು? ಹೊರ್ಗೇ ಬಂದು ಮಾತಾಡಿಸಿದ್ಯಾ? ಇಂಥದ್ದು ಸ್ವಲ್ಪನು ಚೆನ್ನಾಗಿಲ್ಲ. ನಿನ್ನ ನೀನೆ ತಿದ್ದಿಕೋ. ಸ್ವಲ್ಪ ತಾಳ್ಮೆ ಅಗತ್ಯ."

ಮದುವೆಯಾದ ವರುಷಗಳ ನಂತರ ಮಗಳಿಗೆ ಬುದ್ಧಿ ಹೇಳುವ ಅವಕಾಶ ಒದಗಿ ಬಂದಿತ್ತು ಶಾಂತಾರಾಮ್‌ಗೆ.

ಬೆಂಕಿಯ ಮಧ್ಯೆ ನಿಂತ ಅನುಭವವಾಯಿತು ನಳಿನಿಗೆ. ಅವಳು ಏನಾದರೂ ಹೇಳುವ ಮುನ್ನ ಹೊರಗೆ ನಡೆದರು.

ಸಾಗರ್ ತನ್ನ ತುಟಿಗಳಿಗೆ ಬೀಗ ಜಡಿದ. ನಡೆದುಹೋಗಿ ಒಂದು ಟ್ಯಾಕ್ಸಿ ಹಿಡಿದರು. ವಿಳಾಸ ಶಾಂತಾರಾಮ್ ಹೇಳಿದರು. ಮುಂದೆ ಕೂತು ಸಾಗರ್ ಹೊರಗೆ ನೋಡತೊಡಗಿದ.

ಎಲ್ಲೆಲ್ಲೋ ಸುತ್ತಾಡಿ ಒಂದು ಮನೆ ಮುಂದೆ ನಿಂತಿತು. ಹೊರಗೆ ನಿಂತಿದ್ದ ವ್ಯಕ್ತಿ ತನ್ನ ಹಲ್ಲುಗಳನ್ನೆಲ್ಲ ಬಿಟ್ಟು ಸ್ವಾಗತಿಸಿದ. ಸಾಗರ್ ಮುಖ ಮತ್ತಷ್ಟು ಗಂಟಾಯಿತು.

ವಿಶಾಲವಾದ ಕಾಂಪೌಂಡ್, ಸುಂದರವಾದ ಹತ್ತು ಚದರದ ಮನೆ, ಎರಡು ರೂಮು, ಹಾಲ್, ಅಡಿಗೆ ಮನೆ, ಡೈನಿಂಗ್ ಹಾಲ್, ಬಾತ್ ರೂಂ ಎಲ್ಲಾ ನವೀನ ಮಾದರಿಯಲ್ಲಿತ್ತು.

ಎಲ್ಲರೂ ಒಂದೊಂದು ಮಾತಾಡಿದರೂ ಸಾಗರ್ ತುಟಿ ಬಿಚ್ಚಲಿಲ್ಲ. ಹೊರಗೆ ಹೋಗಿ ನಿಂತು ಗಾಳಿಗೆ ಮೈಯೊಡ್ಡಿದ. ತಂಗಾಳಿ ಕೂಡ ಹಿತವಾಗಿರಲಿಲ್ಲ.

"ಮನೆ ಹೇಗಿದೆ?" ಶಾಂತಾರಾಮ್ ಹತ್ತಿರಕ್ಕೆ ಬಂದು ಪ್ರಶ್ನಿಸಿದರು. ಅವನದು ನಿರ್ಲಿಪ್ತ ಉತ್ತರ "ಚೆನ್ನಾಗಿದೆ...."

"ಮಾರಾಟಕ್ಕೆ ಬಂದಿದೆ. ಸಂಸಾರಕ್ಕೆ ಅಂದ್ರೆ ಇಷ್ಟು ಮನೆ ಬೇಕೆ.... ಬೇಕು. ಅವ್ರು ಆತುರದಲ್ಲಿ ಇರೋದ್ರಿಂದ ಸ್ವಲ್ಪ ಕಮ್ಮಿನೇ ಬೀಳುತ್ತೆ. ನಿಮ್ಮ ಅಭಿಪ್ರಾಯವೇನು?

ಎದೆಯನ್ನ ಒತ್ತಿ ಹಿಂಡಿದ ಅನುಭವ ಸಾಗರ್‌ಗೆ. ಇಲ್ಲಿ ನಾನು ಏನಾದರೂ ಹೇಳುವ ಅಗತ್ಯವಿದೆಯೇ? ಇಲ್ಲವೆನಿಸಿತು.

"ಇಲ್ಲಿ ನನ್ನ ಅಭಿಪ್ರಾಯ ನಿಮ್ಗೇ ಅಗತ್ಯವೇ ಇಲ್ಲ. ಈಗಿರೋ ಮನೆಗೂ ಬಾಡ್ಗೇ ನಾನು ಕೊಡ್ತಾ ಇಲ್ಲ. ಇಲ್ಲಿ ಕೂಡ ನಿಮ್ಗೇ ನನ್ನ ಷೇರು ಅಗತ್ಯವಿಲ್ಲ. ದಯವಿಟ್ಟು ನನ್ನ ಹಿಂಸೆಗೆ ಗುರಿ ಮಾಡ್ಬೇಡಿ. ನಾನು ಯಾವ್ದೇ ಆಸೆಯಿಂದ ನಿಮ್ಮ ಮಗ್ಳುನ ಮದ್ವೆ ಆಗ್ಲಿಲ್ಲ. ಈಗ್ಲೂ.... ಅಷ್ಟೇ...."

ಶಾಂತಾರಾಮ್ ಮುಖದ ಮೇಲೆ ಬೆವರು ಮೂಡಿತು. ಮುಖದ ಮೇಲೆ ಹೊಡೆಸಿಕೊಂಡಂತಾಯಿತು. ಅಭಿಮಾನಕ್ಕೆ ದೊಡ್ಡ ಬರೆ.

ಅಷ್ಟರಲ್ಲಿ ನಳಿನಿ ಹೊರಗೆ ಬಂದಿದ್ದರಿಂದ ನಗುವ ಮುಖವಾಡ ಹೊದ್ದರು. ಹರ್ಷದ ನವಿಲಿನ ಕುಣಿತವಿದ್ದ ಮಗಳ ಮುಖ ಬಣ್ಣ ಗೆಡುವುದು ಅವರಿಗೆ ಬೇಕಿರಲಿಲ್ಲ.

"ಹೇಗಿದೆ ಮನೆ?" ನೀವಿಬ್ರೂ ಒಪ್ಕೊಂಡ್ರೆ ಮಾತಾಡಿ ಅಡ್ವಾನ್ಸ್ ಕೊಟ್ಟೇ ಬಿಡೋಣ" ಸ್ವರಕ್ಕೆ ಶಾಂತಾರಾಮ್ ಬಲವಂತದ ಗೆಲುವಿನ ಬಣ್ಣ ಹಚ್ಚಿದರು.

ಆ ಕ್ಷಣದಲ್ಲಿ ಎಲ್ಲಾ ಮರೆತು ನಳಿನಿ, ಸಾಗರ್‌ನ ಬಳಿ ಓಡಿದಳು. "ಹೇಗಿದೆ ಮನೆ?" ಅನಿರೀಕ್ಷಿತ ಉಲ್ಲಾಸಕ್ಕೆ ಅವನ ಮನ ಸ್ಪಂದಿಸಲಾರದ ಸ್ಥಿತಿಯಲ್ಲಿತ್ತು. "ಚೆನ್ನಾಗಿದೆ...."

ಅಳಿಯನ ವರ್ತನೆ ಬಗ್ಗೆ ಬೇಸರಗೊಂಡರು ಅಷ್ಟಕ್ಕೆ ಕಾರಣವಾದ ಮಗಳ ಮೇಲೆ ಕೋಪ ಬಂದರೂ ಅವರು ಪ್ರಕಟಿಸಲಾರ. ಮಗಳ ಮೇಲಿನ ಅತಿಯಾದ ಪ್ರೀತಿ ಅವರನ್ನು ತಡೆದು ನಿಲ್ಲಿಸುತ್ತಿತ್ತು. ಇಂದು ದೊಡ್ಡ ಸಾಹಸವೇ ಮಾಡಿದ್ದರು.

ಮಗನ ಮನಸ್ಸು ಅರಿತ ಪಾಂಡುರಂಗಯ್ಯನವರೇ ಮುಂದಾದರು. ಮಾತುಕತೆಯ ಹಂತಕ್ಕೆ ಅವರೇ ನಿಂತಾಗ ಸಾಗರ್ ಕೈ ಕೊಡವಿಕೊಂಡ.

"ನಾವೆಲ್ಲ ಮನೆಗೆ ಹೋಗ್ತೀವಿ" ಸಾಗರ್ ಹೊರಟುನಿಂತಾಗ ಶಾಂತಾರಾಮ್ ಬೀಗರ ಮುಖ ನೋಡಿದರು. ಅವರು ಒಂದು ಕ್ಷಣ ಯೋಚಿಸಿ ಹೇಳಿದರು. "ಮನೇನು ನೋಡಿದಾಯ್ತಲ್ಲ, ಹೋಗ್ಲೀ ಬಿಡಿ. ಮಿಕ್ಕದ್ದು ನಾವು ನೋಡಿಕೊಳ್ಳೋಣ"

ಸಾಗರ್ ಸಮಾಧಾನದ ಉಸಿರು ದಬ್ಬಿದ.

ಮನೆಯ ಅಂದಚೆಂದದ ಬಗ್ಗೆ ಮಾತಾಡುತ್ತಿದ್ದ ಅತ್ತೆ, ಸೊಸೆಯನ್ನು ಎಬ್ಬಿಸಿದ.

ಮನೆಯಲ್ಲಿ ಮಾತಾಡಬಹ್ದು. ಎಲ್ಲಾ ಇಲ್ಲೇ ಮುಗಿದ್ರೆ, ಅಲ್ಲಿ ಮಾತುಗಳಿಗಾಗಿ ಹುಡುಕಾಡಬೇಕು." ಸಾಗರ್‌ನ ಸ್ವರದಲ್ಲಿನ ಬಿಗುವು ಸ್ವಲ್ಪ ಸಡಿಲಗೊಂಡಿತು.

ಮನೆಗೆ ಬರುವ ವೇಳೆಗೆ ಮಾತುಗಳ ಮಧ್ಯೆ ನಳಿನಿ, ಸಾಗರ್ ಮಧ್ಯೆ ಬಿಗುಮಾನ ಕಡಿಮೆಯಾಗಿ ಸ್ವಲ್ಪ ಸಂಯಮದ ವಾತಾವರಣ ಕಾಣಿಸಿಕೊಂಡಿತ್ತು.

ಅತ್ತೆ, ಸೊಸೆ ಅಡಿಗೆ ಮುಗಿಸುವವರೆಗೂ ಅಲ್ಲೇ ಕೂತ. ನಾಗವೇಣಮ್ಮ ಮಗಳ ಮಕ್ಕಳ ಬಗ್ಗೆ ಹೇಳಿಕೊಳ್ಳಲು ಷುರು ಮಾಡಿದಾಗ ಇಬ್ಬರಿಗೂ ಮುಜುಗರವಾದರೂ ಸಾಗರ್ ತಳ್ಳಿ ಹಾಕಿ ಹಸನ್ಮುಖವಾದ.

"ಅಶ್ವಿನಿಗಂತೂ ಇಲ್ಲಿಗೆ ಬರ್ಬೇಕೂಂತ ಆಸೆ. ಅಲ್ಲಿ ಮಕ್ಳುನ ಯಾರು ನೋಡ್ಕೋತಾರೆ? ಇಡೀ ದಿನ ಅವುಗಳ ಜೊತೆ ಅವ್ಳಿಗೂ ಸರಿಹೋಗುತ್ತೆ. ಊಟ, ತಿಂಡಿ ಬಿಟ್ಟು ಇನ್ನೊಂದು ಕೆಲ್ಸಕ್ಕೆ ಕೈ ಹಾಕೋಲ್ಲ. ಅವ್ಳ ಪುಣ್ಯ ಚೆನ್ನಾಗಿತ್ತು" ಮಮತೆಯಿಂದ ಹೇಳಿಕೊಂಡಾಗ ನಗುತ್ತ ಅಮ್ಮನ ಮಾತನ್ನ ಪೂರೈಸಿದ ಸಾಗರ್ ಅದ್ಕೇ ಗಂಡ, ಹೆಂಡ್ತಿ ಅಲ್ಲೇ ತಳವೂರಿದ್ರು, ಅಪ್ಪ, ನೀನು ಅಲ್ಲೇ ಕಚ್ಚಿಕೊಂಡ್ರಿ ಮಗನ ಮನೆಗೆ ನಾಲ್ಕು ದಿನ ಅತಿಥಿಗಳು....."

ಆ ನಗುವಿನ ಹಿಂದಿನ ನೋವು ಅರ್ಥಮಾಡಿಕೊಳ್ಳುವುದು ನಾಗವೇಣಮ್ಮನಿಗೆ ಕಷ್ಟವಾಗಲಿಲ್ಲ.

"ಯಾಕೆ ಹಾಗೆ ಅಂತೀ? ಅವ್ಳು ಮಕ್ಳು ಹೇಗೂ ದೊಡ್ಡವು ಆಗಿದೇ. ನಿಂಗೆ ಎರ್ಡು ಆಗ್ಲಿ... ಇಬ್ರೂ ಇಲ್ಲೇ ಇದ್ಬಿಡ್ತೀವಿ. ನಮ್ಗೇ ಯಾವ ತಾರತಮ್ಯನೂ ಇಲ್ಲ. ನಂಗೆ ಅಶ್ವಿನಿ ಹೇಗೋ, ನಳಿನಿನೂ ಹಾಗೇ."

ಹುಳಿ ತಿರುವುತ್ತಿದ್ದ ನಳಿನಿಯ ಕೈ ಸೌಟು ಜಾರಿತು. ಗಂಟಲಲ್ಲಿ ಏನೋ ಸಿಕ್ಕಿ ಹಾಕಿಕೊಂಡಂತಾಯಿತು. ಸಾಗರ್ ಅರ್ಥಮಾಡಿಕೊಂಡ.

"ಸದ್ಯಕ್ಕೆ ನಮ್ಗೇ ಮಕ್ಕಳು ಬೇಡ. ನಾವೇ ಇನ್ನು ಹುಡ್ಗು... ಹುಡ್ಗಿ..." ಅಂದ ತಕ್ಷಣ ಆಕೆ ತಳ್ಳಿ ಹಾಕಿದರು. "ಸಾಕು ಸುಮ್ಮನಿರೋ, ನಮ್ಮ ಅಶ್ವಿನಿಯಷ್ಟೇನು ನಳಿನಿ ಚೆಲ್ಲುಚೆಲ್ಲಲ್ಲ. ಇವ್ಳಿಗೆ ಎಷ್ಟೋ ಜವಾಬ್ದಾರಿ ಇದೆ. ಅಂಥದ್ರಲ್ಲಿ ಅವ್ಳು ಎರ್ಡು ಮಕ್ಳುನ ಸುಧಾರಿಸ್ತಾ ಇಲ್ವಾ?"

ಸೋಲು ತನ್ನದೇ ಎಂದು ಅರಿವಾದ ಕೂಡಲೇ ಎದ್ದು ನಡೆದ.

"ಛೇ, ಇವ್ರಿಗೆ ಯಾಕೆ ಬುದ್ಧಿಯಿಲ್ಲ? ಮಕ್ಳು.... ಮಕ್ಳು... ಒಂದೇ ಜಪ" ಮನದಲ್ಲಿಯೇ ಎಗರಾಡಿದ.

ಶಾಂತಾರಾಮ್, ಪಾಂಡುರಂಗಯ್ಯ ಬರುವ ವೇಳೆಗೆ ಮನೆ ಮೌನದ ಮುಸುಕೊದ್ದು ಮಲಗಿತ್ತು. ಸಾಗರ್ ಮುಖದ ಮುಂದೆ ಪೇಪರ್ ಹಿಡಿದಿದ್ದರೇ, ನಳಿನಿ ಕತೆ ಪುಸ್ತಕ ಹಿಡಿದಿದ್ದಳು. ನಾಗವೇಣಮ್ಮ ಕೈಯನ್ನು ತಲೆ ಕೆಳಗೆ ಕೊಟ್ಟುಕೊಂಡು ಮಲಗಿ ಸಣ್ಣ ನಿದ್ದೆ ತೆಗೆಯುತ್ತಿದ್ದರು.

"ಮನೆಯಲ್ಲಿ ಜನ ಇರೋದೆ ಗೊತ್ತಾಗ್ತಾ ಇಲ್ಲ" ಬಾಯಿಗೆ ಬಂದದ್ದನ್ನು ಪಾಂಡುರಂಗಯ್ಯನವರು ಆಡಿಬಿಟ್ಟರು. ಸಾಗರ್ ಕೈಯಲ್ಲಿನ ಪತ್ರಿಕೆ ಟೀಪಾಯಿ ಮೇಲೆ ಬಿತ್ತು. "ಸದ್ಯಕ್ಕೆ ನಾವೇ ಗಲಾಟೆ ಮಾಡ್ಬೇಕು"

ಅವನ ಸ್ವರದಲ್ಲಿ ಯಾವುದೇ ಕೊಂಕಿಲ್ಲದಿದ್ದರೂ ಶಾಂತಾರಾಮ್ ಚಡಪಡಿಸಿದರು.

ಅದರ ಹಿಂದಿನ ಸ್ಪಷ್ಟತೆ ಬಗ್ಗೆ ತಡಕಾಡಿದರು.

"ನೀವುಗಳು ಗಲಾಟೆ ಮಾಡೋಕಾಗುತ್ತಾ? ಒಂದು ಪಿಳ್ಳೆ ಹುಟ್ಟಿದ್ಮೇಲೇನೆ ಇದು ಮನೆ ಅನ್ನಿಸಿಕೊಳ್ಳೋದು. ಮಗುವಿನ ಅಳು, ನಗು, ಗಲಾಟೆ ಎಲ್ಲಾ ಇದ್ರೇನೆ ಶೋಭೆ" ಪಾಂಡುರಂಗಯ್ಯನವರೇನೋ ನೇರವಾಗಿ ಅಂದುಬಿಟ್ಟರು. ಮೂರು ಜೀವಗಳು ಒದ್ದಾಡಿದವು.

"ಸದ್ಯಕ್ಕೆ ಊಟ ಮಾಡೋಣ" ಮಾತು ಮರೆಸಲು ಎದ್ದ. ನಳಿನಿಯ ಬಗ್ಗೆ ಸಹಾನುಭೂತಿಯಿಂದ ಎದೆ ಹೊಡೆದಂತಾಯಿತು.

ಊಟದ ಮಧ್ಯೆ ಮನೆಯ ವಿಷಯ ಶುರುವಾಯಿತು. ಆಗಾಗ ನಳಿನಿ ಕೂಡ ಒಂದೊಂದು ಮಾತು ಸೇರಿಸುತ್ತಿದ್ದರೂ ಸಾಗರ್ ಮಾತ್ರ ತೆಪ್ಪಗೆ ಊಟ ಮಾಡಿ ಎದ್ದ.

ದೀಪ ಹಾಕುವತ್ತ ಕೂಡ ಗಮನ ಕೊಡದೇ ಸೊಳ್ಳೆ ಪರದೆಯೊಳಕ್ಕೆ ತೂರಿದ. ನಿದ್ದೆ ನೂರು ಮೈಲಿ ದೂರ. ವಿರಹದ ನಂತರದ ಮಿಲನ ಅತ್ಯಂತ ಹಿತ. ಆದರೆ ಮನ ಆ ಸ್ಥಿತಿಯಲ್ಲಿರಲಿಲ್ಲ.

ನಳಿನಿ ಬಂದಾಗ ಮನದ ಬೇಗುದಿ ಮರೆತು ಕೈ ಚಾಚಿದ. ಅವಳ ದೇಹದಲ್ಲಿನ ನ್ಯೂನತೆಗಾಗಿ ಅವಳನ್ನು ಮೂದಲಿಸುವಷ್ಟು ನೀಚನಲ್ಲ.

ಬಿಸಿಯುಸಿರು ಸುಖಾಲಿಂಗನದ ಮಧ್ಯೆ ನಲುಗಿಹೋದ ಮೇಲೆ ಅವನೆದೆಯ ಪೊದೆಗೂದಲಲ್ಲಿ ಮುಖವಿಟ್ಟ ನಳಿನಿ ಮೆಲ್ಲಗೆ ಉಸುರಿದಳು.

"ಆ ಮನೆ ತುಂಬ ಚೆನ್ನಾಗಿದೆ ಅಲ್ವಾ?" ಬಳಸಿದ ಕೈನಿಂದಲೇ ಅವಳ ಕೆನ್ನೆ ಸವರಿ ತುಟಿಗಳ ಮೇಲೆ ಬೆರಳಿಟ್ಟ. "ಈಗ ಆ ವಿಷ್ಯಗಳೇ ಬೇಡ"

ಅವಳ ಉತ್ಸಾಹ ಜರ್ರನೆ ಇಳಿದುಹೋಯಿತು. ವ್ಯಂಗ್ಯ ಉದಾಸೀನವೆಂದು ತಿಳಿದಳು.

"ನೀವು ತುಂಬ ಬದಲಾಗಿದ್ದೀರಿ. ಮೊದ್ಲಿನ ಹಾಗಲ್ಲ" ಕೈಯನ್ನು ಹಿಂದಕ್ಕೆ ದೂಡಲು ಪ್ರಯತ್ನಿಸಿದಾಗ ಮತ್ತಷ್ಟು ಬಿಗಿಯಾಗಿ ಅವಳನ್ನು ಬರಸೆಳೆದ "ಷ್ಯೂರ್....... ಸಣ್ಣಗೆ ನಕ್ಕ. ಬೆವರಿಗೆ ಅಂಟಿದ್ದ ಹಣೆಯ ಮೇಲಿನ ಕೂದಲನ್ನು ಹಿಂದಕ್ಕೆ ತಳ್ಳಿದ.

"ಮೊದ್ಲಿನ ಹಾಗೆ ನನ್ನ ಪ್ರೀತಿಸೋಲ್ಲ" ಅದೇ ಹಳೆಯ ರಾಗ. ಭಾರವಾದ ಉಸಿರನ್ನು ದಬ್ಬಿದ. 'ಡೂ ನಾಟ್ ಲೂಸ್ ಯುವರ್ ಟೆಂಪರ್' ಮನ ಎಚ್ಚರಿಸಿತು. ಸುಮ್ನೇ ನಿದ್ದೆ ಮಾಡು. ಅರ್ಥವಿಲ್ದ ಮಾತುಗಳನ್ನು ಆಡಿ ಮಧುರ ಕ್ಷಣಗಳನ್ನು ಕೆಡ್ಸಿಕೊಳ್ಳೋದ್ಬೇಡ" ಅವನ ಕೈ ಹಿಂದಕ್ಕೆ ಸರಿಯಿತು. ಮಗ್ಗುಲಾದ.

ತಾಯಿತನದ ಭಾಗ್ಯವಿಲ್ಲದ ನಾನು ಪರಿಪೂರ್ಣ ಹೆಣ್ಣಾಗಿ ಗಂಡನ ಪ್ರೀತಿ ಅವನ ಮೇಲಿನ ಅಧಿಕಾರ ಉಳಿಸಿಕೊಳ್ಳಲು ಸಾಧ್ಯವಿಲ್ಲ. ಇಂಥ ವಿಚಾರಸರಣಿಯ ಇನ್‌ಫಿಯಾರಿಟಿ ಕಾಂಪ್ಲೆಕ್ಸ್‌ನಲ್ಲಿ ನರಳುತ್ತಿದ್ದಳೆಂದುಕೊಂಡ. ಅವನ ಮನ ಮತ್ತಷ್ಟು ಮೃದುವಾಯಿತು.

"ನಿದ್ದೆ ಬಂತಾ, ಮೇಷ್ಟ್ರ ಮಗಳೇ?" ಅವಳತ್ತ ತಿರುಗಿದ. ಅವಳು

ಮಾತನಾಡದಿದ್ದರೂ ಉಸಿರಾಟದ ಚಲನೆಯಿಂದಲೇ ನಿದ್ದೆ ಮಾಡಿಲ್ಲವೆಂದು ಅರಿತ "ಅಂತೂ... ಕಳ್ಳ... ನಿದ್ದೆ" ಮೃದುವಾಗಿ ತಟ್ಟತೊಡಗಿದ.

ಹಗುರವಾದ ಮನದಿಂದ ನಿದ್ರಿಸಲು ಯತ್ನಿಸಿ ಸೋತ ಸಾಗರ್ ಬೆಳಗಿನ ಪ್ರಕರಣದ ರಾಣಿಯ ನೆನಪು ಬಂತು. ಸಂಜೆ ಇವನ ಸ್ಕೂಟರ್ ಸದ್ದಿಗೆ ಓಡಿ ಬಂದ ಮಗುವನ್ನು ವಿಮಲ ಬಲವಂತದಿಂದ ಎತ್ತಿಕೊಂಡು ಹೋದದ್ದು, ನೆನಪಾಯಿತು. 'ಛೆ ಅವಿವೇಕದ ಕೈಗೆ ಮನಸ್ಸನ್ನು ನಳಿನಿ ಕೊಡ್ಬಾರ್ದಿತ್ತು.' ಮತ್ತೆ ಮಗ್ಗುಲಾದ. ಯೋಚನೆಯ ಹಗ್ಗ ಹೊಸೆಯುವುದರಲ್ಲಿಯೇ ನಿದ್ದೆ ಹೋದ.

ತಿಂಗಳು ಕಳೆಯುವುದರಲ್ಲಿಯೇ ಮನೆ ನಳಿನಿ ಹೆಸರಿಗೆ ರಿಜಿಸ್ಟರ್ ಆಯಿತು. ಆ ಉಲ್ಲಾಸದಲ್ಲಿ ಎಲ್ಲಾ ಮರೆತಂತೆ ವರ್ತಿಸಿದಳು. ಸದಾ ಮನೆಯ ಮಾತು, ಧ್ಯಾನ. ಸಾಗರ್‌ಗೆ ತಲೆ ಚಿಟ್ಟೆನಿಸಿದರೂ ಸಂತೋಷದಿಂದ ತಾಳಿಕೊಳ್ಳಲು ಸಿದ್ಧನಾಗಿದ್ದ.

ಇದೆಲ್ಲ ಮುಗಿಯುವವರೆಗೂ ಎರಡು ಕಡೆಯ ಹಿರಿಯರು ಇಲ್ಲೇ ಉಳಿದುಕೊಂಡಿದ್ದರು. ವಿರಸದ ಮಾತೇ ಇರಲಿಲ್ಲ. ಆ ಮತ್ತಿನಲ್ಲಿ ರಾಣಿ ಬಂದರೂ ಮುಖ ಸಿಂಡರಿಸುತ್ತಿರಲಿಲ್ಲ. ತಾಯಿ ಕಣ್ಣು ತಪ್ಪಿಸಿಯೇ ಆ ಮಗು ಬರಬೇಕಿತ್ತು.

ರಾಣಿಯ ನೆನಪಿನಿಂದ ಅಂದು ಬರುವಾಗ ಬಿಸ್ಕತ್ ಪೊಟ್ಟಣ ಹಿಡಿದೆ ಬಂದ ಮೊದಲು ಇಣುಕಿದ್ದು ಅವರ ಕಾಂಪೌಂಡಿನಲ್ಲೇ. ವಿಮಲ ಗಿಡಗಳಿಗೆ ಪಾತಿ ಮಾಡುವುದರಲ್ಲಿ ಮಗ್ನರಾಗಿದ್ದರು.

"ರಾಣಿ ಮಲಗಿದ್ದಾಳ?" ತಟ್ಟನೆ ಮೇಲಕ್ಕೆದ್ದ ವಿಮಲ ನಸುನಕ್ಕರು. "ಇಲ್ಲ, ವರಾಂಡದಲ್ಲಿ ಏನೋ ಮಾಡ್ತಾ ಇದ್ದಾಳೆ"

ವಿಮಲ ಎಂ.ಎ. ಕಲಿತ ವಿದ್ಯಾವಂತ ಸುಸಂಸ್ಕೃತ ಹೆಣ್ಣು. ಹಿತಮಿತವಾದ ಮಾತು, ನಡವಳಿಕೆ ಯಾರಾದರೂ ಅಸೂಯೆಪಡುವಂಥ ಸಂತೃಪ್ತ ಗೃಹಿಣಿ. ಹೆಲ್ಮೆಟ್ ಕೈಯಲ್ಲಿ ಹಿಡಿದೇ ಅವರ ಕಾಂಪೌಂಡ್‌ನತ್ತ ನಡೆದ. ಚಿಮ್ಮುವ ಮುದ್ದು ಮುಖದ ತೊದಲ್ಮಾತಿನ ರಾಣಿ ಮನದಲ್ಲಿ ಉಲ್ಲಾಸಿತನಾಗಿದ್ದ.

ಸೋವಿಯತ್ ಪತ್ರಿಕೆಗಳನ್ನು ಮುಂದೆ ಹಾಕಿಕೊಂಡು ಒಂದೊಂದೇ ಪುಟ ತಿರುವುತ್ತ ಕುತೂಹಲ ಭಂಗಿಯಲ್ಲಿ ಕೂತಿದ್ದ ನೋಟ ಚೇತೋಹಾರಿಯಾಗಿತ್ತು. "ರಾಣಿ......" ಜೊಂಪೆಗೂದಲನ್ನು ಕೆದರಿದ.

ವಿಮಲ ಒಳಗೆ ಬರುವ ವೇಳೆಗೆ ರಾಣಿಯನ್ನು ಎತ್ತಿಕೊಂಡು ಹೊರಟಿದ್ದ ಬಾಯಿಗೆ ಬಂದ ಮಾತುಗಳು ತುಟಿಗಳ ಒಳಗೆ ಉಳಿಯಿತು.

"ನಾನು ನಿಮ್ಮ ಮಗಳನ್ನು ಕರ್ಕೊಂಡ್ಹೋಗ್ತೀನಿ" ಮೌನವಾಗಿ ತಲೆಯಾಡಿಸಿದಳು ಎರಡೆಜ್ಜೆ ಮುಂದಿಟ್ಟ ಮೇಲೆ ಹೇಳಿದಳು.

"ಈಚೆಗಂತು ತೀರಾ ಘಾಟಿಯಾಗಿದ್ದಾಳೆ. ಸ್ವಲ್ಪ ಕಣ್ಣು ತಪ್ಪಿದರೆ.... ಏನೇನೋ ಮಾಡಿಬಿಡುತ್ತಾಳೆ" ತಲೆ ಕುಣಿಸಿದನೇ ವಿನಃ ಹಿಂದಕ್ಕೆ ತಿರುಗಲಿಲ್ಲ ಸಾಗರ್. ಅಂದಿನ ಪ್ರಕರಣ ಇಂದಿಗೂ ಹಸಿರೆ.

ಬಿಸ್ಕತ್ ಪ್ಯಾಕೆಟ್ ಅವಳ ಕೈಗಿತ್ತು ಒಳಗೆ ಕರೆದೊಯ್ದ. ರಾಣಿ ಸುಂದರ

ದಂಪತಿಗಳ ಮುದ್ದಾದ ಮಗು. ಆ ಅಗಲ ಅರಳು ಕಣ್ಣುಗಳಲ್ಲಿ ದಟ್ಟವಾದ ಕುತೂಹಲ.

ಟೀಪಾಯಿ ಮೇಲೆ ಹೂವಿನ ಪ್ಯಾಕೆಟ್ ಇಟ್ಟು ಷೂ ಲೇಸ್ ಬಿಚ್ಚಲು ಬಗ್ಗಿದ. ಪುಟ್ಟ ರಾಣಿಯ ಕಣ್ಣು ಅತ್ತ. ಬಿಸ್ಕತ್ ಪ್ಯಾಕೆಟ್ ಕೆಳಗೆ ಬಿತ್ತು.

"ಮಾಮ.... ಹೂ..." ಗಬಕ್ಕನೇ ಕೈಗೆತ್ತಿಕೊಂಡಾಗ ಮುಖ ಮೇಲೆತ್ತಿ ಸಣ್ಣಗೆ ನಕ್ಕ. "ನಿಂಗೆ ಬಿಸ್ಕತ್‌ಗಿಂತ ಹೂವೇ ಇಷ್ಟವಾಯ್ತ?"

ಹೊರಗೆ ಬಂದ ನಳಿನಿ ಮುಖದ ಪ್ರಸನ್ನತೆ ಹಾರಿಹೋಯಿತು. ಕಣ್ಣುಗಳಲ್ಲಿ ಅರ್ಥವಾಗದ ಭಾವ, ಮುಖ ಧುಮುಗುಟ್ಟಿದರೂ ನಗುವ ಸೋಗು.

"ಹೂವು ಅಂದ್ರೆ ಹೆಣ್ಣು ಮಕ್ಕಿಗೆ ಸಹಜವಾದ ಆಸೆ. ತಿನ್ನೋ ಬಿಸ್ಕತ್‌ಗಿಂತ ಅದರ ಮೇಲಿನ ಆಕರ್ಷಣೆ" ಮುಗುಳ್ನಗುತ್ತ ಹೇಳಿದ ಅವಳೆದೆಯಲ್ಲಿ ಭಗ್ಗನೆ ಬೆಂಕಿ ಹತ್ತಿಕೊಂಡಿತು.

ಅವಳ ಕೈಯಲ್ಲಿದ್ದ ಹೂವನ್ನು ಪಟ್ಟನೆ ಕಿತ್ತುಕೊಂಡಳು, ರಾಣಿ ಕಣ್ಣುಗಳಲ್ಲಿ ಗಾಬರಿ ಇಣಕಿತು. ಬೆಪ್ಪಾಯಿತು ಮಗು. ಸಾಗರ್ ಕಣ್ಣೋಟ ಆಳವಾಗಿ ಸರಸರನೆ ಓಡಾಡಿತು.

"ಮೊದ್ಲು ಇಳಿಸಿ, ನಿಮ್ಮ ಬಟ್ಟೆಯೆಲ್ಲ ಕೊಳೆಯಾಗುತ್ತೆ" ನಳಿನಿ ಸಿಡುಕಿದಳು. ರಾಣಿಯ ಪುಟ್ಟ ಪಾದಗಳತ್ತ ನೋಟ ಹರಿಯಿತು. "ಅವರಮ್ಮ ಹೊರ್ಗಡೇನೇ ಬಿಟ್ಟಂಗಿಲ್ಲ..."

ಹೊರಗೆ ಬಂದ ನಾಗವೇಣಮ್ಮ ರಾಣಿಗಾಗಿ ಕೈಚಾಚಿದರು. ರಾಣಿ ಸಾಗರ್ ಕೊರಳನ್ನು ಅಪ್ಪಿ ಅವನ ಹೆಗಲ ಮೇಲೆ ಮುಖವಿಟ್ಟಳು.

ಕೋಣೆಯತ್ತ ಸಾಗರ್ ನಡೆದಾಗ ನಾಗವೇಣಮ್ಮ ರಾಣಿಯತ್ತ ಕಣ್ಣರಳಿಸಿದರು. ತೀರಾ ಮಾತನಾಡುವ ಸ್ವಭಾವ ಅವರದು. ಅಲ್ಲಿ ಅಶ್ವಿನಿ ಮಕ್ಕಳೊಂದಿಗೆ ಕಾಲ ಹಾಕುತ್ತಿದ್ದವರು ಇಲ್ಲಿಗೆ ಬಂದ ಮೇಲೆ ಮಂಕು ಮುಚ್ಚಿಕೊಂಡಂಗಿತ್ತು. ತಾವೇ ಹೋಗಿ ವಿಮಲ ಮನೆಯಲ್ಲಿ ಮಾತಿಗೆ ಕೂಡುತ್ತಿದ್ದರು. ರಾಣಿನ ಆಟ ಆಡಿಸುತ್ತಿದ್ದರು. ಇದೆಲ್ಲ ಬಿಸಿ ತುಪ್ಪ ಗಂಟಲಲ್ಲಿ ಸಿಕ್ಕಿಕೊಂಡ ಅನುಭವ ನಳಿನಿಗೆ.

"ಮಗು ತುಂಬ ಚೂಟಿ. ಮಕ್ಳೂಂದ್ರೆ ಹೀಗೇನೆ... ಇರ್ಬೇಕೂ. ನಮ್ಮ ಅಶ್ವಿನಿ ಮಕ್ಳೂ ಹಾಗೇನೆ" ವ್ಯಂಗ್ಯವಿಲ್ಲದ ಸಹಜ ಸ್ವರದಲ್ಲಿ ಆಕೆಯಾಡಿದರೂ ನಳಿನಿಗೆ ಸೈರಿಸಲು ಕಷ್ಟವಾಯಿತು.

ಅಂದು ರಾತ್ರಿನೇ ಸಾಗರ್‌ಗೆ ವರಾತ ಬಿಚ್ಚಿದಳು ನಳಿನಿ.

"ಹೇಗೂ ಎಲ್ಲ ಮುಗೀತಲ್ಲ. ನಾವು ಆ ಮನೆಗೆ ಹೋಗ್ಬಿಡೋಣ. ಸದ್ಯಕ್ಕೆ ಸುಣ್ಣ, ಬಣ್ಣ ಏನು ಮಾಡ್ಸೋದ್ಬೇಡ."

ಸಾಗರ್ ಅವಾಕ್ಕಾದ. ಅವನ ಕೈಯಲ್ಲಿನ ಪತ್ರಿಕೆ ಕೆಳಗಿಳಿಯಿತು. ಕೆಳತುಟಿಯನ್ನು ಕಚ್ಚಿಹಿಡಿದ.

"ನಾಳೆಯಿಂದ್ಲೇ ಸಾಮಾನು ಸಾಗಿಸೋಕೆ ಏರ್ಪಾಟು ಮಾಡಿ" ಅವಳ ಸ್ವರದಲ್ಲಿನ ಒತ್ತಾಯ ಗುರ್ತಿಸಿದ. ಹಿಂದಿನ ಹಾಗೆ ಹಗುರವಾಗಿದ್ದು ಬಿಡುತ್ತಿರಲಿಲ್ಲ. ಹಿನ್ನೆಲೆ ಸ್ಪಷ್ಟವಾಗಿತ್ತು. ಮೈ ಮುರಿದು ಆಕಳಿಸಿ ಎದ್ದ "ನಿನ್ನಿಷ್ಟ ಬಂದಂಗೆ ಮಾಡ್ಕೋ."

ದುರದುರನೇ ನೋಡಿದಳು ಅವನತ್ತ.

"ನಾನೇ ಎಲ್ಲ ಮಾಡಿಕೊಂಡ್ಮೇಲೆ ನಿಮ್ಮ ಪಾತ್ರ ಏನು?" ಸ್ವರವೇರಿಸಿದಳು. ಕರ್ಟನ್‌ನೊಳಗೆ ಅರ್ಧ ತೂರಿದ್ದ ಸಾಗರ್ ಹಿಂದಕ್ಕೆ ಬಂದ. "ಅದೇ ನಂಗೂ ಅರ್ಥವಾಗ್ತಾ ಇಲ್ಲ."

ಹೆಡೆ ತುಳಿದ ಸರ್ಪವಾದಳು. ಹಸನ್ಮುಖನಾಗಿದ್ದ ಸಾಗರ್ ಮುಖದ ಮೇಲೆ ಗಾಬರಿಯೊಡೆಯಿತು.

"ಏಯ್....ಏಯ್... ಯಾಕೆ ಇಷ್ಟೊಂದು ಎಕ್ಸೈಟ್ ಆಗ್ತೀಯಾ? ಈಗೇನಾಯ್ತು ಅಂಥ ಪ್ರಮಾದ?" ಮೃದುವಾಗಿ ಕೈಹಿಡಿದಾಗ ಕೊಡವಿಕೊಂಡು ಅಷ್ಟು ದೂರ ಹೋದಳು.

ಲೈಟ್ ಆರಿಸಿದವನೇ ಮಲಗಿಬಿಟ್ಟ. ಸಣ್ಣಸಣ್ಣ ವಿಷಯಗಳು ಈಗ ದೊಡ್ಡ ಸಮಸ್ಯೆಗಳಾಗಿ ಗೋಚರಿಸತೊಡಗಿದವು. ಸ್ವಾಭಿಮಾನ ಸುಟ್ಟುಕೊಂಡು ಬದುಕಬೇಕೆನಿಸಿತು. ಅಪ್ಪನ ಹಣ, ಆಸ್ತಿ ಮೇಲೆ ಇವಳ ತಕಥ್ಯೆ....

ಮಧ್ಯದಲ್ಲಿ ಶಾಂತಾರಾಮ್ ಸ್ವರ ತೂರಿ ಬಂತು.

"ಅಷ್ಟು ಆತ್ರ ಪಡೋದೇಕೆ? ಮೊದ್ಲು ಸುಣ್ಣಬಣ್ಣ ಆಗ್ಲಿ. ಅದು ಸ್ವಲ್ಪ ಒಂಟಿಮನೆ ತರಹನೇ. ಇಡೀ ದಿನ ಮನೆಯಲ್ಲಿ ಒಬ್ಳೇ ಇರ್ಬೇಕೂ. ಇಲ್ಲಿ ಅಕ್ಕಪಕ್ಕದ ಜನ ಪರಿಚಿತರು, ಒಳ್ಳೆಯವರು. ಇನ್ನ ಒಂದೆರಡ್ವರ್ಷ ಇಲ್ಲೇ ಇದ್ಕೊಂಡು ಅದ್ನ ಬಾಡ್ಗೇಗೆ ಕೊಡೋದೆ ಉತ್ತಮಾಂತ ನಿನ್ನ ಅತ್ತೆ-ಮಾವನವರ ಅಭಿಪ್ರಾಯ. ನಂಗೂ ಅದು ಸರಿಯೆನಿಸುತ್ತೆ."

ಅವರು ಮುಂದೆ ಏನಾದರೂ ಹೇಳುವವರಿದ್ದರೇನೋ, ಮಧ್ಯದಲ್ಲಿಯೇ ನಳಿನಿ ವದರಾಡಿದಳು. ತನ್ನ ನಿರ್ಣಯ ಹೇಳಿಬಿಟ್ಟಳು.

"ಆ ಸಂಪತ್ತಿಗೆ ಮನೆ ಯಾಕೆ ಖರೀದಿಸಬೇಕಾಗಿತ್ತು ? ಈಗ ಸುಣ್ಣ, ಬಣ್ಣ ಏನು ಬೇಡ. ಅಲ್ಲಿಗೆ ಹೋಗಿಬಿಡೋಣ"

ಶಾಂತಾರಾಮ್ ಪಾಂಡುರಂಗಯ್ಯನವರ ಮುಖ ನೋಡಿದಾಗ ಅವರು ಛಾವಣಿ ಕಡೆ ನೋಡುತ್ತಿದ್ದರು. ಇಲ್ಲಿಗೆ ಬಂದಾಗಿನಿಂದ ನೋಡುತ್ತಿದ್ದರು. ನಳಿನಿ ಸಾಕಷ್ಟು ಬದಲಾಯಿಸಿದ್ದಳು.

ಬೇಸರದಿಂದ ನಾಗವೇಣಮ್ಮ ಎದ್ದು ಹೋದರು.

"ಅವ್ನ ಆಫೀಸಿಗೆ ದೂರ. ಸದ್ಯಕ್ಕೆ ಇಲ್ಲೇ ಇದ್ಕೊಳ್ಳಿ. ಸುತ್ತಮುತ್ತಲೂ ನಾಲ್ಕಾರು ಮನೆ ಆದ್ಮೇಲೆ ಆ ಮನೆಗೆ ಹೋಗೋಕೆ ಯಾವ್ದೂ ತೊಂದರೆ ಇಲ್ಲ" ಇದು ಹಿರಿಯರೆನಿಸಿಕೊಂಡವರ ನಿರ್ಧಾರವಾಗಿತ್ತು. ಸಾಗರ್ ಏನು ಹೇಳಲೂ ಹೋಗಿರಲಿಲ್ಲ.

ತಂದೆ ಮಗಳನ್ನು ಬಿಟ್ಟು ಎದ್ದು ಹೋಗುವ ಮುನ್ನ ಪಾಂಡುರಂಗಯ್ಯ ಹೇಳಿದರು. "ಅವ್ರುಗಳಿಗೆ ಇಷ್ಟ ಬಂದಂಗೆ ಮಾಡ್ಕೊಳ್ಳಿ ಬಿಡು. ನಮ್ಮ ಅಗತ್ಯ ಎಲ್ಲಿಯವರ್ಗೇಂತ ಅರಿತುಕೊಂಡ್ರೆ.... ಮುಜುಗರ ಇರೋಲ್ಲ."

ಅವರ ನಿಲುವಿನ ಸ್ಪಷ್ಟತೆ ಅರಿತುಕೊಂಡಾಗ ಶಾಂತಾರಾಮ್ ಕೂಡ

ಯೋಚಿಸತೊಡಗಿದರು. ನಳಿನಿಯತ್ತ ನೋಡಿದರು. ಅವಳ ಮುಖದಲ್ಲಿದ್ದುದ್ದು ದೃಢ ನಿರ್ಧಾರ.

"ಹೀಗೇನು ಮಾಡೋದು? ಸಾಗರ್ ಏನ್ಹೇಳ್ದ?" ಅರೆ ಮನಸ್ಸಿನಿಂದ ಕೇಳಿದಾಗ ನಳಿನಿ ಉದ್ವಿಗ್ನಳಾದಳು. "ಅಲ್ಲಿ ವಾಸ ಮಾಡಬೇಕೆನ್ನೋ ಉದ್ದೇಶದಿಂದ್ಲೇ ತಾನೇ ಮನೆ ಕೊಂಡುಕೊಂಡಿದ್ದು. ಆಗ ಅವ್ರ ಪೂರ್ಣ ಒಪ್ಪಿಗೆ ಪಡೆದಿದ್ರಾ? ಈಗ್ಯಾಕೆ... ಪರದಾಟ?"

ಶಾಂತಾರಾಮ್ ಮಿದುಳು ಒಂದುಕ್ಷಣ ನಿಷ್ಕ್ರಿಯವಾಯಿತು.

"ಇನ್ನ ನಾಲ್ಕು ದಿನ ನಿಂತು ಸುಣ್ಣ, ಬಣ್ಣ ಮಾಡ್ಸಿಬಿಡಿ. ಇಲ್ಲ ಯಾರ ಒಪ್ಪಿಗೆಗಾಗಿ ಕಾಯೋದ್ಬೇಡ." ಕಡ್ಡಿ ಮುರಿದಂತೆ ಹೇಳಿ ಎದ್ದುಹೋದ ಮಗಳತ್ತಲೇ ನೋಡಿ ತಲೆ ಚಚ್ಚಿಕೊಂಡರು.

ಒಂದು ತರಹ ಭಯ ಹುಟ್ಟಿಕೊಂಡಿತು ಅವರ ಮನದಲ್ಲಿ ಸಾಗರ್ ಬಗ್ಗೆ ಅವರು ತಪ್ಪೆಣಿಸಲಾರರು. ಕೆಲವು ವಿಷಯಗಳ ಬಗ್ಗೆ ಇಷ್ಟವಿಲ್ಲದಿದ್ದರೂ ಮಡದಿಗಾಗಿ ಸೈರಿಸಿಕೊಂಡಿದ್ದ. ಸಾಕಷ್ಟು ಆಸ್ತಿ, ಹಣ ತನ್ನ ಹೆಂಡತಿಗಿದೆಯೆಂದು ಪ್ರೀತಿಸುವ ಸಣ್ಣ ಸ್ವಭಾವದವನಲ್ಲ. ಇವೆಲ್ಲ ಅವರಿಗೆ ಗೊತ್ತಿದ್ದುದ್ದೆ.

ವಿಭಿನ್ನ ಪರಿಸರದಲ್ಲಿ ಬೆಳೆದ ಭಿನ್ನ ಸ್ವಭಾವ ದಂಪತಿಗಳು ಬೆಚ್ಚನೆಯ ಆಕರ್ಷಣೆ ಕಳೆದುಕೊಳ್ಳುತ್ತ ಜಾರುವ ವೇಳೆಗೆ ಒಂದು ಬದಲಾವಣೆ ಅನಿವಾರ್ಯ. ಬೆಸೆತದ ಕೊಂಡಿ ಮತ್ತಷ್ಟು ಬಿಗಿಯಾಗಲು ಇಬ್ಬರ ರಕ್ತ ಬೆರೆತ ಜೀವಂತ ಬೊಂಬೆಯ ಅವಶ್ಯಕ.

ಇದರ ಯೋಚನೆಯ ಮಧ್ಯದಲ್ಲಿಯೇ ಪಾಂಡುರಂಗಯ್ಯ ಹೊರಬಂದರು. ಮುಖದಲ್ಲಿ ಒಂದು ರೀತಿಯ ಅಸ್ಪಷ್ಟತೆ.

"ಬೆಳಿಗ್ಗೆ ನಾವು ಊರಿಗೆ ಹೊರಟುಬಿಡ್ತೀವಿ. ಆ ಎರಡು ಮಕ್ಕಳನ್ನ ಕಟ್ಟಿಕೊಂಡು ಎಗೋದು ಅಶ್ವಿನಿಗೆ ಕಷ್ಟ. ನಮ್ಗೂ ಇಲ್ಲಿ ಹೊತ್ಹೋಗೋದು ಪ್ರಯಾಸವೇ" ಪಾಂಡುರಂಗಯ್ಯ ಸಹಜವಾಗಿ ಹೇಳಿದರೂ ಶಾಂತಾರಾಮ್ ಮನ ಅನುಮಾನಿಸಿತು.

ವ್ಯಂಗ್ಯವೇ, ಚುಚ್ಚುನುಡಿಗಳೇ ಅಥವಾ ತಿರಸ್ಕಾರವೇ? ಅವರ ತಲೆ ಬಿಸಿಯಾಯಿತು. ಹಿಂದೆ ಇಂಥ ವಿಷಯಗಳ ಬಗ್ಗೆ ತಲೆ ಕೆಡುತ್ತಲೇ ಇರಲಿಲ್ಲ. ಈಗ ಪ್ರತಿಯೊಂದಕ್ಕೂ ಅನುಮಾನ.

ತಾವೇ ಮತ್ತೇ ಹೇಳಿದರು ಪಾಂಡುರಂಗಯ್ಯ.

"ಈ ಮನೆ ವಿಷಯಕ್ಕಾಗಿ ಇಷ್ಟು ದಿನ ನಿಂತಿದ್ದಾಯಿತು. ಹೇಗೋ ಹಿರಿಯರು ಇದ್ದೀರಿ ಮಿಕ್ಕಿದ್ದು ನಿಮ್ಗೇ ಸೇರಿದ್ದು. ಮಗ್ಳು, ಅಳಿಯ ಹೇಗೆ ಹೇಳುತ್ತಾರೋ ಹಾಗೆ ಮಾಡಿ."

ಶಾಂತಾರಾಮ್ ನಾಲಿಗೆ ಉಡುಗಿತು. ಇವರಿಗೆ ಸಂಪೂರ್ಣ ವಿಷಯದ ಅರಿವಿದೆಯೇ? ಮಗುವನ್ನು ಹೆತ್ತು ವಂಶವನ್ನು ಬೆಳೆಸಲಾರದ ಒಡಲು ಸೊಸೆಯದೆಂದು ಅವರೆದೆಯ ಒಂದು ಮೂಲೆಯಲ್ಲಿ ನೋವು ಕಾಣಿಸಿಕೊಂಡಿತು.

ಬೆಳಿಗ್ಗೆ ಅವರುಗಳು ಹೊರಟುನಿಂತಾಗ ವಿಷಯ ಸ್ಫೋಟಗೊಂಡಿತು.

"ನಿಮ್ಮ ಲೆಕ್ಕಾಚಾರ ಸರಿ ಹೋಗ್ಲಿಲ್ಲ. ನಾನು ಮಗ ಅನ್ನೋ ವಿಷ್ಯನೇ ಮರ್‍ತು ಬಿಟ್ಟಿದ್ದೀರಲ್ಲ. ಎಲ್ಲಾ ತಿರ್‍ಗಾ–ಮುರ್‍ಗಾ! ನನಗಿಂತ ನಿಮ್ಗೆ ಮಗ್ಳೇ ಹೆಚ್ಚು" ಅರ್ಥಗರ್ಭಿತವಾಗಿ ಆಡಿದ ಮಾತುಗಳು ಭರ್ಜಿಗಳಾದವು.

ಪಾಂಡುರಂಗಯ್ಯ, ನಾಗವೇಣಮ್ಮ ನೊಂದುಕೊಂಡು. ಎಷ್ಟೋ ಸಲ ಕರ್ತವ್ಯ ಪ್ರಜ್ಞೆ ಅವರನ್ನು ಎಚ್ಚರಿಸಿತು. ಅದರೆ ಇಲ್ಲಿರಲು ಅವರಿಗೆ ಮುಜುಗರ. ಶಾಂತಾರಾಮ್ ಪೂರ್ತಿ ಆಸ್ತಿ ಮಗಳದೇ. ಎಲ್ಲಾ ಕೊಟ್ಟುಕೊಳ್ಳಲಿ ಎನ್ನುವ ಮನೋಭಾವವಿದ್ದರೂ ಒಂದು ತರಹ ಕಸಿವಿಸಿ. ಎಷ್ಟೋ ವೇಳೆ ಮಗನಿಗೆ ಸಮಾಧಾನ ಹೇಳಿದ್ದರು.

"ನೀನ್ಯಾಕೆ ಮುಜುಗರ ಪಟ್ಟುಕೊಳ್ತಿ. ಬಂದ ಹಣ ಅವ್ರಿಗೆ ಖರ್ಚು ಆಗೋಲ್ಲ. ಮಗ್ಳ ಸಂಸಾರಕ್ಕೆ ತಂದು ಸುರೀತಾರೆ. ನೀನು ಕಂಡೂ ಕಾಣದಂತೆ ತೆಪ್ಪಗಿರು. ಸುಮ್ನೆ ಯಾಕೆ ವಿರಸ?"

ಈ ಒಳ ಸಮಾಧಾನದ ಮಾತುಗಳು ಅವನ ಮೇಲ್ಮುಖದ ಪ್ರತಿಕ್ರಿಯೆಯನ್ನು ತೊಡೆದರೂ ಒಳಗಿನ ಜಿಗುಪ್ಸೆಯನ್ನು ಹಾಗೆಯೇ ಉಳಿಸಿತ್ತು.

ಕಾಲಿಗೆ ಷೂ ಕಟ್ಟುತ್ತಿದ್ದ ಮಗನ ಬಳಿಗೆ ಬಂದ ನಾಗವೇಣಮ್ಮ ಮೌನವಾಗಿ ನಿಂತರು. ತಲೆ ಮೇಲೆತ್ತಿದ. ಅಸಮಾಧಾನ ಸ್ಪಷ್ಟವಾಗಿತ್ತು.

"ಸುಮ್ನೇ ಯಾಕೆ ಬೇಜಾರು ಮಾಡ್ಕೋತೀಯಾ? ನಾವಾಗಿ ಹೋಗಿ ಮಗ್ಳ ಮನೆಯಲ್ಲಿ ನಿಂತಿಲ್ಲ. ಅಲ್ಲೆ ಕೆಲ್ಸ. ಅಳಿಯ, ಮಗ್ಳೇ ಬಂದು ಇದ್ಕೊಂಡಿದ್ದಾರೆ. ಅವ್ನಿಗೆ ಬರೋ ಸಂಬ್ಳ ಗೊತ್ತೆ ಇದೆಯಲ್ಲ. ಮನೆ ಬಾಡ್ಗೇ ಕೊಟ್ಟುಕೊಂಡು ಈ ಕಾಲದಲ್ಲಿ ಸಂಸಾರ ಮಾಡ್ಲೋಕಾಗುತ್ತಾ? ನಿಮ್ಮಣ್ಣನ ಪೆನ್‌ಷನ್ ಬರುತ್ತೆ. ಸ್ವಂತ ಮನೆ ಇದೆ. ನೀನು ಕೊಡೋ ಹಣಾನು ಅವ್ರ ಸಂಸಾರಕ್ಕೆ ಹಾಕಿಕೊಂಡಿದ್ದೀವಿ. ಹೇಗೂ ನಡೆಯುತ್ತೆ. ಆ ಮಕ್ಳು ನಡುವೆ ನಮ್ಗೂ ಹೊತ್ತು ಹೋಗುತ್ತೆ.

ಅವನ ಮುಖದಲ್ಲಿ ಬೇಸರ ಬೆರೆತ ಕೋಪ ಸ್ಪಷ್ಟವಾಯಿತು.

"ಅಮ್ಮ, ನೀನು ಹೇಳಿದ್ದೇ ಹೇಳ್ಬೇಡ. ನಂಗೆ ಬೇಜಾರು" ಪ್ಯಾಂಟ್‌ನ ತುದಿ ಕೊಡವಿ ಎದ್ದ.

"ನಾನು ಅಶ್ವಿನಿಗೆ ಪತ್ರ ಬರೀತಿನಿ. ಸದ್ಯಕ್ಕೆ ಇಲ್ಲೇ ಇರಿ" ಮಗನೆಂಬ ಅಧಿಕಾರ ಅವನ ಸ್ವರದಲ್ಲಿ ಸ್ಪಷ್ಟವಾಗಿತ್ತು.

ನಾಗವೇಣಮ್ಮ ಅವನ ಕೈ ಹಿಡಿದುಕೊಂಡರು. ಮಗನ ಕಣ್ಣಲ್ಲಿ ಕಣ್ಣಿಟ್ಟು ನೋಡಿದರು.

"ನಮ್ಗೂ ನಿನ್ನ ಬಿಟ್ಟಿರೋದು ಕಷ್ಟನೇ ಕಣೋ. ಆದ್ರೆ...." ಮಾತು ಪೂರ್ತಿ ಮೂಡಲಿಲ್ಲ. ಅವರ ಕಣ್ಣಂಚಿನಲ್ಲಿ ಮೂಡಿದ ಕಂಬನಿ ಕೆನ್ನೆಯ ಮೇಲಿಳಿಯಿತು. "ನೀನೇ ಕೂತು ಸ್ವಲ್ಪ ಯೋಚ್ನೇ ಮಾಡು."

ಕುತೂಹಲ ಸಾಗರ್‌ನ ಕಣ್ಣುಗಳಲ್ಲಿ ಇಣಕಿತ್ತು. ಕಿರಿದಾದ ಕಣ್ಣುಗಳ ನೋಟ ಆಳವಾಗಿ ಹಣೆ ಸಂಕುಚಿತಗೊಂಡು ಕಣ್ಣುಗಳ ಕೆಳಗೆ ಗೆರೆಗಳು ಮೂಡಿದವು.

ಅಂದು ಆಫೀಸ್‌ನಲ್ಲೆಲ್ಲ ತಲೆ ಬಿಸಿ. 'ನೀನು ಕೂತು ಯೋಚ್ನೇ ಮಾಡು' ಯಾಕಾಗಿ ಅಂದಿರಬಹುದ್ದು ಈ ಮಾತು. ಮೈನ ಅವಯವಗಳು ಯೋಚನೆಯ ನಡುವೆ ನಿರುತ್ಸಾಹಗೊಂಡವು.

"ಯಾಕೋ ಒಂದು ತರಹ ಇದ್ದೀರಲ್ಲ!" ಟೈಪಿಸ್ಟ್ ಸವಿತ ಕೇಳಿದಾಗ ಬಲವಂತ ನಗೆಯನ್ನು ತುಟಿಗಳ ಮೇಲೆ ತಂದುಕೊಂಡ "ಎಂಥದ್ದೂ ಇಲ್ಲ. ಯಾಕೋ ಒಂದು ತರಹ ಕೆಲ್ಸ...." ಫಕಫಕನೆ ನಕ್ಕುಬಿಟ್ಟಳು.

"ಇಲ್ಲೇನು ಅಂಥ ಫಾರ್ಮಲಿಟಿಸ್ ಇಲ್ವಲ್ಲ. ಅಟೆಂಡರ್‌ಗಳು ಸರ್‍ಯಾಗಿ ಬರ್ದಿದ್ರೆ ನಾವುಗಳೇ ಆ ಕೆಲ್ಸ ಕೂಡ ಮಾಡ್ಬೇಕು."

ಈಗ ನಗುವ ಸರದಿ ಸಾಗರ್‌ನದಾಯಿತು. ಬರೀ ಟೈಪಿಸ್ಟ್ ಕೆಲಸಕ್ಕೆ ಅಂತ ಸೇರಿಕೊಡ ಸವಿತ ಕ್ಲರ್ಕ್, ಕೆಲವೂಮ್ಮೆ ಪಿ.ಎ. ಇನ್ನೊಮ್ಮೆ ಸೇಲ್ಸ್ ಆಫೀಸರ್ ಗೈರುಹಾಜರಿಯಲ್ಲಿ ಅವರ ಕೆಲಸ. ರಿಸಪ್ಷನಿಸ್ಟ್ ಬರದ ದಿನಗಳಲ್ಲಿ ಅಲ್ಲಿ ಹೋಗಿ ಕೂಡುತ್ತಿದ್ದಳು.

ಫೈಲ್ ಹಿಡಿದು ತನ್ನ ಸೀಟಿನ ಕಡೆ ನಡೆದ. ವಿರಾಮದ ಸಮಯದ ವೇಳೆಗೆ ತೀರಾ ನಿರುತ್ಸಾಹಗೊಂಡವನೇ ಅರ್ಧ ದಿನ ರಜೆ ಪಡೆದು ಸ್ಕೂಟರ್ ತಳ್ಳಿಕೊಂಡು ಹೊರಗೆ ಬಂದ.

ಎಲ್ಲಿ ಹೋಗುವುದು? ಅವನ ಮನಸ್ಸಿಗೆ ಮನೆ ಇಂದು ಅವನ ತೃಪ್ತಿ, ಸಮಾಧಾನಗಳನ್ನು ನುಂಗಲು ಸನ್ನದ್ಧವಾದ ಭೂತದಂತೆ ತೋರುತ್ತಿತ್ತು.

ಸ್ಕೂಟರ್ ತಿರುವಿಗೆ ಬರುವ ವೇಳೆಗೆ ಲಾಯರ್ ಕಣ್ಣಿಗೆ ಬಿದ್ದರು. ಸ್ಕೂಟರ್ ನಿಲ್ಲಿಸಿದ. ಸಭ್ಯ, ಸಾತ್ವಿಕ ಜನಕವಾಗಿ ಬಂದರು.

"ಇವತ್ತೇನು ಅಂಥ ಇಂಪಾರ್ಟ್‌ಟೆಂಟ್ ಕೇಸುಗಳು ಇರ್ಲಿಲ್ಲ. ನಮ್ಮ ರಾಣಿಗ್ಯಾಕೋ ಸ್ವಲ್ಪ ಮೈಬೆಚ್ಚಗಾಗಿತ್ತು. ಇನ್ನ ಅವ್ಳುನ ಕಾಡಿಸಿಬಿಡುತ್ತಾಳೆ. ಸ್ಕೂಟರ್ ಟ್ರಬಲ್. ಮೆಕ್ಯಾನಿಕ್ ಹತ್ರ ಬಿಟ್ಟು ಆಟೋಗಾಗಿ ಕಾಯ್ತಾ ಇದ್ದೀನಿ." ಈಗೊಂದು ಗುರಿ ಸಿಕ್ಕಂತಾಯಿತು.

"ಹತ್ತಿ, ನಾನು ಮನೆ ಕಡೆಗೇನೆ ಹೊರಟಿದ್ದು" ಅರೆ ಮನದಿಂದಲೇ ಸ್ವರ ಹೊರಟಿದ್ದು. ಹತ್ತಿ ಕೂತಾಗ ಕೈಯಲ್ಲಿದ್ದ ವಾಚ್ ಕಡೆ ನೋಡಿದ. ಬಹುಶಃ ಅಮ್ಮ, ಅಣ್ಣ ಹೋಗಿರೋಲ್ಲ. ಸ್ಕೂಟರ್ ತೇಲಿತು. ಮಾರ್ಗಮಧ್ಯ ಲಾಯರ್ ಕೇಳಿದರು.

"ನೀವು ಬೇರೆ ಮನೆ ಕೊಂಡ ವಿಷ್ಯ ತಿಳೀತು. ಬಹಳ ಸಂತೋಷ, ಸದ್ಯದಲ್ಲೇ ಖಾಲಿ ಮಾಡ್ತೀರಂತೆ ನಿಜ್ವಾ?"

ಸಾಗರ್ ಸ್ವರ ಉಡುಗಿತು. ಹಣೆಯಲ್ಲಿ ಬೆವರೊಡೆಯಿತು. ಸ್ಪಷ್ಟವಾಗಿ ಉತ್ತರಿಸುವುದು ಕಷ್ಟವಾಯಿತು. ನಾಲಿಗೆ ತುಟಿಯ ಮೇಲಾಡಿತು. ಮನ ಗಹಗಹಿಸಿತು. 'ಸಾಗರ್ ನೀನೇನು ಹೇಳ್ತಾರೆ. ಅದು ಶಾಂತಾರಾಮ್ ಕೊಂಡ ಮನೆ. ಮಗಳಿಗಾಗಿ. ಅಲ್ಲಿ ಅವ್ಳೇ ಸರ್ವಾಧಿಕಾರಿ, ಸ್ವಾಭಿಮಾನ, ಸ್ವತಂತ್ರ ರೋಗಗ್ರಸ್ತವಾಗಿ ನರಳಾಡಿತು. ಇವನ ಮುಖದ ಭಾವನೆಗಳನ್ನು ಓದುವುದು ಅವರಿಗೆ ಸಾಧ್ಯವಿಲ್ಲದ ಕಾರಣ

ಅವರೇನು ಭಾವಿಸಲು ಹೋಗಲಿಲ್ಲ.

"ಸ್ವಂತ ಮನೆಗೆ ಹೋಗುವುದು ಸಂತೋಷದ ವಿಷ್ಯವೇ. ಆದ್ರೆ ನಮ್ಗೇ ಒಳ್ಳೆ ನೆರೆ ತಪ್ಪಿ ಹೋಗುತ್ತಲ್ಲಾಂತ ಮನಸ್ಸಿಗೆ ನೋವು. ನಮ್ಮ ರಾಣಿ ನಿಮ್ಮನ್ನು ಚೆನ್ನಾಗಿ ಹೊಂದುಕೊಂಡುಬಿಟ್ಟಿದ್ಳು" ಅತ್ಯಂತ ಆತ್ಮೀಯ ಸ್ವರದಲ್ಲಿ ಹೇಳಿದಂತಿತ್ತು ಅವರು.

ಉಗುಳು ನುಂಗಿದ ಸಾಗರ್.

"ಇನ್ನು ಯಾವ ನಿಶ್ಚಯಕ್ಕೂ ಬಂದಿಲ್ಲ" ಅವರ ಅರಿವಿಗೆ ಬರದಂತೆ ಕಷ್ಟದಿಂದ ಹೇಳಿದ.

ಮನೆ ತಲುಪುವ ವೇಳೆಗೆ ನಾಗವೇಣಮ್ಮ ಹೊರಗಡೆಯೇ ನಿಂತಿದ್ದರು. ಅವರ ಮುಖ ಮೊರದಗಲವಾಯಿತು.

"ಸದ್ಯ ಬಂದೆಯಲ್ಲ" ಸಮಾಧಾನದ ಉಸಿರು ದಬ್ಬಿದರು. ಸಣ್ಣಗೆ ನಕ್ಕ. "ಅಣ್ಣ ಮಲಗಿದ್ದಾರೆ."

ಸ್ಕೂಟರ್‌ಗೆ ಸ್ಟ್ಯಾಂಡ್ ಹಾಕಿ ಲಾಯರ್‌ನ ಬೀಳ್ಕೊಟ್ಟು ಗೇಟ್‌ನತ್ತ ನಡೆದ. ನಾಗವೇಣಮ್ಮ ಹತ್ತಿರಕ್ಕೆ ಬಂದರು. ನೂರು ಮಾತುಗಳು ಹೇಳಬೇಕೆಂಬ ತವಕ. ಆದರೆ ಹೇಳಲಾರದ ಸ್ಥಿತಿ.

"ನಮ್ಮನ್ನ ತಪ್ಪಾಗಿ ತಿಳ್ಕೊಂಡ್ಬಿಟ್ಟೆ, ಕಣೋ" ಸ್ವರದಲ್ಲಿ ನೋವಿನ ತುಡಿತವಿತ್ತು. ಮೆಲ್ಲಗೆ ಕೈ ಹಿಡಿದುಕೊಂಡು ಮುಗುಳ್ನಕ್ಕ. "ಏನೇನೋ ಮಾತಾಡಿಬಿಟ್ಟೆ. ನಾನು ಹಾಗೆ ಮಾತಾಡಿದ್ದೆ ಒಳ್ಳೆದಾಯ್ತು."

ಒಳಗೆ ಬಂದಾಗ ಶಾಂತಾರಾಮ್ ಪಟ್ಟಿ ಮಾಡುತ್ತಿದ್ದವರು ತಲೆ ಎತ್ತಿದರು.

"ನೀನು ಬಂದಿದ್ದು ಒಳ್ಳೆದಾಯತಪ್ಪ. ನಿಮ್ಮಣ್ಣ ಒಂದು ತುತ್ತು ಎತ್ತಲಿಲ್ಲ."

ಈ ದಿನ ಮುಖ ಅರಳಿಸುವುದು ಕೂಡ ಅವನಿಂದಾಗಲಿಲ್ಲ. ಕೋಣೆಯತ್ತ ನಡೆದಾಗ ಮೂಗಿನ ಮೇಲಿದ್ದ ಕನ್ನಡಕ ತೆಗೆದು ಕೆಳಗಿಟ್ಟರು. ಶಾಂತಾರಾಮ್ ಹೀಗೇಕೆ? ಬೆರಳುಗಳು ಗಲ್ಲವನ್ನು ತೀಡಿದವು.

ನಳಿನಿ ಒಳ್ಳೆ ನಿದ್ದೆಯಲ್ಲಿದ್ದಳು. ದಿಟ್ಟಿಸಿದ. ಹಿಂದಿನ ಕೋಮಲತೆ ಮಾರ್ದವತೆ ಕಡಿಮೆಯಾಗಿದೆಯೆನಿಸಿತು. ಆಳಕ್ಕೆ ಇಳಿದಾಗ ಅಲ್ಲಿ ಕಂಡಿದ್ದು 'ಅಹಂ' ದೀರ್ಘವಾಗಿ ಉಸಿರೆಳೆದು ಬಿಟ್ಟ.

ಬಟ್ಟೆ ಬಿಚ್ಚಿ ಹ್ಯಾಂಗರ್‌ಗೆ ಹಾಕಿ, ಧೋತಿ ಉಟ್ಟ. ಒಂದೆರಡು ಬಾರಿ ಕೆಮ್ಮಿದ. ನಳಿನಿ ಮಗ್ಗುಲಾದಳು.

ಹೊರಗೆ ಬಂದಾಗ ಶಾಂತಾರಾಮ್ ಸ್ವರ ಅವನನ್ನು ಹಿಡಿದು ನಿಲ್ಲಿಸಿತು.

"ಆ ಹುಡ್ಗೀ ಅಲ್ಲಿಗೆ ಶಿಫ್ಟ್ ಮಾಡ್ಲೇಬೇಕೂಂತ ಹಟ ಹಿಡಿದಿದ್ದಾಳೆ. ಮತ್ತೇನು ಮಾಡೋಕೆ ಸಾಧ್ಯ? ಪೈಂಟ್ ಮಾಡ್ಸಿ ಹೋಗೋಣಾಂತ ಒಪ್ಪಿದ್ದೀನಿ. ಬಣ್ಣಗಳ ಬಗ್ಗೆ ನಿಮ್ಮ ಸಲಹೆ ಬೇಕು.

ಸಾಗರ್ ಅವುಡುಗಳು ಬಿಗಿದುಕೊಂಡವು. ತನ್ನ ಇಡೀ ವ್ಯಕ್ತಿತ್ವ ಮುಳುಗಿ ಹೋದ ಅನುಭವವಾಯಿತು. ಸಂಯಮ ಸಾಧಿಸಲು ಹೆಣಗಾಡಿದ.

"ನಂಗೆ ಆ ವಿಷ್ಯದಲ್ಲಿ ಆಸಕ್ತಿ, ಅನುಭವವಿಲ್ಲ. ಅದನ್ನು ನಳಿನಿಗೆ ಬಿಡಿ" ಮೇಲಕ್ಕೆ ಸಮಾಧಾನವಾಗಿ ಹೇಳಿದಂತೆ ಕಂಡರೂ ಬಿರುಸಾದ ಚಾಟಿಯೇಟಿನಂತೆ ಕಂಡಿತು. ಶಾಂತಾರಾಮ್ ಮುಖದಲ್ಲಿನ ಗೆಲುವು ಇಳಿದುಹೋಯಿತು.

"ಹಾಗಂದ್ರೆ .... ಆಗುತ್ತಾ...."

ಅವರು ಮತ್ತೇನಾದ್ರೂ ಹೇಳುವ ಮುನ್ನ ಜಾಗ ಖಾಲಿ ಮಾಡಿದ.

ಪಾಂಡುರಂಗಯ್ಯನವರು ಕೂಡ ಬಂದು ಎಲೆ ಮುಂದೆ ಕೂತಿದ್ದರು. ಡೈನಿಂಗ್ ಟೇಬಲ್ ಊಟ ಅವರಿಗೆ ಇಷ್ಟವಿಲ್ಲ.

ಅನ್ನದಲ್ಲಿ ಬೆರಳಾಡಿಸುತ್ತ ಸಾಗರ್ ನುಡಿದ.

"ಇದೇನಣ್ಣ, ಇಷ್ಟೊತ್ತಾದ್ರು ಊಟ ಮಾಡ್ದೇ? ನಂಗೋಸ್ಕರ ಕಾಯ್ತಾ ಇದ್ದೀರಾ? ನಾನು ಮನೆಗೆ ಬರೋದು ಗ್ಯಾರಂಟಿ ಇರಲಿಲ್ಲ."

"ನಂಗಿತ್ತು ಕಣೋ. ನೀನು ವಾಪಸ್ಸು ಬರ್ತೀಯಾಂತ ನಾನು ನಿಮ್ಮಮ್ಮನಿಗೆ ಹೇಳಿದೆ. ಬೇಕಾದ್ರೆ ಕೇಳು" ಅವರ ಸ್ವರದಲ್ಲಿನ ದೃಢತೆಗೆ ಚಕಿತಗೊಂಡ. ಅರಿತವರಂತೆ ನಕ್ಕರು ಪಾಂಡುರಂಗಯ್ಯ.

ಊಟದ ಮಧ್ಯೆ ಮಾತಾಡಿದ್ದು ಬರೀ ಅಶ್ವಿನಿ ಸಂಸಾರದ ಬಗ್ಗೆ. ಅವರ ಸಂಸಾರದ ಬಗ್ಗೆ ದಂಪತಿಗಳಿಗೆ ತೃಪ್ತಿ ಇತ್ತು.

"ಹೇಗೂ ಸುಖವಾಗಿದ್ದಾರೆ. ನಮ್ಗೇ ಅಷ್ಟೇ ಸಾಕು. ಈಚೆಗೆ ಗಂಡನ ಮೇಲೆ ಅಧಿಕಾರ ಚಲಾಯಿಸ್ತಾಳೆ ನಿನ್ತಂಗಿ. ಮೊದ್ಲು ಸ್ವಲ್ಪ ತಗ್ಗಿ ಬಗ್ಗಿ ನಡೆಯೋಳು. ಈಗ...." ಒಂದು ತರಹ ನಕ್ಕರು.

ಅವನ ಕೈಯಲ್ಲಿದ್ದ ತುತ್ತು ಬಾಯ್ಗೆ ಹೋಗದೆ ತಟ್ಟೆಗೆ ಬಿತ್ತು. ರಹಸ್ಯ ಅರಿಯಬೇಕೆನ್ನುವ ಕುತೂಹಲ ಅವನಲ್ಲಿತ್ತು.. ಗಟಗಟನೆ ಒಂದು ಲೋಟ ನೀರು ಕುಡಿದಿಟ್ಟ.

ಗಂಟಲಿನಲ್ಲಿ ಏನೋ ಸಿಕ್ಕಿಕೊಂಡ ಅನುಭವವಾಯಿತು. ಕೆಮ್ಮಿದ ಕೈ ತೊಳೆಯಲು ಎದ್ದು ಹೋದ.

"ಯಾಕೋ ಎದ್ದೆ?" ರೇಗಿಕೊಂಡರು ನಾಗವೇಣಮ್ಮ.

ತಟ್ಟೆಯಲ್ಲಿದ್ದ ಅನ್ನದ ಕಡೆ ನೋಟ ಹರಿದು ಅಲ್ಲೇ ನಿಂತಿತು. ಬಿಳಿ ಅರಳಿನಂಥ ಅನ್ನ. ಇಷ್ಟು ದಿನ ಊಟ ಮಾಡುತ್ತಿದ್ದುದ್ದು ಇದೇ ಇಂದೇಕೋ ಜಿಗುಪ್ಸೆ.

ಇವರು ಹೊರಗಡೆ ಬಂದಾಗಲೂ ಅವರು ಲೆಕ್ಕದಲ್ಲಿಯೇ ಮಗ್ನರಾಗಿದ್ದರು. ಒಂದು ಕ್ಷಣ ಸಹಾನುಭೂತಿ ಬೆರೆತ ಗೌರವದಿಂದ ಒದ್ದಾಡಿದ ಮನ ತಕ್ಷಣ ಗಡಸಾಯಿತು.

"ಎಲ್ಲಾ ಸರಿ ಹೋಯ್ತಾ?" ಪಾಂಡುರಂಗಯ್ಯ ಅಲ್ಲೇ ಕೂತರು. ಹೆಗಲ ಮೇಲಿನ ಟವಲ್‌ಗೆ ಒದ್ದೆ ಕೈಯೊರೆಸುತ್ತ, ಬಂದ ಸಾಗರ್ ಕೋಣೆಯಲ್ಲಿ ನಡೆದ.

ನಳಿನಿ ಎದ್ದು ಕೂತಳು. ಅವಳ ಕಣ್ಣಲ್ಲಿ ಮಿಂಚು ಹರಿದಾಡಿದ್ದು ಇವನಿಗೆ ಸ್ಪಷ್ಟವಾಯಿತು.

"ನೀವು ಬಂದೇ ಬರ್ತೀರಾಂತ ನಂಗೆ ಗೊತ್ತು" ಅವನ ಭುಜದ ಮೇಲೆ

ಗಲ್ಲವನ್ನೂರಿ ಅವನ ನೋಟ ಹಿಡಿದಿಡುವ ಪ್ರಯತ್ನ ಮಾಡಿದಳು. ಕರಗಿ ಹೋದ "ಹೌದು, ಈ ಮುದ್ದು ಮುಖ ನೋಡ್ದೇ ಇರೋಕಾಗುತ್ತ? ಗಂಡಿನ ದೌರ್ಬಲ್ಯನೇ ಹೆಣ್ಣಿನ ಪ್ರಬಲ ಅಸ್ತ್ರ.

ಪಿಸುಪಿಸು, ಗುಸುಗುಸು ಮಾತುಗಳ ನಡುವೆ ಆ ಮನೆ ಸುದ್ದಿ ಬಂದಿತು. ಸಂಯಮ ಕಳೆದುಕೊಳ್ಳಬಾರದೆಂದು ಮೃದುವಾಗಿ ಹೇಳಿದ.

"ಅಲ್ಲೆಲ್ಲ ಒಂಟೊಂಟಿ ಮನೆಗಳು. ಸದ್ಯಕ್ಕೆ ಬಾಡ್ಗೇಗೆ ಕೊಟ್ಟುಬಿಡೋದು ಮುಂದೆ ಯೋಚಿಸಿದ್ರಾಯ್ತು."

ಅವಳ ಕಣ್ಮುಂದೆ ತೇಲಿದ್ದು ಮುದ್ದು ರಾಣಿ. ಅವಳೆದೆ ಕಲ್ಲಾಯಿತು.

"ಈ ಮನೆಯಲ್ಲಿರೋಕೆ ನಂಗೆ ಇಷ್ಟವಿಲ್ಲ." ಒರಟಾದ ಸ್ವರಕ್ಕೆ ಅವನ ಹುಬ್ಬುಗಳು ಬಿಗಿದುಕೊಂಡವು. "ಏನಾಗಿದೆ ಇಲ್ಲಿ? ಅಕ್ಕಪಕ್ಕದ ಜನ ಹೊಂದಿ ಕೊಂಡಿದ್ದಾರೆ. ಸದ್ಯಕ್ಕೆ ನಮ್ಗೇ ಒಪ್ಪಿಗೆಯಾಗಿದೆ. ಇಬ್ರಿಗೆ ಆ ಮನೆ ದೊಡ್ಡದು."

"ನೀವು ನನ್ನ ವಿರೋಧಿಸಬೇಕೂಂತ ತೀರ್ಮಾನ ಮಾಡಿದ್ದೀರಾ! ನಂಗೆ ಅವಮಾನ ಮಾಡಿ ಸೇಡು ತೀರಿಸಿಕೊಳ್ಳೋಕೆ ಹೊರಟಿದ್ದೀರಾ?"

ಒಂದುಕ್ಷಣ ದಿಗ್ಭ್ರಮೆಗೊಂಡರೂ ಹಗುರವಾದ. ಈ ಬದಲಾವಣೆಗಳು, ಮಾತುಗಳು ಹಿಂದಿನಂತೆ ಈಗ ಹೊಸದಾಗಿರಲಿಲ್ಲ.

ಉದಾಸೀನವಾಗಿ ಮುಖ ತಿರುಗಿಸಿಕೊಂಡಾಗ ನಳಿನಿ ಸಂಪೂರ್ಣವಾಗಿ ತಾಳ್ಮೆ ಕಳೆದುಕೊಂಡಳು.

"ನಿಮ್ಗೇ ನನ್ಮೇಲೆ ಪ್ರೀತಿ ಇಲ್ಲ. ಬರೀ ಸೋಗಿನ ಜನ" ಅರಚಿದಳು. ಕಲ್ಲಿನಂತೆ ಕೂತ ಸಾಗರ್. "ಈ ಮಾತುಗಳು ಆಡಿ ಆಡಿ ಹಳೆದಾಗಿ ಬಿಟ್ಟಿದೆ. ಹೊಸ್ದಾಗಿ ಏನಾದ್ರೂ ಹುಡ್ಕು."

ಶಾಂತಾರಾಮ್ ಬಾಗಿಲಿಗೆ ಬಂದರು. ಗಂಡಹೆಂಡತಿರ ಮಧ್ಯೆ ಬರುವುದು ತಪ್ಪೆಂದು ಅವರಿಗೂ ಗೊತ್ತು. ಮೊದಲು ಸಂಕೋಚಿಸಿದರು. ಆದರೂ ಒಂದು ರೀತಿಯ ಮನೋದಾರ್ಢ್ಯ.

"ನಳಿನಿ.." ಅವರ ಪ್ರೀತಿಯ ಸ್ವರವನ್ನು ಹೊರಗೆ ತಳ್ಳಿದಂತಾಯಿತು. ಎದ್ದವನ ಮುಖ ಧುಮುಗುಟ್ಟುತ್ತಿತ್ತು. "ವಿಚಾರ್ಸಿ..." ಬಿರುಸಾಗಿ ಹೇಳಿ ಹೊರ ನಡೆದ.

ಈಚೆಗೆ ಸ್ವಲ್ಪ ಅನುಮಾನ ಕಾಡಿದರೂ ಇಂದು ಸ್ಪಷ್ಟವಾಯಿತು. ಶಾಂತಾರಾಮ್‌ಗೆ. ಇದು ಆರೋಗ್ಯಕರವಾದ ಬೆಳವಣಿಗೆಯಲ್ಲ. ಉಗುಳು ಕಹಿಯಾಯಿತು.

"ನಳಿನಿ, ಇದೆಲ್ಲ ಏನು? ನಿನ್ನ ತಿಳಿವಳಿಕೆ ಏನಾಯ್ತು? ಇದೆಲ್ಲ ಒಳ್ಳೆದಲ್ಲ" ಸಾಂತ್ವನದ ಧ್ವನಿಯಲ್ಲಿ ನುಡಿದಾಗ ಕೆಣಕಿದ ಫಣಿಯಾದಳು.

"ಅವ್ರು ಮೊದ್ಲಿನ ಹಾಗಲ್ಲ. ನನ್ಕಂಡ್ರೆ ಅವ್ರಿಗೆ ಉದಾಸೀನ. ಸೇಡು ತೀರಿಸ್ಕೋತಾಯಿದ್ದಾರೆ." ಮಗಳ ತುಟಿ ಮೀರಿದ ಮಾತುಗಳಿಗೆ ಹಣೆ ಗಟ್ಟಿಸಿಕೊಂಡರು.

"ಏನೇನೋ, ಯಾಕೆ ಮಾತಾಡ್ತಿ? ಅವ್ರು ಹೇಳಿದ್ರಲ್ಲಿ ತಪ್ಪೇನಿದೆ? ಒಂಟಿ ಮನೆ... ಸಾಲದಕ್ಕೆ ಅವ್ರು ಆಫೀಸಿಗೆ ಹೋದಾಗ ನೀನೊಬ್ಬೇ... ಆಗ್ತೀಯಾ. ಜವಾಬ್ದಾರಿ

ಹೊತ್ತವರು ಅದೆಲ್ಲ ಯೋಚ್ಸೋದು ನ್ಯಾಯನೇ"

ಪೆಟ್ಟು ತಿಂದ ಪಕ್ಷಿಯಂತೆ ವಿಲವಿಲ ಒದ್ದಾಡಿದಳು. ಕೆಂಪತ್ತಿನ ಮುಖ, ದುಃಖ ಅಸಹನೆ, ಅಸಮಾಧಾನವನ್ನು ಬಿಂಬಿಸುವ ಕಣ್ಣುಗಳು ಅವರ ನಾಲಿಗೆಯಲ್ಲಿನ ತೇವ ಆರಿ ಹೋಯಿತು. ಮುಖದಲ್ಲಿನ ಸುಕ್ಕುಗಳು ಮತ್ತಷ್ಟು ಆಳವಾದವು.

ನಾಗವೇಣಮ್ಮ ಕೋಣೆಯೊಳಕ್ಕೆ ಬಂದಾಗ ಅವರು ಹೊರಗೆ ಹೋದರು. ಮಂಕಾದವರಂತೆ ಒಂದು ಕಡೆ ಕೂತುಬಿಟ್ಟರು. ಕಡೆಗೆ ಪಾಂಡುರಂಗಯ್ಯನವರು ಸಮಾಧಾನದ ಜೊತೆ ಬುದ್ಧಿ ಮಾತುಗಳನ್ನು ಹೇಳಿದರು.

"ಯಾಕೆ, ಇಷ್ಟೆಲ್ಲ ಕಳವಳಪಡ್ತೀರಾ? ನಾವು, ನೀವೆಲ್ಲ ಈ ಸ್ಟೇಜ್ ದಾಟಿ ಬಂದವರೇ ಅಲ್ವಾ? ಹಂತಹಂತವಾಗಿ ಬದಲಾವಣೆಗಳು ಸಹಜ. ಆದ್ರೆ... ಇವರಿಬ್ರು ವಿರಸದಲ್ಲಿ ದೊಡ್ಡವ್ರು ಅನ್ನಿಸ್ಕೊಂಡವ್ರು ನಾವು ತಲೆ ಹಾಕೋದು ತಪ್ಪು. ಅರ್ಧ ಗಂಟೆ ಉಳಿಯೋ ಆ ವಾತಾವರಣ ಒಂದ್ಗಂಟೆ ಉಳಿಯುತ್ತೆ. ಅದ್ಕೇ ಯಾಕೆ ಅವಕಾಶ ಮಾಡಿಕೊಡ್ಬೇಕು? ನಮ್ಮ ಅಶ್ವಿನಿ ಗಂಡನ ಮೇಲಿನ ಕೋಪಕ್ಕೆ ಆ ಕಂದಗಳನ್ನ ಬಾರ್‍ಸಿಬಿಡ್ತಾಳೆ. ಆಗ ನಾವು ತೆಪ್ಗೇ! ಯಾಕೇಂತ ಕೇಳ್ಬೇಡಿ."

ತಲೆ ಭಾರ ಶಾಂತಾರಾಮ್‌ಗೆ ಕಮ್ಮಿಯಾಗದಿದ್ದರೂ ಅಲ್ಪಸ್ವಲ್ಪ ಸಾಂತ್ವನ ಸಿಕ್ಕಂತಾಯಿತು. ತಕ್ಷಣ ಮೇಲಕ್ಕೆದ್ದರು.

"ನಂಗೆ ಜಮೀನಿನ ಕೆಲ್ಸ ಇದೆ. ಅವ್ರುಗಳು ಏನಾದ್ರೂ ಮಾಡ್ಕೊಳ್ಳಿ"

ಪಾಂಡುರಂಗಯ್ಯನವರು ಪೇಪರ್‌ನಲ್ಲಿ ತಲೆ ಹುದುಗಿಸಿದಂತೆ ಕೂತರು. ಈ ಅನಿವಾರ್ಯತೆ ಕಂಡುಕೊಂಡಿದ್ದು ಅವರಿಗೆ ಸಂತೋಷದ ವಿಷಯವೇ. ಅನುಭವ ಅವರನ್ನು ಪಕ್ವಗೊಳಿಸಿತ್ತು. ಸಾಮಾನ್ಯ ಜನ ಸಾಮಾನ್ಯ ರೀತಿಯಲ್ಲಿ ಯೋಚಿಸೋದು. ಮಗನ ಸಂಯಮ, ಸೊಸೆಯ ತಾಳ್ಮೆ ಬಹಳ ದಿನದಲ್ಲ. ಪೆಟ್ಟು ತಿಂದ ಸ್ವಾಭಿಮಾನ ಗರ್ಜಿಸುತ್ತೆ. ಸಮಯಕ್ಕಾಗಿ ಕಾಯುತ್ತಿರುತ್ತದೆ. ಈ ಸಂಸಾರದ ಸಾರ್ವಭೌಮತ್ವ ತನ್ನದೇ ಎನ್ನುವ ಹಮ್ಮು ಕೂಡ ಸೊಸೆಯ ಮನದಲ್ಲಿದೆ. ಅದು ಕೂಡ ಅವಕಾಶಕ್ಕೆ ಕಾಯೋ ಭೂತವೇ.

ತಕ್ಷಣ ಬಟ್ಟೆ ತೊಟ್ಟು ಬ್ಯಾಗ್ ಹಿಡಿದು ಹೊರಟು ನಿಂತಾಗ ನಳಿನಿ ಹೊರಗೆ ಬಂದಳು. ಅತ್ತ ಗುರುತುಗಳು ಮುಖದಲ್ಲಿ ಸ್ಪಷ್ಟ.

"ನೀನು ಈಗ ಹೋಗಕೂಡದಮ್ಮ." ದರ್ಪದಲ್ಲಿ ಮಿಂದ ಸ್ವರ. ತಣ್ಣಗೆ ತಮ್ಮ ನೋಟವನ್ನು ಪಾಂಡುರಂಗಯ್ಯ ಪೇಪರ್‌ನತ್ತ ಹಾಯಿಸಿದರು. 'ಅವರ ಲೆಕ್ಕಾಚಾರದಲ್ಲಿ ಇವೆಲ್ಲ ಇತ್ತು.'

ಮಧ್ಯ ನಾಗವೇಣಮ್ಮ ಬಂದರು.

"ಬೇಜಾರು ಮಾಡ್ಕೊಂಡು ಯಾಕೆ ಹೊರಡ್ತೀರಾ? ಕೊಂಡ ಮನೆಯಲ್ಲಿ ವಾಸ ಇರಬೇಕೆನ್ನೋದು ಸಹಜ. ಹೇಗೋ ಸಾಗರ್ ಹೊಂದಿಸ್ಕೋತಾನೆ. ನೀವು ನಿಂತು ಪೈಂಟ್ ಮಾಡ್ಸಿ"

ಕಿಟಕಿಯ ಬಳಿ ನಿಂತಿದ್ದ ಸಾಗರ್‌ನ ಮೈ ಹತ್ತಿ ಉರಿಯಿತು. ಹಲ್ಲುಗಳನ್ನು ಕಚ್ಚಿ

ಹಿಡಿದ. ಮುಖ ಬಿರುಸಾಯಿತು. ಬಿಗಿದು ಕೂತವು ತುಟಿಗಳು.

ಆಫೀಸ್‌ನಿಂದ ಬಂದು ತಪ್ಪು ಮಾಡಿದೇ. ಹಲುಬಿದ. ಕಾದ ಎಣ್ಣೆಯ ಬಾಣಲಿಯಿಂದ ಉರಿಯುವ ಒಲೆಗೆ ಬಿದ್ದಂತಾಗಿತ್ತು ಅವನ ಸ್ಥಿತಿ.

"ಸಾಗರ್...." ಪಕ್ಕದ ಮನೆಯ ಲಾಯರ್ ಸ್ವರ. ಗಾಬರಿಯಿಂದ ಹೊರಗೆ ಬಂದ. ಅವರ ಮುಖದ ಮೇಲೆ ಸಂಕೋಚದ ನೆರಳಿತ್ತು."ಸಾರಿ, ನಿಮ್ಗೇ ತೊಂದರೆ ಕೊಡ್ಬೇಕಾಯ್ತು. ಮಗೂಗೆ ಸ್ವಲ್ಪ ಜ್ವರ ಜಾಸ್ತಿ ಇದೆ. ಈಗ ಡಾಕ್ಟ್ರ ಮನೆಗೇನೆ ಹೋಗ್ಬೇಕು. ಸ್ವಲ್ಪ ವೆಹಿಕಲ್ ತಗೊಂಡ್ಹೋಗ್ಲಾ?"

ಮನೆಯಲ್ಲಿನ ಈ ಧಗೆಗಿಂತ ಹೊರಗೆ ಹೋಗಿ ಉಸಿರಾಡುವುದು ಸಮಾಧಾನದ ಕೆಲಸವೆನಿಸಿತು.

"ಡಾ. ಪ್ರಭಾಕರ್ ಮನೆ ನಂಗೆ ಗೊತ್ತು. ನಾನ್ಹೋಗಿ ಕರ್ಕೊಂಡ್ಬರ್ತೀನಿ, ನೀವು ಮನೆಯಲ್ಲಿರಿ" ಅವರು ಏನಾದರೂ ಹೇಳುವ ಮುನ್ನ ಒಳಗೆ ನಡೆದ.

ಬಟ್ಟೆ ಧರಿಸಿ ಬರುವವರೆಗೂ ಅವರು ಅಲ್ಲೇ ನಿಂತಿದ್ದರು. ಕೃತಜ್ಞತೆಯ ನೆರಳಿತ್ತು ಅವರ ಮುಖದ ಮೇಲೆ.

"ಛೇ, ಛೇ, ನೀವ್ಯಾಕೆ ತೊಂದರೆ ತಗೋಬೇಕು. ನಾನ್ಹೋಗಿ ಬರ್ತೀನಿ" ಎಂದವರನ್ನ ಮಧ್ಯ ತಡೆದ. "ನಂಗೂ ಸ್ವಲ್ಪ ಕೆಲಸವಿದೆ. ಹಾಗೆ ಕರ್ಕೊಂಡ್ಬರ್ತೀನಿ."

ಸ್ಕೂಟರ್ ತಳ್ಳಿಕೊಂಡು ಹತ್ತಿ ಹೊರಟೇಬಿಟ್ಟ. ಹೇಳಿಕೊಳ್ಳಲಾರದಂಥ ಪರಿಣಾಮ ಬೀರಿತ್ತು. ಸಾಗರ್ ನಡತೆಗೆ, ಅವರೆದೆ ಕೃತಜ್ಞತೆಯಿಂದ ಭಾರವಾಯಿತು. ಇಂಥ ನೆರೆಯನ್ನು ಕಳೆದುಕೊಳ್ಳಬೇಕಲ್ಲ ಎಂದು ಪೇಚಾಡಿತು ಮನ.

ಶಾಂತಾರಾಮ್ ಮುಖದ ಗೆಲುವು ಇಳಿಯಿತು. ಹೆಚ್ಚಿನವಷ್ಟು ಒಳ್ಳೆಯತನ ಲೆಕ್ಕಾಚಾರದ ದೃಷ್ಟಿಯಲ್ಲಿ ಕೆಟ್ಟದೆಂದು ಅವರಿಗೆ ಗೊತ್ತು. ಪ್ರತಿಫಲವಿಲ್ಲದೆ 'ಉಪಕಾರ' ಎನ್ನುವ ಶಬ್ದಕ್ಕೆ ಅವರ ಶಬ್ದಕೋಶದಲ್ಲಿ ಅರ್ಥವೇ ಇರಲಿಲ್ಲ.

ಮನದ ತುಮುಲವನ್ನು ಹೇಗಾದರೂ ಹೊರಗೆಡವಲೇಬೇಕಾಗಿತ್ತು. ಸಣ್ಣಗೆ ಹೇಳಿದರು. ಶಾಂತಾರಾಮ್.

"ಮನುಷ್ಯ ಬೇರೆ ಜನರನ್ನು ಹಚ್ಕೋಬೇಕು. ಆದ್ರೆ ಒದ್ದಾಡೋಕೆ ಹೋಗ್ಬಾರ್ದು. ಇಂಥ ಜಾಣ್ಮೆ ಇಲ್ದಿದ್ರೆ ಕಷ್ಟವಾಗುತ್ತೆ."

ಅವರು ಒಗಟಿನಂತೆ ಹೇಳಿದರು. ಪಾಂಡುರಂಗಯ್ಯನವರಿಗೆ ಅರ್ಥಮಾಡಿಕೊಳ್ಳುವುದು ಕಷ್ಟವಾಗಲಿಲ್ಲ. ಈ ಸಂದರ್ಭದಲ್ಲಿ ಮಾತಿಗಿಂತ ಮೌನ ಚೆನ್ನೆನಿಸಿತು. ಆ ಮಾತು ತನಗೆ ಕೇಳಲೇ ಇಲ್ಲ ಎನ್ನುವಂತೆ ಎದ್ದು ಹೋದರು.

ನಳಿನಿ ಇಡೀ ಬೀರು ಬಟ್ಟೆಗಳನ್ನೆಲ್ಲ ತೆಗೆದು ಮುಂದೆ ಹಾಕ್ಕೊಂಡು ಕೊಡವಿ ಕೊಡವಿ ಮಡಚತೊಡಗಿದಳು. ಸಂಖ್ಯೆಗಳ ನಡುವೆ ಮನ ಲೆಕ್ಕ ಹಾಕಿತು. ಅಲ್ಲಿದ್ದ ಹೆಚ್ಚಿನ ಸೀರೆಗಳು ತಂದೆ ತೆಗೆದುಕೊಟ್ಟಿದ್ದು. ಮಿಕ್ಕವನ್ನು ಅಸಹನೆಯಿಂದ ಕೊಡವಿ ತಳ್ಳಿದಳು.

ಕೋಣೆಯ ಬಾಗಿಲಿಗೆ ಬಂದ ನಾಗವೇಣಮ್ಮ ಸೂಕ್ಷ್ಮವಾಗಿ ಆಡಿಬಿಟ್ಟರು.

"ಇದೇನು ಕೆಲ್ಸ ನಳಿನಿ, ಇಷ್ವೆಲ್ಲ ಯಾಕೆ ಕಿತ್ತು ಹಾಕ್ಕೊಂಡು ಕೂತಿದ್ದೀಯ? ಒಂದ್ಗಳಿಗೆ ಮುಖ ತೊಳ್ಕೊಂಡು ಹೊರ್ಗಡೆ ಅಡ್ಡಾಡು. ಸ್ವಲ್ಪ ಸಮಾಧಾನ ಮಾಡ್ಕೊ. ಅಸಹನೆಯಿಂದ ಬೆಂಕಿ ಒಬ್ಬರನ್ನೇ ಅಲ್ಲ ಇಡೀ ಸಂಸಾರವನ್ನೇ ಸುಟ್ಟುಬಿಡುತ್ತೆ. ಸ್ವಲ್ಪ ಅವ್ನಿಗೆ ಸಮಾಧಾನವಾಗಿ ಹೇಳು."

ಬಹಳ ಕಷ್ಟದಿಂದ ಅವರ ಮಾತುಗಳನ್ನು ಅರಗಿಸಿಕೊಂಡಳು. ಬಹಳ ಪ್ರೀತಿಯಿಂದಲೇ ಕಂಡಿದ್ದರು. ಆದರೆ... ಈ ನಡುವೆ...

"ನಾನೆಲ್ಲ ತೆಗ್ದು ಇಡ್ತೀನಿ. ಸ್ವಲ್ಪ ಮುಖ ತೊಳ್ಕೊಂಡು ಹೊರ್ಗೆ ಹೋಗು. ಆ ಮಗುವಿಗೆ ಜ್ವರನಂತೆ. ಹೋಗಿ ನಾಲ್ಕು ಮಾತು ಆಡು. ಒಳಗುದಿ ಎಷ್ಟೋ ಕಮ್ಮಿ ಆಗುತ್ತೆ."

ಮುಖ ಪಕ್ಕಕ್ಕೆ ತಿರುಗಿಸಿಕೊಂಡಳು. ಭಯ, ನೋವಿನ ನೆರಳು ಹಾವು, ಚೇಳುಗಳಂತೆ ಮೈ ಮೇಲೆಲ್ಲ ಓಡಾಡತೊಡಗಿತು. ಕೈಯಲ್ಲಿನ ಸೀರೆ ಜಾರಿತು. ಎದ್ದು ಹೋಗಿಬಿಟ್ಟಳು.

ಎಲ್ಲಾ ನಿಧಾನವಾಗಿ ತೆಗೆದಿಟ್ಟ ನಾಗವೇಣಮ್ಮ ಹೊರಗೆ ಬಂದಾಗ ಪಾಂಡುರಂಗಯ್ಯನ ಗೊರಕೆ ಅವ್ಯಾಹತವಾಗಿ ಬರುತ್ತಿತ್ತು. 'ಸುಖ ಪುರುಷರು' ಎಂದುಕೊಂಡರು.

ನಳಿನಿ ಹೊರಗೆ ಬಂದು ನಿಂತಾಗ ಲಾಯರ್ ಬಾಗಿಲಿಗೆ ಬಂದರು. ಒಳ್ಳೆಯತನ ತುಂಬಿಕೊಂಡ ಜನ. ಕಪಟವಿಲ್ಲದ ಮಾತುಗಾರಿಕೆ. ಇವೆಲ್ಲ ಅವಳಿಗೆ ಮೆಚ್ಚು. ಅವಳ ಮುಖ ಗಡುಸಾಯಿತು.

"ಯಜಮಾನ್ರಿಗಾಗಿ ಕಾಯ್ತಾ ಇದ್ದೀರಾ? ಅವ್ರು ರೆಸ್ಟ್ ತಗೋತಾ ಇದ್ರು... ಡಿಸ್ಟರ್ಬ್ ಮಾಡ್ಬಿಟ್ಟೆ" ನವಿರಾಗಿ ಹೇಳಿದಾಗ ಅವಳಿಗೆ ಮುಖ ತಿರುಗಿಸಲಾಗಲಿಲ್ಲ.

"ಪರ್ವಾಗಿಲ್ಲ...."

ಲಾಯರ್ ರಂಗನಾಥ ತುಟಿ ಕಚ್ಚಿದರು. ನಳಿನಿ ಮುಖ ಸುಲಭವಾಗಿ ಅರ್ಥವಾಗುವ ಭಾವಗಳನ್ನ ತುಂಬಿಕೊಂಡಿತ್ತು. 'ಛೇ! ತಪ್ಪು ಮಾಡಿಬಿಟ್ಟೆ! ಕೈ ಕೈ ಹಿಸುಕಿಕೊಂಡರು.

ಒಳಗೆ ಬಂದ ವಿಮಲಳಿಗೆ ಅವರ ಮುಜುಗರಗೊಂಡ ಮುಖ ಪ್ರಶ್ನೆಯಾಯಿತು.

"ಯಾಕೆ, ಒಂದು ತರಹ ಆಗ್ಬಿಟ್ರಿ?" ಮಡದಿ ಪ್ರಶ್ನೆಗೆ ಮುಖವೆತ್ತಿ ಒಂದು ತರಹ ನಕ್ಕರು. "ಇವತ್ತು ಸಾಗರ್ ಯಾವ ಮೂಡ್‌ನಲ್ಲಿ ಮನೆಗೆ ಬಂದಿದ್ರೋ... ಸಮಯ, ಸಂದರ್ಭ ತಿಳ್ದುಕೊಳ್ದೇ ಡಿಸ್ಟರ್ಬ್ ಮಾಡಿಬಿಟ್ಟೆ. ಅವ್ರು ಸುಲಭವಾಗಿ ಅರಗಿಸಿಕೊಂಡಿರಬಹುದು! ಆದ್ರೆ ನಳಿನಿಯವರಂತೂ... ಅಪ್‌ಸೆಟ್"

ವಿಮಲ ರಾಗರಂಜಿತ ಕೆನ್ನೆಗಳು ಮರು ನಿಮಿಷ ಬೇಸರಕ್ಕೆ ಒಳಗಾದವು. ಮಾತ್ರ ಹೃದಯದ ಒಡಲಿನ ಅಂದಿನ ಮಾತುಗಳು ಇನ್ನೂ ಜಾಗರೂಕಾವಸ್ಥೆಯಲ್ಲಿದ್ದವು.

"ನೀವು ತಪ್ಪು ಮಾಡಿಬಿಟ್ರಿ. ನೆರೆಯವ್ರಿಗೆ ಯಾವಾಗ್ಲೂ ಹೊರೆಯಾಗ್ಬಾರ್ದು" ತೆಳು ಸ್ವರದಲ್ಲಿ ಹೇಳಿದಾಗ ರಂಗನಾಥ್ ಹುಬ್ಬುಗಳು ಹೆಣೆದುಕೊಂಡು ಹಣೆಯ ಮೇಲೆ ಗೆರೆಗಳು ಮೂಡಿದವು.

"ಸಾರಿ, ನಂಗೆ ಆ ಕ್ಷಣ ಏನೂ ತೋಚಲಿಲ್ಲ. ಹೊಂದಿಕೊಂಡ ಜನ. ಸಾಗರ್, ನಾನು ಒಟ್ಟಿಗೆ ಮನೆಗೆ ಬಂದ್ವಿ" ಅವರ ಸ್ವರದಲ್ಲಿ ಪೇಚಾಟವಿತ್ತು.

ರಾಣಿಯ ನರಳಿಕೆ ವಿಮಲ ಕೋಣೆಯತ್ತ ಹೋದರೆ ಪುನಃ ಹೊರಗೆ ಬಂದರು.

ರಂಗನಾಥ್ ನಾಲ್ಕು ಸಲ ಅಡ್ಡಾಡಿದರು. ಮತ್ತೆ ನಳಿನಿಯ ಮುಖ ಕಂಡರೂ ಆ ಮಾತುಗಳು ಮರೆತುಬಿಟ್ಟಿದ್ದರು.

"ಹೇಗಿದೆ ಜ್ವರ?" ನಾಗವೇಣಮ್ಮ ಸ್ವರಕ್ಕೆ ತಲೆ ಎತ್ತಿದರು. ಆತ್ಮೀಯತೆ ತುಳುಕುವ ಮುಖ "ಹಾಗೇ ಇದೇ...." ಒಂದು ತರಹ ಇರುಸುಮುರಿಸುನಿಂದ ಹೇಳಿದರು.

ಅಷ್ಟರಲ್ಲಿ ಸ್ಕೂಟರ್ ಬಂತು. ಡಾಕ್ಟರ್ ಇಳಿದ ಮೇಲೆ ಹೆಲ್ಮೆಟ್ ಹಿಡಿದೇ ಅವರ ಹಿಂದೆ ನಡೆದ.

"ನಾವು ನಿಮ್ಗೆ ತುಂಬ ತೊಂದರೆ ಕೊಟ್ವಿ" ವಿಮಲ ಹೇಳಿದಾಗ ಅನುಮಾನ ಹೊಕ್ಕು ಅಪರಾಧಭಾವದಿಂದ ಉಗುಳು ನುಂಗಿದ. ಮತ್ತೇನಾದ್ರೂ ನೋಡಿರಬಹುದೇ, ನಳಿನಿ? "ದಯವಿಟ್ಟು ಹಾಗೆಲ್ಲ ಹೇಳ್ಬೇಡಿ. ನಳಿನಿ ಜ್ವರದಲ್ಲಿ ಮಲ್ಗಿದ್ದಾಗ ಎಷ್ಟೋ ಸಲ ಗಂಜಿ, ಹಾಲು ಎಲ್ಲಾ ತಂದುಕೊಟ್ಟಿದ್ದೀರಾ. ಅದೆಲ್ಲ ತೊಂದರೆ ಅಂತ ತಿಳ್ಕೊಂಡ್ರೆ ನಾವೇ ನಿಮ್ಮ ಋಣಭಾರದಲ್ಲಿದ್ದೇವೆ.

ಮತ್ತೇನು ಹೇಳಲಾರದೆ ವಿಮಲ ಶುಷ್ಕ ನಗೆ ನಕ್ಕಳು.

ರಾಣಿಯನ್ನು ಪರೀಕ್ಷಿಸಿ, ಇಂಜಕ್ಷನ್ ಕೊಟ್ಟು ಹೊರಟ ಡಾಕ್ಟರ್‌ನ್ನು ಮನೆಗೆ ತಲುಪಿಸಲು ಸಾಗರ್ ಮುಂದಾದಾಗ ರಂಗನಾಥ್ ತಡೆದರು.

"ಸದ್ಯಕ್ಕೆ ನೀವು ಮನೆಗೆ ಹೋಗಿ ರೆಸ್ಟ್ ತಗೊಳ್ಳಿ. ಡಾಕ್ಟ್ರನ್ನ ನಾನು ಕರೆದೊಯ್ದು ಬಿಟ್ಟುಬರ್ತೀನಿ."

ಮತ್ತೇನಾದ್ರೂ ಸಾಗರ್ ಹೇಳುವ ಮುನ್ನ ಡಾಕ್ಟರ್ ವಿರಾಮ ಹಾಕಿದ್ದರು.

"ಸದ್ಯಕ್ಕೆ ಆ ತೊಂದರೆ ಇಬ್ಬರಿಗೂ ಬೇಡ. ನಂಗೆ ಮತ್ತೊಂದು ಕಡೆ ಪೇಷಂಟ್‌ನ ನೋಡೋದಿದೆ. ಆಟೋ ಹಿಡ್ದು ನನ್ನ ಕೆಲ್ಸ ಮುಗ್ಸಿ ಕ್ಲಿನಿಕ್‌ಗೆ ಹೋಗ್ತೀನಿ. ಸದ್ಯಕ್ಕೆ ಇಬ್ರೂ ಅವರವರ ಮನೆಯಲ್ಲಿ ರೆಸ್ಟ್ ತಗೊಳ್ಳಿ.

ನಗುತ್ತ ಡಾಕ್ಟರನ್ನ ಬೀಳ್ಕೊಟ್ಟ ಸಾಗರ್ ಕಾಂಪೌಂಡಿನೊಳಕ್ಕೆ ಸ್ಕೂಟರ್ ತಳ್ಳಿ ಒಳಕ್ಕೆ ಬಂದ. ಹೆಲ್ಮೆಟ್ ಅದರ ಜಾಗ ಸೇರಿದಾಗ ನೇರವಾಗಿ ನೋಡಿದ. ನಳಿನಿಯ ಕಣ್ಣುಗಳಲ್ಲಿ ಬಲವಂತದ ಕಹಿ ಉಗುಳು ನುಂಗಿದ.

"ಸಮಾಜ ಸೇವೆ ಎಂದಿನಿಂದ?" ಅವಳ ಸ್ವರದಲ್ಲಿನ ವ್ಯಂಗ್ಯ ಬೆರೆತ ತೀಕ್ಷ್ಣತೆಯ ಪೆಟ್ಟಿನಂತೆ ಅವನ ಮುಖವನ್ನು ಅಪ್ಪಳಿಸಿತು. ಚೇತರಿಸಿಕೊಳ್ಳಲು ನಿಮಿಷಗಳು ಬೇಕಾಯಿತು. "ಇಂಥದೆಲ್ಲ ಸಮಾಜ ಸೇವೆ ಅಂತ ನಿನ್ನ ಅರ್ಥನಾ?" ಕಹಿಯೊರೆಸಿ ಬಿಡುವ ಜಾಣ್ಮೆಯ ನವಿರು ಅವನ ಸ್ವರದಲ್ಲಿತ್ತು.

ತಲೆ ತಗ್ಗಿಸಿ ಒಳ ನಡೆದ. ಮನೆಗೆ ಬಂದ ಹಿರಿಯರ ಮುಂದೆ ಜಗಳವಾಡುವ ಮಟ್ಟಕ್ಕೆ ಇಳಿಯಬಾರದೆಂದು 'ಮೌನ' ಉಪದೇಶಿಸಿತು.

ಬಟ್ಟೆ ಬದಲಾಯಿಸಿ ಮಲಗಿಬಿಟ್ಟ. ಆದಷ್ಟು ಸಂಯಮದಿಂದಿರಲು ನಿಶ್ಚಯಿಸಿದ.

ಸುಖೀ ಪ್ರಪಂಚದ ಸುಂದರ ಮಂದಿರದ ಒಡೆಯನೆಂಬ ಹೆಮ್ಮೆ ಅವನಿಗಿತ್ತು. ಈಗ ಬಿರುಕು, ಸೀಳು, ಕಂದರ, ಒಳಗಿನವರಿಗೆ ಕ್ಷೇಮವಿಲ್ಲ. ಹೊರಗಿನವರಿಗೂ ಕುಸಿಯುವ ಕುರೂಪ ಮಂದಿರ.

ಮಗ್ಗುಲು ಬದಲಾಯಿಸಿದ. ಅವನ ಮೈ, ಮುಖವೆಲ್ಲ ಬೆವರಿನಿಂದ ತೊಯ್ದು ಹೋಯಿತು. ಹುಟ್ಟು, ಸಾವು ಒಂದು ನಾಣ್ಯದ ಎರಡು ಮುಖದಂತೆ. ಸುಖ, ದುಃಖಗಳು ಒಂದೇ ನಾಣ್ಯದ ಎರಡು ಮುಖಗಳು. ಆದರೂ... ಇಲ್ಲಿ ನಡೆದಿರುವದೇನು? ಅವುಡುಗಳು ಬಿಗಿದುಕೊಂಡವು.

'ಶುದ್ಧ ಅವಿವೇಕಿ... ಥೆ....ಥೆ....' ಮುಖ ಮುದುರಿದ.

ನಿದ್ದೆ, ಎಚ್ಚರಗಳ ಸ್ಥಿತಿಯಲ್ಲಿಯೇ ಮಲಗಿದ. ಅತೃಪ್ತ ಮನ. ಮಿದುಳು ಅರಾಜಕತೆಯಲ್ಲಿ ಮುಳುಗಿ ನರಳಿತು.

ಈಚೆಗೆ ನಳಿನಿಯ ಸ್ವಭಾವದಿಂದ ಸಾಗರ್ ತೀರಾ ರೋಸಿಹೋಗಿದ್ದ. ಸದಾ ಹಂಗಿಸುವುದು, ಚುಚ್ಚು ಮಾತುಗಳನ್ನಾಡುವುದರ ಜೊತೆಗೆ ತನ್ನ ಮಾತಿನಂತೆ ನಡೆಯಬೇಕೆನ್ನುವ ಹಟ. ಈ ಸ್ವಭಾವ ಅವನನ್ನು ಹಣ್ಣು ಹಣ್ಣು ಮಾಡಿತ್ತು.

* * *

ಅಂದು ಸ್ಕೂಟರ್ ಆಫೀಸಿನಲ್ಲೇ ಬಿಟ್ಟು ನಡೆದು ಹೊರಟ. ಅವನ ಉತ್ಸಾಹ, ಶಕ್ತಿ, ಚೈತನ್ಯವೆಲ್ಲ ಇತ್ತೀಚೆಗೆ ಬತ್ತಿ ಹೋಗಿತ್ತು. ಹಿಂದಿನ ಹಾಗೆ ಕೆಲಸ ಮಾಡುವುದು ಕೂಡ ಅವನಿಂದ ಸಾಧ್ಯವಾಗುತ್ತಿರಲಿಲ್ಲ. ಆಫೀಸ್‌ನವರಿಗೆಲ್ಲ ಅವನೊಂದು ಪ್ರಶ್ನೆಯಾಗಿದ್ದ.

ಹಿಂದಿನಿಂದ ಬಂದ ಪೀಟರ್ ಹೆಗಲ ಮೇಲೆ ಕೈ ಹಾಕಿದ. "ಏನೋ ಬಹಳ ಯೋಚ್ನೆಯಲ್ಲಿ ಮುಳುಗಿದ್ದೀಯಲ್ಲ?" ಈ ಮಾತೇನು ಅವನಿಗೆ ಹೊಸದಲ್ಲ. ಸಣ್ಣಗೆ ನಕ್ಕ ಸಾಗರ್.

"ತಕ್ಷಣ ನಿನ್ನ ಕನ್ನಡಕ ಚೆಕ್ ಮಾಡಿಸು"

ಪೀಟರ್ ಕನ್ನಡಕ ತೆಗೆದು ಕೈಯಲ್ಲಿಡಿದು ಮತ್ತೆ ಹಾಕಿಕೊಂಡು ನಗುತ್ತ ನುಡಿದ.

"ನಿನ್ಮಾತು ನನ್ನೊಬ್ಬನಿಗೆ ಮಾತ್ರ ಅನ್ವಯಿಸೋಲ್ಲ. ಸದ್ಯದಲ್ಲೇ ಕಣ್ಣಿನ ತಜ್ಞರಿಂದ ಸಾಮೂಹಿಕವಾಗಿ ಟೆಸ್ಟ್ ಮಾಡ್ಸೋದು ಮಾತ್ರವಲ್ಲದೆ ಕನ್ನಡಕ ಹಾಕದವ್ರಿಗೆ ಕನ್ನಡಕದ ಹಾಕಿಸೋದಷ್ಟೇ ಅಲ್ಲ ಇರೋ ಕನ್ನಡಗಳನ್ನು ಕೂಡ ಬದಲಾಯಿಸಬೇಕು.

ಸಾಗರ್ ಜೋರಾಗಿ ನಕ್ಕು ಬಿಟ್ಟ. ಪೀಟರ್ ನೋಟ ಆಳವಾಗಿ ನಗುವಿನಲ್ಲೂ ಜೀವಂತಿಕೆಗಾಗಿ ಹುಡುಕಾಡಿತು.

"ನೀನಂತೂ ಮೊದ್ಲಿನ ಹಾಗಿಲ್ಲ. ಏನಾದ್ರೂ ಹಣಕಾಸಿನ ಮುಗ್ಗಟ್ಟಾ? ನಾವೆಲ್ಲ ಅಣ್ಣ, ತಮ್ಮಂದಿರು, ನಷ್ಟ ಉಳಿತಾಯಗಳ್ನ ಸಮವಾಗಿ ಹಂಚಿಕೊಳ್ಳೋಣ" ಅದು ಮೇಲ್ಮಾತಲ್ಲವೆಂದು ಸಾಗರ್‌ಗೆ ಗೊತ್ತು. ಪೀಟರ್ ವಿಶಾಲ ಹೃದಯಿ. ಅಂದಿಗೂ ಇಂದಿಗೂ ಅವನಲ್ಲಿ ಯಾವುದೇ ಮಾರ್ಪಾಡಿಲ್ಲ.

"ಅಂಥದ್ದೇನು ಅಲ್ಲ, ನೀವುಗಳು ಅಂದ್ಕೊಂಡ ಹಾಗೇ ನಂಗೇನು ಆಗಿಲ್ಲ. ಡಾಕ್ಟ್ರ ಹತ್ರ ಕೂಡ ಚೆಕ್ ಅಪ್ ಮಾಡಿಸ್ದೇ. ನೋ...ನೋ ಯು ಆರ್ ಆಲ್ ರೈಟ್...

ಅಂದ್ರು."

ಪೀಟರ್ ತಟ್ಟನೇ ಕೈ ಹಿಡಿದು ನಿಲ್ಲಿಸಿದ. ಆಳವಾದ ತೀಕ್ಷ್ಣ ನೋಟದಿಂದ ಅವನ ನೋಟವನ್ನೇ ಹಿಡಿದಿಟ್ಟ. ಅನುಭವ ಮನ ಸುಖೀಯಲ್ಲವೆಂದು ಸಾರಿತು.

"ಸಾಗರ್, ಸುಳ್ಳು ಹೇಳ್ಬೇಡಿ. ನೀವು ಖಂಡಿತ ಸುಖವಾಗಿಲ್ಲ!" ಕೈ ಬಿಟ್ಟ. ಸಾಗರ್ ವಿಸ್ಮಿತರಾದರು. ತೋರ್ಪಡಿಸಿಕೊಳ್ಳದೇ ನಕ್ಕ. "ಎಲ್ಲಾ ಕೈಯಲ್ಲಿನ ರೇಖೆಗಳ್ನ ನೋಡಿ ಭವಿಷ್ಯ ಹೇಳಿದ್ರೆ. ನೀವು ಕಣ್ಣುಗಳು ನೋಡಿ ಹೇಳ್ತೀರಲ್ಲ!"

"ಅಂತೂ ನಿಜಾಂತ ಒಪ್ಕೊಂಡಂಗಾಯ್ತು" ಪೀಟರ್ ಸಮಾಧಾನದ ನಿಟ್ಟುಸಿರು ದಬ್ಬಿದ. ನಟನೆ ಮಾಡಿದಾಗ ತುಟ್ಟಿ ಕಚ್ಚಿಕೊಂಡ ಸಾಗರ್ "ಹಾಗಲ್ಲ... ಮಾರಾಯ...."

ಮರೆಸುವ ಯಾವ ಪ್ರಯತ್ನವು ಕೈಗೂಡದಾಗ ಸಾಗರ್ ವಿಷಣ್ಣ ವದನನಾದ. ಕಣ್ಣುಗಳಲ್ಲಿ ಇಣಕ್ಕಿದ್ದು ದಟ್ಟವಾದ ನಿರಾಶೆ. ತಲೆ ತಗ್ಗಿಸಿ ಮೌನವಾಗಿ ನಡೆಯತೊಡಗಿದ.

"ಸದ್ಯಕ್ಕೆ ಒಂದು ಕಪ್ ಬಿಸಿ ಕಾಫೀ ಹಾಕೋಣ" ಎಂದಾಗ ಪೀಟರ್, ಸಾಗರ್ ಒಲ್ಲೆಯನ್ನದಿದ್ದರೂ ನಿಂತು ಖಡಾ ಖಂಡಿತವಾಗಿ ಹೇಳಿದ. "ಬರೀ ಕಾಫೀ ಮಾತ್ರವಲ್ಲ, ತಿಂಡಿ ಕೂಡಬೇಕು. ಆದರೆ ಒಂದು ಕಂಡೀಷನ್... ಬಿಲ್ ನಾನು ಕೊಡ್ತೀನಿ."

ಪೀಟರ್ ಗಹಗಹಿಸಿದ. ಎದೆಯಲ್ಲಿ ವೇದನೆಯ ಹೊಂಡ. ಮೇಲೆ ನಗುವ ನಟನೆಯ ಸೋಗಿನ ಬದುಕು.

"ಓಕೆ... ಯಾರ್..." ಪೀಟರ್ ಕೈ ಸಾಗರ್ ಬೆನ್ನ ಮೇಲೆ ಬಿತ್ತು. ಸೇಲ್ಸ್‌ಮೆನ್ ಹುದ್ದೆಯಿಂದ ಸೇಲ್ಸ್ ಆಫೀಸರ್ ಆಗಿ ಬಡ್ತಿ ಪಡೆದಿದ್ದ ಪೀಟರ್. ತಿರುಗಾಟದಲ್ಲೇ ದಿನ ಕಳೆದಿದ್ದ ಅವನಿಗೆ ಅಂದುಕೊಂಡಿದ್ದ ಬದುಕು ಸಿಕ್ಕಿತ್ತು. ಆದರೆ ಪಶ್ಚಾತ್ತಾಪದ ಅಗ್ನಿಯಲ್ಲಿ ಬೇಯುತ್ತಿದ್ದ. ಮುಖ ಮೇಲೆತ್ತಿ ನಿಟ್ಟುಸಿರು ದಬ್ಬಿದ.

ಇಬ್ಬರು ಹೋಟೆಲಿನತ್ತ ನಡೆದರು. ಹೊಟ್ಟೆ ತುಂಬ ತಿಂಡಿ ತಿಂದು ಹೊರಬಿದ್ದರು. ಎರಡು ಹತ್ತರ ಮೇಲೆ ಒಂದು ಐದರ ನೋಟು ತೆತ್ತಿದ್ದ ಸಾಗರ್ ಮುಖದ ಮೇಲೆ ನಿರ್ಲಕ್ಷ್ಯ ಭಾವವಿತ್ತು.

"ಎಲ್ಲಾದ್ರೂ ಕೂತು ಮಾತಾಡೋಣ" ಪೀಟರ್ ಹೇಳಿದಾಗ ಅವನ ಕಣ್ಣುಗಳಲ್ಲಿ ಒಂದು ಕ್ಷಣ ಬೇಸರ ಇಣಕಿದರೂ ಮನದ ಬೆಂಕಿಯನ್ನು ಯಾರ ಮುಂದಾದರೂ ಸುರಿದರೆ ಒಳ್ಳೆಯದೆನಿಸಿತು. "ಆಯಿತು..."

ಇಬ್ಬರು ಒಂದು ಸಣ್ಣ ಪಾರ್ಕ್ ಹೊಕ್ಕರು. ಸಾಗರ್ ಕೂತ ಜೋಡಿಗಳನ್ನೆಲ್ಲ ದಿಟ್ಟಿಸಿದ. ಒಂದು ತರಹ ನಿರಾಶೆಯ ನಗು ಅವನ ತುಟಿಯಂಚಿನಲ್ಲಿ ತೇಲಿತು.

ಇಬ್ಬರು ಎದುರುಬದುರಾಗಿ ಹುಲ್ಲು ಮೇಲೆ ಕೂತರು. ಸಾಗರ್ ಆಕಾಶ ನೋಡತೊಡಗಿದ. ಪೀಟರ್ ನೋಟ ನೆಲದಲ್ಲಿತ್ತು. ಬಿದ್ದುಕೊಂಡ ಮೌನ ಅಲುಗಾಡಿತು.

"ಏನು ನಿನ್ನ ಸಮಸ್ಯೆ?" ಪೀಟರ್ ಸ್ವರದಲ್ಲಿ ಆತ್ಮೀಯತೆಯ ಕಾಳಜಿ ಇತ್ತು. ಸಾಗರ್ ಸಣ್ಣಗೆ ನಕ್ಕ. ಹುಲ್ಲಿನ ಮೇಲಾಡುತ್ತಿದ್ದ ಬೆರಳುಗಳು ಹುಲ್ಲನ್ನು ಕಿತ್ತು ಎಸೆಯತೊಡಗಿತು. "ಬಹುಶಃ ಸಮಸ್ಯೆನೇ ಇಲ್ಲ. ಭ್ರಮೆಗೆ ಒಡ್ಡಿಕೊಂಡಿರೋದು."

ಪೀಟರ್ ಇನ್ನಷ್ಟು ಮುಂದಕ್ಕೆ ಬಂದ. ಅವನ ಕಣ್ಣುಗಳು ಕಿರಿದಾಗಿ ಕುತೂಹಲವನ್ನೇ

ಹೊರ ಹಾಕಿತು. ಸಾಗರ್ ಮುಖ ಮೇಲೆತ್ತಿ ಶುಭ್ರ ಆಕಾಶವನ್ನೇ ನೋಡತೊಡಗಿದ.

"ಅಂದ್ರೆ... ನಂಗೇನು ಅರ್ಥವಾಗ್ಲಿಲ್ಲ. ಸಾಗರ್ ನಕ್ಕು ಬಿಟ್ಟ. ಮುಖದಲ್ಲಿ ನೋವು ಸ್ಪಷ್ಟವಾಯಿತು. "ನಂಗೂ ಅರ್ಥವಾಗ್ಲಿಲ್ಲ. ಷಿ ಇರಟೇಟ್ ಮಿ"

ಪೀಟರ್ ನಾಲಿಗೆ ತುಟಿಯ ಮೇಲಾಡಿತು. ಇನ್ನಷ್ಟು ಅವನತ್ತ ಸರಿದು ಕೂತ. ನಾಲ್ಕಾರು ಬಾರಿ ಸಾಗರ್ ಮನೆಗೆ ಹೋಗಿದ್ದ ಅವನಿಗೆ ಕೆಲವು ವಿಷಯಗಳು ಗೊತ್ತಿದ್ದವು.

ಆಗಾಗ ತಮಾಷೆಗೆ ಸಾಗರ್ ಹೇಳುತ್ತಿದ್ದ.

"ನಮ್ಮ ಮಾವನ ಮನೆ ಜವಾಬ್ದಾರಿಯೆಲ್ಲ ತಾವು ಹೊತ್ಕೊಂಡು ಮಗ್ಳು ಹೊಣೆ ಮಾತ್ರ ನಂಗೆ ವಹಿಸಿದ್ದಾರೆ. ಫಿಲಂ, ಹೂ, ಕಾಸ್ಮೆಟಿಕ್ಸ್‌ಗೆ, ನನ್ನ ಸಂಬ್ಳ ಫಿಕ್ಸ್ ಮಾಡಿದ್ದಾರೆ."

ಅದೇನು ದೊಡ್ಡ ವಿಷಯವಾಗಿ ಪೀಟರ್‌ಗೆ ಕಂಡಿರಲಿಲ್ಲ. ಆಸ್ತಿಯ ಜೊತೆ ಉತ್ಪತ್ತಿಯೂ ಇತ್ತು. ಇರೋ ಒಬ್ಬ ಮಗಳು ಯಾರಿಗೆ ಕೊಡಬೇಕು?

"ನಿಮ್ಮಾವ ಈಗ ಬದಲಾಗಿದ್ದಾರ?" ಸಾಗರ್ ನೋಟ ತಟ್ಟನೇ ಕೆಳಗಿಳಿಯಿತು. "ಹಾಗೆಂದು ಹೇಳೋದು ಕಷ್ಟ. ಆದ್ರೆ.... ಪೂರ್ತಿ ಬದಲಾಗಿರೋದು. ನಳಿನಿ ನನ್ಮೇಲೆ ಸೇಡು ತೀರಿಸಿಕೊಳ್ಳುವಂತೆ ವರ್ತಿಸ್ತಾಳೆ. ಅಲ್ಲಿ ನನ್ನ ತಪ್ಪೇನು ಇಲ್ಲ."

ಪೀಟರ್ ಕಣ್ಣುಗಳಲ್ಲಿ ವಿಸ್ಮಯ ಇಣಕಿತು. ಸಾಗರ್ ನಿಧಾನವಾಗಿ ಎಲ್ಲಾ ವಿಷಯವನ್ನು ಅವನ ಮುಂದಿಟ್ಟ. ಮಡದಿಯ ಬಗ್ಗೆ ಅಪಾರ ಕಳಕಳಿಯಿತ್ತು.

"ಇದ್ರಲ್ಲಿ ಅವ್ಳ ತಪ್ಪೇನು ಇಲ್ಲ. ನಾವೆಷ್ಟೇ ವೈಚಾರಿಕ ಮನೋಭಾವವನ್ನ ಹೊಂದಿದ್ದರೂ ಕೆಲವೊಮ್ಮೆ ದೈವ ನಿರ್ಣಯಗಳಿಗೆ ಬೆರಗಾಗಬೇಕಾಗುತ್ತೆ. ನಾನು ಅದನ್ನ ಹಗುರವಾಗೇ ತಗೊಂಡೆ. ಈಗ್ಲೂ ನಂಗೆ ಅವಳ್ಮೇಲೆ ಕೋಪ, ದ್ವೇಷ ಒಂದು ಇಲ್ಲ. ಹಾಗಿದ್ರೂ ಕೂಡ ಬದ್ಕನ್ನ ಅಸಹನೀಯವಾಗಿ ಮಾಡ್ಕೊಂಡು ಬಿಟ್ಟಿದ್ದಾಳೆ. ನಂಗೇನು ಮಾಡ್ಬೇಕೂಂತ ಗೊತ್ತಾಗ್ತಾ ಇಲ್ಲ." ಪದರ ಪದರವಾಗಿ ನೋವು ಇಣಕಿತ್ತು ಅವನ ಸ್ವರದಲ್ಲಿ.

ಪೀಟರ್ ತಲೆ ತಗ್ಗಿಸಿಕೊಂಡು ಕೂತು ನಿಧಾನವಾಗಿ ಯೋಚಿಸತೊಡಗಿದ. ಕೆಲವು ತೀರಾ ಸರಳವೆಂದುಕೊಂಡವ. ಕಗ್ಗಂಟು. ಅಲ್ಲಿ ಅರ್ಥಕ್ಕಿಂತ ಅನರ್ಥವೇ ಇರುವುದು.

"ಒಂಟಿತನ ತಟ್ಟಿರಬಹ್ದು. ಸದ್ಯಕ್ಕೆ ನಿನ್ತಂಗಿ ಮಕ್ಕಳಲ್ಲಿ ಒಬ್ರನ ತಂದಿಟ್ಕೋ." ಪೀಟರ್ ಹೇಳಿದಾಗ ಸಾಗರ್ ನೋವಿನ ಕಿರುನಗೆ ನಕ್ಕು, "ಅವ್ಳು ಈಗ ಮಕ್ಳನ ಕಂಡರೆ ಸಿಡಿಮಿಡಿಗುಟ್ಟುತ್ತಾಳೆ. ಯಾವ ಮಕ್ಳನ ಹತ್ತಿರಕ್ಕೆ ಸೇರ್ಸೋಕೆ ಇಷ್ಟಪಡೋಲ್ಲ" ಕಗ್ಗಂಟೆನಿಸಿತು ಪೀಟರ್‌ಗೆ.

ಸಾಗರ್ ರಾಣಿಯ ಪ್ರಕರಣ ಹೇಳಿದ.

"ಈಗ ಹೊಸ್ದಾಗಿ ಕೊಂಡಿರೋ ಮನೆಗೆ ತಟ್ಟನೆ ವಾಸ ಹೋಗುವ ಮನಸ್ಸು ಯಾರ್ಗೂ ಇರ್ಲಿಲ್ಲ. ಸದ್ಯಕ್ಕೆ ಒಂದೆರಡು ವರ್ಷ ಬಾಡ್ಗೇಗೆ ಕೊಟ್ಬಿಡೋಣಾಂತ

ನಮ್ಮ ಮಾವನ ಯೋಚ್ನೇ. ಅವ್ಳಿಗೂ ಅದು ಸರಿಯೆನಿಸಿತ್ತು. ತಟ್ಟನೆ ಬದಲಾದ್ಲು. ಆ ಮನೆಗೆ ವಾಸ ಹೋಗ್ಲೇ ಬೇಕೆನ್ನೋ ಹಟ. ಅಲ್ಲಿ ಇಣಕಿದ್ದು ನಂಗೆ ಪರಕೀಯ ಭಾವನೆ. ಈಗ ಸ್ಟಂಟ್ ನಡೀತಾ ಇದೆ. ಹಿಂದೆ ಇವೆಲ್ಲಕ್ಕೂ ಹೊಂದಿಕೊಂಡಿದ್ದ ಮನ ಈಗ ಕುಸಿಯುವ ದವಾನಲ. ಸುಟ್ಟು ಕರಕಾಗೋ ನನ್ನ ವ್ಯಕ್ತಿತ್ವದ ಬಗ್ಗೆ ತಾಕಲಾಟ" ಉದ್ವಿಗ್ನನಾದ. ಅವನ ದೇಹದ ರಕ್ತವೆಲ್ಲ ಮುಖಕ್ಕೆ ನುಗ್ಗಿತು.

"ಕಂಟ್ರೋಲ್ ಯುವರ್ ಸೆಲ್ಫ್" ಮೃದುವಾಗಿ ಅವನ ಕೈ ಹಿಡಿದು ಅದುಮಿದ ಪೀಟರ್. "ಎಲ್ಲಿ ನಿರ್ಯೋಜನೆ ಅಂದ್ಕೋತೀವೊ ಅಲ್ಲೇ ಗಂಡಾಂತರ. ನಿನ್ನ ಮಿಸಸ್ ಸ್ವತಂತ್ರ ವ್ಯಕ್ತಿತ್ವ, ದಾರ್ಷ್ಟಿಕತೆ ಬಗ್ಗೆ ನಂಗೆ ತುಂಬು ಅಭಿಮಾನ. ಹೈದರಾಬಾದ್, ಬಾಂಬೆ, ಮದ್ರಾಸ್‌ಗಳ ತಿರ್‍ಗಾಟದ ಮಧ್ಯೆ ಬಂದರೇ ಮನೆ ಸ್ವರ್ಗ ಅನ್ನಿಸ್ತಾ ಇತ್ತು. ಅಯ್ಯೋ... ನಾನು ಎಂಥ ಸುಖಿನ ಕಲ್ಪೋತ ಇದ್ದೀನೀಂತ ಪೇಚಾಡ್ತಾ ಇದ್ದೆ. ಹಕ್ಕಿಯಾಗಿ ಇಲ್ಲಿ ಹಾರಿ ಬರ್ತಾ ಇದ್ದೆ. ಆದ್ರೆ... ನಾನ್ಬಂದು ನಿಂತು ತಪ್ಪು ಮಾಡ್ದೇ. ಮಕ್ಕಳು, ಅವ್ಳು ಆ ಜೀವನಕ್ಕೆ ತುಂಬ ಒಗ್ಗಿಕೊಂಡು ಬಿಟ್ಟಿದ್ದರು. ತಿಂಗಳೆರಡರಲ್ಲಿ ಬರುತ್ತಿದ್ದ ನನ್ನ ಬಗ್ಗೆ ತೋರುತ್ತಿದ್ದ ಪ್ರೀತಿಯಲ್ಲಿ ನೂರರಲ್ಲಿ ಈಗ ಒಂದು ಭಾಗ ಸಿಕ್ಕಿದ್ರು ಸಾಕಾಗಿತ್ತು. ನಾನ್ಬಂದು ನಿಂತಿದ್ದು ಅವರಿಗೆ ಬಿಸಿ ತುಪ್ಪ ಗಂಟಲಲ್ಲಿ ಇಳಿದ ಅನುಭವ. ಬರೀ ತೊಳಲಾಟ. ಈಗ ಅವ್ರಿಗೆ ನನ್ನ ಬಗ್ಗೆ ಬರೀ ಉದಾಸೀನ. ನಾನು ಹೊಂದಿಕೊಳ್ಳಲು ಪ್ರಯತ್ನಿಸಿದಷ್ಟೂ ದೂರ ಹೋಗ್ತಾರೆ. ನಾನು ಪೂರ್ತಿಯಾಗಿ ಒಂಟಿಯಾಗಿದ್ದೀನಿ. ಸಮಾಜದ ಸ್ಥಾನಮಾನಗಳಿಗಾಗಿ ನಾನು ಆ ಮನೆಯಲ್ಲಿ ಒಬ್ಬ ವ್ಯಕ್ತಿ. ನನ್ನ ಭಾವನೆ, ಅನಿಸಿಕೆಗಳಿಗೆ ಇಲ್ಲಿ ಯಾವುದೇ ಬೆಲೆಯಿಲ್ಲವೆಂದು ಕಂಡುಕೊಂಡ ಮೇಲೆ ನಿಶ್ಚಿಂತನಾದೆ. ನಾನು ಬೆಳಿಗ್ಗೆ ಮನೆ ಬಿಟ್ಟರೆ ರಾತ್ರಿ ಹತ್ತರ ಮೇಲೆನೇ ಮನೆ ತಲುಪೋದು. ಅವ್ರಿಗೂ ಇದ್ರಿಂದ ಸ್ವಲ್ಪ ನಿಶ್ಚಿಂತೆ. ಬೇರೆ ಎಲ್ಲಾದ್ರೂ ಕೆಲ್ಸ ಸಿಕ್ಕರೆ ಹೋಗಿ ಬಿಡುವ ನಿಶ್ಚಯವು ಇದೆ." ಪೀಟರ್ ಕಣ್ಮುಚ್ಚಿ ತೆಗೆದ. ಕಣ್ಣಲ್ಲಿ ನೀರಿನ ತುಂತುರು ಇತ್ತು.

"ಈ ನಿರಾಸಕ್ತಿ, ಉದಾಸೀನತೆಗಿಂತ ಹಿಂದಿನ ಪ್ರೀತಿ ವರ್ಷಕ್ಕೊಮ್ಮೆ ಪಡೆದರೂ ಸಾಕು" ಪೀಟರ್ ಭಾವುಕನಾದ. ಪರಿಸರ, ಎಲ್ಲವನ್ನು ಮರೆತು ಬಿಕ್ಕಿದ. ಈಗ ಸಮಾಧಾನಿಸುವ ಸ್ವರ ಸಾಗರ್‌ದು.

" ಸೋ.... ಸಾರಿ... ದಯವಿಟ್ಟು ಸಮಾಧಾನ ಮಾಡ್ಕೋ. ಬೇರೇನೂ ಯೋಚ್ನೇ ಮಾಡ್ಬೇಡ. ನಾಲ್ಕು ದಿನಕ್ಕೆ ಅವ್ರೇ ಮೊದ್ಲಿನ ಸ್ಥಿತಿಗೆ ಮರಳಿಯಾರು!" ಪೀಟರ್ ಕೈ ಕೆಳಗಿಳಿಯಿತು. ನೋವಿನ ನಗೆ ನಕ್ಕ. "ಅಂತು ನಿರೀಕ್ಷಣೆ ಮೂರ್ಖತನ. ನಾನು ಅಪರೂಪಕ್ಕೊಮ್ಮೆ ಬಂದು ಬೇಕುಬೇಕಾದ್ದು ತಂದು ನಾಲ್ಕು ದಿನ ಅವರೊಡನೆ ಸುತ್ತಾಡಿ ಹೋಗುವುದನ್ನ ಅವ್ರ ಬಯಸೋದು. ಇದು ಈಗ ಅನಿವಾರ್ಯವಾಗಿದೆ ಕೂಡ."

ಇಬ್ಬರು ಮೌನವಾಗಿ ನಿಮಿಷಗಳಲ್ಲೂ ಕೊಲ್ಲುತ್ತ ಬಂದವರು ಮೇಲೆದ್ದರು. "ಕೌಟುಂಬಿಕ ಬದ್ಧಿನ ಬಗ್ಗೆ ಚಿಲ್ಲರೆ ಮಾತಾಡೋ ಜನರ ಬಗ್ಗೆ ರೋಷ. ಅಲ್ಲಿ ಸುಖ,

ಸಂತೃಪ್ತಿ ಇದ್ದರೆ ಮಾತ್ರ ಸಮಾಜದ ಪ್ರಗತಿ ದೇಶದ ಉದ್ಧಾರ. ನಾನು, ನೀನು ಮೊದ್ಲಿನಷ್ಟು ಉತ್ಸಾಹದಿಂದ ಕೆಲ್ಸ ಮಾಡಲು ಸಾಧ್ಯವೇ? ಯಾರ್ಗೇ ನಷ್ಟ? ಸಮಾಜಕ್ಕೆ, ದೇಶಕ್ಕೆ!" ಉದ್ವೇಗದಿಂದ ಹೇಳಿ ಕೈಕುಲುಕಿ ಬೀಳ್ಕೊಟ್ಟ ಪೀಟರ್.

ತನ್ನ ವಿಷಯ ಮರೆತು ಪೀಟರ್ ವಿಷಯ ಯೋಚಿಸಿದ. ಎಂಥ ಅಪರೂಪದ ಸ್ನೇಹಮಯಿ ವ್ಯಕ್ತಿ. ಇಡೀ ಆಫೀಸ್‌ನ ಜನರನ್ನು ತನ್ನ ಬಂಧುಗಳು ಎನ್ನುವಂತೆ ವರ್ತಿಸುತ್ತಿದ್ದ. ಪ್ರತಿಯೊಬ್ಬರ ಮನೆಯ ಸುಖ, ದುಃಖದಲ್ಲೂ ಪಾಲು ಹಂಚಿಕೊಳ್ಳುತ್ತಿದ್ದ. ಅದಕ್ಕೊಂದು ಸ್ಪಷ್ಟ ಉದಾಹರಣೆ.

ಸೆಕ್ಷನ್ ಆಫೀಸರ್‌ಗೆ ಇವನನ್ನ ಕಂಡರೆ ಅಷ್ಟಕ್ಕಷ್ಟೆ. ಸಾಕಷ್ಟು ಮೆಮೋಗಳಿಗೆ ದಾರಿ ಮಾಡಿಕೊಟ್ಟಿದ್ದ ಹಿಂದೆ. ಆದರೆ ಆಕ್ಸಿಡೆಂಟ್ ಆದಾಗ ಹಗಲು, ರಾತ್ರಿ ಬಂಧುವಿನಂತೆ ಉಪಚರಿಸಿದ್ದ.

ಎಸ್.ಡಿ. ರಾಜನ್ ರೋಸಿ ಹೇಳಿದ್ದ.

"ನೀನ್ಯಾಕೆ ಅಷ್ಟೊಂದು ಮಾಡ್ತೀಯಾ? ನಿನ್ನಂಡ್ರೆ ಆ ಮನುಷ್ಯನಿಗೆ ಉರಿ. ಇಲ್ಲದ್ದೆಲ್ಲ ಸೇರ್ಸಿ ನಿನ್ಮೇಲೆ ಮಾಲೀಕರಿಗೆ ರಿಪೋರ್ಟ್ ಮಾಡ್ತಾ ಇದ್ದ. ಅಂಥವನಿಗೋಸ್ಕರ ಇಷ್ಟೊಂದು ಒದ್ದಾಡುತ್ತೀಯಲ್ಲ!" ನಕ್ಕು ಸರಿದುಹೋದ ಪೀಟರ್ ಎಲ್ಲರಿಗೂ ದೊಡ್ಡ ವ್ಯಕ್ತಿಯೆನಿಸಿದ್ದ.

ಸಾಗರನ ಉದ್ದಗಲಕ್ಕೂ ತುಂಬಿಕೊಂಡ ಗೌರವಾನ್ವಿತ ವ್ಯಕ್ತಿ ಪೀಟರ್. ಅವನು ಹೋದತ್ತಲೆ ನೋಡಿ ನಿಟ್ಟುಸಿರು ದಬ್ಬಿದ. ಆಟೋ ಹಿಡಿದು ಬೇಗ ಮನೆ ತಲುಪಲು ಇಷ್ಟವಿಲ್ಲ. ಕ್ಯೂನಲ್ಲಿ ನಿಂತು ಬಸ್ಸಿಗಾಗಿ ಎದುರು ನೋಡತೊಡಗಿದ.

ಅತ್ತಲಿನಿಂದ ಬಂದ ಸ್ಕೂಟರ್ ಸಮೀಪದಲ್ಲಿ ನಿಂತಿತು. ರಂಗನಾಥ್ ನೋಟವೆತ್ತಿದರು. ವಿಮಲ ನಸು ನಕ್ಕಳು. ರಾಣಿ ಕೈ ಎತ್ತಿದಳು.

"ಇದೇನು ಇಲ್ಲಿ?" ರಂಗನಾಥ್ ಕಣ್ಣುಗಳು ಕಿರಿದಾದವು. ನಸು ನಕ್ಕು ಸಾಗರ್

"ವೆಹಿಕಲ್ ಟ್ರಬಲ್... ಇದೊಂದು ತರಹ ಚೆನ್ನಾಗಿರುತ್ತದೆ"

ಸ್ಕೂಟರ್ ಮುಂದಕ್ಕೆ ಹೋದಾಗ ರಾಣಿಗೆ ಕೈ ಬೀಸಿದ. ಸುಖೀ ಕುಟುಂಬ ಮುದಗೊಂಡಿತು ಮನ. ಎದೆಯ ಮೇಲೆ ಕೈಕಟ್ಟಿದ.

ಬಸ್ಸು ಹಿಡಿದು ಅವನು ಮನೆ ತಲುಪಿದಾಗ ಒಂಬತ್ತು ಗಂಟೆಯಾಗಿತ್ತು. ಕಾಂಪೌಂಡಿನಲ್ಲಿ ಮಗಳ ಸಮೇತ ಅತ್ತೆ, ಮಾವಂದಿರು ಆಸೀನರಾಗಿದ್ದರು. ಮಾತನಾಡಬೇಕೆನಿಸಲಿಲ್ಲ. ನೋಡದವನಂತೆ ಒಳಕ್ಕೆ ನಡೆದ.

ಹಿಂದೇನು ಹೀಗೆ ಬರುತ್ತಿದ್ದರು. ಆಗ ಏನೂ ಅನ್ನಿಸುತ್ತಿರಲಿಲ್ಲ. ಈಗ ತನ್ನ ಮತ್ತು ನಳಿನಿಯ ಮಧ್ಯೆ ಕಂದಕದ ನಿರ್ಮಾಣದ ಶಿಲ್ಪಿಗಳು. ಮನ ಕಟುವಾಗಿ ಯೋಚಿಸುತ್ತಿತ್ತು.

ಬಟ್ಟೆ ಬದಲಾಯಿಸಿ ಸೋಫಾಕ್ಕೆ ಒರಗಿ ಕೈಯಲ್ಲಿ ಪೇಪರ್ ಹಿಡಿದ. ತೀರಾ ಅನಾಸಕ್ತಿ ಪೇಪರ್ ಕೈಯಿಂದ ಜಾರಿತು. ಕೈ ಮುಖದ ಮೇಲಾಡಿತು.

"ಈಗೆಷ್ಟು ಗಂಟೆ?" ಉದ್ವಿಗ್ನಗೊಂಡ ಸ್ವರ. ನಿಧಾನವಾಗಿ ತಲೆಯೆತ್ತಿದ. ಶಾಂತ

ಕಣ್ಣೋಟದಲ್ಲಿ ಅವಳನ್ನ ತುಂಬಿಕೊಳ್ಳಲು ಪ್ರಯತ್ನ ಮಾಡ್ತೀಯಾ? ಇದರಿಂದ ನಿಂಗೂ ಸುಖವಿಲ್ಲ"

ನಳಿನಿಯ ಗಂಟಲಲ್ಲಿ ಏನೋ ಸಿಕ್ಕಿ ಕೊಂಡಂತಾಯಿತು. ಚಡಪಡಿಸಿದಳು. ಮೇಲೆದ್ದು ಅವಳ ಸಮೀಪಕ್ಕೆ ಹೋದ. ಎರಡು ಕೈಯಿಂದ ಅವಳ ಕುತ್ತಿಗೆಗೆ ಹಾರ ಹಾಕಿದ.

"ನಾವೇನು ಮುದ್ಕರಾಗಿಲ್ಲ. ಪವಾಡ ನಡೆದಂತೆ ಮುಂದೆ ಮಕ್ಕಳಾಗಬಹ್ದು. ಆಗ್ದಿದ್ರೆ ಬೇಡ, ನಂಗೆ ನೀನು ಮಗು. ನಿಂಗೆ ನಾನು ಪಾಪು, ಆರಾಮಾಗಿದ್ದು ಬಿಡೋಣ" ನವಿರಾಗಿ ಹೇಳಿದ. ಅವಳ ಕೆನ್ನೆಗಳು ಉಬ್ಬಿದವು.

"ನಮ್ಮಪ್ಪನ ಆಸ್ತಿ, ನಿಮ್ಮ ಪ್ರೀತಿ..." ಅಳು ನುಂಗಿ ತೊದಲಿದಳು. ಸಾಗರ್ ನಕ್ಕುಬಿಟ್ಟ. "ಅವ್ರ ಆಸ್ತಿನ ಯಾರ್ಗಾದ್ರೂ ಕೊಟ್ಟು ಬಿಡು. ಹೇಗೋ ಪ್ರಾಮಾಣಿಕ ಸಂಪಾದ್ನೇ ಅಲ್ಲ. ನನ್ನ ಪ್ರೀತಿ ಮಾತ್ರ ಯಾವಾಗ್ಲೂ ನಿಂದೇ"

ಅವಳ ರೋಗಗ್ರಸ್ತ ಮನ ಒಪ್ಪಲು ಸಿದ್ಧವಿಲ್ಲ. ನೇರವಾಗಿ ಅವನ ಕಣ್ಣೊಳಗೆ ಇಣಕಿದಳು. ಪ್ರಶಾಂತತೆಯ ನಡುವೆ ಅಗೋಚರವಾದದ್ದನ್ನ ಕಂಡವಳಂತೆ ಬೆಚ್ಚಿದಳು. "ಇಲ್ಲ.... ಇಲ್ಲ..". ಮುಖ ತಿರುಗಿಸಿ ಕಣ್ಣೀರು ಸುರಿಸಿದಾಗ ಸಾಗರ್ ತಾಳ್ಮೆ ಕಳೆದುಕೊಂಡ. "ಅದ್ಕೇ ನಾನೇನು ಮಾಡ್ಲೀ? ನಿಂಗೆ ತಾಯ್ತನದ ಬಯಕೆಗಿಂತ ನಿಮ್ಮಪ್ಪನ ಆಸ್ತಿ, ನನ್ಮೇಲಿನ ಹಿಡಿತದ ಮೇಲೆ ನಿನ್ನ ಕಣ್ಣು...."

ಸರಿ ಹೋಗದೆನಿಸಿತು ಸಾಗರ್‌ಗೆ. ದಿನ ಕಳೆದಂತೆ ಮತ್ತಷ್ಟೂ ಕಠಿಣವಾಗಿ ವರ್ತಿಸತೊಡಗಿದಳು. ಪ್ರತಿಯೊಂದಕ್ಕೂ ಕಿರಿಕಿರಿ. ಮನೆಯಲ್ಲಿದ್ದರೆ ಚಿತ್ರಹಿಂಸೇ. ಹೊರಗೆ ಕಾಲಕಳೆದರೆ ಬಂದ ಮೇಲೆ ಘಟಸ್ಫೋಟ.

ಕಪ್ಪೆಚಿಪ್ಪಿನಂತೆ ಅವಳ ಮನ ನಿಗೂಢವಾಗಿರಲಿಲ್ಲ. ತೆರೆದಿಟ್ಟ ಪುಸ್ತಕದಂತಿತ್ತು ನಳಿನಿ ಮನಸ್ಸು. ಆದರೆ ಸಾಗರ್ ನಿಸ್ಸಹಾಯಕ.

ಒಮ್ಮೆ ಪೀಟರ್ ಜೊತೆ ಡಾ. ಕಿಷನ್‌ನ ನೋಡಲುಹೋದ. ಸೌಮ್ಯ ವ್ಯಕ್ತಿ. ನಿಧಾನವಾಗಿ ಎಲ್ಲ ವಿಷಯವನ್ನು ಕೇಳಿದ ಅವರು ಇದೊಂದು ವ್ಯಾಧಿಯೆಂದು ಒಪ್ಪಿಕೊಂಡರು.

"ಆಕೆ ಕೀಳರಿಮೆ ಬೆಳೆಸಿಕೊಂಡಿದ್ದಾರೆ. ನಿಮಗೆ ಒಂದು ಮಗುವನ್ನು ಕೊಡಲಾರದೆ ಆಕೆ ತಕ್ಕ ಹೆಂಡತಿಯಲ್ಲವೆಂಬ ನಿರ್ಧಾರಕ್ಕೆ ಬಂದಿದ್ದಾರೆ. ಒಳಗಿನ ತಳಮಳ ಹೊರಹಾಕಲು ನಾನಾ ದಾರಿಗಳು. ಅವರಲ್ಲಿ ಇದೊಂದು ಇರಬಹುದು. ನೀವು ಮೊದಲಿನ ಹಾಗೆ ತನ್ನನ್ನು ಪ್ರೀತಿಸುತ್ತಿಲ್ಲ ಎನ್ನುವ ಸಂಶಯ ಒಂದು ಕಡೆಯಾದ್ರೆ, ನಿಮ್ಮ ಸಹಜ ಮಕ್ಕಳ ಪ್ರೀತಿಯ ಬಗ್ಗೆ ಮತ್ತೊಂದು ಕಡೆ ಮತ್ಸರ ಇದಕ್ಕೆ 'ಪೆರನಾಯ್ಡ್ ಜೆಲಸಿ ಸ್ಟೇಟ್' ಅಂತಾರೆ.

ಒಮ್ಮೆ ಅವರನ್ನು ಕರ್ಕೊಂಡ್ಬನ್ನಿ. ಆಮೇಲೆ ಒಂದು ನಿಶ್ಚಯಕ್ಕೆ ಬರಲು ಸಾಧ್ಯವಾಗುತ್ತೆ"

ಹೊರಗೆ ಬಂದ ಪೀಟರ್ ಅವನತ್ತ ನೋಡಿದ.

"ಈಗೇನು ಮಾಡ್ತೀಯಾ? ಸ್ವಲ್ಪ ಮನವೊಲಿಸಿ ಕರ್ಕೊಂಡ್ಬಾ. ಚಿಕಿತ್ಸೆಯ ನಂತರ ಸರಿಹೋಗ್ಬಹ್ದು" ನಿರಾಸೆಯ ನಗುವು ಅವನ ತುಟಿಯಂಚಿನಲ್ಲಿ ಮಿನುಗಿತು.

"ಸುಪ್ತ ಮನಸ್ಸಿನ ಹೋರಾಟದ ಮುಖವಲ್ಲ. ಅವ್ಳಿಗೆ ಎಲ್ಲಾ ಗೊತ್ತು. ನನ್ನ ಸಲಹೆಗೆ ಖಂಡಿತ ಅವ್ಳು ಒಪ್ಪುವ ಸ್ಥಿತಿಯಲ್ಲಿಲ್ಲ. ಅದು ಅವಿವೇಕದ ಅತಿರೇಕ ವರ್ತನೆ."

ಪೀಟರ್ ತುಟಿಗಳು ಕೂಡ ಕಚ್ಚಿ ಕೂತವು. 'ಸಮಸ್ಯೆ ಹುಟ್ಟುತ್ತಲೆ ಪರಿಹಾರ ಕಂಡುಕೊಂಡಿರುತ್ತದೆ' ಕೆನ್ನೆಯುಜ್ಜಿದ.

"ಆಯ್ತು, ನೋಡೋಣ. ಒಂದೇ ತರಹದ ಬದ್ಕಿಗಿಂತ ಇಂಥ ಬದಲಾವಣೆಗಳು ಒಂದು ತರಹ ಮೋಜು" ನಕ್ಕು ಹೇಳಿ ಹೆಜ್ಜೆಯ ವೇಗ ಹೆಚ್ಚಿಸಿದ ಸಾಗರ್.

ರಜೆ ಹಾಕಿದ್ದರಿಂದ ಬೇಸರದಿಂದಲೇ ಮನೆಗೆ ಬಂದ. ಬಾಗಿಲಿಗೆ ಬೀಗ. ಆ ಮನೆಯ ಬಳಿ ಹೋಗಿರಬಹುದೆಂದುಕೊಂಡ. ಹಿಂದೆಯಾಗಿದ್ದರೆ ರೆಕ್ಕೆ ಕಟ್ಟಿಕೊಂಡು ಹಾರುತ್ತಿದ್ದ. ಈಗಲೂ ಹಾರಲು ಸಿದ್ಧ. ಪೆಟ್ಟು ತಿಂದು ನೆಲಕ್ಕೆ ಬಿದ್ದು ಒದ್ದಾಡುವುದು ಅವನಿಗಿಷ್ಟವಿಲ್ಲ.

ಬಾಗಿಲಿಗೆ ಬಂದ ವಿಮಲ ಅರೆ ಮನಸ್ಸಿನಿಂದಲೇ ಆಹ್ವಾನಿಸಿದಳು.

"ಒಳಗಡೆ ಬನ್ನಿ, ತಾಯಿ, ಮಗ್ಳು ಆ ಮನೆಯತ್ರ ಹೋಗಿರಬಹ್ದು, ಬರ್ತಾರೆ."

ಒಂದು ಕ್ಷಣ ಅನುಮಾನಿಸಿದರೂ ಬೇರೆ ದಾರಿಯಿಲ್ಲದೆ ವರಾಂಡದಲ್ಲಿ ಹೋಗಿ ಕೂತು ಪತ್ರಿಕೆ ಕೈಗೆತ್ತಿಕೊಂಡ.

ಒಳಗೆ ಹಣ್ಣಿನ ರಸ ಬೆರೆಸುತ್ತಿದ್ದ ವಿಮಲ ಹೊರಗೆ ಬಂದು ಟೈಮ್ ನೋಡಿದಳು.ಇನ್ನು ಊಟವಾಗಿಲ್ಲವೆನಿಸಿತು. ಹಣ್ಣಿನ ರಸ ಫ್ರೀಜ್‌ನಲ್ಲಿಟ್ಟು ಹೊರಗೆ ಬಂದಳು.

"ಊಟ ಮಾಡಿ. ಅವ್ರುಗಳು ಯಾವಾಗ್ಬರ್ತಾರೋ" ಪೇಪರ್‌ನಿಂದ ತಲೆಯೆತ್ತಿದ. ಚಂಚಲತೆ ಮಾಸಿದ ತುಂಬು ಸಾಗರದ ಗಂಭೀರತೆ ಮುಖದ ಮೇಲೆ. "ಬೇಡ, ಗಡದ್ದು ತಿಂಡಿ ಆಗಿತ್ತು. ಸಂಜೆಯವರ್ಗೂ ಹೊಟ್ಟೆ ತಾಪತ್ರಯಪಡೋಲ್ಲ."

ವಿಮಲ ಕೇಳಲಿಲ್ಲ. ಬಲವಂತದಿಂದ ಕರೆದೊಯ್ದು ಬಡಿಸಿದಳು. ಮೊದಲು ಸಂಕೋಚಗೊಂಡರೂ ಹೊಟ್ಟೆ ತುಂಬ ಊಟ ಮಾಡಿದ.

ವಿಮಲಳಿಗೂ ನಳಿನಿ ವಯಸ್ಸೆ. ತಾಯ್ತನದ ಗಾಂಭೀರ್ಯ ಅವಳ ವ್ಯಕ್ತಿತ್ವಕ್ಕೊಂದು ವರ್ಚಸ್ಸು ತಂದಿತ್ತು. ಮಗುವಿನ ಲಾಲನೆ ಪಾಲನೆಯ ವಿಮಲಳ ಶೃಂಗಾರ ಸಾಧನಗಳೆಲ್ಲ ಪಕ್ಕಕ್ಕೆ ಸರಿದಿದ್ದವು. ರಾಣಿಯ ತುಂಟಾಟ, ಅಳು, ಅಸಹನೆ, ಅತೃಪ್ತಿಯನ್ನು ಪೂರ್ತಿಯಾಗಿ ಮೆಟ್ಟಿರಬೇಕು. ತುಂಬು ಶಾಂತತೆಗೆ ಅದೊಂದು ಕಾರಣ.

ಮಲಗಿದ್ದ ರಾಣಿ ಎದ್ದು ಬಂದಳು. ಕಪ್ಪು ಅರಳುಗಣ್ಣುಗಳಲ್ಲಿ ಸುಂದರ ಬೆಳದಿಂಗಳು. ಅಲೆಅಲೆಯಾಗಿ ಹರಡಿಕೊಂಡಿದ್ದ ಕೂದಲು ಶುಭ್ರ ಬಿಳಿ ವರ್ಣಕ್ಕೆ ಚೇತೋಹಾರಿ.

"ಮಾಮ...." ಅವನ ಕೈಯಲ್ಲಿ ಬಂದು ಅಡಗಿದಾಗ ಅಗೋಚರವಾದ ಸಂತೋಷದಿಂದ ಅವನ ಮೈ ಪುಳಕಿತವಾಯಿತು. "ನಿದ್ದೆ ಆಯ್ತ?" ಗಲ್ಲ ಸವರಿದ.

ಅವಳ ಜೊತೆಯಲ್ಲಿ ವೇಳೆ ಸರಿದಿದ್ದೇ ಗೊತ್ತಾಗಲಿಲ್ಲ. ಆಟೋ ಸದ್ದು ಕೇಳಿ ಅವಳನ್ನೆತ್ತಿಕೊಂಡೇ ಹೊರಗೆ ಬಂದ. ತಾಯಿ, ಮಗಳು ಇಳಿದರು.

ಇತ್ತ ತಿರುಗಿದ ನಳಿನಿಯ ಕಣ್ಣುಗಳಲ್ಲಿ ಬೆಂಕಿ ಚೆಲ್ಲಾಡಿತು. ಮುಖ ತಿರುವಿದಳು. ಉಗುಳು ನುಂಗಿದ ಸಾಗರ್.

ಬಾಗಿಲಿಗೆ ಬಂದ ವಿಮಲ ಸುಲಭವಾಗಿ ಅರಿತಳು. ಮಗುವನ್ನ ಕಳುಹಿಸಲು ಸುತರಾಂ ಒಪ್ಪದು ಅವಳ ಮನ. ಸಾಕಷ್ಟು ಅವಮಾನ ನುಂಗಿಕೊಂಡಿದ್ದಳು.

"ರಾಣಿ, ಬಾ ಮರಿ... ಅತ್ತೆ ಬಂದಿದೆ. ಮಾಮ ಮನೆಗೆ ಹೋಗ್ಲಿ" ಎರಡು ಕೈನಿಂದ ಅವನ ಕತ್ತನ್ನು ಅಪ್ಪಿದಳು. "ಬರೋಲ್ಲ... ನಾನು ಹೋಗ್ತೀನಿ."

ಎರಡೆಜ್ಜೆ ಉಲ್ಲಾಸದಿಂದ ಮುಂದಿಟ್ಟಾಗ ವಿಮಲ ಸ್ವರ ತಡೆದು ನಿಲ್ಲಿಸಿತು.

"ದಯವಿಟ್ಟು, ರಾಣಿನ ಮನೆಗೆ ಕರ್ಕೊಂಡ್ಹೋಗ್ಬೇಡಿ. ಮೊದ್ಲೇ ಚೇಷ್ಟೇ ಮಗು" ಎಂದು ಉಗುಳು ನುಂಗಿದಳು. ಸಾಗರ್ ಹಿಂದಕ್ಕೆ ತಿರುಗಿದ. "ದಯವಿಟ್ಟು ಬೇಜಾರು ಮಾಡ್ಕೋಬೇಡಿ. ಮಕ್ಳು ಒಂದು ಸಹಜ ಆಕರ್ಷಣೆ. ಎಲ್ಲರಿಗೂ ಈ ವಿಷ್ಯ ಅರ್ಥವಾಗೋಲ್ಲ. ನಳಿನಿ ತುಂಬ ಬೇಜಾರಾಗಿದ್ದಾರೆ. ಮಾತಾಡೆ ನನ್ಹತ್ರ ಎಷ್ಟೋ ದಿನವಾಯ್ತು. ಯಾಕೇಂಥ ಪೂರ್ತಿ ಅರ್ಥವಾಗ್ದಿದ್ರೂ ನಮ್ಮ ಬಗ್ಗೆ ಜಿಗುಪ್ಸೆ."

ಬಗ್ಗಿ ರಾಣಿಯನ್ನು ಕೆಳಗಿಳಿಸಿದ ಸಾಗರ್. ತುಟಿ ಎರಡು ಮಾಡದೆ ಹೊರಟುಬಿಟ್ಟ, ಸೋಲುವ ಕಾಲುಗಳನ್ನು ಪ್ರಯಾಸದಿಂದ ಎತ್ತಿಡುತ್ತಿದ್ದ. ಬಾಗಿಲಲ್ಲೆ ನಿಂತಿದ್ದ ಸುಂದರಮ್ಮ ಇಷ್ಟಗಲ ಮುಖ ಮಾಡಿದರು. "ಇನ್ನೆರಡು ದಿನದ ಕೆಲ್ಸ ಇದೆ. ಅದು ಮುಗಿಯಿತೂಂದ್ರೆ... ಎಲ್ಲಾ ಮುಗಿದಂಗೆ. ಒಳ್ಳೆ ದಿನ ನಿಶ್ಚಯಿಸಿ ಪುಣ್ಯಾಹ ಮಾಡ್ಸಿ ನಾಲ್ಕು ಜನಕ್ಕೆ ಊಟ ಹಾಕಿಸಿ ಹೊರಟುಬಿಡೋದೆ."

ಏನಾದರೂ ಹೇಳಬೇಕೆಂದುಕೊಂಡರೂ ಸ್ವರವೇಳಲಿಲ್ಲ. ಈಚೆಗೆ ಪರಕೀಯತೆ ಅವನನ್ನು ಕಾಡತೊಡಗಿತ್ತು. 'ಇದು ನನ್ನ ಸ್ವಂತ ಸಂಪಾದನೆಯಲ್ಲ' ಊಟ ಮಾಡುವುದೇ ಅವನಿಗೆ ಕಷ್ಟವಾಗುತ್ತಿತ್ತು.

ಒಂದು ಪತ್ರ ತಂದು ಅವನ ಮುಂದಿರಿಸಿದಳು. ಕೋಪದಿಂದ ಅವನ ಮೂಗಿನ ಹೊಳ್ಳೆಗಳು ಅಗಲವಾದವು. ಮುಷ್ಠಿ ಬಿಗಿದುಕೊಂಡಿತು.

"ಈ ತರಹ ಬಿಹೇವಿಯರ್‌ನ ನಾನು ಸಹಿಸೋಲ್ಲ. ಬೀ ಕೇರ್ ಫುಲ್" ಗುಡುಗಿದ.

ಸಂಯಮದಿಂದ ಬಗ್ಗಿ ಪತ್ರ ಹೆಕ್ಕಿಕೊಂಡ. ಈಗಾಗಲೇ ಪತ್ರವನ್ನೊಡೆದು ಓದಲಾಗಿತ್ತು. ಅಶ್ವಿನಿಯು ದುಂಡಾದ ಅಕ್ಷರ. ಮುಖದಲ್ಲಿ ಗೆಲುವು ಇಣುಕಿತು.

"ಎಂಟು ದಿನ ಹುಡುಗರಿಗೆ ಶಾಲೆಗೆ ರಜ ಬಂದಿದೆ. ನಿನ್ನ ನೋಡಬೇಕೆನಿಸಿದೆ. ಮಕ್ಕಳೊಟ್ಟಿಗೆ ಬರುತ್ತಿದ್ದೇನೆ. ಬಸ್‌ಸ್ಟ್ಯಾಂಡಿಗೆ ಬಾ" ಪತ್ರ ಮಡಿಚಿದ.

ಬೇರೆ ತರಹ ಜೀವನ ಬೇಕಾಗಿತ್ತು. ಅಶ್ವಿನಿ, ಅವಳ ಮಕ್ಕಳು ಈ ವಿರಸಮಯ ಬದುಕಿಗೆ ಸಂಜೀವಿನಿಯಾಗಬಲ್ಲರು. ಎಲ್ಲಕ್ಕೂ ಬಂಡೆ ಎಳೆದು ಕೂಗಿದ.

"ನಳಿನಿ, ಅಶ್ವಿನಿ ಬರ್ತಾ ಇದ್ದಾಳೆ" ಬಹಳ ನಿಧಾನವಾಗಿ ನಳಿನಿ ಬಂದಳು.

ಅಶ್ವಿನಿ ಅವಳಿಗೆ ಕಡುವೈರಿಯೇನಲ್ಲ. ಯಾಕೋ ಈಗ ಬೇಕಿಲ್ಲ. "ಬರ್ಲಿ ಬಿಡಿ....." ಅವಳ ಸ್ವರದಲ್ಲಿನ ಉದಾಸೀನ ಅವನ ಕೆಚ್ಚಿಗೆ ಬೆಂಕಿ ಹಚ್ಚಿತು. "ನಿನ್ನನ್ನು ನೀನು ತಿದ್ದಿಕೊಳ್ಳದಿದ್ರೆ... ನಾನೇನಾಗ್ತೀನೋ...

ನಂಗೆ ಗೊತ್ತಿಲ್ಲ. ನಿನ್ನಲ್ಲಿ ವಿವೇಕ, ಮಾನವೀಯತೆ ಎಲ್ಲಾ ಸತ್ತು ಹೋಗಿದೆ. ಯಾತಕ್ಕೂ ಸ್ಪಂದಿಸಲಾರದ ಕಲ್ಲು ಬಂಡೆ."

ಸುಂದರಮ್ಮ ಬಾಗಿಲಿಗೆ ಬಂದರು. ಕೋಪದಿಂದ ಹಲ್ಲು ಕಡಿದ ಸಾಗರ್. "ಮಕ್ಳು ಆಗ್ದೇ ಇರೋದು ಅವ್ಳ ತಪ್ಪಾ? ಯಾಕೆ ಇಷ್ಟು ರೀತಿಯಲ್ಲಿ ಅವ್ಳನ ಗೋಳು ಹೊಯ್ಕೋತೀರಾ? ಹೇಗೂ ಸುಧಾರ್ಸಿಕೊಂಡ್ಹೋಗಿ."

ಅವರನ್ನು ಕತ್ತಿಡಿದು ಹಿಡಿಯಾಗಿ ಆಚೆಗೆ ತಳ್ಳಬೇಕೆನಿಸಿತು. ಒರಟಾಗಿ ಕೂದಲನ್ನು ಹಿಂದಕ್ಕೆ ತಳ್ಳಿದ.

"ಇದೆಲ್ಲ ನಿಮ್ಮ ಮಗ್ಳೇ ಹೇಳಿದ್ಲಾ? ಸುಮ್ನೇ ಇದೆಲ್ಲ ಅವ್ಳ ತಲೆಯಲ್ಲಿ ತುಂಬಿ ನಮ್ಮ ಸಂಸಾರ ಹಾಳು ಮಾಡ್ಬಿಟ್ರಿ, ನಿಮ್ಮ ಆಸ್ತಿನ ಬೇಕಾದವ್ರಿಗೆ ಕೊಡಿ. ನಮ್ಮನ್ನ ಸದ್ಯ ಬದುಕೋಕೆ ಬಿಟ್ರೆ... ಸಾಕು" ಅವನ ಬಾಯಿಂದ ಸಿಡಿದಿದ್ದು ಸಿಡಿಗುಂಡುಗಳು.

ಕಪಾಳಕ್ಕೆ ಹೊಡಿಸಿಕೊಂಡ ಅನುಭವವಾಯಿತು ಸುಂದರಮ್ಮನಿಗೆ. ಅಳಿಯ ಇಂದು ಎದುರಿಸಿ ಮಾತನಾಡಿದ್ದ. ಮೊದಲ ಬಾರಿಗೆ ಚೇತರಿಸಿಕೊಳ್ಳಲಾರದಂಥ ಪೆಟ್ಟು.

ಕಾಲುಗಳು ಹಿಂದಕ್ಕೆ ಸರಿದವು. ಸೋತವನಂತೆ ಕುಕ್ಕರಿಸಿದ ಸಾಗರ್. ನಳಿನಿ ಮನಕ್ಕೆ ಒಪ್ಪಿದ್ದಳು. ಮದುವೆಯಾಗಿಬಿಟ್ಟಿದ್ದ. ತೀರಾ ಅತಿಯಾದಾಗ ತೆಪ್ಪಗಿದ್ದ. ಈಗೀಗ ಅವನ ಸಹನೆಗೆ ಸವಾಲೊಡ್ಡುವಂಥ ಪ್ರಕರಣಗಳು.

ಎಷ್ಟೇ ಕೋಪಗೊಂಡರೂ ಅವಳ ಪರಿಸ್ಥಿತಿಯ ಬಗ್ಗೆ ಸಹಾನುಭೂತಿ. ತಾನಾಗಿ ತಣ್ಣಗಾಗಿ ಸೋಲೊಪ್ಪಿಕೊಳ್ಳುತ್ತಿದ್ದೆ. ಆದರೆ ನಳಿನಿ ಒಂದಿಂಚು ಅತ್ತಿತ್ತ ಅಲುಗಾಡುತ್ತಿರಲಿಲ್ಲ. ಸಮಸ್ಯೆ.....

ತೀರಾ ಸಂಜೆ ಬಸ್ ಸ್ಟ್ಯಾಂಡ್‌ಗೆ ಹೊರಡುವಾಗ ಹೇಳಿದ.

"ಬಸ್ ಸ್ಟ್ಯಾಂಡಿಗೆ ಹೋಗ್ತಾ ಇದ್ದೀನಿ. ನೀನು ರೆಡಿಯಾಗು ಸುತ್ತಲ ಸಮಾಜವನ್ನೇ ಕಣ್ಣರಳಿಸಿ ನೋಡಿದಾಗ ನಾವು ತುಂಬ ಮೂರ್ಖರಾಗಿ ಕಾಣ್ತೀವಿ. ಬದ್ಕು ಸಾವಿರ ವರ್ಷದಲ್ಲ, ಇರೋ ನಾಲ್ಕು ದಿನ ನಗ್ತಾ ನಗ್ತಾ ಇರೋಣ."

ತೀರಾ ರಮಿಸಲು ತನ್ನ ರಸಿಕತೆ ಬೆರೆತ ಸಾಮರ್ಥ್ಯವನ್ನೆಲ್ಲ ಖರ್ಚು ಮಾಡಿದ. ತಾನೇ ಅವಳಿಗೆ ಸೀರೆ ಆರಿಸಿಕೊಟ್ಟ. ಮುದ್ದು ಮಾಡಿ ಕೆನ್ನೆ ಕೆಂಪೇರಿಸಿದ.

"ವಂಡರ್‌ಫುಲ್.. ನನ್ನ ಎದೆಬಡಿತ ಹೇಗೆ ಏರ್‍ತಾ ಇದೆ ಕಿವಿಯಿಟ್ಟು ಕೇಳ್ಬಾ" ಅವಳನ್ನೆಳೆದು ತನ್ನ ತೋಳ ತೆಕ್ಕೆಯಲ್ಲಿ ಸೇರಿಸಿಕೊಂಡ. "ನೀನು ಸನಿಹದಲ್ಲಿದ್ದಾಗ ಜಗತ್ತೇ ಸುಂದರ" ಕೆನ್ನೆಗೆ ಕೆನ್ನೆಯೊತ್ತಿದ. ಮುತ್ತಿನ ಸುಂದರ ಜಗತ್ತು ನಿರ್ಮಾಣವಾಯಿತು ಅಲ್ಲಿ ಸುಖಿಗಳು.

"ಕಾಫೀ ತಣ್ಣಗಾಯಿತಲ್ಲ" ಸುಂದರಮ್ಮನ ಸ್ವರಕ್ಕೆ ವಾಸ್ತವಕ್ಕೆ ಮರಳಿದರು. ಮತ್ತೊಮ್ಮೆ

ಚುಂಬಿಸಿ ಕಣ್ಣೊಡೆದ. "ಸದ್ಯ ಅವ್ರೆ ಕಾಫೀ ಕೈಯಲ್ಲಿಡಿದು ಬರ್ಲಿಲ್ಲ."

ರಂಗೇರಿದ ಮುಖದಿಂದ ನಳಿನಿ ಹೊರಗೆ ಹೋದಾಗ ಸುಂದರಮ್ಮನ ಮನಸ್ಸಿಗೆಷ್ಟೋ ಸಂತೋಷವಾಯಿತು. ಮೊರದಗಲವಾಯಿತು ಮುಖ.

"ಸ್ವಲ್ಪ ಹುಷಾರಾಗಿ ನಡ್ಕೋ" ಪಿಸುಗುಟ್ಟಿದರು ಮಗಳ ಬಳಿ. "ಗಂಡ ನನ್ನ ಹಿಡಿತದಲ್ಲಿ ಇಟ್ಟುಕೊಳ್ಳೋ ವಿಷಯದಲ್ಲಿ ಎಚ್ಚರವಿರಬೇಕು. ಈಗಾಗ್ಲೇ ಹಿಂದಿನ ಹಾಗಲ್ಲ. ಮಕ್ಳು ಇದ್ದಿದ್ರೆ... ಅದ್ರ ಮಾತು ಬೇರೆ ಇತ್ತು."

ಅವಳ ಉತ್ಸಾಹ ಜರ್ರನೇ ಇಳಿದುಹೋಯಿತು. ಎದೆಯಲ್ಲಿನ ಅತೃಪ್ತಿ ಭುಸುಗುಟ್ಟಿತು. ಸಣ್ಣಗೆ ನರಳಿದಳು.

ಅಷ್ಟರಲ್ಲಿ ಹೊರಗೆ ಬಂದ ಸಾಗರ್ ಹುಬ್ಬು ಗಂಟಾಕಿದ.

"ಕಾಫೀ ಬೇಕಾದ್ರೆ ದಾರಿಯಲ್ಲಿ ಕುಡಿಯಬಹ್ದು. ಮೊದ್ಲೇ ಸ್ವಲ್ಪ ತುಂಟುತನದ ಮಕ್ಳು. ಅವ್ರನ್ನ ದಿಕ್ಕೆಡಿಸಿದರೆ ಹೆಚ್ಚಲ್ಲ."

ನಳಿನಿ ಗೊಂಬೆಯಂತೆ ನಿಂತೇ ಇದ್ದಳು. ಕೈ ಹಿಡಿದು ಎಳೆದೊಯ್ದ. ಗಾಳಿಗೆ ಬಂದ ಮೇಲೆನೆ ಅವಳಲ್ಲಿ ಚೇತರಿಕೆಯುಂಟಾಗಿದ್ದುದ್ದು.

ಆಟೋ ಹಿಡಿದು ಬಸ್ ಸ್ಟ್ಯಾಂಡ್ ತಲುಪೋ ವೇಳೆಗೆ ಒಂದು ಮಧುರವಾದ ಸ್ವರ ಬಂದು ಅಪ್ಪಿತು.

"ಮಾವ... ನಾವು ಬಂದಿದ್ದೀವಿ."

ಸ್ವರ ಬಂದತ್ತ ತಿರುಗಿದ. ಅಶ್ವಿನಿ ಬಟ್ಟೆ, ಕೂದಲು ಎಲ್ಲಾ ಅಸ್ತವ್ಯಸ್ತ ಬಳಲಿದಂತೆ ಕಂಡಳು. ಹಾಸ್ಯದ ನಗು ನಕ್ಕ.

"ದಾರಿಯುದ್ದಕ್ಕೂ ಕಾಡಿಸಿಬಿಟ್ಟವು. ಅವ್ನಿಗೆ ತಪ್ಪಿದ್ರೆ, ಇವ್ನಿಗೆ ನಿದ್ದೆ ಮಧ್ಯೆ ಇವ್ರ ಪ್ರಶ್ನೆಗಳಿಗೆ ಉತ್ತರ ಹೇಳೋಷ್ಟರಲ್ಲಿ ಸಾಕುಸಾಕಾಯಿತು." ಅಶ್ವಿನಿ ಹೇಳಿದಾಗ ತುಂಬು ನಗು ನಕ್ಕ ಸಾಗರ್.

ರವಿ, ಶಶಿ ಅವನ ಎರಡು ಕೈಗಳಿಗೂ ತೆಕ್ಕೆ ಬಿದ್ದರು. ಆ ಕೈನಲ್ಲಿದ್ದ ಸೂಟಕೇಸನ್ನು ಈ ಕೈಗೆ ಬದಲಾಯಿಸಿಕೊಂಡ. ಅಶ್ವಿನಿ ಅತ್ತಿಗೆಯತ್ತ ತಿರುಗಿದಳು.

"ಹೇಗಿದ್ದೀರಿ ಅತ್ಗೇ!" ಅವ್ನಿಗಂತು ಸೋಮಾರಿತನ. ಈಚೆಗೆ ಒಂದು ಕಾಗ್ದನು ಬರ್ಯೋಲ್ಲ" ಅವಳ ಆತ್ಮೀಯ ಸ್ವರದಲ್ಲಿ ಮೃದುವಾದ ಆಕ್ಷೇಪಣೆ ಇತ್ತು. ನಗುಮುಖ ಮಾಡಿದಳು ನಳಿನಿ. "ಏನು ವಿಷ್ಯನೇ ಇರ್ಲಿಲ್ಲ. ಈಗೊಂದು ಮನೆ ತಗೊಂಡ್ವಿ. ಆ ವಿಷಯ ಬರ್ದು ತಿಳ್ಸೋಣಾಂತ ಇದ್ದೆ"

"ಅಷ್ಟರಲ್ಲಿ ನಾನೇ ಬಂದೆ" ಮಾತು ಪೂರ್ತಿ ಮಾಡಿದಳು ಅಶ್ವಿನಿ.

ಎರಡು ಆಟೋ ಮಾಡಿ ಮೊದಲ ಆಟೋದಲ್ಲಿ ಅತ್ತಿಗೆ, ನಾದಿನಿಯನ್ನು ಹತ್ತಿಸಿದವನು ಇನ್ನೊಂದು ಆಟೋದಲ್ಲಿ ರವಿ, ಶಶಿಯ ಜೊತೆ ಸೂಟ್‌ಕೇಸ್ ಸಮೇತ ಹತ್ತಿದ ಸಾಗರ್.

ಮನೆಯಲ್ಲಿ ಕಳೆ ತುಂಬಿಕೊಂಡಂತಿದೆಯೆನಿಸಿದರೂ ನಳಿನಿ ಸದಾ ಸಿಡುಕುತ್ತಲೇ ಇದ್ದಳು. ಪ್ರತಿಯೊಂದಕ್ಕೂ ರಾದ್ಧಾಂತ. ಅಶ್ವಿನಿ ಒಳ್ಳೆಯ ಮನದ ಹುಡುಗಿ. ಅದನ್ನೆಲ್ಲ

ಹಚ್ಚಿಕೊಳ್ಳಲು ಹೋಗುತ್ತಲೇ ಇರಲಿಲ್ಲ.

ಅಡಿಗೆ ಮನೆಯಲ್ಲಿ ಸಿಡಿಗುಟ್ಟುತ್ತ ತರಕಾರಿ ಹೆಚ್ಚುತ್ತಿದ್ದ ನಳಿನಿಯ ಬಳಿಬಂದು ಕೂತಳು ಅಶ್ವಿನಿ.

"ಅತ್ಗೇ, ಈ ನಡುವೆ ನಿಮ್ಗೇ ಕೋಪ ಜಾಸ್ತಿ. ಬಂದ ದಿನದಿಂದ ಕಾರಣ ಹುಡುಕ್ತಾ ಇದ್ದೀನಿ" ಗದ್ದಕ್ಕೆ ಕೈಯ್ಯೂರಿದಳು.

"ಎಂಥದ್ದೂ ಇಲ್ಲ! ಒರಟಾಗಿತ್ತು ಸ್ವರ.

ಹೊರಗಿನಿಂದ ಓಡಿಬಂದ ಅಶ್ವಿನಿಯ ಮಕ್ಕಳು ಎಳೆ ಹುರುಳಿಕಾಯಿಗೆ ಕೈ ಹಾಕಿದರು. ನಳಿನಿ ಮುಖದಲ್ಲಿ ಮೊದಲು ಇಣಕ್ಕಿದ್ದು ಬೇಸರ, ಕೋಪಕ್ಕೆ ತಿರುಗಿತು.

ಅರ್ಥಮಾಡಿಕೊಂಡ ಅಶ್ವಿನಿ ಮುಸಿಮುಸಿ ನಕ್ಕಳು. ಆ ಕಣ್ಣುಗಳಲ್ಲಿ ಪ್ರಜ್ವಲಿಸಿದ್ದು ತಾಯಿ ಪ್ರೇಮ.

"ಇಂಥ ಅಶಿಸ್ತು ಕಂಡರೆ ಅತ್ತೆಗೆ ಸಿಟ್ಟು ಬರುತ್ತೆ. ಎಲ್ಲ ಕೆಳ್ಗಡೆ ಹಾಕ್ಬಿಡಿ. ಆಮೇಲೆ ಕೇಳಿ ಅವ್ರೆ ಕೊಡ್ತಾರೆ" ಮೃದುವಾಗಿ ಹೇಳಿದಳು.

ಮೊದಲು ಒಬ್ಬರ ಮುಖವನ್ನೊಬ್ಬರು ನೋಡಿಕೊಂಡ ಇಬ್ಬರೂ ಹುಡುಗರು ಕೈಯಲ್ಲಿದ್ದುದ್ದನ್ನ ಕೆಳಗೆ ಹಾಕಿದರು. ಆಮೇಲೆ ಕೈನೀಡಿದರು. ಅವಳಿಗೆ ತುಂಬ ಸಂತೋಷವಾಗಿರಬಹುದು. ಎರಡು ಕೈಯಲ್ಲು ಇಬ್ಬರನ್ನು ಹತ್ತಿರಕ್ಕೆಳೆದುಕೊಂಡು ಲೊಚಲೊಚ ಮುತ್ತಿಟ್ಟಳು.

"ಅತ್ತೆಗೆ ಒಂದು ಮುತ್ತು ಕೊಟ್ಬಿಡಿ. ಸಂಜೆ ಡಬ್ಬ ಚಾಕಲೇಟ್ ತರ್ಸಿ ಕೊಡ್ತಾರೆ" ತಾಯಿಯ ಪುಸಲಾವಣೆಗೆ ಆ ಹುಡುಗರ ಮುಖ ಅರಳಿತು. "ಅತ್ತೆ..." ಎರಡು ಕಡೆಯಿಂದಲೂ ಅಪ್ಪಿಕೊಂಡು ಮುತ್ತಿಟ್ಟಾಗ ಅವಳಿಗೆ ಉಸಿರು ಸಿಕ್ಕಿಹಾಕಿ ಕೊಂಡಂತಾಯಿತು. ಎರಡು ಕೈಯಿಂದ ಕೊಡವಿದಳು ನಳಿನಿ. ಹುಡುಗರು ಪೆಚ್ಚಾದರು.

ಅಶ್ವಿನಿಯ ಕಣ್ಣುಗಳಲ್ಲಿ ಕುತೂಹಲ ಇಣಕಿ ಮತ್ತಷ್ಟು ಆಳವಾಯಿತು. ಮುಖದ ಮೇಲೆ ಬೇಸರದ ಗೆರೆಗಳು ಮೂಡಿದರೂ ತಟ್ಟನೆ ಸರಿಸಿದಳು.

"ಈಗ ಅತ್ತೆಗೆ ಕೋಪ ಬಂದಿದೆ. ನಾವು ಹೊರ್ಗಡೆ ಹೋಗೋಣ ನಡೀರಿ" ಮೇಲಕ್ಕೆದ್ದಳು. ಹಸಿ ಹುರುಳಿಕಾಯಿಯತ್ತಲೇ ಹುಡುಗರ ಆಸೆಯ ಕಂಗಳು. "ಅಮ್ಮ ..." ಕಣ್ಣಲ್ಲಿಯೇ ರವಿಯನ್ನು ಗದರಿ ಹೊರಗೆ ಕರೆದೊಯ್ದಳು.

ಹೊರಗೆ ಬಂದಾಗ ಅವರು ಕಾಂಪೌಂಡಿನೊಳಕ್ಕೆ ಆಡಲು ಇಳಿದರು. ಗೋಡೆಯ ಬದಿಯಲ್ಲಿ ಬಂದು ನಿಂತವಳು ಗೇಟು ತೆರೆದುಕೊಂಡು ಪಕ್ಕದ ಮನೆಯತ್ತ ನಡೆದಳು.

ವಿಮಲ ಬಳಿ ಮಾತಿಗೆ ಕೂತಳು.

"ನಿಮ್ಮ ಅತ್ತಿಗೆ ತಾಯಿಯವ್ರು ಹೊರಟುಹೋದ್ರಾ?" ನಿಟ್ಟಿಂಗ್ ಕಡ್ಡಿಯನ್ನು ಪಕ್ಕಕ್ಕೆ ಸರಿಸುತ್ತ ಕೇಳಿದಳು ವಿಮಲ. ಅಶ್ವಿನಿ ಸುಸ್ತಾದವಳಂತೆ ನಟಿಸಿದಳು. "ಅವ್ರುದು ಯಾವ ಲೆಕ್ಕ? ರಾತ್ರಿ ಬಂದ್ರೂ... ಬಂದ್ರು.... ಒಬ್ಳೇ ಮಗ್ಳುನ ಅವ್ರಿಗೆ ಬಿಟ್ಟಿರೋದು ಕಷ್ಟ"

ಅದರ ಹಿಂದೆ ವೈರಾಗ್ಯದ ಮೊನಚಿಲ್ಲದಿರುವುದು ಅವಳಿಗೆ ಗೊತ್ತು. ಅಶ್ವಿನಿ

ಹಿಂದೆ ಬಂದಾಗಲೆಲ್ಲ ಇಲ್ಲಿ ಬಂದು ಕೂಡುತ್ತಿದ್ದಳು. ತುಂಬ ಮಾತುಗಾರ್ತಿ. ಸರಳ ಸ್ವಭಾವಿ–ಅದೆಲ್ಲ ವಿಮಲಾಗೆ ಗೊತ್ತು.

"ಹೊಸ ಮನೆಗೆ ಹೋಗೋವರ್ಗೂ ನೀವು ಇರ್ತೀರಾ? ಕಡ್ಮೇ ಬೆಲೆಗೆ ಮನೆ ಸಿಕ್ತೂಂತ ಇದ್ರು ನಿಮ್ಮಮ್ಮ. ಸ್ವಂತ ಅಂತ ಒಂದ್ಮನೆ ಇರೋದು ಒಳ್ಳೆಯದು. ವಿಮಲ ಸರಳವಾಗಿ ಹೇಳಿದಾಗ ಅಶ್ವಿನಿಯ ಮುಖ ಚಿಕ್ಕದಾಯಿತು.

ಹಿಂದಿನ ದಿನ ಈ ಪ್ರಸ್ತಾಪ ಎತ್ತಿದಾಗ ಸಾಗರ್ ಅವಳ ಬಾಯಿ ಮುಚ್ಚಿಸಿದ.

"ನನ್ಹತ್ರ ಆ ಪ್ರಸ್ತಾಪ ಮಾಡ್ಬೇಡ. ಆ ಮನೆ ಬಗ್ಗೆ ನಂಗೇನು ಅನ್ನಿಸಿಲ್ಲ. ಸದ್ಯಕ್ಕೇನು ಯಾವಾಗ್ಲೂ ಅದು ನಳಿನಿ ಸ್ವಂತದ್ದು. ಅಧಿಕಾರ ಚಲಾಯಿಸೋದು ನನ್ನುಂತ ಅಂದ್ಕೋಳ್ಳೋಕ್ಕಿಂತ ನನ್ನ ವ್ಯಕ್ತಿತ್ವ ಕೊಂದುಕೊಳ್ಳೋದೆ ಒಳ್ಳೆಯದು. ಮತ್ತೆ ಯಾವಾಗ್ಲೂ ಆ ಮನೆ ಬಗ್ಗೆ ಪ್ರಸ್ತಾಪ ಮಾಡ್ಬೇಡ. ನಾನೇನು ಈ ಮನೆಗೂ ಬಾಡ್ಗೇ ಕೊಡ್ತಾ ಇರ್ಲಿಲ್ಲ. ಉಳಿದಿದ್ರೆ... ಶಾಂತಾರಾಮ್ ಪ್ಯಾಕೆಟ್‌ನಲ್ಲಿರುತ್ತೆ."

ದಿಗ್ಭ್ರಮೆಗೊಂಡಳು. ಅವಳ ಮನ ಎಲ್ಲೋ ಏನೋ ತಪ್ಪಿರುವುದು ಲೆಕ್ಕ ಹಾಕಿತು. ಅದನ್ನು ನಳಿನಿಯ ಸ್ವಭಾವ ಪುಷ್ಟೀಕರಿಸಿದರೂ ಒಂದೇ ಏಟಿಗೆ ಆ ತೀರ್ಮಾನಕ್ಕೆ ಬರುವವಳಲ್ಲ.

"ನಮ್ಮ ಅತ್ಗೇನು ಹಾಗೇ ಅನ್ತಾರೆ. ಎಂದು ಹೋಗೋದು ಅನ್ನೋದೆ ತೀರ್ಮಾನವಾಗಿಲ್ಲ. ಹೇಗೂ ಬಂದಿದ್ದೀನಿ. ಒಂದ್ತಿಂಗ್ಳು ಇದ್ದೆ ಹೋಗ್ತೀನಿ" ಅಶ್ವಿನಿಯ ಮುಖದಲ್ಲಿ ಕಂಡ ಅನ್ಯ ಮನಸ್ಕತೆಯನ್ನು ಕಂಡರೂ ಕಾಣದಂತಿದ್ದುಬಿಟ್ಟಳು ವಿಮಲ.

ಅಶ್ವಿನಿ ಏನೋ ತಟ್ಟನೆ ನೆನಪಿಸಿಕೊಂಡಂಗೆ ಕೇಳಿದಳು.

"ನಿಮ್ಮನ್ನ ಒಂದು ಪ್ರಶ್ನೆ ಕೇಳ್ತೀನಿ. ಏನು ತಿಳ್ಕೋಬೇಡಿ. ನಮ್ಮ ಅತ್ಗೇ, ನೀವು ಏನಾದ್ರಾ ಜಗಳ ಆಡಿದ್ರಾ?"

ಆ ಪ್ರಶ್ನೆಯಿಂದ ಸ್ವಲ್ಪ ಮುಜುಗರವೆನಿಸಿದರೂ ವಿಮಲ ನಕ್ಕುಬಿಟ್ಟಳು. "ಎಂಥ ಪ್ರಶ್ನೆ! ಯಾವ ವಿಷಯಕ್ಕೆ ನಾವು ಜಗಳ ಆಡ್ಬೇಕು? ಅಂಥ ಅಗತ್ಯ ತಾನೇ ಏನಿದೆ? ಎಂಥದ್ದು ...ಇಲ್ಲ"

ಕಣ್ತುಂಬಿ ಬಂತು ವಿಮಲಗೆ. ಇತ್ತೀಚಿನ ನಳಿನಿಯ ನಡವಳಿಕೆಯಿಂದ ಬಹಳ ಬೇಸರಗೊಂಡಿದ್ದಳು. ವಿದ್ಯಾವಂತ ಹೆಣ್ಣಾ? ಎಷ್ಟೋ ಸಲ ಯೋಚಿಸಿದ್ದಳು.

ಮುಖ ಕಂಡ ಕೂಡಲೇ ಬಾಗಿಲು ಹಾಕ್ಕೋದು, ಮುಖ ತಿರುಗಿಸೋದು, ಇದೆಲ್ಲ ಸಹಿಸಲಸಾಧ್ಯವಾಗಿತ್ತು. ಯಾರು ನೋಡದದಿದ್ದಾಗ ಎಲೆ, ಕಸವನ್ನ ಇವರ ಕಾಂಪೌಂಡಿನೊಳಕ್ಕೆ ಎಸೆದುಬಿಡೋದು ಮಾತ್ರವಲ್ಲದೆ ಈರುಳ್ಳಿ ಸಿಪ್ಪೆ, ತರಕಾರಿ ಸಿಪ್ಪೆಯನ್ನು ದಢಾರನೆ ಸೇಡು ತೀರಿಸಿಕೊಳ್ಳುವಂತೆ ಸುರಿದುಬಿಡುತ್ತಿದ್ದಳು.

ಒಮ್ಮೆ ರಂಗನಾಥೇ ನೋಡಿದ್ದರು.

"ಎಲ್ಲಾದ್ರೂ ಹಾಳಾಗ್ಲಿ... ನೀನೇನು ಆಕೆಯ ತಂಟೆಗೆ ಹೋಗ್ಬೇಡ. ಬೇರೆ ಮನೆಗೆ ಹೊರಟು ನಿಂತ ಜನ. ಯಾಕೆ ನಿಷ್ಠೂರ? ಸಾಗರ್ ಬಹಳ ಒಳ್ಳೆ ವ್ಯಕ್ತಿ, ಅತನನ್ನು ನೋಡಿಯಾದ್ರೂ ಇದ್ನೆಲ್ಲ ಸಹಿಸ್ಕೋಬೇಕು" ಮೌನವಾಗಿ ತಲೆಯಾಡಿಸಿದ್ದಳು ವಿಮಲ

ಗಂಡನ ಮಾತಿಗೆ.

"ಕೂತಿರಿ, ಒಂದ್ನಿಮ್ಷ ಬಂದೇ" ವಿಮಲ ಎದ್ದು ಹೋದಳು. ಬಾತ್ ರೂಂ ಗೋಡೆಗೆ ಕಣ್ಣೀರು ಸುರಿಸಿದಳು. 'ತಾವು ಮಾಡಿದ ಅಪರಾಧವೇನು?' ಈ ಪ್ರಶ್ನೆಗೆ ನಳಿನಿಯಿಂದಲೂ ಸಮಂಜಸವಾದ ಉತ್ತರ ದೊರೆಯದೇನೋ!

ಹೊರಗೆ ಬಂದಾಗ ಬೋರ್ನ್‌ವೀಟಾ ಲೋಟ ಇತ್ತು. ಕಣ್ಣಗಳಲ್ಲಿ ಬದಲಾದ ಭಾವ. ಅರಿತ ಅಶ್ವಿನಿ ವಿಸ್ಮಿತಳಾದಳು.

ನಿಟ್ಟಿಂಗ್ ಕಡ್ಡಿಗಳ ನಡುವೆ ಇದ್ದ ಅರ್ಧ ಹೆಣೆದ ಸ್ವೆಟರ್ ತೋಳಿನ ಮೇಲಿತ್ತು.

"ಈ ಡಿಸೈನ್ ಚೆನ್ನಾಗಿದೆ. ನಂಗೂ ಹೇಳಿ ಕೊಡಿ. ಹೋಗೋ ವೇಳೆಗೆ ಒಂದು ಸ್ವೆಟರ್ ಮುಗ್ಸಿಕೊಂಡು ತಗೊಂಡ್ಹೋಗ್ತೀನಿ" ಅಕ್ಕರೆಯ ನೋಟ ಸ್ವೆಟರ್ ಮೇಲಾಡಿದಾಗ ವಿಮಲ ಲೋಟ ಕೆಳಗಿಟ್ಟಳು. "ಇದೇ ಅರ್ಧವಾಗಿದೆ. ಮುಗ್ಸಿಕೊಂಡು ತಗೊಂಡ್ಹೋಗಿ. ರಾಣಿಗೆ ಈಗಾಗ್ಲೇ ನಾಲ್ಕಾರು ಇದೆ. ಸುಮ್ನೇ ವೇಳೆ ಕಳೆಯೋಕೆ ಈ ಕಾಯಕ. ಯಾವುದಾದ್ರೂ ಪುಸ್ತಕ ಹಿಡ್ದು ಕೂತರೂ ನಮ್ಮ ರಾಣಿ ನೂರೆಂಟು ಪ್ರಶ್ನೆಗಳಿಗೆ ಉತ್ತರಿಸೋಕ್ಕಾಗೋಲ್ಲ. ಅದ್ಕೇ ಇದ್ನ ಕೈಯಲ್ಲಿ ಹಿಡ್ದು ಅವ್ಳ ಪ್ರಶ್ನೆಗಳಿಗೆ ಉತ್ತರಿಸೋದು."

ಕುಡಿದು ಲೋಟ ಕೆಳಗಿಟ್ಟ ಅಶ್ವಿನಿ ರವಿಯ ಅಳು ಕೇಳಿ ಮೇಲಕ್ಕೆದ್ದಳು. ಅವಳೆದೆ ಢವಗುಟ್ಟಿತು.

"ಏನು ಮಾಡ್ಕೊಂಡ್ನೋ" ಒಂದೇ ಉಸುರಿಗೆ ಹೊರಗೆ ಬಂದಳು. ನೆತ್ತಿ ಹೊಡೆದು ರಕ್ತ ಒಸರುತ್ತಿತ್ತು. "ರವಿ...."

ಬೈಗಳು, ವ್ಯಾಕುಲ, ಮುದ್ದು, ಆಕ್ಷೇಪಣೆ ಎಲ್ಲದರ ಮಿಶ್ರಣ. ತಾಯಿಯಾದವಳಿಗೆ ಮಾತ್ರ ಇಂಥ ಸಂದರ್ಭಗಳ ಮನನ.

ಡೆಟಾಲ್ ಅದ್ದಿ ಒರಸಿ ಪೌಡರ್ ಒತ್ತಿ ಎಲ್ಲಾ ಆಯಿತು. ನಳಿನಿ ಮಾತ್ರ ಹೊರಗೆ ಬರಲಿಲ್ಲ.

"ತುಂಬ ಥ್ಯಾಂಕ್ಸ್ ವಿಮಲ" ಮಗನೊಂದಿಗೆ ಒಳಗೆ ಅಡಿಯಿಟ್ಟಳು. ಕೈಯಲ್ಲಿ ವಾರಪತ್ರಿಕೆ ಹಿಡಿದು ಕೂತಿದ್ದ ನಳಿನಿ ತಲೆ ಎತ್ತಲಿಲ್ಲ. "ಅಸಾಧ್ಯ... ಚೇಷ್ಟೆ...."

ಅಶ್ವಿನಿ ಉಗುಳು ನುಂಗಿದಳು. ಇವಳೇನಾದ್ರೂ ಕಲ್ಲಾಗಿ ಮಾರ್ಪಟ್ಟಿದ್ದಾಳ? ಹಿಂದೆಯೂ ಇದೆ ಸ್ವಭಾವ ಇತ್ತಾ? ತಮ್ಮಗಳ ಗಮನಕ್ಕೆ ಬರದಿರಬಹುದೇ?

ಅತ್ಗೇ, ಸ್ವಲ್ಪ ಬಿಸಿ ಕಾಫೀ ಮಾಡ್ಕೊಡಿ. ಒಂದು ಮಾತ್ರೆ ನುಂಗಿಸಿ ಕಾಫೀ ಕುಡುಸ್ತೀನಿ. ಅಣ್ಣ ಬಂದ್ಮೇಲೆ ಷಾಪ್‌ಗೆ ಕರ್ಕೊಂಡ್ಹೋಗ್ತೀನಿ" ಎಂದವಳೇ ಮಗನನ್ನು ಸೋಫಾ ಮೇಲೆ ಮಲಗಿಸಿ ತಟ್ಟ ತೊಡಗಿದಳು.

ನಳಿನಿ ಅಲ್ಲಾಡಲಿಲ್ಲ. ವಾರದ ಕತೆ ಓದುವಲ್ಲೇ ಮಗ್ನಳು. ಅಶ್ವಿನಿ ಕೋಪದಿಂದ ಕೆಳ ತುಟಿ ಕಚ್ಚಿದಳು.

ತಾನೇ ಎದ್ದು ಹೋಗಿ ಕಾಫೀ ಮಾಡಿಕೊಂಡು ಬಂದು ಒಂದು ಮಾತ್ರೆ ನುಂಗಿಸಿ ನೀರು ಕುಡಿಸಿದಳು. ಅಪಮಾನದಿಂದ ಅವಳೆದೆ ಬೇಯುತ್ತಿತ್ತು. ತಾಯಿ ಹೇಳಿದ ಮಾತುಗಳು ಜ್ಞಾಪಕಕ್ಕೆ ಬಂದವು.

"ಈಗ ಸಾಗರ್‌ಗೆ ಪ್ರೀತಿಯ ಮಂಪರಿನಲ್ಲಿ ಎಲ್ಲಾ ಚೆನ್ನಾಗಿ ಕಾಣುತ್ತೆ. ಸ್ವಲ್ಪ ಅದ್ರ ಕಾವು ಇಳಿದ್ಮೇಲೇನೆ ನಿಜವಾದ ಬಣ್ಣ ಗೊತ್ತಾಗೋದು. ಅಲ್ಲಿ ಎಲ್ಲಾ ಅವಳಪ್ಪನದೇ, ನನ್ನ ಮಗನದು ಏನಿದೇ? ನಾಲ್ಕು ದಿನ ನಿಂತರೆ ಮೈ ಕೈ ಪರಚಿಕೊಳ್ಳೋ ಹಾಗೆ ಆಗುತ್ತೆ. ಎಲ್ಲಾ ಮಗ್ಳಿಗೆ ತಾನೇ ಕೊಟ್ಟುಕೊಳ್ಳಲಿ ಅಂದ್ಕೊಂಡ್ರೆ ಸ್ವಾಭಿಮಾನ ಒಪ್ಪಬೇಕಲ್ಲ!"

ಅಂದ ತಾಯಿಗೆ ಬುದ್ಧಿ ಹೇಳಿದ್ದಳು. ಇಂದು ಹೊಸ ಹೊಸ ಅರ್ಥಗಳು ಕಂಡುಕೊಂಡವು. ಕೂತಲ್ಲಿಯೇ ಅವಳಿಗೆ ಬಿಕ್ಕುವಂತಾಯಿತು.

ತಟ್ಟುತ್ತಲೇ ಕೂತಿದ್ದಳು ಸಾಗರ್ ಬರುವವರೆಗೆ. ಮಧ್ಯಾಹ್ನ ಊಟಕ್ಕೂ ಕೈ ಹಚ್ಚಲಿಲ್ಲ. ನಳಿನಿ ಕೂಡ ಬಲವಂತ ಮಾಡಲು ಹೋಗಲಿಲ್ಲ.

"ಅಶು, ಯಾಕೆ ರವಿ ಮಲ್ಗಿದ್ದಾನೆ?" ಗಾಬರಿಯಿಂದ ರವಿಯ ಬಳಿಗೆ ಧಾವಿಸಿದಾಗ ತಡೆದಿಟ್ಟ ದುಃಖ ನುಗ್ಗಿತು. "ಬಿದ್ದು ಗಾಯ ಮಾಡ್ಕೊಂಡ" ಬಿಕ್ಕಿದಳು.

ರವಿಯ ತಲೆ, ಮೈ ಮುಟ್ಟಿದ ಸಾಗರ್ ತಂಗಿಯ ಮೇಲೆ ಮೃದುವಾಗಿ ರೇಗಿದ.

"ಅಲೋಕೇನಾಯ್ತೇ.... ಹುಡುಗಿ! ಪುಟ್ಟ ಹುಡ್ಗೀ ಹಾಗೇ ಕಣ್ಣಿಗೆ ಕರ್ಚೀಫ್ ಹಚ್ಚುತ್ತೀಯಲ್ಲ. ಎರ್ಡು ಮಕ್ಕಳ ತಾಯೀಂತ ಜ್ಞಾಪ್ಕದಲ್ಲಿಟ್ಟುಕೋ"

ಉಡುಪು ಕೂಡ ಬದಲಾಯಿಸದೇ ಸಾಗರ್ ಅವನನ್ನು ಎತ್ತಿಕೊಂಡು ಡಾಕ್ಟರ್ ಷಾಪಿಗೆ ಓಡಿದ. ನಳಿನಿ ಕುಲುಮೆಯ ಮಧ್ಯೆ ನಿಂತವಳಂತೆ ಚಡಪಡಿಸಿದಳು ರೋಷದಿಂದ ಹರಿದಾಡಿದಳು.

"ಏನಾಗಿ ಹೋಯ್ತಂತ? ಅಬ್ಬಬ್ಬ. ಒಬ್ರಿಗಿಂತ ಒಬ್ರು ವಿಚಿತ್ರವಾಗಿ ಆಡ್ತಾರೆ. ನಾನು ಆ ಮನೆಗೆ ಹೋಗ್ಬೇಕಾಗಿತ್ತು. ಸ್ವಲ್ಪವಾದ್ರೂ ಜವಾಬ್ದಾರಿ ಇಲ್ಲ"

ಈ ಬಡಬಡಿಕೆಗೆ ಸೊಪ್ಪು ಹಾಕದವಳಂತೆ ತಣ್ಣಗೆ ಕೂತೇ ಇದ್ದಳು ಅಶ್ವಿನಿ. ಮಂಕಾದ ಶಶಿ ಅವಳಿಗೆ ಒರಗಿ ನಿಂತಿದ್ದಳು.

ಸಾಗರ್ ಬರೋ ಹೊತ್ತಿಗೆ ಒಂದು ಗಂಟೆ ಮೇಲಾಯಿತು. ಬಿಸ್ಕತ್, ಚಾಕಲೇಟ್, ಬ್ರೆಡ್‌ನ ಜೊತೆಗೆ ತಂದಿದ್ದ ರವಿ ನೋವಿನಲ್ಲೂ ಗೆಲುವಾಗೇ ಇದ್ದ.

"ಅಂಥ ಪೆಟ್ಟೇನೂ ಬಿದ್ದಿಲ್ಲ. ವಾರದೊಳ್ಗೇ ಗಾಯ ಪೂರ್ತಿ ಮಾಯವಾಗುತ್ತಂತೆ. ಸದ್ಯಕ್ಕೆ ನೀನು ಅಳ್ತಾ ಕೂಡಬೇಡ. ಮಧ್ಯಾಹ್ನ ಊಟ ಮಾಡಿದ್ಯೋ ಇಲ್ವೋ" ಸಣ್ಣಗೆ ರೇಗಿಸಿದ ಸಾಗರ್.

ಮಧ್ಯೆ ಬಂದು ನಿಂತ ನಳಿನಿ ಸಿಟೆದ್ದುಕೊಂಡು ಹೇಳಿದಳು.

"ಆ ಮನೆಯತ್ರ ಹೋಗ್ಬೇಕು ಬೇಗ ಹೊರಡಿ. ಇರೋ ಬಣ್ಣಗಳ್ನ ಕದ್ದುಕೊಂಡ್ಹೋಗಿ ಬಿಡ್ತಾರೆ. ಹಣ ಚುಕ್ತಾ ಮಾಡಿ ಬೀಗದ ಕೈ ತಂದುಬಿಡಬೇಕು."

ಬಳಲಿದ ದೇಹಕ್ಕೆ ವಿಶ್ರಾಂತಿ ಬೇಕಾಗಿತ್ತು. ಮನೆಯಿಂದ ಹೊರಗೆ ಹೋಗಲು ಅವನು ಸಿದ್ಧನಿಲ್ಲ.

"ಸಾರಿ ನಳಿನಿ, ನನ್ಕೈಲಾಗೋಲ್ಲ. ನೀನು, ಅಶ್ವಿನಿ ಬೇಕಾದ್ರೆ ಹೋಗ್ಬನ್ನಿ.

ನಾನು ಸ್ವಲ್ಪ ವಿಶ್ರಾಂತಿ ತಗೋತೀನಿ" ಹಿಂದಕ್ಕೆ ಹೆಜ್ಜೆಯಿಟ್ಟವನನ್ನ ಅವಳ ನಿಷ್ಠೂರ ನುಡಿಗಳು ಹಿಡಿದು ನಿಲ್ಲಿಸಿದವು.

ನೀವು ಮೊದ್ಲಿನ ಹಾಗಿಲ್ಲ. ಇದೇ ಮಾತ್ನ ಅಶ್ವಿನಿಗೆ ಹೇಳಬಹುದಿತ್ತು. ನಿಮ್ಮ ಪ್ರೀತಿ, ಮಮಕಾರದ ಧಾಟಿನೆ ಬೇರೆ ಆಗಿದೆ.

"ಸದ್ಯಕ್ಕೆ ಹಾಗೇ ತಿಳ್ಕೋ" ಅಬ್ಬರಿಸಿದ ಸಹನೆ ಕಳೆದುಕೊಂದು. ಅಶ್ವಿನಿ ಬೆಪ್ಪಾದಳು. ಗಾಬರಿ ಒಂದೆಡೆ. "ಈಗ ತಾನೇ ಆಫೀಸಿನಿಂದ ಬಂದಿದ್ದು ಸ್ವಲ್ಪ ಸುಧಾರಿಸ್ಕೊಂಡು ಬರ್ತಾನೆ. ಸ್ವಲ್ಪ ವೈಟ್ ಮಾಡಿ" ಸಾಮರಸ್ಯ ಕೂಡಿಸುವ ಪ್ರಯತ್ನಕ್ಕೆ ಕೈ ಹಾಕಿದಳು. ಊರಿಗೆ ಉಪ್ಪೆರಚಿದಂತಾಯಿತು ಅಷ್ಟೆ.

ನಾನಂತೂ.... ಹೋಗ್ಲಾರೆ" ಕೂತು ಕಣ್ಮುಚ್ಚಿದ. ನಳಿನಿ ಭುಸುಗುಟ್ಟಿದಳು. "ಗೊತ್ತಾಯ್ತು ಬಿಡಿ."

ಅವಳು ಹೊರಟ ಎಷ್ಟೋ ಹೊತ್ತಿನ ಮೇಲೆ ವಾತಾವರಣ ತಿಳಿಯಾಗಿದ್ದು. ಅಶ್ವಿನಿಗೆ ಭ್ರಮನಿರಸವಾಗಿತ್ತು. ಬೆಪ್ಪಾಗಿ ಕೂತಾಗ ತಾನೇ ನಕ್ಕು ಎದ್ದ.

"ಮಂಕಾಗಿ ಕೂರೋ ಅಂಥದ್ದು ಏನಾಗಿದೆ? ಅವ್ಳಿಗೆ ಮನೆ ಕೊಂಡಿದ್ದು ಹತ್ತು ಇಂಚು ಬೆಳೆದಂಗೆ ಆಗಿದೆ. ಎಷ್ಟು ದಿನ... ಇದ್ದೊಳ್ಳಿ ಬಿಡು..." ತಲೆ ಕೊಡವಿದ.

ತೋಳು ಹಿಡಿದು ಜಗ್ಗಿ ಕೂಡಿಸಿದಳು ಅಶ್ವಿನಿ. ಅವಳ ಕಣ್ಣುಗಳಲ್ಲಿ ಕುತೂಹಲ. ಬೆರೆತ ಆತಂಕ.

"ಸುಳ್ಳು ಹೇಳ್ಬೇಡ. ನೀನು ಮೊದ್ಲಿನ ಹಾಗೇ ಇಲ್ಲಾಂತಳಲ್ಲ ಅತ್ಗೇ. ಅದ್ಕೇ ಕಾರಣ ಏನು? ಪ್ರೀತಿ, ಪ್ರೇಮವೆಲ್ಲ ಬೇರೆಯಾಗಿದೆ...." ಅವಳ ಸ್ವರದಲ್ಲಿನ ಅನುಮಾನಕ್ಕೆ ಬಿದ್ದು ಬಿದ್ದು ನಕ್ಕ.

"ಬೇರೆ ಲವ್ ಅಫೇರ್ಸ್ ಅಂತಾನಾ ನಿನ್ನ ಭಯ?" ಎರಡು ಕೈ ಜೋಡಿಸಿದ. "ದೊಡ್ಡ ತಪ್ಪನ್ನ ಮಾಡೋಂಥ ಮೂರ್ಖತನ ಬೇಡ. ಇವ್ಳುನ ಪ್ರೀತಿಸಿ ಅನುಭವಿಸ್ತಾ ಇರೋದು ಸಾಕು. ಅಂಥದ್ದೇನಿಲ್ಲ. ಏನೇನೋ ಕಲ್ಪನೆ ಅವ್ಳಿಗೆ" ಜಾರಿಕೆ ಪ್ರಯತ್ನ ದಲ್ಲಿದ್ದಾಗಲೇ ಪಟ್ಟಾಗಿ ಹಿಡಿದಳು.

"ಅ ಕಲ್ಪನೆಗಾದ್ರೂ ಕಾರಣ ಇರ್ಬೇಕಲ್ಲ" ಸಾಗರ್‌ನ ರೆಪ್ಪೆಯ ಕೆಳಗೆ ವ್ಯಥೆಯ ಗೆರೆಗಳು ಮೂಡಿದವು. ನಿಜವನ್ನು ಹೊರಗೆಡವಿ ಬೇರೆಯವರ ಎದುರು ಅವಳನ್ನ ಕೀಳು ಮಾಡಲಾರ. "ಅಮ್ಮನ ಕೇಳು ಹೇಳ್ತಾಳೆ. ನಂಗೆ ಈಚೆಗೆ ಅವ್ಳ ಅಪ್ಪ, ಅಮ್ಮನ ಚಾಳಿ ಸರಿಹೋಗೋಲ್ಲ. ಅದ್ಕೇ ಅವ್ಳ ತಕರಾರು, ಮೊಂಡಾಟ"

ಸುಲಭವಾಗಿಯೇನೋ ಜಾರಿಕೊಂಡನು. ಅಶ್ವಿನಿ ನಂಬಿದಳೋ, ಬಿಟ್ಟಳೋ! ಯೋಚಿಸುವ ಮನಸ್ಸು ಮಾಡಲಿಲ್ಲ.

ಮುಖ ತೊಳೆದು ಹೊರಗೆ ಬಂದು ಕೂತು ಅಶ್ವಿನಿ ಕೊಟ್ಟ ಕಾಫೀ ಕುಡಿದ. ಒಂದು ತರಹ ಸಂಕಟ. ತಾನು ದುಡುಕಿಬಿಟ್ಟೆನೇನೋ, ಎಂಬುವ ಸಂದೇಹ, ಬಟ್ಟೆ ಧರಿಸಿ ಹೊರಗೆ ಬಂದ.

"ಅಶೂ, ನಾನ್ಹೋಗ್ಬರ್ತೀನಿ. ಕತ್ಲು ಹೊತ್ತುನಲ್ಲಿ ಆ ಕಡೆ ಆಟೋ ಸಿಕ್ಕೋದು ಕಷ್ಟ. ಒಬ್ಳೇ ಹೋಗಿದ್ದಾಳೆ" ಕಾಂಪೌಂಡ್ ದಾಟಿ ರೋಡ್‌ಗೆ ಇಳಿದ.

ವಿಪರೀತ ಧಾವಂತ. ಆಟೋ ಹತ್ತಿದ. ಆ ಮನೆಯ ಬಳಿ ಹೋಗಿ

ಇಳಿಯುವವರೆಗೂ ಥವಗುಟ್ಟುವ ಎದೆಯನ್ನು ಸಾಂತ್ವನಿಸಲಾರದೆ ಹೋದ.

ತಣ್ಣನೆಯ ವಾತಾವರಣದಲ್ಲೂ ಬೆವೆತುಹೋಗಿದ್ದ.

ಆಟೋಗೆ ದುಡ್ಡು ತೆತ್ತು ಮನೆಯತ್ತ ತಿರುಗಿದ. ನೂತನ ಪೈಂಟ್‌ನಿಂದ ಶೃಂಗಾರಗೊಂಡ ವಧುವಿನಂತೆ ಕಂಡಿತು ಮನೆ. ಹುಬ್ಬುಗಳು ಬೆಸೆದು ಚಿಂತೆಯ ಗೆರೆಗಳು ಮೂಡಿದವು. ಈಗಾಗಲೇ ಹತ್ತು ಅಂಗುಲ ಬೆಳೆದಂತೆ ಆಡುವ ನಳಿನಿ ಇಲ್ಲಿಗೆ ಬಂದ ಮೇಲೆ ಯಾವ ಮಟ್ಟದಲ್ಲಿ ವರ್ತಿಸಬಹುದ್ದು? ಅವನ ಮುಖ ಬಿಗಿದುಕೊಂಡಿತು.

"ಇನ್ನ ಸ್ವಾಭಿಮಾನ ಕೊಂದುಕೊಂಡು ಅವ್ಳನ್ನ ಬೆಳೆಯೋಕೆ ಬಿಡ್ಬಾರ್ದು. ತಕ್ಕ ವ್ಯವಸ್ಥೆ ಮಾಡ್ಬೇಕು' ಒಂದು ನಿಶ್ಚಯಕ್ಕೆ ಬಂದ.

ಎರಡು ಕೈಗಳು ಪ್ಯಾಂಟ್‌ನ ಜೇಬಿನಲ್ಲಿ ಇಳಿದವು. ಕಾಲುಗಳು ನಿಧಾನವಾಗಿ ಚಲಿಸಿದವು. ಹತ್ತಿ ಉರಿಯುತ್ತಿದ್ದ ಬಲ್ಬುಗಳು ಎದೆಯಲ್ಲಿ ಬೆಂಕಿ ಹಚ್ಚಿದ ಕಿಡಿಗಳಂತೆ ಕಂಡವು.

ದೊಡ್ಡ ದನಿಯಲ್ಲಿ ಮೇಸ್ತ್ರಿಯತ್ರ ಮಾತಾಡುತ್ತಿದ್ದ ನಳಿನಿ ಇತ್ತ ತಿರುಗಿದಳು. ಅವಳ ಮುಖ ಬಿಗಿದುಕೊಂಡಿತು. ಮೌನವಾಗಿ ಸುತ್ತಿ ಬಂದ ಸಾಗರ್ ಹೊರಗೆ ಬಂದು ನಿಂತ.

ಮೇಸ್ತ್ರಿ ಹೋದ್ಮೇಲೆ ಬೀಗ ಹಾಕಿ ಹೊರಗೆ ಬಂದಳು ನಳಿನಿ.

"ಯಾಕೆ ಬಂದ್ರಿ? ಆರಾಮಾಗಿ ರೆಸ್ಟ್ ತಗೋಬೇಕಿತ್ತು. ನಂಗೆ ಇದ್ನೆಲ್ಲ ನಿಭಾಯಿಸೋಕೆ ಗೊತ್ತಿಲ್ಲ ಅಂದ್ಕೊಂಡ್ರಾ?" ಉಗುಳು ನುಂಗಿದಳು.

"ಬಾಯಿ ಮುಚ್ಕೊಂಡು ತೆಪ್ಪಗೆ ನಡೀ" ಗದರಿದ.

ಆಟೋ ಹಿಡಿದು ಮನೆಗೆ ಬರೋವರ್ಗೂ ಇಬ್ಬರು ತುಟಿ ಬಿಚ್ಚಲಿಲ್ಲ. ನಳಿನಿಯ ಎದೆಯಲ್ಲಿ ದೊಡ್ಡ ಹೊಂಡ, ಪ್ರಜ್ವಲಿಸುವ ನಿರಾಶೆ. 'ನೀನು ಸಾಗರ್ ಪ್ರೀತಿನ ಕಳೆದುಕೊಳ್ಳುವತ್ತ ನಡೆದಿದ್ದೀಯೆ' ಮನ ಎಚ್ಚರಿಸಿತು. ಗಡಗಡ ನಡುಗಿದಳು. ರಾಣಿಯನ್ನು ಎತ್ತಿಕೊಂಡು ನಗುತ್ತ ನಿಂತ ವಿಮಲ ಮಕ್ಕಳ ಕಿರಿಕಿರಿಯ ಮಧ್ಯೆಯು ತೃಪ್ತಭಾವದಿಂದ ಮಿನುಗುವ ಅಶ್ವಿನಿಯ ಮುಖ ಕೇಕೇ ಹಾಕಿ ನಕ್ಕಂತಾಯಿತು.

ಹೊರ ಬಾಗಿಲಿನಲ್ಲೇ ನಿಂತಿದ್ದ ಅಶ್ವಿನಿ ಸಮಾಧಾನದ ಉಸಿರು ದಬ್ಬಿದಳು.

"ರವಿಗೆ ಜ್ವರ ಬಂದುಬಿಟ್ಟಿದೆ. ಸುಮ್ನೇ ಅಣ್ಣ ಬೇಕೂಂತ ಹಂಬಲಿಸ್ತಾ ಇದ್ದಾನೆ. ಬೆಳಿಗ್ಗೆ ನಮ್ಮನ್ನ ಕರ್ಕೊಂಡ್ಹೋಗಿ ಬಿಟ್ಬಿಡು" ಪೆಚ್ಚಾದ ಮುಖ, ಸ್ವರದಲ್ಲಿನ ಧಾವಂತ ಗಮನಿಸಿ ಸಣ್ಣಗೆ ನಕ್ಕ.

"ನೀನು ಏನೇನು ಬೆಳ್ದಿಲ್ಲ. ಎರ್ಡು ಮಕ್ಕಳಾದ್ರೂ ಸ್ವಲ್ಪ ಕೂಡ ಧೈರ್ಯ ಇಲ್ಲ. ಆಗ್ಲೇ ಹೊರಡೋಕೆ ತುದಿಗಾಲಲ್ಲಿ ನಿಂತಿದ್ದಾಳೆ!" ಈ ಆಕ್ಷೇಪಣೆಗೇನು ಸೋಲಲು ಅವಳು ಸಿದ್ಧಳಿಲ್ಲ.

"ನಿಂಗೇನು ಗೊತ್ತು? ನೀನೇ ರವೀನ ಸುಧಾರ್ಸು" ಅಶ್ವಿನಿ ಅಡಿಗೆಯ ಮನೆಯತ್ತ ನಡೆದಾಗ ಸಾಗರ್ ಕೋಣೆಯತ್ತ ನಡೆದ. ಮಲಗಿದ್ದ ರವಿ ಎದ್ದು ಕೂತ. "ನಾನು ಅಣ್ಣನ ಹತ್ರ ಹೋಗ್ಬೇಕು...." ಗೋಗರೆತದ ಸ್ವರಕ್ಕೆ ತೀರಾ ಮೃದುವಾದ.

ಅವನ ಪಕ್ಕದಲ್ಲಿ ಕೂತು ಒಳ್ಳೆಯ ಮಾತುಗಳಿಂದ ರಮಿಸತೊಡಗಿದ. ಚಾಕಲೇಟ್, ಗೊಂಬೆ, ಪುಸ್ತಕ, ಆಟಿಕೆಗಳನ್ನು ಮೀರಿ ನಿಂತಿತ್ತು ಅವನ ತಂದೆಯ ಪ್ರೀತಿ.

"ನಂಗೇನು ಬೇಡ. ಅಣ್ಣ.... ಬೇಕು...." ಒಂದೇ ರಾಗ. ಬೇಸರವಾಗಲಿಲ್ಲ ಸಾಗರ್‌ಗೆ. ಪತ್ರ ಬರ್ದು ಕರಿಸ್ತೀನಿ."

ತಂದೆ ಬಂದೇ ಬರುತ್ತಾನೆಂದು ಖಾತರಿಯಾದ ಮೇಲೇನೇ ಅವನು ಸುಮ್ಮನೆ ಮಲಗಿದ್ದು. ಬದುಕಿನ ಬಗ್ಗೆ ತೀರಾ ನಿರ್ಲಿಪ್ತತೆ ಇಂದು ಅವನಲ್ಲಿ ಕಾಣಿಸಿಕೊಂಡಿತು.

"ತಂದೆಯತನ ಎಂಥ ಆಪ್ಯಾಯಮಾನ. ರಾಣಿ, ಶಶಿ, ರವಿಯಂಥ ಒಂದು ಮಗುವಿದ್ದರೂ ಬದುಕು ಅರ್ಥಪೂರ್ಣ" ಎರಡು ಕೈಯಲ್ಲೂ ಕೋಲು ಹಿಡಿದು ಕಿತ್ತ.

'ತಮ್ಮಿಬ್ಬರ ಮಧ್ಯೆ ಒಂದು ಮಗುವಿದ್ದಿದ್ದರೆ ....' ಅದು 'ರೆ' ಪ್ರಪಂಚದ ಕನಸು. ಅವನ ತುಟಿಗಳ ಮೇಲೆ ವ್ಯಥೆಯ ನಗು ಮಿನುಗಿತು.

ಪಕ್ಕಕ್ಕೆ ತಿರುಗಿದ. ನಳಿನಿ ಹಾಯಾಗಿ ನಿದ್ರಿಸುತ್ತಿದ್ದಳು. ಒರಟುತನ ಮುಖದಲ್ಲಿ. ಮುಂಗುರುಳನ್ನೇ ಸವರಿ ಮಗ್ಗುಲಾದ. ಇಡೀ ರಾತ್ರಿ ಅವನಿಗೆ ನಿದ್ದೆ ಬರಲಿಲ್ಲ.

ಬೆಳಿಗ್ಗೆ ಎದ್ದ ಕೂಡಲೇ ರವಿ ಚಂಡಿ ಹಿಡಿದಿದ್ದು ಒಂದೇ ರಾಗ...

"ನಾನು ಅಣ್ಣನ ಹತ್ರ ಹೋಗ್ಲೇಬೇಕು. ಇಲ್ಲಿರೋಲ್ಲ...."

ಅಶ್ವಿನಿ ತಲೆಯ ಮೇಲೆ ಕೈಹೊತ್ತು ಕೂತಿದ್ದಳು. ಸಿಡಿಮಿಡಿಗುಟ್ಟುವ ಮುಖದ ಮೇಲೂ ಅಪೂರ್ವವಾದ ಶಾಂತತೆ ಕಣ್ಣರಳಿಸಿದ.

"ಅಣ್ಣ, ಇವ್ನು ಇನ್ನ ಇಲ್ಲಿರೋಲ್ಲ ಸುಮ್ನೇ ಹೋಗ್ಬಿಡ್ತೀನಿ. ಅದೇ ಹಂಬಲದಲ್ಲಿ ಮಲ್ಗೀ ಬಿಟ್ರೆ.... ಆಮೇಲೆ ಅವರ ಹಾರಾಟ ನೋಡೋಕ್ಕಾಗೋಲ್ಲ. ನಂಗ್ಯಾಕೆ ಇಲ್ಲದ ಉಸಾಬರೀ? ಅವ್ರ ಮಗ್ನ ಅವ್ರಿಗೆ ಒಪ್ಸಿಬಿಡ್ತೀನಿ. ಬೇಸರದ ಸ್ವರದಲ್ಲಿ ನುಡಿದರೂ ಕರ್ತವ್ಯಪಾಲನೆಯ ಎಚ್ಚರವಿತ್ತು.

"ನೀನು ಎದ್ಹೋಗಿ ಸ್ನಾನ ಮಾಡು. ನಾನು ಇವ್ನ ಸುಧಾರಿಸ್ತೀನಿ" ರವಿಯ ಬಳಿ ಕೂತ. ಮುಖ ಸ್ವಲ್ಪ ಕಂಗೆಟ್ಟಂತೆ ಕೆಂಪಗಾಗಿದ್ದರೂ ಗೆಲುವಾಗೇ ಇದ್ದ. "ನಂಗೆ ಹಟ ಮಾಡೋರ್‍ನ ಕಂಡ್ರಾಗೋಲ್ಲ. ಇಲ್ಲಿ ಸರ್ಕಸ್, ಜೂ ಎಲ್ಲಾ ಇದೆ. ನಾನು ಕರ್ಕೊಂಡ್ಹೋಗಿ ಎಲ್ಲಾ ತೋರ್‍ಸಿಕೊಂಡ್ಬರ್ತೀನಿ, ಅಳ್ಬಾರ್ದು" ತೋರು ಬೆರಳಿನಿಂದ ಕಣ್ಣೀರು ತೊಡೆದ.

"ನಂಗೆ... ಅಣ್ಣ... ಬೇಕು...." ರವಿಯ ಹಟ ಅವನಲ್ಲಿನ ಪಿತೃ ಪ್ರೇಮವನ್ನು ಕೆರಳಿಸಿತು. ಕಂಡೂ ಕಾಣದಂತೆ ಹೊಗೆಯಾಡುತ್ತಿದ್ದ ದವಾನಲ ಅವನೆದೆಯಲ್ಲಿ ಹೊತ್ತಿ ಉರಿಯಲಾರಂಭಿಸಿತು. "ಓ ಗಾಡ್...." ಮುಖ ಕಿವಿಚಿದ.

"ಮಾವ ಊರ್ಗೆ ಹೋಗೋಣ"

ಶಿಲೆಯಂತೆ ಕೂತೇ ಇದ್ದ. ತಾನು ಕಳೆದುಕೊಳ್ಳಬಹುದಾದದ್ದು ದೊಡ್ಡ ನಿಧಿಯಂತೆ ಕಂಡಿತು. ಬೆಲೆ ಕಟ್ಟಲಾರದಷ್ಟು ಅಮೂಲ್ಯ. ಎದೆ ಬಿರಿಯುವಂತಾಯಿತು.

"ಅಣ್ಣನೇ.... ಬರ್ತಾರೆ..." ಅವನ ಮುಂಗೂದಲನ್ನು ಸವರಿ ಎತ್ತಿಕೊಂಡ.

ತುಂಟ ಕಣ್ಣುಗಳು, ಇನ್ನು ಹಾಲು ಇಂಗದ ಗಲ್ಲಗಳು. ರವಿಯನ್ನ ಅಕ್ಕರೆಯಿಂದ ನೋಡಿದ. "ನೀನು ಇಲ್ಲೇ ಇರ್ತೀಯಾ...ನಿಂಗೆ ಏನೆಲ್ಲ ಕೊಡುಸ್ತೀನಿ."

"ಇರೋಲ್ಲ, ನಾನು ಅಣ್ಣನ ಹತ್ರ ಹೋಗ್ತೀನಿ." ಖಡಾಖಂಡಿತವಾಗಿ ಹೇಳಿದಾಗ ಭಾರವಾದ ನಿಟ್ಟುಸಿರು ದಬ್ಬಿದ ಸಾಗರ್. 'ಅವ್ನಿಗೆ ತಂದೆಯ ಪ್ರೀತಿ, ಸನ್ನಿಹಕ್ಕಿಂತ ಬೇರೇನು ಬೇಡ.

'ತಂದೆ, ಜನ್ಮದಾತ..' ಅವಕ್ಕೆಲ್ಲ ಈಗ ಬೆಲೆ ಸಿಕ್ಕಂತಾಯಿತು ಅವನ ಮನದಲ್ಲಿ. ಶಶಿಯ ಕಡೆ ನೋಡಿದ. ಗೊಂಬೆ ಪುಸ್ತಕ ಮುಂದೆ ಹಾಕಿಕೊಂಡು ಪ್ರಾಣಿಗಳ ವಿಚಿತ್ರ ವಿನ್ಯಾಸದಲ್ಲಿ ಮಗ್ನ.

ಯಾವುದೋ ಕಲ್ಪನೆಯಿಂದ ಅವನ ಮನ ಅರಳಿತು. ರವಿನ ಸಂತೈಯಿಸ್ಸಿ ಮಲಗಿಸಿ ಹೊರಗೆ ಬಂದ.

"ನಳಿನಿ, ಸ್ವಲ್ಪ ಕಾಫೀ ಕೊಡು" ಪೇಪರ್ ಕೈಗೆತ್ತಿಕೊಂಡ. ಮುಂದಿನ ಪ್ರಶ್ನೆಗಳು ಹೊರಳಿ ಹೊರಳಿ ನರಳಿದವು.

ಅಕ್ಷರಗಳಲ್ಲಿ ಕಣ್ಣುಗಳನ್ನು ನೆಟ್ಟಿದ್ದರು ಮನ ಎಲ್ಲೋ!

"ಈ ಸಲ ತಂದ ಕಾಫೀ ಪುಡಿ ಚೆನ್ನಾಗಿಲ್ಲ" ನೋಟ ಮೇಲೆತ್ತಿದ. "ಯಾವಾಗ್ಲೂ ನಿಮ್ತಂದೆ ತರ್ತಾ ಇದ್ದರು. ಈ ಸಲ ನಾನು ತಂದಿದ್ದೀನಿ . ಅಷ್ಟಿಷ್ಟು ಬದಲಾವಣೆ ಇರುತ್ತೆ."

ಲೋಟ ಅವನ ಕೈಗೆ ಬಂದಾಗ ಒಮ್ಮೆ ಗುಟುಕರಿಸಿದ. ಕೆಳಗಿಳಿಯಿತು ಲೋಟ. ವಾರೆಗಣ್ಣಿನಿಂದ ಅವಳತ್ತ ನೋಡಿದ. ಈ ಸದಾ ಧುಮುಗುಟ್ಟುವ ಮುಖ ಅವನು ನೋಡಲಾರ.

ಲೋಟ ನೆಲದಲ್ಲಿ ಕೂತಿತು. ಕೈ ಹಿಡಿದು ಹತ್ತಿರಕ್ಕೆಳೆದುಕೊಂಡ ಅರ್ಥವಾಗದ ಸ್ಥಿತಿಯಲ್ಲಿದ್ದಳು.

"ಮಗು ರವಿ ಬಿದ್ದು ಜ್ವರದಿಂದ ಮಲ್ಗಿದ್ದಾನೆ. ಒಂದ್ಸಲ ಹೋಗಿ ಮಾತಾಡ್ಸೋದು ಬೇಡ್ವಾ?" ನವಿರಾಗಿ ಪ್ರಶ್ನಿಸಿದ. ಅವಳ ಕಣ್ಣುಗಳಲ್ಲಿ ಕಿರಿದಾಗಿ ಹುಬ್ಬುಗಳು ಬೆಸೆದುಕೊಂಡವು. "ನೀವೇ ನೋಡಿದ್ರಲ್ಲ, ಸಾಕು ಬಿಡಿ. ಅಸಾಧ್ಯ ತುಂಟತನ ಮಾಡೋ ಅವ್ನ ಕಂಡ್ರೆ ಮೈಯೆಲ್ಲ ಉರಿ."

ಬೆಪ್ಪಾಗಿ ಕೂತು ಬಿಟ್ಟ. ಸ್ವರ ಹೊರಡುವುದೇ ಅವನಿಗೆ ಕಷ್ಟವಾಯಿತು.

"ಏಯ್... ಯಾಕೆ ಹೀಗೆಲ್ಲ ಮಾತಾಡಿ ನಿಂಗೆ ನೀನೆ ಮೋಸ ಮಾಡ್ಕೋತೀಯಾ! ಮಕ್ಳು ಚೇಷ್ಟೆ ಮಾಡ್ದೇ ನಾನು, ನೀನು ಮಾಡೋಕಾಗುತ್ತಾ? ಶಶಿನ ಸದ್ಯಕ್ಕೆ ಇಲ್ಲೇ ಇರ್ಸಿಕೊಳ್ಳೋಣ. ರವಿಯಷ್ಟು ಚೇಷ್ಟೆಯ ಮಗುವಲ್ಲ. ನಿಂಗೆ ಬೇಗ ಹೊಂದ್ಕೋತಾಳೆ" ಆಘಾತಗೊಂಡವಳಂತೆ ಕಂಡಳು. ಅವಳೆದೆ ವೇಗವಾಗಿ ಏರಿಳಿಯತೊಡಗಿತು.

"ಇದಾ ಪ್ಲಾನ್ ! ನಮ್ಮಪ್ಪನ ಆಸ್ತಿಯೆಲ್ಲ ನಿಮ್ಮ ತಂಗಿಯ ಮಗ್ಳು ಪಾಲಾಗಬೇಕೂಂತ ತಾನೇ ನಿಮ್ಮಿಷ್ಟ" ಅವನ ಮುಖ ಕೋಪದಿಂದ ಕೆಂಪಾಯಿತು. ಅವುಡುಗಳು ಬಿಗಿದುಕೊಂಡವು. "ನಿಮ್ಮಪ್ಪನ ಆಸ್ತಿಗೆ ಬೆಂಕಿ ಬಿತ್ತು. ಆ ಸುಡಗಾಡು

ಆಸ್ತಿ ಯಾರ್ಗೆ ಬೇಕಾಗಿದೆ? ನಿಂಗೆ ಸ್ವಲ್ಪ ಕೂಡ ವಿವೇಕವಿಲ್ಲ. ನಿನ್ನ ಒಂಟಿತನ ಮರೆಯಾಗುತ್ತೆ. ಶಶಿ ಸನಿಹದಲ್ಲಿ ನಿನ್ನ ಮನಸ್ಸು ಕೂಡ ಮೆತ್ತಗಾಗುತ್ತೇಂತ ತಿಳ್ಕೊಂಡಿದ್ದೆ" ತಲೆ ಅಲ್ಲಾಡಿಸಿದ. "ನಿಂಗೆ ಮಕ್ಕಳಾಗಲಿಲ್ಲ ಅನ್ನೋ ಸಂಕಟ ಇಲ್ಲ. ಮಾತೃಸ್ಥಾನದಿಂದ ವಂಚಿತಳಾದೆನಲ್ಲ ಅನ್ನೋ ನೋವು ಕೂಡ ನಿಂಗಿಲ್ಲ. ನಿಮ್ಮಪ್ಪನ ಆಸ್ತಿ ಪರರ ಪಾಲಾಗುತ್ತಲ್ಲ ಅನ್ನೋ ರೋಗ ಅಂಟಿಕೊಂಡಿದೆ. ಇದ್ರಿಂದ ಪೂರ್ಣವಾಗಿ ವಂಚಿತಳಾಗ್ತೀಯ" ತಾಳ್ಮೆ ಕಳೆದುಕೊಂಡು ಕೂಗಾಡಿದ.

ಕೇಳಿದ ಅಶ್ವಿನಿ ತಟಸ್ಥಳಾದಳು. ಮಿದುಳು ಸ್ತಬ್ಧಗೊಂಡಿತು. ತಾನು ಕೇಳಿದ್ದು ನಿಜವೇ? ಮರುಕ್ಷಣವೇ ಚೇತರಿಸಿಕೊಂಡಳು, ಧಾರಾಳ ಮನಸ್ಸಿನ ಹೆಣ್ಣು.

'ಮಕ್ಳು ಆಗ್ದಿದ್ರೆ ಯಾವ ರಾಜ್ಯ ಮುಳುಗಿ ಹೋಗುತ್ತೆ? ಆರಾಮವಾಗಿದ್ದು ಕೊಳ್ಳಲಿ' ಹಾಗೆಂದುಕೊಂಡರೂ ಇತ್ತೀಚಿನ ಅಣ್ಣ ಅತ್ತಿಗೆಯರ ಮಧ್ಯೆ ಬಿಗಡಾಯಿಸಿದ ಸಾಮರಸ್ಯ ಚುಚ್ಚಿತು.

ಹೊರಗೆ ಬಂದ ಸಾಗರ್ ತಂಗಿಯನ್ನು ನೋಡಿ ಗಾಬರಿಗೊಂಡ. ಮಾತನಾಡಬಾರದೆಂದು ಕಣ್ಣಲ್ಲಿಯೇ ಸನ್ನೆ ಮಾಡಿದಳು ಅಶ್ವಿನಿ.

"ನೀನು ಆಫೀಸಿಗೆ ಹೋಗೋದ್ರಲ್ಲಿ ಒಮ್ಮೆ ಕ್ಲಿನಿಕ್‌ಗೆ ಹೋಗಿ ಬಂದು ಬಿಡೋಣ. ಸ್ವಲ್ಪ ಜ್ವರ ಹೆಚ್ಚೇ ಇತ್ತು. ಮತ್ತೆ ಸಂಜೆ ವೇಳೆಗೆ ಜಾಸ್ತಿಯಾದರೆ ಕಷ್ಟ." ಅವಳ ಸ್ವರದಲ್ಲಿ ಮಗನ ಮೇಲಿದ್ದ ಕಾಳಜಿ ವ್ಯಕ್ತವಾಯಿತು. ತಲೆಯಾಡಿಸಿ ಬಾತ್‌ರೂಂನತ್ತ ನಡೆದ.

ಅಶ್ವಿನಿ ಕೋಣೆಯೊಳಕ್ಕೆ ಬಂದಾಗ ನಳಿನಿ ಮುಖ ಊದಿಸಿಕೊಂಡು ಕೂತಿದ್ದಳು. ಆರಿ ತಣ್ಣಗಾದ ಉಳಿದ ಕಾಫಿಯ ಲೋಟ ಕಂಡಿತು. ಆ ಸ್ಥಿತಿಯೇ ಈ ಕೋಣೆಯ ವಾತಾವರಣದಲ್ಲಿ ಕೂಡ.

"ಅತ್ಗೇ, ನಿಮ್ಗೇ ನನಗಿಂತ ಚೆನ್ನಾಗಿ ಅಣ್ಣನ ಸ್ವಭಾವ ಗೊತ್ತು. ಅನವಶ್ಯಕವಾಗಿ ಯಾಕೆ ವಿರಸ ತಂದ್ಕೋತೀರಾ? ಆದಷ್ಟು ನಿಮ್ಗೇ ಹೇಗೆ ಬೇಕೋ ಹಾಗೆ ಹೊಂದ್ಕೊಂಡಿದ್ದಾನೆ. ದಯವಿಟ್ಟು ಅರ್ಥಮಾಡ್ಕೊಳ್ಳಿ. ಅವನೇನೋ ಮಾತಿನ ಸಂದರ್ಭಕ್ಕೆ ಶಶಿನ ಇರಿಸ್ಕೋಳ್ಳೋ ವಿಷಯ ಎತ್ತಿದ್ದಾನೆ. ನಾನು ಇಲ್ಲಿ ಬಿಟ್ಹೋದ್ರೆ ಅವರಪ್ಪ ಸುಮ್ನೇ ಇರ್ತಾರಾ? ಆಸ್ತಿ ಪಾಸ್ತಿಗೋಸ್ಕರ ಮಕ್ಳು ಬೇಕೆನ್ನೋಕೆ ಆಗುತ್ತಾ? ನಮ್ಗೇ ನಮ್ಮ ಮಕ್ಳೇ ಆಸ್ತಿ. ಅವಕ್ಕೆ ಪ್ರೀತಿ ಅಂತಃಕರಣ ತೋರ್ಸಿ ಬೆಳ್ಸೋ ನಾವೇ ಅಮೂಲ್ಯ. ಅಂಥದ್ರಲ್ಲಿ ನಿಮ್ಗೇ ಆಸ್ತೀ ಇದೇಂತ ನನ್ಮಗ್ಳುನ ಕೊಟ್ಟು ಬಿಡ್ತೀನಾ! ಅದ್ನ ಕನಸ್ಸಿನಲ್ಲಿ ಕೂಡ ಅಂದ್ಕೋಬೇಡಿ" ಅವಳು ಎಷ್ಟೇ ಸಮಾಧಾನವಾಗಿ ಹೇಳಬೇಕೆಂದೂ ಉದ್ವೇಗದಿಂದ ಅವರ ಸ್ವರ ಕಂಪಿಸಿತು.

ನಳಿನಿಯ ಸ್ವರ ಉಡುಗಿದಂತಾಯಿತು. ಚೇತರಿಸಿಕೊಳ್ಳಲು ಬೇಕಾಯಿತು ಕ್ಷಣಗಳು.

"ಬಾಯಿಗೆ ಬಂದಂತೆ ಮಾತಾಡೋದ್ಬೇಡ. ಇಷ್ಟವಿಲ್ದಿದ್ರೆ ಗಂಟು, ಮೂಟೆ ಕಟ್ಕೊಂಡು ನಡೀ" ಸತ್ತ ವಿವೇಕ ಎಚ್ಚೆತ್ತುಕೊಳ್ಳುವ ಮೊದಲು ನಳಿನಿ ಆಡಿಬಿಟ್ಟಳು.

ಒಂದುಕ್ಷಣ ಮೂಕಳಂತೆ ನಿಂತ ಅಶ್ವಿನಿ ಒಳಗೆ ಹೋಗಿ ಬಟ್ಟೆ ಬರೆಗಳನ್ನು ಜೋಡಿಸಿಕೊಂಡಳು. ಕಣ್ಣಂಚಿನಲ್ಲಿ ಮಿನುಗಿದ ಕಂಬನಿ ಕೆನ್ನೆಯ ಮೇಲೆ ಜಾರುವ ವೇಳೆಗೆ ಸಾಗರ್ ಬಂದ.

"ಏಯ್ ಅಶು, ನಿಂಗ್ಯಾಕೆ ಬುದ್ಧಿ ಇಲ್ಲ. ಸುಮ್ಮನಿರು" ಅವನತ್ತ ತಿರುಗಿದಳು. ತುಂಬಿಕೊಂಡ ಕಣ್ಣೀರು. ಸಾಗರ್‌ನ ಪ್ರತಿಬಿಂಬ ಮಂಕಾಗಿಸಬಹುದು. ಆದರೆ ಮನದಲ್ಲಿ ನಿಂತ ಅಣ್ಣನ... ಪ್ರತಿಬಿಂಬ...

"ಬೇಡ, ನಿಂಗೆ ರವಿ ಸ್ವಭಾವ ಗೊತ್ತಿಲ್ಲ. ಸುಮ್ನೇ ಮನಸ್ಸಿಗೆ ಹಚ್ಕೊಂಡು ಮಲ್ಗಿಬಿಟ್ರೆ... ತೊಂದರೆ. ನಾಲ್ಕು ದಿನ ಇದ್ದಿದ್ದು ಆಯ್ತಲ್ಲ. ನೋಡ್ಬೇಕೂಂತ ಅನ್ನಿಸಿದಾಗ ಬರ್ತೀನಿ. ನೀನು, ಅತ್ಗೇ.... ಬನ್ನಿ...." ಪಕ್ಕಕ್ಕೆ ತಿರುಗಿ ಕಣ್ಣೀರು ತೊಡೆದುಕೊಂಡಾಗ ಅವನ ಹೃದಯ ಕಿತ್ತು ಬಾಯಿಗೆ ಬಂದಂತಾಯಿತು.

ಅವನು ಏನೋ ಹೇಳಲು ಹೊರಟಾಗ ಬಾಯಿ ಮೇಲೆ ಬೆರಳುಗಳನ್ನ ಇಟ್ಟಳು. "ಖಂಡಿತ ಬೇಜಾರು ಮಾಡ್ಕೋಬೇಡ. ನೀನೇನು ಹೇಳದಿದ್ರೂ ನಾನು ಇರೋಕೆ ಸಿದ್ಧವಿಲ್ಲ. ಸ್ವಾಭಿಮಾನ ಕೊಂದುಕೊಂಡು ಯಾರು ಬರೋಕೆ ಇಷ್ಟಪಡೋಲ್ಲ. ಇಲ್ಲಿ ನನ್ನಣ್ಣಂದು ಏನಿದೆ? ಬಾಡ್ಗೆಯಿಂದ ಹಿಡ್ದು ಕುಡ್ಯೋ ಹಾಲಿನ ಕಾಸು ಕೂಡ ಬೇರೆಯವ್ರು ಕೊಡೋದು ಅಂಥದ್ರಲ್ಲಿ ಅತಿಥಿಗಳಾಗಿ ಎರ್ಡು ದಿನ ಇರ್ಬಹ್ದು. ಅಂತಃಕರಣಕ್ಕಾಗಿ ನಾಲ್ಕು ದಿನ ಇರೋಕ್ಕಾಗೋಲ್ಲ" ಒಂದೊಂದು ಮಾತು ಚಾಟಿಯೇಟಿನಂತಿತ್ತು. ಹುಡುಕುತ್ತಿದ್ದ ಪ್ರಶ್ನೆಗಳಿಗೆ ತಟ್ಟನೆ ಉತ್ತರ ಸಿಕ್ಕಂತಾಯಿತು.

ತಾಯಿ, ತಂದೆ, ತಂಗಿ ವರ್ತುಲಾಕಾರವಾಗಿ ನಿಂತರು. ಎಲ್ಲರ ಮುಖದಲ್ಲೂ ಒಂದೇ ಭಾವ. ಅಳಿಸಿ ಹಾಕಲು ಸಾಧ್ಯವಿಲ್ಲ. ಅವನ ಹಣೆಯ ಮೇಲೆ ಪುಟ್ಟ ಪುಟ್ಟ ಸ್ವೇದ ಬಿಂದುಗಳು ಸಾಲುಗಟ್ಟಿದವು.

"ಸಾರಿ.... ಅಶ್ವಿನಿ...." ಅವನ ಸ್ವರದಲ್ಲಿ ಅಸಾಧ್ಯ ನೋವಿನ ಮಿಡಿತವಿತ್ತು. ನಾನೆಲ್ಲ ಬಟ್ಟೆ ಜೋಡ್ಸಿ ಇಡ್ತೀನಿ. ನೀನ್ಹೋಗಿ ಸ್ನಾನ ಮಾಡ್ಕೊಂಡ್ಬಾ."

ಅವಳ ಕೈಯಲ್ಲಿನ ರವಿಯ ಷರಟು ಕಿತ್ತುಕೊಂಡಾಗ ನಿಸ್ಸಹಾಯಕಳಾಗಿ ಹೊರಗೆ ನಡೆದಳು. ಸೀರೆ, ಲಂಗ, ಟವಲು ಹಿಡಿದು ಬಾತ್‌ರೂಂನತ್ತ ನಡೆದಾಗ ಶಶಿ, ಕೊಬ್ಬರಿ ತುರಿಯುತ್ತಿದ್ದ ನಳಿನಿಯ ಬಳಿ ಕೂತಿದ್ದಳು. ಮಗುವಿನ ಕಣ್ಣುಗಳಲ್ಲಿ ಆಸೆ ಇತ್ತು. ಅದನ್ನು ಅರ್ಥಮಾಡಿಕೊಳ್ಳಲಾಗದ ಇವಳು ತಾಯ್ತನಕ್ಕೆ ಅರ್ಹಳಲ್ಲ! ಕೋಪಗೊಂಡ ಮನ ಶಪಿಸಿತು.

ಅಡಿಗೆಯ ಮನೆಯ ಬಳಿಗೆ ಬಂದ ಸಾಗರ್ ಉಗುಳು ನುಂಗಿ ಹೇಳಿದ. "ರವಿದು ಒಂದೇ ಹಟ.... ಈಗ ಅಶ್ವಿನಿ ಹೊರಟಿದ್ದಾಳೆ. ಬೇಗ ಏನಾದರೂ ತಿಂಡಿ ಮಾಡು" ಮುಂದಿದ್ದ ಈಳಿಗೆ ಮಣೆಯನ್ನು ಅಷ್ಟು ದೂರಕ್ಕೆ ತಳ್ಳಿದಳು. ಕಣ್ಣುಗಳಲ್ಲಿದ್ದುದ್ದು ಬೆಂಕಿಯ ಉಂಡೆಗಳು. "ನೀವು ಹೊರಟಿದ್ದೀರಾ?"

"ಹೌದು, ಜ್ವರ ಬರೋ ರವಿನ ಕಟ್ಟಿಕೊಂಡು ಅವ್ಳು ಹೇಗೆ ಹೋಗ್ತಾಳೆ?" ಹುಬ್ಬು ಗಂಟಿಕ್ಕಿದ.

ಅಲ್ಲಿ ನಿಲ್ಲಲಾರದೆ ಕೋಣೆಗೆ ಬಂದ. ಬದಲಾವಣೆ ಈಗ ಮೇಲ್ಮುಖಕ್ಕೆ ಕಂಡಿದ್ದರೂ ಹಿಂದೆ ಕೂಡ ಇಂಥದ್ದೆ ಛಾಯೆ. ಮನ ಅನುಮಾನಿಸಿತು. ಆಕರ್ಷಣೆ, ಅಕ್ಕರೆಯ ಗುಂಗಿನಲ್ಲಿ ಎಲ್ಲಾ ಹಿತ.

ನಳಿನಿ ಶಾಂತಾರಾಮ್ ಮಗ್ಳು. ಅದೇ ನಯವಂಚಕತನ. ಬೆಣ್ಣೆ ಮಾತು ಲೋಭಿ... ಅಪರಾಧ ಪಟ್ಟಿ ಬೆಳೆಯುತ್ತ ಹೋದಂಗೆಲ್ಲ ಸಾಗರ್ ತಲೆ ಸಿಡಿಯತೊಡಗಿತು.

ಮದುವೆಯ ಹೊಸದ್ರಲ್ಲಿ ಅವಳ ಮೈ ಮೇಲಿನ ಚಿನ್ನ ನೋಡಿದಾಗಲೇ ದಂಗು ಬಡಿದಿದ್ದ. ಹಳೆ ಡಿಸೈನಿನ ಒಡವೆಗಳಿಗೆ ಹೊಸ ಪಾಲಿಶ್.

"ನಾನು ಸಾಧಾರಣ ಮೇಷ್ಟ್ರ ಮಗ್ಳುನ ಮದ್ವೆಯಾದ್ನೋ ಕುಬೇರನ ಭಂಡಾರಕ್ಕೆ ಕನ್ನ ಹಾಕಿದ ಚತುರ ಕಳ್ಳನ ಮಗ್ಳೂನ ಕುತ್ತಿಗೆಗೆ ತಾಳಿ ಬಿಗಿದ್ನೋ" ಕಣ್ಣು ಮೇಲೆ ಮಾಡಿದ್ದ.

ಬಿದ್ದು ಬಿದ್ದು ನಕ್ಕಿದ್ದಳು ನಳಿನಿ.

"ನಿಮಗೊಂದು ತಿಳ್ಯೋಲ್ಲ. ನಮ್ಮಪ್ಪ ಜೀವನದಲ್ಲಿ ಎಂದೂ ತರಗತಿಯಲ್ಲಿ ಪಾಠ ಮಾಡಿದವರಲ್ಲ. ಮನೆ... ಪಾಠ ಹೇಳಿ ಎದೆ ಹೊಡ್ಕೊಂಡು ಸಂಪಾದಿಸಿದ್ದು. ಅದ್ರಲ್ಲಿ ಉಳಿದಿದ್ದು ಸಾಲ, ಸೋಲಕ್ಕೆ ಕೊಟ್ಟು ಜಮೀನು ಮಾಡಿಕೊಂಡಿದ್ದು. ವಾಯಿದೆ ಗಿರಿವಿಗೆ ಇಟ್ಕೊಂಡ ಒಡ್ವೆಗಳು ಇವು. ಮೆಚ್ಚಿನಿಂದ ಅವುಗಳ ಮೇಲೆ ಕೈಯಾಡಿಸಿದಾಗ ದಿಗ್ಭ್ರಮೆಗೊಂಡಿದ್ದ.

"ಮಾವ..." ಶಶಿ ಬಂದು ಅವನ ಕುತ್ತಿಗೆ ಜೋತು ಬಿದ್ದಾಗ ಅಪ್ಪಿ ಮುತ್ತಿಟ್ಟ. ಇಲ್ಲೇ... ಇರ್ತೀಯಾ?"

"ಇರ್ತೀನಿ..." ಮಗುವಿನ ಕಣ್ಣುಗಳಲ್ಲಿ ಸುಂದರ ಪ್ರಪಂಚ ಕಂಡಂತಾಯಿತು. ಆಪ್ಯಾಯಮಾನದ ಕನಸನ್ನು ಹೆಣೆಯತೊಡಗಿದ.

ಅಷ್ಟರಲ್ಲಿ ಅಶ್ವಿನಿ ಕೋಣೆಗೆ ಬಂದಳು. ಒದ್ದೆ ಕೂದಲನ್ನು ಕೊಡವಿ ಎರಡೇ ನಿಮಿಷದಲ್ಲಿ ಜಡೆ ಹೆಣೆದಳು. ತೆಳುವಾಗಿ ಪೌಡರ್ ಸವರಿ ಹಣೆಗಿಟ್ಟಳು.

"ಅಣ್ಣ, ಇನ್ನು ಹೊರಟು ಬಿಡೋಣ. ಒಂದು ಕ್ಷಣ ವಿಮಲಗೆ ಹೇಳಿ ಬಂದ್ಬಿಡ್ತೀನಿ" ಅವಸರವಾಗಿ ಓಡಿದಳು. ಹತ್ತು ನಿಮಿಷದಲ್ಲಿ ಹಿಂದಕ್ಕೆ ಬಂದಿದ್ದು.

"ಈ ಸ್ವೆಟರ್ ಡಿಸೈನ್ ಚೆನ್ನಾಗಿತ್ತು ಅಂದಿದ್ದೆ. ಅರ್ಧಂಬರ್ಧ ಹಾಕಿದ್ದ ಸ್ವೆಟರ್ ತಾವೇ ಇಟ್ಕೊಂಡು, ಇದ್ನ ಶಶಿಗೇಂತ ಕೊಟ್ರು" ಅಶ್ವಿನಿ ಕಂಬನಿ ತುಂಬಿದ ಕಣ್ಣುಗಳಲ್ಲಿ ಅಕ್ಕರೆ ಬೆರೆತ ವಿಶ್ವಾಸದ ಪೊರೆ ಇತ್ತು.

ಹಿಂದೆ ಒಂದು ತಾಂಬೂಲ, ಅದರ ಜೊತೆ ಒಂದು ಬ್ಲೌಸ್ ಪೀಸ್ ಮನೆ ಹೆಣ್ಣುಮಗಳಿಗೆ ಕೊಡುವ ಪದ್ಧತಿ ಇತ್ತು. ಇಂದು ಬರೀ ಕುಂಕುಮದ ಭರಣಿ ಹಿಡಿದಾಗ ಸಾಗರ್ ರೇಗಿಕೊಂಡ.

"ಅವ್ಳು ಮನೆ ಮಗ್ಳು. ಒಂದ್ನಿಮಿಷ ಬಾ" ಕರೆದೊಯ್ದು "ಎರಡು ಸೀರೆ ಒಟ್ಟಿಗೆ ತಂದೆವಲ್ಲ, ಅದ್ರಲ್ಲಿ ಒಂದು ಸೀರೆ ಇಟ್ಟು ಅವ್ಳಿಗೆ ಕೊಡು."

ದುರುದುರು ನೋಡಿದಳು.

"ಬರೀ ನಿಮ್ಮ ಸಂಬಳದಲ್ಲೇ ಸಂಸಾರ ನಡೀಬೇಕೂಂದ್ರೆ ಅಂಥ ಸೀರೆಗಳ್ನ ತಂದುಕೊಡೋಕೆ ನಿಮ್ಮಿಂದ ಆಗ್ತಾನೇ ಇರ್ಲಿಲ್ಲ" ಛರ್ಜಿಯಿಂದ ತಿವಿದಂತಾಯಿತು ಅವನಿಗೆ. ತುಟಿ ಕಚ್ಚಿ ಹೊರಗೆ ಬಂದ.

ಹಣೆಗೆ ಹಚ್ಚಿಕೊಂಡು ಬಂದ ಅಶ್ವಿನಿ ಹೇಳಿದಳು.

"ಅಣ್ಣ, ಬೇಗ ಹೊರಟ್ರೆ ಒಳ್ಳೆಯದು."

ಇವರುಗಳು ಹೊರಟಾಗ ನಳಿನಿ ಹೊರಗೆ ಬರುವ ಸೌಜನ್ಯವನ್ನು ಕೂಡ ತೋರಲಿಲ್ಲ. ವಿಮಲ, ಲಾಯರ್, ರಾಣಿ ಹೊರಗೆ ನಿಂತು ಬೀಳ್ಕೊಟ್ಟರು.

ಹೋಟೆಲಿಗೆ ಕರೆದೊಯ್ದು ಗಡದ್ದಾಗಿ ತಿನ್ನಿಸಿ, ಹುಡುಗರಿಗೆ ಬಟ್ಟೆ, ತಂಗಿಗೆ ಸೀರೆ, ಚಪ್ಪಲಿ ಎಲ್ಲಾ ಕೊಡಿಸಿಯೇ ಬಸ್‌ಸ್ಟ್ಯಾಂಡಿಗೆ ಕರೆದೊಯ್ದಿದ್ದು.

ಕಣ್ತುಂಬಿದ ಅಶ್ವಿನಿ ಹೇಳಿದಳು.

"ಅಣ್ಣ, ನಾನು ಹೇಗಾದ್ರೂ ಹೋಗ್ತೀನಿ. ಮನೆಯಲ್ಲಿ ಅತ್ಗೇ ಒಬ್ಬೇ ನೀನು ಮನೆಗೆ ಹೋಗ್ಬಿಡು."

ಕೊಂಡ ಪತ್ರಿಕೆಯನ್ನು ಮುಖಕ್ಕೆ ಅಡ್ಡವಾಗಿಡಿದು ಕೂತ. ಎದೆಯ ಕೋಲಾಹಲ, ಮನ ಪ್ರಕ್ಷುಬ್ಧ ಸ್ಥಿತಿಯಲ್ಲಿ ಮೌನ ಚೆನ್ನ.

ಬಸ್ಸು ಹೊರಟ ಮೇಲೆ ಪತ್ರಿಕೆ ತೆಗೆದಿಟ್ಟು ಶಶಿಯತ್ತ ತಿರುಗಿದ. ತುಂಟಿಯ ಕಣ್ಣುಗಳು ಕಿಟಕಿಯ ಹೊರಗೆ. ವಾರೇ ನೋಟವನ್ನ ಅಶ್ವಿನಿಯತ್ತ ಹೊರಳಿಸಿದ, ಗೆಲುವಿರಲಿಲ್ಲ.

"ಯಾಕೆ ಇಷ್ಟೊಂದು ಮಂಕಾಗಿದ್ದೀಯಾ? ನಾನೇನೋ ಮಾತಾಡ್ದೇ ಅವಳೇನೋ ತಲೆ ಕೆಟ್ಟಂಗೆ ಆಡಿದ್ಲು. ಅದ್ಕೇ ಯಾಕೆ ಅಷ್ಟೊಂದು ಬೆಲೆ ಕೊಡ್ತಿಯಾ? ಬೇಸರದಿಂದ ಹೇಳಿ ತಲೆ ಕೊಡವಿದ.

"ನಂಗೆ ಒಂದು ಅನುಮಾನ...." ಬಸ್ಸಿನ ವೇಗಕ್ಕೆ ಮುಗ್ಗರಿಸಿ ದಂತಾಯಿತು ಅವನಿಗೆ. ಸರಿಯಾಗಿ ಕೂರಲು ಕೆಲವು ಕ್ಷಣಗಳು ಬೇಕಾಯಿತು. "ಎಂಥ ಅನುಮಾನ? ನಿನ್ನ ಮಾವನಿಗೆ ಅಷ್ಟೊಂದು ಹಣ ಹೇಗೆ ಬಂತೂಂತಾನಾ?

ಸುಲಭವಾಗಿ ಅರ್ಥಮಾಡಿಕೊಂಡಳು ಅಶ್ವಿನಿ. ಆ ವಿಷಯ ಎತ್ತಲು ಅವನಿಗಿಷ್ಟವಿಲ್ಲ, ಸುಮ್ಮನಾದಳು.

"ನಾನು ಸಾಕಷ್ಟು ತಲೆ ಕೆಡ್ಸಿಕೊಂಡಿದ್ದೀನಿ. ಗಂಡ, ಹೆಂಡ್ತಿ ಇಬ್ರೂ ಬುದ್ಧಿವಂತರು. ವಿದ್ಯಾರ್ಥಿಗಳನ್ನು ನಿರ್ದಾಕ್ಷಿಣ್ಯವಾಗಿ ಹೀರಿಬಿಟ್ಟ ಖದೀಮ ಮೇಷ್ಟ್ರು. ಬಡ ಮುಗ್ಧ ಹಳ್ಳಿಯ ಜನ ನಮ್ಮ ಮಕ್ಕಳ ಭವಿಷ್ಯಕ್ಕಾಗಿ ಬೆವರು ಬಸೆದು ಇಂಥವರಲ್ಲಿ ಶ್ರೀಮಂತಿಕೆ ಕೂಡಿ ಹಾಕಿರಬೇಕು" ಜಿಗುಪ್ಸೆ ಬೆರೆತ ಬೇಸರ ಅವನ ಕಣ್ಣುಗಳಲ್ಲಿ ಇಣುಕಿತು.

"ಹೋಗ್ಲಿ ಬಿಡಿ. ನಾವ್ಯಾಕೆ ಆಡ್ಕೋಬೇಕು? ಇದ್ರಲ್ಲಿ ಅತ್ಗೇ ತಪ್ಪೇನು ಇಲ್ಲ. ಸುಮ್ಸುಮ್ನೇ ಇದಕ್ಕಾಗಿ ಸಂಸಾರದಲ್ಲಿ ವಿರಸ ತಂದ್ಕೋಬೇಡ" ತೀರಾ ಬೆಳೆದಂತೆ ಜವಾಬ್ದಾರಿಯುತವಾಗಿ ಅಶ್ವಿನಿ ಹೇಳಿದಾಗ ನಸು ನಕ್ಕ.

ರವಿ ಸಣ್ಣಗೆ ಅಳಲು ಷುರು ಮಾಡಿದಾಗ ಅವನನ್ನೆತ್ತಿಕೊಂಡು ತೊಡೆಯ ಮೇಲೆ ಕೂಡಿಸಿಕೊಂಡ. ಇಂದು ಆಫೀಸಿಗೆ ರಜಾ ಚೀಟಿ ಕಳಿಸಿರಲಿಲ್ಲ.

* * *

ಮನಸ್ಸನ್ನ ಕಲ್ಲಾಗಿರಿಸಿ ಎರಡು ದಿನ ಇದ್ದೇ ಊರಿಗೆ ಹಿಂದಿರುಗಿದ. ಹೊರಡುವ

ಮುನ್ನ ತಾಯಿಯನ್ನು ಕೇಳಿದ.

"ಯಾವಾಗ ಬರ್ತೀರಾ?"

ನಾಗವೇಣಮ್ಮ ಹಿಂದುಮುಂದು ನೋಡಿದರು. ಮಗನನ್ನ ತಮ್ಮ ಕಣ್ಮುಂದೆಯೇ ಇರಿಸಿಕೊಳ್ಳಬೇಕೆಂಬ ಆಸೆ ಅವರಿಗೆ. ಆದರೆ ಅಲ್ಲಿ ಹೋಗಿರಲು ಅವನ ಮನ ಒಪ್ಪದು.

"ನಿಮ್ಮಣ್ಣನನ್ನ ಒಂದ್ಮಾತು ಕೇಳು. ತೀರಾ ಮುಜುಗರ ಕಣೋ. ಅಲ್ಲಿ, ಸದಾ ಒಬ್ಬರು ತಪ್ಪಿದ್ರೆ ಒಬ್ಬರು ಅಲ್ಲೇ ಇರುತ್ತಾರೆ. ಮಗ್ಳ ಮನೆಯಲ್ಲಿರೋದು ತಪ್ಪಲ್ಲ. ಇಡೀ ಖರ್ಚು ಅವ್ರೆ ನಿರ್ವಹಿಸೋದ್ರಿಂದ ಬೇರೆಯವ್ರ ಕೂಳೂಗೆ ಬಿದ್ದ ಅನುಭವವಾಗುತ್ತೆ. ಮೊದ್ಲಿಗೂ ಈಗ್ಲೂ ಎಷ್ಟೋ ಬದಲಾಗಿದ್ದಾಳೆ ನಳಿನಿ. ಏನಾದ್ರೂ ಒಂದ್ಮಾತು ಅಂದ್ರೆ ಸಹಿಸಿಕೊಳ್ಳೋಕ್ಕಾಗೋಲ್ಲ" ಆಕೆಯ ಹೃದಯಾಳದ ಮಾತು ನೋವು ಸ್ಪಷ್ಟವಾಗಿತ್ತು. ಸಾಗರ್ ಮುಖ ಬಿಗಿದುಕೊಂಡಿತು.

"ಎಲ್ಲಕ್ಕೂ ನನ್ನ ಬಾಯಿ ಮುಚ್ಚಿಸಿದ್ರಿ" ಕೋಪದಿಂದ ಗುಡುಗಿದಾಗ ಸಾಂತ್ವನಿಸುವುದು ಆಕೆಯ ಕರ್ತವ್ಯವಾಗಿ ಕಂಡಿತು. ಈ ತುಟ್ಟಿ ಕಾಲದಲ್ಲಿ ಅದೆಲ್ಲ ಚೆನ್ನಾಗಿ ಕಂಡಿತು. ಮಗ್ಳಿಗೆ ತಾನೇ ಕೊಟ್ಟು ಕೊಳ್ಳಲಿ ಅನ್ನೋ ಉದ್ದೇಶ ನಮಗಿತ್ತು. ತೀರಾ ಅತಿಯಾಯಿತು. ಅವ್ರುದು ಮನೆಯಾಯ್ತು. ನಾವುಗಳು ಅತಿಥಿಯಾದ್ವಿ. ನಾವು ನೆನೆಸೋದೆ ಒಂದು. ದೈವ ನೆನಸೋದೆ ಒಂದು. ನಾವುಗಳು ಅಲ್ಲಿದ್ರೆ ಒಂದು ದಿನ ಅವ್ರೆ ನಮ್ಮ ಮಿತಿನ ಹೇಳ್ಬಹ್ದು. ಯಾಕೆ ಅಷ್ಟೆಲ್ಲ? ನೀನು ಸುಖವಾಗಿದ್ರೆ ಸಾಕು. ಬೇಕೂನ್ನಿಸಿದಾಗ ಬಂದು ಮುಖ ನೋಡ್ಕೊಂಡು ಬರ್ತೀವಿ. ನಮ್ಮ ವಂಶದ ಕುಡಿ ಒಂದು ಅರಳಿದ್ರೆ ಬಂದು ನಾಲ್ಕು ದಿನ ಇದ್ದೇವು."

ತುಟಿ ಎರಡು ಮಾಡದೇ ಹೊರಬಿದ್ದಿದ್ದ.

ಅಲ್ಲಿ ಕೊಯ್ಲಿನ ಕಾಲ ಮುಗಿದಿದ್ದರಿಂದ ಗಂಡ, ಹೆಂಡತಿ ಇಲ್ಲಿಗೆ ಬಂದಿದ್ದರು. ಅವನಲ್ಲಿನ ಅಕ್ಕರೆ, ವಿಶ್ವಾಸ ಸತ್ತುಹೋಗಿತ್ತು. ಮಾತು ಕೂಡ ಆಡಿಸಲು ಹೋಗಲಿಲ್ಲ.

ಕೋಣೆಗೆ ಬಂದ ನಳಿನಿ ಮುಖ ಧುಮ್ಮಿಸಿಕೊಂಡಿದ್ದಳು.

"ನಮ್ಮಪ್ಪ, ಅಮ್ಮನ ಮಾತು ಕೂಡ ಆಡಿಸೋಲ್ವಾ?"

ಅಸಹನೆ ಸ್ಪಷ್ಟವಾದಾಗ ಉದಾಸೀನ ತೋರಿದ "ಅಪರೂಪಕ್ಕೆ ಬರೋಜನವಾದ್ರೆ ಮಾತುಕತೆ...."

ಗರಬಡಿದವಳಂತೆ ನಿಂತುಬಿಟ್ಟಳು. ತಲೆಯ ಮೇಲೆ ಸಿಡಿಲೆರಗಿದ ಅನುಭವ. ಕಿವಿಗೆ ಬಿದ್ದ ಶಾಂತಾರಾಮ್ ಸ್ವರ ಒಣಗಿತು. ಅಸಹಾಯಕತೆಯಿಂದ ನೋಡಿದರು ಹೆಂಡತಿಯ ಕಡೆ.

"ಇದ್ನೆಲ್ಲ ಮೊದ್ಲೆ ಊಹಿಸಿದ್ದೆ. ಬರೀ ಆಕರ್ಷಣೆ ಎಷ್ಟು ದಿನ ಉಳ್ಳುಕೊಳ್ಳುತ್ತೆ! ಮಕ್ಳು, ಮರಿ ಮೇಲೆ ಆಸೆ, ಅಕ್ಕರೆ ಇರೋಲ್ವಾ?" ಸುಂದರಮ್ಮ ಪಿಸುಗುಟ್ಟಿದರು.

ಶಾಂತಾರಾಮ್ ಕೈ ತಲೆಯ ಮೇಲೆ ಹೋಯಿತು. ಬೆರಳುಗಳು ಲೆಕ್ಕ ಹಾಕಿದವು. ತಾವು ಎಲ್ಲಿ ಎಡವಿದ್ದು? ತಮ್ಮ ಚಾಣಾಕ್ಷತನಕ್ಕೆ ಎಲ್ಲಿ ಪೆಟ್ಟು ಬಿತ್ತು?

"ಈ ನಳಿನಿ ಸ್ವಭಾವನು ಚೆನ್ನಾಗಿಲ್ಲ. ಏನಿದ್ರೂ ಮನಸ್ಸಲ್ಲಿ ಇಟ್ಕೋಬೇಕು.

ನಯ, ನಾಜೂಕಿನಿಂದ ಒಲಿಸ್ಕೋಬೇಕು. ಅವ್ಳಿಗೆ ಅದೇ ಗೊತ್ತಿಲ್ಲ."

ಸುಂದರಮ್ಮ ಎದ್ದು ಹೋದರು. ಅವರಿಗೂ ತುಂಬ ನಿರಾಶೆಯಾಗಿತ್ತು. ಪೂಜೆ, ವ್ರತ, ಸ್ವಾಮಿಗಳೂಂತ ಸಾಕಷ್ಟು ಹಣ ಚೆಲ್ಲಿದರಲ್ಲದೆ ಆಯುರ್ವೇದಿಕ್, ಹೋಮಿಯೋಪತಿ, ಅಲೋಪತಿ ಎಲ್ಲಾ ಚಿಕಿತ್ಸೆಗಳು ಮುಗಿದಿದ್ದವು. ವಿಶೇಷ ತಜ್ಞರಿಂದ ಪರೀಕ್ಷೆಯು ಆಗಿತ್ತು. ಅವಳ ಮಡಿಲಿಗೆ ಮಗುವನ್ನ ಹೊರುವ ಸಾಮರ್ಥ್ಯವೇ ಇರಲಿಲ್ಲ.

ಹೊರಗೆ ಬಂದಾಗ ತಾವಾಗಿ ಮಾತನಾಡಿಸಲು ಮುಂದಾದರೂ ಶಾಂತಾರಾಮ್,

"ಊರಲ್ಲಿ ಹೇಗಿದ್ದಾರೆ? ಮಗು ಬಿದ್ದು ಪೆಟ್ಟು ಮಾಡ್ಕೊಂಡ ವಿಷಯ ತಿಳಿತು. ಈಗ ಹೇಗಿದ್ದಾನೆ? ಒಂದ್ನಾಲ್ಕು ದಿನ ಬಿಟ್ಕೊಂಡು ಕರ್ಕೊಂಡ್ಹೋಗ್ಬೇಕಿತ್ತು."

"ಎಲ್ಲಾ ಚೆನ್ನಾಗಿದ್ದಾರೆ" ಉಪೇಕ್ಷೆ ಸ್ಪಷ್ಟವಾಯಿತು. ಅವನ ಸ್ವರದಲ್ಲಿ ಶಾಂತಾರಾಮ್ ತಣ್ಣಗಾದರು.

ಸ್ನಾನ ಮಾಡಿ ಬಂದ ಸಾಗರ್ ಉಡುಪು ಧರಿಸಿ ಆಫೀಸಿಗೆ ಹೊರಡಲು ಸಿದ್ಧವಾದ. ಸುಂದರಮ್ಮ ಬಂದು ನಿಂತು ಸೆರಗು ಸರಿಪಡಿಸಿಕೊಂಡರು.

"ಇವತ್ತು ದಿನ ಚೆನ್ನಾಗಿದೇಂತ ಅಂದ್ರು. ಹೇಗೂ ನೀವು ಪುಣ್ಯಾಹ ಮುಗ್ಸಿ ಬಿಡೋಣ. ನಮ್ಗೂ ಪುರುಸೊತ್ತು ಇರೋವಾಗ್ಲೇ ಎಲ್ಲಾ ಸಾಮಾನು ಸಾಗ್ಸಿ ಅಚ್ಚುಕಟ್ಟು ಮಾಡಿಕೊಟ್ಟು ಹೋಗ್ತೀವಿ."

ತುಟಿಯ ಮೇಲೆ ನಾಲಿಗೆಯಾಡಿಸಿದ ಸಾಗರ್. ಸಾಕಷ್ಟು ಯೋಚಿಸಿ ಒಂದು ತೀರ್ಮಾನಕ್ಕೆ ಬಂದಿದ್ದ. ಪೂರ್ತಿ ಗೋಜಲು ಗೋಜಲು ಆಗುವ ಮುನ್ನ ಸರಿಪಡಿಸಬೇಕಾಗಿತ್ತು.

ನಿಮ್ಗೇ ಏನು ಬೇಕೋ ಅದ್ನ ಮಾಡ್ಕೊಳ್ಳಿ. ಸದ್ಯಕ್ಕೆ ನಂಗೆ ಮನೆ ಬದಲಾಯಿಸೋ ಇಚ್ಛೆ ಇಲ್ಲ" ಖಡಾಖಂಡಿತವಾಗಿ ಕಡ್ಡಿ ತುಂಡು ಮಾಡಿದಂತೆ ಹೇಳಿದ.

ಆಕೆ ಬಾಯಲ್ಲಿನ ಪಸೆ ಆರಿಹೋಯಿತು. ಇಷ್ಟು ನಿರ್ದಾಕ್ಷಿಣ್ಯವಾಗಿ ಹೇಳುವಷ್ಟು ಸೊಕ್ಕಾ? ಮದುವೆಯಾದಾಗಿನಿಂದ ಮನೆಯ ಸಮಸ್ತ ಖರ್ಚನ್ನು ಹೊತ್ತ ತಮ್ಮ ಬಗ್ಗೆ ಗೌರವ ಬೇಡ್ವಾ?

ಕೈ ಮೀರುವ ಮುನ್ನ ಶಾಂತಾರಾಮ್ ಪ್ರತ್ಯಕ್ಷರಾದರು. ಹೆಂಡತಿ ಬಾಯಿಯ ಬಗ್ಗೆ ಅವರಿಗೆ ಗೊತ್ತು. ಇಲ್ಲಿ ಅನಾಹುತವಾಗುವುದು ಬೇಡವಾಗಿತ್ತು.

"ಈಗಾಗ್ಲೇ ಮನೆಯವ್ರ ಬಳಿ ಅಡ್ವಾನ್ಸ್ ಹಣ ಮನೆ ಬಿಡ್ತೀವೀಂತ ವಾಪ್ಸು ತಗೊಂಡದ್ದಾಗಿದೆ" ಉಗುಳು ನುಂಗಿದ ಸಾಗರ್. ಅವನ ಅಸ್ತಿತ್ವ ನರಳಿ ನರಳಿ ಹೊರಳಿತು. "ನಾನ್ಹೋಗಿ ಮಾತಾಡ್ತೀನಿ."

ಷೂ ಕಟ್ಟುತ್ತಿದ್ದ ಕಾಫೀಗಾಗಿ ಕಾದ.

"ನಳಿನಿ, ಕಾಫೀ ತಗೊಂಡ್ಬಾ" ಏರುಪೇರಿಲ್ಲದ ಸ್ವರ.

ಬರಿಗೈಯಲ್ಲಿ ಬಂದ ನಳಿನಿ ಗೊಂಬೆಯಂತೆ ಅವನ ಮುಂದೆ ನಿಂತಳು. ಹುಬ್ಬೆತ್ತಿ ನೋಡಿದ.

"ಆ ಮನೆಗೆ ತಗೊಂಡೋಗೋಕೆ ತುಂಬಿಟ್ಟಿದ್ದೀನಿ."

ಕೋಪದಿಂದ ಅವನ ಕಣ್ಣುಗಳು ಕೆಂಪಗಾದವು. ತುಟಿ ಬಿಚ್ಚದೆ ಹೊರನಡೆದ. ಅವನ ನೋಟ ರಾಣಿಯ ಮನೆ ಕಡೆ ಹರಿದಾಡಿತು. ನಿಟ್ಟುಸಿರು ದಬ್ಬಿ ಸ್ಕೂಟರ್ ಹತ್ತಿದ.

ಮೂರು ದಿನ ಹೇಳದೇಕೇಳದೇ ಹೋಗಿದ್ದಕ್ಕೆ ಮೃದುವಾದ ಛೀಮಾರಿ. ಎಷ್ಟು ಸಂತೈಸಿದರೂ ಮನ ದಳ್ಳುರಿ. ಹೇಳಿಕೊಳ್ಳಲಾರದಷ್ಟು ಉರಿ, ಸಂಕಟ.

ಎಂದಿನಂತೆ ಕೆಲಸ ಮಾಡಲು ಅವನಿಂದ ಸಾಧ್ಯವಾಗಲಿಲ್ಲ. ಹೊರಗೆ ದುಡಿಯುವ ಗಂಡಸಿನ ಕೌಟುಂಬಿಕ ಜೀವನ ಸುಗುಮವಾಗಿದ್ದರೇ ಸಮಾಜ, ದೇಶಕ್ಕೆ ಹೆಚ್ಚು ಉಪಕಾರಿಯಾಗಬಲ್ಲ.

ಸಂಜೆ ಹೊರಟಾಗ ಪೀಟರ್ ಬಂದು ಹೆಗಲ ಮೇಲೆ ಕೈ ಹಾಕಿದ.

"ಹೇಳ್ದೇ ಕೇಳ್ದೇ ಊರಿಗೆ ಹೋಗಿದ್ದೆ ...."

ನನ್ತಂಗಿನ ಊರಿಗೆ ಬಿಟ್ಟು ಬರೋಕೆ, ಅಪರೂಪಕ್ಕೆ ಹೋಗಿದ್ದು ಎರ್ಡು ದಿನ ಉಳ್ಸಿಕೊಂಡ್ರು ಅಷ್ಟೆ " ಸ್ಕೂಟರ್ ಹತ್ತಿದ.

ಬಾಡಿಗೆಯವರ ಮನೆಗೆ ಹೋಗಿ ಅವರ ಬಳಿ ಮಾತಾಡಿ ಮನೆಗೆ ಬರುವ ವೇಳೆಗೆ ಎಂಟು ಗಂಟೆಯಾಗಿತ್ತು. ರೇಡಿಯೋ ಸದ್ದು ಜೋರಾಗಿತ್ತು.

ಹೊರಗೆ ಸ್ಕೂಟರ್ ನಿಲ್ಲಿಸಿ ಒಳಗೆ ನಡೆದ.

"ಮದ್ವೆಯಾಗಿ ಸಂಸಾರಕ್ಕೆ ಬಂದಾಗಿನಿಂದ ಉಪ್ಪು-ಹುಳಿಯಿಂದ ಹಿಡಿದು ಮನೆಗೆ ಬೇಕಾಗೋ ಸಾಮಾನು, ಸರಂಜಾಮು ಮಾತ್ರವಲ್ಲದೇ ಇರೋಕೆ ಸ್ವಂತ ಮನೆ ಮಾಡಿಕೊಟ್ಟಿದ್ದೀನಿ. ಕೃತಜ್ಞತೆಯಿಂದ ಸ್ವಲ್ಪ ತಗ್ಗಿ ಬಗ್ಗಿ ನಡ್ಯಬೇಕಾಗಿತ್ತು" ಸುಂದರಮ್ಮನ ಸ್ವರ.

ಬೆಂಕಿಯ ಕೆಂಡಗಳು ಮೈಮೇಲೆ ಸುರಿದ ಅನುಭವವಾಯಿತು. ಬೊಬ್ಬೆಗಳು ದೇಹವೆಲ್ಲ, ಮಾಯಲು ಸಾಕಷ್ಟು ದಿನಗಳೇ ಬೇಕು ಎನಿಸಿತು.

ಉಡುಪು ಬದಲಾಯಿಸಿ ಕೂತ. ಮನೆಗಾಗಿ ಅವನ ಕೈಯಿಂದ ಏನು ಖರ್ಚಾಗಿದ್ದರೂ ಕೈಹಿಡಿದವಳ ಆಸೆ, ಆಕಾಂಕ್ಷೆಗಳಿಗಾಗಿ ಸುರಿಯುತ್ತಿದ್ದ. ಉಳಿದ ಹಣ ನಳಿನಿ ತನ್ನ ಖಾತೆಗೆ ಜಮಾ ಮಾಡಿಕೊಳ್ಳುತ್ತಿದ್ದಳು. ಎಂದೂ ತಲೆ ಕೆಡಿಸಿಕೊಳ್ಳಲು ಹೋಗುತ್ತಿರಲಿಲ್ಲ. ಆಗಾಗ ಅಪ್ಪ, ಅಮ್ಮನಿಗೆ ಕೊಡುತ್ತಿದ್ದುದು ಅಲ್ಪಸ್ವಲ್ಪ. ಸ್ವಂತ ಮನೆ, ಪೆನ್‌ಷನ್ ಬರುತ್ತಿದ್ದರಿಂದ ಅವರೇನು ಇವನ ಕೈಗಾಗಿ ಕಾಯುತ್ತಿರಲಿಲ್ಲ.

ಬಹಳ ಹೊತ್ತಿನ ಮೇಲೆ ನಳಿನಿ ಕೋಣೆಗೆ ಬಂದಳು. ಹರ್ಷದ ಛಾಯೆ ಮುಖದ ಮೇಲಿತ್ತು. ಸೋಲು ಗಂಡಿಗೆ ಕಟ್ಟಿಟ್ಟ ಬುತ್ತಿಯೆಂಬ ಒಳ ಹೆಮ್ಮೆ ಅವಳದು.

"ಪುಣ್ಯ ಮುಗ್ಸಿಕೊಂಡ್ಬಂದ್ವಿ" ಗೆಲುವಿನಿಂದ ಹೇಳಿದಾಗ ಮುಖ ತಗ್ಗಿಸಿದ?

"ಮನೆಗೆ ಅಡ್ವಾನ್ಸ್ ಕೊಡ್ಬೇಕು. ಆ ಚೆಕ್‌ಗೆ ಸಹಿ ಹಾಕ್ಕೊಡು" ಇಂಥ ಅವಕಾಶ ಮೊದಲ ಬಾರಿಗೆ ಅವನಿಗೆ ಒದಗಿಬಂದಿತ್ತು.

ನಂಗೇನು ಅಡ್ವಾನ್ಸ್ ಕೊಟ್ಟು ಬಾಡ್ಗೇ ಮನೆಯಲ್ಲಿರೋ ಕರ್ಮ ಬಂದಿಲ್ಲ.

ನಾಳೆ ಬೆಳಿಗ್ಗೆ ಲಾರಿ ಬರುತ್ತೆ" ಅರ್ಥಗರ್ಭಿತವಾಗಿ ಹೇಳಿದಾಗ ಅವನ ಮುಖ ಬಿಗಿದುಕೊಂಡಿತು. ಸಂಯಮ ಸಾಧಿಸಲು ಹೆಣಗಾಡಿತು.

"ಸದ್ಯಕ್ಕೆ ಆ ಮನೆಗೆ ಹೋಗೋದ್ಬೇಡ. ನಾನು ಅಡ್ವಾನ್ಸ್ ಕಳ್ಸಿ ಕೊಡ್ತೀನೀಂತ ಹೇಳ್ಬಂದಿದ್ದೀನಿ. ಮೊದ್ಲು ಚೆಕ್‌ಗೆ ಸಹಿ ಹಾಕ್ಕೊಡು.

ಮೊದಲು ಬಿಳಚಿಕೊಂಡ ನಳಿನಿಯ ಮುಖ ಮರುಕ್ಷಣ ಕೆಂಪಾಯಿತು. ಈ ತರಹ ಸವಾಲ್ ಅವಳಿಗೆ ಅನಿರೀಕ್ಷಿತ.

"ನಾನು ಕೊಡೋಲ್ಲ" ಅವನ ತಾಳ್ಮೆ ಕುಸಿದುಬಿತ್ತು. ರಪ್ಪೆಂದು ಕೆನ್ನೆಗೆ ಬಾರಿಸಿದ. "ನಿನ್ನ ಅಕೌಂಟ್‌ಗೆ ಜಮಾ ಆಗಿರೋದು ನನ್ನ ಹಣ.

ಅವಳು ಹೆಡೆ ತುಳಿದ ನಾಗಿಣಿಯಾದಳು.

"ನಮ್ಮಪ್ಪ ನಿಮ್ಗೇ ಅನ್ನ ಹಾಕೋ ಹೊತ್ಗೇ ನಿಮ್ಗೇ ಅಷ್ಟು ಹಣ ಉಳಿಸೋಕಾಯ್ತು. ಅದ್ನ ಜ್ಞಾಪಕದಲ್ಲಿಟ್ಟುಕೊಳ್ಳಿ" ಬೀಸಿ ಒಗೆದ ಪೆಟ್ಟುಗಿಂತ ಹಿಂದಕ್ಕೆ ಬಂದ ಹೊಡೆತವೇ ಬಿರುಸಾಗಿತ್ತು. ಕಣ್ಣು ಕತ್ತಲೆ ಬಂದಂತಾಯಿತು.

"ಸೋ, ಸಾರಿ, ನಿನ್ನ ಅರ್ಥಮಾಡಿಕೊಳ್ಳೋ ಪ್ರಯತ್ನ ನಾನು ಮಾಡ್ಲಿಲ್ಲ" ಕಣ್ಮುಂದೆ ಅಂಗೈಯೊಡ್ಡಿದ. ಎಂದೂ ಹೊಡೆದ ಕೈಯಲ್ಲ. 'ಇದು ದೌರ್ಜನ್ಯ... ಹಿಪಾಕ್ರಸಿ...ಇದಕ್ಕೆ ಶತಮಾನಗಳ ಇತಿಹಾಸವುಂಟು, ನೋವುಂಡ ಮನ ಗಹಗಹಿಸಿತು.

ಕಣ್ಣು ಮುಚ್ಚಿ ಸೋಫಾಗೆ ಒರಗಿದ. ಪೂರ್ತಿ ನಡೆದುಬಂದ ದಾರಿಯ ಸುರುಳಿ ಬಿಚ್ಚಿಕೊಂಡಾಗ ಈಗ ಸ್ವಲ್ಪ ಅತಿಯೆನಿಸಿದ ಅವಳ ಸ್ವಭಾವ ಹಿಂದೆಯು ಇತ್ತು. ಪ್ರೀತಿಯ ಕಣ್ಣುಗಳಿಗೆ ಎಲ್ಲಾ ಕುರುಡು.

"ಸಾರ್...." ನೆನಪಿಸಿಕೊಂಡು ಎದ್ದು ಬಂದ.

"ನಮ್ತಂದೆ ಕಳ್ಸಿದ್ರು..." ಒಂದುಕ್ಷಣ ಗಲಿಬಿಲಿಗೊಂಡ. ಮರುಕ್ಷಣ ಚೇತರಿಸಿಕೊಂಡ "ಬೆಳಿಗ್ಗೆ ನಾನೇ ತಂದ್ಕೊಡ್ತೀನಿಂತ ಹೇಳಿ."

ಒಂದು ಕ್ಷಣ ಅನುಮಾನಿಸುತ್ತ ನಿಂತವನು ಹೋದ. ಕ್ಷಣಕ್ಷಣಕ್ಕೂ ನೆಲದೊಳಕ್ಕೆ ಇಳಿದುಹೋದ ಅನುಭವವಾಯಿತು.

'ತಾನು ಬುದ್ಧಿವಂತನಲ್ಲ' ಛೀಮಾರಿ ಹಾಕಿಕೊಂಡ.

ಮಾವ ಎಲ್ಲಾ ಖರ್ಚುಗಳು ನಿರ್ವಹಿಸುತ್ತಿದ್ದರು. ಅವನೆಂದೂ ದುಂದುವೆಚ್ಚ ಸ್ವಂತಕ್ಕಾಗಿ ಮಾಡುತ್ತಿರಲಿಲ್ಲ. ನಳಿನಿಯ ಕಾಸ್ಮೆಟಿಕ್ಸ್, ಸೀರೆ, ಹೂ, ಸಿನಿಮಾಗಳಿಗೆ ಸುರಿದು ಉಳಿದಿದ್ದನ್ನ ಅವಳ ಕೈಯಲ್ಲಿಡುತ್ತಿದ್ದ. ಉಳಿದಿದ್ದು ಅವಳ ಪಾಸ್ ಬುಕ್‌ನಲ್ಲಿ ಬೆಳೆಯುತ್ತಿತ್ತು.

ಶಾಂತಾರಾಮ್ ಬಲವಂತಕ್ಕೆ ತಟ್ಟೆಯ ಮುಂದೆ ಕೂತ. 'ಬಿಟ್ಟಿ ಅನ್ನ... ಋಣದ ಕೂಳು..." ಕೈಯಲ್ಲಿನ ತುತ್ತು ಕೆಳಗೆ ಬಿತ್ತು.

ತಟ್ಟೆ ಮುಂದಕ್ಕೆ ತಳ್ಳಿ ಎದ್ದಾಗ ಶಾಂತಾರಾಮ್ ಗಾಬರಿಗೊಂಡರು.

"ಆ ಮನೆಗೆ ಹೋಗೋದು ತಪ್ಪಿ ಹೋಗುತ್ತಲ್ಲಾಂತ ಆ ರೀತಿ ಮಾತಾಡಿ ಬಿಟ್ಲು ನಳಿನಿ. ಅವ್ಳಿಗಂತೂ ಬುದ್ಧಿ ಕಮ್ಮಿ. ನೀವು ಅದ್ನ ಲಘು ಆಗಿ ತಗೋಬೇಕು.

ಇಡೀ ಲೋಟದ ನೀರನ್ನು ಕುಡಿದಿಟ್ಟು ಹೊರಗೆ ನಡೆದ. ಒಂದೂವರೆ ಸಾವಿರಕ್ಕೂ ಮಿಕ್ಕಿ ಸಂಪಾದನೆ, ಬೋನಸ್ ಇತ್ಯಾದಿ.... ಅನ್ನ ಹಾಕಿದ್ದು, ಮನೆ ಬಾಡಿಗೆ ಕಟ್ಟಿದ್ದು, ಲೈಟ್ ಬಿಲ್ ಕಟ್ಟಿದ್ದು, ಹಾಲು, ಮೊಸರಿಗೆ ಹಣ ಕೊಟ್ಟಿದ್ದು ಎಲ್ಲಾ ಶಾಂತಾರಾಮ್‌ದು. ತನ್ನ ದುಡಿಮೆ ಎಲ್ಲಿ?

ಚಿಲ್ಲರೆ ಜೇಬಿಗೆ ಹಾಕಿಕೊಂಡು ಮನೆಯಿಂದ ಹೊರಬಿದ್ದ. ಹತ್ತಿರದಲ್ಲಿರುವ ಪೆಟ್ಟಿಗೆ ಅಂಗಡಿಯಲ್ಲಿ ನಾಲ್ಕು ಬಾಳೆಹಣ್ಣು ಕೊಂಡು ತಿಂದು ತೃಪ್ತಿಯಿಂದ ತೇಗಿದ.

'ಇಲ್ಲಿ ತಾನು ಖಂಡಿತ ಸೋಲಬಾರ್ದು' ನಿಶ್ಚಯ ದೃಢವಾಗುತ್ತ ಬಂದಿತು.

ತೀರಾ ನಿಧಾನವಾಗಿ ಬಂದಾಗ ಶಾಂತಾರಾಮ್ ಹೊರಗಡೆನೇ ನಿಂತಿದ್ದರು. ಅವರ ಮುಖದಲ್ಲಿ ವಿಷಣ್ಣತೆ ಇತ್ತು. ಮಗಳ ದುಡುಕಿನ ಬಗ್ಗೆ ಕೃತಕ ಪಶ್ಚಾತ್ತಾಪವಿತ್ತು ಕಣ್ಣುಗಳಲ್ಲಿ.

ನೋಡಿಯು ನೋಡದವನಂತೆ ಒಳಗೆಬಂದ. ಹಿಂದಿನಿಂದ ಬಂದ ಶಾಂತಾರಾಮ್ ಅವನ ಎರಡು ಕೈಗಳನ್ನು ಹಿಡಿದುಕೊಂಡರು.

"ದಯವಿಟ್ಟು ನಮ್ಗೇ ಪಶ್ಚಾತ್ತಾಪವಾಗಿದೆ. ನಳಿನಿ ಅಂದಿದ್ದನ್ನ ಮನಸ್ಸಿನಲ್ಲಿಟ್ಟು ಕೋಬೇಡಿ. ನಮ್ಗೇ ಮಗನು ನೀನೆ, ಅಳಿಯನು ನೀನೆ..." ಅವರ ಮಾತುಗಳಿಗೆ ಸ್ವಲ್ಪ ಮೆತ್ತಗಾದರೂ ಕರಗಲಿಲ್ಲ.

"ನಿಮ್ಗೇ ನನ್ಮೇಲೆ ಅಷ್ಟೊಂದು ಅಕ್ಕರೆ, ಅಭಿಮಾನ ಇದ್ರೆ ನನ್ನ ಸ್ವಾಭಿಮಾನದಿಂದ ಬದುಕೋಕೆ ಅವಕಾಶ ಕೊಡಿ. ನಂಗೇನು ನಳಿನಿ ಮೇಲೆ ಕೋಪ ಇಲ್ಲ. ನಾನು ಬಹಳ ಹಿಂದೆನೆ ಎಚ್ಚೆತ್ತುಕೋಬೇಕಾಗಿತ್ತು. ಈಗ್ಲೂ... ಕಾಲ ಮಿಂಚಿಲ್ಲ. ನನ್ನ ವ್ಯಕ್ತಿತ್ವಕ್ಕೆ ಉಸಿರಾಡೋಕೆ ಅವಕಾಶ ಕೊಡಿ."

ಅವನ ಕೈಗಳು ಹಿಂದಕ್ಕೆ ಬಂದವು. ಅವನ ಕಣ್ಣುಗಳಲ್ಲಿದ್ದುದ್ದು ಉಜ್ವಲ ಸ್ವಾಭಿಮಾನದ ಬೆಳಕು. ಹಿಂದೆಗೆದರು.

"ಆಯಿತು, ನಾನು ಯಾವ ವಿಷ್ಯದಲ್ಲು ಕೈ ಹಾಕೋಲ್ಲ. ನೀವು ಹೇಗೆ ಹೇಳದ್ರೆ... ಹಾಗೆ" ಸಾಗರ್ ಮನಕ್ಕೆ ಸ್ವಲ್ಪ ಸಮಾಧಾನವಾಯಿತು.

ನೇರವಾಗಿ ಹೋಗಿ ಮಲಗಿಬಿಟ್ಟ. ಮೂವರ ನಡುವೆ ಸಾಕಷ್ಟು ಗುಸುಗುಸು ಪಿಸಿಪಿಸಿ ನಡೆದ ಮೇಲೆನೆ ಬೇರೆಬೇರೆಯಾಗಿದ್ದು.

"ಸ್ವಲ್ಪ ಹಾಲಾದ್ರೂ... ಕುಡೀರಿ" ತೋಳು ಮೇಲೆ ಮೃದುವಾಗಿ ಕೈ ಬಿದ್ದಾಗ ಹಿಂದಕ್ಕೆ ಸರಿಸಿದ. "ಸದ್ಯಕ್ಕೆ ನಂಗೇನು ಬೇಡ. ನನ್ನ ಪಾಡಿಗೆ ನನ್ನ ಬಿಟ್ಟಿಡು."

ನಳಿನಿ ಉಗುಳು ನುಂಗಿದಳು. ಅವಳಲ್ಲಿನ ದುರ್ಬಲತೆ ಅವಳ ಎಲ್ಲಾ ಕಲ್ಯಾಣ ಗುಣಗಳನ್ನು ಹೊರಹಾಕಲು ಸಹಾಯ ಮಾಡಿತು.

ಇಡೀ ರಾತ್ರಿ ನಿದ್ರಿಸಲಿಲ್ಲ ಸಾಗರ್ ಬೆಳಗಿನ ವೇಳೆಗೆ ಕಣ್ಣುಗಳು ಉರಿಯತೊಡಗಿದವು. ತಣ್ಣೀರಿನಲ್ಲಿಯೇ ಸ್ನಾನ ಮಾಡಿ ಸ್ಕೂಟರ್ ಹತ್ತಿ ಹೊರಟ.

ಪೀಟರ್ ಮನೆಗೆ ಬರುವ ವೇಳೆಗೆ ಇನ್ನು ಎಂಟಕ್ಕೆ ಹತ್ತು ನಿಮಿಷವಿತ್ತು. ಸಂಕೋಚದ ಬದಿಗೊತ್ತಿ ಕಾಲಿಂಗ್ ಬೆಲ್ ಒತ್ತಿದ.

ಬಾಗಿಲು ತೆಗೆದ ಪೀಟರ್ ಕಣ್ಣುಗಳಲ್ಲಿ ಅಚ್ಚರಿ ಇತ್ತು.

"ಇದೇನು ಇಷ್ಟೊತ್ತಿನಲ್ಲಿ..." ತೋಳಿಂದ ಬಳಸಿ ಒಳಗೆ ಕರೆದೊಯ್ದ. "ನೀನು ಬಂದಿದ್ದು ನಂಗೆ ತುಂಬ ಸಂತೋಷ. ಇವತ್ತು ಯಾಕೋ ಬೆಳಗಿನ ವಾಕ್ ಹೋಗೋಕು ಮೂಡ್ ಇರ್ಲಿಲ್ಲ."

ಕೂತು ಕಣ್ಣರಳಿಸಿದ ಸಾಗರ್. ಅಚ್ಚುಕಟ್ಟಾದ ಡ್ರಾಯಿಂಗ್ ರೂಂ, ಮಧ್ಯಮ ದರ್ಜೆಯ ಶ್ರೀಮಂತಿಕೆ ಆಸನಗಳು, ಟೀಪಾಯಿ ಮೇಲಿದ್ದ ಪೇಪರ್ ಕೈಗೆತ್ತಿಕೊಂಡ.

"ಡಿಯರ್ ಫ್ರೆಂಡ್, ನಿಂಗೆ ಟೀ ಕುಡಿಯಲು ಅಡ್ಡಿಯಿಲ್ವಾ? ನಮ್ಮ ಮನೆಯಲ್ಲಿ ಕಾಫೀ ಮಾಡೋ ರೂಢಿನೇ ಇಲ್ಲ" ಮೌನವಾಗಿ ಅವನ ಕೈಯಲ್ಲಿನ ಕಪ್ ತೆಗೆದು ತುಟಿಗೆ ಹಚ್ಚಿದ.

ಅದೇನು ಬೆಳಗ್ಗೆನೇ ಬಂದಿದ್ದೀಯಾ? ಎಲ್ಲಾದ್ರೂ ಹೊರಡೋ...." ಅವನ ಮಾತನ್ನ ಅರ್ಧದಲ್ಲಿಯೇ ತುಂಡರಿಸಿದ ಸಾಗರ್. "ನಿನ್ನಿಂದ ನಂಗೆ ಸ್ವಲ್ಪ ಹೆಲ್ಪ್ ಆಗ್ಬೇಕಿತ್ತು. ಅರ್ಜೆಂಟ್ ಸ್ವಲ್ಪ ಹಣ ಬೇಕು.

ಪೀಟರ್ ಕೈಯಲ್ಲಿನ ಕಪ್ ಕೆಳಗಿಳಿಯಿತು. ಕಣ್ಣುಗಳಲ್ಲಿ ವಿಸ್ಮಯ ಇಣುಕಿತು.

"ಐಯಾಮ್ ಸರ್‌ಪ್ರೈಜ್! ನಂಗಂತು ನಂಬ್ಕೇ ಬರ್ತಾ ಇಲ್ಲ" ತಲೆಯಾಡಿಸಿದಾಗ ಸಾಗರ್ ಕಪ್ ಕೆಳಗಿಟ್ಟ. "ಈಗ ಅದೆಲ್ಲ ಬೇಡ. ನಂಗೆ ಖಂಡಿತ ಹಣದ ಅವಶ್ಯಕತೆ ಇದೆ. ಒಂದೆರಡು ತಿಂಗಳಲ್ಲಿ ರಿಟರ್ನ್ ಮಾಡ್ತೀನಿ."

ಪೀಟರ್ ತಲೆ ಕೆರೆದುಕೊಂಡ.

"ಓ.ಕೆ. ಫ್ರೆಂಡ್.... ಎಷ್ಟು ಬೇಕು?" ಟೀಪಾಯಿ ಅಂಚನ್ನು ಪೀಟರ್ ಸವರಿದಾಗ ಸಾಗರ್ ಕಣ್ಣುಗಳು ಕಿರಿದಾಗಿ ಹುಬ್ಬುಗಳು ಸಂಕುಚಿಸಿತು. "ಐದು ಸಾವಿರ ಬೇಕು..."

ಎದ್ದು ಹೋದ ಪೀಟರ್ ಚೆಕ್ ಲೀಫ್ ತಂದು ಅವನ ಕೈಯಲ್ಲಿಟ್ಟ.

"ಕ್ಯಾಶ್ ನನ್ಹತ್ರ ಇಲ್ಲ. ಐವತ್ತರ ಮೇಲೆ ಪ್ಯಾಕೆಟ್‌ನಲ್ಲಿ ಇಡೋ ಅಭ್ಯಾಸ ನಂಗಿಲ್ಲ" ನಕ್ಕ. ಆ ನಗುವಿನಲ್ಲಿ ಜೀವಂತಿಕೆ ಇರಲಿಲ್ಲ.

ಎದ್ದವನನ್ನು ಕೈ ಹಿಡಿದು ಕೂಡಿಸಿ ಬಟ್ಟೆ ಧರಿಸಿ ಬಂದ. ಮನೆ ನಿಶ್ಯಬ್ದವಾಗಿತ್ತು. ಜನರಿದ್ದ ಸುಳಿವೇ ಇರಲಿಲ್ಲ.

ಹೊರಗೆ ಬಂದ ಮೇಲೆ ಕೇಳಿದ ಸಾಗರ್ ಕುತೂಹಲದಿಂದ. "ಮನೆಯಲ್ಲಿ ಯಾರು ಇಲ್ವಾ?" ಪೀಟರ್ ನಕ್ಕುಬಿಟ್ಟ. ಕಣ್ಣುಗಳಲ್ಲಿ ವೇದನೆಯ ನೆರಳಾಡಿತು. "ಎಲ್ಲಾ ಇದ್ದಾರೆ. ಯಾರ್ಗೂ ಬೆಳಗಾಗಿಲ್ಲ. ಅವರವರ ಅನುಕೂಲತೆಗಳನ್ನು ಅನುಸರಿಸಿಕೊಂಡು ಏಳ್ತಾರೆ."

ವ್ಯಥೆಯ ಕಾದಂಬರಿಯ ಪುಟ ಮೊಗಚಿದಂತಾಯಿತು ಸಾಗರ್‌ಗೆ. ಸುಮ್ಮನೆ ನಿಂತ.

"ನಡೀ ಫ್ರೆಂಡ್, ಇದೆಕ್ಕೆಲ್ಲ ಒಗ್ಗಿಕೊಂಡು ಬಿಡ್ಬೇಕು. ಇಲ್ದಿದ್ರೆ ಮನೆ, ಮಕ್ಳೇ ಹೊರಗೆ ಹಾಕ್ತಾರೆ.

ಪೀಟರ್‌ನ ಕೂಡಿಸಿಕೊಂಡು ಸಾಗರ್ ಒಂದು ಹೋಟೆಲಿನ ಮುಂದೆ ನಿಲ್ಲಿಸಿದ. ಗಡದ್ದಾಗಿ ತಿಂಡಿ ತಿಂದರು ಎಲ್ಲ ಮರೆತವರಂತೆ.

"ನಾನು ಬೇರೆ ಕೆಲ್ಸಕ್ಕೆ ಟ್ರೈ ಮಾಡ್ತಾ ಇದ್ದೀನಿ."

"ಆದಷ್ಟು ದೂರ ಹೋಗಬೇಕೆನ್ನೋದೆ ನನ್ನ ಉದ್ದೇಶ" ಮತ್ತೆರಡು ಪುಟಗಳನ್ನು ಅವನ ಮುಂದೆ ಮೊಗಚಿದ ಪೀಟರ್. ಕಿಕ್ ಹೊಡೆಯಲು ಎತ್ತಿದ ಕಾಲು ಹಾಗೆ ನಿಂತಿತು. ಸಾಗರ್ ಎಡಗೈಯಿಂದ ಹೆಲ್ಮೆಟ್ ತೆಗೆದು ಕೈಯಲ್ಲಿ ಹಿಡಿದ.

"ನಂಗೆ ಅರ್ಥವಾಗ್ಲಿಲ್ಲ!" ಬೆರಳುಗಳು ಹೆಲ್ಮೆಟ್‌ನ ಸವರಿದವು. ಪೀಟರ್ ಕಣ್ಣುಗಳಲ್ಲಿ ವಿಷಾದ ಸುಳಿದರೂ ಕಿರು ನಕ್ಕ. "ನಂಗೂ ಅನ್ನಿಸ್ತು. ಆದ್ರೆ ....ಅನಿವಾರ್ಯ. ನಂಗೆ ನನ್ಮನೆಯಲ್ಲಿ ಮೊದ್ಲಿನ ಪ್ರೀತಿ ಸಿಗ್ಬೇಕಾದ್ರೆ ಆರು ತಿಂಗಳಿಗೋ, ವರ್ಷಕ್ಕೋ ಬಂದು ಅತಿಥಿಯಂತೆ ನಾಲ್ಕು ದಿನವಿದ್ದು ಹೋಗ್ಬಿಡಬೇಕು. ಅದ್ಕೇ ಅವ್ರು ಪೂರ್ಣವಾಗಿ ಒಗ್ಗಿಕೊಂಡಿದ್ದಾರೆ. ಈ ಉಸಿರು ಕಟ್ಟುವ ವಾತಾವರಣ, ಸಿಡುಕು ಮುಖಗಳನ್ನ ನೋಡುವುದಕ್ಕಿಂತ ಅದೆಷ್ಟೋ ವಾಸಿ" ಹಗುರವಾಗಿ ಹೇಳಿದರೂ ಆ ಮಾತುಗಳ ಹಿಂದೆ ಚಿತ್ರಹಿಂಸೆಗೆ ಒಳಗಾದ ವ್ಯಕ್ತಿ ಇದ್ದನೆನಿಸಿತು.

"ಬೆಸ್ಟ್ ಆಫ್ ಲಕ್. ಹಿಂದೆ ಏನು ಹೇಳ್ತಾ ಇದ್ದನೋ ಈಗ ಮಾತ್ರ ನಿಂಗೆ ಬೇಗ ಕೆಲ್ಸ ಸಿಕ್ಲೀಂತ ಶುಭ ಹಾರೈಸ್ತೀನಿ" ಪೀಟರ್ ನಸು ನಕ್ಕು ಬೆನ್ನು ತಟ್ಟಿದ.

ಪೀಟರ್ ಜೊತೆಯಲ್ಲಿಯೇ ಬಾಡಿಗೆದಾರರ ಮನೆ, ಬ್ಯಾಂಕ್ ಎಲ್ಲಾ ಸುತ್ತಾಡಿ ಆಫೀಸಿಗೆ ಬರೋ ವೇಳೆಗೆ ಎಲ್ಲರ ಮುಖಗಳ ಮೇಲೂ ಸಂಭ್ರಮ ವಾತಾವರಣವಿತ್ತು.

"ಬೋನಸ್ಸದು ಇವತ್ತು ಸೆಟಲ್ ಆಗುತ್ತೆ. ಹಬ್ಬದ ವೇಳೆಗೆ ಕೊಟ್ಟರೇ ಮಕ್ಳು, ಮರಿಗೆ ಅಷ್ಟಿಷ್ಟು ಬಟ್ಟೆ ತಗೋಬಹ್ದು" ಪರಂಧಾಮಯ್ಯ ಹತ್ತಿರ ಬಂದು ಉಸುರಿದ.

ಕಷ್ಟಕಾರ್ಪಣ್ಯ ಎಂದುಕೊಳ್ಳುತ್ತಿದ್ದ ಆ ಬದುಕಿನ ಬಗ್ಗೆ ಸಾಗರ್‌ಗೆ ಅಕ್ಕರೆ ಹುಟ್ಟಿಕೊಂಡಿತು. ತನ್ನ ಮಗುವಿಗೆ ಬಟ್ಟೆ, ಬರೆ, ಆಟಿಕೆ ಕೊಳ್ಳುವುದರಲ್ಲಿ ಅದಮ್ಯವಾದ ಆಕರ್ಷಣೆ ಇದೆ; ಅತಿಯಾದ ಸಂತೋಷವಿದೆ.

ಸಂಜೆ ಮನೆಗೆ ಬಂದಾಗ ಅವನ ನಿರೀಕ್ಷೆಯಂತೆ ಯಾವ ಬದಲಾವಣೆಗಳು ನಡೆದಿರಲಿಲ್ಲ. ಎಲ್ಲಾ ಸಾಮಾನುಗಳು ಅಲ್ಲಲ್ಲೇ ಇದ್ದವು. ಶಾಂತಾರಾಮ್ ಗೆಲುವಾಗಿ ಬಂದು ಆತ್ಮೀಯವಾಗಿ ಮಾತಾಡಿಸಿದರು. ಈ ನಾಟಕದ ಹಿಂದಿನ ಕುಟಿಲತೆ ಅರಿಯಲು ಸಾಗರ್‌ಗೆ ಇಚ್ಛಿಸಲಿಲ್ಲ.

ಬಟ್ಟೆ ಬದಲಾಯಿಸುತ್ತಿದ್ದಾಗ ನಳಿನಿಯ ಸ್ವರಕ್ಕೆ ಹಿಂದಿರುಗಿದ. ಸೌಮ್ಯವಾಗಿ ಕಂಡಳು. ವಿಸ್ಮಯದ ಜೊತೆ ಅಚ್ಚರಿಯ ಅವನ ಕಣ್ಣಗಳು ಮಿನುಗಿತು.

"ನಿಮ್ಮ ಇಷ್ಟಕ್ಕೆ ನಾನೇಕೆ ವಿರೋಧವಾಗಿ ನಡ್ಕೊಳ್ಳಿ? ಆ ಮನೇನ ಸದ್ಯಕ್ಕೆ ಬಾಡ್ಗೇಗೆ ಕೊಡೋದೂಂತ ತೀರ್ಮಾನ ಮಾಡಿದ್ದೀವಿ" ಟವಲನ್ನು ಹೆಗಲ ಮೇಲೆ ಹಾಕ್ಕಂಡು ಬಾತ್‌ರೂಂನತ್ತ ನಡೆದ.

ಮುಖ ತೊಳೆದುಬರುವ ವೇಳೆಗೆ ಹೊಗೆಯಾಡುವ ಉಪ್ಪಿಟ್ಟು ತಟ್ಟೆಯಲ್ಲಿ. ಮುಖ ಗಂಟಾಯಿತು. ಕ್ರಾಪ್ ಬಾಚಿ ನವಿರಾಗಿ ಬಾಚಣಿಕೆಯನ್ನು ಎಸೆದ.

"ನಿಮ್ತಂದೆಗೆ ಹೇಳು, ಇನ್ಮೇಲೆ ನನ್ನ ಮನೆಗೆ ಅವ್ರು ಸಾಮಾನು ತಂದು ಹಾಕೋದು ಬೇಡ" ಉಪ್ಪಿಟ್ಟಿನ ತಟ್ಟೆ ಕೈಗೆತ್ತಿಕೊಂಡ. ಬಾಯಿಯವರೆಗೂ ಹೋದ

ಸ್ಪೂನ್ ಕೆಳಗಿಳಿಯಿತು. 'ನಮ್ಗೇ ಮುಜುಗರ ಆಗುತ್ತೆ, ಕಣೋ' ಅಮ್ಮನ ನೋವಿನ ಸ್ವರ. 'ನಾವಿಲ್ಲಿ ಅತಿಥಿಗಳು' ತಂಗಿಯ ಅಸಮಾಧಾನದ ಕೂಗು. ಸ್ಪೂನ್ ತಟ್ಟೆಗೆ ಬಿತ್ತು.

"ನಳಿನಿ, ನಾನು ಹೊರಗಡೆ ತಿಂದಿದ್ದೇ. ಈಗ ತಿಂದ್ರೆ ರಾತ್ರಿ ಊಟ ಮಾಡೋಕೆ ಆಗೋಲ್ಲ" ತಟ್ಟೆಯನ್ನು ಪಕ್ಕಕ್ಕೆ ಇಟ್ಟಾಗ ಕೋಪದಿಂದ ಧ್ವನಿಯೆತ್ತಲು ಹೋದವಳನ್ನ ತುಟಿಗಳು ತೆರೆಯದೆ ನಿಷ್ಕ್ರಿಯಗೊಳಿಸಿದವು.

"ನಂಗೆ ಕಾಫೀ ಕೊಡು, ಸಾಕು" ಪೇಪರ್ ಕೈಗೆತ್ತಿಕೊಂಡ.

ಈಗಾಗಲೇ ಸಾಕಷ್ಟು ಬೆಳವಣಿಗೆ ಕಂಡುಕೊಂಡಿತ್ತು. ಬಿಗಿ ಧೋರಣೆಯ ನಿಲುವು ಈಗಲಾದರೂ ಅತ್ಯಗತ್ಯ. ತಾನು ಈ ಮನೆಯಲ್ಲಿ ದೂರದ ಅತಿಥಿಯಾಗುವುದು ಬಹಳ ದೂರವಿಲ್ಲವೆಂಬ ಕೊರತೆ ಅವನ ಮನದಲ್ಲಿ.

ಅಂದಿನಿಂದ ಪೂರ್ತಿ ಬದಲಾದ. ಸಂಜೆ ಬಂದಕೂಡಲೇ ಹೋಗಿ ತರಕಾರಿ ತರುತ್ತಿದ್ದ. ಪಟ್ಟಿಯ ಪ್ರಕಾರ ಸಾಮಾನು ತಂದು ಹಾಕುತ್ತಿದ್ದ. ಹಾಲು, ಬಾಡಿಗೆ, ಪೇಪರ್ ಇತ್ಯಾದಿಯೆಲ್ಲ ಅವನು ಕೊಡಲು ಉಪಕ್ರಮಿಸತೊಡಗಿದಾಗ ಕೈಬಾಯಿ ಬಿಡುವಂತಾದಳು ನಳಿನಿ.

ಭಾನುವಾರ ವಿರಾಮವಾಗಿ ಕೂತಿದ್ದ ಸಾಗರ್‌ನ ಬಳಿಗೆ ಬಂದಳು. ಹಿಂದಿನಂತೆ ಕಟುವಾಗಿ ಮಾತನಾಡಲು ಹೆದರಿಕೆ. ಅವನು ಪೂರ್ಣವಾಗಿ ಕಳಚಿಕೊಳ್ಳುವ ಎಲ್ಲಾ ಸಾಧ್ಯತೆಗಳು ಇದೆಯೆಂದು ಅಪ್ಪ, ಅಮ್ಮನ ಎಚ್ಚರಿಕೆ.

"ಪಿಕ್ಚರ್‌ಗೆ ಹೋಗೋಣ" ಅವಳ ಸ್ವರದಲ್ಲಿನ ಬೇಡಿಕೆಗೆ ಮೊದಲು ಮೆತ್ತಗಾದರೂ ತಲೆಯೆತ್ತದೆ "ಸದ್ಯಕ್ಕೆ ಮುಂದಿನ ವಾರಕ್ಕೆ ಪೋಸ್ಟ್‌ಪೋನ್ ಮಾಡೋಣ ತಿಂಗಳು.... ಕೊನೆ..."

ಕೋಪದಿಂದ ಅವಳ ತುಟಿಗಳು ಕಂಪಿಸಿದವು. ವಾರೆಗಣ್ಣಿನಿಂದ ನೋಡಿದರೂ ನೋಡದವನಂತಿದ್ದ.

"ನನ್ಹತ್ರ ಇದೆ.." ಪೇಪರ್ ಮಡಚಿ ಟೀಪಾಯಿ ಮೇಲೆಸೆದು ಮೈ ಮುರಿದ. "ನಿನ್ಹತ್ರ ಇಸ್ಕೊಂಡು ನಾನು ಸಿನಿಮಾಗೆ ಕರ್ಕೊಂಡ್ಹೋಗೋಕೆ ನಾನು ತಯಾರಿಲ್ಲ. ಆ ಹಣ ಕೂಡ ನಿನ್ನ ದುಡಿಮೆ ಅಲ್ಲ."

ಭರ್ಜಿಯಿಂದ ಇರಿದಂತಾಯಿತು ಅವಳಿಗೆ. ಹಲ್ಮಿಡಿ ಕಚ್ಚಿ ಹಿಡಿದಳು. ಕೆಂಪು ಹತ್ತಿದ ಕಣ್ಣುಗಳಲ್ಲಿ ಕ್ರೋಧ ಇತ್ತು.

"ನೀವು ಬೇಕಾಗಿ ನನ್ನ ಈ ರೀತಿ ಕಾಡಿಸ್ತಾ ಇದ್ದೀರಿ. ಹಿಂದೆ ಇಲ್ದ ಸ್ವಾಭಿಮಾನ ಈಗ ಬಂದು ಬಿಡ್ತಾ? ನಿಮ್ಮ ಬಟ್ಟೆ ಐರನ್‌ಗೆ ಕೂಡ ನಮ್ಮಪ್ಪ ದುಡ್ಡು ತೆತ್ತಿದ್ದಾರೆ. ನಿಮ್ಗೇ ಕೃತಜ್ಞತೆ ಇರ್ಬೇಕಿತ್ತು..." ಭುಸುಗುಟ್ಟಿದಳು.

ಎರಡು ಕೈ ಬೆರಳುಗಳನ್ನು ಬೆಸೆದು ತಲೆಯ ಹಿಂದಕ್ಕೆ ಇಟ್ಟುಕೊಂಡು ತಣ್ಣನೆ ಕೂತೇ ಇದ್ದ.

"ಯಾಕೆ ಸುಮ್ಮನಾದೆ? ಮುಂದುವರ್ರು. ಇರೋ ಕಹಿಯೆಲ್ಲ ಕಕ್ಕಿದ ಮೇಲಾದ್ರೂ... ಬದಲಾಗ್ತೀಯೇನೋ ನೋಡ್ತೀನಿ" ಅವನ ಮಾತುಗಳಿಂದ ಮತ್ತಷ್ಟು ರೇಗಿದಳು.

"ನಿಮ್ಗೇ ನಾನು ಬೇಕಿಲ್ಲ. ಅದ್ಕೇ ಇಷ್ಟು ಹಟ! ನಿಮ್ಗೇ ಲಾಯರ್ ಹೆಂಡ್ತೀ ವಿಮಲನ ಕಂಡ್ರೆ ಇಷ್ಟ. ಹಲ್ಲು ಕಿರಿತೀರಾ! ಈ ಮನೆ ಬಿಡ್ದೇ ಇರೋಕು... ಅದೇ ಕಾರಣ" ಅವನ ಸಹನೆಯನ್ನ ನುಂಗಿ ಬಂದ ಆವೇಶವನ್ನು ಹತ್ತಿಕ್ಕಿದಾಗ "ಬ್ಲಡಿ... ಬಾಸ್ಟರ್ಡ್.... ಬೇರೆ ಮನೆ ಹೆಣ್ಣುಗಳ ಬಗ್ಗೆ ಎಷ್ಟು ಕೀಳಾಗಿ ಮಾತಾಡ್ತೀ? ನನ್ನ ಏನೂಂತ ತಿಳ್ಕೊಂಡೆ?" ಎರಡು ಕೆನ್ನೆಗೂ ಅಪ್ಪಳಿಸಿದ.

ಆಮೇಲೆ ಚಿಂತಿಸಿ ಹಣ್ಣಾದ. ಏಟುಗಳ ಬಗ್ಗೆ ಅಷ್ಟೊಂದು ಪ್ರತಿಕ್ರಿಯಿಸುವ ಸಮಾಜ ಶಬ್ದಗಳಿಂದ ಇಡೀ ಹೃದಯವನ್ನ ಘಾಸಿಗೊಳಿಸುವ ಕ್ರಿಯೆಗೆ ಏನು ಹೇಳಬಹುದು?

ಹೊರಗೆ ಬಂದಾಗ ಲಾಯರ್ ನಿಂತಿದ್ದರು. ಸಾತ್ವಿಕ, ಸಭ್ಯ ಜನ, ನಸುನಕ್ಕರು.

"ಭಾನುವಾರ ಏನು ಪ್ರೋಗ್ರಾಂ ಇಲ್ವಾ?" ಸಹಜವಾಗಿ ಕೇಳಿದಾಗ ನಸು ನಕ್ಕ "ಬೇಜಾರು, ಆರಾಮವಾಗಿ ಮನೆಯಲ್ಲೇ ಇದ್ಬಿಡೋಣಂತ."

ಲಾಯರ್ ಇನ್ನಷ್ಟು ಮುಂದಕ್ಕೆ ಬಂದರು. ರಾಜಕೀಯದಿಂದ ಗಗನಕ್ಕೇರಿದ ಬೆಲೆಗಳ ಬಗ್ಗೇನು ಮಾತನಾಡಿದರು. ಇವನು ಅಲ್ಲೊಂದು, ಇಲ್ಲೊಂದು ಮಾತು ಸೇರಿಸುತ್ತಿದ್ದ.

"ಪಪ್ಪ..." ರಾಣಿ ಹೊರಗೆ ಬಂದಳು. ಎಣ್ಣೆ ಹಾಕಿ ಎರೆದ ತಲೆಕೂದಲು ಸ್ವತಂತ್ರವಾಗಿ ಹಾರಾಡುತ್ತಿದ್ದವು. "ಮಾಮ..." ನೋಟವೆತ್ತಿ ನಕ್ಕಳು. ಕೆಂಪಾಗಿದ್ದ ಅವಳು ಮತ್ತಷ್ಟು ಕೆಂಪಗಾಗಿದ್ದಳು. ಹೆಚ್ಚಿನ ಪ್ರೀತಿಯ ಸಂಬೋಧನೆ ಸಮಯದಲ್ಲಿ ತುಂಬಾ ಮುದ್ದಾಗಿ ಕಾಣಿಸುತ್ತಿದ್ದಳು.

"ಮಾಮನ್ನ, ಅತ್ತೇನ ಹೋಗಿ ತಿಂಡಿಗೆ ಕರ್ಕೊಂಡ್ಬಾ." ಲಾಯರ್ ಹೇಳಿದ ಕೂಡಲೇ ಇತ್ತ ಓಡಿ ಬಂದಳು. ತೋಳು ಚಾಚಿ ಎತ್ತಿಕೊಂಡ. ಮೈ ಪುಳಕಿತವಾಯಿತು. 'ಪೂರ್ವಾಗ್ರಹ' ಪೀಡಿತಳಾಗಿ ಎಂಥ ಸಹಜ ಆನಂದವನ್ನು ಕಳೆದುಕೊಳ್ಳುತ್ತಿದ್ದಾಳೆ' ಎಂದುಕೊಂಡ.

ಅವಳ ಮುದ್ದಾದ ಮಾತುಗಳು ಲಯಬದ್ಧವಾದ ಸಂಗೀತದಂತಿತ್ತು. ಮಿದುಳಿನಲ್ಲಿ ಆನಂದದ ಗುಂಗು, ನೂತನ ಚೇತನ ಮೈಯಲ್ಲಿ ಹರಿದಾಡಿದ ಅನುಭವ.

"ನಮ್ದು ಇನ್ನು ತಿಂಡಿ ಆಗಿಲ್ಲ. ನೀವುಗಳು ಕಂಪನಿ ಕೊಟ್ರೆ ಸಂತೋಷ ದಯವಿಟ್ಟು ಬನ್ನಿ" ಲಾಯರ್ ಆತ್ಮೀಯವಾಗಿ ಆಹ್ವಾನಿಸಿದರು. ಸಾಗರ್ ಹಿಂದು ಮುಂದು ನೋಡಿದ.

"ಈಗಾಗ್ಲೇ ನಳಿನಿ ಮಾಡಿರಬಹುದು" ಅವನ ಸ್ವರದಲ್ಲಿ ಮೂಡಿದ ಅನುಮಾನ ಗುರ್ತಿಸಿ ಔಪಚಾರಿಕ ನಗೆ ನಕ್ಕರು. "ಮಾಡಿದ್ರೆ ಅದನ್ನು ತಿನ್ನಿ. ಒಟ್ಟಿಗೆ ತಿನ್ನೋಣ. ಅಂಥ ಪ್ರಯತ್ನದಲ್ಲಿದ್ರೆ ನಿಲ್ಸಿ ಬನ್ನೀಂತ ಹೇಳಿ ನಿಮ್ಮ ಶ್ರೀಮತಿಯವ್ರಿಗೆ. ವಿಮಲನ್ನ ಒಂದ್ಮಾತು ಹೇಳಿ ಕಳಿಸ್ತೀನಿ" ಒಳಗೆ ಹೋದರು.

ಪೇಚಾಡಿದ ಸಾಗರ್. ಇಬ್ಬದಿಯ ಸಂಕಟದಲ್ಲಿ ರಾಣಿನ ಇಳಿಸಿ ಒಳಗೆ ಬಂದ.

"ನಳಿನಿ, ಲಾಯರ್ ಮನೆಯವ್ರು ಅಲ್ಲೇ ತಿಂಡಿಗೆ ಕರೆದಿದ್ದಾರೆ ಹೋಗೋಣ

ನಡೀ. ಸುಮ್ನೇ ಏನೇನೋ ಮಾತಾಡಿ ನನ್ನ ಸಿಟ್ಟಿಗೆ ಎಬ್ಬಿಸಬೇಡ" ಕೆಂಪಾದ ಕೆನ್ನೆಗಳನ್ನ ನೋಡಿದ. ಅವನೆದೆಯಲ್ಲಿ ಅವಲಕ್ಕಿ ಭತ್ತ ಕುಟ್ಟಿದಂತಾಯಿತು. ತನಗೆ ತಾನೇ ಛೀಮಾರಿ ಹಾಕಿಕೊಂಡ.

ವಿಮಲ ಬಾಗಿಲಿಗೆ ಬಂದರು. ಮಗಳಿಗೆ ತಲೆಗೆ ನೀರು ಹಾಕಿದ್ದಕ್ಕೆ ಇರಬಹುದು. ಸೀರೆ ಅಲ್ಲಲ್ಲಿ ಒದ್ದೆಯಾಗಿತ್ತು ಕೂದಲೆಲ್ಲ ಸೇರಿಸಿ ಗಂಟು ಹಾಕಿದ್ದು. ಮುಂಗೂದಲು ಓರಣಕ್ಕೆ ಸಿಕ್ಕದೆ ಹರಡಿಕೊಂಡಿತ್ತು. ಬಳಲಿಕೆಯ ಜೊತೆಯಲ್ಲಿ ಮುಖದಲ್ಲಿ ಸಂತೃಪ್ತಿ ಭಾವ ಸ್ಪಷ್ಟ.

"ಎಲ್ಲಿ ನಳಿನಿಯವರು?" ಸಹಜವಾಗಿ ಕೇಳಿದಾಗ ಎರಡೆಜ್ಜೆ ಪಕ್ಕಕ್ಕೆ ಸರಿಸಿದ. "ನಿಮ್ಮವರು ಕೊಟ್ಟ ಆಮಂತ್ರಣ ಸಾಕಾಗಿತ್ತು...."

ವಿಮಲ ಆಹ್ವಾನಿಸಿ ಹೊರಡುವಾಗ ರಾಣಿಯನ್ನು ಎತ್ತಿಕೊಂಡಳು.

"ಅತ್ತೆ, ಮಾವ ಅಲ್ಲಿಗೆ ಬರುತ್ತೆ. ನೀನು ಇಲ್ದ ದಾಂಧಲೆ ಇಲ್ಲಿ ಎಬ್ಬಿಸಬೇಡ."

ಎದೆಯಾಳದಲ್ಲಿನ ನೆನಪು ಹೊರಕ್ಕೆ ಪುಟಿದಾಗ ಮುಖ ಹಿಂಡಿದ. ಅವನ ಉತ್ಸಾಹವೇ ಇಂಗಿಹೋಯಿತು.

ನಳಿನಿ ಕೂಡ ಇನ್ನೊಂದು ಮಾತಾಡದೇ ಹೊರಟಳು. ವಿಮಲ ಮಾತಾಡುವಾಗಲು ಹಿತ, ಮಿತ, ತುಂಬು ಆತ್ಮೀಯತೆ ಇತ್ತು. ಲಾಯರ್ ಎರಡು ವಡೆ ನಳಿನಿ ತಟ್ಟೆಗೆ ಹಾಕಿದರು.

"ಇಡ್ಲಿ, ಸಾಂಬಾರ್‌ಗೆ ವಡೆ ಇದ್ದಷ್ಟು ರುಚಿ" ಲಾಯರ್ ಇನ್ನೊಂದು ಸೌಟು ಸಾಂಬರ್ ಹಾಕ್ಕೊಂಡರು.

ಇಡ್ಲಿ ಪಾತ್ರೆ ಹಿಡಿದು ಬಂದ ವಿಮಲ ಒಳಗಿನ ಶಬ್ದಕ್ಕೆ ಓಡಿದರು. ಮಿಕ್ಸಿ ಕೆಳಗೆ ಬಿದ್ದಿತ್ತು. ರಾಣಿನ ಅವಚಿಕೊಂಡಳು.

"ಇದು ಕಾಲ್ಮೇಲೆ ಬಿದ್ದಿದ್ರೆ ಗತಿಯೇನು?" ಆ ಗದರಿಕೆಯಲ್ಲು ಪ್ರೀತಿಯ ತುಡಿತವಿತ್ತು.

ಬೆಂಕಿಯ ಮೇಲೆ ಕೂತವಳಂತೆ ಚಡಪಡಿಸಿದಳು ನಳಿನಿ. ಮನೆಗೆ ಬಂದ ಮೇಲೆ ಬಾಯಿ ತಪ್ಪಿ ಆಡಿಯೇಬಿಟ್ಟಳು.

"ಅದೇನು ಮುದ್ದು! ಅಷ್ಟು ಬೆಲೆ ಬಾಳೋ ವಸ್ತುಗಳೆಲ್ಲ ಹಾಳಾಗುತ್ತಲ್ಲ!"

ಏನಾದರೂ ಆಡಬೇಕೆಂದು ಬಾಯಿ ತೆರೆಯಲು ಹೋದವನು ಸುಮ್ಮನಾದ. ಬೆಳಗಿನ ಹಗರಣದಿಂದ ಇನ್ನೂ ಚೇತರಿಸಿಕೊಂಡಿರಲಿಲ್ಲ.

* * *

ಮಗನ ಪತ್ರ ನೋಡಿ ಪಾಂಡುರಂಗಯ್ಯ, ನಾಗವೇಣಮ್ಮ ಧಾವಿಸಿ ಬಂದರು. ಎರಡು ದಿನ ಮಲಗಿದ್ದ ಜ್ವರ ಒಳಮುಖವಾಗಿ ಘಾಸಿಗೊಳ್ಳದಿದ್ದರೂ ಮೇಲ್ಮುಖಕ್ಕೆ ಕಂಗೆಟ್ಟಂತೆ ಕಂಡ.

“ಇದ್ಯಾಕೋ, ಇಷ್ಟು ಬಡವಾಗಿದ್ದೀಯಾ? ನಾಲ್ಕು ದಿನ ಮೊದ್ಲೇ ಪತ್ರ ಬರ್ಯೋಕೆ ಇಲ್ವಾ?” ತಾಯಿಯ ಮಾತಿಗೆ ನಕ್ಕುಬಿಟ್ಟ.

“ಜ್ವರ ಬರೋ ವಿಷಯ ಗೊತ್ತಾಗಿದ್ರೆ ನಾಲ್ಕು ದಿನವೇನು ತಿಂಗ್ಳಿಗೆ ಮೊದ್ಲೇ ಪತ್ರ ಬರೆದು ಕರೆಸಿಕೊಳ್ತಾ ಇದ್ದೆ. ನಳಿನಿನ ತಾನೇ ಯಾಕೆ ಕಳಿಸಿಕೊಡ್ತಾ ಇದ್ದೆ” ಮೆಲು ನಗೆಯಲ್ಲಿ ಮಾತುಗಳನ್ನ ತೇಲಿಸಿದ.

ಪ್ರೀತಿಯಿಂದ ಮಗನತ್ತ ನೋಡಿದರು ನಾಗವೇಣಮ್ಮ. ಕಣ್ಮುಚ್ಚಿ ಸೋಫಾಕ್ಕೆ ಒರಗಿದ್ದ ಸಾಗರ್. ಕಣ್ಮುಂದೆ ನಳಿನಿ ತೇಲಿದಳು. ಬರೀ ರೂಪ, ಯೌವನ ಮಾತ್ರ ಸಾಕಾ? ಈ ತರಹ ದಾಂಪತ್ಯ ಜೀವನಕ್ಕೆ ಯಾವ ಅರ್ಥವು ಇಲ್ಲವೆನಿಸಿತು. ಸಾಮಾನ್ಯ ಜನರ ಸಾಮಾನ್ಯ ಭಾವನೆಗಳ ಹೊಂದಾಣಿಕೆ ಕೂಡ ದಾಂಪತ್ಯದಲ್ಲಿ ಅಗತ್ಯ.

ಮೆಲ್ಲಗೆ ಕಣ್ತೆರೆದ. ನಾಗವೇಣಮ್ಮ ಅಲ್ಲೇ ಕೂತು ಹಸಿ ಬಟಾಣಿ ಬಿಡಿಸುತ್ತಿದ್ದರು.

“ಈ ಸಲ ನಮ್ಮ ಮಾವನವ್ರು ನಿಮ್ಮಿಬ್ರನ್ನ ಹಬ್ಬಕ್ಕೆ ಅಲ್ಲೇ ಆಹ್ವಾನಿಸಿದ್ದಾರೆ” ಅದೇ ಮನದಿಂದ ಹೇಳಿದಾಗ ಆಕೆ ಬೆಚ್ಚಿ ಬಿದ್ದರು.“ನಾವು ಯಾಕೆ ಅಲ್ಲಿಗೆ ಬರೋಣ? ಹಬ್ಬ, ಹರಿದಿನಗಳಿಗೆ ಬೀಗರು ಮನೆಗೆ ಹೋಗೋದುಂಟಾ? ನಳಿನಿಗೆ ಶ್ರೀಮಂತನೋ, ನನ್ನ ಮೊಮ್ಮಗುವಿನ ನಾಮಕರಣನೋ, ಆದ್ರೆ.. ಹೋಗೋದು ಸಹಜ.”

ಈ ಮಾತುಗಳಿಗೆ ಅವನ ಮನ ಮುದುರಲಿಲ್ಲ. ಒಗ್ಗಿಕೊಳ್ಳಲು ನಿಶ್ಚಯಿಸಿದ್ದ.

“ಅವ್ರು ಬಹಳ ಕಳಕಳಿಯಿಂದ ಹೇಳಿದ್ದರು. ಅದ್ನ ಹೇಳೋದು ಮಾತ್ರ ನನ್ನ ಕರ್ತವ್ಯ” ಕೈ ಮುಂದಕ್ಕೆ ಚಾಚಿ ಹಿಂದಕ್ಕೆಳೆದುಕೊಂಡ.

ಅವನಂತು ಹಬ್ಬಕ್ಕೆ ಹೊರಡುವ ನಿಶ್ಚಯ ಮಾಡಿದ್ದ. ಶಾಂತಾರಾಮ್ ತಾವು ಹಿರಿಯರು ಎಂಬುದನ್ನು ಮರೆತು ಅವನನ್ನು ಅತ್ಯಂತ ವಿನಯದಿಂದ ಆಹ್ವಾನಿಸಿದ್ದರು.

ಹೊರಡುವುದಕ್ಕೆ ಒಂದು ದಿನ ಮುನ್ನ ಶಾಂತಾರಾಮ್ ಬಂದರು. ಕೆಲವು ಸಾಮಾನುಗಳನ್ನು ಕೊಳ್ಳುವ ನೆಪದ ಜೊತೆ ಅಳಿಯ ಎಲ್ಲಿ ಬರುವುದಿಲ್ಲವೋ ಎನ್ನುವ ಭಯ.

“ನೀವುಗಳು ಬಂದಿದ್ದೀರಿ ಬಹಳ ಸಂತೋಷ. ನಿಮ್ಮ ಸೊಸೆ ಲಕ್ಷ್ಮೀ ಪೂಜೆ ಮಾಡೋವಾಗ ನೀವು ಇರ್ಲೇಬೇಕು” ಈ ಒತ್ತಾಯದ ನಿರ್ದಾಕ್ಷಿಣ್ಯವಾಗಿ ಪಾಂಡುರಂಗಯ್ಯ ತಲೆಯಾಡಿಸಿಬಿಟ್ಟರು.

“ದಯವಿಟ್ಟು ಬಲವಂತ ಮಾಡ್ಬೇಡಿ. ನಾವು ಬರೋದಿಕ್ಕಾಗೋಲ್ಲ. ನಿಮ್ಮ ಅಳಿಯಂದ್ರು ಬರ್‍ತಾರೆ. ಅಷ್ಟು ಸಾಕು. ನಾವುಗಳು ಬರೋದು ಸಮಾಜದ ಮುಂದೆ ಹಾಸ್ಯಾಸ್ಪದ ಹಾಗೂ ಎಷ್ಟೋ ಬಾರಿ ನಿಮ್ಮ ಮಾತಿಗೆ ಬೆಲೆ ಕೊಟ್ಟು ಬಂದಿದ್ದೀವಿ. ಇನ್ಮೇಲೆ ಆಗೋಲ್ಲ.”

ಆ ಸ್ವರದಲ್ಲಿನ ಗತ್ತಿಗೆ ಶಾಂತಾರಾಮ್ ದಂಗಾದರು. ನಾಲಿಗೆ ಹೊರಳಲು ತಕರಾರು ಮಾಡಿತು. ಬಲವಂತದಿಂದ ಉಗುಳು ನುಂಗಿದರು.

ಒಂದು ತರಹ ಮುಂಕಾಗಿ ಕೂಡುತ್ತಿದ್ದ ಪಾಂಡುರಂಗಯ್ಯ ತಲೆಯೆತ್ತಿ ಮನೆಯ ಯಾಜಮಾನರ ಠೀವಿಯಲ್ಲಿ ವರ್ತಿಸಿದ್ದರು. ಅದರ ಎಳೆ ಹಿಡಿದು ನೋಡಿದರೆ ಸತ್ಯ

ಸ್ಪಷ್ಟ. ಒಪ್ಪಿಕೊಳ್ಳಲು ಮಾತ್ರ ಕಷ್ಟ.

"ನೀವು ತಪ್ಪು ತಿಳ್ಕೊಂಡ್ರಿ...." ನಯವಾಗಿ ಹೇಳಲು ಪ್ರಯತ್ನಿಸಿದರು. ಸಾಗರ್ ತಳ್ಳಿ ಹಾಕಿದ. "ತಪ್ಪು...ಒಪ್ಪಿನ ಪ್ರಶ್ನೆಯಲ್ಲ. ಅವ್ರುಗಳು ಹೊರಟು ಬಂದ್ರೆ ಮನೆಯಲ್ಲಿ ಯಾರು? ಅಶ್ವಿನಿ, ಅವ್ಳ ಗಂಡ ನಾಳೆ ಇಲ್ಲಿಗೆ ಬರ್ತಾರೆ."

ಹೊಸ ವಿಷಯ ಕೇಳಿದವರಂತೆ ಶಾಂತಾರಾಮ್ ಕಣ್ಣರಳಿಸಿದರು. ಸಾಗರ್ ಕೈ ಹಿಡಿದ ಮೇಲೆ ಅಂಥ ಪದ್ಧತಿಗಳಿಗೆ ಅವಕಾಶವೇ ಇರಲಿಲ್ಲ. ಆ ಅಪ್ಪ, ಮಗಳ ಮನೆಯಲ್ಲಿಯಾದರು ಇರುತ್ತಿದ್ದರು. ಈ ಮಗಳು, ಅಳಿಯ ಅತ್ತೆ ಮಾವನ ಮನೆಯಲ್ಲಿ ಇರುತ್ತಿದ್ದರು. ಅದು ತುಂಬ ಚೆನ್ನಾಗಿತ್ತು ಶಾಂತಾರಾಮ್‌ಗೆ ಈ ಬದಲಾವಣೆ ಬೆಂಕಿ ಸುರಿದಂತೆ ಪ್ರತಿಭಟನೆಗೆ ಶಕ್ತಿ ಸಾಲದು.

"ಆಯ್ತು..." ತೆಪ್ಪಗಾದರು.

ಸಂಜೆ ಅಳಿಯನ ಜೊತೆ ಊರಿಗೆ ಹೊರಟಾಗ ತಾವೇ ಟಿಕೆಟ್ ಕೈಗೆ ನೀಡುವಷ್ಟರಲ್ಲಿ ಸಾಗರ್ ಕೊಂಡಿದ್ದ. ಇಂಥವು ಅವರಿಗೆ ಭಾರಿ ಪೆಟ್ಟು.

ಮನೆಗೆ ಬಂದಾಗ ಮೊದಲು ಎದುರಾದದ್ದು ಜೋಯಿಸರ ಮಗ್ಳು. ಹಜಾರಕ್ಕೆಲ್ಲ ಅಕ್ಕಿ ಹಿಟ್ಟಿನ ರಂಗೋಲಿ ಬಿಡುತ್ತಿದ್ದಳು. ಆ ಮುಖ ಪರಿಚಯವಿದ್ದರೂ ಯಾರೆಂದು ನೆನಪಿಗೆ ಬರಲಿಲ್ಲ.

ನಳಿನಿ ಬಂದು ಎದುರುಗೊಂಡಾಗ ಕಣ್ಣರಳಿಸಿದ. ಇನ್ನಷ್ಟು ತುಂಬಿಕೊಂಡಂತೆ ಕಂಡಳು. ನಗುವಿನಲ್ಲೇ ಅವನ ನೋಟ ಹಿಡಿದಿಟ್ಟಳು.

"ನಾನು ಬರ್‍ದ ಪ್ರಕಾರ ಬರ್ಲಿಲ್ಲ" ನಸು ಮುನಿಸುವಲ್ಲಿ ಆಕರ್ಷಣೆ ಇತ್ತು. ಮೂಗು ಹಿಂಡಿ ಹೇಳಿದ "ನಾನು ಕೆಲ್ಸಾ ಮಾಡ್ತಾ ಇರೋದು ಪ್ರೈವೇಟ್ ಫರ್ಮ್, ಸಿಕ್ಕಾಪಟ್ಟೆ ರಜ ಕೇಳಿದ್ರೆ ಹಾಯಾಗಿ ಮನೆಗೆ ಕಳಿಸ್ತಾರೆ."

ಕೋಣೆಗೆ ಬಂದ ಕೂಡಲೇ ಅವನೆದೆಗೆ ಕೆನ್ನೆ ಹಚ್ಚಿದಳು. ಮುಂಗುರುಳು ತೀಡಿದ. ದಾಂಪತ್ಯ ಜೀವನಕ್ಕೆ ಕಾಲಿಟ್ಟು ಆರು ವರ್ಷಗಳು ಕಳೆದಿತ್ತು. ಮೊದಲಿನ ಬಿಸಿ ಇರಲಿಲ್ಲ. ಕೆಲವು ಘಟನೆಗಳು ಮತ್ತಷ್ಟು ಮಧುರ ಸ್ವಪ್ನಗಳನ್ನ ಹಾಳು ಮಾಡಿದ್ದವು. ಹೊರಗೆ ಮಾಗಿದ ಗಾಯವಾಗಿ ಕಂಡರೂ ಒಳಗಿನ್ನೂ ಹಸಿ.

"ಮೊದ್ಲು ಊಟಕ್ಕೆ ಎಬ್ಬು" ಸುಂದರಮ್ಮನ ನೆರಳು ಬಾಗಿಲಲ್ಲಿ ಆಡಿದಾಗ ಅವಳನ್ನ ಹಿಂದಕ್ಕೆ ಸರಿಸಿ ಬಟ್ಟೆ ಬದಲಾಯಿಸಲು ಮುಂದಾದ. "ನಾಳಿದ್ದು ಹಬ್ಬ ಮುಗ್ದ ಕೂಡಲೇ ಹೊರಟು ಬಿಡೋಣ. ನಾಳೆ ಅಶ್ವಿನಿ, ರಾಜಣ್ಣ, ಮಕ್ಳು ಬರ್ತಾ ಇದ್ದಾರೆ."

ನಳಿನಿ ಮುಖದ ಬಣ್ಣವೇ ಬದಲಾಯಿತು. ಗಂಟಲಲ್ಲಿ ಸಿಕ್ಕಿಕೊಂಡದ್ದು ಕಹಿ. ನುಂಗಲಾರದೆ ಚಡಪಡಿಸಿದಳು.

ಇತ್ತ ತಿರುಗಿದಾಗಲೂ ಅದೇ ಸ್ಥಿತಿಯಲ್ಲಿದ್ದಳು. ಅವಳ ಮನೋಭಾವ ಅವನಿಗೆ ಚೆನ್ನಾಗಿ ಅರ್ಥವಾಗಿತ್ತು. ತಂದೆಯ ಆಸ್ತಿಗೆ ಮಾತ್ರವಲ್ಲ ಗಂಡನ ಸಂಪಾದನೆಗೂ ಬೇರೆ ಹಕ್ಕುದಾರರು ಬರಬಾರದು.

"ಈಗ ಅವ್ರೆಲ್ಲ ಯಾಕೆ ಬಂದ್ರು?" ಮನದಲ್ಲಿದ್ದಿದ್ದು ಹೊರಬಿದ್ದಾಗ ಹುಬ್ಬೆತ್ತಿ ಹೇಳಿದ. "ನೀನು ಯಾಕೆ ಇಲ್ಲಿಗೆ ಬಂದೆ? ಅವ್ಳಿಗೂ ತವರು ಮನೆ ಆಸೆ ಇದೆ. ಅದು ಹೆಣ್ಣು ಮಕ್ಳಿಗೆ ಸಹಜ. ಆದ್ರೆ ನಾನು ಮಾತ್ರ ನಿಂಗೋಸ್ಕರ ಓಡಿ ಬಂದಿಲ್ಲ" ನವಿರಾಗಿ ತಿಳಿ ಹೇಳುವ ಪ್ರಯತ್ನ ಮಾಡಿದ.

ಮತ್ತೆ ಸುಂದರಮ್ಮನ ನೆರಳು ಕೋಣೆಯ ಬಾಗಿಲಲ್ಲಿ ಆಡಿದಾಗ ಕೈಯಲ್ಲಿದ್ದ ಟವಲನ್ನು ನಳಿನಿಯ ಹೆಗಲ ಮೇಲೆ ಹಾಕಿ ತೋಳಿಡಿದೆ ಹೊರಗೆ ನಡೆದ.

ಊಟ ಪುಷ್ಕಳವಾಗಿತ್ತು. ಆಗಾಗ ಓಡಿಯಾಡಿ ಆ ಹುಡುಗಿ ಬಡಿಸುತ್ತಿದ್ದಳು. ಕುತೂಹಲದಿಂದ ಒಂದೆರಡು ಬಾರಿ ನೋಡಿದರೂ ಇಂಥವರೇ ಎಂದು ಗುರುತು ಹತ್ತಲಿಲ್ಲ.

ಲೋಕಾಭಿರಾಮವಾಗಿ ಮಾತಾಡುತ್ತ ಕುಳಿತಾಗ ತಾವೇ ಆ ಹುಡುಗಿಯ ಪ್ರಸ್ತಾಪವೆತ್ತಿದರು ಶಾಂತಾರಾಮ್.

"ಈ ಚೆಂದದ ಗೊಂಬೆಗೆ ಒಂದ್ಗಂಡು ಸಿಗ್ಲಿಲ್ಲ ನೋಡಿ. ಅಲ್ಲೆಲ್ಲೋ ಬ್ರಾಹ್ಮಣಿಕೆ ಮಾಡಿಕೊಂಡಿದ್ದಾನೆ. ಅವ್ನ ಹಿಡ್ಕೊಂಡು ಬಂದ್ರೆ ಐದು ಸಾವಿರ ಕೇಳ್ತಾನೆ. ಜೋಯಿಸರು ಕನಸ್ಸಲ್ಲೂ ಒಟ್ಟಿಗೆ ಕಂಡ ಜನವಲ್ಲ" ಹಗುರವಾಗಿ ಹೇಳಿ ನಕ್ಕಾಗ ಸಾಗರ್ ಹಣೆಯಲ್ಲಿ ಗೆರೆಗಳು ಮೂಡಿದವು.

ಅವನಿಗೆ ದಿಗ್ಭ್ರಮೆಯೇ ಆಯಿತು. ಕವಿ, ಸಾಹಿತಿಗಳ ಸುಂದರ ಕಲ್ಪನೆ ಜೀವ ತಳೆದಿದೆ ಎನ್ನುವಂತಿದ್ದಳು ರಾಧ. ಇಂಥ ಹೆಣ್ಣಿಗೆ ಗಂಡು ಬರ. ಎಲ್ಲವನ್ನು ಮೂಲೆಗೆ ಒತ್ತರಿಸಿ ಕೇಕೆ ಹಾಕುವ 'ಹಣ' ಅತಿಭಯಂಕರವೆನಿಸಿತು.

"ಕಂಡ ಜನಕ್ಕೆಲ್ಲಾ ನಾನು ಹೇಳಿದ್ದೀನಿ. ನಮ್ಮನೆಯಲ್ಲಿ ಹಬ್ಬ, ಹರಿದಿನ, ಪೂಜೆ, ಪುರಸ್ಕಾರವಾದ್ರೆ ಇಡೀ ಸಂಸಾರದ ಜನ ದುಡೀತಾರೆ. ಈಗ ರಾಧ ನಮ್ಮಲ್ಲೇ ಇದ್ದುಕೊಂಡಿದ್ದಾಳೆ. ಕೆಲ್ಸ, ಬೊಗ್ಸೆ ಚೆನ್ನಾಗಿ ಮಾಡ್ತಾಳೆ" ಮತ್ತೆ ತಾವೇ ವ್ಯಾಖ್ಯಾನಿಸಿದರು ಶಾಂತಾರಾಮ್.

ಸಮಾಜದ ರೀತಿ, ನೀತಿಗಳ ಬಗ್ಗೆ ಯೋಚಿಸುತ್ತಿದ್ದ ಸಾಗರ್ ತಾನೇನು ಹೇಳಲು ಹೋಗಲಿಲ್ಲ.

ಕೂತಿದ್ದ ನಳಿನಿ ಬೇಸರದಿಂದ ಎದ್ದು ಹೋದಾಗ ಶಾಂತಾರಾಮ್ ಆಕಳಿಸಿ ಮಲಗಲು ಅಪ್ಪಣೆ ನೀಡಿದರೂ ಅವನು ಅಲ್ಲಿಂದ ಏಳಲಿಲ್ಲ.

"ಮಲಕ್ಕೊಳ್ಳಿ, ಪ್ರಯಾಣದ ಆಯಾಸ" ಸೂಕ್ಷ್ಮವಾಗಿ ಹೇಳಿದರು ಶಾಂತಾರಾಮ್. ಸಾಗರ್ ಏಳುವ ಸೂಚನೆ ಕಾಣಲಿಲ್ಲ. ಹೆಚ್ಚೆನಿಸುವಷ್ಟು ಗಾಂಭೀರ್ಯವಿತ್ತು. ಅವನ ಮುಖದಲ್ಲಿ "ಈ ತರಹದ ಮದ್ವೆ ಬದಲು ಬೇರೆ ಯೋಚ್ಸಬಹುದು. ಹೇಗೂ ಹುಡ್ಗೀ ಬುದ್ಧಿವಂತೆ ಹಾಗೆ ಕಾಣ್ತಾಳೆ. ನಮ್ಮನೆಯಲ್ಲೇ ಇದ್ಕೊಂಡು ಓದ್ಕೊಳ್ಳಿ. ಆಮೇಲೆ ಒಂದ್ಕೆಲ್ಸ ಹುಡ್ಕಿಕೊಟ್ಟರಾಯ್ತು."

"ಊಹುಂ..." ತಲೆಯಾಡಿಸಿಬಿಟ್ಟರು ಶಾಂತಾರಾಮ್.

"ಆದೆಲ್ಲ ಆಗ್ದ ಕೆಲ್ಸ ಜೋಯಿಸರು ಸುತರಾಂ ಒಪ್ಪೊಲ್ಲ. ಇಲ್ಲಿನ ಜನ ನಿಮ್ಮ

ತರಹ ಯೋಚ್ಸೋಲ್ಲ. ಆ ಹೆಣ್ಣಿನ ಕುತ್ತಿಗೆಗೆ ಮಂಗಳ ಸೂತ್ರ ಬೀಳೋವರ್ಗ್ಗೂ ಆ ಕುಟುಂಬಕ್ಕೆ ನೆಮ್ದಿ ಇಲ್ಲ."

ಎದ್ದು ಕೋಣೆಯತ್ತ ನಡೆದ ಸಾಗರ್. ಅವನ ಮಿದುಳಿನಲ್ಲಿದ್ದುದ್ದು ರಾಧಳ ವಿಷಯವೇ.

"ಈ ಸರ ನೋಡಿ" ಅವನ ಮುಂದೆ ಹಿಡಿದಾಗ ಕೈ ಪಕ್ಕಕ್ಕೆ ಸರಿಸಿದ. ನಂಗೆ ಸದ್ಯಕ್ಕೆ ಇಂಥದ್ರಲ್ಲಿ ಆಸಕ್ತಿ ಇಲ್ಲ. ಸುಮ್ನೇ ಕಿರಿಕಿರಿ ಅಷ್ಟೇ.

ನಳಿನಿಯ ಮುಖ ಗಡಿಗೆಯ ಗಾತ್ರವಾಯಿತು. ಯೌವನ, ರೂಪ, ಅಪ್ಪನ ಆಸ್ತಿಯಿಂದ ಅವನನ್ನು ಪೂರ್ಣವಾಗಿ ಹಿಡಿತದಲ್ಲಿ ಇಟ್ಟುಕೊಳ್ಳಬಹುದೆಂದು ಕನಸ್ಸು... ಬರೀ ಕನಸ್ಸೋ...

"ನನ್ನ ಯಾವ ತಪ್ಪಿಗೆ ಶಿಕ್ಷೆ?" ಚೆನ್ನಾಗಿ ನಿಂತಿದ್ದವನು ತಿರುಗಿದ.

ಆಳವಾಗಿ ಹೊಕ್ಕು ಪ್ರಾಮಾಣಿಕತೆಯನ್ನು ಅಳಿಯುವ ಮನ. "ಕಾಂಪ್ಲೆಕ್ಸ್ ಒಳ್ಳೆದಲ್ಲ, ನಿಂಗೆ ಮಕ್ಳು ಆಗಿಲ್ಲಾಂತ ನಂಗೇನು ನಿನ್ಮೇಲಿನ ಪ್ರೀತಿ ಕಮ್ಮಿ ಆಗಿಲ್ಲ. ಮಕ್ಳು ಮರಿ–ತೊಂದರೆ, ತಾಪತ್ರಯಕ್ಕಿಂತ ಈ ಬದ್ಕೇ ಸುಂದರ."

ದಣಿದಂತೆ ಕಂಡ ದೇಹವನ್ನು ಹಾಸಿಗೆಯ ಮೇಲೆ ಚೆಲ್ಲಿದ. ಪಕ್ಕದಲ್ಲಿ ಉರುಳಿಕೊಂಡ ಅವನೆದೆಯಲ್ಲಿ ಮುಖವನ್ನು ಹುದುಗಿಸಿದಳು. ಮೃದುವಾಗಿ ಅವನ ಕೈ ಅವಳ ಬೆನ್ನ ಮೇಲಾಡ ತೊಡಗಿತು.

"ನಮ್ಗೇ ಮಕ್ಳು ಆಗಿಲ್ಲಾಂತ...ಎಲ್ಲಾ ಮಕ್ಳನ ದ್ವೇಷಿಸೋದಲ್ಲ" ತಟ್ಟನೆ ಮುಖವನ್ನು ಹೊರ ತೆಗೆದಳು." ಆ ಮಕ್ಳು ನಮ್ಮವ್ರು ಆಗೋಲ್ಲ. ಅಣ್ಣನು ಎಷ್ಟೊಂದು ಆಸೆ ಅಕ್ಕರಾಸ್ಥೆ ಇಟ್ಕೊಂಡು ಆಸ್ತಿ ಸಂಪಾದ್ನೆ ಮಾಡಿದ್ರು ಮುಂದೆ ಅದ್ಕೇ ವಾರಸುದಾರರು ಯಾರು?

ಕಲಿತ ಹುಡುಗಿಯ ತಲೆಯೆ–ಹಣೆ ಗಟ್ಟಿಸಿಕೊಂಡ.

"ನಿಂಗ್ಯಾಕೆ ಬುದ್ಧಿಯಿಲ್ಲ. ಆ ಆಸ್ತಿ ಕರಗಲಾರ್ದು ಏನು ಅಲ್ಲ. ಸತ್ಕಾರ್ಯಗಳಿಗೆ ವಿನಿಯೋಗಿಸ್ಲಿ, ಈಗ ಆ ಹುಡ್ಗೀ ರಾಧ... ಯಾತರಲ್ಲಿ ಕಮ್ಮಿ ಇದ್ದಾಳೆ. ನಿಮ್ಮಪ್ಪ ನಿಂತು, ಖರ್ಚಿಟ್ಟು ಮದ್ವೆ ಮಾಡ್ಲೀ? ಆ ಹುಡ್ಗೀ ಬದ್ಕಿರೋವರ್ಗ್ಗೂ ನಿಮ್ಮ ತಂದೆ ಹೆಸರು ಹೇಳ್ಕೊಂಡು ಬಾಳ್ವೆ ಮಾಡ್ತಾಳೆ ಆಸ್ತಿಯೆಲ್ಲ ವಿದ್ಯಾರ್ಥಿಗಳಿಂದ ಸಂಪಾದಿಸಿದ್ದು. ಎಲ್ಲಾ ಮಾರಿ ಒಂದು ಸ್ಕೂಲು ಕಟ್ಟಡ ಕಟ್ಟಿಸಿಕೊಡ್ಲಿ."

ಬೆಂಕಿ ಸೋಕಿದಂತೆ ಅಷ್ಟು ದೂರಕ್ಕೆ ಸರಿದಳು. ಶಾಂತಾರಾಮ್, ಸುಂದರಮ್ಮನ ಸಂಕುಚಿತ ಸ್ವಾರ್ಥದ ಎರಕ. ಅಷ್ಟು ದೊಡ್ಡ ಮನಸ್ಸು ಅವಳಿಗೆ ಬರಲು ಸಾಧ್ಯವಿಲ್ಲ.

"ನಿಮ್ಗೆಲ್ಲ ಇಂಥದ್ದೇ ಯೋಚ್ನೆಗಳು" ಗುಡುಗಿದಳು.

ಸಾಗರ್ ತುಟಿಗಳ ಮೇಲೆ ನಗು ಅರಳಿತು. ಅವಳತ್ತ ಬೆನ್ನು ಹಾಕಿ ಮಲಗಿದ. 'ಈ ಅಪ್ಪ, ಅಮ್ಮ, ಮಗಳು ಸೇರ್ಕೊಂಡು ಏನು ಮಾಡ್ಬಹ್ದು?' ಕರುಳಿನ ಬಳ್ಳಿಗಿಂತ ಈ ಆಸ್ತಿಗೆ ಒಬ್ಬ ವಾರಸುದಾರನ್ನ ಹುಟ್ಟಿಹಾಕುವಂಥ ತಾಪತ್ರಯಪಡುತ್ತಿರುವರೆಲ್ಲ.

ಹಬ್ಬ ಸಂಭ್ರಮವಾಗೇ ಇತ್ತು. ಜೋಯಿಸರ ಇಡೀ ಕುಟುಂಬವೇ ಊಳಿಗದವರಂತೆ

ಕೆಲಸ ಮಾಡುತ್ತಿದ್ದರು. ವರಮಹಾಲಕ್ಷ್ಮೀ ವ್ರತ–ನೆಂಟರಿಸ್ಟರ ಜೊತೆ ಬೇಕಾದವರು ಬೇಡದವರು ಸೇರಿಸಿಯೇ ಬಂದಿದ್ದರು. ಪ್ರತಿಯೊಬ್ಬರು ಪ್ರಶ್ನಿಸುವವರೇ.

"ನಳಿನಿ ಹಿಂದೆ ಮದ್ವೆಯಾದವ್ರಿಗ್ಗೆಲ್ಲ ಎರಡೆರಡು ಮಕ್ಕಳು. ನಾಗರ ಪ್ರತಿಷ್ಠೆ ಮಾಡ್ಸಿ ಆಗ್ಲೇ ಎರಡು ವರ್ಷದ ಮೇಲಾಯಿತಲ್ಲ. ಎಲ್ಲಾದ್ರೂ ಜಾತ್ಕ ತೋರ್ಸಿ" ಒಬ್ಬರು ಸ್ವಲ್ಪ ನವಿರಾಗಿ ಹೇಳಿ ಚುಚ್ಚಿದರೆ ಮತ್ತೊಬ್ಬರು ಗಡುಸಾಗಿಯೇ ಬಾಣ ಬಿಟ್ಟರು.

"ಕೆಲವರಿಗೆ ನಿಧಾನಕ್ಕೆ ಆಗೋದುಂಟು. ಈ ಹೆಣ್ಣಿಗೆ ಆ ಲಕ್ಷಣಗಳಿದ್ದ ಹಾಗೇನೆ ಕಾಣೋಲ್ಲ. ಕೈಯಾರ ನಾಲ್ಕು ಬಡ ಮಕ್ಕಳಿಗೆ ಹಾಲು, ಬಟ್ಟೆ ಕೊಡ್ಸು ದೇವ್ರು ಕಣ್ತೆರೆದು ನೋಡಿಯಾನು!"

ಸುಂದರಮ್ಮನ ದೂರದ ಬಳಗದ ಹಿರಿಯಾಕೆ ಎಂದಿನಿಂದಲೋ ಇದ್ದ ಸಿಟ್ಟನ್ನು ಕಕ್ಕಿಯೇಬಿಟ್ಟರು.

"ಈ ಸುಂದ್ರಿಗೆ ಒಂದು ಗೊಮ್ಮಟೆ ಆದದ್ದು ಹೆಚ್ಚು. ಅದು ಯಾವ ಜನ್ಮದ ಪುಣ್ಯನೋ. ಇವ್ಳು ಹೆತ್ತ ಮಗ್ಳಿಗೆ ಮಕ್ಳು ಆಗುತ್ತೆಂದ್ರೆ ಸುತರಾಂ ನಾನು ನಂಬೋಲ್ಲ. ಈ ಹರಕಲು ಚಡ್ಡಿ, ನಿಕ್ಕರ್ ಹಾಕ್ಕೊಂಡು ಶಾಲೇಗೇಂತ ಬರ್ತಾ ಇದ್ದ ಮಕ್ಕಳ ಕೈಯಲ್ಲಿ ಒಂದೊಂದು ಕೆಲ್ಸ ಮಾಡ್ಸಿದ್ದಾಳೆ. ಜೋರೂಂತ ಹೊಯ್ಯೋ ಮಳೆಯಲ್ಲೇ ಕಟ್ಟಿಗೆ ಹೊಡ್ಸಿದ್ದಾಳೆ. ಪಾಸು ಮಾಡ್ಸೋ ಆಸೆಗೆ ತಂದುಕೊಡೋ ಪಾಪದ ಬೆಣ್ಣೆ, ತುಪ್ಪದಿಂದ ಚೆನ್ನಾಗಿ ಬೆಳೆಸಿದ್ದಾಳೆ. ಅವ್ಳ ಹೊಟ್ಟೆಯಲ್ಲಿರೋದು ಬರೀ ಪಾಪದ ಪಿಂಡ. ಇನ್ನ ಮಗುಗೆಲ್ಲಿ ಜಾಗ?"

ದೊಡ್ಡ ಗಲಾಟೆಯೇ ಷುರುವಾಗಿ ಹೋಯಿತು. ಸುಂದರಮ್ಮ, ಶಾಂತಾರಾಮ್ ಜೋರಿಗೆ ಆಕೆಯೇನು ಬಗ್ಗಲಿಲ್ಲ. ಕಂಡಿದ್ದು, ಕಾಣದ್ದು ಎಲ್ಲಾ ಜಾಡಿಸಿಬಿಟ್ಟಾಗ ಶಾಂತಾರಾಮ್ ಮುಖ ಚಪ್ಪಲಿಯಲ್ಲಿ ಹೊಡಿಸಿಕೊಂಡಂತಾಯಿತು.

ಮಿಕ್ಕವರು ಸಮಾಧಾನಿಸಿ ಆಕೆಯನ್ನ ಹೊರಗೆ ಕರೆದೊಯ್ದಿದ್ದಾಯಿತು. ಕೋಣೆ ಬಿಟ್ಟು ಹೊರಗೆ ಬರಲಿಲ್ಲ ಸಾಗರ್.

"ಸಾರ್....." ಹಿಂದಕ್ಕೆ ತಿರುಗಿದ. ಬೆಳ್ಳಿ ಲೋಟದಲ್ಲಿ ಕಾಫೀ ಹಿಡಿದ ರಾಧ ನಿಂತಿದ್ದಳು. ಸಂಕೋಚದ ಮುದ್ದೆ. ಆದರೂ ಮುಖದಲ್ಲಿ ಸ್ವಾಭಿಮಾನ. ಅದನ್ನು ಅಳಿಸಿ ಹಾಕುವಂಥ ದೈನ್ಯತೆ ಎಲ್ಲಾ ಕಲಸುಮೇಲೋಗರ "ತಗೊಂಡ್ಬಾ...."

ವಿನಯದಿಂದ ಅವನ ಮುಂದಿದ್ದ ಟೀಪಾಯಿ ಮೇಲಿಟ್ಟಳು.

"ಸ್ವಲ್ಪ ನಳಿನಿನಾ ಕರೀರಿ" ಲೋಟ ಕೈಗೆತ್ತಿಕೊಂಡ ತಲೆಯಾಡಿಸಿ ಹೊರಗೆ ಹೋದಳು. "ಪಾಪದ ಹುಡ್ಗೀ..' ಎಂದುಕೊಂಡ.

ಒಬ್ಬ ಕಲಾವಿದನ ಕೈಗೆ ಸಿಕ್ಕಿದರೆ ರೂಪದರ್ಶಿ ಅವನ ಸ್ಫೂರ್ತಿಯಾಗುತ್ತಿದ್ದಳು. ಹಲವಾರು ಚಿತ್ರಗಳಿಗೆ ಚೈತನ್ಯವಾಗುತ್ತಿದ್ದಳು. ನೋವೆನಿಸಿತು.

ಒಳಗೆ ಬಂದ ನಳಿನಿಯ ಕೆಂಪೆತ್ತಿದ ಕಣ್ಣುಗಳು ಅವಳು ಅತ್ತಿದ್ದನ್ನು ಸಾಬೀತುಮಾಡಿದವು. ಅವನ ನೋಟದಲ್ಲಿ ಮಿನುಗಿತು ಕರುಣೆ.

"ಇಲ್ಬಾ..." ಹತ್ತಿರಕ್ಕೆ ಕರೆದು ಅವಳ ಕೆನ್ನೆಯ ಮೇಲೆ ಕೈಯಾಡಿಸಿ "ಇದೆಕ್ಕೆಲ್ಲ ಯಾಕೆ ತಲೆ ಕೆಡಿಸಿಕೊಳ್ತೀ? ನಿನ್ನದೇನು ಇದ್ರಲ್ಲಿ ತಪ್ಪಿಲ್ಲ. ಆರಾಮವಾಗಿ ಊರ್ಗೇ ಹೋಗೋಣ. ಬಟ್ಟೆ, ಬರೆ ತೆಗೆದಿಟ್ಕೋ. ಅದೇ ಸಮಾಧಾನ.

ಮುಸಿ ಮುಸಿ ಅಳು ಅವನೆದೆಯನ್ನು ತೋಯಿಸಿತು.

"ಇಲ್ಲಿನ ಜನಕ್ಕೆ ನಮ್ಮನ್ನ ಕಂಡರೆ ಆಗೋಲ್ಲ" ಅರ್ಥವಿಲ್ಲದ ನಳಿನಿಯ ಆರೋಪಕ್ಕೆ ಬೇಸತ್ತ ಸಾಗರ್ "ಅವ್ರ ಮಾತುಗಳಲ್ಲಿ ಸತ್ಯವಿಲ್ದಿದ್ರೆ ನಿಮ್ಮೆದುರಿಗೆ ಘಂಟಾಘೋಷವಾಗಿ ಹೇಳೋ ಧೈರ್ಯ ಬರ್ತಾ ಇರ್ಲಿಲ್ಲ. ಹಿಂದೆ ಆಡಿಕೊಂಡು ಸುಮ್ಮನಾಗಿ ಬಿಡ್ತಾ ಇದ್ರು. ಏನಾದ್ರೂ ಅಂದ್ಕೊಳ್ಳಿ. ಈಗ ಯೋಚ್ಸಿ ಫಲವಿಲ್ಲ. ಇಂಥದೆಲ್ಲ ಮನಸ್ಸಿಗೆ ಹಾಕಿಕೊಳ್ಳೋಂಥ ಜನ ನಿಮ್ಮಪ್ಪ, ಅಮ್ಮ ಅಲ್ಲ." ಸತ್ಯ ಉಸುರಿದ.

ಎಷ್ಟೋ ಹೊತ್ತು ಅದೇ ಸ್ಥಿತಿಯಲ್ಲಿ ಕೂತಿದ್ದವಳು ಎದ್ದು ಹೋದಳು. ಬೇಸರದಿಂದ ಯಾವುದೋ ಹಳೆ ಪತ್ರಿಕೆ ಕೈಗೆತ್ತಿಕೊಂಡ. ಎಲ್ಲಾ ತಮಾಷೆಯಾಗಿ ಕಂಡಿತು. ಇಲ್ಲಿ ತನ್ನದು ಏನೂ ಅಲ್ಲ ಎಂದುಕೊಂಡರೂ ಮಹತ್ವದ ಪಾತ್ರವೇ ಅನಿಸಿತು ಸಾಗರ್‌ಗೆ.

ರಾತ್ರಿಯ ಊಟ ಮುಗಿದ ಮೇಲೆ ಮಧ್ಯಾಹ್ನ ಏನು ನಡೆಯಲೇ ಇಲ್ಲವೆನ್ನುವಂತೆ ದಂಪತಿಗಳು ಮಾತಿಗೆ ಕೂತರು.

"ನಮ್ಮ ನಳಿನಿಗೆ ಮಕ್ಳ ಯೋಗ ಇಲ್ಲಾಂತ ಕಾಣುತ್ತೆ" ಶಾಂತಾರಾಮ್ ಪೀಠಿಕೆ ಹಾಕಿದಾಗ ಸಾಗರ್ ಕಣ್ಣುಗಳಲ್ಲಿ ಬೇಸರ ಇಣುಕಿತು. "ಅದ್ಕೇ ಯಾಕೆ ತಲೆ ಕೆಡ್ಸಿಕೊಳ್ಳೋದು? ಸದ್ಯಕ್ಕೆ ಆರಾಮವಾಗಿದ್ದೀವಿ."

ಅವನ ಬೇಸರದ ಸ್ವರವನ್ನು ಶಾಂತಾರಾಮ್ ಅತ್ಯಂತ ಸಮಾಧಾನಚಿತ್ತದಿಂದ ತೆಗೆದುಕೊಂಡರು. ಮಿದುಳು ಚುರುಕಾಯಿತು.

"ನೀವು ಹೊರ್ಗಡೆ ದುಡಿಯೋ ಗಂಡಸರು. ವಿಶಾಲವಾದ ಮನೋಭಾವ ಬೆಳ್ಸಿಕೊಂಡಿರ್ತೀರಾ. ಆದ್ರೆ ಮನೆಯಲ್ಲಿರೋರು ಹೆಣ್ಣೆ ಕೊರಗೋದು. ಸ್ವಲ್ಪ ಸಹಾನುಭೂತಿಯಿಂದ ಯೋಚ್ನೇ ಮಾಡಿ" ಆ ಮಾತುಗಳಿಗೆ ಸಾಗರ್‌ಗೆ ರೇಗಿಹೋಯಿತು. ಮೂಗಿನ ಹೊಳ್ಳೆಗಳು ಅಗಲವಾದವು.

"ನಾನೇನು ಮಾಡ್ಲೀ? ತೀಕ್ಷ್ಣವಾಗಿ ಪ್ರಶ್ನಿಸಿದ.

"ಸಮಾಧಾನವಾಗಿ ಯೋಚ್ನೇ ಮಾಡಿದ್ರೆ ಯಾವುದಾದ್ರೂ ದಾರಿ ಸಿಕ್ಕುತ್ತೆ. ನೆಂಟರಿಷ್ಟರಲ್ಲೇ ದತ್ತಕ ತಗೋಬಹ್ದು..." ವಿಸ್ಮಿತವಾದ ಸಾಗರ್ ಆ ದಿಶೆಯಲ್ಲಿ ಎಂದೂ ಯೋಚಿಸಿದ್ದೆ ಇರಲಿಲ್ಲ. ಅಂತಹ ಅಗತ್ಯ ಕೂಡ ಅವನಿಗೆ ಕಂಡಿರಲಿಲ್ಲ.

"ನಂಗೇನೋ ಅದೊಂದು ಇಷ್ಟವಾಗೋಲ್ಲ. ನಳಿನಿ ಆ ಮನಸ್ಸಿನವರು ಅಲ್ಲ. ನಂಗೇ ಬರೋ ಸಂಬಳದಲ್ಲಿ ನಮ್ಮಗಳ ಜೀವ್ನ ಆರಾಮವಾಗಿ ನಡೆಯುತ್ತೆ. ಲಕ್ಷಾಂತರ ರೂಪಾಯಿ ಆಸ್ತಿ ತ್ತೋರ್ಸಿ ಬೇರೆಯವ್ರ ಮಕ್ಳುನ ದತ್ತಕ ಕೇಳೋಕಾಗುತ್ತಾ?"

ಆ ವಿಷಯ ಶಾಂತಾರಾಮ್‌ನ ಮನಶ್ಶಾಂತಿಯನ್ನೇ ಕಬಳಿಸಿತ್ತು. ನಳಿನಿ ಗಂಡನಿಗೆ ಅಶ್ವಿನಿಯ ಮಗುವಿನ ಮೇಲಿನ ಅಕ್ಕರೆ ತಿಳಿಸಿದ್ದಳು. ಅದೇನಾದ್ರೂ ಘಟಿಸಿದ್ರೆ ಮಗಳ ಸ್ಥಾನಮಾನ ಎಲ್ಲಿಗೆ ಇಳಿಯಬಹುದು?

"ಬೆಳಿಗ್ಗೆ ಹೊರ್ಡಬೇಕು" ಆಕಳಿಸಿ ಮೇಲಕ್ಕೆದ್ದ ಸಾಗರ್. ಎರಡೆಜ್ಜೆ ಮುಂದಕ್ಕೆ ಹೋದವನು ನಿಂತ "ಏನೇನೋ ತಲೆಯಲ್ಲಿ ತುಂಬಿಕೊಂಡಿದ್ದಾಳೆ. ಅದೆಲ್ಲ ಒಳ್ಳೆಯದಲ್ಲಾಂತ ನೀವು ನಳಿನಿಗೆ ತಿಳ್ಸಿ ಹೇಳಿ."

ಕೋಣೆಗೆ ಬಂದವನೇ ಮಂಚದ ಮೇಲೆ ಉರುಳಿಕೊಂಡ. ಭಾವಣಿಯನ್ನು ದಿಟ್ಟಿಸತೊಡಗಿದ. ಕುಟಿಲತೆಯ ಮಧ್ಯೆ ಪ್ರತಿಯೊಂದು ಮಾತು, ಸಂದರ್ಭಗಳನ್ನು ಹಿಗ್ಗಿಸಿ ನೋಡತೊಡಗಿದರೆ ಅನರ್ಥ ಪ್ರಪಂಚವೇ.

ನಳಿನಿ ಬಂದಾಗ ಕಣ್ಮುಚ್ಚಿ ಮಲಗಿದ್ದ ಸಾಗರ್ ಮೆಲ್ಲಗೆ ಅರೆಗಣ್ಣು ತೆರೆದ ನಳಿನಿಯ ಮುಖದ ಮೇಲೆ ದಟ್ಟವಾದ ಕಾರ್ಮೋಡಗಳು. ತೀರಾ ಸಂಕುಚಿತ ಮನೋಭಾವದ ಸ್ಥಿತಿ.

"ಮೊದಲ್ನೇ ಬಸ್ಸು ಬೆಳಿಗ್ಗೆ ಎಂಟು ಗಂಟೆಗೆ" ಅರ್ಥಗರ್ಭಿತವಾಗಿ ಹೇಳಿದ. ಅವಳೆಜ್ಜೆಗಳು ಇತ್ತ ಸರಿದು ಬಂದವು. "ನಾನು ನಾಲ್ಕು ದಿನ ಬಿಟ್ಟು ಬರ್ತೀನಿ" ಕರುಣೆಯಿಂದ ನೋಡಿದ.

ಮೃದುವಾಗಿ ಅವಳ ಕೈ ಹಿಡಿದು ಅಕ್ಕರೆಯಿಂದ ನೋಟ ಹರಿಸಿದ.

"ಸುಮ್ನೇ ಯಾಕೆ ತಲೆ ಕೆಡಿಸ್ಕೋತೀಯ? ಅಶ್ವಿನಿ, ಅವ್ಳ ಗಂಡನಿಗೆ ಮಕ್ಳೂಂದ್ರೆ ಪ್ರಾಣ. ಅವ್ರು ಖಂಡಿತ ನಮ್ಮನೆಯಲ್ಲಿ ಬಿಡೋಲ್ಲ. ನಮ್ಗೇ ತಾನೇ ಅಂಥ ಅವಶ್ಯಕತೆ ಏನಿದೆ?" ದತ್ತಕ ಪ್ರಸ್ತಾಪವನ್ನ ಸೂಕ್ಷ್ಮವಾಗಿ ಎತ್ತಿದ. ಅವಳ ಪ್ರತಿಕ್ರಿಯೆ ಮೌನವಾದಾಗ ಆರಾಮವಾಗಿ ಮಲಗಿ ನಿದ್ರಿಸಿದ.

ನಳಿನಿಯ ಒಳತೋಟಿ ಅವಳನ್ನು ನಿದ್ದೆ ಮಾಡಲು ಬಿಡಲಿಲ್ಲ. ಮುದ್ದಾಗಿ ಬೆಳೆದ ಮಗಳು. ತಂದೆಯ ಕುಟಿಲತೆ, ತಾಯಿಯ ಸಣ್ಣತನ ಅವಳಲ್ಲಿ ಮೈಗೂಡಿಕೊಂಡಿತ್ತು. ಒಂದು ವಿಧವಾದ ಹೊಸತನದ ಅಮಲಿನಲ್ಲಿ ಸಾಗರ್‌ನ ಪೂರ್ತಿ ಆವರಿಸಿದ್ದಳು. ಇಂದು....?

ಸಾಗರ್ ಬೇರೆ ಮಕ್ಳನ ಪ್ರೀತಿಸ್ಬಾರ್ದು' ಮನ ಬೊಬ್ಬೆ ಹಾಕುತ್ತಿತ್ತು. ಹೇಗೆ ಹತ್ತಿಕ್ಕಲು ಅವಳಿಂದ ಸಾಧ್ಯ? ಸಾಗರ್‌ಗೆ ತನ್ನದೇ ಆದ ಒಂದು ಮಗುವಿದ್ದಿದ್ದರೇ... ಅವಳೆದೆಯಲ್ಲಿ ಬೆಂಕಿ ಹತ್ತಿ ಉರಿಯಿತು.

"ಇನ್ನೂ ನಿದ್ದೆ ಬರಲಿಲ್ಲವಾ?" ಸಾಗರ್‌ನ ಕೈ ಅವಳ ತೋಳಿನ ಮೇಲೆ ಬಿದ್ದಾಗ ಬಿಸಿಯುಸಿರು ರಾಚಿತು. "ನಿಮ್ಗೇ ಮಕ್ಳೂಂದ್ರೆ ಪ್ರೀತಿನಾ?" ಎದ್ದು ಕೂತ. ಕೆನ್ನೆಗೆ ಬಿಗಿಯುವಷ್ಟು ಕೋಪ.

"ಛೇ! ಯಾಕೆ ಈ ತರಹ ಗೋಳು ಹೋಯ್ಕೋತೀಯಾ? ನನ್ನ ಬೇಗ ಹುಚ್ಚಾಸ್ಪತ್ರೆಗೆ ಅಟ್ಟುತ್ತೀಯಾ? ಇಲ್ದಿದ್ರೆ ಸನ್ಯಾಸಿಯಾಗಿ ಹಿಮಾಲಯದ ತಪ್ಪಲಿಗೆ ನಾನೇ ಹೋಗ್ತೀನಿ."

ಪೂರ್ತಿ ಮಗ್ಗುಲಾದ.

ಕೆಲವು ಸಮಯದ ಮೇಲೆ ನಳನಿ ನಿದ್ರಿಸಿದಳು. ಸಾಗರ್ ಗಂಟೆ ಕಾಯಬೇಕಾಯಿತು.

ಬೆಳಗ್ಗೆ ಇವನು ಏಳುವ ವೇಳೆಗೆ ರೆಡಿಯಾಗಿದ್ದಳು. ಅಚ್ಚರಿಯಿಂದ ಹುಬ್ಬೇರಿಸಿದ. ಪ್ರಶ್ನಿಸಲು ಹೋಗಲಿಲ್ಲ. ಹೊರಡುವಷ್ಟರಲ್ಲಿ ಆಡಿದ್ದು ಒಂದೆರಡು ಮಾತು. ಶಾಂತಾರಾಮ್, ಸುಂದರಮ್ಮನಿಗೆ ಸಮಾಧಾನ ತಾರದಿದ್ದುದ್ದು ಅವನಿಗೆ ಗೊತ್ತಾದರೂ ಉದಾಸೀನ ಮಾಡಿದ.

ಬಾಗಿಲಿಗೆ ಸೂಟುಕೇಸ್ ಹಿಡಿದು ಬರುವ ವೇಳೆಗೆ ಜೋಯಿಸರು ಹೆಂಡತಿಯೊಂದಿಗೆ ಬಂದರು. ದೈನ್ಯವೇ ಮೂರ್ತಿವೆತ್ತಂತೆ ಕಂಡರು.

"ನೀವುಗಳು ಬಡವರ ಮೇಲೆ ಕೃಪೆ ಇಡಲಿಲ್ಲ. ಈ ಊರಿನ ಜನ ನಮ್ಮನ್ನ ಉರಿದು ಮುಕ್ತಾ ಇದ್ದಾರೆ. ಬಡವರ ಹಿತ್ತಲಲ್ಲಿ ದವನವಿದ್ದರೆ ಬಂದು ಹೋಗುವವರೆಲ್ಲ ಮುಡಿತಾರೆ ಹಾಗೆ ಆಗಿದೆ ನಮ್ಮ ಸ್ಥಿತಿ. ಪುಂಡು ಪೋಕರಿಗಳು ನಮ್ಮ ಹುಡ್ಗೀನ ಬೀದಿಯಲ್ಲಿ ಓಡಾಡೋಕೆ ಬಿಡೋಲ್ಲ" ಇವನ ಮುಂದೇನೆ ಅವರು ಹಣೆ ಗಟ್ಟಿಸಿಕೊಂಡಾಗ ಅವನ ಕೈಯಲ್ಲಿನ ಸೂಟುಕೇಸ್ ಕೆಳಗೆ ಬಿತ್ತು.

ಶಾಂತಾರಾಮ್ ಮಧ್ಯೆ ಪ್ರವೇಶಿಸಿದರು.

"ನಿನ್ನ ಹಳೇ ಪುರಾಣಾನ ಹಗಲೆಲ್ಲ ಬಿಚ್ಬೇಡ. ನಿನ್ನ ಕರ್ಮಕ್ಕೆ ಯಾರು ಹೊಣೆ?"

ಜೋಯಿಸರು ಪೆಚ್ಚು ಮುಖ ಹಾಕಿದರು. ಅವರ ಹೆಂಡತಿ ಸೆರಗು ಕಣ್ಣಿಗೆ ಹಚ್ಚಿದರು. ದೀನ ಪರಿಸ್ಥಿತಿ. ಮಾನವೀಯತೆ ಅಲ್ಪಸ್ವಲ್ಪ ಇದ್ದ ಪ್ರತಿಯೊಬ್ಬನ ಮನಸ್ಸು ಕರಗಬೇಕಾದ ಸನ್ನಿವೇಶ.

"ಕಳ್ಸಿಕೊಡಿ, ನಮ್ಮ ನಳಿನಿ ಜೊತೆ ಇರುತ್ತಾಳೆ. ಕಾಲೇಜಿಗೆ ಸೇರಿಸ್ತೀನಿ. ಗಂಡು ಸಿಕ್ಕೋವರ್ರೂ ಓದಿಕೊಳ್ಳಿ" ಮನದಲ್ಲಿ ಇಣಕಿದ್ದು ಉಸುರಿದ.

ಜೋಯಿಸರು ತಲೆಯ ಮೇಲೆ ಕೈಯೊತ್ತು ಕೂತುಬಿಟ್ಟರು. ಅವರ ಹೆಂಡತಿ ನಿಧಾನವಾಗಿ ಬಾಯಿ ಬಿಟ್ಟರು.

ಹಾಗೇನಾದ್ರೂ ಕಳಿಸಿ ನಾವು ಬದುಕೋಕೆ ಆಗುತ್ತಾ? ಜನಕ್ಕೊಂದು ಮಾತಾಡುತ್ತಾರೆ. ಬಡತನ, ಬೇರೆಯವ್ರ ಹಂಗಿನಲ್ಲೇ ನಮ್ಮ ಬದ್ಕು. ಉಳಿದ ಮಕ್ಳನ ಕಟ್ಕೊಂಡು ಜೀವನ ನಿರ್ವಹಿಸೋದೆ ಕಷ್ಟವಾಗುತ್ತೆ."

ಒಂದು ರೀತಿಯ ಬದುಕಿನ ಸತ್ಯ ದರ್ಶನ. ಮುಗ್ಧ ಜನ ಇಂದಿಗೂ ಶೋಷಿತರೇ. ಅದಕ್ಕೆ ಹತ್ತು ಹಲವು ನೂರು ಮಾರ್ಗಗಳು.

"ಆಯ್ತು, ಪ್ರಯತ್ನ ಮಾಡ್ತೀನಿ" ತುಂಬು ಭರವಸೆಯನ್ನಿತ್ತ ಜೋಯಿಸರು ಎರಡು ಕೈ ಜೋಡಿಸಿದರು. ಬಡತನದ ಪ್ರೇತಕಳೆ, ಜಿಗುಪ್ಸೆ ಸಾಗರ್ ಮುಖದ ಮೇಲೆ ಇಣಕಿತು. "ಧೈರ್ಯಗೆಡಬೇಡಿ. ನಿಮ್ಮ ಮಗ್ಳುಗೆ ಚೆನ್ನದಂಥ ಗಂಡು ಸಿಕ್ತಾನೆ."

ಮಗಳು ಅಳಿಯನನ್ನು ಬಸ್ಸು ಹತ್ತಿಸಿ ಬಂದ ದಂಪತಿಗಳು ಮಂಕಾಗಿ ಕೂತರು. ಮಗಳ ಭವಿಷ್ಯದ ಬಗ್ಗೆ ಅವರಿಗೆ ಅತ್ಯಂತ ಕಳವಳ.

"ಏನ್ಮಾಡೋದು?" ಹೆಂಡತಿಯ ಕಡೆ ನೋಡಿದರು ಶಾಂತಾರಾಮ್.

ಆಕೆ ಹಣೆ ಗಟ್ಟಿಸಿಕೊಂಡರು. "ಒಟ್ಟಿನಲ್ಲಿ ನಮ್ಮ ಹಣೆ ಬರಹ ಚೆನ್ನಾಗಿಲ್ಲ. ಹಿಂದೆ

ಹೇಗಿದ್ದ ಮನುಷ್ಯ ಹೇಗಾಗಿದ್ದಾನೆ. ಈಗ ಪ್ರತಿಯೊಂದಕ್ಕೂ ಭುಸುಗುಟ್ಟುತ್ತಾನೆ. ನಾವೆ ಬಗ್ಗಿ ನಡ್ಯೋ ಹಾಗಾಗಿಬಿಟ್ಟಿದೆ."

ಶಾಂತಾರಾಮ್ ಕುಟಿಲ ಬುದ್ಧಿ ನಾನಾ ಯೋಜನೆಗಳನ್ನು ರೂಪಿಸಿ ಅನುಮಾನಗೊಂಡು ಪಕ್ಕಕ್ಕೆ ತಳ್ಳತೊಡಗಿತು.

"ನಂಗಂತೂ ಏನು ತೋಚಲ್ಲ. ಯಾಕೋ ನಿನ್ಮಗ್ಳ ಅದೃಷ್ಟ ನೆಟ್ಟಗಿಲ್ಲ. ಅವ್ಳಿಗೊಂದು ಮಗುವಾಗಿ ಬಿಟ್ಟಿದ್ರೆ ಅದ್ರ ಮಾತೇ ಬೇರೆ ಇತ್ತು" ಮೇಲೆಕ್ಕೆದ್ದ ಶಾಂತಾರಾಮ್ ಹೊರಗೆ ನಡೆದರು.

ಈ ವಿಷಯದಲ್ಲಿ ಗಂಡ ಹೆಂಡತಿ ಹಣ್ಣಾದರೆ ವಿನಃ ಯಾವ ದಾರಿಯೂ ಗೋಚರಿಸಲಿಲ್ಲ.

* * *

ಸುದ್ದಿ ಸಾಗರ್ ತಾಯಿತಂದೆಯವರ ಕಿವಿಯವರೆಗೂ ಮುಟ್ಟಿ ಹೋಗಿತ್ತು. ನೊಂದುಕೊಂಡರೂ ಕೆಟ್ಟ ಯೋಚನೆ ಮಾಡೋಕೆ ಹೋಗಲಿಲ್ಲ.

ಅಶ್ವಿನಿ ಮಗುಗೆ ಅನ್ನ ತಿನ್ನಿಸುತ್ತಿದ್ದ ನಾಗವೇಣಮ್ಮ ಮೆಲ್ಲಗೆ ಪ್ರಸ್ತಾಪಿಸಿದರು. "ಒಂದಷ್ಟು ತೀರ್ಥಯಾತ್ರೆ ಮಾಡಿ ಬಂದಿದ್ರೆ ಚೆನ್ನಾಗಿತ್ತು. ಮನಸ್ಸಿಗೆ ನೆಮ್ದಿನು ಸಿಕ್ಕೋದು. ದೇವರ ದಯವಿದ್ರೆ ಒಂದ್ಮಗುನು ಆಗೋದು" ಸಾಗರ್ ಪೇಪರ್‌ನಿಂದ ತಲೆಯೆತ್ತಿ ಸಣ್ಣಗೆ ನಕ್ಕ.

"ಎಲ್ಲೆಲ್ಲೋ ಹೋಗಿ ನೆಮ್ದಿ, ಶಾಂತಿ ಹುಡ್ಕೋ ಬದ್ಲು ಇದ್ದ ಕಡೆನೆ ಹುಡ್ಕಿಕೊಂಡ್ರೆ ಒಳ್ಳೇದು. ಅದು ಶಾಶ್ವತವಾಗಿಯೂ ಇರುತ್ತೆ. ಇನ್ನ ಮಕ್ಳಿಗಾಗಿ ಯಾತ್ರೆ ಮಾಡೋಂಥ ವಯಸ್ಸು ನಮಗೇನು ಆಗಿದೆ?" ಮಗನ ಮಾತುಗಳಿಗೆ ಆಕೆಗೆ ರೇಗಿತು.

"ಅಶ್ವಿನಿ ನಿಂಗಿಂತ ನಾಲ್ಕು ವರ್ಷ ಚಿಕ್ಕೋಳು ಗೊತ್ತಾ? ನಳಿನಿಗೂ ಒಂದೂವರೆ ವರ್ಷ ಚಿಕ್ಕೋಳು. ಈಗಾಗ್ಲೇ ಸ್ಕೂಲಿಗೆ ಹೋಗೋ ಮಕ್ಳು. ಈ ವಯಸ್ಸಿನಲ್ಲಿ ಮಕ್ಳು ಆಗ್ದೇ ವಯಸ್ಸಾದ್ಮೇಲೆ ಆದ್ರೆ... ಎಂಥ ಚೆಂದ! ಗಂಡ–ಹೆಂಡ್ತಿಗೆ ಆ ಯೋಚ್ನೇನೆ ಇಲ್ಲ. ಮುಂದೆ ಹೇಗೆ ದಿನಗಳನ್ನು ಕಳೀತಿರೋ!"

ಆ ಮಾತುಗಳು ಅವನ ಚೇತನವನ್ನೇ ನುಂಗಿತು. ತಡವರಿಸಿದ. ಮುಖ ಪೆಚ್ಚಾದರೂ ಜೋರಾಗಿ ನಗಲು ಪ್ರಯತ್ನಿಸಿದ.

"ನಂಗೇನೋ ಖಂಡಿತ ಮಕ್ಳು ಬಗ್ಗೆ ಆಸಕ್ತಿ ಇಲ್ಲ. ಆ ತಂಟೆ ತಕರಾರು ಜವಾಬ್ದಾರಿಗಳನ್ನ ಹೊರೋಕೆ ನಾನು ಸಿದ್ಧವಾಗಿಲ್ಲ" ನಗು, ಮಾತು ಒಂದಕ್ಕೊಂದು ಸಂಬಂಧವಿಲ್ಲ. ಅವನ ದ್ವಂದ್ವ ತೊಳಲಾಟವನ್ನು ಅರ್ಥಮಾಡಿಕೊಳ್ಳಲು ಅಷ್ಟೇ ಸಾಕಾಯಿತು.

"ಸುಮ್ನೇ ಯಾಕೋ ಹೇಳ್ತೀಯಾ! ಪಕ್ಕದ್ಮನೆ ರಾಣಿನ ಕಂಡ್ರೆ ನಿಂಗೆ ಎಷ್ಟೊಂದು ಪ್ರೀತಿ. ಆ ಮಗು ಹೊರ್ಗಡೆ ಕಾಣದಿದ್ರೆ ಎಷ್ಟೊಂದು ಚಡಪಡಿಸ್ತೀ. ಈಗ ಮನೆಗೆ ಬಂದ್ರೆ ಅಶ್ವಿನಿ ಮಕ್ಳುನ ಕೆಳಗಡೆ ಬಿಡೋಲ್ಲ. ಇದೆಲ್ಲ ನಾನು ಅರ್ಥಮಾಡಿಕೊಳ್ಳಲಾರನೇ.

ಮಕ್ಳು ಇದ್ರೇನೇ ಮನೆಗೆ ಚೇತನ.

ಅವನ ತಲೆ 'ಧೀಂ' ಎಂದಿತು. ತಲೆ ಹಿಡಿದು ಕೂತುಬಿಟ್ಟ. ಕಣ್ಣುಗಳಲ್ಲಿ ವಿಚಿತ್ರವಾದ ತಾಕಲಾಟ. ಅತ್ತಿತ್ತ ನೋಡಿ ತಾಯಿಯ ಬಳಿ ಧಾವಿಸಿದ. "ಅಮ್ಮ. ಇನ್ನೆಂದು ಮಕ್ಳು ಸುದ್ದಿ ಎತ್ತಬೇಡ. ಸುಮ್ನೇ ನಳಿನಿ ನೊಂದ್ಕೋತಾಳೆ. ನಾವು ಹೀಗೆ ಆರಾಮವಾಗಿ ಇರ್ತೀವಿ. ನಿಮ್ಗೇ ಹೇಗೂ ಅಶ್ವಿನಿಯ ಮಕ್ಳು ಇವೆಯಲ್ಲ." ಆಕೆಯ ಕಣ್ಣಲ್ಲಿ ನೀರಾಡಿತು. ತಟ್ಟನೆ ಎದ್ದು ಹೋಗಿಬಿಟ್ಟರು. ಸಾಗರ್‌ನ ಎದೆಯಲ್ಲಿ ಹಿಂಡಿದ ಅನುಭವ.

ಹೊರಗೆ ಬಂದ ನಳಿನಿ ಅವನತ್ತ ನೋಡಿ ತಟ್ಟನೆ ಮುಖವನ್ನು ಪಕ್ಕಕ್ಕೆ ತಿರುಗಿಸಿಕೊಂಡಳು. ಅಸೂಯೆ, ಅಸಮಾಧಾನ, ಅಸಹನೆಯ ಹೊಂಡವಾಗಿದ್ದಳು. ಪ್ರತಿಯೊಂದನ್ನು ವಕ್ರವಾಗಿ ಮಾತ್ರವಲ್ಲ ಅನುಮಾನದ ದೃಷ್ಟಿಯಲ್ಲಿಯೇ ನೋಡುತ್ತಿದ್ದಳು.

"ಅವ್ರಿಗೆ ಮಾತ್ರವೇಕೆ, ನಿಮ್ಗೂ ಅಶ್ವಿನಿ ಮಕ್ಳು ಇದ್ದಾರೆ. ನಂಗೆ.. ತಾನೆ..." ಪೂರ್ತಿ ಏಕಾಕಿತನ ಸ್ವರದಲ್ಲಿ ಮಿನುಗಿದಾಗ ಅರಗಿಸಿಕೊಳ್ಳಲು ಹೆಣಗಾಡಿದ.

"ಸುಮ್ನೇ ಆಡಿ ಆಡಿ ಯಾಕೆ ಕೊಲ್ತೀಯಾ? ಸುಮ್ನೇ ಚಿಪ್ಪಿನಲ್ಲಿ ಸೇರ್ಕೊಂಡು ಒದ್ದಾಡೋದು ಬೇಡ; ಹೊರ್ಗಡೆ ಬಾ. ಸ್ವಲ್ಪ ಮುಕ್ತ ಮನಸ್ಸು ಇರ್ಲಿ. ಸಂತೃಪ್ತಿ ತಾನಾಗಿ ಬರುತ್ತೆ" ಬೇಸರದ ಸ್ವರದಲ್ಲಿ ರೇಗಿದ.

ಈ ತರಹದ ಮಾತುಗಳು ಸರ್ವೇ ಸಾಧಾರಣವಾದುದ್ದರಿಂದ ಒಂದು ವಿಧವಾದ ನಿರ್ಲಿಪ್ತ ಭಾವ ಬೆಳೆದಿತ್ತು. ತೀರಾ ಮನದಲ್ಲಿ ಕಹಿ ತುಂಬಿಕೊಂಡ ನಳಿನಿ ಮಕ್ಕಳನ್ನು ಕಂಡರೆ ಅಷ್ಟು ದೂರ ಹಾರುತ್ತಿದ್ದಳು.

ಮತ್ತೆ ಬಸುರಿ, ಬಯಕೆ, ಸಂಕಟ ಅಂತ ತಂಗಿಯನ್ನು ಬಲವಂತದಿಂದ ನಿಲ್ಲಿಸಿಕೊಂಡಿದ್ದ. ತೀರಾ ಸಿಡಿಮಿಡಿ ನಳಿನಿಗೆ.

ಅಂದು ಕೋಣೆಗೆ ಬಂದಕೂಡಲೇ ನಳಿನಿ ಕೇಳಿದಳು.

"ಇನ್ನು ಎಷ್ಟು ದಿನ ನಿಮ್ಮ ತಂಗಿ, ಮಕ್ಕಳು ಇರುತ್ತಾರೆ?"

ಸಾಗರ್‌ನ ಹುಬ್ಬುಗಳು ಬೆಸೆದುಕೊಂಡವು. ಚೇರಿನ ಬೆನ್ನಿಗೆ ಪೂರ್ತಿಯಾಗಿ ಒರಗಿ ಭಾರವಾದ ಉಸಿರು ದಬ್ಬಿದ. ಕಾಂಪ್ರಮೈಸ್ ಆಗಿಬಿಡುವ ಬಯಕೆ ಅವನನ್ನು ಪ್ರತಿ ಹೆಜ್ಜೆಯಲ್ಲೂ ಸೋಲಿಸುತ್ತಿತ್ತು.

"ಯಾಕೋ ಸ್ವಲ್ಪ ವೀಕಾಗಿದ್ದಾಳೆ. ಡಾ. ಸುಪರ್ಣ ಒಳ್ಳೆ ಡಾಕ್ಟ್ರು. ಒಂದು ತಿಂಗ್ಳು ಇಲ್ಲೇ ಇರ್‍ಸಿಕೊಂಡು ಉಪಚರಿಸೀಂತ ಹೇಳಿದ್ದಾರೆ. ನಿಂಗೇನಾದ್ರೂ.... ತೊಂದರೇನಾ?" ಏರುಪೇರಿಲ್ಲದ ಸ್ವರ.

"ನಂಗೆ ಮಕ್ಳು ಆಗ್ಲಿಲ್ಲ ಅನ್ನೋ ಒಂದೇ ಕಾರಣಕ್ಕೆ ಮನೇನ ಧರ್ಮ ಛತ್ರ ಮಾಡ್ತಾ ಇದ್ದೀರಾ? ಈ ಮಾನಸಿಕ ಹಿಂಸೆಯಲ್ಲಿ ನನ್ನ ಕೊಂದು ಬಿಡ್ಬೇಕೂಂತ ಮಾಡಿದ್ದೀರಾ?" ಮತಿಗೆಟ್ಟ ಇಂಥ ಆರೋಪಗಳಿಗೆ ತಲೆ ಚಚ್ಚಿಕೊಳ್ಳಬೇಕೆನಿಸುತ್ತಿತ್ತು.

ಮೈಯಲ್ಲೆಲ್ಲ ಸುಡುವ ಅನುಭವ. ಅವಳ ನಾಲಿಗೆಯ ತೀಕ್ಷ್ಣತೆ ಬೆಂಕಿಯನ್ನು ಮೀರಿಸುತ್ತಿತ್ತು. ಎಂದು ಶರೀರ, ಹೃದಯ ಸುಟ್ಟು ಕರಕ್ಕಾಗಿ ಬಿಡುವುದೋ ಎಂದು

ಹೆದರಿದ.

"ನನ್ನ ಮೂವತ್ತೆರಡಕ್ಕೆ ಮುಪ್ಪಿನ ಹೊಂಡಕ್ಕೆ ತಳ್ಳಿಬಿಡ್ತೀಯಾ! ನೀನು ಮನುಷ್ಯಳೇ ಅಲ್ಲ. ನಿನ್ನಂಥ ಕಟುಕಿಗೆ ಮಕ್ಕಳ ಕೊಡ್ದೇ ದೇವರು ಒಳ್ಳೆ ಕೆಲಸನೇ ಮಾಡ್ದ. ಅದನ್ನು ಉರಿದು ಮುಕ್ಕಿ ಬಿಡ್ತಾ ಇದ್ದೆ. ಥೆ! ನಿಂಗೆ ಹೆಣ್ಣಿನ ಮೃದುತ್ವವೇ ಇಲ್ಲ" ಪೂರ್ತಿ ತಾಳ್ಮೆ ಕಳೆದುಕೊಂಡು ಕೂಗಾಡಿದಾಗ ಕೋಣೆಯ ಬಾಗಿಲಿಗೆ ಬಂದ ನಾಗವೇಣಮ್ಮನನ್ನು ಅಶ್ವಿನಿ ತಡೆದಳು.

ಕಣ್ಸನ್ನೆಯಿಂದಲೇ ಹೊರಗೆ ಕರೆದೊಯ್ದಳು.

"ಗಂಡ, ಹೆಂಡ್ತಿ ಏನಾದರೂ ಮಾಡಿಕೊಳ್ಳಲಿ. ಈ ವಿಷಯದಲ್ಲಿ ಯಾರು ಪ್ರವೇಶ ಮಾಡೋದ್ಬೇಡ. ನಾವೆಲ್ಲ ಊರ್ಗೆ ಹೊರಟು ಬಿಡೋಣ. ಅವರವರೇ ರಾಜಿ ಆಗ್ತಾರೆ. ಸದ್ಯಕ್ಕೆ ಅವ್ರು ಸುಖವಾಗಿದ್ರೆ ಸಾಕು" ಅಶ್ವಿನಿ ತೀರಾ ಬೆಳೆದಂತೆ ಕಂಡಳು.

ತೀರಾ ಚಿಕ್ಕದಾಗಿ ಕಣ್ಣುಗಳಲ್ಲಿ ಮೂಡಿದ ನಾಗವೇಣಮ್ಮನ ಕುತೂಹಲ ಉದ್ದಗಲಕ್ಕೂ ಬೆಳೆಯಿತು. ಮುಖದ ಸುಕ್ಕುಗಳು ಮತ್ತಷ್ಟು ಆಳವಾದವು.

"ನಂಗ್ಯಾಕೋ ಇವ್ರ ರೀತಿನೇ ಅರ್ಥವಾಗೋಲ್ಲ ಕಣೆ. ಮೊದ್ಲು ಮುದ್ದಿಗೆ ಎಲ್ಲಾ ಚೆನ್ನಾಗಿ ಕಾಣಿಸ್ತಾ ಇತ್ತು. ಈಗ ಏನೇನು ಅರ್ಥವಾಗೋಲ್ಲ. ಮಕ್ಳು ಕಂಡ್ರೆ ಆಸೆನೇ ಹುಟ್ಟೋಲ್ಲ. ಸುಮ್ನೇ ಅವ್ನ ಅಂದು ಅಂದು ಮೆತ್ತಗೆ ಮಾಡ್ತಾ ಇದ್ದಾಳೆ" ಅವರ ಮಾತುಗಳು ಸಾಗರ್‌ನ ಸ್ವರದೊಳಗೆ ಉಡುಗಿಹೋಯಿತು.

"ನೋಡು... ನೋಡು... ನನ್ನ ಸಹನೆನ ಬೆಂಕಿ ಇಡ್ತಾ ಇದ್ದೀಯ. ನಂಗೆ ಇನ್ನ ಸಹಿಸೋಕ್ಕಾಗೋಲ್ಲ. ನಿಂಗಿಷ್ಟವಿಲ್ದಿದ್ರೆ ಹೊರಟುಬಿಡು. ಸುಮ್ನೇ ಹಿಂಸೆ ಮಾಡಿ ನನ್ನ ಪ್ರಾಣ ತಿನ್ನಬೇಡ. ಎಂದಾದ್ರೂ ಕೋಪದ ಕೈಗೆ ಮನಸ್ಸನ್ನು ಕೊಟ್ಟು ನಿನ್ನ ಕೊಲೆ ಮಾಡೋ ಹಾಗೆ ಮಾಡ್ಬೇಡ."

ನಿಂತಲ್ಲಿಯೇ ಶಿಲೆಯಾದರು ನಾಗವೇಣಮ್ಮ. ಸಾಗರ್ ಬಗ್ಗೆ ಅವರಿಗೆ ಚೆನ್ನಾಗಿ ಗೊತ್ತು. ನಳಿನಿನ ಅವನು ಪ್ರಾಣಕ್ಕಿಂತ ಹೆಚ್ಚಾಗಿ ಪ್ರೀತಿಸುತ್ತಿದ್ದ ಸಂಗತಿ ಅವರಿಗೆ ಗೊತ್ತು. ಎಂದೂ ಧ್ವನಿಯೇರಿಸುವ ಸ್ವಭಾವವೇ ಅವನದಲ್ಲ. 'ಎಂಥ ಮೃದು ಮನಸ್ಸಿನ ಹುಡ್ಗನ... ಈ ರೀತಿ ಮಾಡಿಬಿಟ್ಟಳಲ್ಲ' ಅವರ ಹೃದಯ ಕಿತ್ತು ಬಾಯಿಗೆ ಬಂದಂತೆ ಆಯ್ತು.

"ಯಾಕಮ್ಮ ಇಲ್ಲಿ ನಿಂತಿದ್ದೀರಾ?" ಸಾಗರ್‌ನ ಗಡುಸಾದ ಸ್ವರ. ಇತ್ತ ತಿರುಗಿದರು. ಉದ್ವೇಗದಿಂದ ಅವನ ತುಟಿಗಳು ನಡುಗುತ್ತಿದ್ದರೆ, ಬೆವರಿನಿಂದ ಮುಖ ಪೂರ್ತಿ ತೊಯ್ದು ಹೋಗಿತ್ತು. "ಸುಮ್ನೇ ಅವಳ ಮಾತುಗಳನ್ನು ತಲೆಗೆ ಹಚ್ಕೋಬೇಡಿ. ಅತಿ ಮುದ್ದಾಗಿ ಬೆಳ್ಸಿ ಅವ್ರು ತಪ್ಪು ಮಾಡಿದ್ದಾರೆ. ಬೆಳ್ದ ವಾತಾವರಣ ಸರ್ಯಾಗಿಲ್ಲ. ತಾನಾಗಿ ಸರಿಹೋಗ್ತಾಳೆ" ಬಡಬಡಿಸಿದ.

ಒಂದುಕ್ಷಣ ಆಕೆಯ ಸ್ವರ ಉಡುಗಿದಂತಾಯಿತು. ತೀರಾ ಸಣ್ಣ ಧ್ವನಿಯಲ್ಲಿ ಹೇಳಿದರು.

"ನಾವುಗಳು ಇಲ್ಲಿದ್ರೆ ಈ ಕಿರಿಕಿರಿ ಸ್ವಲ್ಪವಾದ್ರೂ ಕಮ್ಮಿ ಆಗುತ್ತೆ. ನ್ಯಾಯವಾಗಿ

ನೀನು ಅವ್ಳನ್ನು ಗೋಳು ಹೊಯ್ದುಕೋಬೇಕಿತ್ತು. ಆ ಕೆಲ್ಸ ನಳಿನಿ ಮಾಡ್ತಾ ಇದ್ದಾಳೆ."

ಅಚೇತನನಾದ ಸಾಗರ್. ಸ್ಪಷ್ಟತೆಯ ಕಡೆ ಬೆಳಕು ಚೆಲ್ಲಿದಂತಾಯಿತು. ಹಣೆ ಸುಕ್ಕುಗಟ್ಟಿ ಕಣ್ಣುಗಳಲ್ಲಿ ವ್ಯಥೆಯ ನೆರಳಾಡಿತು. ಅರಗಿಸಿಕೊಳ್ಳಲು ಕಷ್ಟಪಟ್ಟ.

ಮನದಲ್ಲಿದ್ದು ಹೇಳಲು ಸರಿಯಾದ ಸಮಯವೆನಿಸಿತು ನಾಗವೇಣಮ್ಮನಿಗೆ ಕಕ್ಕಿಬಿಟ್ಟರು.

"ಹುಟ್ಟು ಶ್ರೀಮಂತಿಕೆಯಲ್ಲಿ ಹುಟ್ಟಲಿಲ್ಲ. ಅಂಥ ನಿರೀಕ್ಷೆ ಕೂಡ ಇಟ್ಟು ಕೊಳ್ಳಲಾರದ ಸ್ಥಿತಿ. ಆ ಮನುಷ್ಯ ಅದರಲ್ಲೇ ಹಿಂಡಿ ತೆಗೆದ ದುಡ್ಡು. ಆಸ್ತಿ, ಕುಟಿಲ ಮಾತುಗಳ ನಡುವೆ ಬೆಳೆದಿದ್ದಾಳೆ. ಮನೆ ದೇವರ ಆಣೆಗೂ ಹೇಳ್ತೀನಿ ಅವಳಿಗೆ ತಾಯ್ತನದ ಹಂಬಲವಿಲ್ಲ. ಅವ್ಳು ಮತ್ತು ಅವಳಪ್ಪ, ಅಮ್ಮನ ಯೋಚ್ನೇ ಧಾಟಿನೇ ಬೇರೆ. ಈ ತರಹದ ಜನ ಅಂಥ ತಿಳಿದಿರಲಿಲ್ಲ !"

ತಮ್ಮ ಮಾತುಗಳಿಂದ ಅರಿವಾಗದಂತೆ ಮಗನ ಮನಸ್ಸಿನಲ್ಲಿ ದೊಡ್ಡ ಕೋಲಾಹಲವನ್ನೇ ಎಬ್ಬಿಸಿಬಿಟ್ಟರು. ಸಣ್ಣ ಪುಟ್ಟ ಅಲೆಗಳ ಹೊಡೆತಕ್ಕೆ ಅಚಲನಾಗಿ ನಿಂತವನು ಭೀಕರ ಅಲೆಗಳ ಹೊಡೆತಕ್ಕೆ ಅಲುಗಾಡತೊಡಗಿದ.

'ನಳಿನಿ, ನಿನ್ನ ಬಗ್ಗೆ ನಾನು ಖಡಾಖಂಡಿತವಾಗಿ ನಿರ್ಧಾರಕ್ಕೆ ಬರಲಾರೆ' ಬಿರುಗಾಳಿಗೆ ಸಿಕ್ಕಿದ ತರಗೆಲೆಯಂತೆ ಕ್ಷಣಕಾಲ ಅಲ್ಲಾಡಿದ. ಮೇಲಿನ ಶಬ್ದ, ಧೂಳು, ಬಿರುಸು ಶಾಂತವಾಗಿ ಹೋದರೂ ಒಳಗೆ ಗುಪ್ತವಾಗಿ ಅಡಗಿ ಕೂತಿತು.

"ಅಮ್ಮ, ಅವ್ಳುನ ತಪ್ಪಾಗಿ ತಿಳ್ಕೊಂಡಿದ್ದೀಯಾ" ಸಾಗರ್‌ನ ಸ್ವರದಲ್ಲಿ ಅರೆಮನ ನೋವು, ವ್ಯಥೆಯ ನೆರಳಿತ್ತು.

"ಅಷ್ಟಾದರೆ ಎಷ್ಟೋ ನೆಮ್ದಿ" ಆಕೆಯ ಸ್ವರದಲ್ಲಿ ವ್ಯಂಗ್ಯ ಕೋಪವೇನು ಇರಲಿಲ್ಲ. ಎಷ್ಟಾದ್ರೂ ಅವ್ಳು ನನ್ನ ಸೊಸೆ. ಹಣೆಬರಕ್ಕೆ ಅವ್ಳುನ ಯಾಕೆ ದೂಷಿಸೋಣ? ಹೇಗೋ ನಗ್ತಾ ನಗ್ತಾ ಇರೋಕೆ ಏನು? ಇವ್ಳಿಗೆ ಮಕ್ಳು ಇಲ್ಲಾಂತ ಎಲ್ಲ ಮಕ್ಕಳ ಮೇಲು ದ್ವೇಷ ಸಾಧಿಸಬೇಕಾ? ಇದು ಸುಂದರಮ್ಮನ ಬಳುವಳಿ ಮಗಳಿಗೆ.

ಆಕೆನು ಹೀಗೆ ಆಡ್ತಾ ಇದ್ದಳಂತೆ. ಅಲ್ಲಿನ ಜನ ಹೇಳ್ಕೊಂಡು ನಗ್ತಾರೆ. ಆ ಪಾಪಿ... ಹೆಣ್ಣು... ಒಂದ್ಮಗುನ ನೋಡಿ 'ಅಯ್ಯೋ' ಅಂದವಳಲ್ವಂತೆ. ಇನ್ನ ಇವ್ಳಿಗೆ ಹೇಗೆ ಬರುತ್ತೆ. ಹೊಸ ಬಿಸಿಯಲ್ಲಿ ನಿಂಗೆ ಅವ್ಳ ಸ್ವಭಾವವೇನು ಗೊತ್ತಾಗಲಿಲ್ಲ. ಸ್ವಲ್ಪ ಸ್ವಲ್ಪ ಅರ್ಥವಾದ್ಮೇಲೆ ನಾವುಗಳು ಅದ್ಕೇ ದೂರ ದೂರ ಇದ್ಕೊಂಡಿದ್ದು. ಒಂದ್ಮಗು ಆಗಿದ್ದಿದ್ರೆ ಈ ಬಿರುಕು ಇಷ್ಟು ದೊಡ್ಡದಾಗಿ ಕಾಣ್ತಾ ಇರಲಿಲ್ಲ. ಅವ್ಳ ಹಣೆಬರಹಕ್ಕೆ ಅದು ಇಲ್ಲ. ಸುಖಾನ ಸುರ್ದುಕೊಳ್ಳಿ" ಉದ್ವೇಗದ ಹಂತಕ್ಕೆ ಬಂದವು ಆಕೆಯ ಮಾತುಗಳು.

ಅಶ್ವಿನಿ ತಣ್ಣಗೆ ಒಳಗೆ ನಡೆದಳು. ಅವಳ ಈಚಿನ ನಡತೆ ನೋಡಿ ದಿಗ್ಭ್ರಮೆಗೊಂಡಿದ್ದಳು. ರೇಗಾಟ, ಸಿಡುಕಾಟ, ಅತಿನಾಜೂಕಿನ ಪ್ರದರ್ಶನ ಎಲ್ಲರ ಸಹನೆಗೂ ಒಂದು ಸವಾಲು ಆಗಿತ್ತು.

ಯಾವುದೋ ವಿಷಯದ ಬಗ್ಗೆ ಮಾತುಕತೆ ನಡೆಯುತ್ತಿದ್ದಾಗ ಕೊಂಕಿಲ್ಲದ

ಶುಭ್ರ ಮನಸ್ಸಿನಿಂದ ವಿಮಲ ಅಂದಿದ್ದರು.

"ನಿಮ್ಮ ಅತ್ಗೇನು ತುಂಬಾ ಶಿಸ್ತು. ಮಕ್ಕಳು, ಮರಿ ಆದ್ಮೇಲೆ ಅದೆಲ್ಲ ಕಷ್ಟ. ಅದಕ್ಕಾಗಿಯೇ ಅವ್ರು ಮಕ್ಕಳು ಬೇಡಾಂತ ತೀರ್ಮಾನ ಮಾಡಿರ್ಬಹ್ದು. ಎಂದಾದರೂ ಅಪರೂಪಕ್ಕೆ ಮಾತನಾಡಿಸುತ್ತಿದ್ದ ರಾಣಿನ ಈ ನಡುವೆ ಕಂಡರೆ ಬಾಗಿಲು ಹಾಕ್ಕೋತಾರೆ. ಈಚೆಗೆ ಈ ಸ್ವಭಾವ ಸ್ವಲ್ಪ ನಿಶ್ಚಲವಾಗಿ ಕಂಡರೂ ಹಿಂದೆ ಕೂಡ ಇದೆ ನಡವಳಿಕೆನೆ."

ತೆರೆದಿಟ್ಟ ಪುಸ್ತಕದಂತೆ ಕಂಡಿತು ನಳಿನಿಯ ಮನ. ಸಾಗರ್‌ದು ಶುಭ್ರ ಮನ. ಕುಟಿಲತೆ, ಕೊಂಕು, ಅಸಹನೆ ಅವನ ಬಳಿ ಸುಳಿಯಲು ಕೂಡ ಹೆದರುತ್ತದೆ. ಆದರೆ ನಳಿನಿ..... ಅಶ್ವಿನಿ ಎದೆ ಭಾರವಾಯಿತು.

ಹೊರಟವರನ್ನು ಸಾಗರ್ ರೇಗಿ ನಿಲ್ಲಿಸಿದರೂ ಮನೆಯಲ್ಲಿ ಬಿಗುವಿನ ವಾತಾವರಣ ಕಮ್ಮಿಯಾಗಲಿಲ್ಲ. ಅವನ ಮನಸ್ಸಿಗೆ ಇದರಿಂದ ಸಾಕಷ್ಟು ಕಿರಿಕಿರಿ. ಎಷ್ಟೋ ತಿಳಿ ಹೇಳಲು ಪ್ರಯತ್ನಿಸಿ ಸೋತ.

"ಹೇಗೂ ನಮ್ಗೇ ಮಕ್ಳು ಆಗೋಲ್ವಲ್ಲ. ಕಂಡವರಾದ್ರೂ ತಿನ್ಲಿ ಅನ್ನೋದೆ ನಿಮ್ಮ ಧೋರಣೆ" ಪದೇ ಪದೇ ಇದೇ ರಾಗ. ಸಮಾಧಾನವಾಗಿ ಹೇಳಿದ. ರೇಗಿದ. ಕೂಗಾಡಿದ. ನಿರ್ಲಕ್ಷಿಸಿದ. ಅವಳು ಸ್ವಲ್ಪ ಕೂಡ ಬದಲಾಗಲಿಲ್ಲ.

ಅಂದು ಆಫೀಸ್‌ನಿಂದ ಬರುವ ವೇಳೆಗೆ ರಾಜಣ್ಣ ಬಂದಿದ್ದ. ರವಿ, ಶಶಿ ಅವನ ತೊಡೆಯೇರಿ ಬಿಟ್ಟಿದ್ದರು. ಆಪ್ಯಾಯಮಾನವಾದ ದೃಶ್ಯ. ಸಾಗರ್‌ನ ಕಣ್ಣುಗಳು ಕಿರಿದಾಗಿ ವ್ಯಥೆಯ ನೆರಳಾಡಿತು. ಒಂದು ಕ್ಷಣ ಅಚೇತನನಾದ.

"ರಾಜಣ್ಣ..." ಚೇತರಿಸಿಕೊಳ್ಳುವ ಪ್ರಯತ್ನ ಮಾಡಿದ. ಮುಖ ಮೇಲೆತ್ತಿದ.

ರಾಜಣ್ಣನ ಕಣ್ಣುಗಳಲ್ಲಿ ಹರ್ಷ ಮಿನುಗಿತು. "ನಿಮ್ಮ ಹಾದಿನೇ ಕಾಯ್ತಾ ಇದ್ದೆ. ಈಗ ಹೊರಟುಬಿಡಬೇಕು. ನಂಗೆ ರಜೆ ಇಲ್ಲ."

ಸಾಗರ್ ಸಿಟ್ಟಿಗೇಳಲಿಲ್ಲ. ಸ್ವಲ್ಪ ಆತುರದಿಂದ ಬಡಬಡಿಸುವ ವ್ಯಕ್ತಿ ರಾಜಣ್ಣನೆಂದು ಅವನಿಗೆ ಗೊತ್ತು.

ಸೋಫಾ ಮೇಲೆ ಮೈ ಚೆಲ್ಲಿ ಕಾಲುಗಳನ್ನ ಮುಂದಕ್ಕೆ ಚಾಚಿದ.

"ಯಾರು ಬೇಡಾಂದ್ರು? ನಂಗೋಸ್ಕರ ಕಾಯೋ ಅಗತ್ಯ ತಾನೇ ಏನಿತ್ತು? ನನ್ನ ಮಾತಿನ ಮೇಲೇನು ನೀವು ಬಂದಿಲ್ಲವಲ್ಲ!" ಹಾಸ್ಯ ಸಾಗರ್‌ನ ಸ್ವರದಲ್ಲಿ ಮಿನುಗಿದರೂ ಗಾಬರಿ ಮುಖ ಮಾಡಿದ ರಾಜಣ್ಣ.

ಇಬ್ಬರ ಮಧ್ಯೆ ಬಂದ ಅಶ್ವಿನಿ ನಗುತ್ತಾ ನಿಂತಳು.

"ಅವ್ರ ಆತುರ ಸ್ವಭಾವಕ್ಕೂ, ನೀನು ಮಾತಾಡೋ ರೀತಿಗೂ ಸರ್ಯಾಗಿದೆ" ಸಾಗರ್‌ನತ್ತ ತಿರುಗಿ ಅಶ್ವಿನಿ ಹೇಳಿದಾಗ ಕೆನ್ನೆ ಸವರಿ ಅವನು ರವಿಯನ್ನು ಹತ್ತಿರಕ್ಕೆಳೆದುಕೊಂಡ.

"ನಾನು ನಿಂಗೆ ಏನೇನೋ ಕೊಡ್ಸಿದ್ದೀನಿ. ಅಪ್ಪನ ಜೊತೆ ಹೋಗ್ಬಾರ್ದು. ನನ್ನೊತೆನೇ... ಇರ್ಬೇಕು..." ರವಿಯ ಕೆನ್ನೆ ಸವರಿ ಗದ್ದವಿಡಿದು ಕೇಳಿದಾಗ ಗೆಲುವಾದ ಅವನ ಮುಖ ಮುದುಡಿತು.

"ನಾನು... ಇರೋಲ್ಲ..." ಸಹಜ ಪ್ರತಿಕ್ರಿಯೆಗೂ ಸಾಗರ್‌ನ ಮನ ನೊಂದಿತು. ಕಣ್ಣಲ್ಲಿನ ಗೆಲುವು ಹಿಂಗಿತು. "ನಾನು ನಿಂಗೆ ಕೊಡ್ಸಿರೋ ಸಾಮಾನೆಲ್ಲ ಇಲ್ಲೇ ಇಟ್ಕೋತೀನಿ."

ತಕ್ಷಣ ಅವನ ತೊಡೆಯಿಂದ ಜಾರಿದ ರವಿ ತಂದೆಯ ಕೊರಳಿಗೆ ಜೋತು ಬಿದ್ದ.

"ನಂಗೇನು ಬೇಡ.." ಸಾಗರ್‌ನ ಎದೆಗೆ ಕೊಳ್ಳಿ ಇಟ್ಟಂತಾಯಿತು. ಪ್ರಯತ್ನ ಪೂರ್ವಕವಾಗಿ ನಗುಮುಖ ಮಾಡಿ ಹೇಳಿದ "ನಿಂಗೆ ಇನ್ನೇನು ಕೊಡ್ಸೋಲ್ಲ."

ಕೂರಲಾರದೆ ಕೋಣೆಯ ಕಡೆ ಹೊರಟ. ಬಟ್ಟೆ ಬದಲಾಯಿಸಿ ಟವಲು ಹಿಡಿದು ಬಾತ್‌ರೂಂ ಹೊಕ್ಕ. ಗೋಡೆಗೊರಗಿ ನಿಂತುಬಿಟ್ಟ.

ತಾನು ಎಂತಹ ಅದೃಷ್ಟಕ್ಕೆ ಎರವಾಗುತ್ತಿದ್ದೆನೆಂಬುದು ಇತ್ತೀಚಿಗೆ ಅರಿವಾದಂತೆ ಅವನಲ್ಲಿನ ಗೆಲುವು ಕುಗ್ಗಿ ನಿರಾಶೆ ಆವರಿಸಲು ಸಿದ್ಧವಾಗಿತ್ತು. ಚೇತರಿಸಿಕೊಳ್ಳುವ ಅವಕಾಶಗಳಿದ್ದರೂ ಅವನ್ನೆಲ್ಲ ಸಿಕ್ಕಿದ ಕಡೆ ತುಂಡರಿಸುತ್ತಿದ್ದಳು ನಳಿನಿ.

ಎಷ್ಟೋ ಹೊತ್ತಿನ ಮೇಲೆ ಮುಖ ತೊಳೆದು ಹೊರಗೆ ಬಂದ. ಮುಖದಲ್ಲಿ ಒಂದು ತರಹ ಬಳಲಿಕೆ. ಕೈಕಾಲುಗಳು ಸೋತ ಅನುಭವ.

ಮರುದಿನ ಅಶ್ವಿನಿ ಹೊರಡುವಾಗ ಕಣ್ಣಲ್ಲಿ ನೀರಾಕಿಕೊಂಡಳು. ಅರೆ ಮನದಿಂದಲೇ ಹೊರಟುನಿಂತಿದ್ದ ನಾಗವೇಣಮ್ಮ ಕಣ್ತುಂಬಿ ಮಗನನ್ನು ಕೇಳಿದರು.

"ನಾನು ಇಲ್ಲೇ ಇರ್ಲಾ?"

ಕಣ್ಣಲ್ಲಿ ವ್ಯಥೆಯ ನೆರಳಾಡಿದರೂ ತುಟಿ ಅಗಲಿಸಿ ನಕ್ಕ. ಒಂದು ಕ್ಷಣ ಯೋಚಿಸುತ್ತ ನಿಂತವನ ಮುಖದಲ್ಲಿ ಭಾವನೆಗಳು ಏರುಪೇರಾದವು.

"ನಂಗಿಂತ ಈಗ ನಿನ್ನ ಅವಶ್ಯಕತೆ ಅಶ್ವಿನಿಗಿದೆ. ಈ ಸಲ ಸ್ವಲ್ಪ ವೀಕಾಗಿದ್ದಾಳೆ. ಸ್ವಲ್ಪ ಹುಷಾರಾಗಿ ನೋಡ್ಕೋಬೇಕು. ಸಾಧ್ಯವಾದ್ರೆ ಅಣ್ಣನ ಕಳ್ಸು."

ನಾಗವೇಣಮ್ಮ ಕಣ್ಣಿಗೆ ಸೆರಗು ಹಚ್ಚಿ ಅತ್ತೇ ಬಿಟ್ಟರು. ಮಗನನ್ನು ಬಿಟ್ಟು ಹೋಗಲು ಅವರ ಮನ ಒಪ್ಪದು. ತಿಕ್ಕಾಟದ ಬದುಕಿನಲ್ಲಿ ತೀರಾ ಹಣ್ಣಾದವನಂತೆ ಕಾಣುತ್ತಿದ್ದ. ಯಾರೊಂದಿಗೂ ಹೇಳಿಕೊಳ್ಳಲಾರದ ಪರಿಸ್ಥಿತಿ.

"ಯಾಕೋ, ನಂಗೆ ಹೋಗೋಕೆ ಇಷ್ಟವಾಗ್ತಾ ಇಲ್ಲ" ದುಗುಡದ ಸ್ವರದಲ್ಲಿ ಹೇಳಿದಾಗ ಮೊದಲು ಆತಂಕಗೊಂಡರೂ ಕಿರುನಕ್ಕ ಸಾಗರ್. "ಬೇರೆ ಸಂದರ್ಭದಲ್ಲಿ ಯಾದ್ರೆ ನಾನು ಕಳ್ಸಿ ಕೊಡ್ತಾ ಇರಲಿಲ್ಲ. ಇಗ ಆಶ್ವಿನಿ ಆರೋಗ್ಯ ಮುಖ್ಯ ಹೆರಿಗೆ ವೇಳೆಗೆ ಇಲ್ಲಿಗೆ ನಾನೇ ಕರ್ಕೊಂಡ್ಬರ್ತೀನಿ. ರಾಜಣ್ಣ ಈ ಸಲ ಆಪರೇಷನ್ ಮಾಡ್ಸೋಕೆ ಒಪ್ಪಿಕೊಂಡಿದ್ದಾನೆ" ತೀರಾ ನವಿರಾಗಿ ಹೇಳಿ ಒಪ್ಪಿಸಿ ಅವರನ್ನು ಆದಷ್ಟು ಸಮಾಧಾನ ಸ್ಥಿತಿಯಲ್ಲಿ ಕಳುಹಿಸಿಕೊಡಲು ಪ್ರಯತ್ನಪಟ್ಟ.

ಬಸ್ಸು ಹತ್ತಿಸಿ ಮನೆಗೆ ಬಂದ. ಸುಂದರ ಪ್ರಕೃತಿ ರಮ್ಯ ಕಾಡಿನಂತೆ ಕಂಗೊಳಿಸುತ್ತಿದ್ದ ಮನೆ ನಿರ್ಜೀವ ದ್ವೀಪದಂತೆ ಗೋಚರಿಸಿತು. ನೀರವತೆ ಮನೆಯಿಂದ ಹೊರದೂಡುವ ಅನುಭವ.

ಗದ್ದಕ್ಕೆ ಕೈಯಾನಿಸಿ ಕೂತವನು ಬಹಳ ಹೊತ್ತಿನ ವೇಳೆ ಮೌನವನ್ನೊಡೆಯಲು ಪ್ರಯತ್ನಿಸಿದ.

"ನಳಿನಿ... ನಳಿನಿ.." ಮೌನದ ಗರ್ಭದಲ್ಲಿ ಅವನ ಸ್ವರ ಉಡುಗಿ ಹೋಯಿತು. ಆತಂಕದಿಂದ ಅವನ ಹಣೆಯ ಮೇಲೆ ನೆರಿಗೆಗಳು ಮೂಡಿದವು. ತಾಳ್ಮೆ ಕಳೆದುಕೊಂಡು "ನಳಿನಿ.... ನಳಿನಿ..." ಎದ್ದು ಅಬ್ಬರಿಸಿದ.

ಹೊರಗೆ ಬಂದ ನಳಿನಿ ಏನು ಎನ್ನುವಂತೆ ನಿಂತಳು. ಕಣ್ಣುಗಳಲ್ಲಿದ್ದುದ್ದು ಅಸಹನೆ ಬೆರೆತ ಉದಾಸೀನ ಭಾವ.

"ನಿಂಗೇನಾಗಿದೆ?" ಅವನ ಅಸಹನೆ ಸತ್ತಿತ್ತು.

"ಈ ಮನೆ ನನ್ನೊಬ್ಬಳದೆ ಆಗಿ ಉಳಿಯಬೇಕು. ನೀವು ಬೇರೆಯವ್ರ ಮಕ್ಳನ ಪ್ರೀತಿಸೋದು ನಾನು ಸಹಿಸ್ಲಾರೆ" ಅವಳ ಸ್ವರದಲ್ಲಿದ್ದುದು ದುಗುಡವಲ್ಲ; ಕ್ರೋಧ, ಬಹಳ ಕಷ್ಟದಿಂದ ಉಗುಳು ನುಂಗಿದ.

"ಅಂದ್ರೆ... ಅಶ್ವಿನಿ ಮಕ್ಳು ನಂಗೆ ಬೇರೆಯವ್ರ? ನಾಲ್ಕು ದಿನ ಇದ್ದ ಮಾತ್ರಕ್ಕೆ... ಇದು ನಿನ್ನ ಮನೆಯಲ್ವಾ? ವಿಚಿತ್ರ ಊಹೆಗಳು. ಅರ್ಥವಿಲ್ಲದ ಕಲ್ಪನೆ-ಯಾರ್ಗೇ ಪ್ರೀತಿ? ಮನುಷ್ಯ ತೀರಾ ಎತ್ತರಕ್ಕೆ ಬೆಳೆಯದಿದ್ರೂ ಕುಬ್ಜರಾಗ್ಬಾರ್ದು. ಈ ಅವಿವೇಕದಿಂದ ನೀನು ಪೂರ್ತಿ ಮನಶ್ಯಾಂತಿ ಕಳ್ಕೋತೀಯಾ! ಸ್ವಲ್ಪ ಅರ್ಥಮಾಡ್ಕೋ...." ಬಹಳ ನಿಧಾನವಾಗಿ ಹೇಳಿದ.

ನಳಿನಿಯ ಮಿದುಳು ಚಕಚಕನೆ ಕೆಲಸ ಮಾಡುತ್ತಿತ್ತು. ಹಿಂದಿನಂತೆ ಅಶ್ವಿನಿ ಮುಜುಗರದಿಂದ ವರ್ತಿಸಲು ಹೋಗಿರಲಿಲ್ಲ. ತನ್ನಣ್ಣನ ಮನೆ ಎನ್ನುವಂತೆ ವರ್ತಿಸಿದ್ದಳು. ನಾಗವೇಣಮ್ಮ ಕೂಡ ತಲೆಯೆತ್ತಿ ನಡೆದಿದ್ದರು. ಅದು ನಳಿನಿಗೆ ಬೇಕಿರಲಿಲ್ಲ. ಪರಕೀಯ ಭಾವನೆ ಅವರನ್ನು ಕಾಡಿ, ಹಿಂಸಿಸತೊಡಗಿದಾಗ ಒಂದು ರೀತಿಯ ತೃಪ್ತಿ ಅವಳಿಗೆ ಸಿಕ್ಕುತ್ತಿತ್ತು.

"ನೀವು ಬದಲಾಗೋಕೆ ಕಾರಣವೇನು?" ಬಿರುಸಿನಿಂದ ಕೇಳಿದಳು. ಅರ್ಥಮಾಡಿಕೊಳ್ಳಲು ಸಾಗರ್‌ಗೆ ನಿಮಿಷಗಳು ಬೇಕಾಯಿತು. ಕೈ ಪೇಪರುಗಾಗಿ ತಡಕಾಡಿತು. "ತೀರಾ ಅನಿವಾರ್ಯವಾಗಿತ್ತು. ಇದು ನಿಮ್ಮಪ್ಪನ ಮನೆ ಮಾಡೋಕೆ ನಂಗಿಷ್ಟವಿರಲಿಲ್ಲ. ಇದು ನನ್ನ ಮನೆ. ಇದ್ರ ಸಂಪೂರ್ಣ ಜವಾಬ್ದಾರಿನು ನನ್ದೇ. ಬೇರೆಯವ್ರ ಕೂಳು.... ಯಾವಾಗ್ಲೂ... ರುಚಿಯಲ್ಲ" ಪೇಪರುನ ಮುಖಕ್ಕೆ ಅಡ್ಡವಾಗಿಡಿದ. ಹಿಡಿದ ಬೆರಳುಗಳು ಕಂಪಿಸುತ್ತಿದ್ದವು. ಉದ್ವೇಗವನ್ನು ಹತ್ತಿಕ್ಕುವ ಪ್ರಯತ್ನ.

ಕೆಂಪೆತ್ತಿದ ಮುಖದಲ್ಲಿ ಅಸಾಧ್ಯವಾದ ಕೋಪ ಮಿನುಗಿತು. ಹಲ್ಮುಡಿಯನ್ನು ಕಚ್ಚಿಡಿದಳು. ಅವುಡುಗಳು ಬಿಗಿದುಕೊಂಡವು. ಬಿಗಿಯಾಯಿತು ಮುಷ್ಠಿ.

"ನಮ್ತಂದೆ ಮಗ್ಳು ಮನೆ ತನ್ನ ಮನೆ ಆಗ್ಬೇಕೂಂತ ಬಯಸ್ತಾರೆ" ಅವನ ಕೈಯಲ್ಲಿನ ಪೇಪರ್ ಕೆಳಗಿಳಿಯಿತು. ಕಣ್ಣುಗಳಲ್ಲಿ ಹಾಸ್ಯ, ಮೇಲೇರಿದ ಹುಬ್ಬುಗಳು ಪ್ರಶ್ನಾರ್ಥಕವಾಗಿ ನಿಂತವು. "ಓಹೋ... ಹಾಗಾ...! ಅಲ್ಲೇ ಅವ್ರು ತಪ್ಪಿರೋದು. ಮಗ್ಳು ಮನೇನ ತಮ್ಮ ಸ್ವಂತದ್ದು ಅಂತ ತಿಳ್ಕೊಳ್ಳೋ ಹಕ್ಕು ಅವ್ರಿಗಿಲ್ಲ. ಅಪ್ಪ, ಮಗ್ಳ ಮನೆಯಲ್ಲಿ

ನನ್ನ ಪಾತ್ರವೇನು? ಇವ್ರು ಹಾಕಿದ ಅನ್ನಕ್ಕೆ ಅವ್ರು ಮಗ್ಳು ಹೇಳಿದಂತೆ ಕುಣಿದುಕೊಂಡು ಪಿಕ್‌ನಿಕ್, ಸಿನಿಮಾ, ಬ್ಯಾಂಕ್ ಬ್ಯಾಲೆನ್ಸ್ ಹೆಚ್ಚಿಸೋದು ನನ್ಕೆಲಸವೇನು?"

ಸ್ವರ ಹೊರಡದಂತಾಯಿತು ನಳಿನಿಗೆ. ಸವಾಲ್ ಎಸೆದಂತಿತ್ತು ಅವನ ಮಾತುಗಳು. 'ಈಗ್ಲೇ ಎಷ್ಟು ಬದಲಾಗಿದ್ದಾನೆ, ನೋಡು ಮೊದ್ಲೇ ಅವ್ನಿಗೆ ಮಕ್ಳೂಂದ್ರೆ ಪ್ರೀತಿ. ಇರೋ ಬರೋದೆಲ್ಲ ತಂಗಿ ಮಕ್ಳಿಗೆ ಸುರಿಯೋದು ಅಲ್ದೇ ಮೂರು ಮೂರು ದಿನಕ್ಕೂ ಅಲ್ಲಿ ಓಡಿ ಹೋಗ್ತಾನೆ. ಆಗೇನು ಮಾಡ್ತೀ?' ತಾಯಿಯ ಅಮರವಾಣಿ ಕಿವಿಯಲ್ಲಿ ಮೊಳಗಿತು. ಅಚೇತನನಾದಳು.

ಎದ್ದು ಹೊರಗೆ ಹೋದ ಸಾಗರ್ ನಳಿನಿಯನ್ನು ಮನೆ ತುಂಬಿಸಿಕೊಂಡು ಬಂದಾಗಿನಿಂದ ಪ್ರತಿದಿನ ಸಂಜೆ ಹೂಗಾಗಿ ಹಣ ತೆರುವುದು ಅವನಿಗೆ ಅತ್ಯಂತ ಪ್ರಿಯವಾದ ಕೆಲಸ. ಆದರೆ ಆಗಾಗ ತಪ್ಪುತ್ತಿದ್ದುದ್ದನ್ನು ಪೂರ್ತಿ ಅಶ್ವಿನಿ ಬಂದ ಮೇಲೆ ನಿಲ್ಲಿಸಿದ್ದಳು.

"ಯಾಕೆ ಸುಮ್ನೇ ಹೂಗಾಗಿ ಸುರೀತೀರಾ ಹಣಾನ? ಅರ್ಧಗಂಟೆಗೆ ಬಾಡಿ ಹೋಗುತ್ತೆ" ಎಂದಾಗ ಅಶ್ವಿನಿ ಕಣ್ಣುಗಳಲ್ಲಿ ಕಣ್ಣೀರು ಬರುವುದು ಬಾಕಿ ಇತ್ತು. ನಗು ನಗುತ್ತಿದ್ದ ಅವಳ ತಲೆಯಲ್ಲಿನ ಹೂ ಸಂಕಟದಿಂದ ಒದ್ದಾಡಿತು.

"ನಿಂಗೆ ಬಹಳ ತಡವಾಗಿ ಹೊಳೆಯಿತಲ್ಲ, ಸಂತೋಷ" ಎಂದಿದ್ದ. ಅಂದಿನಿಂದ ಮರೆತು ಕೂಡ ಹೂ ಹಿಡಿದು ಬರಲಿಲ್ಲ.

ಒಮ್ಮೆ ಆ ದಾರಿಯಲ್ಲಿ ಬರುವಾಗ ಕೂಗಿ ಕೊಟ್ಟ ಹೂವನ್ನು ದೇವಸ್ಥಾನಕ್ಕೆ ಕೊಟ್ಟು ಕೈ ಮುಗಿದು ಮನೆಗೆ ಬರೀ ಕೈಯಲ್ಲಿ ಬಂದಿದ್ದ. ಅವನ ಮೃದುವಾದ ಹೃದಯವನ್ನು ಕಲ್ಲು ಮಾಡುತ್ತ ನಡೆದಿದ್ದಳು. ಇದು ಸುಪ್ತ ಮನಸ್ಸಿನ ಭಾವನೆಗಳಲ್ಲ; ನಡೆದು ಬಂದ ದಾರಿಯ ನಡವಳಿಕೆ.

ಉಸಿರು ಕಟ್ಟುವ ಮನೆಯ ವಾತಾವರಣದಿಂದ ಹೊರಗಿರಬೇಕೆನಿಸಿತು. ಬಟ್ಟೆ ತೊಟ್ಟು ಹೊರಟು ನಿಂತ. ಸಹಾನುಭೂತಿಯಿಂದ ನರಳಿತು.

"ಹೊರ್ಗಡೆ ಹೋಗ್ಬರೋಣ-ಬರ್ತೀಯಾ?" ಕುಳಿತಲ್ಲೇ ತಲೆಯಾಡಿಸಿದಳು. ಕಣ್ಣಲ್ಲಿ ಆಸೆ ತೊನೆದಾಡುತ್ತಿದ್ದರೂ ಅದನ್ನು ಹತ್ತಿಕ್ಕುವಷ್ಟು ಕಠಿಣತೆ "ನಿನ್ನಿಷ್ಟ...."

ಹೊರ ಬಾಗಿಲಿಗೆ ಬರುವ ವೇಳೆಗೆ ಲಾಯರ್ ಬಂದರು. ಮುಖದಲ್ಲಿ ಎಂದಿನ ಉಲ್ಲಾಸವಿಲ್ಲ.

ವಿಮಲಗೆ ಜ್ವರ. ಸ್ವಲ್ಪ ಕ್ಲಿನಿಕ್‌ಗೆ ಕರ್ಕೊಂಡ್ಹೋಗ್ಬೇಕು. ರಾಣಿ ಸ್ವಲ್ಪ ಹೊತ್ತು ನಿಮ್ಮಲ್ಲೇ ಇರಲಾ?" ಅವರ ಸ್ವರದಲ್ಲಿ ದೈನ್ಯವಿತ್ತು.

"ಆಫ್ ಕೋರ್ಸ್-ಬಿಟ್ಹೋಗಿ. ಅದ್ಕೇ ಕೇಳೋದೇನಿದೆ!" ಹೆಲ್ಮೆಟ್ ಟೀಪಾಯಿ ಮೇಲಿಟ್ಟ.

ಅವರ ಹಿಂದೆನೆ ನಡೆದ. ಶಾಲು ಹೊದ್ದು ಕಣ್ಮುಚ್ಚಿ ಸೋಫಾಕ್ಕೆ ಒರಗಿದ್ದ ವಿಮಲಳ ಮುಖ ಬಾಡಿತ್ತು. ಅಷ್ಟು ದೂರದಲ್ಲಿ ಗದ್ದಕ್ಕೆ ಕೈಯಾನಿಸಿ ತದೇಕಚಿತ್ತದಿಂದ ತಾಯಿಯ ಮುಖ ನೋಡುತ್ತಿದ್ದ ರಾಣಿ ಕಣ್ಣಿಗೆ ಬಿದ್ದಳು. ಆ ಪುಟ್ಟ ಮಗುವಿನ

ಅರಳುಗಣ್ಣುಗಳಲ್ಲಿ ಮಂಕು ಕವಿದ ಛಾಯೆ.

"ರಾಣಿ, ನೀನು ಮಾಮನ ಜೊತೆ ಇರಮ್ಮ" ರಂಗನಾಥ್ ಸ್ವರಕ್ಕೆ ವಿಮಲ ಕಣ್ತೆರೆದಳು. ಸಣ್ಣಗೆ ನಕ್ಕರು. ಕಣ್ಣುಗಳಲ್ಲಿ ನಿಸ್ಸಹಾಯಕತೆಯ ನೆರಳಿತ್ತು. "ಗಲಾಟೆ ಮಾಡ್ಬಾರ್ದು. ಯಾವ್ದೇ ಸಾಮಾನು ಮುಟ್ಬಾರ್ದು. ಅತ್ತೆಗೆ ಕೋಪ ಬರಿಸ್ಬಾರ್ದು" ಆ ಸಮಯದಲ್ಲೂ ಮಗಳಿಗೆ ಬುದ್ಧಿ ಹೇಳಿದಾಗ ಸಾಗರ್ ತುಟಿಗಳ ಮೇಲೆ ಗಂಭೀರ ನಗೆ ಮಿನುಗಿತು.

ರಾಣಿಯನ್ನ ಎತ್ತಿಕೊಂಡು ಲಾಯರ್ ಕಡೆ ತಿರುಗಿದ.

"ಡಾಕ್ಟ್ರನೇ ಮನೆಗೆ ಕರ್ಕೊಂಡ್ ಬರಬೇಕಿತ್ತು" ಎಂದು ಕೇಳಿದಾಗ ಅವರು ಕೈಯೆತ್ತಿದರು. "ಅ ಪುಣ್ಯಾತ್ಮ ಒಂದು ತರಹ ಮರಗುಳಿ. ಹಾಗಂತ್ಲೂ ಅಲ್ಲ. ಕ್ಲಿನಿಕ್ ತುಂಬ ಪೇಷಂಟ್‌ಗಳು. ಅವರನ್ನು ಕಳಿಸಿ ಬರೋ ವೇಳೆಗೆ ಹನ್ನೊಂದು ಗಂಟೆಯಾದ್ರೂ ಆಗುತ್ತೆ. ಅದ್ವರ್ಗೂ ನಾವು ನಿದ್ದೆಗೆಟ್ಟು ಕೂರಬೇಕು. ಅವ್ನಿಗೂ ತೊಂದರೆ. ಸ್ವಲ್ಪ ನಾವೇ ತೊಂದರೆ ತಗೊಂಡು ಹೋಗ್ಬಿಡೋದು ಉತ್ತಮ."

ವಿಮಲ, ರಂಗನಾಥ್ ಹೊರಟಾಗ ತಾನೇ ಬಾಗಿಲಿಗೆ ಬೀಗ ಹಾಕಿ ಅವರ ಕೈಗೆ ಕೊಡಲು ಹೋದ.

"ನಿಮ್ಮಲ್ಲೇ ಇರ್ಲಿ. ಬೇಗ ಬಂದ್ಬಿಡ್ತೀವಿ" ಎಂದಾಗ ಕೈಯಲ್ಲಿಡಿದೇ ರಾಣಿಯೊಂದಿಗೆ ಮನೆಗೆ ಬಂದ. ಎದುರಾದ ನಳಿನಿ ಮುಖ ತಿರುಗಿಸಿದಳು. ಉಗುಳು ನುಂಗಿದ ಬಲವಂತದಿಂದ ಸಾಗರ್.

ಹೊರಗೆ ಹೋಗಲು ಮನಸ್ಸಾಗಲಿಲ್ಲ. ಬಟ್ಟೆ ಬದಲಾಯಿಸಿ ರಾಣಿಯೊಂದಿಗೆ ಹೊರಗೆ ಬಂದ. ಕಾಂಪೌಂಡಿನಲ್ಲೆಲ್ಲ ಅಡ್ಡಾಡಿದಳು. ಆ ಹೂಗಳ ಮಧ್ಯೆ ಸುಂದರ ಹೂವಿನಂತೆ ಕಂಡಳು.

"ಮಾವ, ಡಾಕ್ಟ್ರ ಅಮ್ಮಂಗೆ ಇಂಜೆಕ್ಷನ್ ಕೊಡ್ತಾರಲ್ಲ!" ಕೈ ಹಿಡಿದು ಕೇಳಿದಾಗ ನಕ್ಕ. ಅವಳ ಕಣ್ಣುಗಳಲ್ಲಿ ನೋವು ಕಾಣಿಸಿಕೊಂಡಿತು. "ಅದು ತುಂಬ ನೋಯುತ್ತಲ್ಲ?"

ನೋವಿನಿಂದ ಅವನ ಹೃದಯ ಚೀತ್ಕರಿಸಿತು. ತನ್ನ ಬಗ್ಗೆ ಇಷ್ಟು ಆಪ್ಯಾಯಮಾನವಾದ ಪ್ರೀತಿ ತೋರುವ ಒಂದು ಮಗುವಿಲ್ಲವಲ್ಲ. ಮಿದುಳಿನಲ್ಲಿ ಭಯಂಕರ ಅಗ್ನಿಸ್ಫೋಟ.

ಮಾತಿನ ಮಧ್ಯೆ ತೂಕಡಿಸಿದಳು ರಾಣಿ. ಕೆಳಗಡೆ ಹಾಸಿಗೆ ಬಿಡಿಸಿ ಮಲಗಿಸಿದ. ಆ ಮುಗ್ಧ ಮುಖವನ್ನು ನೋಡುತ್ತ ವರ್ಣಿಸಲಾರದ ಅನುಭೂತಿ...

"ಊಟಕ್ಕೆ ..ಬರ್ತೀರಾ" ಹಠಾತ್ತನೆ ಸಿಡಿಲೆರಗಿದಂತಾಯಿತು. ಭಾರವಾದ ಉಸಿರು ದಬ್ಬಿ ಮೇಲಕ್ಕೆದ್ದ. ಒಂದು ಕ್ಷಣ ನಿಂತ. "ನಳಿನಿ, ಒಂದ್ಲೋಟ ಹಾಲು ತಗೊಂಡ್ಬಾ."

ಹಿಂದಿನದನ್ನ ನೆನಪಿಸಿಕೊಂಡ. ನಿದ್ದೆ ಮಾಡಿದ ಮೇಲೆ ಎಷ್ಟೇ ಸಾಹಸಪಟ್ಟರು ಅವಳು ಊಟ ಮಾಡುವುದಿಲ್ಲ. ಈಗ ಎಚ್ಚರಿಸಿ ಹಾಲು ಕುಡಿಸಬಹುದೆಂದುಕೊಂಡ.

ಮುಖನ ಗಡಿಗೆ ಮಾಡಿಕೊಂಡು ನಳಿನಿ ಒಂದು ಲೋಟ ಹಾಲು ತಂದಿಟ್ಟಾಗ ಬಲವಂತದಿಂದ ಎಚ್ಚರಿಸಿ ಕುಡಿಸಿದ.

"ಚೆನ್ನಾಗಿಲ್ಲ... ಬೇಡ..." ಕೈಯಿಂದ ಲೋಟ ದೂರಕ್ಕೆ ಸರಿಸಿದಾಗ ಹಾಲು ತುಳುಕಿತು. ಅವನ ಹುಬ್ಬುಗಳು ಬೆಸೆದುಕೊಂಡವು. ಮಲಗಿಸಿ ಇತ್ತ ಬಂದ. "ಹಾಲು.... ಇರ್ಲಿಲ್ವಾ?" ಮುಕ್ಕಾಲು ನೀರು ಬೆರೆತ ಹಾಲನ್ನು ನೋಡಿದ. ಅವನೆದೆ ಉಕ್ಕಿ ಹರಿಯಿತು.

ನೇರವಾಗಿ ಅಡಿಗೆಯ ಮನೆಗೆ ಬಂದ. ಹಾಲಿನ ಪಾತ್ರೆಯ ಮೇಲಿನ ಪ್ಲೇಟ್ ತಳ್ಳಿದ. ಅರ್ಧ ಪಾತ್ರೆಯಷ್ಟಿತ್ತು. ನಡುಗುವ ತುಟಿಗಳು ಅವನ ಮನದ ಕೋಲಾಹಲವನ್ನು ಹತ್ತಿಕ್ಕಲು ಪ್ರಯತ್ನಿಸುತ್ತಿತ್ತು.

ಹೊರಗೆ ಬಂದ. ಗೊಂಬೆಯಂತೆ ನಿಂತಿದ್ದಳು.

"ಆ ಮಗುಗೆ ಒಂದ್ಲೋಟ ಹಾಲು ಕೊಟ್ಟಿದ್ರೆ... ನಿನ್ನ ಗಂಟೇನು ಹೋಗ್ತಾ ಇತ್ತು? ಶತ್ರುಗಳ ಮಕ್ಳನ್ನು ಯಾರು ದ್ವೇಷಿಸೋಲ್ಲ. ನೀರು ಸುರಿದು ಹಾಲು ಕೊಡೋಷ್ಟು ಕಟುಕ ಮನವೇ ನಿಂದು?"

ಇಡೀ ಪಾತ್ರೆಯ ಹಾಲನ್ನು ತಂದು ಅವಳ ಮುಂದೆ ಕುಕ್ಕಿದ. ಬೆಳ್ಳಗೆ ಹರಡಿದ ಹಾಲು ನಾನಾ ಆಕಾರಕ್ಕೆ ನೆಲವನ್ನು ಅನುಸರಿಸಿ ನಿಂತಿತು.

ನಳಿನಿಗೆ ಹೊಟ್ಟೆಯೇ ಉರಿದುಹೋಯಿತು. ಕೃಪಣತನ ಅವಳಿಗೆ ತಾಯಿಯ ಬಳುವಳಿ. ಬಂದ ಶಾಲೆಯ ಹುಡುಗರ ಕೈಯಲ್ಲಿ ಗೋರಂಟಿ ಹರೆಯುವುದರಿಂದ ಹಿಡಿದು ತನ್ನೆಲ್ಲ ಕೆಲಸಗಳನ್ನು ಅವರಿಂದಲೇ ಮಾಡಿಸುತ್ತಿದ್ದಳು. ಎಂದೂ ಒಂದಿಷ್ಟು ತಿಂಡಿ ಕೂಡ ಅವರ ಕೈಯಲ್ಲಿ ಹಾಕಿದವಳಲ್ಲ. ತಾಯಿಗೆ ತಕ್ಕ ಮಗಳು. ಹಿಂದೆ ಆಳವಾಗಿ ಅರ್ಥೈಸಿಕೊಳ್ಳಲಾಗದ ಸಾಗರ್‌ಗೆ ಇವೆಲ್ಲ ದೊಡ್ಡ ಲೋಪಗಳಾಗಿ ಕಾಣುತ್ತಿರಲಿಲ್ಲ.

ಹೊರಗೆ ಬಂದು ಗಾಳಿಗೆ ಮೈಯೊಡ್ಡಿ ನಿಂತ ಸಾಗರ್. ತಂಗಾಳಿ ಕೂಡ ಬಿಸಿಯೇ. ಮೈನ ಇಡೀ ಚೇತನವೇ ಹತ್ತಿ ಉರಿಯುತ್ತಿತ್ತು. ಶತಪತ ಹಾಕಿದ.

"ಮಡದಿ ನನ್ನ ಪಾಲಿಗೆ ಶಾಪ...." ಒಳಗೊಳಗೆ ಚೀತ್ಕರಿಸಿದ. ನೋಟ ನೆಲದಲ್ಲಿ ತಡಕಾಡಬೇಕೆನಿಸಿತು.

"ರಾಣಿ ಗಲಾಟೆ ಮಾಡಿದ್ಲಾ?" ರಂಗನಾಥ್‌ರ ಪ್ರಶ್ನೆ. ತಲೆಯೆತ್ತಿ ಹಾಗೇನು ಇಲ್ಲ. ಆಗ್ಲೇನೆ.... ನಿದ್ದೆ ಮಾಡಿದ್ಲು."

ವಿಮಲ ಮುಖ ಬಣ್ಣಗೆಟ್ಟಿತು. ರಂಗನಾಥ್ ಕಡೆ ನೋಡಿದಳು. ತಾಯಿ ಹೃದಯದ ಅಂತಃಕರಣದ ತಳಮಳ.

"ಸಂಜೆ ಕೂಡ ಏನು ತಿಂದಿಲ್ಲ. ಚೆನ್ನಾಗಿ ನಿದ್ದೆ ಮಾಡಿದ್ಮೇಲೆ... ಅವ್ಳನ ಎಬ್ಬಿಸೋದೆ ಪ್ರಯಾಸ." ಸಂಕಟ ತೋಡಿಕೊಂಡಾಗ ಸಾಗರ್ ಬಾಯಿ ತಪ್ಪಿ ಅಂದ "ಹಾಲು ಕುಡ್ದು ಮಲಗಿದ್ದಾಳೆ..."

"ತುಂಬ ಥ್ಯಾಕ್ಸ್.." ಗಂಡ ಹೆಂಡತಿ ಮನದುಂಬಿ ಹೇಳಿದಾಗ ತಲೆ ತಗ್ಗಿಸುವಂತಾಯಿತು ಅವನಿಗೆ. ಎಂಥ ಭಯಂಕರ ಸುಳ್ಳು. ಗಡಗಡ ನಡುಗಿದ.

ರಂಗನಾಥ್ ಮಗಳನ್ನು ಒಯ್ಯಲು ಬಂದಾಗ ಮತ್ತೊಮ್ಮೆ ಧನ್ಯವಾದ ಅರ್ಪಿಸಲು

ಮರೆಯಲಿಲ್ಲ. ಆದರೆ ತಲೆ ಎತ್ತಿ ಅವನ ನೋಟ ಸಂಧಿಸಲು ಸಾಗರ್‌ನಿಂದಾಗಲಿಲ್ಲ.

'ತಾನು ಹೇಳಬಾರ್ದಿತ್ತು. ಅವರು ಬಲವಂತದಿಂದಲಾದರೂ ಎಬ್ಬಿಸಿ ಹಾಲು ಕುಡಿಸುತ್ತಿದ್ದರು' ಕಂಗೆಟ್ಟುಬಿಟ್ಟ.

ಮತ್ತೊಮ್ಮೆ ಬಂದು ನಳಿನಿ ಕರೆದಾಗ ತಟ್ಟೆಯ ಮುಂದೆ ಹೋಗಿ ಕೂತ. ಬೆರಳು ಅನ್ನದ ಮೇಲಾಡುತ್ತಿದ್ದರೂ ಮನ ಎಲ್ಲೋ....

'ತಾನೇಕೆ ಸುಳ್ಳು ಹೇಳಿದ್ದು? ತಾನಲ್ಲ..... ತಾನಲ್ಲ..... ಮಾನವೀಯತೆಗೆ ಸೋತಿದ್ದು... ಅಲ್ಲ.... ಅಲ್ಲ....'

"ಹುಳಿ ಬಡಿಸ್ಲಾ?" ಕೈ ಅಡ್ಡ ಹಿಡಿದ. "ಹುಳಿ... ಸಾರು... ಒಂದು ಬೇಡ. ಮಜ್ಜಿಗೆ ಹಾಕು..."

ಮಜ್ಜಿಗೆಯಲ್ಲಿ ಅನ್ನ ಕಲಿಸಿದರೂ ತಿಂದಿದ್ದು ಎರಡೇ ತುತ್ತು. ಪದೇ ಪದೇ ಅವನಿಗೆ ರಾಣಿಯ ಮುಖ ಜ್ಞಾಪಕಕ್ಕೆ ಬರುತ್ತಿತ್ತು. ಆ ದಂಪತಿಗಳ ಕೃತಜ್ಞತೆ ತುಂಬಿದ ಕಣ್ಣುಗಳು ಮುಂದೆ ಅಪರಾಧ ಭಾವ ಅವನನ್ನು ತಲೆ ತಗ್ಗಿಸುವಂತೆ ಮಾಡುತ್ತಿತ್ತು.

ಎದ್ದು ಹೊರಗೆ ಬಂದ. ಮುಚ್ಚಿದ ರಂಗನಾಥ್ ಮನೆ ಬಾಗಿಲ ಕಡೆ ನೋಡಿದ. ಒಳಗಿನ ಲೈಟುಗಳು ಉರಿಯುತ್ತಿತ್ತು. ಹೋಗಿ ಹೇಳಲೇ? ಆಗ ತನ್ನ ವ್ಯಕ್ತಿತ್ವ ಅವರ ಮುಂದೆ ಕರಗಿ ನೀರಾಗಿ ಹರಿದು ಹೋಗಿ ಬಿಡುವುದು..

ಚಡಪಡಿಸಿದ. ಒಳಗೆ ಹೋದ. ಯಾರ ಮುಂದಾದರೂ ಮನದ ತಳಮಳ ಹೇಳಿಕೊಳ್ಳಬೇಕು. ನಳಿನಿ ಯೋಗ್ಯಳೇ? ಆ ರೀತಿ ಪ್ರಶ್ನಿಸಿಕೊಳ್ಳುವುದು ಸರಿಯೆನಿಸಲಿಲ್ಲ.

"ನಳಿನಿ, ಎಂಥ ಕೆಲ್ಸ ಆಯ್ತು ಗೊತ್ತಾ? ಇಲ್ಲಿನದು ಹಾಳಾಗ್ಲಿ... ರಾಣಿಗೆ ಹಾಲು ಕುಡಿಸ್ದೇಂತ ಹೇಳಿಬಿಟ್ಟೆ. ಸಂಜೆ ಕೂಡ ಏನು ತಿಂದಿಲ್ವಂತೆ. ಎಂಥ... ಕೆಲ್ಸವಾಯ್ತು..." ನಳಿನಿ ತುಟಿ ವಾರೆ ಮಾಡಿ ನಕ್ಕಳು ಅಪಹಾಸ್ಯ ಮಿನುಗಿತು. ಅವಳ ಮುಖದ ಮೇಲೆ.

ಈಗೇನಾಯ್ತು ಬಿಡಿ. ಅದಕ್ಯಾಕೆ ಇಷ್ಟು ಯೋಚ್ನೆ ಮಾಡ್ತೀರಾ? ನೀವು ವಿಚಿತ್ರದ ಜನ..."

ಅವನ ಮುಖ ಬಿಗಿದುಕೊಂಡಿತು. ಮರುಕ್ಷಣವೇ ಸಡಿಲವಾಯಿತು. ತುಟಿಗಳ ಅಂಚಿನಲ್ಲಿ ನೋವಿನ ನಗೆ ಮಿನುಗಿತು.

"ಸಾರಿ, ಇಂಥದಕ್ಕೆಲ್ಲ ನಿನ್ನ ಹೃದಯ, ಮನಸ್ಸು ಸ್ಪಂದಿಸದು. ನಿಮ್ಮಪ್ಪನ ಆಸ್ತಿಯಂತೆ ನಿನ್ನ ಗಳಿಕೆನು ಅನೀತಿಯಿಂದಲೇ ಇರ್ಬಹ್ದು" ಧಾರಾಳವಾಗಿ ಆಡಿಬಿಟ್ಟ. ಆದರೆ ಆ ಮಾತುಗಳು ಹಿಂದಿನ ಭಾವನೆಯನ್ನು ಅರ್ಥೈಸಿಕೊಳ್ಳಲು ಹೋಗಿರಲಿಲ್ಲ.

ಕೂತಲ್ಲಿಯೇ ಕಲ್ಲಾದಳು ನಳಿನಿ. ಯೋಚನಾ ಚಕ್ರ ಗಿರಗಿರನೆ ತಿರುಗತೊಡಗಿತು. ಒಂದೇ ಕ್ಷಣದಲ್ಲಿ ಅವಳ ಮುಖದ ಗೆಲುವೆಲ್ಲ ಇಂಗಿ ಬಿಳುಚಿ ಕೊಂಡಿತು.

* * *

ಅಂದು ಬೆಳಗಿನಿಂದ ಹತ್ತಾರು ಬಾರಿ ಮಗ, ಸೊಸೆಯನ್ನ ಜ್ಞಾಪಿಸಿಕೊಂಡರು ನಾಗವೇಣಮ್ಮ. ಒಳಕ್ಕೂ ನಾಲ್ಕಾರು ಬಾರಿ ಓಡಾಡಿದರು.

ಮನದಲ್ಲಿದ್ದುದ್ದನ್ನ ಆಡಿಯೇ ಬಿಟ್ಟರು.

"ಬರ್ತಾರೋ, ಇಲ್ವೋ....? ನನ್ಮಗನಿಗೆ ಒಳ್ಳೆ ಹೆಣ್ಣನ್ನು ತಂದ್ರಿ, ಅವ್ಳಿಗೆ ನಮ್ಮ ಮೇಲೆ ಸ್ವಲ್ಪನಾದ್ರೂ ಆಸೆ, ಆಕ್ಕರಾಸ್ತೆ ಬೇಡ್ವಾ?"

ಕನ್ನಡಕ ತೆಗೆದು ಕೈಯಲ್ಲಿಡಿದ ಪಾಂಡುರಂಗಯ್ಯ ಹೆಂಡತಿಯ ಕಡೆ ನೋಡಿದರು. ತಮಗೂ ಅಸಮಾಧಾನವಿರಬಹುದು. ಆದರೆ ತೋರ್ಪಡಿಸಿಕೊಳ್ಳುವುದು ಸರಿಯಲ್ಲವೆಂದು ಅವರ ಭಾವನೆ.

"ಇದು ತುಂಬ ಸ್ವಾರ್ಥ ಕಣೆ. ಅವರಿಬ್ರೂ ಚೆನ್ನಾಗಿರ್ಲಿ ಅನ್ನೋ ಆಸೆ ಮಾತ್ರ ನಮಗಿರಬೇಕು. ಅದ್ಬಿಟ್ಟು ನಮ್ಮ ಬಗ್ಗೆ ಯೋಚ್ಸೋದು ಸರಿಯಲ್ಲ!" ಗಂಡನ ಸಾಂತ್ವನದ ಮಾತುಗಳಿಗೆ ನಾಗವೇಣಮ್ಮನಿಗೆ ರೇಗಿತು.

"ಹೌದಪ್ಪ, ಹೌದು... ನನ್ಮಗ ಅವ್ರ ಮಗನಾಗ್ಲೀಂತ ತಾನೇ ನಾನು ಹಡೆದಿದ್ದು? ಪ್ರತಿ ಹಬ್ಬಕ್ಕೂ ಇವ್ರುಗಳು ಅಲ್ಲಿಗೆ ಹೋಗ್ಬೇಕು. ಇಲ್ಲ ಅತ್ತೆ, ಮಾವ ಇಲ್ಲಂದು ಝೂಂಡಾವೂರಬೇಕು. ನಮ್ಗೂ ಬೇಕೆನಿಸಿದರೆ ನಾಚ್ಕೆ ಬಿಟ್ಟು ನಾವುಗಳು ಹೋಗ್ಬೇಕು" ಕೋಪ, ಉದ್ವೇಗ, ಅಸಹಾಯಕತೆ ಬೆರೆತ ಆಕೆಯ ಧ್ವನಿ ನಡುಗಿತು. ಪಾಂಡುರಂಗಯ್ಯ ನವರು ತೆಪ್ಪಗಾದರು.

ಅಶ್ವಿನಿ ಮಧ್ಯೆ ಬಂದಳು.

"ಯಾಕಮ್ಮ, ಹೀಗೆಲ್ಲ ಮಾತಾಡ್ತೀಯಾ! ಅವ್ನು ತಾನೇ ಏನ್ಮಾಡ್ತಾನೆ!

ಅವ್ರುಗಳಿಗೆ ತಾನೇ ಯಾರಿದ್ದಾರೆ? ನಾವುಗಳು ಇಲ್ಲೇ... ಇರ್ಲಿಲ್ವಾ?" ಅಷ್ಟು ಅಂದಿದ್ದೆ ಆಕೆಗೆ ಸಾಕಾಯಿತು. ಅವಮಾನದಿಂದ ಕುದಿದರು.

"ನೀವೆಲ್ಲ ಹೇಳಿ... ಹೇಳಿ... ನನ್ಬಾಯಿ ಮುಚ್ಚಿದ ಮಾತ್ರಕ್ಕೆ ನನ್ನ ಹೊಟ್ಟೆ ಸಂಕ್ಟ ಕಡ್ಮೇ ಆಗುತ್ತಾ? ನಂಗೆ ತಾನೇ ಎಷ್ಟು ಗಂಡು ಮಕ್ಕಳಿದ್ದಾರೆ? ನಿನ್ಗಂಡನಿಗೆ ಯಾರು ಇಲ್ಲ. ನೀವುಗಳು ಇದ್ಕೊಂಡಿದ್ದೀರಾ! ನನ್ಮಗ ಪರದೇಶಿಯಲ್ಲ, ನಾವಿನ್ನು... ಬದ್ಕಿದ್ದೀವಿ.

ಅಶ್ವಿನಿ ಮುಖ ಚಿಕ್ಕದಾದರೂ ಏನೊಂದನ್ನು ಆಡಲಿಲ್ಲ. ತಾಯಿಯ ಸಂಕಟ ಗೊತ್ತು. ಎಷ್ಟೋ ಬಾರಿ ವರ್ಷಕ್ಕೆ ಒಂದೆರಡು ಹಬ್ಬಗಳನ್ನಾದರೂ ಮನೆಯಲ್ಲಿ ಆಚರಿಸಬೇಕೆಂದು ಎಷ್ಟೋ ಉತ್ಸಾಹದಿಂದ ಕಾಗದ ಬರೆಸುತ್ತಿದ್ದರು. ಪ್ರತಿಬಾರಿಯು ನಿರಾಶೆಯೇ. ಈ ಸಲ ತಾವೇ ನಿಷ್ಠೂರವಾಗಿ ಮಗ, ಸೊಸೆಗೆ ಬರೆದು ಹಾಕಿದ್ದರು.

"ನನಗೂ ಒಂದ್ಲೋಟ ಕಾಫೀ ಮಾಡ್ಕೊಂಡ್ಬಾ" ಪಾಂಡುರಂಗಯ್ಯನವರು ಕನ್ನಡಕವನ್ನೊರೆಸಿ ಹಾಕಿಕೊಂಡರು. ಆಕೆ ಸಮಾಧಾನದಿಂದಲೇ ಒಳಗೆ ಹೋದಾಗ ಮಗಳಿಗೆ ಹೇಳಿದರು. ನೊಂದ್ಕೋಬೇಡ. ಹೆತ್ತ ಹೊಟ್ಟೆ ಸಂಕ್ಟ, ಏನೇನೋ ಬಡಬಡಿಸುತ್ತಾಳೆ.

ಆ ಬೀಗರು ಅನ್ನಿಸ್ಕೊಂಡ ಜನ ನಮ್ಮ ಬಗ್ಗೆ ಸ್ವಲ್ಪ ಯೋಚಿಸ್ಬೇಕಿತ್ತು. ಸೊಸೆ ಅನ್ನಿಸ್ಕೊಂಡ ಪುಣ್ಯಾತ್ಗಿತ್ತಿಗೆ ನಮ್ಮ ಬಗ್ಗೆ ಚಿಂತಿಸೋಕೆ ಸಮಯವೇ ಇಲ್ಲ. ಇನ್ನ ಆ ಹುಡ್ಗ... ಹೇಗೆ ಸಂಸಾರದಲ್ಲಿ ನೆಮ್ದಿ ಕಳೆದುಕೊಳ್ಳಿಂತ ಹೇಳೋಣ. ಹೇಗೋ ಅವ್ರುಗಳ ಪಾಡಿಗೆ ಅವ್ರುಗಳು ಸುಖವಾಗಿದ್ಕೊಳ್ಳಿ" ವ್ಯಥೆಯಲ್ಲಿ ಮಿಂದ ಮಾತುಗಳಿಂದ ಮೆತ್ತಗಾದಳು ಅಶ್ವಿನಿ.

ಕಣ್ಮುಂದೆ ನಳಿನಿ ತೇಲಿದಾಗ ಸುಂದರಮ್ಮನ ದಟ್ಟ ಛಾಯೆಯನ್ನು ಕಂಡಂತಾಯಿತು. ದಯೆ, ದಾಕ್ಷಿಣ್ಯ, ಅಂತಃಕರಣ ಮಗಳ ವಿಷಯದಲ್ಲಿ ಬಿಟ್ಟು ಬೇರೆಯವರುಗಳಿಗೆ ಆ ಪದಗಳ ಅರ್ಥವನ್ನೇ ಮರೆತುಬಿಡುತ್ತಿದ್ದರು.

ಎರಡು ಲೋಟ ಕಾಫೀ ಹಿಡಿದು ಬಂದ ಆಕೆ ಅಲ್ಲೇ ಕುಳಿತರು. ಆಗಾಗ ಬಾಗಿಲ ಬಳಿ ಉತ್ಸಾಹದಿಂದ ಓಡುವ ನೋಟ ಗೆಲವು ಕಳೆದುಕೊಂಡು ನಿರಾಶೆಯಿಂದ ಹಿಂದಿರುಗುತ್ತಿತ್ತು.

"ಅವ್ರು ಬರೋಲ್ಲ ಅಂತೀರಾ?" ಹೆಂಡತಿಯ ಪ್ರಶ್ನೆಗೆ ಏನು ಹೇಳಿಯಾರು? "ಹೇಗೆ ಹೇಳೋಕೆ ಬರುತ್ತೆ? ಬೀಗರು ಅಲ್ಲಿಗೆ ಬಂದಿರಬಹುದು. ಹೇಗೆ ಬಿಟ್ಟು ಬರ್ತಾರೆ? ಸುಮ್ನೇ ಯಾಕೆ ತಲೆ ಕೆಡ್ಸಿಕೊಳ್ತೀಯಾ?"

ಅಷ್ಟು ಹೇಳಿದರೂ ಆಕೆಯ ಆಸೆ ಪೂರ್ತಿ ಹಿಂಗಿ ಹೋಗಲಿಲ್ಲ. 'ತಾವೆಷ್ಟು ಕೋಪ ಮಾಡಿ ಬರೆದ ಮೇಲೆ ಬಂದೇ ತೀರ ಬೇಕು' ಮನದ ಛಲ.

ತೀರಾ ಕಾಲುಗಳು ಸೋತಾಗ ಒಳಗೆ ಬಂದರು. ಹನಿ ದುಂಬಿದ ಕಣ್ಣುಗಳಲ್ಲಿ ತಾಯ ಅಂತಃಕರಣದ ವ್ಯಥೆಯ ಕತೆ. ಅರಗಿಕೊಳ್ಳುವ ವ್ಯರ್ಥ ಪ್ರಯತ್ನ ಮಾಡಿದರು. ಪಾಂಡುರಂಗಯ್ಯ. ಅಶ್ವಿನಿ ಗಂಟಲು ಬಿಗಿದುಕೊಂಡಿತು.

ನಾನು ಪತ್ರ ಬರೆದಿದ್ದೆ ಗೊತ್ತಾ! ಕಡೆಗೂ ನನ್ಮಗ ಅರ್ಥ ಮಾಡಿಕೊಳ್ಲಿಲ್ಲ. ಇಷ್ಟಕ್ಕೋಸ್ಕರ ಹೆತ್ತು, ಹೊತ್ತು ಸಾಕಬೇಕಾ?" ಸಂಕಟ ತಡೆಯಲಾರದೆ ಕಣ್ಣೀರು ಸುರಿಸತೊಡಗಿದಾಗ ತಂದೆ, ಮಗಳು ಮುಖ ಮುಖ ನೋಡಿಕೊಂಡರು. ಅವರಿಬ್ಬರ ಬಿಗಿದ ತುಟಿಗಳು ಅಲುಗಾಡಲಿಲ್ಲ.

ಬಾಗಿಲುದ್ದಕ್ಕೂ ನಿಂತ ಸಾಗರ್ ನಸು ನಕ್ಕ.

"ಅಮ್ಮ, ಇನ್ನು ಸ್ವಲ್ಪ ಹೊತ್ತು ಅತ್ತ ಮೇಲೆ ಬಂದಿದ್ದರೆ ಚೆನ್ನಾಗಿತ್ತು" ಅವನ ಕಾಲುಗಳು ಇತ್ತ ಧಾವಿಸಿದಾಗ ನಾಗವೇಣಮ್ಮನ ಮುಖದಲ್ಲಿ ಸಂಕೋಚ ಬೆರೆತ ಹರ್ಷ ಮಿನುಗಿ ಕ್ಷಣದಲ್ಲಿಯೇ ಇಡೀ ವಾತಾವರಣವನ್ನು ಬದಲಿಸಿತು.

ಸೂಟ್‌ಕೇಸ್, ಏರ್‌ಬ್ಯಾಗ್ ಒಂದೆಡೆ ತಳ್ಳಿ ಎದುರು ಬಂದು ಕೂತಾಗ ಎಲ್ಲರ ದೃಷ್ಟಿ ಹುಡುಕಾಡಿತು. ಪಾಂಡುರಂಗಯ್ಯನವರ ಮುಖ ಒಂದು ತರಹ ಆಯಿತು. "ಯಾಕಪ್ಪ, ಸೊಸೆ ಬರ್ಲಿಲ್ವಾ?" ಎಂದಿನ ಗತ್ತೆ ಮಗನ ಮುಂದೆ. ಒಂದುಕ್ಷಣ ಮನ ಹಿಂಡಿದಂತಾಯಿತು. ಚೇತರಿಸಿಕೊಳ್ಳಲು ಕ್ಷಣಗಳನ್ನು ಎಣಿಸಿದ. "ಮಾವನೋರು ಬಂದು ಕರ್ಕೊಂಡ್ಹೋದ್ರು...."

ಪಾಂಡುರಂಗಯ್ಯನವರ ಮುಖದ ಸುಕ್ಕುಗಳು ಮತ್ತಷ್ಟು ಆಳವಾಯಿತು. "ನೀನು ಅಲ್ಲಿಗೆ ಹೋಗ್ಬೇಕಿತ್ತು. ಇದೇನು ಚೆನ್ನ!" ಎನ್ನಲು ಸ್ವರವೆತ್ತಿದವರನ್ನು ತುಟಿಗಳು ಮಧ್ಯದಲ್ಲಿಯೇ ತಡೆದುಬಿಟ್ಟಿತು.

ಎಲ್ಲರ ಮುಖದ ಭಾವನೆಗಳನ್ನು ಓದಲು ಸಾಗರ್‌ಗೇನು ಕಷ್ಟವಾಗಲಿಲ್ಲ. ಕಿರಿದಾದ ಕಣ್ಣುಗಳಲ್ಲಿ ವ್ಯಥೆಯ ನೆರಳಾಡಿತು. 'ತಾನೇ ಮೊದ ಮೊದಲ ಬಿಸಿ ಬಯಕೆಗಳ ನಡುವೆ ತಪ್ಪಿದೆ' ಎಂದು ತನಗೆ ತಾನೇ ಸಮಾಧಾನ ಹೇಳಿಕೊಳ್ಳುತ್ತಿದ್ದ.

"ಇಲ್ಲಿಗೆ ಬರೋ ಆತುರದಲ್ಲಿ ಮಧ್ಯಾಹ್ನ ಊಟಕ್ಕೆ ಸೊನ್ನೆ ಬಿದ್ದಿದೆ. ಅಮ್ಮ, ಮೊದ್ಲು ಹೊಟ್ಟೆಗೆ ಏನಾದ್ರೂ ಕಾಣಿಸು" ಷೂ ಬಿಚ್ಚಲು ಬಗ್ಗಿದಾಗ ಮೊದಲು ಅಶ್ವಿನಿ ಎದ್ದಳು. ಹಿಂದೆಯೇ ನಾಗವೇಣಮ್ಮನವರು ಹೋದರು.

ಐದೇ ನಿಮಿಷದಲ್ಲಿ ಇಡೀ ವಾತಾವರಣವೇ ಬದಲಾಯಿತು. ಅಶ್ವಿನಿ, ಸಾಗರ್ ಎದುರುಬದುರಾಗಿ ಕೂತು ಏನೆಲ್ಲಾ ಮಾತಾಡಿದರು. ಪಾಂಡುರಂಗಯ್ಯ, ನಾಗವೇಣಮ್ಮ ಕಿವಿಗಳನ್ನು ಅವರ ವಶಕ್ಕೆ ಕೊಟ್ಟು ತಲ್ಲೀನರಾದರು ತಾವು.

ಒಂಬತ್ತರ ವೇಳೆಗೆ ರಾಜಣ್ಣ ಮಕ್ಕಳೊಂದಿಗೆ ಬಂದ. ತರಕಾರಿ, ಹೂ, ಹಣ್ಣು ಜೊತೆ ಒಂದಿಷ್ಟು ಸಾಮಾನು ಹಿಡಿದು ತಂದಿದ್ದ. ಬಳಲಿಕೆಯ ಮುಖದಲ್ಲೂ ಸಂಪೂರ್ಣ ತೃಪ್ತಿ ಇತ್ತು.

"ಅಂತೂ ಬಂದರಲ್ಲ. ನಿಮ್ಮ ತಂಗಿಗೂ ಸಂತೋಷ" ಗೋಡೆಯ ಬೆನ್ನಿಗೆ ಒರಗಿದ್ದ ಸಾಗರ್ ಮುಂದಕ್ಕೆ ಬಂದ. "ನಿಮ್ದೇನು ಪಾಲು ಇಲ್ವಲ್ಲ"

ಪರಿಹಾಸ್ಯಕ್ಕೆ ಬೆಚ್ಚಿದ ರಾಜಣ್ಣ ತಬ್ಬಿಬ್ಬಾದ. ತಾನಾಡಿದ್ದು ಅಪರಾಧವಾಯಿತೇ? ಎಲ್ಲರ ಮುಖಗಳನ್ನು ಬದಲಿಸಿ ನೋಡತೊಡಗಿದಾಗ ಸಾಗರ್ ಜೋರಾಗಿ ನಕ್ಕ. ಅವನ ನಗುವಿಗೆ ಅಶ್ವಿನಿ ನಗು ಸೇರಿಸಿದಾಗ ಮತ್ತಷ್ಟು ತಬ್ಬಿಬ್ಬಾಗುವ ಸರದಿ ರಾಜಣ್ಣನದೇ.

"ಏನಾದ್ರೂ ತಪ್ಪಾಗಿ ಮಾತಾಡಿದ್ರೆ ಕ್ಷಮ್ಸಿಬಿಡಿ ಅಣ್ಣ, ತಂಗಿ. ಹೀಗೆ ನಗೋದ್ರಿಂದ ನಂಗೆ ಮತ್ತಷ್ಟು ಗಾಬ್ರಿ" ಪೆಚ್ಚಾದ ರಾಜಣ್ಣ.

ತೀರಾ ಆತುರದ ಸ್ವಭಾವದ ರಾಜಣ್ಣನಿಗೆ ಬೇಗ ಗಾಬರಿ. ಹುಟ್ಟಿನಿಂದ ಬಂದ ಸ್ವಭಾವ ಬದಲಾಗದು. ಆಮೇಲೆ ಭಯ ಆಡಿದ ಮಾತುಗಳಿಗೆ ಸ್ವಲ್ಪ ವಿರುದ್ಧ ಪ್ರತಿಕ್ರಿಯೆ ಕಂಡು ಬಂದರೂ ತಲೆ ಕೆಡಿಸಿಕೊಳ್ಳುತ್ತಿದ್ದ.

"ಸದ್ಯಕ್ಕೆ ಅಂಥದೇನಿಲ್ಲ" ಸಮಾಧಾನಿಸುತ್ತ ಹೆಜ್ಜೆ ಇಟ್ಟ. ಉದ್ವೇಗದಿಂದ ಏರಿಳಿಯುತ್ತಿದ್ದ ರಾಜಣ್ಣನೆದೆ ನಿಧಾನವಾಗಿ ಸಹಜ ಸ್ಥಿತಿಗೆ ಮರಳಿತು.

ಎದೆಯ ಮೇಲೆ ಕೈಯಿಟ್ಟುಕೊಂಡು ಹೇಳಿದ. ಸದ್ಯಕ್ಕೆ ನನ್ನ ಉಳ್ಸಿದ್ರಿ. ಇಲ್ದಿದ್ರೆ" ಅವನ ನೋಟ ಅಶ್ವಿನಿಯತ್ತ ಹೊರಳಿದಾಗ ನಸು ಮುನಿಸಿನಿಂದ ಅವಳ ಮುಖ ಕೆಂಪಾಯಿತು. "ಇಲ್ದಿದ್ರೆ ಇವ್ರುನ ಮನೆಯಿಂದ ಓಡ್ಸಿಬಿಡ್ತಾ ಇದ್ದೆ."

ಬಾಯಿ ತುಂಬ ನಕ್ಕ ಸಾಗರ್. ಇಲ್ಲಿ ಮೊನಚು, ವ್ಯಂಗ್ಯವಿರಲಿಲ್ಲ. ಪ್ರೀತಿಯ ಸ್ವರದಲ್ಲಿ ಬರುತ್ತಿದ್ದ ಮಧುರಮಯ ನುಡಿಗಳು. ಇವೆಲ್ಲ ತಮ್ಮ ಬದುಕಿಗೆ ದೂರವೆನ್ನುವಂತೆ ನೊಂದುಕೊಳ್ಳುತ್ತಿದ್ದಳು ನಳಿನಿ. ಸಾಗರ್‌ನ ಎದೆ ಭಾರವಾಯಿತು.

ನಾಲ್ಕು ದಿನ ಈ ಬದುಕಿನಲ್ಲಿ ಒಂದಾಗಿದ್ದ ಸಾಗರ್ ನೆನಪು ಚುಚ್ಚಿ ಗಾಯಗೊಳಿಸುತ್ತಿದ್ದರೂ ಮೇಲ್ಮುಖಕ್ಕೆ ಹಸನ್ಮುಖಿ ರವಿ, ಶಶಿಯ ಮಧ್ಯೆ ಒಂದು ಸುಂದರವಾದ ಜಗತ್ತನ್ನೇ ನಿರ್ಮಿಸಿಕೊಂಡಿದ್ದ.

ಪಟ್ಟಾಗಿ ನಾಲ್ಕು ದಿನ ಮಗ ನಿಂತಿದ್ದು ಸಂತೋಷದ ಸಂಗತಿಯೆನಿಸಿದರೂ ಪಾಂಡುರಂಗಯ್ಯ ಚಿಂತಿತರಾದರು. ವಿಷಯ ಅವರ ಕಿವಿಗೂ ಮುಟ್ಟಿತ್ತು. ಒಂದು ರೀತಿಯ ಆಘಾತವೇ. ಆದರೂ ಹಗುರವಾಗಿ ತೆಗೆದುಕೊಳ್ಳುವ ಮನೋದಾರ್ಢ್ಯ

ಅವರಿಗಿತ್ತು.

ಅತ್ತಿತ್ತ ರವಿ, ಶಶಿಯನ್ನು ಕೂಡಿಸಿಕೊಂಡು ಅಂಗಾತನಾಗಿ ಮಲಗಿದ್ದ ಮಗನ ಬಳಿಗೆ ಬಂದಾಗ ತಟ್ಟನೆ ಎದ್ದು ಕೂತರು. ಆ ನೋವು ಅವರಿಗೆ ಗೊತ್ತು. ನಾಲ್ಕು ವರ್ಷ ತಡವಾಗಿಯೇ ಅವರು ತಂದೆಯಾಗಿದ್ದು. ಆ ಅಂತರದಲ್ಲಿನ ವ್ಯಥೆ ಸಾಮಾನ್ಯದ್ದಲ್ಲವೆಂದು ಅವರಿಗೆ ಗೊತ್ತುಂಟು.

"ಎಷ್ಟು ದಿನ ರಜೆ ಹಾಕಿದ್ದಿ?" ಹಣೆಯ ಮೇಲೆ ಹರಡಿಕೊಂಡಿದ್ದ ಕೂದಲನ್ನು ಹಿಂದಕ್ಕೆ ತಳ್ಳಿ ಬೆರಳುಗಳಿಂದ ಸರಿಪಡಿಕೊಳ್ಳುತ್ತ ಹೇಳಿದ. "ನಾಳೆಗೆ ಮುಗಿಯುತ್ತೆ"

ಕೈಯೂರಿ ನಿಧಾನವಾಗಿ ಕೂತರು ಪಾಂಡುರಂಗಯ್ಯ. ರವಿ, ಶಶಿ ಮೆಲ್ಲಗೆ ಜಾಗ ಖಾಲಿ ಮಾಡಿದರು. 'ತಂದೆ ತನ್ನ ಬಳಿ ಪ್ರತ್ಯೇಕವಾಗಿ ಏನು ಮಾತನಾಡಲು ಬಂದಿರಬಹುದು' ತಲೆಕೆಡಿಸಿಕೊಂಡ ಸಾಗರ್.

"ಬೀಗರು ಯಾವಾಗ್ಬಂದು ಕಕೊಂಡ್ಹೋದ್ರು ಸೊಸೇನ?" ಈ ಪ್ರಶ್ನೆ ಅವನಿಗೆ ಬಾಣವಾಯಿತು. ಕಣ್ಣುಗಳು ಕಿರಿದಾಗಿ ಹುಬ್ಬುಗಳು ಬೆಸೆದುಕೊಂಡವು. "ಹಬ್ಬಕ್ಕೆ ನಾಲ್ಕು ದಿನ ಮೊದ್ಲೆ...."

ಗಂಟಾದ ಹುಬ್ಬುಗಳು ಸಡಿಲವಾಗದಿದ್ದಾಗ ನಳಿನಿಯ ಬಗ್ಗೆ ಮಾತನಾಡುವುದು ಮಗನಿಗೆ ಹಿತವಿಲ್ಲವೆಂದು ಅರಿತುಕೊಂಡರು ಪಾಂಡುರಂಗಯ್ಯ.

ಎದ್ದು ಹೋಗುವ ಮುನ್ನ ಒಂದು ಕ್ಷಣ ನಿಂತರು. ನೋಟ ಮಗನ ಮುಖ ಕಾಡಿತು. ವಯಸ್ಸಿಗಿಂತ ಐದು ವರ್ಷ ಹಿರಿಯನಂತೆ ಕಂಡಾಗ ಗಾಬರಿಗೊಂಡರು.

"ಸಂತೋಷವೇ ಯೌವ್ವನ; ಚಿಂತೆಗೆ ಮುಪ್ಪು. ಅದ್ನ ಅರಿತುಕೋ. ಯಾವುದನ್ನು ಮನಸ್ಸಿಗೆ ತೀವ್ರವಾಗಿ ಹಚ್ಕೋಬೇಡ" ನೋಟವೆತ್ತಿದ ಸಾಗರ್. ತಂದೆ, ಮಗನ ನೋಟಗಳು ಒಂದು ಕ್ಷಣ ಬೆರೆತವು.

"ಅಂಥದ್ದೇನು...ಇಲ್ಲ" ಎರಡು ಕೈಯಿಂದ ಮುಖವನ್ನುಜ್ಜಿದ ಸಾಗರ್. ಪಾಂಡುರಂಗಯ್ಯ ಹೊರಗೆ ನಡೆದರು. ದೊಡ್ಡ ಬೆಟ್ಟವನ್ನೆ ಹೊತ್ತವರಂತೆ ಬಳಲಿದರು. 'ತಾವು ತಂದೆಯಾಗಿದ್ದು ಏನಾದರೂ ಮಾಡಲು ಸಾಧ್ಯವೇ?"

ಎದ್ದು ಕನ್ನಡಿಯ ಮುಂದೆ ನಿಂತ ಸಾಗರ್. ಕ್ರಾಪ್‌ನ ಮುಂಗೂದಲಲ್ಲಿ ಎರಡು ಬಿಳಿಗೂದಲು, ಮುಖದಲ್ಲಿ ಸುಕ್ಕಿನ ಗೆರೆಗಳು. ತುಟಿಯಂಚಿನಲ್ಲಿ ನೋವು, ವ್ಯಥೆ, ನಿರಾಸೆ ಬೆರೆತ ನಗೆ ಇಣಕಿತು.

ಅಶ್ವಿನಿಯ ಮುಖ ಕನ್ನಡಿಯಲ್ಲಿ ಇಣಕಿತು. ತುಂಬು ತಾವರೆಯನ್ನು ಕಂಡಂತಾಯಿತು. ಉತ್ಸಾಹ, ಗೆಲುವು ಗುಣದ ಮಾಧುರ್ಯ ತುಂಬಿಕೊಂಡ ಸುಂದರ ಹೂ. ಹಿಂದಕ್ಕೆ ತಿರುಗಿದ.

"ನೀನು ಎರಡು ಮಕ್ಕಳ ತಾಯಿ ಅಂದ್ರೆ ಯಾರು ನಂಬೋಲ್ಲ" ನವಿರಾಗಿ ಹೇಳಿದಾಗ ಹೂ ಬಿರಿದಂತೆ ನಕ್ಕಳು. ಸಾಗರ್ ಕಣ್ಣವೆಗಳು ಅತ್ತಿತ್ತ ಚಲಿಸಲಿಲ್ಲ. "ನಿನ್ನಂಥ ಹೆಣ್ಣು ಮಗುವಾದ್ರೆ ನಂಗೆ ಕೊಟ್ಬಿಡು. ನಾನೇ ಸಾಕ್ತೀನಿ."

ಬೆರಳುಗಳಿಂದ ಬಾಯಿ ಮುಚ್ಚಿಕೊಂಡಳು ಅಶ್ವಿನಿ. ಅವಳ ಕಣ್ಣಿನ ಗೋಲಿಗಳು

ಗರಗರ ತಿರುಗಿದವು. ಅನುಮಾನಿಸುತ್ತ ನುಡಿದಳು.

"ನಾನೇನೋ ಕೊಡ್ತೀನಿ. ಅತ್ಗೇ ಒಪ್ಪಬೇಕಲ್ಲ!"

ಸಾಗರ್ ಮುಖ ಬಿಗಿದುಕೊಂಡಿತು. ಗಂಟಲಲ್ಲಿ ಏನೋ ಸಿಕ್ಕಿಕೊಂಡ ಅನುಭವ. ನುಂಗಲು ಸಾಧ್ಯವಿಲ್ಲ. ಉಗುಳಲು ಸಾಧ್ಯವಿಲ್ಲ. ಈ ನೋವು ಜೀವನ ಪೂರ್ತಿ.

"ಅದ್ನೆಲ್ಲ ಆಮೇಲೆ ಯೋಚ್ಸೋಣ. ಮೊದ್ಲು ನೀನು ರಾಜಣ್ಣನನ್ನು ಒಪ್ಸಿರು. ನಾನು ನಳಿನಿನ ಒಪ್ಪಿಸುತ್ತೀನಿ. ಹೇಗೂ ನಾನು ನಾಳೆ ಸಂಜೆ ಹೊರಡ್ಬೇಕು. ಬೇಗ ರೆಡಿಯಾಗು. ಸ್ವಲ್ಪ ಅಂಗಡಿ ಕಡೆಗೆ ಹೋಗ್ಬರೋಣ" ಎಂದವನೆ ಟವಲನ್ನು ಹೆಗಲ ಮೇಲೆ ಹಾಕಿಕೊಂಡು ಕೋಣೆಯಿಂದ ಹೊರನಡೆದಾಗ ಅಶ್ವಿನಿ ಕಣ್ಣುಗಳು ತುಂಬಿದವು.

ಕಾಫೀ ಲೋಟ ಹಿಡಿದು ಬಂದ ನಾಗವೇಣಮ್ಮ ಗಾಬರಿಯಾದರು. ಮಗಳ ಭುಜದ ಮೇಲೆ ಕೈಯಿಟ್ಟರು. ಅವರ ತೋಳನ್ನು ಅಪ್ಪಿ ಕಣ್ಣೀರು ಸುರಿಸಿದಳು ಅಶ್ವಿನಿ.

ಏನಾಯ್ತೇ?" ಆಕೆಯ ಹಣೆಯ ಮೇಲೆ ಬೆವರೊಡೆಯಿತು. ಅಶ್ವಿನಿ ಮುಂಗೈನಿಂದ ಕಣ್ಣೀರು ತೊಡೆದುಕೊಂಡಳು. "ಏನಿಲ್ಲ, ಅಣ್ಣ ಹೊರಡ್ತೀನಿಂದ್ರೆ ಅಳು ಬಂತು. ಹಿಂದಿನ ಹಾಗೇ ಸಣ್ಣವರಾಗೇ ಇದ್ದುಬಿಟ್ಟಿದ್ದರೇ ಚೆನ್ನಾಗಿತ್ತು." ನಾಗವೇಣಮ್ಮನ ಕೈ ಬೆರಳುಗಳು ಅವಳ ಕೂದಲಲ್ಲಾಡಿಸಿತು. ತೃಪ್ತ ಬೆಳಕು ಆಕೆಯ ಮುಖದ ಮೇಲೆ.

ಮಕ್ಳ ಈ ಪರಸ್ಪರ ಪ್ರೀತಿ, ವಿಶ್ವಾಸಕ್ಕಿಂತ ತಾಯಿಯಾದವಳಿಗೆ ಮತ್ತೇನು ಬೇಕು?" ತುಂಬು ಹೃದಯದಿಂದ ಬಂದ ಮಾತು. ಕರಗಿ ಹೋಗಬೇಕೆನಿಸಿತು ಅಶ್ವಿನಿಗೆ.

ಜೊತೆಯಲ್ಲಿ ಕರೆದೊಯ್ದ ಸಾಗರ್ ಅಶ್ವಿನಿ, ಮಕ್ಕಳಿಗೆ ಬಟ್ಟೆ ಕೊಡಿಸಿದ. ಅಡ್ಡಾಡಿಸಿಕೊಂಡು ಸಂತೋಷದಿಂದ ಮನೆಗೆ ಬಂದಾಗ ಶಾಂತಾರಾಮ್ ಕೂತಿದ್ದರು. ಅವನ ಹುಬ್ಬೇರಿತು.

"ಯಾವಾಗ್ಬಂದಿದ್ದು?" ಆತ್ಮೀಯತೆಯಿಂದಲೇ ಕೇಳಿದಾಗ ಅತಿಯಾದ ಒಳ್ಳೆಯತನ ನಟಿಸಿದರು. "ಒಂದರ್ಧ ಗಂಟೆ ಆಗಿರ್ಬಹುದ್ದು. ಬೀಗರನ್ನು ನೋಡ್ಬೇಕೂಂತ ಅನ್ನಿಸ್ತು ಬಂದೆ."

ತಂದೆಯ ಮುಖ ನೋಡಿದ. ತೀರಾ ಗಂಭೀರವಾಗಿದ್ದಂತೆ ಕಂಡರು. ಕಣ್ಣುಗಳಲ್ಲಿ ಗೋಜಲು ಗೋಜಲು. ಸಂದಿಗ್ಧದಲ್ಲಿ ನರಳುವಂತೆ ಕಂಡರು ತಟಸ್ಥಗೊಂಡ.

ಬಟ್ಟೆ ಬದಲಾಯಿಸುವಾಗ ಪಾಂಡುರಂಗಯ್ಯನವರ ಮಾತುಗಳು ಕಿವಿಗೆ ಬಿದ್ದವು.

"ದಯವಿಟ್ಟು ಈ ವಿಷ್ಯಕ್ಕೆ ನನ್ನ ಕರೀಬೇಡಿ. ನಾನು ಒಂದು ಹೆಣ್ಣಿನ ತಂದೆ. ನಳಿನಿ ಕೂಡ ನಮ್ಗೇ ಬೇರೆಯಲ್ಲ. ದೈವೇಚ್ಛೆ ಹಾಗಿತ್ತು. ಅದ್ಕೇ ಆ ಹುಡ್ಗೀಗೆ ಶಿಕ್ಷೆ ಬೇಡ. ನೀವು ಬೇರೆ ತರಹ ಯೋಚ್ಸೋದೆ ಬೇಡ. ಇಬ್ರೂ ಆರಾಮವಾಗಿದ್ದುಕೊಳ್ಳಿ. ಸ್ವಲ್ಪ ಹಗುರವಾಗಿ ತೆಗ್ದುಕೊಂಡರೆ ಮಕ್ಳು ಇಲ್ದೇ ಇರೋದು ದೊಡ್ಡ ಸಮಸ್ಯೆನೇ ಅಲ್ಲ. ಆಗ ಸ್ವಾರ್ಥ ತಾನಾಗಿ ಕಮ್ಮಿ ಆಗುತ್ತೆ?"

ತಂದೆ ಎತ್ತರೆತ್ತರ ಹಿಮಾಲಯದೆತ್ತರ ಬೆಳೆದಂತೆ ಗೋಚರವಾಯಿತು ಸಾಗರ್‌ಗೆ ಅಭಿಮಾನಗೊಂಡ.

ಮಧ್ಯೆ ತಲೆ ಹಾಕಿದರು ಶಾಂತಾರಾಮ್.

"ಆಯ್ತು, ನೀವು ಒಳ್ಳೆಯ ಮನಸ್ಸಿನ ಜನ. ಆದ್ರೂ ಮನೆಗೊಂದು ಮಗುವಿದ್ದಿದ್ರೆ ಚೆಂದ ಅಲ್ವಾ! ನಾವು ಯಾರಿಂದ ತಾತ, ಅಜ್ಜಿ ಅಂತ ಕರೆಸಿ ಕೊಳ್ಳೋದು, ನಮ್ಗೇ ಮಗ, ಅಳಿಯ ಎಲ್ಲಾ ಸಾಗರ್. ಆ ವಿಷ್ಯದಲ್ಲಿ ತಾರತಮ್ಯವಿಲ್ಲ."

ಅವರುಗಳ ಮಾತುಗಳು ಪೂರ್ತಿ, ಸ್ಪಷ್ಟವಾಗಿ ಸಾಗರ್‌ಗೆ ಅರ್ಥವಾಗದಿದ್ದರೂ ಅಸ್ಪಷ್ಟವಾದ ಹಿನ್ನೆಲೆ ಗೋಚರಿಸಿತು. ಮೊದಲು ಮುಖ ಗಂಟಾದರೂ ಆಮೇಲೆ ಸಡಿಲಗೊಂಡಿತು. 'ಕಲ್ಪನೆ, ಕನಸ್ಸುಗಳಲ್ಲು ಸಾಧ್ಯವಾಗದಂಥದ್ದು'

ಊಟಕ್ಕೆ ಕೂತಾಗ ನಡೆದದ್ದು ಔಪಚಾರಿಕ ಮಾತುಕತೆ. ಮಳೆ, ಬೆಳೆ, ಬೆಲೆ ಏರಿಕೆ. ಆ ಮಾತುಕತೆಗಳಲ್ಲಿ ಸಾಗರ್ ಬಾಯಿ ಹಾಕಲು ಹೋಗಲಿಲ್ಲ.

ತಟ್ಟನೆ ಬಾಯಿ ಬಳಿ ಹೋಗಿದ್ದ ತುತ್ತು ಕೆಳಗಿಳಿಯಿತು. ಅವನು ಇದುವರೆಗೂ ನಳಿನಿ ಬಗ್ಗೆ ವಿಚಾರಿಸುವ ಪ್ರಯತ್ನವನ್ನೇ ಮಾಡಿರಲಿಲ್ಲ, ಅಪರಾಧಭಾವ ತಲೆ ಹೊಕ್ಕಿತು.

"ನಳಿನಿ ಇಲ್ಲೇ ಇದ್ದಾಳ?" ತಲೆಯೆತ್ತದೆ ಪ್ರಶ್ನಿಸಿದ. ಅವನ ಮುಖ ಭಾವವನ್ನೇ ಗಮನಿಸಿದ ಶಾಂತಾರಾಮ್ ತಣ್ಣಗೆ ಹೇಳಿದರು. "ನಾವೇ ಬಲವಂತದಿಂದ ಇರಸ್ಕೊಂಡೇ. ಕೆಲವು ವಿಷಯಗಳ ಬಗ್ಗೆ ಮಾತಾಡಿ ಒಂದು ತೀರ್ಮಾನಕ್ಕೆ ಬರಬೇಕಿತ್ತು. ಅದ್ಕೇ ಬೀಗರ ಅಗತ್ಯವಿತ್ತು."

ಒಂದು ಲೋಟ ನೀರನ್ನು ಗಟಗಟನೇ ಕುಡಿದಿಟ್ಟ ಸಾಗರ್. ಶಾಂತಾರಾಮ್‌ನ ಚಾಣಾಕ್ಷತನದ ಪರಿಚಯ ಅವನಿಗೆ ಚೆನ್ನಾಗಿಯೇ ಇತ್ತು. ಸಾರನ್ನ ಪಕ್ಕಕ್ಕೆ ಸರಿಸಿ ಮಜ್ಜಿಗೆ ಹಾಕಿಸಿಕೊಂಡ.

"ವಿಪರೀತ ಊಟ ಕಮ್ಮಿ ಮಾಡಿದ್ದೀಯೋ" ಮೃದುವಾಗಿ ರೇಗಿಕೊಂಡರು ನಾಗವೇಣಮ್ಮ. ಬಡಿಸಿದ ಉಪ್ಪಿನಕಾಯಿ ರುಚಿ ನೋಡಿದ ಸಾಗರ್ "ಇನ್ಮೇಲೆ ಇನ್ನು ಊಟ ಕಮ್ಮಿ ಮಾಡ್ಬೇಕಮ್ಮ. ತೂಕ ಜಾಸ್ತಿಯಾದ್ರೆ... ನಾಲ್ಕಾರು ಕಾಯಿಲೆಗಳು ಸ್ವತ್ತು ಆಗುತ್ತೆ ದೇಹ."

ಸಾಕು ಸುಮ್ಮನಿರೋ! ವಿಚಿತ್ರವಾಗಿ ಹೇಳ್ತಾನೇ. ಈಗಾಗ್ಲೇ ಮೂವತ್ತಕ್ಕೆ ಈ ಮಾತು. ನಿಮ್ಮಪ್ಪ, ನಿಮ್ಮಾವನ ನೋಡಿ ಕಲ್ತುಕೋ" ರೇಗಿದರು ನಾಗವೇಣಮ್ಮ.

ಕೈ ತೊಳೆಯಲು ಸಾಗರ್ ಎದ್ದು ಹೋದ. ರವಿ, ಶಶಿಯನ್ನು ಜೊತೆಯಲ್ಲಿ ಕರೆದುಕೊಂಡು ಹೊರಗೆ ನಡೆದ. ಮೂವತ್ತರಲ್ಲೇ ಅವನಿಗೆ ಮುಪ್ಪು ಬೇಡವಾಗಿತ್ತು. ತಲೆ, ದೇಹ, ಮನಸ್ಸನ್ನು ಆದಷ್ಟು ಸಮಾಧಾನ ಸ್ಥಿತಿಯಲ್ಲಿಡುವ ನಿಶ್ಚಯ ಮಾಡಿದ್ದ.

"ನಾಳೆ ನಮ್ಮೂರಿಗೆ ಹೋಗೋಣ್ವಾ?" ಹಿಡಿದಿದ್ದ ಕೈ ಬಿಟ್ಟ ರವಿ. "ನಾನು ಬರೋಲ್ಲ" ಅತ್ತೆ ಒಳ್ಳೆಯವರಲ್ಲ" ಸಾಗರ್‌ಗೆ ಕೆನ್ನೆಗೆ ಬಾರಿಸಿದಂತಾಯಿತು. ದಿಗ್ಮೂಢನಾದ.

ಇನ್ನೊಂದು ಕೈ ಹಿಡಿದ ಶಶಿ ತಲೆ ಮೇಲಕ್ಕೆತ್ತಿ ಹೇಳಿದಳು.

"ಮಾವ, ನೀನು ಇಲ್ಲೇ ಇರು. ಅತ್ತೇನು ಇಲ್ಗೇ ಬರ್ಲಿ. ಅಲ್ಲಿ ಜೋರು ಮಾಡುತ್ತೆ"

ಆ ಮಗುವಿನ ಮಾತುಗಳು ಹಿಂದಿನ ಕಠೋರ ಸತ್ಯದ ದರ್ಶನವಾದಾಗ

ಬೆಚ್ಚಿದ. ಕಣ್ಣುಗಳು ಕಿರಿದಾಗಿ ನೋವಿನ ಭಾವವೊಂದು ನರಳಿತು.

"ಹಾಗೆಲ್ಲ... ಹೇಳ್ಬಾರ್ದು. ಅತ್ತೆ ತುಂಬ ಒಳ್ಳೆಯವಳು." ಸಾಗರ್ ಮನಮಟ್ಟುವಂತೆ ಹೇಳಲು ಪ್ರಯತ್ನಿಸಿದಾಗ ಅವರಿಬ್ಬರು ಮುಖ ಮುಖ ನೋಡಿಕೊಂಡರು. "ಅತ್ತೆಗೆ ನಮ್ಮನ್ನ ಕಂಡ್ರೆ ಇಷ್ಟವಿಲ್ಲ. ನಾವು ಅಲ್ಲಿಗೆ ಮಾತ್ರ ಬರೋಲ್ಲ" ಆ ಪುಟಾಣಿಗಳ ದೃಢ ನಿಶ್ಚಯದ ಹಿಂದಿನ ಭಾವ ಅರ್ಥವಾದಾಗ ನರಳಿದ ಸಾಗರ್.

ಮಾತು ಮರೆಸಿ ಬಾಳೆಹಣ್ಣು ಕೊಡಿಸಿ ಅವುಗಳ ಜೊತೆ ಮನೆಗೆ ಬಂದಾಗ ಎಲ್ಲರ ಮುಖದಲ್ಲೂ ಹೆಚ್ಚೆನಿಸುವಷ್ಟು ಗಾಂಭೀರ್ಯದ ಜೊತೆ ಚಿಂತೆಯು ಆವರಿಸಿತ್ತು.

ಆ ಮಾತುಗಳ ಮಧ್ಯೆ ಸಿಕ್ಕಿಹಾಕಿಕೊಳ್ಳಲು ಮನಸ್ಸಿಲ್ಲದೆ ಹೋಗಿ ಮಲಗಿಬಿಟ್ಟ. ಪದೇ ಪದೇ ಮಗ್ಗಲು ಬದಲಾಯಿಸಿದ. ಎದ್ದು ಕೂತ. ಮತ್ತೆ ಮಲಗಿದ. ಪುನಃ ನಳಿನಿ ಕಣ್ಮುಂದೆ ಸುಳಿದಳು. ಸುಂದರ ಮುಖದ ಹಿಂದೆ ಎಂತಹ ಹೃದಯ! ಮಲಗಿ ಕಣ್ಮುಚ್ಚಿದ.

ಮತ್ತೆ ಎದ್ದು ಕೂತ. ಕೆಳ ತುಟಿಯನ್ನು ಕಚ್ಚಿಡಿದು ಯೋಚಿಸಿದ. ಇವರುಗಳ ಉದ್ದೇಶವೇನು? ಯೋಚಿಸಿದಷ್ಟು ತಲೆಬುಡವೊಂದು ಅರ್ಥವಾಗಲಿಲ್ಲ.

ಹನ್ನೆರಡು ದಾಟಿದರೂ ಅವರುಗಳು ಗುಸುಗುಸು, ಪಿಸಿಪಿಸಿ ಮುಗಿಯಲಿಲ್ಲ.

"ದಯವಿಟ್ಟು ನಮ್ಮ ಸ್ಥಿತಿನ ಅರ್ಥಮಾಡ್ಕೊಳ್ಳಿ. ನಳಿನಿ ಒಪ್ಪಿಕೊಂಡಿದ್ದಾಳೆ. ನಿಮ್ಮ ಮಗನ ಒಪ್ಸಿ, ಕನ್ಯಾ ಹೊರೆ ತಪ್ಪಿಸಿದಕ್ಕೆ ಪುಣ್ಯಾನು ಬರುತ್ತೆ... ನೀವೀಗ ಖಂಡಿತ ಮನಸ್ಸು ಮಾಡ್ಬೇಕು" ಶಾಂತಾರಾಮ್ ಒತ್ತಾಯದ ಸ್ವರ ಏರಿ ಏರಿ ಇಳಿಯುತ್ತಿತ್ತು.

ಬಾಗಿಲು ಸದ್ದಾಯಿತು. ಕಣ್ಣು ಮುಚ್ಚಿದ ಸಾಗರ್. ಬಳೆಗಳ ಸದ್ದು ಅಶ್ವಿನಿ ಬಂದಿರಬೇಕೆಂದುಕೊಂಡ. ಲೈಟ್ ಬೆಳಗಿದಾಗ ರೆಪ್ಪೆಗಳು ಮತ್ತಷ್ಟು ಕಚ್ಚಿ ಹಿಡಿದವು.

"ನಿದ್ದೆ ಬಂತಾ?" ಅಶ್ವಿನಿ ಸನ್ನಿಹದಲ್ಲೇ ಕೂತಾಗ ನಿಧಾನವಾಗಿ ಕಣ್ತೆರೆದ. ಮುಖ್ಯ ವಿಷಯ ಮಾತಾಡಲು ಬಂದವಳಂತೆ ಕಂಡಳು. ಆಗಾಗ ಇಣಕುತ್ತಿದ್ದ ಸಂಕೋಚ ಅವಳನ್ನು ಹಿಂದೆಗೆಯುವಂತೆ ಮಾಡುತ್ತಿತ್ತು. ಸಾಗರ್ ಎದ್ದು ಕೂತ. "ಇನ್ನು ಮುಗಿಯಲಿಲ್ವಾ, ಮಾತುಕತೆಗಳು? ಅಪರೂಪಕ್ಕೆ ಬಂದಿದ್ದಾರೆ. ಇನ್ನು ನಾಲ್ಕು ದಿನ ಇರ್ಸಿಕೊಳ್ಳಿ. ಬೇಕಾದಷ್ಟು ಮಾತಾಡಿ ವಿಚಾರ ವಿನಿಮಯ ನಡ್ಸಬಹ್ದು. ಅದ್ಬಿಟ್ಟು ಇಡೀ ರಾತ್ರಿಯಲ್ಲೇ ಮಾತುಗಳನ್ನ ಮುಗಿಸೋ ಹಟವೇಕೆ?" ಬೇಸರದ ನಡುವೆ ಕೋಪ ಸ್ಪಷ್ಟವಾದಾಗ ಅಶ್ವಿನಿಯ ಸ್ವರ ಉಡುಗಿತು.

ಮೌನ ಬಿದ್ದುಕೊಂಡಾಗಿ ಹುಬ್ಬೆತ್ತಿ ಅವಳತ್ತ ನೋಡಿದ. ಅರ್ಥವಾದವನಂತೆ ನಕ್ಕ.

"ನನ್ನ ನಿದ್ದೆ ಯಾಕೆ ಕೆಡಿಸ್ದೇ? ಹೋಗಿ ಮಲಕ್ಕೋ ಹೆರಿಗ್ಗೆ ಹೊತ್ಗೇ ಬರ್ತೀನಿ. ಇರೋ ಬರೋ ವಿಷಯವೆಲ್ಲ ಮಾತಾಡಿ ಬಿಡೋಣ" ತಟ್ಟನೆ ಮಲಗಿ ಹೊದ್ದಿಕೆಯನ್ನು ಎದೆಯವರೆಗೂ ಹೊದ್ದುಕೊಂಡ.

"ನಿಂಗೆ ಇನ್ನೊಂದು ಮದುವೆ ಮಾಡೋ ಬಗ್ಗೆ ಮಾತಾಡೋಕೆ ಬಂದಿದ್ದಾರೆ."

ಅಶ್ವಿನಿ ತೀರಾ ಸಂಕೋಚದ ಬೆರೆತ ಧ್ವನಿಯಲ್ಲಿ ಹೇಳಿದಾಗ ಒಂದೇ ಏಟಿಗೆ ಎದ್ದು ಕೂತ. "ನೀನೇನು ಹೇಳ್ತಾ ಇರೋದು?" ಉದ್ವೇಗದಿಂದ ಅವನೆದೆ ಏರಿಳಿಯತೊಡಗಿತು. ಭ್ರಾಮಕ ಕಲ್ಪನೆಯೆಂದುಕೊಂಡಿದ್ದು ಕೃತಿಗೆ ಇಳಿಯುವ ಸೂಚನೆ ಕಂಡಾಗ ದಿಗ್ಭ್ರಮೆಗೊಂಡ. ಅಪ್ಪಳಿಸಿದ ಸಿಡಿಲು ಭಯಂಕರವಾಗಿತ್ತು. ಮುಖ ಮೈಯೆಲ್ಲ ಬೆವರಿನಿಂದ ತೊಯ್ದು ಹೋಯಿತು.

ಧೃತಿಗೆಡದೆ ಮೊದಲ ಪಟ್ಟಿನಲ್ಲಿಯೇ ಕೂತವರು ಶಾಂತಾರಾಮ್ ಮಾತ್ರ."

"ಇದೆಲ್ಲಾ ಸಹಜವೇ. ನಿರೀಕ್ಷಿಸಿದ್ದು ಕೂಡ. ಇಷ್ಟಕ್ಕೆ ಕೈ ಬಿಡೋಕಾಗುತ್ತಾ? ಪ್ರಯತ್ನ ಮಾಡಿ ಒಪ್ಪಿಸ್ಲೇಬೇಕು. ನಿಮ್ಮಗಳ ಪೂರ್ತಿ ಸಹಕಾರ ಬೇಕು' ಅವರ ಸ್ವರದಲ್ಲಿನ ಅಚಲ ವಿಶ್ವಾಸಕ್ಕೆ ದಂಗಾದರು ಎಲ್ಲರು.

ಈ ಮಾತುಗಳು ಕಿವಿಗೆ ಬಿದ್ದಾಗ ವಿಸ್ಮಿತನಾದ ಸಾಗರ್. ಗಡ್ಡದ ಮೇಲಾಡಿದವು ಕೈ ಬೆರಳುಗಳು. ಇದು ವ್ಯಾಪಕ ಸಂಚಾ? ಅವನಿಗೆ ನಗು ಬಂತು.

'ವಿಚಿತ್ರ ಜನ. ತಮ್ಮ ಮಗ್ಳ ಮೇಲೆ ತಾವೇ ಚಪ್ಪಡಿ ಕಲ್ಲು ಎಳೆಯೋಕೆ ಹೊರಟಿದ್ದಾರೆ.' ಹೊದ್ದಿಕೆ ಎಳೆದುಕೊಂಡಾಗ ವಿವೇಕ ಜಾಗೃತವಾಗಿ ಪ್ರಶ್ನಿಸಿತು. 'ಶಾಂತಾರಾಮ್, ಸುಂದರಮ್ಮ ಎಂತಹವರು ಅಂತ ಗೊತ್ತಿಲ್ವಾ?' ಪೇಚಿನೊಳಗೆ ಸಿಕ್ಕಿಕೊಂಡ.

ಚಿತ್ರ ವಿಚಿತ್ರವಾದ ಕನಸುಗಳ ಅರೆ ನಿದ್ದೆಯಲ್ಲಿ ಒದ್ದಾಡಿ ಬೆಳಿಗ್ಗೆ ಎದ್ದಾಗ ಅವನ ತಲೆ, ಮೈ, ಕೈಗಳು ಭಾರವಾಗಿದ್ದವು. ಕಣ್ಣುಗಳು ಭಗಭಗನೇ ಉರಿಯುತ್ತಿದ್ದವು.

'ಬೇರೆಯವ್ರ ನೆಮ್ದಿ ಹಾಳು ಮಾಡೋಕೆ ಹುಟ್ಟಿದ್ದಾರೆ. ಈ ಜನ ಎಂದುಕೊಳ್ಳುತ್ತ ಟವಲು ಕೈಗೆತ್ತಿಕೊಂಡ.

ಬಾಗಿಲಿಗೆ ಬಂದ ನಾಗವೇಣಮ್ಮ ಏನಾದರೂ ಹೇಳುವ ಮುನ್ನ ನುಡಿದ.

"ಅಮ್ಮ, ನಾನು ಈಗ್ಲೇ ಹೊರಟುಬಿಡ್ತೀನಿ. ನಳಿನಿ ಇನ್ನು ಬಂದಿಲ್ವಂತೆ. ಮನೆ ಅವಸ್ಥೆ..." ದಾಟಿಕೊಂಡು ಮುಂದೆ ನಡೆದ ಮಗನತ್ತಲೇ ನೋಡಿದರು.

ಅವರೆಂದು ಇಂಥ ಯೋಚನೆಗೆ ಕೈ ಹಾಕದಿದ್ದರೂ ಇಂದು ಮನದಲ್ಲಿ ಆಸೆ ಮೂಡಿತು. ಯಾಕಾಗಬಾರ್ದು? ಆದರೆ.... ಅವರ ಯೋಚನೆಗೆ ತಟ್ಟನೆ ಬ್ರೇಕ್ ಬಿತ್ತು.

"ನಾಗೂ, ನೀನೇನು ಪ್ರಸ್ತಾಪಿಸೋಕೆ ಹೋಗ್ಬೇಡ. ಬೀಗರು ಸೊಸೆ ತೀರ್ಮಾನಿಸಿಕೊಳ್ಳಿ, ನಾವು ಕೆಟ್ಟ ಹೆಸರು ಹೊತ್ತುಕೊಳ್ಳೋದ್ಬೇಡ" ಗಂಡನ ಮಾತಿಗೆ ಮೌನವಾಗಿ ತಲೆಯಾಡಿಸಿದರು ಆಕೆ.

ಅಳಿಯ ಹೊರಟು ನಿಂತಾಗಲೂ ಶಾಂತಾರಾಮ್ ಏನು ಹೇಳಲಿಲ್ಲ. ಹೊರಡುವ ಮಾತಂತು ಅವರು ಎತ್ತದಿದ್ದರೂ ತಮ್ಮ ನಿರೀಕ್ಷೆಯನ್ನು ಪಾಂಡುರಂಗಯ್ಯ ತಳ್ಳಿ ಹಾಕಿದರು.

ಹಸನ್ಮುಖನಾಗಿ ಮೇಲ್ಮುಖಕ್ಕೆ ಸಾಗರ್ ಕಾಣುತ್ತಿದ್ದರೂ ಎದೆಯಲ್ಲಿ ಎಂತಹುದೋ ಆತಂಕ ಹೊಯ್ದಾಟ. ಯಾವುದನ್ನು ಸರಿಯಾಗಿ ಅರ್ಥೈಸಿಕೊಳ್ಳಲು ಅವನು ಸಮರ್ಥವಾಗಲಿಲ್ಲ.

ಮನೆ ಮುಂದೆ ಆಟೋದಿಂದ ಇಳಿದಾಗ ಬಸ್ಸಿನ ಪ್ರಯಾಣ ಬಳಲಿಕೆ ತಂದಿದ್ದರೂ ಒಂದು ತರಹ ಉತ್ಸಾಹದಿಂದ ಅವನ ಮನ ಚೇತೋಹಾರಿ ಯಾಗಿತ್ತು. ಕಾರಣ ಮಾತ್ರ ಸ್ಪಷ್ಟ.

"ನಳಿನಿಯವ್ರು ಬರಲಿಲ್ವಾ?" ವಿಮಲ ಪ್ರಶ್ನೆಗೆ ತಟ್ಟನೆ ಉತ್ತರಿಸದಾದ. "ರಾಣಿ ಇಲ್ವಾ? ಪ್ರಶ್ನೆಯನ್ನೆ ಮರೆಸಿದ.

"ನನ್ತಮ್ಮ ಬಂದಿದ್ದಾನೆ. ಅವ್ನ ಜೊತೆಯಲ್ಲಿ ಹೋದ್ಲು" ಆ ಕೈನಿಂದ ಸೂಟುಕೇಸ್ ಈ ಕೈಗೆ ಬದಲಾಯಿಸಿದ. "ಅಶ್ವಿನಿ ನಿಮ್ಮನ್ನ ಕೇಳ್ದೇಂತ ಹೇಳಿದ್ಲು."

ವಿಮಲ ಏನೋ ನೆನಪಿಸಿಕೊಂಡು ಒಳಗೆ ಹೋದಾಗ ಇನ್ನೊಂದು ಕೈ ಪ್ಯಾಂಟ್ ಜೇಬಿನೊಳಕ್ಕೆ ಇಳಿಯಿತು. ಬೆರಳುಗಳಿಗೆ ಸಿಕ್ಕಿಕೊಂಡಿದ್ದು ಸೂಟುಕೇಸ್ ಕೀ. ನೆನಪಿಸಿಕೊಂಡು ಲೆದರ್ ಬ್ಯಾಗ್‌ನಲ್ಲಿದ್ದ ಬೀಗದ ಕೈ ತೆಗೆದು ಓಪನ್ ಮಾಡಿ ಸೂಟುಕೇಸ್, ಬ್ಯಾಗ್ ಒಳಗಿಟ್ಟು ಬಾಗಿಲು ಹಾಕಲು ಹಿಂದಕ್ಕೆ ತಿರುಗಿದಾಗ ಲಾಯರ್ ಮನೆ ಕೆಲಸದವಳು.

"ಅವ್ವಾರು ಹಾಲು ಕೊಟ್ಟಾಂದ್ರು" ಅವನ ಕಣ್ಣುಗಳು ಮಿಂಚಿದವು. "ಥ್ಯಾಂಕ್ಸ್..." ಎಂದವನು ತುಟಿ ಕಚ್ಚಿಕೊಂಡಾಗ ಆಕೆ ನಾಚಿ ಹಿಡಿಯಾದಳು.

ಅವಳು ಹೋದ ಮೇಲೆ ಬಾಗಿಲು ಹಾಕಿ ಒಳಗೆ ಬಂದ. ನೀರವತೆ ಮನೆಯ ಚೇತನವನ್ನೇ ನುಂಗಿ ಹಾಕಿತ್ತು. ಬಟ್ಟೆ ಬದಲಾಯಿಸಿ ಸುಸ್ತಾದವನಂತೆ ಸೋಫಾ ಮೇಲೆ ಮೈ ಚೆಲ್ಲಿದ.

'ನಿಂಗೆ ಇನ್ನೊಂದು ಮದ್ವೆ ಮಾಡೋ ಬಗ್ಗೆ ಮಾತಾಡೋಕೆ ಬಂದಿದ್ದಾರೆ' ಅಶ್ವಿನಿಯ ಸ್ವರ ಕಿವಿಯಲ್ಲಿ ಮಾರ್ದನಿಸಿದಾಗ ಅವನ ಮುಖ ಕೆಂಪಗಾಯಿತು. 'ಛೆ' ಮುಖ ಸಿಂಡರಿಸಿ ಟವಲು ಎತ್ತಿಕೊಂಡು ಬಾತ್‌ರೂಂನತ್ತ ನಡೆದ.

ಮುಖ ತೊಳೆದು ಬಂದ ಕಾಫೀ ಮಾಡಿ ಕುಡಿದು ಹಾಯಾಗಿ ಮಲಗಿಬಿಟ್ಟ. ಆ ನಿದ್ದೆಯ ಪ್ರಾಬಲ್ಯವೆಷ್ಟಿತ್ತೆಂದರೆ ಹಸಿವನ್ನ ಕೂಡ ಹತ್ತಿರ ಸುಳಿಯಗೊಡಲಿಲ್ಲ.

ನಾಲ್ಕಾರು ಬಾರಿ ಕಾಲಿಂಗ್ ಬೆಲ್ ಸದ್ದು ಮಾಡಿದ ಮೇಲೆನೆ ಎದ್ದು ಬಂದಿದ್ದೆ. ಮುಖದಲ್ಲಿ ಕೋಪ ಬೆರೆತ ಬೇಸರ. ಬಾಗಿಲು ತೆಗೆದಾಗ ರಾಣಿ. ಅವನ ಮುಖ ಮೊರದಗಲವಾಯಿತು.

"ಮಾಮ, ಪಪ್ಪ ಕರೆಯುತ್ತೆ" ಜೇನಿನಲ್ಲಿ ಮಿಂದ ಸ್ವರ. ಅವ್ಯಕ್ತವಾದ ಆನಂದ ಸಾಗರ್ ಮನಸ್ಸಿಗೆ. "ಬಾ.... ಹೋಗೋಣ" ತೋಳು ಬಾಚಿ ಎತ್ತಿಕೊಂಡ.

ಸುಂದರ ದಂಪತಿಗಳ ಒಂದು ಮುದ್ದಾದ ಮಗು ರಾಣಿ. ತನ್ನ ನಳಿನಿಯ ಮಗು ಹೇಗಿರಬಹುದ್ದು? ಅದು ಬರೀ ಪ್ರಶ್ನೆಯಾಗಿಯೇ ಉಳಿಯುತ್ತೆ. ಉತ್ಸಾಹ ಗೆಲುವಿನ ಮೇಲೆ ಚಪ್ಪಡಿ ಎಳೆದಂತಾಯಿತು.

ಮುಖ ತೊಳೆದು ಕ್ರಾಪ್‌ನಲ್ಲಿ ಬಾಚಣಿಗೆಯಾಡಿಸಿ ಹೊರಬಂದಾಗ ರಾಣಿ ವಾರ ಪತ್ರಿಕೆಯ ಪುಟಗಳನ್ನು ತಿರುವಿ ಹಾಕುತ್ತಿದ್ದಳು. ಕಣ್ಣುಗಳಲ್ಲಿ ಅಕ್ಕರೆಯ ವರ್ಷವೇ ಸುರಿಯಿತು.

ವಿಮಲಳ ಸ್ವರ ಕೇಳಿ ಇಬ್ಬರು ಹೊರಗೆ ಬಂದರು. ಸಂತೃಪ್ತ ಗೃಹಿಣಿಯ ವಿಶಿಷ್ಟ ಕಳೆಯ ವಿಮಲ ನಳಿನಿಗಿಂತ ತುಂಬ ಬೇರೆಯಾಗಿ ಕಂಡಳು.

"ಬನ್ನಿ, ಅವ್ರು ನಿಮಗೋಸ್ಕರ ಕಾಯ್ತಾ ಇದ್ದಾರೆ" ನವಿರಾಗಿ ಹೇಳಿದಾಗ ಹಿಂದಿರುಗಿದ ಸಾಗರ್. ಬೀಗ ಹಾಕಿ ರಾಣಿಯೊಂದಿಗೆ ನಡೆದ. "ರಾಣಿಗೆ ಸದ್ಯಕ್ಕೆ ಹೊಟ್ಟೆಯ ಸಮಸ್ಯೆ ಪರಿಹಾರವಾಗುತ್ತೆ" ಎಂದು ಹೇಳಿದಾಗ ಅವಳ ಅರಳುಗಣ್ಣುಗಳಲ್ಲಿ ಕುತೂಹಲ ಇಣುಕಿತು.

ರಂಗನಾಥ್ ವಿಶ್ವಾಸದಿಂದ ಕಂಡರು. ರಾತ್ರಿಯ ಊಟವು ಅಲ್ಲೇ ಆಯಿತು. ತಮ್ಮ ವೃತ್ತಿಯಲ್ಲಿನ ಹಲವಾರು ಸಮಸ್ಯೆಗಳನ್ನು ಹೇಳಿಕೊಂಡರು. ವೇಳೆ ಸರಿದಿದ್ದೇ ಅವನಿಗೆ ಗೊತ್ತಾಗಲಿಲ್ಲ.

ಕಾಲಿಂಗ್ ಬೆಲ್ ಸದ್ದಿಗೆ ಹೊರಗೆ ಹೋಗಿ ಬಂದ ರಂಗನಾಥ್ ಹೇಳಿದರು. "ನಿಮ್ತಂದೆ, ತಾಯಿ ಬಂದಿದ್ದಾರೆ"

ತಟ್ಟನೆ ಎದ್ದ. ವಿಸ್ಮಯ ಇಣುಕಿತು ಅವನ ನೇತ್ರಗಳಲ್ಲಿ. ಎದೆಯಲ್ಲಿ ವಿಚಿತ್ರವಾದ ಹೊಯ್ದಾಟ.

"ಬರ್ತೀನಿ..." ಗೆಲುವು ಇಂಗಿದ ಸ್ವರದಲ್ಲಿ ಹೇಳಿದಾಗ ರಂಗನಾಥ್‌ಗೆ ಅಚ್ಚರಿಯಾಯಿತು. "ನಿಮ್ಮ ತಾಯಿ, ತಂದೆ ಜೊತೆ ನಿಮ್ಮ ಮಾವನವರು ಬಂದಿದ್ದಾರೆ. ಏನೋ ವಿಶೇಷ ಇರ್ಬೇಕು."

ಹೊರಟ ಸಾಗರ್ ಹೆಜ್ಜೆಗಳು ತಡವರಿಸಿದಂತಾಯಿತು. ಪ್ರಯಾಸದಿಂದ ಸರಿಯಾಗಿ ಇಡಲು ಪ್ರಯತ್ನಿಸಿದ. ಉಸಿರಾಟದ ಏರಿಳಿತವೇ ಹೆಚ್ಚು ಕಡಿಮೆಯಾಯಿತು.

ಗೇಟಿನ ಬಳಿಗೆ ಬಂದಾಗ ಸ್ವಲ್ಪ ಸುಧಾರಿಸಿಕೊಂಡ. 'ನೀವುಗಳು ಬರೋ ವಿಷ್ಯ ನಂಗ್ಯಾಕೆ ತಿಳಿಸಲಿಲ್ಲ?' ಕೋಪ, ಬೇಸರ ಬೆರೆತ ಪ್ರಶ್ನೆ ತುಟಿಗಳು ಒಳಗೆ ಹಿಂಗಿತೇ ವಿನಃ ಹೊರಗೆ ಬರಲು ಸಮರ್ಥವಾಗಲಿಲ್ಲ.

ಬಾಗಿಲು ತೆರೆದವನೇ ಕೋಣೆಗೆ ಹೋಗಿಬಿಟ್ಟ. ಮಾತು ಬೇಡವಾಗಿತ್ತು. ಕೆಲವು ಸಂದರ್ಭಗಳಲ್ಲಿ ಮೌನ ಪ್ರಿಯ. ಹೊದ್ದು ಮಲಗಿದ. ಸುಖದ ಕ್ಷಣಗಳು ಜ್ಞಾಪಕಕ್ಕೆ ಬಂದಾಗ ಹಿಂದಿನಂತೆ ಮೈ ಪುಳಕಿತವಾಗಲಿಲ್ಲ.

'ನಳಿನಿ ನೀನು ಬದಲಾಗಬೇಕು. ಇದು ಅನಿವಾರ್ಯ ಚಿಪ್ಪಿನೊಳಕ್ಕೆ ಹುದುಗಿ ಜೀವನವನ್ನ ಕಠಿಣ ಮಾಡಿಕೊಳ್ಳಬೇಡ' ಮಗ್ಗುಲಾದ. ನಿದ್ದೆ ಮೈಲಿಯಾಚೆ. ಅಡಿಗೆ ಮನೆಯ ಪಾತ್ರೆಗಳ ಸದ್ದು, ಅದರ ಮಧ್ಯೆ ಮಾತುಗಳು ಕಿವಿಮುಚ್ಚಿ ಮಲಗಬೇಕೆನಿಸಿತು. ಸ್ವಲ್ಪ ಮಂಪರು ಕವಿಯುವ ವೇಳೆಗೆ ಕೋಣೆಯಲ್ಲಿ ದೀಪಗಳು ಬೆಳಗಿದವು. ಮತ್ತಷ್ಟು ಬಿಗಿಯಾಗಿ ಕಣ್ಣುಗಳನ್ನು ಮುಚ್ಚಿಕೊಂಡ.

"ಸಾಗರ್..." ಕೈಯೆತ್ತಿದ. ಮಾತನಾಡಬಾರ್ದು ಎನ್ನುವ ಅರ್ಥ. "ಒಂದ್ನಿಮ್ಷ ಎದ್ದು ಬಾ.. ನಿಮ್ಮ ಮಾವನವರು ಏನೋ ಮಾತನಾಡಬೇಕಂತೆ."

ಮುಜುಗರದಿಂದ ಎದ್ದು ಕೂತ.

"ನಂಗೆ ಅರ್ಥವಾಗಿದೆ. ಆ ಮಾತುಗಳಿಂದ ಯಾವ ಪ್ರಯೋಜನವು ಇಲ್ಲ.

ತಾವಾಗಿ ಮುಂದಾಗಿಸುವುದು ನಂಗೆ ಆಶ್ಚರ್ಯದ ಸಂಗತಿ. ದಯವಿಟ್ಟು ಅದೆಲ್ಲ ಆಗದ ಹೋಗದ ಕೆಲಸ. ನಿಶ್ಚಿಂತೆಯಿಂದ ಮಲಗಲು ಹೇಳು."

ಅಷ್ಟರಲ್ಲಿ ಶಾಂತಾರಾಮ್ ತಾವೇ ಒಳಗೆ ಬಂದರು. ಅವರ ಮುಖದಲ್ಲಿನ ದೈನ್ಯತೆ ನೋಡಿ ಕರಗಿಹೋದ.

"ನಿಮ್ಮ ಮಗ್ಳಿಗೆ ಅನ್ಯಾಯವಾಗೋ ಹಾಗಿದ್ರೆ ನೀವು ಪ್ರತಿಭಟಿಸಬೇಕಾಗಿತ್ತು. ಅದ್ಬಿಟ್ಟು ನೀವೇ ಆ ದಾರಿ ಹಿಡ್ಯೋದು ಚೆನ್ನಾಗಿಲ್ಲ. ಮಕ್ಳು ಬಗ್ಗೆ ನಾವೆಂದು ತಲೆ ಕೆಡ್ಸಿಕೊಂಡಿಲ್ಲ. ದಯವಿಟ್ಟು ನಮ್ಮನ್ನ ಸಂತೋಷವಾಗಿರೋಕೆ ಬಿಡಿ" ಎರಡು ಕೈ ಜೋಡಿಸಿದ.

ಮೊದಲು ಶಾಂತಾರಾಮ್ ತಣ್ಣಗಾದರು. ಆಮೇಲೆ ಮೈ, ಮನಸ್ಸಿಗೆ ಬಿಸಿ ತಂದುಕೊಂಡರು. ಲಕ್ಷಣವಾಗಿ ಅವರು ಕೂತಾಗ ಅವನಿಗೆ ತಲೆ ಚಚ್ಚಿಕೊಳ್ಳಬೇಕೆನಿಸಿತು.

ಅವರು ನಿಧಾನವಾಗಿ ಷುರು ಮಾಡಿದಾಗ ತುಟಿಪಿಟಿಕ್ ಅನ್ನದೆ ಕೂತ. ಕೆಲವು ಆಪ್ಯಾಯಮಾನಗಳ ಸಂಗತಿಗಳೆ. ತನ್ನದೇ ಆದ ಮಗು ಅವನಿಗೂ ಬೇಕು. ಆದರೆ... ನಳಿನಿಗೆ ಅನ್ಯಾಯ, ಅವನು ಸಿದ್ಧನಿಲ್ಲ.

"ನೀವು ಒಪ್ಪಿಕೊಳ್ಳಲೇ ಬೇಕು" ಒತ್ತಾಯವೇರಿದರು.

"ಬೇಡಿ, ಯಾವ ಹೆಣ್ಣು ತನ್ನ ಗಂಡನ ಪ್ರೀತಿಯಲ್ಲಿ ಸಮಪಾಲು ಹಂಚಿಕೊಳ್ಳೋಕೆ ಸಿದ್ಧವಿರೋಲ್ಲ. ಇದು ನ್ಯಾಯಬದ್ಧವಲ್ಲ, ಅಗತ್ಯವೂ ಇಲ್ಲ. ತೀರಾ ಅವ್ಳಿಗೆ ಮಗು ಅಗತ್ಯವೆಂದರೆ ಯಾವುದಾದ್ರೂ ಅನಾಥಾಶ್ರಮದ ಮಗುನ ತಂದುಕೊಳ್ಳೋಣ. ಇಲ್ದಿದ್ರೆ ನಿಮ್ಮ ನೆಂಟರುಗಳಲ್ಲೆ ಒಂದು ಮಗುನ ದತ್ತಕ ಮಾಡಿಕೊಳ್ಳೋಣ. ಆಗ ಅವ್ಳ ಮನಸ್ಸಿಗೆ ನೆಮ್ದಿ ಸಿಗುತ್ತೆ" ಸೂಕ್ಷ್ಮವಾಗಿ ಹೇಳಿದ. ಶಾಂತಾರಾಮ್ ಅರ್ಥಮಾಡಿಕೊಂಡರು.

"ಹೇಗೆ ಮಾಡಿದ್ರೂ.... ಅದು ನಿಮ್ಮ ಮಗು ಅನ್ನಿಸಿಕೊಳ್ಳೋಲ್ಲ. ತಂದೆಯ ಸಹಜ ಪ್ರೀತಿ, ವಾತ್ಸಲ್ಯ ಅದ್ಕೇ ದಕ್ಕೋಲ್ಲ. ಮುಂದೆ ಅದ್ರಿಂದನೇ ನಿಮ್ಮ ಸಂಸಾರದಲ್ಲಿ ಬಿರುಕು ಕಾಣಿಸಿಕೊಳ್ಳಬಹುದ್ದು" ಶಾಂತಾರಾಮ್ ಅನುಭವಯುತ ಮಾತುಗಳು ಅವನನ್ನು ಬಡಿದೆಬ್ಬಿಸಿತು.

ಅವನ ಪೂರ್ತಿ ಪ್ರೀತಿ ಅತ್ತಿತ್ತ ಅಲುಗಾಡದಂತೆ ಬಿಗಿದು ಹಿಡಿಯಲು ಒಂದು ಸನ್ನಾಹ. ಭೇಷ್ ಅಂದುಕೊಂಡರು ಭವಿಷ್ಯ ತೀರಾ ಭಯಂಕರ ಎಂದುಕೊಂಡ.

ಹೇಳಿಹೇಳಿ ಸೋತು ಹೋದ. ಅವರದು ಒಂದೇ ಪಟ್ಟು, ಮಲಗಲು ಬಿಡಲಾರರು. ಈ ಕೊರತೆ ಸಾಕೆನಿಸಿದಾಗ ಯೋಚಿಸಿ ಹೇಳಿದ.

"ನೀವ್ಹೋಗಿ ನಳಿನಿನ ಕಳ್ಸಿಕೊಡಿ. ಅವ್ಳ ಜೊತೆ ಮಾತಾಡಿ ತಿಳಿಸ್ತೀನಿ."

ಶಾಂತಾರಾಮ್ ಮುಖದಲ್ಲಿ ಸ್ವಲ್ಪ ಗೆಲುವು ಕಾಣಿಸಿಕೊಂಡಿತು. ಈ ಸ್ಥಿತಿಯಲ್ಲೇ ಪೂರ್ತಿ ಗಟ್ಟಿ ಮಾಡಿಬಿಡಬೇಕೆನ್ನುವ ಮನಸ್ಸು.

"ಬೆಳಿಗ್ಗೆ ನಮ್ಜೊತೆ ಹೊರಡಿ. ಎಲ್ಲಾ ಅಲ್ಲೇ ನಿಶ್ಚಯ ಮಾಡಿಬಿಡೋಣ" ಗೆಲುವಿನಿಂದ ಅವರು ಹೇಳಿದಾಗ ತಾನೆಲ್ಲಿ ಪೂರ್ತಿ ತಾಳ್ಮೆ ಕಳೆದುಕೊಳ್ಳುವೇನೂ ಎಂದು ಹೆದರಿದ ಸಾಗರ್. "ನಂಗೆ ರಜೆ ಇಲ್ಲ..."

ಕಡೆಗೆ ಅವನನ್ನು ಒಪ್ಪಿಸುವವರೆಗೂ ಶಾಂತಾರಾಮ್ ಅಲ್ಲಿಂದ ಅಲ್ಲಾಡಲಿಲ್ಲ. ಬರೀ ಪ್ರೇಕ್ಷಕರಾಗಿದ್ದ ನಾಗವೇಣಮ್ಮ, ಪಾಂಡುರಂಗಯ್ಯ ತಮ್ಮ ಕೆಲಸ ಮುಗಿಯಿತು ಎನ್ನುವಂತೆ ಹೋದರು. ಅಂತಹ ಸಂದರ್ಭದಲ್ಲು ಸಾಗರ್‌ಗೆ ನಗು ಬಂತು.

* * *

ಅಂದೆಲ್ಲ ತೀರಾ ಸತಾಯಿಸಿ ಹೊರಟಿದ್ದ. ನಳಿನಿ ಮಾಮೂಲಿಯಾಗೇ ಇದ್ದಳು. ಗೊಂದಲ, ತುಮುಲ ಹುಡುಕಿ ನೋಡಿದ ಅವಳ ಮುಖದಲ್ಲಿ.

"ಹೇಗಿದ್ದೀಯಾ?" ಸರಳವಾಗಿ ಪ್ರಶ್ನಿಸಿದ.

"ನಾನು ಸೋತೆ, ಅಪ್ಪ ಗೆದ್ರು. ಅವ್ರು ನೀವು ಹಬ್ಬಕ್ಕೆ ಇಲ್ಲಿಗೆ ಬರೋಲ್ಲಾಂತ ಅಂದಿದ್ರು. ನೀವು ಹಾಗೆ ನಡ್ಕೊಂಡ್ರಿ" ಪ್ರಶ್ನೆ ಮರೆತು ಆಕ್ಷೇಪಿಸಿದಾಗ ಒಂದು ಕ್ಷಣ ಕಕ್ಕಾಬಿಕ್ಕಿಯಾದರು ಕಿರುನಕ್ಕ.

"ನಾಗರಪಂಚಮಿ, ಇಲ್ಗಿಂತ ನನ್ನ ಅವಶ್ಯಕತೆ ಅಲ್ಲಿತ್ತು" ಅರ್ಥಗರ್ಭಿತವಾಗಿ ಹೇಳಿದರೂ ಅರಿತುಕೊಳ್ಳುವ ಪ್ರಯತ್ನ ಮಾಡಲಿಲ್ಲ.

ಕೆನ್ನೆ ತಟ್ಟಿ, ಮೈ ಮುರಿದು ಒಂದು ಕಡೆ ಕೂತ. ಎರಡು ದಿನದಿಂದ ತಲೆ ಬಿಸಿ. ಹೆಣ್ಣು ಕೊಟ್ಟ ಮಾವ ಅಲ್ಲದಿದ್ದರೇ ನಿರ್ದಾಕ್ಷಿಣ್ಯವಾಗಿ ಹೊರದೂಡಿ ಕದವಿಕ್ಕುತ್ತಿದ್ದ.

ಇಡೀ ದಿನ ಅವಳ ನಿರ್ಧಾರ ಬದಲಾಯಿಸಲು ಬಹಳ ಪ್ರಯತ್ನಪಟ್ಟ, ಸಾಮಾನ್ಯ ಸ್ವಭಾವದ ಹೆಣ್ಣು. ಇಂಥ ತ್ಯಾಗ ಮನೋಭಾವಕ್ಕೆ ಕಾರಣವೇನು? ಅರ್ಥಮಾಡಿ ಕೊಳ್ಳುವುದು ಕಷ್ಟವೆನಿಸಿತು.

"ನಳಿನಿ, ಮೂರ್ಖತನ ಮಾಡ್ಬೇಡ. ಮಾಡಿಕೊಂಡ್ಮದ್ವೆನೆ ಶಿಕ್ಷೆಯಾಗುತ್ತೆ. ದಯವಿಟ್ಟು ಹಟ ಮಾಡ್ಬೇಡ. ನಿನ್ನನ್ನ ನೀನೇ ಬಲಿ ಕೊಟ್ಕೋಬೇಡ. ಇಲ್ದಿದ್ರೆ ಎಲ್ಲರ ಮನಃಶಾಂತಿ ಕೆಡುತ್ತೆ. ಗಂಡಿಗೊಂದು ಹೆಣ್ಣಿಗೊಂದು ನ್ಯಾಯ ಸಲ್ಲದು" ಎಷ್ಟೇ ಹೇಳಿದರೂ ಅವಳು ಹಿಡಿದ ಪಟ್ಟು ಬಿಡಲಿಲ್ಲ.

"ಏನು ಆಗೋಲ್ಲ, ನೀವು ಸುಮ್ನೇ ಹ್ಞೂಂ ಅನ್ನಿ" ತಲೆಯ ಮೇಲೆ ಕೈಯೊತ್ತು ಕೂತ.

ಕೋಣೆಯಲ್ಲಿ ಜೋಯಿಸರು ಇಣುಕಿದಾಗ ನಳಿನಿ ಎದ್ದು ಹೊರಗೆ ಹೋದಳು. ದೈನ್ಯವೇ ಮೂರ್ತಿವೆತ್ತಂತೆ ಕಾಣುತ್ತಿದ್ದ ಆ ವ್ಯಕ್ತಿ ಒಳಗೆ ಬಂದು ಕೂತಾಗ ಅರಿವಾಗದಂತೆ ಸಾಗರ್ ಮುಖ ಗಂಟಾಯಿತು.

"ದಯವಿಟ್ಟು ಏನು ತಿಳ್ಕೋಬೇಡಿ. ನಾನೇನು ಪ್ರಯತ್ನನೇ ಮಾಡಿಲ್ಲ" ಸ್ಪಷ್ಟವಾಗಿ ಹೇಳಿ ಜಗಿದು ಕೂತ.

"ಆಯ್ತು ಸ್ವಾಮಿ, ನಿಮ್ಮ ಮಾವನೋರು ದೊಡ್ಡ ಮನಸ್ಸು ಮಾಡಿದ್ದಾರೆ. ನೀವು ಒಪ್ಕೊಂಡು ನನ್ನ ಕನ್ಯಾಸೆರೆಯಿಂದ ವಿಮುಕ್ತಿಗೊಳಿಸಿ."

ಷಾಕ್ ಹೊಡಿಸಿಕೊಂಡ ಅನುಭವವಾಯಿತು. ಅವನಿಗೆ ಮದುವೆ ಆಗುವ ಉದ್ದೇಶವೇ ಇಲ್ಲದಿದ್ದುದ್ದರಿಂದ ಹೆಣ್ಣಿನ ಬಗ್ಗೆ ಯೋಚಿಸಲು ಹೋಗಿರಲಿಲ್ಲ.

"ಬಡತನದಲ್ಲಿ ಬೆಳೆದವಳು ಅನ್ನೋದು ಬಿಟ್ರೆ ಇನ್ನ ಎಲ್ಲಾದರಲ್ಲೂ ಚಿನ್ನ!"

ಜೋಯಿಸರು ಕಣ್ಣಿಗೊತ್ತಿಕೊಂಡಾಗ ಕಕ್ಕಾಬಿಕ್ಕಿಯಾದ. ಸ್ವರ ಉಡುಗಿತು.

"ಸ್ವಲ್ಪ ಹೊರ್ಗಡೆ ಹೋಗಿ" ಅವನ ಸ್ವರ ಕಂಪಿಸಿತು.

ದೀನವದನರಾದ ಜೋಯಿಸರ ಮುಖದ ಮೇಲೆ ಭಯ ಮೂಡಿತು. ತುಟಿ ಕಚ್ಚಿ ಹೊರಗೆ ಹೋದಾಗ ಬಾಗಿಲು ಹಾಕಿ ಒರಗಿ ನಿಂತ. ಮುಂದಿನ ಎರಡು ಹೆಣ್ಣುಗಳ ರಣರಂಗದ ಕಲ್ಪನೆಯಾದ ಕೂಡಲೇ ಬೆವರತೊಡಗಿದ.

ಕೈ ಹಣೆಯ ಮೇಲೆ ಹೋಯಿತು. ಗಂಟಲಿನ ನರಗಳು ಬಿಗಿದು ಕೊಂಡವು. ಭಯ, ಆತಂಕದ ಸ್ಪಷ್ಟ ನೆರಳು ಎದೆಯಲ್ಲಿ 'ನೀವು ಬೇರೆಯವರ ಮಕ್ಳನ್ನ ಪ್ರೀತಿಸೋದು ನಂಗಿಷ್ಟವಿಲ್ಲ' ನಳಿನಿಯ ಗಡುಸು ಸ್ವರ.

ಮುಖದ ಬೆವರೊತ್ತಿ ಸುಸ್ತಾದವನಂತೆ ಕೂತ ಮಿದುಳು ದೊಡ್ಡ ಕಾರ್ಖಾನೆಯಾಗಿತ್ತು. ಭಯಂಕರ ಯಂತ್ರಗಳ ಸದ್ದು. ಕೈಗಳು ಕಿವಿಯ ಮೇಲೋದವು.

ಬಾಗಿಲು ತೆಗೆದುಕೊಂಡು ಹೊರಗೆ ಬಂದ. ಎಲ್ಲರೂ ಅಲ್ಲೇ ಆಸೀನರಾಗಿದ್ದರು.

"ನನ್ನ ಒಪ್ಗೇ ಇಲ್ಲ" ತಾಳ್ಮೆ ಕಳೆದುಕೊಂಡು ಸಿಡಿದ. ಎಲ್ಲರ ತುಟಿಗಳು ಬಿಗಿದೇ ಕೂತಿದ್ದವು. "ಮತ್ತೆ ಈ ವಿಷಯ ಪ್ರಸ್ತಾಪ ಬೇಡ."

ಕೋಣೆಗೆ ಹೋಗಿ ಬಾಗಿಲು ಹಾಕಿಕೊಂಡ. ಎಷ್ಟೋ ಹೊತ್ತಿನ ಮೇಲೆ ಸಮಾಧಾನದ ಸ್ಥಿತಿಗೆ ಬಂದ. ಎದೆಯ ಮೇಲೆ ಕೈ ಹೋದಾಗ ಕಣ್ಮುಚ್ಚಿ ಮಲಗಿದ.

ಊಟದ ಸಮಯದಲ್ಲೂ ಯಾರೂ ಮಾತಾಡಲಿಲ್ಲ. ಮಲಗಲು ಬಂದ ನಳಿನಿಗೆ ಹೇಳಿದ.

"ಇನ್ನೆಷ್ಟು ದಿನ ಇಲ್ಲಿರಬೇಕೂಂತ ಮಾಡಿದ್ದೀಯಾ? ಬೆಳಿಗ್ಗೆ ಮೊದಲು ಬಸ್ಸಿಗೆ ಹೊರಡಬೇಕು. ನಿನ್ನ ಸೂಟುಕೇಸಿಗೆ ಬಟ್ಟೆ ಬರೆ ತುಂಬ್ಕೋ" ಗಡುಸಾಗಿ ಹೇಳಿದ.

ಅವಳು ತುಟಿಪಿಟಿಕ್ ಅನ್ನಲಿಲ್ಲ. ರೂಪಿತವಾಗಿದ್ದ ಯೋಜನೆ ಮೊದಲ ಹಂತದಲ್ಲಿಯೇ ಕುಸಿದಿತ್ತು. ಅಪ್ಪ, ಅಮ್ಮನಂತೆ ಅವಳು ಕಂಗೆಟ್ಟಿದ್ದಳು. ತಲೆಯ ಮೇಲಿನ ದೊಡ್ಡ ಭಾರ ಇಳಿಸಿದಂತೆ ನಿಶ್ಚಿಂತೆಯಿಂದ ನಿದ್ರಿಸಿದ. ಆದರೆ ನಳಿನಿಯ ಕಣ್ಣಾವೆಗಳು ಮುಚ್ಚಲಿಲ್ಲ. ದಾಂಪತ್ಯ ಜೀವನದಲ್ಲಿ ಅಟ್ಟಹಾಸದಿಂದ ಮೆರೆದವಳಿಗೆ ಬಲವಾದ ಪೆಟ್ಟು.

"ಈಗ್ಲೇ ನೋಡಿದ್ಯಾ, ಹಬ್ಬಕ್ಕೆ ನೇರವಾಗಿ ಅಲ್ಲಿಗೆ ಹೋದ. ಇಷ್ಟು ದಿನ ತಂಗಿ, ಅಪ್ಪ, ಅಮ್ಮ ಇರ್ಲಿಲ್ವಾ? ಹೊಸ್ದಾಗಿ ಇಂಥ ಬದಲಾವಣೆ ಯಾಕೆ? ಅವ್ನು ಈಗಾಗ್ಲೇ ಅಲ್ಪ ಸ್ವಲ್ಪ ಆಕರ್ಷಣೆ ಕಳ್ಕೊಂಡಿದ್ದಾನೆ. ಪೂರ್ತಿ ಕಳೆದುಕೊಳ್ಳುವ ಮುನ್ನ ಎಚ್ಚೆತ್ತುಕೊಳ್ಳಬೇಕು. ಇಲ್ದಿದ್ರೆ ನಿಂಗೆ ಸಿಗೋದು ಪೂರ್ತಿ ಉದಾಸೀನ" ತಂದೆಯ ಅನುಭವಯುತ ಮಾತುಗಳು. ಅದರ ಹಿಂದೆನೇ ತಾಯಿಯ ಕೊರೆತ.

"ನಿಂಗೆ ಮಕ್ಳು ಆಗೋಲ್ಲಾಂತ ತಿಳಿದ್ಮೇಲೆ ಎಷ್ಟೊಂದು ಬದಲಾಗಿದ್ದಾನೆ ನೋಡು. ನಮ್ಮನ್ನೇ ಆ ಮನೆಯಲ್ಲಿ ಅತಿಥಿಗಳಾಗಿ ಮಾಡಿದ್ದಾನೆ. ಮಾತು ಕೂಡ ಬೇಕಾಬಿಟ್ಟಿ, ಇನ್ನ ನಾಲ್ಕು ದಿನ ಹೋದ್ರೆ ಅವನಪ್ಪ, ಅಮ್ಮ ಬಂದು ಅಲ್ಲೇ ಇರ್ತಾರೆ. ನಾವು ಮೂರು, ಮೂರು ದಿನಕ್ಕೂ ಬರೋದು ಸರಿ ಹೋಗುತ್ತಾ? ಹಂಗಿಸ್ತಾರೆ. ಚುಚ್ಚು

ಮಾತಾಡ್ತಾರೆ. ಹೇಗೆ ಸಹಿಸೋದು? ನಿನ್ನ ಬಿಟ್ಟು ನಮ್ಗೆ ತಾನೇ ಯಾರಿದ್ದಾರೆ? ಇಷ್ಟೆಲ್ಲ ಗಳಿಸಿದ್ದು ಯಾರಿಗೋಸ್ಕರ?" ಜೊತೆಗೇ ಮುಸು ಮುಸು ಅಳು.

ಯೋಚಿಸಿ, ಚಿಂತಿಸಿ ಕಡೆಗೆ ಒಂದು ತೀರ್ಮಾನಕ್ಕೆ ಬಂದರು. ಮೊದಲು ನಳಿನಿ ಒಪ್ಪದಿದ್ದರೂ ಕಡೆಗೆ ಒಪ್ಪಿದಳು. ಆದರೆ... ಸಾಗರ್ ಒಪ್ಪುವ ಬಗ್ಗೆ...

"ನಾನೆಲ್ಲ ಮಾಡ್ತೀನಿ. ನೀನು ನಾನು ಹೇಳ್ದಂಗೆ ಕೇಳಿದ್ರೆ.... ಸಾಕು..."ಪೂರ್ತಿ ಜವಾಬ್ದಾರಿ ಶಾಂತಾರಾಮ್ ಹೊತ್ತುಕೊಂಡಿದ್ದರು.

ಇಲ್ಲಿ ಸೋಲು ತಮ್ಮದಾಗುವ ಮಟ್ಟಕ್ಕೆ ಬಂದಾಗ ಎಚ್ಚೆತ್ತುಕೊಂಡರು.

ಬ್ರಷ್‌ಗೆ ಟೂತ್‌ಪೇಸ್ಟ್ ಹಚ್ಚಿ ಹಿತ್ತಲಿಗೆ ಸಾಗರ್ ಬಂದಾಗ ಇನ್ನು ನಸುಕಿನ ಚಳಿಯಿತ್ತು. ಇವನತ್ತ ಬೆನ್ನ ಹಾಕಿ ಬಟ್ಟೆಗೆ ಸೋಪು ಹಚ್ಚುತ್ತಿದ್ದ ರಾಧಳ ಬಗ್ಗಿದ ಸೊಂಟ ನೇರವಾಗುವ ವೇಳೆಗೆ ಮುಖವನ್ನೇ ಪಕ್ಕಕ್ಕೆ ತಿರುಗಿಸಿದ. ಒಂದು ತರಹ ಸಂಕೋಚ ಅವನನ್ನ ಕಾಡಿತು.

"ಸಾರ್...." ಬ್ರಷ್ ಸ್ತಬ್ಧಗೊಂಡಿತು. ಸ್ವರ ಬಂದತ್ತ ತಿರುಗಿದ. ಬೆಳಗಿನ ಇಬ್ಬನಿಯಲ್ಲಿ ತೊಯ್ದ ಹೂವಿನಂತೆ ಕಂಡಳು. ಅವನ ಹುಬ್ಬುಗಳು ಬಿಗಿದುಕೊಂಡವು. "ಏನು..." ಸ್ವರ ಅಲ್ಲಿಗೆ ಉಡುಗಿತು.

ಬಗ್ಗಿದ ತಲೆ ಮೇಲೆತ್ತಲು ಬಹಳ ಪ್ರಯಾಸಪಡುತ್ತಿದ್ದಳು. ಚಳಿಯಲ್ಲು ಮುಖದ ಮೇಲೆ ಬೆವರಿನ ಬಿಂದುಗಳು. ಕಂಪಿಸುವ ತುಟಿಗಳು ಏನನ್ನೋ ಹೇಳಲು ಸಾಹಸ ಪಡುತ್ತಿತ್ತು.

"ಯಾಕೆ ರಾಧ?" ಬ್ರಷ್ ಪೂರ್ತಿಯಾಗಿ ಕೆಳಗಿಳಿಯಿತು. ಮೂಡಿ ಮೂಡಿ ಮರೆಯಾಗುತ್ತಿದ್ದ ಭಾವಗಳನ್ನು ಲೆಕ್ಕ ಹಾಕತೊಡಗಿದ. "ಯಾಕೆ ಅಷ್ಟೊಂದು ಭಯ? ನಾನು ಕೂಡ ಮನುಷ್ಯ. ಸದ್ಯಕ್ಕೆ ಅಷ್ಟನ್ನ ಅರ್ಥ ಮಾಡ್ಕೊಂಡ್ರೆ ನಿಂಗೆ ಮಾತಾಡೋಕೆ ಧೈರ್ಯ ಬರುತ್ತೆ."

"ದಯವಿಟ್ಟು ಒಪ್ಕೊಳ್ಳಿ. ಈ ಜನರ ಕುಹಕ, ಅಪ್ಪನ ತಾತ್ಸಾರ, ಅಮ್ಮನ ಕಣ್ಣೀರು ನನ್ನಿಂದ ನೋಡೋಕ್ಕಾಗೋಲ್ಲ. ಎಷ್ಟು ಗಟ್ಟಿ ಮನಸ್ಸು ಮಾಡಿದ್ರೂ... ನಾನೆಂದಾದ್ರೂ ಆತ್ಮಹತ್ಯೆ ಮಾಡ್ಕೋತೀನೊಂತ ನಂಗೆ ಭಯ ಆಗುತ್ತೆ...." ನಡುಗುವ ಸ್ವರದಿಂದ ಬಂದ ಮಾತುಗಳಿಗೆ ಬೆಪ್ಪಾದ.

ಯಾವುದೋ ಮಾತಿನ ಮಧ್ಯೆ ಶಾಂತಾರಾಮ್ ಒಂದು ದಿನ ಅಂದಿದ್ದರು.

ಜೋಯಿಸರಿಗೆ ಆ ಹೆಣ್ಣಿನದೊಂದು ಸಮಸ್ಯೆಯಾಗಿದೆ. ಊರಿನ ಕಿಡಿಗೇಡಿಗಳು ಪಟಾಲಂಗಳು ಊರಿನಲ್ಲಿ ಆ ಹುಡ್ಗೀ ಓಡಾಡೋಕೆ ಬಿಡ್ತಾ ಇಲ್ಲ. ಮೊದ್ಲೇ ಬಡತನ. ಅವರಿವ್ರ ಮುಂದೆ ಕೈಯೊಡ್ಡಬೇಕಾದ ಸ್ಥಿತಿ. ಈ ನಿಸ್ಸಹಾಯಕತೆಯಲ್ಲಿ ಆ ಹುಡ್ಗೀನ ಅಂದು ಆಡಿ ಮುಗ್ಸಿಬಿಡ್ತಾರೆ."

ಒಂದು ಕ್ಷಣ ಮಿದುಳು ನಿಷ್ಕ್ರಿಯವಾಯಿತು. ಸಮಸ್ಯೆಗಳ ಮಧ್ಯೆ ರಾಧ ನಿಶ್ಚಲವಾಗಿ ನಿಂತಳು. ಏನು ಹೇಳಲಾಗದ ಸ್ಥಿತಿ ಅವಳದು. ಆ ಕಣ್ಣುಗಳಲ್ಲಿ ತೀರಾ ಮಂದವಾಗಿ ಉರಿಯುತ್ತಿದ್ದ ಆಶಾಜ್ಯೋತಿಯನ್ನು ಅಳಿಸಿ ಬಿಡಲು ಅವನ ಮನ ಒಪ್ಪಲಿಲ್ಲ.

ಮೌನವಾಗಿ ತಲೆಯಾಡಿಸಿ ಒಳಗೆ ಬಂದ. ಸ್ನಾನ ಮುಗಿಸಿ ಕೋಣೆಗೆ ಬಂದಾಗ ನಳಿನಿ ಇನ್ನು ಹಾಸಿಗೆಯ ಮೇಲೆ ಕೂತಿದ್ದಳು.

"ಅಂತೂ ನೀನು ಹೊರಡೋಕೆ ಸಿದ್ಧವಿಲ್ಲ" ಅವನ ಸ್ವರ ತೀರಾ ಮೆತ್ತಗಾಗಿತ್ತು. ಎದ್ದು ಬಂದ ನಳಿನಿ ಅವನ ಸೂಟುಕೇಸಿನಲ್ಲಿದ್ದ ಬಟ್ಟೆಗಳನ್ನೆಲ್ಲ ಕಿತ್ತು ಎಸೆದಳು. "ನೀವು ಒಪ್ಕೊಳ್ಳೋವರ್ಗೂ ನಾನು ಬರೋದು ಇಲ್ಲ. ನಿಮ್ಮನ್ನು ಹೋಗೋಕು ಬಿಡೋದಿಲ್ಲ."

ಈಗ ತಟ್ಟನೆ ನೆನಪಾದ್ದು ರಾಧಳ ಮುಖ. ಗಂಟಲಲ್ಲಿ ಸಿಕ್ಕಿಕೊಂಡಿದ್ದು ನುಂಗಲಾರದೆ, ಉಗುಳಲಾರದೆ ಚಡಪಡಿಸಿದ. ಒಂದು ಕಡೆ ಕೂತುಬಿಟ್ಟ ಮೌನವಾಗಿ. ಬಹಳ ಹೊತ್ತಿನ ಮೇಲೆ ತಲೆಯೆತ್ತಿದ.

"ನಳಿನಿ, ಇನ್ನು ಯೋಚ್ನೆ ಮಾಡು. ಇದು ಸರಿ ಬರೋಂಥದಲ್ಲ. ಜೀವನ ಪೂರ್ತಿ ನಿಮ್ಮಿಬ್ರ ನಡುವೆ ಮಾನಸಿಕ ಹಿಂಸೆಯಿಂದ ನಾನು ನರಳಬೇಕಾಗುತ್ತೆ. ಮಕ್ಳು ಇಲ್ಲದ್ದು ದೊಡ್ಡ ಸಮಸ್ಯೆ ಅಂದುಕೊಳ್ಳೋದೇ ಬೇಡ. ನಿಮ್ಮಪ್ಪನ ಆಸ್ತಿನ ಯಾವುದಾದ್ರೂ ಅನಾಥಾಶ್ರಮಕ್ಕೆ ಬರೀಲಿ, ಪುಣ್ಯ ಸಿಕ್ಕುತ್ತೆ. ಅದಕ್ಕೋಸ್ಕರ ನಾವು ಹಿಂಸೆ ಅನುಭವಿಸೋದ್ಬೇಡ. ಸಮಾಜದಲ್ಲೂ ಕೂಡ ಇದು ನಾಚಿಕೆಗೇಡಿನ ಕೆಲ್ಸ."

ನಳಿನಿಯ ನಿಶ್ಚಯ ಸ್ವಲ್ಪ ಕೂಡ ಅಲುಗಾಡಲಿಲ್ಲ. ಒಂದೇ ಪಟ್ಟಿನಲ್ಲಿ ನಿಂತಳು.

"ಎಲ್ಲಾ ನಂಗೆ ಬಿಡಿ. ಹ್ಞೂಂ ಅನ್ನಿ ನೀವು. ಕೆಲವು ದಿನ ಎಲ್ಲಾ ಅಷ್ಟೆ." ಸಾಗರನ ಕಣ್ಣುಗಳು ಕಿರಿದಾದವು. ಕೆಳ ತುಟಿ ಕಚ್ಚಿದ. ಬೆಸೆದುಕೊಂಡು ಹುಬ್ಬುಗಳು ಪ್ರಶ್ನಾಕಾರದಲ್ಲಿ ನಿಂತವು. ಯೋಚಿಸುತ್ತ ನಿಂತ.

"ಯೋಚ್ನೇ ಮಾಡೋಕೆ ಏನಿಲ್ಲ. ನಾನೆಲ್ಲ ಸುಧಾರಿಸ್ತೀನಿ. ನೀವು ತೆಪ್ಪಗಿದ್ಬಿಡಿ" ಅವಳ ಸ್ವರದಲ್ಲಿನ ಗೆಲವನ್ನು ಕಂಡು ದಂಗಾದ ಪ್ರಶ್ನೆಯಾದಳು.

ಯೋಜನೆ ಕಾರ್ಯಕ್ರಮದ ಪ್ರತಿಯೊಂದು ಹಂತವು ವ್ಯವಸ್ಥಿತವಾಗಿ ರೂಪುಗೊಂಡು ಇವನ ಸಹಿಗಾಗಿ ಕಾಡಿತ್ತು. ಬಿದ್ದ ಕೂಡಲೇ ಚಟುವಟಿಕೆ ಆರಂಭ.

ಮರುದಿನವೇ ನಿರ್ಜನ ಪ್ರದೇಶದ ಸಣ್ಣ ದೇವಾಲಯದಲ್ಲಿ ಸರಳವಾದ ಮದುವೆ. ಜೋಯಿಸರ ಕುಟುಂಬದ ಜೊತೆ ಬಂದಿದ್ದ ಒಂದೆರಡು ಮಂದಿ ನೆಂಟರು. ಕನಸ್ಸಿನಲ್ಲಿರುವಂತೆ ರಾಧಳ ಕುತ್ತಿಗೆಗೆ ತಾಳಿ ಬಿಗಿದಿದ್ದ. ಆದರೆ ನಳಿನಿಯ ಆಟದಲ್ಲಿ ಭಾಗವಹಿಸುವಂತೆ ಗೆಲುವಾಗಿದ್ದಳು. ಅವನ ಸುಪ್ತ ಮನ ಎಚ್ಚರಿಕೆ ಗಂಟೆ ಬಾರಿಸತೊಡಗಿದಾಗ ಗಾಬರಿಗೊಂಡ.

'ತ್ಯಾಗದ ಹೆಣ್ಣಾ ನಳಿನಿ?' ಖಂಡಿತ ಅಲ್ಲ. ಅವನ ಮನಸ್ಸಾಕ್ಷಿ ಚೀರಿತು. ಬೆಚ್ಚಿದ ಹಿನ್ನೆಲೆಗಾಗಿ ತಲೆ ಕೆಡಿಸಿಕೊಂಡ.

ಸಂಜೆಯೇ ಹೊರಟು ನಿಂತಾಗ ನಳಿನಿಯೊಬ್ಬಳೇ ಅವನ ಜೊತೆಯಲ್ಲಿ ಹೊರಟಿದ್ದು. ಸಂಯಮದಿಂದ ಅವನ ಕಣ್ಣುಗಳು ಹುಡುಕಾಡಿದವು.

"ಬಾಡ್ಗೇ ಮನೆ ಚಿಕ್ದು. ಆ ಮನೆ ಖಾಲಿ ಮಾಡೋಕೆ ಈಗಾಗ್ಲೇ ಬಾಡ್ಗೇದಾರರಿಗೆ ತಕರಾರು ಮಾಡಿಯಾಗಿದೆ. ಇನ್ನು ನಾಲ್ಕು ದಿನದಲ್ಲಿ ಖಾಲಿ ಮಾಡುತ್ತಾರೆ. ಆಮೇಲೆ

ಹುಡ್ಗೀನ ತಂದು ಬಿಡ್ತೀನಿ" ತಣ್ಣನೆಯ ಸ್ವರದಲ್ಲಿ ಶಾಂತಾರಾಮ್ ಹೇಳಿದಾಗ ಉಗುಳು ನುಂಗಿದ ಸಾಗರ್.

ಬಾಗಿಲಿಗೆ ಬಂದ ನಾಗವೇಣಮ್ಮ ಮಗನ ಮುಖ ನೋಡಿದರು. ಈ ಜನರ ಸಂಪೂರ್ಣ ಪರಿಚಯ ಅವರಿಗಿತ್ತು. ತಾಟಗಿತ್ತಿಯಂಥ ಹೆಂಗಸು ಸುಂದರಮ್ಮ, ಈ ಮದುವೆಯ ಹಿಂದೆ ಏನಿದೆಯೋ? ಮನ ಅನುಮಾನಿಸಿತು.

"ನಾವು ಊರ್‍ಗೇ ಕರ್ಕೊಂಡ್ಹೋಗ್ತೀವಿ. ನಮ್ಮಲ್ಲಿ ನಾಲ್ಕು ದಿನ ಇರ್ಲಿ. ಅಶ್ವಿನಿ ನೋಡಿದಂಗೂ ಆಗುತ್ತೆ" ಬಾಂಬ್ ಎಸೆದಂತಾಗಿತ್ತು ಶಾಂತಾರಾಮ್ ದಂಪತಿಗಳಿಗೆ. ಮುಖ ಮುಖ ನೋಡಿಕೊಂಡರು.

"ಈಗ ಬೇಡ ಬಿಡಿ. ಅದೆಲ್ಲ ಏನು ಚೆನ್ನಾಗಿರುತ್ತೆ. ಕೇಳೋ ಜನಕ್ಕೆ ಹತ್ತು ಬಾಯಿ ಆಗುತ್ತೆ" ಸುಮ್ನೇ ನೀವ್ಯಾಕೆ ಜನಗಳ ಬಾಯ್ಗೇ ಬೀಳ್ತೀರಾ?" ಸುಂದರಮ್ಮನ ಬಾಯಿ ಇಷ್ಟಗಲವಾದಾಗ ಆಕೆ ತೆಪ್ಪಗಾಗಬೇಕಾಯಿತು.

ಜೇಬಿನಲ್ಲಿ ಇಳಿದಿದ್ದ ಸಾಗರ್‌ನ ಕೈಗಳು ಹೊರಗೆಬಂದವು. ಉದಾಸೀನದಿಂದ ಹಣೆಯುಜ್ಜಿದ.

"ನೀವುಗಳು ಹೊರಡಿ. ಅಲ್ಲೇ ವಿಶ್ರಾಂತಿ ತಗೊಂಡು ಊರಿಗೆ ಹೊರಡಬಹುದು. ಆ ಹುಡ್ಗರನ್ನ ಸುಧಾರಿಸ್ಕೊಂಡು ಅಶ್ವಿನಿ ಕೈಯಲ್ಲಿ ಕೆಲ್ಸ ಮಾಡಿಕೊಳ್ಳೋಕಾಗೋಲ್ಲ."

ಮಗ ಅಷ್ಟು ಹೇಳಿದ್ದು ಪಾಂಡುರಂಗಯ್ಯನಿಗೆ ಸಾಕಾಗಿತ್ತು. ಬಡ ಸುಂದರ ನಮ್ರ ಹೆಣ್ಣು ರಾಧ ಮೊದಲ ನೋಟದಲ್ಲಿಯೇ ಅವರ ಹೃದಯ ಗೆದ್ದುಕೊಂಡಿದ್ದಳು. ಉದಾಸೀನದಿಂದ ಒಪ್ಪಿದರೂ ಆ ಹೆಣ್ಣು ಸೊಸೆಯಾದದ್ದು ಅವರ ಮನಸ್ಸಿಗೂ ತೃಪ್ತಿ ತಂದಿತ್ತು.

"ನಾಗು ಹೊರಡು, ಬಂದ್ಕೆಲ್ಸ ಮುಗೀತು. ನಾವಿಲ್ಲಿ ಇದ್ದು ಮಾಡೀದೇನಿದೆ?" ಪಾಂಡುರಂಗಯ್ಯನ ಕೈಗೆ ಗೋಡೆಗೆ ಹಾಕಿದ್ದ ಷರಟು ಬಂತು.

ಶಾಂತಾರಾಮ್ ಕೂಡ ಬಲವಂತ ಮಾಡಲು ಹೋಗಲಿಲ್ಲ. ಅನವಶ್ಯಕವಾಗಿ ಅವರಿಂದ ಯಾವ ಪ್ರಯೋಜನವಿಲ್ಲದ ಜನಕ್ಕೆ ಇಂದು ತುತ್ತು ಅನ್ನ ಹಾಕಲು ಹಿಂಜರಿಯುವಂಥ ಮನುಷ್ಯರು.

"ಬಸುರಿ ಹುಡ್ಗೀ ಮನೆಯಲ್ಲಿದ್ದಾಳೆ. ನಾವು ಹೆಚ್ಚು ಬಲವಂತ ಮಾಡೋಕಾಗೋಲ್ಲ!" ಕೈ ತೊಳೆದುಕೊಂಡರು ಸುಂದರಮ್ಮ. ಜೋಯಿಸರ ಕುಟುಂಬದ ಜನ ಹೊರ ಹಜಾರದಲ್ಲಿ ಕೂತಿದ್ದರು. 'ಬಡತನ' ಸ್ವರವನ್ನೇ ಉಡುಗಿಸಿ ಬಿಡುವಂಥ ಶಾಪ ಸಂಕೋಲೆ, ಶೋಷಣೆಯ ಮಧ್ಯೆ ನಿರಂತರ ಪರದಾಟ.

"ಬರ್ತೀನಿ..." ಜೋಯಿಸರೇ ಎಂಬುದು ತುಟಿಗಳ ಮಧ್ಯೆ ಹುಗಿದು ಹೋಯಿತು. ಆ ದಂಪತಿಗಳು ಎದ್ದು ನಿಂತರು. "ನಮ್ಮ ಕನ್ಯಾ ಸೆರೆ ಬಿಡ್ಸಿದ್ರಿ. ನಿಮ್ಮ ಮನೆ ನಂದಗೋಕುಲವಾಗ್ಲೀ" ಸಾಗರ್ ನಿಲ್ಲಲಾರದೆ ಹೊರಗೆ ನಡೆದ. ಹೊರಡುವ ಮುನ್ನ ಹಿಂದಕ್ಕೆ ತಿರುಗಿದ. ಕಿಟಕಿಯಲ್ಲಿ ಇಣುಕಿದ ಮುಖ ಕಣ್ಣಂಚಿನ ಕಂಬನಿ- ಅವನ ಹೃದಯವನ್ನು ತೋಯಿಸಿತು.

ಬಸ್ಸು ಹತ್ತುವ ವೇಳೆಗೆ ಹೃದಯದಲ್ಲಿ ಅರ್ಥವಾಗದ ಸ್ವರಗಳ ಮೇಳ. ಅವ್ಯಕ್ತವಾದ ಸಂತೋಷ. ದುಃಖದ ಕೂಟ ಸೀಟಿಗೆ ಒರಗಿ ಸುಸ್ತಾದಂತೆ ಕಣ್ಮುಚ್ಚಿದ. ಬಸ್ಸಿನ ಕುಲಕಾಟದಲ್ಲಿ ಹೊಸ ಲೋಕ ತೆರೆದುಕೊಂಡಿತು.

* * *

ಒಂದೆರಡು ಮೂರು ಸಲ ಶಾಂತಾರಾಮ್ ಬಂದುಹೋದರು ಅವರಿಂದ ಯಾವುದೇ ಪ್ರಸ್ತಾಪವಿಲ್ಲ. ಮನಸ್ಸಿನಿಂದ ರಾಧಳ ವಿಷಯ ತಳ್ಳಿ ಹಾಕಲು ಹೋಗಿ ಸೋತ.

'ನಾನಾಗಿ ನಾನು ಮದ್ವೆಯಾಗಿಲ್ಲ. ಒಂದು ಗಂಟೆಯ ಸನ್ನಿಹ, ಪರಚಯ ಅವರುಗಳು ಏನಾದರೂ ಮಾಡಿಕೊಳ್ಳಲಿ. ಆ ಜನಕ್ಕೆ ಮೊದ್ಲು ಬುದ್ಧಿ ಇರಬೇಕಿತ್ತು' ಕೋಪದಿಂದ ಹಾಗೆಂದುಕೊಂಡರೂ ಮರುಕ್ಷಣವೇ ಮೆತ್ತಗಾಗುತ್ತಿದ್ದ.

'ರಾಧ ತನ್ನ ಮಡದಿ. ಯಾರೇ ಬಲವಂತ ಬಗ್ಗಿದರೂ ತಾನು ತಾಳಿ ಕಟ್ಟಿದ್ದಂತು ನಿಜ. ಅಷ್ಟು ಸುಲಭವಾಗಿ ತಳ್ಳಿ ಹಾಕುವಂತಿಲ್ಲ, ಇಲ್ಲಿನ ಗೆಲವು ಅವನನ್ನು ತಬ್ಬಿಬ್ಬು ಮಾಡುತ್ತಿತ್ತು.

ಹಿಂದಿನ ಕೊಂಕು ಮಾತುಗಳು ನಳಿನಿಯಲ್ಲಿ ಕಡಿಮೆಯಾಗಿದ್ದು ಅವನ ಪಾಲಿಗೆ ಸಮಾಧಾನಕರವಾದ ವಿಷಯವೇ. ನಗು, ಮಾತು ಹೊರಗಿನ ಓಡಾಟದಲ್ಲಿ ಹಿಂದಿನ ಸಂಸಾರ ಸುಖವನ್ನು ಪಡೆದಿದ್ದ. ಆದರೆ ಸದಾ ಕಂಬನಿ ರಾಧಳ ಅರಳುಗಣ್ಣುಗಳಲ್ಲಿ ನೆನಪಾಗುತ್ತಿತ್ತು. ಅಪರಾಧ ಭಾವ ಅವನನ್ನು ಚುಚ್ಚಿ ನೋಯಿಸುತ್ತಿತ್ತು.

ತಾಳ್ಮೆಗೆಟ್ಟು ಕಾಫೀ ತಂದವಳನ್ನು ಪರೋಕ್ಷವಾಗಿ ಪ್ರಶ್ನಿಸಿದ. " ಆ ಮನೆ ವಿಷ್ಯ ಏನಾಯ್ತು?"

ತಕ್ಷಣ ನಳಿನಿಯ ಮುಖ ಬಣ್ಣ ಗೆಟ್ಟಿತು. ಉದ್ವೇಗಕ್ಕೆ ತುತ್ತಾದಳು.

"ನಿಮಗ್ಯೇಕೆ? ಅದು ನಂಗೆ ಸಂಬಂಧಪಟ್ಟಿದ್ದು. ಆ ದಿನ ಅಷ್ಟು ಹಾರಾಡಿದ್ರಿ, ಈಗ ಅದರ ಪ್ರಸ್ತಾಪ ಯಾಕೆ?" ಸಿಡಿದಾಗ ಬೆಪ್ಪಾದ ಅವನ ಕೈಯಲ್ಲಿನ ಲೋಟ ನೆಲಕ್ಕೆ ಜಾರಿತು. ಅವಮಾನದಿಂದ ಅವನ ಮುಖ ಕೆಂಪಾಯಿತು.

"ಸಾರಿ...." ಮೇಲೆಕ್ಕೆದ್ದ. ಬಟ್ಟೆ ಧರಿಸಿ ಹೊರಗೆ ಬಂದ. ತನ್ನ ಉಳಿಸಿಕೊಳ್ಳಲು ಪ್ರಯತ್ನ ಪಟ್ಟ ವ್ಯಕ್ತಿತ್ವಕ್ಕೆ ಇಲ್ಲಿ ಸಾವು. ಶಾಂತಾರಾಮ್ ಪ್ರಚಂಡ ವ್ಯಕ್ತಿಯಾಗಿ ಕಂಡ. ತಾನು ಮಣಿಯಕೂಡದು.

ಸ್ಕೂಟರ್ ತಳ್ಳಿಕೊಂಡು ಹತ್ತಿ ಹೊರಟ. ರಜ ದಿನ. ಎಲ್ಲಿ ಹೋಗುವುದು? "ಮಾವ..." ಸ್ವರ ಹಿಡಿದು ನಿಲ್ಲಿಸಿತು. ಸ್ಕೂಟರ್‌ಗೆ ಬ್ರೇಕ್ ಬಿತ್ತು. ಹಿಂದಕ್ಕೆ ತಿರುಗಿದ. ಹಸನ್ಮುಖಿ ರಂಗನಾಥ್ ಕೆಳಗಿಳಿದ. "ನಾನು ರಾಣಿನ ಕರ್ಕೊಂಡಹೋಗ್ತೀನಿ. ಒಂದು ಮೂವೀ ನೋಡಿ ಲೇಟಾಗಿ ಬರ್ತೀವಿ."

ಅವರ ಪ್ರತಿಕ್ರಿಯೆಯತ್ತ ಗಮನಹರಿಸದೆ ರಾಣಿಯನ್ನು ಕೂಡಿಸಿಕೊಂಡು ಹೊರಟೇಬಿಟ್ಟ. ಕಾಣುವವರೆಗೂ ನಿಂತಿದ್ದ ರಂಗನಾಥ್ ಉಸಿರೆಳೆದು ದಬ್ಬಿದರು. ಸರಿಸಿ, ಸೌಜನ್ಯಪೂರ್ಣ ವೃತ್ತಿಗೆ ನಳಿನಿ ಸರಿ ಜೋಡಿ ಅಲ್ಲವೆನಿಸಿತು. ಸ್ಕೂಟರ್ ವೇಗ

ನಿಯಂತ್ರಿಸುತ್ತ ವಾಚ್ ಕಡೆ ನೋಡಿದ ದೊಡ್ಡ ಮುಳ್ಳು ಮೂರರ ಬಳಿ ಹೋಗಲು ತವಕಿಸುತ್ತಿತ್ತು. ಪೀಟರ್ ಮನೆ ಕಡೆ ನಡೆಸಿದ ಸ್ಕೂಟರ್.

"ರಾಣಿ, ಇಲ್ಲೊಬ್ಬ ಅಂಕಲ್ ಮನೆಗೆ ಹೋಗೋಣ್ವಾ?" ಜಾಣೆಯಂತೆ ತಲೆಯಾಡಿಸಿದಾಗ ಕೆನ್ನೆ ಸವರಿದ. "ನೀನು ತುಂಬ ಜಾಣೆ...."

ಪೀಟರ್ ಮನೆಯ ಬಳಿ ಸ್ಕೂಟರ್ ನಿಂತಾಗ ಒಂದು ಕ್ಷಣ ಅನುಮಾನಿಸಿದ. ಯೋಚಿಸುತ್ತಲೇ ಕಾಲಿಂಗ್ ಬೆಲ್ ಮೇಲೆ ಬೆರಳಿಟ್ಟ.

ಬಾಗಿಲು ತೆಗೆದ ಹದಿನಾಲ್ಕರ ಹುಡುಗನ ಕಣ್ಣಲ್ಲಿ ಪ್ರಶ್ನೆ ಮೂಡಿತು. "ಪೀಟರ್ ಇದ್ದಾರ?" ತಕ್ಷಣ ಒಳಕ್ಕೆ ಹೋದವನು ಹಿಂದಿರುಗಿ ಬಂದ. ಕಾಲುಗಳು ಹಿಂದೆಗೆದವು. ಮನೆಯ ವಾತಾವರಣದಲ್ಲಿ ಅವ್ಯಕ್ತವಾದ ಬಿರುಸು ಕೆನ್ನೆಯ ಮೇಲೆ ಕೈ ಹೋಯಿತು.

"ಸಾಗರ್... ಬನ್ನಿ..." ತುಂಬು ಆತ್ಮೀಯತೆ ಪೀಟರ್ ಸ್ವರದಲ್ಲಿ ಮಿನುಗಿದಾಗ ಕಾಲುಗಳು ಮುಂದಾದವು. "ಹಲೋ, ನೀವು ಮನೆಯಲ್ಲಿರೋ ಬಗ್ಗೆ ಅನುಮಾನವಿತ್ತು."

ಡ್ರಾಯಿಂಗ್ ರೂಂಗೆ ಕರೆದೊಯ್ದು ಕೂಡಿಸಿದ ಪೀಟರ್ ಒಳಗೆ ಹೋಗಿ ಒಂದು ಟ್ರೇನಲ್ಲಿ ವಿವಿಧ ನಮೂನೆಯ ಬಿಸ್ಕತ್ತುಗಳನ್ನು ಸುರಿದು ತಂದ.

ಸದ್ಯಕ್ಕೆ ನನ್ನ ಆತಿಥ್ಯ ಇಷ್ಟೆ. ಅಷ್ಟಕ್ಕೆ ತೃಪ್ತರಾಗಬೇಕು" ಸ್ವರದಲ್ಲಿ ಸಂಕೋಚ ಎರಚಾಡಿದಾಗ ಸಾಗರ್ ಮುಖ ಚಿಕ್ಕದಾಯಿತು. "ಪೀಟರ್, ದಯವಿಟ್ಟು ಹಾಗೆಲ್ಲ ಮಾತಾಡ್ಬೇಡ."

ನಗುನಗುತ್ತಲೇ ಪೀಟರ್ ಆ ಮಾತನ್ನ ಅರಗಿಸಿಕೊಂಡ. ಹಸನ್ಮುಖನಾಗಿ ರಾಣಿಯನ್ನು ಮಾತನಾಡಿಸಿದ. ಕುತೂಹಲದ ಪ್ರಶ್ನೆಗಳ ಮುಂದೆ ಇಬ್ಬರು ತಮ್ಮನ್ನೇ ಮರೆತರು.

"ತುಂಬ ಚುರುಕಾದ ಮಗು!" ಮೆಚ್ಚಿಗೆ ಪೀಟರ್ ಕಣ್ಣುಗಳಲ್ಲಿ ತುಳುಕಾಡಿತು. "ಸ್ವಲ್ಪ ಟೀ ತರ್ತೀನಿ"ಎದ್ದು ಹೋದಾಗ ನೀರವತೆ ಹೊಯ್ದಾಡಿತು.

"ಡ್ಯಾಡ್, ನಾನು ಹೊರಗಡೆ ಹೋಗ್ತಾ ಇದ್ದೀನಿ" ದಢಾರನೆ ಬಾಗಿಲನ್ನು ಮುಚ್ಚಿಕೊಂಡು ಆ ಹುಡುಗ ಹೋದಾಗ ಅವನ ಹುಬ್ಬೇರಿ ಮೊದಲಿನ ಸ್ಥಿತಿಗೆ ಇಳಿಯಿತು "ಅನ್ ಲಕ್ಕಿ..."

ಚಾ ಕಪ್‌ಗಳನ್ನು ಹಿಡಿದು ಬಂದ ಪೀಟರ್ ನಿರ್ಲಿಪ್ತನಂತೆ ಕಂಡ. ಮೇಲ್ಮುಖದ ನಟನೆಗೆ ಪೂರ್ತಿ ಹೊಂದಿಕೊಳ್ಳಲು ಹೆಣಗಾಡುವ ವ್ಯಕ್ತಿಯಂತೆ ಕಂಡ.

ರಾಣಿ ಇಂಗ್ಲಿಷ್ ಪತ್ರಿಕೆಗಳನ್ನು ಮುಂದೆ ಹಾಕಿಕೊಂಡು ಪುಟಗಳನ್ನು ತಿರುವುತ್ತಿದ್ದಳು. ಪ್ರತಿಯೊಂದನ್ನು ಆಳಕ್ಕಿಳಿದು ಅರ್ಥೈಸಿಕೊಳ್ಳುವ ಅರಳುಗಣ್ಣುಗಳ ಚೇತನ ಎಂಥವರನ್ನಾದರೂ ಸೆರೆಹಿಡಿಯಲು ಸಮರ್ಥವಾಗಿದ್ದವು.

"ಪೀಟರ್, ಇಂದು ಮನೆಯಲ್ಲಿ ಎಲ್ಲಾ ಖಾಲಿ... ಖಾಲಿ.." ಸಾಗರ್‌ನ ನೋಟ ಅತ್ತಿತ್ತ ಆಡಿದಾಗ ಪೀಟರ್ ಒಂದು ತರಹ ನಕ್ಕ. "ಸದ್ಯಕ್ಕೆ ಒಂದು ನಿಶ್ಚಯಕ್ಕೆ ಬಂದಿದ್ದೀನಿ. ಅವರ ಸ್ವತಂತ್ರ ಹರಣಕ್ಕೆ ಬಂದ ವ್ಯಕ್ತಿ ನಾನೂಂತ ತಿಳ್ಕೊಳ್ಳಿದ್ರೆ ಸಾಕು. ನಾನೇ ಅವ್ರಿಗೆ ನನ್ನನ್ನ ಮರೆತವರಂತೆ ಓಡಾಡಿಕೊಂಡಿದ್ದಾರೆ. ಇದ್ದುಕೊಳ್ಳಿ..."

ನೋವಿನ ಸ್ವರದಲ್ಲಿ ವೇದನೆಗಳನ್ನ ಅಡಗಿಸಿಟ್ಟು ನಿಸ್ಸಹಾಯಕ ಚಿಂತೆಯಲ್ಲಿತ್ತು.

ಮೌನವಾಗಿ ತಲೆಯಾಡಿಸಿದ ಸಾಗರ್ ಚಾ ಕಪ್‌ಗೆ ಕೈ ಚಾಚಿದ.

"ಬೇರೆ ಕಡೆ ಕೆಲ್ಸ ಮಾಡಬೇಕೆನ್ನೋ ನಿರ್ಧಾರಕ್ಕೆ ಕೈ ಬಿಟ್ಟಿದ್ದೀನಿ. ವೃದ್ಧಾಪ್ಯದಲ್ಲಿ ನಾನು ತೀರಾ ದೂರದ ಅತಿಥಿ ಆಗಿ ಬಿಡುವೆನೋ ಎನ್ನುವ ಭಯ. ಹೇಗೋ ಹೊಂದಿಕೊಂಡರೆ ಅಷ್ಟಷ್ಟು ಅಸ್ತಿತ್ವವಾದ್ರೂ ಉಳಿಯುತ್ತೆ. ಎಲ್ಲಕ್ಕಿಂತ ಮಕ್ಳ ಭವಿಷ್ಯದ ಬಗ್ಗೆ ಯೋಚ್ನೆ ಮಾಡ್ಬೇಕು" ದುರಂತ ಕತೆಗೆ ಸುಂದರ ಮುಖಪುಟದ ಹೊದ್ದಿಕೆ ಗೋಚರವಾಯಿತು ಪೀಟರ್ ಮಾತುಗಳಲ್ಲಿ. ಬದುಕಿನ ಅರ್ಥದ ಬಗ್ಗೆ ಕಂಗೆಟ್ಟ ಸಾಗರ್.

ಪೀಟರ್ ಕರೆದೊಯ್ದು ಇಡೀ ಮನೆಯನ್ನು ಅಡ್ಡಾಡಿಸಿದ. ಹೊರಗೆ ಬಂದ ಸಾಗರ್ ಮ್ಲಾನವದನನಾಗಿದ್ದ.

"ಬರ್ತೀನಿ ಪೀಟರ್" ರಾಣಿಯ ಮುಂಗೂದಲನ್ನ ಹಿಂದಕ್ಕೆ ತಳ್ಳಿದ. "ಈಗ ಎಲ್ಲಿಗೆ ಹೋಗೋಣ? ಫಿಲಂಗೆ ಹೋಗೋಣ್ವಾ?"

ಪೀಟರ್‌ನಿಂದ ಬೀಳ್ಕೊಂಡು ಹೊರಟ ಸಾಗರ್ ಜೂ ಕಡೆ ನಡೆಸಿದ ಸ್ಕೂಟರ್ ಬಂದು ಒಂದು ಗಂಟೆ ಸುತ್ತಾಡಿಸಿದ. ಆ ಕ್ಷಣಗಳು ತುಂಬ ಅಮೂಲ್ಯವೆನಿಸಿತು. ಮುಗ್ಧ ಮಕ್ಕಳೊಡನೆ ಒಡನಾಟ ಆತ್ಮೀಯ ಲೋಕದ ಪರಿಚಯವೆನಿಸಿತು.

ರಾಣಿಯನ್ನ ಅವನು ಮನೆ ಸೇರಿಸಿಯೇ ಮನೆಯೊಳಕ್ಕೆ ನಡೆದಿದ್ದು. ಭಿನ್ನ ವಾತಾವರಣ. ದೊಡ್ಡ ಸ್ವರದಲ್ಲಿ ಸುಂದರಮ್ಮ ಏನೋ ಹೇಳುತ್ತಿದ್ದರು. ಕೇಳಲಿಷ್ಟವಿಲ್ಲ. ಜೋರಾಗಿ ಕೇಳಿಸುವಂತೆ ಕೆಮ್ಮಿದ. ಸ್ವರ ಉಡುಗಿತು. ಅವರುಗಳು ಬರುವ, ಹೋಗುವ ಬಗ್ಗೆ ಮಾಹಿತಿ ನೀಡಲು ಕಷ್ಟ.

"ಆರೋಗ್ಯನಾ?" ಸುಂದರಮ್ಮ ಅತಿ ವಿನಯದ ಕಂಠ. ಗಂಟಲು ಸರಿಪಡಿಸಿಕೊಳ್ಳುವ ನೆವದಲ್ಲಿ ಮತ್ತೊಮ್ಮೆ ಕೆಮ್ಮಿದ. "ಸದ್ಯಕ್ಕೆ ನಿಮ್ಮ... ದಯೆ" ವ್ಯಂಗ್ಯದ ಮೊನಚು ನೇರವಾಗಿ ಎದೆಗೆ ತಗುಲಿದಾಗ ಆಕೆಯ ಮುಖ ಬಿಳುಚಿಕೊಂಡಿತು.

ಮೊಗ್ಗಿನ ದಂಡೆ ಮುಡಿದ ನಳಿನಿ ಮುಖದಲ್ಲಿ ಸಂಭ್ರಮದ ಜೊತೆ 'ಅಹಂ' ಕೂಡ ಇತ್ತು. ತುಟಿ ಕಚ್ಚಿದ. ತಟ್ಟನೆ ನೆನಪು ರಂಗೇರಿದಾಗ ಉತ್ಸಾಹ ತುಂಬಿಕೊಂಡು ಬಂತು.

"ನಿಮ್ಮಮ್ಮ ಒಬ್ಬರೇನಾ ಬಂದಿದ್ದು?" ನಳಿನಿಯ ಕಣ್ಣಗಳು ಮತ್ತಷ್ಟು ಅಗಲವಾದವು.

"ಅಪ್ಪ ನಾಳೆ ಬಿಟ್ಟು ನಾಳಿದ್ದು ಬರ್ತಾರೆ"

ಅವಳ ಮುಖಕ್ಕೆ ಅಪ್ಪಳಿಸಬೇಕೆನಿಸಿತು. ಈ ಜನರ ಉದ್ದೇಶವೇನು? ಅದರ ಹಿಂದಿನ ಕಾರಾಸ್ಥಾನಕ್ಕೆ ಅರ್ಥವೇನು? ಪೂರ್ಣ ಪ್ರಯೋಜನ ಯಾರ್ದು? ಬಡ ಜೋಯಿಸರ ಕುಟುಂಬದ ವ್ಯಕ್ತಿಗಳ ದೀನ ಮುಖಗಳು ಕಣ್ಮುಂದೆ ಸುಳಿದಾಗ ಅವನ ಹೊಟ್ಟೆಯಲ್ಲಿ ಬೆಂಕಿ ಅಲುಗಾಡಿದಂತಾಯಿತು. ಈ ಕುಟಿಲ ಕಾರಾಸ್ಥಾನಕ್ಕೆ ಮುಗ್ಧ ರಾಧ ಬಲಿಯೆ? ಉದ್ವಿಗ್ನತೆಯಿಂದ ಚಡಪಡಿಸಿದ.

ಮುಖ ಗಂಟಾಕಿಯೇ ಊಟಕ್ಕೆ ಹೋಗಿ ಕೂತ. ಉಪ್ಪಿನಕಾಯಿ ಜಾಡಿ ಹಿಡಿದು

ಬಂದ ಸುಂದರಮ್ಮ ಮುಖ ಮೊರದಗಲ ಮಾಡಿದರು.

"ನಾಳೆ ಅವ್ರು ಮನೆ ಖಾಲಿ ಮಾಡ್ತಾರೆ. ಈ ಸಾಮಾನು ಸರಂಜಾಮು ಸಾಗಿಸ್ಬೇಕು. ನಿಮ್ಗೆ ಅನವಶ್ಯಕ ತೊಂದರೆ. ಅದಕ್ಕೋಸ್ಕರ ನಾನು ಬಂದಿದ್ದು. ಇನ್ನೆರಡು ದಿನದಲ್ಲಿ ಅವ್ರು ಬರ್ತಾರೆ" ಎರಡು ಮಾವಿನ ಮಿಡಿ ತಟ್ಟೆಯಂಚಿಗೆ ಬಿದ್ದಾಗ ನೋಟ ಎತ್ತದಾದ.

ಸೇರಿದಷ್ಟೂ ತಿಂದರೂ ಒಂದು ತರಹ ಅಸಮಾಧಾನ. ರಾಧಳ ಮುಖ ಕಣ್ಮುಂದೆ ಬಂದ ಕೂಡಲೇ ಅವನ ನಿರ್ಧಾರಗಳೆಲ್ಲ ಬುಡಮೇಲಾಗುತ್ತಿತ್ತು. ಈಗ ಸಂಯಮ ಅಗತ್ಯವಾಗಿತ್ತು.

ತಾಯಿ ಮಗಳನ್ನು ಬಿಟ್ಟು ಮಂಚದ ಮೇಲೆ ಒರಗಿದ. ಯಾವುದೇ ಕಲ್ಪನೆಗಳು ಚೇತೋಹಾರಿ ಕನಸುಗಳು ಇಲ್ಲದಿದ್ದರೂ ರಾಧಳ ಭವಿಷ್ಯದ ಬಗ್ಗೆ ಅವನಿಗೆ ಪೂರ್ಣ ಕಾಳಜಿ ಇತ್ತು.

ಸಾಮಾಜಿಕ ಜೀವನದಲ್ಲಿ ನಾನು ತಪ್ಪು ಮಾಡಿರಬಹುದು. ಅದಕ್ಕೋಸ್ಕರ ಮತ್ತೊಂದು ಅಪರಾಧ ಮಾಡಲಾರೆ' ಭರವಸೆಯ ಸ್ವರದಲ್ಲಿ ಮನದಲ್ಲಿ ಮೂಡಿದ ರಾಧಳಿಗೆ ಆಶ್ವಾಸನೆ ಕೊಟ್ಟ.

ರಾತ್ರಿ ಬಂದ ಟೆಲಿಗ್ರಾಮ್ ಅವನನ್ನು ಕಂಗೆಡಿಸಿಬಿಟ್ಟಿತು. 'ಕೂಡಲೇ ಹೊರಟು ಬಾ' ಇಷ್ಟೆ ಒಕ್ಕಣೆ ಧುಮುಗುಟ್ಟುವ ಎದೆಯೊತ್ತು ಅತ್ತಿತ್ತ ತಿರುಗಾಡಿದ. ಸಾಂತ್ವನಿಸಲು ಎಂದು ಇಂತಹ ಸಂದರ್ಭ ಬಂದಿರಲಿಲ್ಲ. ಎಬ್ಬಿಸಿ ವಿಷಯ ತಿಳಿಸಿದರೂ ನಳಿನಿ ನಿಶ್ಚಿಂತೆಯಿಂದ ಮಲಗಿಬಿಟ್ಟಳು.

"ನಳಿನಿ....ನಳಿನಿ.." ತೋಳಿಡಿದು ಅಲ್ಲಾಡಿಸಿದ. ಏರುಪೇರಾದ ಉಸಿರಾಟದ ಬಿಸಿ ಅವಳ ಕೆನ್ನೆಗೆ ಸೋಕುತ್ತಿತ್ತು. "ಈಗೇನು ಮಾಡೋದು?"

ನಿದ್ದೆಗಣ್ಣಿನಲ್ಲಿಯೇ ಎದ್ದು ಕೂತು ಅವಳು ತಣ್ಣಗೆ ಹೇಳಿದಳು.

"ಇಷ್ಟೊತ್ತು ರಾತ್ರಿಯಲ್ಲಿ ಏನ್ಮಾಡೋಕಾಗುತ್ತೆ? ಬೆಳಿಗ್ಗೆ ಹೋದರಾಯ್ತು"

ಅವನ ನಿರೀಕ್ಷಿತ ಕಣ್ಣುಗಳಲ್ಲಿ ನಿರಾಶೆ ಇಣುಕಿತು. ಇದೇ ಮಾತುಗಳನ್ನ ಅವಳು ಬೇರೆಯ ರೀತಿಯಲ್ಲಿ ಹೇಳಿದ್ದರೆ ಆತಂಕಗೊಂಡ. ಮನಸ್ಸಿಗೆ ಎಷ್ಟೋ ಸಮಾಧಾನ.

ಎದ್ದು ಹೊರಗೆ ಬಂದ. ಶತಪತ ಹಾಕಿದ. ಕೆಟ್ಟ ಕಲ್ಪನೆಗಳು ನಿಮಿಷಗಳನ್ನು ಲೆಕ್ಕ ಹಾಕಿ ಗಂಟೆಗಳನ್ನು ಮಾಡಿದ. ಬೆಳಗಿನ ಜಾವಕ್ಕೆ ನಳಿನಿಯನ್ನು ಎಚ್ಚರಿಸಿದ. "ಬೇಗ ರೆಡಿಯಾಗು.." ನಳಿನಿ ಹೊರಗೆ ಬರುವ ವೇಳೆಗೆ ಸುಂದರಮ್ಮ ಮಧ್ಯೆ ಬಾಯಿ ಹಾಕಿದರು. "ಆ ಮನೆ ಖಾಲಿಯಾಗುತ್ತೆ. ಸಾಮಾನು ಸಾಗಿಸ್ಬೇಕು. ಎಷ್ಟೋ ಕೆಲಸ ಇದೆ. ಅವ್ರು ಬಂದ್ಬಿಟ್ರೆ ಗತಿಯೇನು?"

ಆ ವಿಷಯ ಅಲ್ಲಿಗೆ ಬಿಟ್ಟು ಒಂಟಿಯಾಗಿ ಹೊರಗೆ ನಡೆದ. ಇವರುಗಳೆಲ್ಲ ಅವನ ಪಾಲಿಗೆ ಸಮಸ್ಯೆಯಾಗಿದ್ದರು. ಹಿಂದಿನ ಹಾಗೆ ಗಡುಸಿನಿಂದ ವರ್ತಿಸಲು ಹಿಂದೆಗೆಯುತ್ತಿದ್ದ. 'ರಾಧ, ಈ ಜಾಲದಲ್ಲಿ ನಿನ್ನ ಸಿಕ್ಕಿಸಲು ಪರೋಕ್ಷವಾಗಿ ನೀನು ಕಾರಣ' ಮನ ಮೂದಲಿಸಲು ಮುಂದಾಗುತ್ತಿತ್ತು.

ಬಸ್ಸು ಹಿಡಿದು ಮನೆ ಮುಟ್ಟಿದಾಗ ದೇವರ ಮನೆಯಿಂದ 'ತಾಯಿ, ಮಗು

ಕೂಡ ಉಳಿದುಕೊಂಡಿತು' ಪಾಂಡುರಂಗಯ್ಯ ಸುದ್ದಿ ಮುಟ್ಟಿಸಿದಾಗ ಸುಸ್ತಾಗಿ ಕೂತ.

"ಅಶ್ವಿನಿಗಂತು ನಾನು ಬದ್ಕೋಲ್ಲಾಂತ ಗ್ಯಾರಂಟಿ ಇತ್ತು. ಏಳನೇ ತಿಂಗಳ ಹೆರಿಗೆ. ಅಕಾಲ ಜನನ. ಹೇಗೋ ದೇವರು ಪಾರು ಮಾಡ್ದ.

ಎರಡು ಲೋಟ ನೀರು ಕುಡಿದ ಮೇಲೆ ನಾಲಿಗೆಯಲ್ಲಿ ಪಸೆ ಕಂಡಿತು. ಎದ್ದು ಹೋಗಿ ಮುಖ ತೊಳೆದು ಕಾಫೀ ಕುಡಿದು ಆಸ್ಪತ್ರೆಯತ್ತ ನಡೆದ.

ಕಾಂಪೌಂಡಿನಲ್ಲೇ ಸಿಕ್ಕ ರಾಜಣ್ಣ ಕರ್ಚೀಫ್ ಕಣ್ಣಿಗೆ ಅಡ್ಡ ಹಿಡಿದು ಅತ್ತೇ ಬಿಟ್ಟ. ಕೈ ಹಿಡಿದು ಕಣ್ಣಲ್ಲಿಯೇ ಸಮಾಧಾನ ಹೇಳಿದ.

ಲೇಬರ್ ವಾರ್ಡ್ ಹೊಕ್ಕಾಗ ಹಿಂದಕ್ಕೆ ತಳ್ಳಿದಂತಾಯಿತು. ಅಶ್ವಿನಿಯ ಎರಡು ಹೆರಿಗೆ ಮನೆಯಲ್ಲೇ ಆಗಿತ್ತು. ಪರಿಸರ ಪರಿಸ್ಥಿತಿ ಎಲ್ಲಾ ಹೊಸ್ದು. ಮಕ್ಕಳ ಅಳು, ಇಂದು ವಿಧವಾದ ವಾಸನೆ.

"ಯಾಕೆ ನಿಂತೇ? ನಾಲ್ಕನೆ ಬೆಡ್‌ನಲ್ಲಿರೋಳೆ ಅಶ್ವಿನಿ" ರಾಜಣ್ಣ ಹೇಳಿದಾಗ ಬಲವಂತದಿಂದ ಹೆಜ್ಜೆ ಕಿತ್ತಿಟ್ಟ. ಮುಖದ ಮೇಲೆ ಬೆವರೊಡೆಯಿತು. "ಈಗ ಅಶ್ವಿನಿನ ಮಾತಾಡಿಸ್ಬಹುದಾ?"

ರಾಜಣ್ಣ ಏನಾದರೂ ಹೇಳುವ ಮುನ್ನ ಬೆಡ್ ತಲುಪಿದ್ದ. ಹಿಂಜಿದ ಹತ್ತಿಯಂತೆ ಹಾಸಿಗೆಗೆ ಅಂಟಿದಂತೆ ಮಲಗಿದ್ದ ತಂಗಿಯನ್ನು ಕಂಡ ಕೂಡಲೇ ಅವನ ಹೃದಯ ಕಿತ್ತು ಬಾಯಿಗೆ ಬಂದಂತಾಯಿತು.

ಆ ಕಡೆಯಿಂದ ಬಿಸಿನೀರು ಹಿಡಿದು ಬಂದ ನಾಗವೇಣಮ್ಮ ತೀರಾ ಸೋತಂತೆ ಕಂಡರು.

"ನಾವೆಲ್ಲ ಕೈ ಚೆಲ್ಲಿ ಬಿಟ್ಟಿದ್ವಿ. ನಿನ್ನ ನೋಡ್ಬೇಕೂಂತ ಒಂದೇ ಪಟ್ಟು, ಹೇಗೋ ಸುಗಮವಾಗಿ ಆಯ್ತು."

ಮಾತನಾಡುವ ಸ್ಥಿತಿಯಲ್ಲೇ ಇರಲಿಲ್ಲ. ಸಾಗರ್ ಎದೆಯ ಮೇಲೆ ಕೈ ಕಟ್ಟಿ ಸುಮ್ಮನೆ ನೋಡುತ್ತ ನಿಂತ.

ಮನೆಗೆ ಬಂದ ಕೂಡಲೇ ಪತ್ರ ಬರೆದು ಹಾಕಿದ ನಿಶ್ಚಿಂತೆಯಿಂದ. ದಿನ ದಿನಕ್ಕೂ ದಾಂಪತ್ಯ ಜೀವನ ತಾನಾಗಿ ಆಕರ್ಷಣೆ ಕಳೆದುಕೊಳ್ಳುತ್ತಿತ್ತು. ಹಿಂದೆ ನಳಿನಿಯ ನೆನಪಿಗೆ ಹಕ್ಕಿಯಾಗುತ್ತಿದ್ದ ಮನ ಈಗ ಮುದುರುತ್ತಿತ್ತು.

* * *

ಹಿಂದಿನ ದಿನವೇ ಶಾಂತಾರಾಮ್ ರಾಧಳನ್ನು ಕರೆದೊಯ್ಯುವ ವಿಷಯ ಜೋಯಿಸರ ಕುಟುಂಬಕ್ಕೆ ತಿಳಿಸಿದಾಗ ಸಂತೋಷ ಮತ್ತು ದುಃಖದಿಂದ ಅತ್ತರು ಆ ಜನ. ಬರೀ ಬುದ್ಧಿ ಮಾತುಗಳಲ್ಲೇ ಮಗಳನ್ನು ಮಿಯಿಸಿದ್ದರು. ಸದ್ಯಕ್ಕೆ ಬಡತನವಿದ್ದರೂ ಹೆತ್ತವರ ಅಂತಃಕರಣಕ್ಕೇನು ಕೊರತೆ ಇರಲಿಲ್ಲ.

ಸಣ್ಣ ಊರಿನಲ್ಲಿ ಹುಟ್ಟಿ ಬೆಳೆದು ಪಕ್ಕದೂರಿನಲ್ಲಿ ಹೈಸ್ಕೂಲು ಕಲಿತ ಹೆಣ್ಣು. ಪಟ್ಟಣದ ಬಸ್ ಸ್ಟ್ಯಾಂಡ್‌ನಲ್ಲಿ ಇಳಿದಾಗ ಗಾಬರಿಕೊಂಡಳು. ಬಾಯಲ್ಲಿನ ತೇವ

ಆರಿತು.

"ಇದೇನು ಗೊಂಬೆಯಂತೆ ನಿಂತೆ! ನಿನ್ನ ಊರಿಗಿಂತ ಇಲ್ಲಿನ ಕಿಡಿಗೇಡಿಗಳು ಬಹಳ ಚುರುಕು, ತಗೊಂಡ್ಹೋಗಿ ಮಾರಿಬಿಟ್ಟಾರು.!" ರೇಗಿದರು ಶಾಂತಾರಾಮ್. ಮತ್ತಷ್ಟು ಬಿಳಚಿಕೊಂಡಳು ರಾಧ.

ಆಟೋ ಹತ್ತಾರು ರೋಡು ಸುತ್ತಿ ಮನೆಯ ಬಳಿ ಇಳಿದಾಗ ಸುಂದರಮ್ಮ ಹೊರಗೆ ಇದ್ದರು. ಅವರ ಒಡಲಲ್ಲಿ ಬೆಂಕಿ ಬಿದ್ದಂಗಾಯಿತು. ಕರುಣೆ, ಪ್ರೀತಿಯಿಂದೇನು ಆ ಹುಡುಗಿಯನ್ನು ತಂದುಕೊಂಡಿರಲಿಲ್ಲ.

"ಮನೆ ಕಡೆ ಬಂದೋಬಸ್ತು ಮಾಡಿ ಬಂದ್ರಿತಾನೇ?" ಅಸಮಾಧಾನ ಅರ್ಥಮಾಡಿಕೊಂಡ ಶಾಂತಾರಾಮ್ ಕಣ್ಣಲ್ಲಿಯೇ ಸಮಾಧಾನ ಮಾಡಿದರು. "ನಿಂಗ್ಯಾಕೆ ಯೋಚ್ನೇ ಸ್ವಲ್ಪ ದಿನ ಎಲ್ಲಾ ಸಹಿಸ್ಕೋಬೇಕು"

ರಾಧ ಮುಖ ನೋಡಿದಳು. ಅವರ ಮಾತಿಗೂ ಇವರ ಮಾತಿಗೂ ತಾಳೆ ಹಿಡಿದು ನೋಡಿದಾಗ ಏನೇನು ಅರ್ಥವಾಗಲಿಲ್ಲ.

ಅಳುಕುತ್ತಲೇ ಆ ಮನೆಯೊಳಗೆ ಹೆಜ್ಜೆ ಇಟ್ಟಳು. ಕಣ್ಣು ಅರಸಿದ ವ್ಯಕ್ತಿ ಇಲ್ಲ. ನಳಿನಿ ಮುಖ ಗಂಟಾಕಿದಳೇ ವಿನಃ ಮಾತನಾಡಿಸಲಿಲ್ಲ. ಉಗುಳು ನುಂಗಿದಳು. ಅವಳು ಇದಕ್ಕಿಂತ ವಿಭಿನ್ನ ಪರಿಸ್ಥಿತಿಯೇನು ನಿರೀಕ್ಷಿಸಿರಲಿಲ್ಲ. ತೀರಾ ಬಡತನವನ್ನ ಅಪ್ಪಿಕೊಂಡಿದ್ದರೂ ರಾಧ ಜಗತ್ತಿನಲ್ಲಿ ಮುಗ್ಧ ಕೋಮಲ, ನಿಷ್ಕಳಂಕ ಮತ್ತು ಸೌಮ್ಯವಾದವನ್ನೇ ಹೆಚ್ಚಾಗಿ ಆರಾಧಿಸುತ್ತಿದ್ದಳು.

"ಅತ್ತೆ, ನಾನೇನಾದ್ರೂ ಮಾಡ್ಲಾ?" ತಾನಾಗಿ ಸುಂದರಮ್ಮನ ಮುಂದೆ ನಿಂತಾಗ ಆಕೆಯ ಮುಖ ಧುಮುಗುಟ್ಟಿತು. "ಹಿಂದಿನ ಕೋಣೆಯಲ್ಲಿ ನಿನ್ನ ಬಟ್ಟೆ ಚೀಲ ಎಸೆದು ಇವೆಲ್ಲ ಸರಿ ಮಾಡು" ಹಿಮಾಲಯದೆತ್ತರಕ್ಕೆ ಏರಿದ ಅನುಭವವಾಯಿತು. ರಾಧಗೆ. ಇದು ತನ್ನ ಮನೆ. ಆ ಅನಿಸಿಕೆ ಅವಳಲ್ಲಿ ನೂರು ಪಟ್ಟು ಹೆಚ್ಚಿನ ಉತ್ಸಾಹ ಮೂಡಿಸಿತು.

ಮುಖ ತೊಳೆದು ಬಟ್ಟೆ ಬದಲಾಯಿಸಿ ಎಲ್ಲಕ್ಕೂ ಕೈ ಹಚ್ಚಿದಳು. ಮೂವರು ಅಡಿಗೆಯ ಮನೆಯಲ್ಲಿ ಗುಸುಗುಸು, ಪಿಸುಪಿಸು ನಡೆಸಿದರು.

"ರಾಧ...ಇಲ್ಬಾ..." ಒರಟು ಸ್ವರಕ್ಕೆ ಬೆಚ್ಚಿ ಓಡಿದಳು. ಗಾಬರಿಯ ಮುಖದಲ್ಲಿ ಅಲ್ಲಲ್ಲಿ ಬೆವರಿನ ಬಿಂದುಗಳು "ತಗೋ...ಕಾಫೀ. ಒಂದ್ಗಳಿಗೆ ಅಡ್ಗೇ ಮನೆಯ ಸಾಮಾನ್ನೆಲ್ಲ ನೋಡ್ಕೋ."

ಈ ಮಾತುಗಳು, ಸ್ವರ ಅವಳಿಗೆ ಹೊಸದಲ್ಲ. ಅವಳಿಗೆ ಬುದ್ಧಿ ಬಂದಾಗಿನಿಂದ ಸುಂದರಮ್ಮ ಗೊತ್ತು. ಈಚೆಗಂತು ಅವರ ಮನೆಯ ಎಲ್ಲಾ ಕೆಲಸ ಅವಳ ಪಾಲಿಗೆ ಗದರಿಕೆ, ಮ್ಹೂದಲಿಕೆ, ರೇಗಾಟಕ್ಕೆ ಒಗ್ಗಿಕೊಂಡಿದ್ದಳು.

"ಯಾವತ್ತೂ ನಳಿನಿ ಮಾತಿಗೆ ಎರ್‍ಡು ಹೇಳ್ಬೇಡ. ಅವ್ಳು ಹೇಳ್ದಂಗೆ ಕೇಳ್ಬೇಕು" ಈ ಎಚ್ಚರಿಕೆಗಳು ಎಷ್ಟು ಬಾರಿಯೋ! ಮೌನವಾಗಿ ಅವಳು 'ಹ್ಞೂಂ' ಗೂಡಲೇಬೇಕಾಗಿತ್ತು.

ಹಿತ್ತಲಲ್ಲಿನಲ್ಲಿಯ ಬಳಿ ಕಾಫೀ ಕುಡಿದು ಲೋಟ ಗಲಬರಿಸಿದಳು. ಕಣ್ಮುಂದೆ

ಮಂಜಿನ ರಾಶಿಯೇ ಹರಡಿಕೊಂಡಿತು. ಬಡತನ ಎಷ್ಟು ಕೆಟ್ಟದ್ದು ಎಂದು ಅರಿತಿದ್ದಳು.

"ನಿಂಗೊಂದು ಮದ್ವೆ ಮಾಡೋವರ್ಗ್ಗೂ ನಮ್ಗೆ ನೆಮ್ಮದಿ ಇಲ್ಲ. ಬಡವರ ಹಿತ್ತಲಲ್ಲಿ ಮಲ್ಲಿಗೆ ಬಿಟ್ಟರೆ ಬಂದು ಹೋಗೋರೆಲ್ಲ ಮೂಸುತ್ತಾರಂತೆ. ಬಡವರ ಹೆಣ್ಣು ಮಕ್ಕಳಿಗೆ ರೂಪ ಕೂಡ ಶತ್ರು" ರಾಧಳ ತಾಯಿ, ಮಗಳ ಮುಂದೆ ಕಣ್ಣೀರಿಡುತ್ತಿದ್ದಳು.

ಬಂದ ನಿಕೃಷ್ಟ ಗಂಡುಗಳು ಕೂಡ ಮಾವನ ಮನೆಯ ಸ್ಥಿತಿಯನ್ನು ಕಣ್ಣುಗಳಲ್ಲೇ ಅಳೆದು ನೋಡುತ್ತಿದ್ದರು. 'ಬರೀ ಹೆಣ್ಣಿನ ರೂಪನ್ನೇ ಅರೆದು ಕುಡಿಯೋಕ್ಕಾಗುತ್ತಾ? ಕಷ್ಟ, ಸುಖ ಅಂದರೆ ಬೆಂಬಲಕ್ಕೆ ನಿಲ್ಲದಂಥ ಈ ಮನೆಗಳಲ್ಲಿ ಮದ್ವೆ ಮಾಡ್ಕೊಂಡು ಏನು ಸುರ್ಕೋಬೇಕು?' ಬಂದವರ ಅಂಬೋಣ.

ಊರಿಗೆ ಸಿರಿವಂತ ಕುಳ ರಾಮೇಗೌಡರ ಮಗ ಉಡಾಡಿ ಮಾತ್ರವಲ್ಲ ತಂಟೆಕೋರ. ಸಿಹಿನೀರಿನ ಬಾವಿಯ ಬಳಿ, ಹೆಣ್ಣು ಮಕ್ಕಳು ಓಡಾಡುವ ಇತರ ಕಡೆ ಕೂಡುವುದು ಅವನ ಹವ್ಯಾಸ. ನಗು, ಚಪ್ಪಾಳೆ, ಶೃಂಗಾರ ಕೀಳು ಮಾತುಗಳ ಇರಿತ. ಸೊಂಪಾದ ಜನ, ಹಿರಿಯರು ಬಂದಾಗ ಬಾಯಿ ಮುಚ್ಚಿಕೊಂಡಿರುತ್ತಿದ್ದ. ಈ ಗುಂಪು ಬಡವರ ಹೆಣ್ಣು ಮಕ್ಕಳು ಬಂದರೆ ಸಾಕು ಚಪ್ಪಾಳೆ, ಸಿಳ್ಳೆ, ಅಸಹ್ಯದ ಮಾತುಗಳಿಂದ ಸ್ವಾಗತಿಸುತ್ತಿದ್ದರು. ರಾಧಳಿಗೆ ಒಂದು ಪಟ್ಟು ಜಾಸ್ತಿ. ಇದೆಲ್ಲಾ ಅನುಭವಿಸಿದವಳಿಗೆ ಈಗ ನಿರಾತಂಕ.

"ಏನ್ಮಾಡ್ತಾ ಇದ್ದೀಯ?" ನೆನಪುಗಳ ಮಧ್ಯೆ ಬೆಚ್ಚಿ ಬಿದ್ದಳು. ಲೋಟ ಹಿಡಿದೇ ಒಳಕ್ಕೆ ಓಡಿದಳು. ಸುಂದರಮ್ಮನ ಕಣ್ಣುಗಳಲ್ಲಿ ಬೆಂಕಿ ಇತ್ತು. "ಎಲ್ಲೆಂದರೆ ಅಲ್ಲಿ ನಿಂತು ಬಿಡ್ಬೇಡ. ಸ್ವಲ್ಪ ಚುರುಕಾಗಿರು."

ತಗ್ಗಿದ ತಲೆಯನ್ನು ಮೇಲೆತ್ತಲಿಲ್ಲ ರಾಧ. ಈ ಮದುವೆಯಾದ ಮೇಲೆ ಸುಂದರಮ್ಮ ಬಹಳಷ್ಟು ಬದಲಾಗಿದ್ದರು. ಆಗಾಗ ಕಾಣಿಸಿಕೊಳ್ಳುತ್ತಿದ್ದ ಮೃದುತ್ವ ಸಂಪೂರ್ಣವಾಗಿ ಈಗ ನಾಶವಾಗಿತ್ತು. ಬಾಯಿ ತೆರೆದರೆ ಬೆಂಕಿಯ ಕಿಡಿಗಳು.

ಅಂದಿನಿಂದ ಅಡಿಗೆಯ ಕೆಲಸದಿಂದ ಹಿಡಿದು ಕಾಂಪೌಂಡ್‌ನಲ್ಲಿರೋ ಗಿಡಗಳಿಗೆ ನೀರು ಹಾಕೋವರ್ಗ್ಗೂ ಅವಳೇ ಮಾಡಬೇಕೆಂದು ಠರಾವು ಹೊರಡಿಸಿದರು ಸುಂದರಮ್ಮ. ಅದೆಲ್ಲ ಹೆಚ್ಚಿನದಲ್ಲ ರಾಧಳಿಗೆ. ಆದರೆ ಪವಾಡವೆನ್ನುವಂತೆ ಸಾಗರ್‌ನ ಕೈ ಹಿಡಿದಿದ್ದಳು. ಕಲ್ಪನೆಯಲ್ಲು ಕಾಣದ ರಾಜಕುಮಾರ. ಸುಂದರ ಲೋಕ ಅವಳ ಮುಂದೆ ಬಿಚ್ಚಿಕೊಳ್ಳುತ್ತಿತ್ತು.

ಮೂರರ ಸಮಯ. ಕೆಲಸವೆಲ್ಲ ಮುಗಿದಿತ್ತು. ಹಳೆ ಪತ್ರಿಕೆಯೊಂದನ್ನು ಮುಂದೆ ಹಾಕಿಕೊಂಡು ಕೂತಳು. ಕಾಲಿಂಗ್ ಬೆಲ್ ಸದ್ದು. ಅವಳೆದೆ ಢವಗುಟ್ಟಿತು. ಕೈ ಎದೆಯ ಮೇಲೆ ಹೋಯಿತು.

ಹೋಗುವ ಮುಂದೆ ನಳಿನಿ ಹೇಳಿದ್ದಳು. "ನಾವು ಬರೋದು ಸಂಜೆ ಮೇಲೆ. ಏಳೆಂಟು ಗಂಟೆ ಆಗುತ್ತೆ. ಯಾರ್ಬಂದ್ರೂ ಬಾಗ್ಲು ತೆಗೀಬೇಡ."

ಮತ್ತೊಮ್ಮೆ ಕಾಲಿಂಗ್ ಬೆಲ್ ಸದ್ದಾದಾಗ ಅವಳ ತೊಡೆಯಲ್ಲಿ ಕಾಣಿಸಿಕೊಂಡ ನಡುಕ ಮೈಯೆಲ್ಲ ವ್ಯಾಪಿಸಿಕೊಂಡಿತು. ಸ್ವರ ಉಡುಗಿತು ಒಂದೇ ಸಮ ಕಾಲಿಂಗ್ ಬೆಲ್ ಬಾರಿಸತೊಡಗಿದ್ದಾಗ ನಡುಗುವ ಕೈಗಳು ಕಿವಿಯ ಬಳಿ ಹೋಗಿ ಮುಚ್ಚಿ ಕೂತಳು.

"ನಳಿನಿ... ಏಯ್ ನಳಿನಿ..." ಗಡುಸು ಸ್ವರ. ಮಾಧುರ್ಯತೆಯ ಭ್ರಮೆಯಲ್ಲಿ ಮುಳುಗಿದಳು. "ನಳಿನಿ..." ಪೂರ್ತಿ ತಾಳ್ಮೆ ಕಳೆದುಕೊಂಡ ಸ್ವರ. ಬಾಗಿಲು ತೆಗೆದಳು. ಗಂಟಾದ ಸಾಗರ್‌ನ ಹುಬ್ಬುಗಳು ಸಡಿಲಗೊಂಡವು. ಕಂಪಿಸುವ ತುಟಿಗಳು ಹಣೆಯ ಮೇಲೆ ಮುತ್ತುಗಳಂತೆ ಸಾಲುಗಟ್ಟಿ ನಿಂತ ಬೆವರಿನ ಬಿಂದುಗಳು. ತಲೆತಗ್ಗಿಸಿ ಒಳಕ್ಕೆ ಹೋದ.

ಕೈಯಲ್ಲಿನ ಲಗೇಜ್ ಒಂದೆಡೆ ಎಸೆದು ಬೇಸರದಿಂದ ಸೋಫಾ ಮೇಲೊರಗಿದ. ಕ್ಷಣಗಳು ಎಣಿಸಿದ. ನಳಿನಿಯ ಪತ್ತೆಯಿಲ್ಲ. ಇಡೀ ಮನೆಯನ್ನ ನೀರವತೆ ತನ್ನ ರಾಜಧಾನಿಯನ್ನಾಗಿ ಮಾಡಿಕೊಂಡಿತ್ತು.

"ಕಾಫೀ..." ಬಲವಂತದಿಂದ ತಲೆಯೆತ್ತಿದ. ಅದೇ ಕಂಪಿಸುವ ತುಟಿಗಳು. ನಡುಗುವ ಕೈ "ಎಲ್ಲಾ...ಎಲ್ಹೋದ್ರು...?" ಅವಳ ಕೈನ ಕಾಫೀ ಲೋಟ ಇವನ ಕೈಗೆ ಬಂತು.

"ಗೊತ್ತಿಲ್ಲ..." ಹುಬ್ಬೆತ್ತಿ ಕರುಣೆಯಿಂದ ನೋಡಿದ. ಹೊರಟು ನಿಂತ ಕಾಲುಗಳಿಗೆ ಅವನ ಪ್ರಶ್ನೆ ತಡೆ ಹಾಕಿತು. "ಯಾವಾಗ್ಬಂದಿದ್ದು?" ತಬ್ಬಿಬ್ಬಾದಳು. ಅವನ ಕೈಯಲ್ಲಿನ ಲೋಟ ಕೆಳಗಿಳಿಯಿತು.

ಕರೀ ಮಣಿಯಲ್ಲಿ ಪೋಣಿಸಿದ ಸರ ಅವನ ಮನಸ್ಸಿಗೆ ಲಗ್ಗೆ ಹಾಕಿತು. ಎದೆಯ ಮೇಲೆ ತೂಗಿ ಬಿದ್ದ ತಾಳಿಯನ್ನೆ ನೋಡಿದ. "ನಿನ್ನವಳು..." ಎಂದು ಜ್ಞಾಪಿಸಿತು.

ಅವನು ಕೂಡ ಷಾಕ್‌ನಿಂದ ಚೇತರಿಸಿಕೊಳ್ಳಬೇಕಾಗಿತ್ತು. ಅಪರಾಧ ಭಾವ, ಲಜ್ಜೆ, ಸಂಕೋಚ ಅವನನ್ನು ಮುಸುಕಿದಾಗ ಗಂಟಲಲ್ಲಿ ಒತ್ತಿ ಹಿಡಿದಂತಾಯಿತು.

"ತಟ್ಟೆ ಹಾಕು..." ಕನಸಿನಲ್ಲಿ ತೊದಲಿದಂತೆ ಹೇಳಿದ.

ಸಂಭ್ರಮ, ಸಂಕೋಚ, ನಾಚಿಕೆ, ಭಯದಿಂದ ಹಿಡಿಯಾದ ರಾಧಳ ಮನದಲ್ಲಿ ಅವ್ಯಕ್ತವಾದ ಆನಂದದ ತೆರೆಗಳು ದುರ್ಭರ ಬದುಕಿನಲ್ಲಿ ಹೊಸ ಅಧ್ಯಾಯ ಬರೆಯಲು ಹೊರಟ ವ್ಯಕ್ತಿ. ಮೈ ಮನದ ತುಂಬ ತುಂಬಿಕೊಂಡಿತು.

ಮೌನವಾಗಿ ಊಟ ಮುಗಿಸಿದ ಸಾಗರ್ ಹೋಗಿ ಹಾಸಿಗೆಯ ಮೇಲೆ ಮಲಗಿಕೊಂಡ. ಹಠಾತ್ತನೇ ತಿರುವು, ಸಾಮಾಜಿಕ ಜೀವನದಲ್ಲಿಯೇ ಅಪಾರವಾದ ಬದಲಾವಣೆ ತರುವಂಥದ್ದು.

ಮಗ್ಗಲು ಬದಲಾಯಿಸುವಲ್ಲಿಯೇ ವೇಳೆ ಕಳೆದ. ಈ ಅನಿರೀಕ್ಷಿತ ತಿರುವು ಒಂದು ಬಗೆಯಲ್ಲಿ ಚೇತನ. ಇನ್ನೊಂದು ಕಡೆ ದಿಗ್ಭ್ರಮೆ.

ಮುಖ ತೊಳೆದು ಗೋಡೆಯ ಗಡಿಯಾರದತ್ತ ನೋಡಿದ. ಆರಕ್ಕೆ ಹತ್ತು ನಿಮಿಷವಿತ್ತು. ನಳಿನಿಯ ನೆನಪಾದ ಕೂಡಲೇ ಕೋಪದಿಂದ ಅವನ ಮುಖದ ಅವಯವಗಳು ಬಿಗಿದುಕೊಂಡವು.

ಹೊಸಮನೆ, ಹೊಸ ಪರಿಸರ, ಹೊಸಬದುಕು, ಸಣ್ಣಗೆ ನಕ್ಕ.

ಹೊರಗೆ ಬಂದ. ರಾಧ ಗಿಡಕ್ಕೆ ಪಾತಿ ಮಾಡುವಲ್ಲಿ ಸಂಪೂರ್ಣವಾಗಿ ಮಗ್ನಳಾಗಿದ್ದಳು. ತೂಗಿ ಭುಜದ ಮೇಲೆ ಬಿದ್ದ ಜಡೆ ಎದೆಯ ಮೇಲೆ ಜಾರಿತ್ತು.

ಅವನ ಮುಖದ ಮೇಲೆ ಮಾರ್ದವತೆ ತುಂಬಿಕೊಂಡಿತು.

"ರಾಧ...." ಅವನ ಸ್ವರದಲ್ಲಿ ಜೇನಿನ ಸಿಂಚನವಿತ್ತು. ತಟ್ಟನೆ ಹಿಂದಕ್ಕೆ ತಿರುಗಿದಳು. ಮುಖ ಕೆಂಪಿನಲ್ಲಿ ಅದ್ದಿದಂತಾಯಿತು. "ನಂಗೆ ಗೊತ್ತಾಗಲಿಲ್ಲ" ಕೈ ಕೊಡವಿಕೊಂಡಳು. ಅವನ ಕಣ್ಣುಗಳಲ್ಲಿ ನೂತನ ಮಿಂಚು ಹರಿದಾಡಿತು. "ನಂಗೇನು ಬೇಡ. ನಿನ್ನೆಲ್ಲ ಮಾಡು" ಎದೆಯ ಮೇಲೆ ಕೈ ಕಟ್ಟಿದ. ಸಂಕೋಚದಿಂದ ಆ ಮುಖ ಮತ್ತಷ್ಟು ಕೆಂಪಾಯಿತು. "ಕಾಫೀ...." ನಾಚಿದ ನೋಟ-ತಲೆಯಾಡಿಸಿ ಬೇಡವೆಂದ.

ಸದ್ದಿನೊಂದಿಗೆ ಬಂದು ನಿಂತ ಆಟೋ ಇಬ್ಬರ ನೋಟಗಳನ್ನ ತನ್ನೆಡೆ ಸೆಳೆದುಕೊಂಡಿತು. ಮೊದಲು ಇಳಿದ ನಳಿನಿ ಕಣ್ಣುಗಳನ್ನ ಅರಳಿಸಿದಳು. ಸಾಗರ್‌ನ ಮುಖ ಬಿಗಿದುಕೊಂಡಿತು.

ಆ ಮನೆಯ ಬಳಿಗೆ ಹೋದಾಗ ವಿಮಲ ಸುದ್ದಿ ಮುಟ್ಟಿಸಿದ್ದರು.

"ಸಾಮಾನೆಲ್ಲ ಸಾಗ್ಸಿದ್ರೂ..ನೀವು ಬರೋವರ್ಗೂ ಇರ್ತಾರೆ ಅಂದ್ಕೊಂಡಿದ್ವಿ. ಹೇಗೋ ವಿಷಯನೇ ಗೊತ್ತಾಗ್ಲಿಲ್ಲ. ಅವ್ರು ಹೇಳಲಿಲ್ಲ. ಒಂದ್ಸಲ ಕರ್ಕೊಂಡ್ಬನ್ನಿ. ಉಗುಳು ನುಂಗಿ ಮೇಲ್ಮುಖದಲ್ಲಿ ಹಸನ್ಮುಖತೆಯನ್ನು ಪ್ರಕಟಿಸಿ ಸಮರ್ಥಿಸಿಕೊಂಡಿದ್ದ. ಎಲ್ಲಾ ಮೊದ್ಲೇ ನಿರ್ಧಾರವಾಗಿತ್ತು!"

ಕರ್ತವ್ಯವೆನ್ನುವಂತೆ ರಾಧ ಹೋಗಿ ಸಾಮಾನುಗಳನ್ನ ಇಳಿಸಿಕೊಂಡಳು. ಗಂಡ ಹೆಂಡತಿ ಬಿಡು ಬೀಸಾಗಿ ಬಂದಾಗ ಅವನ ಕಣ್ಣುಗಳು ಕೆಂಪಾಯಿತು. ಉದಾಸೀನನಾಗಿ ಮುಖವನ್ನು ಪಕ್ಕಕ್ಕೆ ತಿರುಗಿಸಿಕೊಂಡ.

"ಹೆರಿಗೆ ಆಯಿತಾ? ತಾಯಿ, ಮಗು ಹೇಗಿದ್ದಾರೆ?" ಶಾಂತಾರಾಮ್ ಪ್ರಶ್ನೆಗಳು ಅವನಲ್ಲಿನ ಕೋಪವನ್ನ ಕೆರಳಿಸಿತು. ಹಲ್ಲುಗಳನ್ನು ಬಿಗಿಯಾಗಿ ಕಚ್ಚಿದಾಗ ಅವಡುಗಳು ಬಿಗಿದುಕೊಂಡವು. "ನೀವು ಸ್ವಲ್ಪ ಸುಧಾರ್ಸಿಕೊಳ್ಳಿ. ಆಮೇಲೆ ಮಾತಾಡಿಕೊಳ್ಳಬಹ್ದು."

ಮುಖಕ್ಕೆ ಅಪ್ಪಳಿಸಿದಂತಾಯಿತು ಅವರಿಗೆ. ಸುಂದರಮ್ಮನ ಕಣ್ಣುಗಳು ಅಗಲವಾಗಿ ಗುಡ್ಡೆಗಳು ವಿಚಿತ್ರ ಗತಿಯಲ್ಲಿ ಸುತ್ತಿದವು.

ತಂಗಾಳಿ ಕೂಡ ಅವನ ಮೈಗೆ ಬಿಸಿಯೆನಿಸಿತು. 'ನೀನು ತಪ್ಪಿದೆ... ನೀನು ತಪ್ಪಿದೆ...' ಮನ ಚೀರಿದಾಗ ಕೈ ಬೆರಳುಗಳು ಮಡಚಿ ಮುಷ್ಟಿಯಾಯಿತು.

ಹತ್ತು ನಿಮಿಷಗಳ ನಂತರ ನಳಿನಿ ಹೊರಗೆ ಬಂದಳು. ಅವಳ ಮುಡಿಯಲ್ಲಿನ ಕೆಂಗುಲಾಬಿ ಅವನನ್ನ ನೋಡಿ ನಕ್ಕಿತು.

"ನೀವು ಬರೋ ವಿಷ್ಯ ಗೊತ್ತಿರ್ಲಿಲ್ಲ! ನಾಲ್ಕು ದಿನ ಬಿಟ್ಟು ಬರ್ತೀನಿ. ಎರಡೇ ವಾಕ್ಯ ಪತ್ರದಲ್ಲಿದ್ದು" ನಳಿನಿಯ ಮಾತುಗಳಿಗೆ ನಿರ್ಲಕ್ಷ್ಯ ತೋರಿಸಿದ. "ಈಚೆಗೆ ನಿಮ್ಗೇ ವಿಪರೀತ ಕೋಪ. ಮೊದ್ಲು ಹೀಗೆ ಇರ್ಲಿಲ್ಲ" ಆರೋಪಕ್ಕೆ ಕೃತಕ ನಗೆ ಬೀರಿದ. "ಆಗ ನೀನೊಬ್ಬೆ ಇದ್ದೆ. ಈಗ ಇನ್ನೊಬ್ಳು ಬಂದಿದ್ದಾಳಲ್ಲ."

ಈ ಪೆಟ್ಟಿಗೆ ಜರ್ಝರಿತಳಾದಳು. ತಲೆಯಲ್ಲಿ ಭಯಂಕರ ಆಸ್ಫೋಟ. ಎದೆಯಲ್ಲಿ ನಡುಕ. ಪೂರ್ತಿ ಬೆವತು ಹೋದಳು. ಸಾಗರ್ ಗಾಬರಿಯಾದ.

"ಏಯ್.... ನಳಿನಿ ಏನಾಯ್ತು?" ತೋಳಿಡಿದು ಅಲುಗಾಡಿಸಿದ. ಅವನ ಕೈಯನ್ನ

ಬಲವಾಗಿ ತಳ್ಳಿದಳು. "ನಿಮ್ಗೇ ವಿಷ್ಯ ಸರ್‍ಯಾಗಿ ತಿಳ್ದಿಲ್ಲ...."

ಅವನ ವಿವೇಕ ಜಾಗೃತವಾಯಿತು. ಸರ್ರನೆ ಒಳಗೆ ನಡೆದಳು. ಕಲ್ಪನೆ ಊಹೆಯ ಮಧ್ಯೆ ನಲುಗುತ್ತಿದ್ದವನಿಗೆ ವಾಸ್ತವದ ಎಲೆ ಸಿಕ್ಕಂತಾಯಿತು. ಈ ಬಿರುಗಾಳಿಯಲ್ಲಿ ಯಾರು ತರಗೆಲೆಗಳು? ಕೈ ಕೆನ್ನೆಯ ಮೇಲಾಡಿತು.

ಊಟಕ್ಕೆ ಕರೆಯುವವರೆಗೂ ಒಳಗೆ ಹೋಗಲಿಲ್ಲ. ಶೋಧನೆಗೆ ಇಳಿದಷ್ಟೂ ಆಳವಾಗುತ್ತಿತ್ತು. ಮಿದುಳು ದಣಿಯಿತೇ ವಿನಃ ನಿರ್ದಿಷ್ಟ ಅಂಶ ಗೋಚರಿಸಲಿಲ್ಲ.

ನಾಲ್ವರು ಊಟಕ್ಕೆ ಕೂತಾಗ ರಾಧ ಬಡಿಸಿದಳು. ಶಾಂತಾರಾಮ್ ಮಾತ್ರ ಪ್ರಶ್ನೆಗಳಿಗೆ 'ಹಾ, ಹ್ಲೂಂ' ಅನ್ನುತ್ತಿದ್ದ. ಸುಂದರಮ್ಮ ಅಶ್ವಿನಿ, ಮಗುವಿನ ಯೋಗಕ್ಷೇಮ ವಿಚಾರಿಸಿದಾಗ ಉದಾಸೀನ ಮಾಡಲು ಹೋಗಲಿಲ್ಲ.

ಕೋಣೆಗೆ ಬಂದ ನಳಿನಿಯ ಮುಖ ದಿಟ್ಟಿಸಿದ. ಅರ್ಥೈಸಿಕೊಳ್ಳಲಾಗದಂಥ ಭಾವ ಅವಳ ಮುಖದ ಮೇಲೆ. ಕೃತಕ ಉಲ್ಲಾಸದ ತೆರೆ ಕಣ್ಣುಗಳಲ್ಲಿ.

"ಹೇಗಿದೆ ಆರೋಗ್ಯ?" ಪ್ರಶ್ನೆಗೆ ಹುಬ್ಬೆತ್ತಿದ.

ಯಾರ ಆರೋಗ್ಯ? ಸದ್ಯಕ್ಕೆ ನಾನಂತು ದೈಹಿಕವಾಗಿ ಆರೋಗ್ಯವಾಗಿದ್ದೀನಿ" ಚುಚ್ಚಿದ. ತೋಳಿಗೆ ಕೆನ್ನೆಯುಜ್ಜಿದಳು. ಹಿಂದೆ ಪೂರ್ತಿ ಸೋತುಬಿಡುತ್ತಿದ್ದ. ಈಗ ಮೊದಲಿನ ಕಾವು ಆರಿದೆಯೋ, ಅವಳ ಮೇಲೆ ಜಿಗುಪ್ಸೆ ಬಂದಿದೆಯೋ, ಮತ್ತಷ್ಟು ಸೆಟೆದುಕೊಂಡು ಕೂತ.

"ಹೇಗಿದೆ ಮನೆ?" ನವಿರಾಗಿ ಎಸೆದ ಪ್ರಶ್ನೆಗೆ ಬೆಂಕಿಯಾದ "ಎಷ್ಟು ಬಾಡ್ಗೆ?" ಅವನಿಂದ ಮಾರು ದೂರ ಹಾರಿದಳು. "ನೀವೇನು ಕೇಳ್ತಾ ಇರೋದು? ಇದು ನನ್ನ ಸ್ವಂತ ಮನೆ, ನಾನ್ಯಾಕೆ ಬಾಡ್ಗೆ ಕೊಡ್ತೀನಿ?"

ಕೈಯಲ್ಲಿದ್ದ ಪೇಪರ್ ಅಷ್ಟು ದೂರಕ್ಕೆ ಎಸೆದ.

"ನಾನಿರೋ ಮನೆ ನನ್ನದಾಗಿರಬೇಕು. ಕಟ್ಟಿಕೊಂಡ ಹೆಂಡ್ತಿ ಅಪ್ಪ ಈ ಮನೆ ಯಜಮಾನ ಅನ್ನೋದ್ನ ನಾನು ಒಪ್ಪಿಕೊಳ್ಳೋಕೆ ಸಿದ್ಧವಿಲ್ಲ. ಅದ್ನ ನೀನು, ನಿಮ್ಮಪ್ಪ, ಅಮ್ಮ ಅರ್ಥಮಾಡಿಕೊಂಡರೆ ಸಾಕು" ಬಾಣದಂತೆ ಎಸೆದ ಮಾತುಗಳಿಗೆ ಮೊದಲು ತತ್ತರಿಸಿದರೂ ಆಮೇಲೆ ಚೇತರಿಕೊಂಡಳು.

"ಇದೆಲ್ಲ ಯಾರ ಉಪದೇಶ?"

"ನಂಗೆ ಅಂಥ ಅಗತ್ಯವಿಲ್ಲ. ನಿನ್ನ ಎರವಲು ಬುದ್ಧಿಯಿಂದ ಈಗ ಆಗಿರೋ ಅನಾಹುತವೇ ಸಾಕು. ಮುಂದೆ ಸ್ವಂತಿಕೆಯಿಂದ ಆಲೋಚನೆ ಮಾಡೋದ್ನ ಕಲಿ" ಹಣೆಯ ಮೇಲಿನ ಕೂದಲನ್ನ ಒರಟಾಗಿ ಹಿಂದಕ್ಕೆ ದೂಡಿದ.

ಮಂಚದ ಮೇಲೆ ಉರುಳಿಕೊಂಡ. ಹಿಂದಿನ ಮನೆಯಲ್ಲಿನ ಕೋಣೆಗಿಂತ ಇಲ್ಲಿ ಬೆಳಕು-ಗಾಳಿ ಚೆನ್ನಾಗಿತ್ತು. ಆದರೆ ಮನಸ್ಸಿನಲ್ಲಿಯೇ ಗಾಢಾಂಧಕಾರ. ಮುಜುಗರದಿಂದ ಒದ್ದಾಡಿದ. ರಾಧಳ ಅಸಹಾಯಕ ಮುಖ ನೆನಪಿಸಿಕೊಂಡು ಮುಖ ಹಿಂಡಿದ ವೇದನೆಯಿಂದ.

ಬೆಚ್ಚನೆಯ ಕೈ ಎದೆಯ ಮೇಲೆ ಬಿದ್ದಾಗ ಉಸಿರು ಬಿಗಿ ಹಿಡಿದು ನಿಧಾನವಾಗಿ

ದೂಡಿದ. ಮೈಯನ್ನೆ ಬಳಸಿದ ಕೈ ಮುಖದ ಮೇಲಾಡಿದಾಗ ಕಣ್ಮುಚ್ಚಿದ ಅಪ್ಪಿದ ಶರೀರ ಬಯಕೆಗಳ ಹೊಂಡವನ್ನೇ ನಿರ್ಮಿಸಿದಾಗ ಕರಗಿಹೋದ.

ಗಾಢವಾದ ನಿದ್ರೆಯಲ್ಲಿ ಸುಖದ ಕನಸನ್ನು ಕಂಡ. ತಟ್ಟನೆ ಬೆಚ್ಚಿ ಎದ್ದ. ನಳಿನಿ ನಿಶ್ಚಿಂತೆಯಿಂದ ನಿದ್ರಿಸುತ್ತಿದ್ದಳು. 'ನಿಮ್ಗೆ ವಿಷ್ಯ ಸರ್‍ಯಾಗಿ ತಿಳಿದಿಲ್ಲ' ನಳಿನಿಯ ಸ್ವರ. ಅವನ ಮಿದುಳಿನಲ್ಲಿ ದೊಡ್ಡ ಕೋಲಾಹಲವೇ ಷುರುವಾಯಿತು.

ಪುನಃ ಬೆಳಗಿನವರೆಗೂ ಅವನ ಬಳಿ ನಿದ್ದೆ ಸುಳಿಯಲಿಲ್ಲ. ಸುಪ್ತ ಮತ್ತು ಜಾಗೃತ ಮನಸ್ಸುಗಳ ನಡುವೆ ಹೋರಾಟ. ನಳಿನಿಯನ್ನ ಸರಿಸಿ ಮೇಲಕ್ಕೆದ್ದ.

'ಥೀ, ಏನ್ಮಾಡ್ತಾರೆ ನೋಡೇಬಿಡೋಣ' ಹಲ್ಲುಗಳನ್ನು ಕಚ್ಚಿ ಹಿಡಿದ. ಬಾಯ್ಲರ್ ಹಾಕಿತ್ತು. ಬಿಸಿ ನೀರಿನಿಂದ ಮುಖ ತೊಳೆದು ಅಭ್ಯಾಸ ಬಲದಿಂದ ಮುಂಬಾಗಿಲಿಗೆ ಬಂದ ಪೇಪರ್‌ಗಾಗಿ .

ಅರೆ ತೆರೆದಿದ್ದ ಬಾಗಿಲನ್ನು ಪೂರ್ತಿ ತೆರೆದ. ಒದ್ದೆ ಕಾಲಿಗೆ ಅಂಟಿದಾಗ ಅವನ ಹುಬ್ಬುಗಳು ಬೆಸೆದುಕೊಂಡವು. ನೋಟ ಹರಿದಾಡಿತು. ಇಡೀ ಕಾಂಪೌಂಡ್ ಸ್ವಚ್ಛವಾಗಿತ್ತು.

ನೋಟ ಗಿಡಗಳ ಬಳಿ ನಿಂತಿತು. ನೀರೆಯುತ್ತಿದ್ದ ನೀರೆ ಸುಂದರ ಬೆಳದಿಂಗಳಂತೆ ಕಂಡಳು. ಕಣ್ಣುಗಳು ಶಾಂತ ಸರೋವರಗಳು ಹೇಗೆ ಸಾಧ್ಯವಾಯಿತು? ನೋಟ ಅತ್ತಿತ್ತ ಅಲುಗಾಡಲಿಲ್ಲ. ಕಣ್ಣಾವೆಗಳು ಅಚಲವಾಗಿ ನಿಂತವು.

ದಿನಗಳು ಉರುಳುತ್ತಿದ್ದವು. ಯಾವುದೇ ಬದಲಾವಣೆ ಇಲ್ಲ. ರಾಧ ಒಂದೆರಡು ಸಲ ಮಾತ್ರ ಅವನ ಕಣ್ಣೆದುರು ಮಿನುಗಿ ಮರೆಯಾಗುತ್ತಿದ್ದಳು. ಎಲ್ಲಾ ಕೆಲಸಗಳನ್ನು ಮಾಡುವ ಹೊಸ ಕೆಲಸದಾಳಿನ ಪಾತ್ರ ಮಾತ್ರ ಅವಳದು.

ದಿನವು ನಳಿನಿಯದು ಒಂದಲ್ಲ ಒಂದು ಕೋರಿಕೆ, ಸುತ್ತಾಟ, ಸಿನಿಮಾ, ರಜಾದಿನಗಳಲ್ಲಿ ಪಿಕ್‌ನಿಕ್. ಇದೆ ಮಧ್ಯೆ ಒಂದು ಬೇಡಿಕೆ. ಅವನ ತಾಳ್ಮೆಗೆ ಸವಾಲ್ ಆಗಿತ್ತು.

* * *

ಅಂದು ಆಫೀಸ್‌ನಿಂದ ಲೇಟಾಗಿ ಮನೆಗೆ ಬಂದ. ಹೊರಗಿದ್ದ ನಳಿನಿ ವಯ್ಯಾರದ ನಗೆ ನಕ್ಕಾಗ, ಅವನ ನೋಟವನ್ನ ಸೆರೆ ಹಿಡಿದಿದ್ದು ಕೋಣೆಯ ಕಿಟಕಿಯಲ್ಲಿ ಕಂಡ ಶಾಂತ ಮುಖ, ತುಟಿ ಕಚ್ಚಿ ಕೆನ್ನೆಯುಜ್ಜಿದ.

ತಂದ ಹೂವಿನ ಪೊಟ್ಟಣಕ್ಕೆ ನಳಿನಿ ಕೈ ನೀಡಿದಾಗ ಉದಾಸೀನವಾಗಿ ಅವಳ ಕೈಯಲ್ಲಿಟ್ಟು ಒಳಗೆ ನಡೆದ. ತಾನು ಸ್ವಲ್ಪ ಸಮಯದಲ್ಲೇ ತಾಳ್ಮೆ ಕಳೆದುಕೊಳ್ಳುವುದು ಖಚಿತವೆನಿಸಿತು ಅವನಿಗೆ.

ಬಟ್ಟೆ ಬದಲಾಯಿಸಿದವನೇ ಮುಖ ತೊಳೆಯಲು ಬಾತ್ ರೂಂನತ್ತ ನಡೆದ. ಎದುರಾದ ರಾಧ ಬೆಚ್ಚಿದಳು. ಕೋಟಿ ನಕ್ಷತ್ರಗಳು ಅವನ ಕಣ್ಣುಗಳಲ್ಲಿ ಮಿನುಗಿತು. ಸ್ವಪ್ನ ಜಗತ್ತಿನಲ್ಲಿ ನಿಂತ. ಕೆಂಪೇರಿದ ಗಲ್ಲಗಳನ್ನ ಮುದ್ದಿಸುವ ಆಸೆ ಅವನಿಗೆ.

"ಕಾಲೇಜಿಗೆ ಸೇರ್ಕೊತೀಯಾ?" ಅವನ ಪ್ರಶ್ನೆಗಳಿಗೆ ರಾಧಳ ಕಣ್ಣಾಲಿಗಳು ತುಂಬಿ ಬಂದವು. ತುಟಿಗಳು ನಡುಗಿದವು. ಸ್ವರ ಏಳಲಿಲ್ಲ. "ಇಷ್ಟೊಂದು ಭಯ,

ಸಂಕೋಚ ಒಳ್ಳೆದಲ್ಲ."

ಹಿಂದಿನಿಂದ ಬಂದ ನಳಿನಿ ಕಣ್ಣುಗಳಲ್ಲಿ ಕಿಡಿ ಕಾರಿತು.

"ಏನು ನಡ್ಸಿದ್ದೀರಿ?" ಹಿಂದಕ್ಕೆ ತಿರುಗಿ ನೋಡಿದ. ಬಾಯಿ ಹೇಳದ ನೂರು ವ್ಯಂಗ್ಯಗಳಿಂದ ಕಣ್ಣುಗಳು ಇರಿದವು. "ಇಲ್ಲೇ ಕೆಲ್ಸಕ್ಕೆ ಬೇಕಾದ ಜನ ಸಿಕ್ತಾ ಇದ್ರು. ನಿನ್ತಂದೆ ಅಷ್ಟೊಂದು ಶ್ರಮ ತೆಗ್ದುಕೊಳ್ಳುವ ಅಗತ್ಯವಿರ್ಲಿಲ್ಲ."

ನಿರ್ಲಕ್ಷ್ಯದಿಂದ ಹೆಗಲ ಮೇಲಿನ ಟವಲನ್ನು ತೆಗೆದು ಎಸೆದು ಬಾತ್ ರೂಂನತ್ತ ನಡೆದಾಗ ರಾಧ ತರತರ ನಡುಗಿದಳು. ಕೆಕ್ಕರಿಸಿಕೊಂಡು ನೋಡಿದಳು ನಳಿನಿ.

ಬಹಳಷ್ಟು ಯೋಚಿಸಿ ಒಂದು ನಿರ್ಧಾರಕ್ಕೆ ಬಂದಿದ್ದ. ಪ್ರೀತಿಯ ಹಂಚಿಕೆಯಲ್ಲಿ ದ್ರೋಹ ಕಾರ್ಯವೇ ಆದರೂ ಅನಿವಾರ್ಯ. ಬಹಳ ಗಟ್ಟಿ ಮಾಡಿದ್ದ ಮನಸ್ಸನ್ನ. ಒದ್ದೆ ಮುಖವನ್ನೊತ್ತುತ್ತ ಬಂದವನಿಗೆ ಹೂ ಮುಡಿದು ನಿಂತ ನಳಿನಿಯನ್ನು ಕಂಡು ರೇಗಿದರೂ ತನ್ನನ್ನ ತಾನೇ ಸಮಾಧಾನ ಮಾಡಿಕೊಂಡ.

ಅವಳ ಕೈಹಿಡಿದು ಹತ್ತಿರ ಕೂಡಿಸಿಕೊಂಡ. ಮೊದಲ ಬಾರಿಗೆ ರಾಧಳ ವಿಷಯ ನಳಿನಿಯ ಮುಂದೆ ಎತ್ತಲು ಮುಂದಾದ.

"ನಿಮ್ಮಗಳ ಉದ್ದೇಶದ ಹಿಂದೆ ಏನಿದೆಯೋ ನಂಗೆ ನಿರ್ದಿಷ್ಟವಾಗಿ ಗೊತ್ತಿಲ್ಲ. ಸಾಮೂಹಿಕವಾಗಿ ಒಂದು ತಪ್ಪು ಮಾಡಿದ್ದೀವಿ. ಮತ್ತೆ ಮತ್ತೆ ಮಾಡುವುದು ಬೇಡ. ಬೇರೆ ಹೆಣ್ಣನ್ನು ಸೈರಿಸಿಕೊಳ್ಳುವುದು ಆಗದ ವಿಷಯ. ಆದರೂ ಅನಿವಾರ್ಯ ಅರ್ಥಮಾಡ್ಕೋ."

ಮೊದಲು ಬಿಗಿದುಕೊಂಡ ಮುಖ ಸಡಿಲಗೊಂಡರೂ ಅಂತರ್ಗತವಾಗಿ ಹುದುಗಿಕೊಂಡಿದ್ದ ಕುಟಿಲತೆ ಎದ್ದು ಕಾಣುತ್ತಿತ್ತು. ನೇರವಾಗಿ ಅವಳನ್ನು ನೋಡಿದ. ಮೃದುವಾದ ಸ್ವರಕ್ಕೆ ನವಿರನ್ನು ಬೆರೆಸಿ ಅತ್ಯಂತ ಸೂಕ್ಷ್ಮವಾಗಿ ವಿವರಿಸಿದ.

"ಬಡತನದಲ್ಲೇ ಬೆಂದ ಆ ಹುಡ್ಗೀಗೆ ಇಲ್ಲೂ ಕೂಡ ಕಠಿಣವಾಗಿ ನಡ್ಸಿಕೊಳ್ಳೋದ್ಬೇಡ. ನೂರಾರು ಆಸೆ, ಆಕಾಂಕ್ಷೆಗಳನ್ನು ಹೊತ್ತ ಮನವನ್ನು ಕಂಗೆಡಿಸಿ ಬಿಡೋದು ಬೇಡ. ಸ್ವಲ್ಪ ಉದಾರವಾಗಿ ಯೋಚ್ಸು. ಕರುಣೆಯಿಂದ ನೋಡು."

ಅವನನ್ನು ನುಂಗುವಂತೆ ನೋಡಿದಳು.

"ಅವ್ಳು ನಮ್ಮ ಮನೆಯಲ್ಲಿ ಹೇಳಿದ್ದು ಮಾಡ್ಕೊಂಡು ಬಿದ್ದಿದ್ದೋಳು. ಅಲ್ಲಿಗಿಂತ ಇಲ್ಲಿ ಚೆನ್ನಾಗೇ ಇದ್ದಾಳೆ. ನಮ್ಮಮ್ಮ ಸಾಕು ಬೇಕು ಅನ್ನೋಷ್ಟು ಬಡಿಸುತ್ತ ಇದ್ದಳು. ನಾನು ಈಗ ಮಿಕ್ಕಿದ್ದೆಲ್ಲ ಅವ್ಳ ಪಾಲಿಗೆ ಬಿಟ್ಟಿದ್ದೀನಿ" ಅವಿವೇಕದ ಮಾತುಗಳು ಅವನಲ್ಲಿ ಜಿಗುಪ್ಸೆಯನ್ನು ಮೂಡಿಸಿತು.

ಪಾಂಡುರಂಗಯ್ಯನವರು ಒಮ್ಮೆ ಹೇಳಿದ್ದರು.

"ನಂಗೂ ನಳಿನಿ ಮೊದ್ಲು ಏನು ಅನ್ನಿಸಲಿಲ್ಲ. ಹೊಸದರಲ್ಲಿ ಎಲ್ಲಾ ಚೆಂದ. ಈಗೀಗ ಅರ್ಥವಾಗ್ತಾ ಇದ್ದಾಳೆ. ಅವಳಪ್ಪ, ಅಮ್ಮನ ಸ್ವಭಾವಗಳ ಒತ್ತಡದಲ್ಲಿಯೇ ಇದ್ದಾಳೆ. ಹುಟ್ಟಿದ, ಬೆಳೆದ ಪರಿಸರದ ಪ್ರಜ್ಞೆಯಲ್ಲಿಯೇ ಇದ್ದಾಳೆ. ಅದೇ ಮಾತು, ಸ್ವಭಾವ, ಧೋರಣೆ, ಅದರಿಂದ ಹೊರಬರಬೇಕಾದರೆ ಒಂದು ಅವಧಿ ಬೇಕಾಗುತ್ತೆ.

ಕೆಲವರು ಬದಲಾಗಬಹುದ್ದು. ಇನ್ನು ಕೆಲವರು ಬದಲಾಗದೇ ಇರಬಹುದ್ದು. ಕಟ್ಟಿಕೊಂಡ ತಪ್ಪಿಗೆ ಜೀವನ ಪೂರ್ತಿ ಹೆಣಗಬೇಕು."

ಹಣೆಯುಜ್ಜಿ ಕಣ್ಣೊರೆಸಿಕೊಂಡ. ಅವಳ ಮುಡಿಯಲ್ಲಿದ್ದ ಹೂಗಳು ನಕ್ಕವು. "ಬ್ಲಡಿ..."ತುಟಿಗಳು ನಡುಗಿದವು.

ಎದ್ದು ಹೊರಗೆ ಬಂದ. ಅಲ್ಲಲ್ಲಿ ಒಂದೊಂದು ಮನೆ. ವ್ಯಂಗ್ಯ ನಗು ಅವನ ತುಟಿಯಂಚಿನಲ್ಲಿ ಮಿನುಗಿತು. ಒಳಗಿನ ರೇಗಾಟ ಅವನನ್ನು ಎಚ್ಚರಿಸಿತು.

ಧಾವಿಸಿ ನಡೆದ. ದೊಡ್ಡ ದನಿಯಲ್ಲಿ ರೇಗಾಡುತ್ತಿದ್ದಳು ನಳಿನಿ.

"ನಿಂಗೆ ಮೈ ಮೇಲೆ ಜ್ಞಾನ ಇಲ್ಲ. ಕಂಡಾಪಟ್ಟೆ ಸಾಮಾನು ಹಾಳು ಮಾಡ್ತೀಯಾ! ನಂಗೆ ರೇಗಿದ್ರೆ ಒದ್ದು ಹೊರ್ಗಡೆ ಹಾಕ್ತೀನಿ"

ಪ್ರೇಕ್ಷಕನಂತೆ ಎದೆಯ ಮೇಲೆ ಕೈ ಕಟ್ಟಿ ನಿಂತ ಸಾಗರ್ ಇಬ್ಬರನ್ನ ಬದಲಿಸಿ, ಬದಲಿಸಿ ನೋಡತೊಡಗಿದ. ಭಯ ಅಸಹಾಯಕತೆಯಿಂದ ನಡುಗುತ್ತಿರುವ ಹೆಣ್ಣೊಂದು ಕಡೆ. ಇನ್ನೊಂದೆಡೆ ಹೆಣ್ಣುತನದ ಬಿರುದುಗಳಿಗೆ ತಿಲಾಂಜಲಿ ಇತ್ತು. ಸೊಕ್ಕಿದ ಅವಿವೇಕಿ ಮತ್ತೊಂದೆಡೆ.

"ಅಷ್ಟು ಸುಲಭ ಅಲ್ಲ!" ತಣ್ಣಗೆ ಹೇಳಿದ.

ಇಬ್ಬರು ನೋಟವೆತ್ತಿದಾಗ ಅವನೆಜ್ಜೆಗಳು ಸರಿದುಹೋದವು. 'ಅಷ್ಟು ಸುಲಭ ಅಲ್ಲ!' ಅತ್ಯಂತ ಪರಿಣಾಮಕಾರಿಯಾದ ಮಾತಾಯಿತು. ಕಣ್ತುಂಬಿಯೇ ನಳಿನಿ ಹೋಗಿದ್ದು, ಬಿಕ್ಕಿಬಿಕ್ಕಿ ಗೋಡೆಗೆ ತಣ್ಣೀರಿನ ಧಾರೆಯೆರೆದಳು ರಾಧ.

ಹಾಲ್‌ನಲ್ಲಿ ಕೂತ ಸಾಗರ್, ಅಡಿಗೆ ಮನೆಯ ಬಿಕ್ಕುವಿಕೆ, ಕೋಣೆಯಲ್ಲಿನ ಮುಸು ಮುಸು ವಿಚಿತ್ರ ಗೊಂದಲಮಯ ಸನ್ನಿವೇಶವನ್ನು ಅವನ ಮುಂದೆ ನಿರ್ಮಿಸಿತ್ತು. ಆ ಸಮಯದಲ್ಲೂ ಅವನಿಗೆ ಬಾಯ್ತುಂಬ ನಗಬೇಕೆನಿಸಿತು.

ಯಾರನ್ನ ಸಮಾಧಾನಿಸಬೇಕು? ಮೆಚ್ಚಿ ಮದುವೆಯಾದ ಹೆಣ್ಣು ನಳಿನಿ ಬಲವಂತಕ್ಕೆ ಮಣಿದು ತಾಳಿಯನ್ನು ರಾಧಳಿಗೆ ಬಿಗಿದರೂ ಅವಳ ಬಗ್ಗೆ ಸಹಾನುಭೂತಿ.

ಸಣ್ಣನೆಯ ದನಿಯಲ್ಲಿ ಹಾಡತೊಡಗಿದ. ಅವನಿಗೆ ತೋಚಿದ್ದು ಅಷ್ಟೆ. ಕಾಳಿಯಂತೆ ಬಂದಳು ನಳಿನಿ.

"ಅವ್ಳ ಮುಂದೆ ನನ್ನ ಅಂತೀರಾ! ನನ್ನ ಬಿಕ್ಷೆ. ಕರುಣೆಯಿಂದ ಬಂದೋಳು!" ಕಾಲರ್ ಸರಿಪಡಿಸಿಕೊಂಡ ಸಾಗರ್ ಮುಖದಲ್ಲಿ ಹೆಚ್ಚೆನಿಸುವಷ್ಟು ಗಾಂಭೀರ್ಯ ಕಾಣಿಸಿಕೊಂಡಿತು. ನಿಂದೆಲ್ಲ ಮುಗೀತಾ?"

ತೆಪ್ಪಗೆ ಒಳಗೆ ಹೋದಳು.

ಅಂದಿನಿಂದ ರಾಧಳ ಪಾಲಿಗೆ ಮನೆ ನರಕ. ಸಾಗರ್ ಇರುವ ಸಮಯದಲ್ಲಿ ಅಡ್ಡಾಡಬಾರದೆಂಬ ಕಟ್ಟಪ್ಪಣೆ. ಅವಳ ನವಿರಾದ ಕನಸುಗಳಿಗೆ ಬೆಂಕಿ ಹಚ್ಚಿಬಿಟ್ಟಳು.

ಬಹಳಷ್ಟು ತಡೆದು ಸಾಕಾದ ಸಾಗರ್ ಪರೋಕ್ಷವಾಗಿ ಪ್ರಸ್ತಾಪಿಸಿದ. ಎಲ್ಲಕ್ಕೂ ನಳಿನಿ ಕಲ್ಲು. ಮನೆಯಲ್ಲಿ ಅವನನ್ನು ಬಿಟ್ಟು ಅಲುಗಾಡಳು.

ಬಂದ ಕೂಡಲೇ ಕೂಗಿದ.

"ರಾಧ, ಒಂದ್ಲೋಟ ನೀರು ತಂಗೊಂಡ್ಬಾ" ಎದುರಿಗಿದ್ದ ನಳಿನಿಯ ಮುಖದಲ್ಲಿ ಆತಂಕ ಬೆರೆತ ಗಾಬರಿಯೊಡೆಯಿತು. "ನಾನು ಇಲ್ಲೇ ಇದ್ದೀನಿ."

ಕೂತಿದ್ದವನು ಕಾಲು ಮೇಲೆ ಕಾಲು ಹಾಕಿದ.

"ಧಾರಾಳವಾಗಿ ಇರು. ನಂದೇನು ಅಭ್ಯಂತರ!" ವ್ಯಂಗ್ಯದ ಇರಿತಕ್ಕೆ ಕನಲಿದಳು. "ನಾನು ನೀರು ತಂದು ಕೊಡ್ತಾ ಇದ್ದೆ."

ಪೂರ್ತಿಯಾಗಿ ನಿರ್ಲಕ್ಷಿಸಿ ಕೂತ. ಕ್ಷಣಗಳನ್ನು ಎಣಿಸಿದ. ರಾಧಳ ಸುಳಿವೇ ಇಲ್ಲ. ಕನಲಿ ಕೆಂಡವಾದ.

"ರಾಧ..." ತಾಳ್ಮೆ ಕಳೆದುಕೊಂಡು ಅಬ್ಬರಿಸಿದ.

ಬಹಳ ನಿಧಾನವಾಗಿ ರಾಧ ನೀರಿನ ಲೋಟ ಹಿಡಿದು ಬಂದಳು. ಕಣ್ಣುಗಳಲ್ಲಿ ಅಪಾರವಾದ ಭಯ. ನಡುಗುವ ಬೆರಳುಗಳಿಂದ ಆವೃತವಾದ ಲೋಟ ಯಾವ ಕ್ಷಣದಲ್ಲಿಯಾದರೂ ನೆಲ ಸೇರಬಹುದು.

"ಕೂಗಿದ್ದು ಕೇಳಿಸಲಿಲ್ಲವಾ?" ತಲೆತಗ್ಗಿಸಿ ಪ್ರತಿಮೆಯಂತೆ ನಿಂತಳು. "ಸ್ವಲ್ಪ ಚುರುಕಾಗಿರೋದ್ನ ಕಲೀ, ಇಲ್ಲಿಡು ಲೋಟ."

ವಾರೆಗಣ್ಣಿನಿಂದ ನಳಿನಿಯ ಮುಖ ನೋಡಿದ. ಎದೆಯಲ್ಲಿ ಅಲುಗು ಆಡಿದಂತಾಯಿತು. ಸಹಿಲಾರದಂಥದ್ದು. ಯಾವ ದೌರ್ಬಲ್ಯಕ್ಕೆ ಗುರಿಯಾಗಿದ್ದು? ಕ್ಷಣದಲ್ಲಿಯೇ ಚೇತರಿಸಿಕೊಂಡ. ಅದು ಅಗತ್ಯವಾಗಿತ್ತು. ನಿಧಾನವಾಗಿ ಒಳಗೆ ಹೋದಾಗ ಸರ್ರನೆ ಗೂಳಿಯಂತೆ ಅವಳ ಹಿಂದೆ ನುಗ್ಗಿದಳು ನಳಿನಿ.

ಧಾವಿಸಿ ಮುಡಿ ಹಿಡಿದವಳೇ ಆರ್ಭಟಿಸಿದಳು.

"ಈಗ್ಲೇ ಹೊರಟು ಬಿಡು. ಇನ್ನೊಂದು ಕ್ಷಣ ನೀನು ಈ ಮನೆಯಲ್ಲಿ ಇರ್‍ಬಾರ್‍ದು."

ರಾಧ ಅಸಹಾಯಕಳಾದಳು. ಭವಿಷ್ಯ ತೀರಾ ಕಗ್ಗತ್ತಲೆಯೆನಿಸಿತು.

"ನಾನು ತಪ್ಪು ಮಾಡ್ದೇ. ನೀನು ಮೊದ್ಲು ತೊಲಗು" ಅಷ್ಟು ದೂರಕ್ಕೆ ದೂಡಿದಾಗ ಸಾಗರ್ ಓಡಿ ಬಂದ. ಕೋಪದಿಂದ ಅವನ ಮೈ ನಡುಗುತ್ತಿತ್ತು. "ಛೆ, ನೀನು ಹೆಣ್ಣಲ್ಲ. ಅವ್ವುನ ಹೋಗು ಅನ್ನೋ ಅಧಿಕಾರ ನಿಂಗೆ ಯಾರು ಕೊಟ್ಟಿದ್ದು? ಈ ಮನೆಯಲ್ಲಿ ಅವ್ಳಿಗೆ ಸಮಪಾಲು ಸಿಕ್ಕಬೇಕಾದ್ದೆ" ಆಡಿ ನೊಂದ. ಯಾವ ಹೆಣ್ಣು ಸಹಿಸಲಾರದ್ದು!

ಕೆಂಗಣ್ಣು ಬಿಡುತ್ತ ರಭಸದಿಂದ ನಡೆದುಹೋದಳು. ತೀರಾ ಅಸಹಾಯಕಳಂತೆ ಬಿಕ್ಕುವ ರಾಧ ಅವನಿಗೆ ಸಮಸ್ಯೆ. ನಿಧಾನವಾಗಿ ನಡೆದುಹೋಗಿ ಅವಳ ಬಳಿ ನಿಂತ.

"ರಾಧ, ಸಮಾಧಾನ ಮಾಡ್ಕೋ. ಅವ್ಳು ಇರೋ ಸ್ಥಿತಿಯಲ್ಲಿ ಈ ಉದ್ವೇಗ, ಕೋಪ ಸಹಜ" ತೋಳಿನಿಂದ ಅವಳನ್ನು ಬಳಸಿ ಸಮಾಧಾನಿಸಿದಾಗ ಅವನ ಮೈ ಮೃದುವಾಗಿ ಕಂಪಿಸಿತು. ಅಪರಾಧ ಪ್ರಜ್ಞೆ– ಮಿದುಳಿನಲ್ಲಿ ಒಂದು ರೀತಿಯ ಒತ್ತಡ.

ನಿಂತು ಕೋಣೆಯಲ್ಲಿ ದಿಟ್ಟಿಸಿದ. ಒಂದು ಚಾಪೆ, ಒಂದು ಸಣ್ಣ ಹಳೆ ಟ್ರಂಕ್. ಮನೆಯಲ್ಲಿನ ಬೇಡದ ಸಾಮಾನುಗಳೆಲ್ಲ ಇಲ್ಲಿ. ರಾಧಳ ಸ್ಥಿತಿಯಂತೆ ಕೋಣೆಯದು. ತುಟಿ ಕಚ್ಚಿದ. ದುರವಸ್ಥೆಗೆ ನೊಂದ.

"ಈ ಹಳೆ ಸಾಮಾನುಗಳೆಲ್ಲ ಯಾಕೆ ತುಂಬಿಕೊಂಡಿದ್ದೀಯಾ? ಎಲ್ಲಾ ಹೊರ್ಗಡೆ ಹಾಕು" ಮುಖ ಮೇಲೆತ್ತಿ ಅವನತ್ತ ನೋಡಿದಳು. ಕೆಂಪೆತ್ತಿದ ಕಣ್ಣುಗಳಲ್ಲಿ ಹೊಸಬೆಳಕು. ಅರಿವಾಗದಂತೆ ಅವನ ಮುಖದಲ್ಲಿ ಮಾರ್ದವತೆ ಮಿನುಗಿತು. "ಸ್ವಲ್ಪ ಧೈರ್ಯವಾಗಿರು. ಇವೆಲ್ಲ ಅನಿರೀಕ್ಷಿತವಲ್ಲ. ನಳಿನಿ ತುಂಬ ಒಳ್ಳೆಯವಳು. ಅವ್ಳ ಮಾತು ಒರಟಾದ್ರೂ ಹೃದಯ ತುಂಬ ಮೃದು."

ಮೌನವಾಗಿ ತಲೆಯಾಡಿಸಿದಾಗ ಹೊರಗೆ ಬಂದ. ಸುಖ, ಸಂತೋಷ, ಸಂಭ್ರಮ ರಾಧಳನ್ನು ಆವರಿಸಿತು. 'ಇಂಥ ಒಂದೆರಡು ಮಾತು, ಸನಿಹ ಸಿಕ್ಕರೂ ಸಂಪೂರ್ಣ ತೃಪ್ತೆ' ಹಕ್ಕಿಯಂತೆ ಅವಳ ಮನ ಹಾರಾಡಿತು.

ತಕ್ಷಣ ಕೂತು ಶಾಂತಾರಾಮ್‌ಗೆ ಪತ್ರ ಬರೆದ. ಕೂಡಲೆ ಹೊರಟು ಬರುವಂತೆ. ಇಂಥ ಸಮಸ್ಯೆಗೆ ಪರಿಹಾರವೆಂತು? ಎರಡು ಹೃದಯಗಳ ನೋವು, ಕೋಪಕ್ಕೆ ಗಮನ ಕೊಡುವುದು ಅವನಿಂದ ಸಾಧ್ಯವಿಲ್ಲ.

ಅಂದಿನಿಂದ ನಳಿನಿ ರಾಧಳೊಡನೆ ಮಾತನಾಡುವುದನ್ನು ಬಿಟ್ಟರೂ ಅಧಿಕಾರ ಚಲಾಯಿಸುವುದನ್ನು ಕಮ್ಮಿ ಮಾಡಲಿಲ್ಲ. ಬಹಳ ನಿಕೃಷ್ಟವಾಗಿ ನಡೆಸಿಕೊಳ್ಳಲು ಷುರು ಮಾಡಿದಳು. ನೋಡಿದರೂ ನೋಡುದವನಂತಿದ್ದ ಸಾಗರ್. ಎಲ್ಲರಿಗಿಂತ ಈಗ ನಳಿನಿಯ ಪರಿಸ್ಥಿತಿಗಾಗಿ ಮನ ಮಿಡಿಯುತ್ತಿತ್ತು.

ಎರಡನೇ ದಿನ ಇವನು ಬರುವ ವೇಳೆಗೆ ಶಾಂತಾರಾಮ್ ಬಂದಿದ್ದರು. ಮುಖದಲ್ಲಿ ಗಾಂಭೀರ್ಯವಿದ್ದರೂ ಅದರ ಹಿಂದಿನ ಚಿಂತಿತ ಮನಸ್ಸು ಎದ್ದು ಕಾಣುತ್ತಿತ್ತು.

"ತಮ್ಮ ಕಾಗ್ದ ತಲುಪ್ತು" ಅರ್ಥಗರ್ಭಿತವಾಗಿ ಹೇಳಿದಾಗ ಅವನ ಮುಖದಲ್ಲಿ ಅರಿವಾಗದಂತೆ ಕಾಠಿಣ್ಯಯೊಡೆಯಿತು. "ಈಚೆಗೆ ಇದು ಮನೆ ಅನ್ನಿಸಿಕೊಂಡಿಲ್ಲ ಸಮಸ್ಯೆ ತಂದಿಟ್ಟವರು ನೀವೇ, ಪರಿಹಾರನು ನೀವೇ ಯೋಚ್ಸಿ."

ಮೌನವಾಗಿ ತಲೆಯಾಡಿಸಿದರು ಶಾಂತಾರಾಮ್. ಮಗಳನ್ನು ಮನಸ್ಸಿನಲ್ಲಿಯೇ ಬಯ್ದುಕೊಂಡರು.

"ನಾನೆಲ್ಲ ಮಾಡ್ತೀನಿ. ನೀವು ನಿಶ್ಚಿಂತೆಯಾಗಿರಿ" ಒಂದೊಂದೇ ಕೈ ಬೆರಳುಗಳನ್ನು ಮಡಚಿ ಶಾಂತಾರಾಮ್ ಲೆಕ್ಕ ಹಾಕತೊಡಗಿದರು. "ತೀರಾ ಅಸಹನೀಯವೇ, ಸ್ವಲ್ಪ ದಿನ ಮಾತ್ರ."

ಬಗ್ಗಿ ಷೂ ಲೇಸ್ ಕಟ್ಟುತ್ತಿದ್ದವನು ತಟ್ಟನೆ ತಲೆಯೆತ್ತಿದ. ಅವರ ಕಿರಿದಾದ ಕಣ್ಣುಗಳಲ್ಲಿ ತಡಕಾಡಿದ. ಹಣೆಯಲ್ಲಿ ಗೆರೆಗಳು ಮೂಡಿದವು. "ನಿಮ್ಮಗಳ ಒಟ್ಟಾರೆ ಅಭಿಪ್ರಾಯ ನಂಗೆ ತಿಳೀದು, ನನ್ನ ಹೃದಯಾನ ಯಾಕೆ ಬಲಿ ಕೊಡೋಕೆ ಹೊರಟಿದ್ದೀರಾ?" ಗಟ್ಟಿಸಿ ಕೇಳಬೇಕೆಂದುಕೊಂಡರೂ ಸ್ವರ ಹೊರಡಲಿಲ್ಲ.

ತಂದೆ, ಮಗಳ ಮಧ್ಯೆ ಮಾತು ನಡೆದಿದ್ದೇ ನಡೆದಿದ್ದು. ಮಾತು, ಮಧ್ಯೆ ಮಧ್ಯೆ ಮೌನ. ಉದ್ವೇಗದ ಕ್ಷಣಗಳು. ಅದನ್ನು ಮೀರಿ ಬರುವ ಶಾಂತಾರಾಮ್ ಸ್ವರದಲ್ಲಿನ ಚಾಣಾಕ್ಷ ಮಾತುಗಳು. ಯೋಜನೆಯ ಕಾರ್ಯಕ್ರಮದ ಎರಡನೇ ಹೆಜ್ಜೆ.

ಬಾತ್ ರೂಂನತ್ತ ಹೊರಟಾಗ ಸ್ಪಷ್ಟವಾಗಿ ಶಾಂತಾರಾಮ್ ಮಾತುಗಳು ಸಾಗರ್‌ನ

ಕಿವಿಗೆ ಬಿದ್ದವು.

"ಅವ್ನ ಮನದಲ್ಲೂ ಸಾಕಷ್ಟು ಆಂದೋಳನವಿದೆ. ಈ ಮಧ್ವೆ ಅವ್ನಿಗೆ ಇಷ್ಟವಿಲ್ಲದಿದ್ರೂ ಅವ್ನ ಒಳ್ಳೆಯ ಮನಸ್ಸು ರಾಧಳ ಕಡೆಗೆ ಮೃದುವಾಗೋದು ಸಹಜ. ಅದೇನು ಪ್ರೀತಿಯಲ್ಲ, ಹಾಗಂತ.... ಭಾವೀಸೋದು ಮೂರ್ಖತನ. ಇನ್ನು ಹೆಚ್ಚಿನ ರೀತಿಯಲ್ಲಿ...." ದನಿ ತೀರಾ ಸಣ್ಣಗಾದುದ್ದರಿಂದ ಉಳಿದ ಮಾತುಗಳು ಅವನ ಕಿವಿಗೆ ಬೀಳಲಿಲ್ಲ.

ಬರೀ ಗೊಂದಲದ ಸ್ಥಿತಿ. ಅಯೋಮಯವಾದ ಪರಿಸ್ಥಿತಿ. ಏರಿದ ಹುಬ್ಬುಗಳು ನಿಧಾನವಾಗಿ ಕೆಳಗಿಳಿದವು. 'ಬಹುಶಃ ನಾನು ಶಾಂತಾರಾಮ್ ಅವರ ಪಾಲಿಗೆ ಆಟಿಕೆ. ಮಗಳನ್ನು ಮುಂದಿಟ್ಟು ನನ್ನನ್ನ ಆಡಿಸುತ್ತಿದ್ದಾರೆ' ಭಾರವಾದ ಎದೆಯನ್ನು ಕೈಯಿಂದ ನೀವಿಕೊಂಡ.

"ಏನಾದ್ರೂ ಬೇಕಾಗಿತ್ತಾ?" ಅತ್ಯಂತ ಮೆಲು ಸ್ವರ, ತಿರುಗಿದಾಗ ರಾಧ ನಿಂತಿದ್ದಳು. ಆ ಹೆಣ್ಣಿಗೆ ಕರ್ತವ್ಯ ಪ್ರಜ್ಞೆ ಇತ್ತು. ಹಣೆಯುಜ್ಜಿದ. "ಒಂದ್ಲೋಟ ಕಾಫೀ ಮಾಡಿಕೊಡು" ಮರೆತವನಂತೆ ಕೋಣೆಗೆ ಹಿಂದಿರುಗಿದ.

ಕಣ್ಮುಚ್ಚಿ ಎದೆಯ ಮೇಲೆ ಕೈಕಟ್ಟಿ ಮೇಲ್ಮುಖವಾಗಿ ಮಲಗಿದ್ದ. ಸಾಂತ್ವನಿಸುವ ಮೃದು ಮನ ಬೇಕಾಗಿತ್ತು. ಗಂಡಿಗೆ ಇಂಥ ಒಂದು ಅವಲಂಬನೆಯನ್ನು ಕೊಡಲೆಂದೇ ದೇವರು ಹೆಣ್ಣನ್ನು ಸೃಷ್ಟಿಸಿರಬೇಕು. ಮೃದು ಮನದ ಜೊತೆ ಅಸಹನೆ, ಅಶಾಂತಿಗಳನ್ನು ಅವಳೊಡನೆ ಇಟ್ಟ, ಅವರವರ ಅದೃಷ್ಟದಂತೆ.

ವಿಷಣ್ಣತೆಯ ನಗೆ ಅವನ ತುಟಿಯಂಚಿನಲ್ಲಿ ಮಿನುಗಿತು. ಆ ನಿಶ್ಚಿಯತೆಯೊಡನೆ ಹೊರಳಾಡುತ್ತಿದ್ದವನನ್ನು ಸ್ವರ ಎಚ್ಚರಿಸಿತು. ಬೇಕು ಬೇಡದವನಂತೆ ಎದ್ದು ಲೋಟಕ್ಕೆ ಕೈ ನೀಡಿದ.

'ಇಷ್ಟೊತ್ತಿನಲ್ಲಿ ಯಾಕೆ ಬೇಕಿತ್ತು, ಕಾಫೀ?" ನಳಿನಿಯ ಸ್ವರದಲ್ಲಿ ಅಡಗಿದ್ದ ಅಸೂಯೆ, ಅಸಹನೆಗೆ ಬೆಚ್ಚಿದ. ಹುಬ್ಬೆತ್ತಿ ಅವಳತ್ತ ನೋಡಿದ, ಕ್ರೂರ ಭಾವನೆಗಳ ಮಿಶ್ರಣ ಮುಖದ ಮೇಲೆ. "ನಿಂಗೆ ಹೇಳೋ ಅಗತ್ಯವಿಲ್ಲ!"

ಬೆಚ್ಚಿದಳು ಎಚ್ಚರಿಕೆಯ ಗಂಟೆ ಅವಳ ಕಿವಿಯೊಳಗೆ ಮೊಳಗಿತು. ಸ್ವಲ್ಪ ಮೆತ್ತಗಾದಳು. ಆದರೆ ಸಾಗರ್ ತೀರಾ ಗಡುಸಾಗಿದ್ದ.

"ನಂಗೆ ಬೇಡ. ನೀನೇ ಕುಡ್ದು ಮಲ್ಗು!" ಮಲಗಿ ಅವಳತ್ತ ಬೆನ್ನು ಹಾಕಿದ. ಸನಿಹದಲ್ಲಿ ಬಳೆಗಳ ಸಪ್ಪಳ, "ಲಿವ್ ಮಿ ಅಲೋನ್. ಸುಮ್ನೇ ಡಿಸ್ಟರ್ಬ್ ಮಾಡಬೇಡ."

ಪೆಚ್ಚಾಗಿ ಬಂದ ಮಗಳ ಮೇಲೆ ಅಪ್ಪ, ಅಮ್ಮ ರೇಗಿಕೊಂಡರು.

"ನಿಂಗೆ ಸಹನೆ ಕಮ್ಮಿ. ಎಲ್ಲಾ ನಾವಾಗಿ ಮಾಡಿ ನಿಷ್ಠೂರ ಮಾಡೋಕಾಗುತ್ತಾ? ಸ್ವಲ್ಪ ದಿನ ತಾಳ್ಮೆ ಇರ್ಲಿ, ಆಮೇಲೆ ಎಲ್ಲಾ ಸರ್ಯೋಗುತ್ತೆ!"

ಬೆಳಿಗ್ಗೆ ಸಾಗರನಿಗೆ ನಿಧಾನವಾಗಿ ಎಚ್ಚರವಾದದ್ದು. ಕಾಫೀ ಕುಡಿಯುತ್ತಿದ್ದ. ಪಾಂಡುರಂಗಯ್ಯನವರ ಧ್ವನಿ ಕೇಳಿಸಿದಾಗ ಉತ್ಸಾಹ ತುಂಬಿಕೊಂಡು ಹೊರಗೆ ಹೋದ.

ಇದೇನಯ್ಯ ಇಷ್ಟೊತ್ತು!" ತಕ್ಷಣ ಅವನ ಮುಖದ ಮೇಲೆ ಸಂಕೋಚ

ಮೂಡಿದರೂ ಚೇತರಿಸಿಕೊಂಡ "ಸೊಳ್ಳೆಗಳ ಕಾಟ, ಗಾಯ ಮಾಡ್ದೇ, ಡಾಕ್ಟರ್‌ನ ಹುಡ್ಕಿಕೊಂಡು ಹೋಗ್ದಂತೆ ಜೀವ ಹೀರಿ ಬಿಡುತ್ತೆ"

ಮಗನ ಕಹಿ ತುಂಬಿಕೊಂಡ ಮುಖ ನೋಡಿದ ಪಾಂಡುರಂಗಯ್ಯ ಸ್ವಲ್ಪ ಮಂಕಾದರೂ ಜೋರಾಗಿ ನಕ್ಕುಬಿಟ್ಟರು.

ಅವನ್ನ ಕೊಲ್ಲೋಕೆ, ಹತ್ತಿಕ್ಕೋಕೆ ಬೇರೆ ಉಪಾಯಗಳು ಇವೆ. ತಾಳ್ಮೆ, ಸಮಾಧಾನದ ಜೊತೆ ಸ್ವಲ್ಪ ಬುದ್ಧಿವಂತಿಕೇನು ಬೇಕು" ಅರ್ಥಗರ್ಭಿತ ಮಾತುಗಳಿಗೆ ಶಾಂತಾರಾಮ್ ಕಣ್ಣು, ಬಾಯಿ ಬಿಟ್ಟರು.

ಇವು ಸಹಜ ಮಾತುಗಳೇ. ಇಷ್ಟೊಂದು ಸೊಳ್ಳೆಗಳ ವಿಷಯಕ್ಕೆ ಒತ್ತು ಕೊಡಲು ಕಾರಣವೇನು? ಅವರ ಮಿದುಳು ತೀರಾ ಚುರುಕಾಗಲಿಲ್ಲ.

"ನಿನ್ನ ತಂಗಿ ಮಗು ನಾಮಕರಣ. ಕಡೆದೂ ಸ್ವಲ್ಪ ಅದ್ದೂರಿಯಾಗೇ ಮಾಡೋಣ ಅನ್ನೋದು ರಾಜಣ್ಣ ಅಭಿಪ್ರಾಯ. ನಾವು ಯಾಕೆ ಇಲ್ಲ ಅನ್ನೋಣ! ಬೇರೆಯವ್ರ ಸ್ವತಂತ್ರಕ್ಕೆ ಕೈ ಹಾಕೋದು ತಪ್ಪು. ನಿಮ್ಮಮ್ಮ ಸೊಸೆಯರನ್ನ ಕರ್ಕೊಂಡ್ಬಾ ಅಂದ್ಲು, ಬಂದಿದ್ದೀನಿ. ರಜೆಯಿದ್ರೆ ನೀನು ಹೊರಡು. ನಾಲ್ಕು ದಿನ ಜೊತೆಯಲ್ಲಿದ್ದು ಬರೀವಿಯಂತೆ. ಜೊತ್ಗೇ ನೀನು ಬಾ. ನಾನು ಇವರಿಬ್ರನ್ನ ಕರ್ಕೊಂಡ್ಹೋಗ್ತೀನಿ" ಏರುಪೇರಿಲ್ಲದ ಸಹಜ ಸ್ವರ. ಶಾಂತಾರಾಮ್ ಒಂದು ಕ್ಷಣ ಬಿಳುಚಿಕೊಂಡರು.

ಅಡಿಗೆ ಮನೆಯಲ್ಲಿ ಚಟ್ನಿ ರುಬ್ಬುತ್ತಿದ್ದ ರಾಧ ಒಂದೇ ನೆಗೆತಕ್ಕೆ ಸಂತೋಷದಿಂದ ಆಕಾಶಕ್ಕೆ ಹಾರಿದಳು. ಹಿರಿಯರು ಸ್ವತಃ ರಾಧಳನ್ನು ಸೊಸೆಯೆಂದು ಒಪ್ಪಿಕೊಂಡಿದ್ದರು. ಆದ್ದರಿಂದ ನಳಿನಿಗೆ ಅವಳು ಕೃತಜ್ಞಳೇ.

"ನಿಮ್ಮ ಸೊಸೆನ ಕರ್ಕೊಂಡ್ಹೋಗಿ. ಅಳಿಯಂದ್ರು ಯಾವಾಗ ಬೇಕಾದ್ರೂ ಬರ್ತಾರೆ. ರಾಧನ ಊರ್ಗೇ ಕರ್ಕೊಂಡ್ಹೋಗ್ತೀನಿ. ಅವ್ಳಿಗೆ ಹುಷಾರಿಲ್ಲ. ಮನೆಯಲ್ಲಿ ಮಾಡೋರಿಲ್ಲ" ಪರೋಕ್ಷ ರೀತಿಯಲ್ಲಿ ರಾಧಳ ಸ್ಥಾನ ಇಳಿಸುವ ಪ್ರಯತ್ನ ಮಾಡಿದರು ಶಾಂತಾರಾಮ್.

ಪಾಂಡುರಂಗಯ್ಯನವರು ಒಂದು ತರಹ ನೋಡಿದರು ಅವರ ಕಡೆ. 'ನಾನು ನನ್ನ ಮಗನಿಗೆ ಹೇಳಿದ್ದು. ಅದು ಅವ್ನ ಸಂಸಾರಕ್ಕೆ ಸಂಬಂಧಪಟ್ಟಿದ್ದು. ಮಧ್ಯದಲ್ಲಿ ನಿಮ್ಮ ಪ್ರವೇಶ ಯಾಕೆ?' ಅವರ ನೋಟ ಪ್ರಶ್ನಿಸುವಂತಿತ್ತು. ತಲೆಯ ಮೇಲಿನ ಸೂರು ಕಳಚುವಂತಾಯಿತು ಶಾಂತಾರಾಮ್‌ಗೆ.

"ನೀನು ಕರ್ಕೊಂಡ್ಹೋಗಪ್ಪ. ನಾನು ಎರ್ಡು ದಿನ ಬಿಟ್ಟು ಬರ್ತೀನಿ. ಆಫೀಸ್‌ನಲ್ಲಿ ಆಡಿಟ್ ನಡೀತಾ ಇದೆ. ಒಟ್ಟಿಗೆ ನಾಲ್ಕಾರು ದಿನ ರಜ ಹಾಕೋಕ್ಕಾಗೋಲ್ಲ. ಬೇಕಾದ ಸಾಮಾನು ಪಟ್ಟಿ ಮಾಡಿ ಕೊಟ್ಹೋಗು. ನಾನು ಬರೋವಾಗ ತರ್ತೀನಿ" ಸಹಜವಾಗಿ ಎದ್ದು ಹೋದ.

ಒದ್ದಂತಾಯಿತು ಶಾಂತಾರಾಮ್‌ಗೆ. ಅರಗಿಸಿಕೊಳ್ಳಲು ಪ್ರಯಾಸಪಟ್ಟರು. ಅದನ್ನ ಮುಖದಲ್ಲಿ ಮುಚ್ಚಿಡಲಾಗಲಿಲ್ಲ.

"ಹೊಸ್ದು ಮನೆ, ಸುತ್ತಮುತ್ತಲು ಮನೆಗಳು ಕಮ್ಮಿ. ಕಳ್ಳರು, ಕಾಕರು ನುಗ್ಗಿದರೆ

ಕಷ್ಟ. ಜನ ಇರಲೇಬೇಕು" ಮೆಲ್ಲಗೆ ತೆಗೆದಾಗ ಪಾಂಡುರಂಗಯ್ಯನ ಕೈ ತಲೆಯ ಮೇಲಾಡಿತು.

"ಏನಾದ್ರೂ ವ್ಯವಸ್ಥೆ ಮಾಡ್ತಾನೆ. ಹೇಗೂ ಬಂದಿದ್ದಿರಲ್ಲ, ಎಲ್ಲರೂ ಬರೋವರ್ಗೂ ನಾಲ್ಕು ದಿನ ಇದ್ಬಿಡಿ."

ಇಲ್ಲಿ ಶಾಂತಾರಾಮ್‌ಗೆ ಸೋಲು ಎದುರಾದರೂ ಚೇತರಿಕೆಯ ನಗು ನಕ್ಕರು.

ಅಳಿಯಂದ್ರು ಪತ್ರ ಬರ್ದು ಕರೆಸಿಕೊಂಡಿದ್ರು. ಅದಕ್ಕೋಸ್ಕರ ಬಂದಿದ್ದೆ. ತಲೆ ಹೋಗೋಷ್ಟು ಕೆಲ್ಸ ಊರಿನಲ್ಲಿದೆ. ಜನ ಈಚೆಗೆ ತೀರಾ ಮೈಗಳ್ಳರು. ಎದುರಿಗೆ ನಿಂತರೇನೇ ಕೆಲ್ಸ ಮಾಡೋದು ಕಷ್ಟ" ತಮ್ಮ ತಾಪತ್ರಯ ಬಿಚ್ಚಿಕೊಂಡರು.

"ಹೇಗೋ, ಮಾಡ್ಕೊಳ್ಳಿ..." ಪಾಂಡುರಂಗಯ್ಯ ಎದ್ದು ಹೋದರು. ಈ ನಿರ್ಲಕ್ಷ್ಯತನ ಅವರಿಗೆ ಬಲವಾದ ಪೆಟ್ಟು. ಹಲ್ಲುಗಳು ಬಿಗಿದುಕೂತವು.

'ನೋಡೋಣ...' ಅವರ ಕಣ್ಣುಗಳಲ್ಲಿ ಕತ್ತಿಯ ಮಸೆತವಿತ್ತು.

ಸಾಗರ್ ಆಫೀಸಿಗೆ ಹೊರಡಲು ನಿಂತಾಗ ಪಾಂಡುರಂಗಯ್ಯನವರು ಹೇಳಿದರು.

"ನಾನು ಮಧ್ಯಾಹ್ನ ನಳಿನಿ, ರಾಧಳನ್ನ ಕರ್ಕೊಂಡ್ಹೋಗ್ತೀನಿ. ನೀನು ಒಂದಿನ ಮೊದ್ಲೇ ಬಾ. ಅಷ್ಟು ಹಣ್ಣು, ಹೂ ಹಿಡ್ದು ಬಾ ಸಾಕು."

ಹೆಲ್ಮೆಟ್ ಮೇಲೆ ಅವನ ಕೈಯಾಡಿತು. ಅಲ್ಲೇ ಟೀಪಾಯಿ ಮೇಲಿರಿಸಿ ಒಳಗೆ ನಡೆದ. ಹಾರ್ಲಿಕ್ಸ್ ಲೋಟಕ್ಕೆ ತುಟಿ ಹಚ್ಚಿ ಕೂತಿದ್ದಳು ನಳಿನಿ.

"ನೀನು, ರಾಧ ಮಧ್ಯಾಹ್ನ ಹೊರಡಿ. ನಾನು ಎರ್ಡು ದಿನ ದಿನ ಬಿಟ್ಟು ಬರ್ತೀನಿ. ಬರೋವಾಗ ಮನೆ ಕಡೆ ವ್ಯವಸ್ಥೆ ಮಾಡ್ಬರ್ತೀನಿ. ಈ ಬದಲಾವಣೆಯಿಂದ್ಲಾದ್ರೂ.... ಸಹಜವಾಗಿ ಉಸಿರಾಡೋ ಹಾಗೆ ಆಗುತ್ತೇನೋ, ನೋಡೋಣ" ನಿರಾಶೆಯ ದನಿಗೆ ಉತ್ಸಾಹ ಹಚ್ಚಿ ಹೇಳಿದ.

ತಟ್ಟನೆ ಲೋಟ ಕೆಳಕ್ಕೆ ಕುಕ್ಕಿದಾಗ ನೆಲದ ಮೇಲೆ ಹಾರ್ಲಿಕ್ಸ್ ಹರಿದಾಡಿತು. ಬಿಗಿದುಕೊಂಡ ಹುಬ್ಬುಗಳ ನಡುವೆ ಕಣ್ಣುಗಳು ಕಿರಿದಾದವು.

"ನೀವೆಲ್ಲ ಏನಂಥ ತಿಳ್ಕೊಂಡಿದ್ದೀರಾ? ರಾಧ ಬಡ ಜೋಯಿಸನ ಮಗ್ಳು, ನಾನು ಹೇಳ್ದ ಕೆಲ್ಸ ಮಾಡ್ಕೊಂಡು ಬಿದ್ದಿದ್ದೋಳು. ಈಗ ಅವ್ಳನ್ನ ಸಮವಾಗಿ ನಡೆಸಿಕೊಳ್ಳಲಾ?" ಅಸಹನೆಯ ನುಡಿಗಳನ್ನು ನುಂಗಿಕೊಂಡ ಸಾಗರ್.

ಅವಳ ಸ್ಥಾನದಲ್ಲಿ ನಿಂತು ವಿಷಯ ಪರ್ಯಾಲೋಚಿಸಿದ. ಇದರಲ್ಲಿ ರಾಧಳ ತಪ್ಪೇನು ಇಲ್ಲ.

ಆ ಪರಿಸ್ಥಿತಿ ತಂದಿಟ್ಟುಕೊಂಡವಳು ನೀನೇ. ಅದ್ಕೇ ನಾನು ಜವಾಬ್ದಾರನಲ್ಲ. ಈ ಇನ್ನೊಂದ್ಮದ್ವೆ ನಾನು ಬಯಸಿ ಆದದ್ದಲ್ಲ. ನೀನು ಅವಳನ್ನ ಜೋಯಿಸರ ಮಗಳನ್ನಾಗಿ ನೋಡೋಕೆ ಹೋಗ್ಬೇಡ. ಒಂದು ಕ್ಷಣ ಪಾಂಡುರಂಗಯ್ಯನವರ ಸೊಸೆಯ ಸ್ಥಾನದಲ್ಲಿ ನಿಲ್ಸು" ಅವನ ಸ್ವರ ಗಡುಸಾಗಿತ್ತು.

ಕೋಪದಿಂದ ಭುಸುಗುಟ್ಟಿ ಅವನತ್ತ ತೀಕ್ಷ್ಣವಾಗಿ ನೋಡಿದಳು. ಕೈಯೆತ್ತಿದ. ಈ ತರಹ ನೋಡಿ, ವರ್ತಿಸಿ ನನ್ನಲ್ಲಿನ ಮಧುರ ಭಾವನೆಗಳಿಗೆ ಚೂರಿ ಹಾಕ್ಬೇಡ.

ದಾಂಪತ್ಯದ ಬಯಕೆಗಳೆಲ್ಲ ಸತ್ತು ಬೂದಿ ರಾಶಿ ಉಳಿಯುತ್ತೆ ಅಷ್ಟೆ" ರಭಸದಿಂದ ಹೊರಗೆ ಬಂದ. ಉದ್ವೇಗದಿಂದ ಅವನೆದೆ ಏರಿಳಿಯುತ್ತಿತ್ತು.

ಕರ್ಚೀಫ್‌ನಿಂದ ಮುಖವನ್ನುಜ್ಜುತ್ತ ಹೊರಗೆ ಬಂದ.

"ನಂಗೆ ಹೊತ್ತಾಯ್ತು, ನೀವು ಕರ್ಕೊಂಡ್ಹೋಗಿ" ಉಸಿರೆಳೆದು ಬಿಟ್ಟು ಸ್ಕೂಟರ್ ಬಳಿಗೆ ಹೋದವನು ತಲೆಯೆತ್ತಿದ. ಹೇಳಬೇಕೆಂದ ಮಾತುಗಳು ಒಳಗೇ ಉಳಿದವು.

"ನೀನೇನು ಯೋಚ್ನೇ ಮಾಡ್ಬೇಡ" ಅರ್ಥಮಾಡಿಕೊಂಡವರಂತೆ ಹೇಳಿದರು.

ಸ್ಕೂಟರ್ ಹತ್ತಿದ. ಪಕ್ಕನೇ ರಾಣಿ ನೆನಪಾಯಿತು. ಬಾಗಿಲತ್ತ ನಿರಾಶೆಯ ನೋಟ ಹೊರಳಿ ಮನಸ್ಸು ವಾಪಸ್ಸು ಬಂತು. 'ಅವ್ರಿಗೆ ನನ್ನ ಹೆಂಡ್ತಿ ಆಗಿರೋದಕ್ಕಿಂತ ಅವ್ರ ಮಗಳಾಗಿ ಉಳಿಯೋದ್ರಲ್ಲಿಯೇ ಅವರಿಗೆ ತೃಪ್ತಿ.'

ಮಗ ಹೋದ ದಿಕ್ಕನ್ನೇ ನೋಡುತ್ತ ನಿಂತ ಪಾಂಡುರಂಗಯ್ಯನವರು ಬಹಳ ನಿಧಾನವಾಗಿ ಒಳಗೆ ಬಂದರು. ಮದುವೆಯಾದ ದಿನದಿಂದ ಅವರ ಮಗನನ್ನು ಪೂರ್ತಿಯಾಗಿ ತಮ್ಮ ಅಳಿಯನನ್ನಾಗಿ ಮಾಡಿಕೊಂಡಿದ್ದರು. ತೆಪ್ಪಗೆ ಕಾಲ ಹಾಕಿದ್ದರು. ಎಷ್ಟೋ ಸಲ ಬಿರುಕು ಬೇಡವೆಂದು ಮಗನಿಗೆ ಬುದ್ಧಿ ಹೇಳಿದ್ದರು.

'ನೋಡು, ಸ್ವಲ್ಪ ಅರ್ಥಮಾಡ್ಕೋ. ಮನೆಯ ಸುಖದಿಂದ ವಂಚಿತನಾದ ವ್ಯಕ್ತಿ ಸಾಮಾಜಿಕ ಜೀವನದಲ್ಲಿ ಪುಂಡನಾಗುತ್ತಾನೆ ಅಥವಾ ನಿರಾಶೆಯಾಗುತ್ತಾನೆ. ಇಲ್ಲ, ಪೂರ್ತಿ ಹಾಳಾಗುತ್ತಾನೆ. ಚೇತನ ಕಳ್ದುಕೊಂಡ ಅವ್ನಿಂದ ಸಮಾಜಕ್ಕೆ ಯಾವ್ದೇ ಉಪಕಾರ ಆಗೋಲ್ಲ. ಉದ್ಯೋಗದಲ್ಲೂ ಕೂಡ ಕ್ರಿಯಾಶೀಲನಾಗೋಲ್ಲ. ಇಷ್ಟೆಲ್ಲ ತಾಪತ್ರಯಗಳಿಗೆ ನಿನ್ನ ಮಗ್ನ ಬಲಿ ಕೊಡಬೇಕಾಗುತ್ತೆ. ಅದ್ರ ಬದ್ಲು ತೆಪ್ಪಗಾಗಿರೋಣ ಅಂಥ ಸಂದರ್ಭಗಳು ಎದುರಾದಾಗ ಹೊಂದಿಕೊಳ್ಳುವಂತೆ ಬುದ್ಧಿಮಾತುಗಳ್ನ ಹೇಳೋಣ" ಹೆಂಡತಿಗೆ ಗಟ್ಟಿಸಿ ಹೇಳಿ ತೆಪ್ಪಗಾಗಿರಿಸಿದರು.

ನೇರವಾಗಿ ಅಡಿಗೆಯ ಮನೆಗೆ ಬಂದರು. ಖಾಲಿ... ಖಾಲಿ... ರಾಧಳನ್ನು ಅರಸಿಕೊಂಡು ಹಿತ್ತಲಿಗೆ ಬಂದರು. ನೆನೆಸಿಟ್ಟ ಬಟ್ಟೆಗಳ ಮುಂದೆ ನಿಂತಿದ್ದಳು. ದಿಟ್ಟಿಸಿ ನೋಡಿದರು. ಮುದ್ದಾದ ಮುಖ, ಅರಳು ಕಪ್ಪು ಕಣ್ಣುಗಳು, ನೀಳವಾದ ಮೂಗು, ಪುಟ್ಟ ಬಾಯಿ, ಎತ್ತರಕ್ಕೆ ತಕ್ಕ ಮೈಕಟ್ಟು, ತುಂಬು ಸಾಂಪ್ರದಾಯಿಕ ಚೆಲುವು. ಹೆಮ್ಮೆಯಿಂದ ಬೀಗಿತು ಅವರ ಮನ.

"ಮಗು, ರಾಧ...." ಆಪ್ಯಾಯಮಾನವಾದ ದನಿ.

ರಾಧ ಗರಕ್ಕನೆ ತಿರುಗಿದಳು. ಸಂತೋಷದಿಂದ ಕಣ್ತುಂಬಿ ಬಂತು. ಮಾತಾಡಲು ಬಹಳ ಪ್ರಯಾಸಪಟ್ಟಳು.

"ನಿನ್ನ ಬಟ್ಟೆ ಬರೆ ಜೋಡಿಸ್ಕೋ. ಮಧ್ಯಾಹ್ನ ಹೊರ್ಡಬೇಕು. ಅವಳ ಕಣ್ಣುಗಳಲ್ಲಿ ಭಯ ಇಣಕಿತು. ಅರ್ಥಮಾಡಿಕೊಳ್ಳಲು ಅವರಿಗೆ ಕಷ್ಟವಾಗಲಿಲ್ಲ. 'ನಾನು ಹೇಳ್ತೀನಿ, ನೀನು ಹೊರಟು ನಿಲ್ಲು."

ಒಳಗೆ ಬಂದರು. ಶಾಂತಾರಾಮ್ ಗತ್ತುಗೆ ಸವಾಲ್ ಹಾಕುವವರಂತೆ ಕಾಲು ಮೇಲೆ ಕಾಲು ಹಾಕಿ ಅವರ ಎದುರಿನಲ್ಲೇ ಕೂತರು. ಮಗನಿಗೋಸ್ಕರ ಬಹಳ

ಸಂಯಮದಿಂದ ನಡೆದುಕೊಂಡಿದ್ದರು. ತೀರಾ ಪರಿಸ್ಥಿತಿಯ ಮೀರುವ ಹಂತ ಕಾಣಿಸಿಕೊಂಡಿದ್ದಲ್ಲದೇ ತಾನೇ ಅರ್ಥ ಮಾಡಿಕೊಂಡ ಸಾಗರ್ ಎಲ್ಲಕ್ಕೂ ನಿಷೇಧವೇರಿದಾಗ ಅವರಿಗೆ ಸಾವಿರ ಆನೆಯ ಬಲ ಬಂದಿತ್ತು.

ಪತ್ರಿಕೆಯ ಪುಟ ತಿರುವುತ್ತಲೇ ಕೂಗಿದರು.

"ನಳಿನಿ, ಬಟ್ಟೆ ಬರೆ ಜೋಡಿಸ್ಕೋ. ಸ್ವಲ್ಪ ಬೇಗನೆ ಹೋರಡೋಣ." ಶಾಂತಾರಾಮ್ ವಾರೆಗಣ್ಣಿನಿಂದ ನೋಡಿದರು. ಆ ಕುಹಕ ನೋಟ ಕಂಡರೂ ಕಾಣದಂತೆ ವರ್ತಿಸಿದರು.

"ನೀವು ಬನ್ನಿ, ನಾಮಕರಣದ ಹೊತ್ಗೇ. ಅವಳಿಗೆ ಇದೆ ಕಡೆ ಮಗು" ಅರ್ಥಗರ್ಭಿತವಾಗಿ ಹೇಳಿದಾಗ ಅವರು ಮುಖ ಮೇಲೆತ್ತಿ ಉಸಿರು ದಬ್ಬಿದರು.

"ಈಗೆಲ್ಲಿ ಬರೋಣ?.... ಬರೋಣ..." ಮೇಲಕ್ಕೆದ್ದರು.

ಕೆಲವು ಸಂದರ್ಭಗಳಲ್ಲಿ ಸೌಜನ್ಯ ಪೂರ್ಣ ನಡೆನುಡಿಗಳನ್ನು ಬೇರೆ ಪರಿಸ್ಥಿತಿಯಲ್ಲಿ ಗಾಳಿಗೆ ತೂರಿ ಬಹಳ ಕಠಿಣತೆ ಅಲ್ಲದೆ ಉದಾಸೀನವಾಗಿ ಕೂಡ ನಡೆದುಕೊಂಡು ಆತ್ಮಾಭಿಮಾನಕ್ಕೆ ಚೂರಿ ಹಾಕಿದ್ದರು. ಅದೆಲ್ಲ ಪೂರ್ತಿಯಾಗಿ ಮರೆತುಬಿಡಲು ಪಾಂಡುರಂಗಯ್ಯನವರಿಗೆ ಸಾಧ್ಯವಿಲ್ಲದಿದ್ದರೂ ಮೇಲ್ಮುಖಕ್ಕೆ ತಮ್ಮ ಸಮಾಧಾನದ ಅವ್ಯಕ್ತಪಡಿಸಲು ಇಚ್ಚಿಸುತ್ತಿರಲಿಲ್ಲ.

ಗಂಟೆ ಹನ್ನೆರಡು ಆದರೂ ನಳಿನಿ ಹೊರಡುವಂತೆ ಕಾಣಿಸಲಿಲ್ಲ. ತಾವಾಗೇ ಎರಡು ಸಲ ಹೇಳಿದರು. ಅವಳು ಅದರ ಕಡೆ ಗಮನ ಕೊಟ್ಟಂತೆಯೇ ಕಾಣಲಿಲ್ಲ.

"ನಳಿನಿ, ನೀನೇನು ಹೊರಡ್ತೀಯೋ ಇಲ್ವೋ" ಸ್ವಲ್ಪ ದನಿಯೇರಿಸಿ ಸೊಸೆಯ ಮುಂದೆ ಮೊದಲ ಬಾರಿಗೆ ಮಾತನಾಡಿದರು. ಎರಡು ಹೆಜ್ಜೆ ಮುಂದೆ ಹೋದವಳು ನಿಂತಳು? "ಮನೆ ಹತ್ರ ಯಾರೂ ಇಲ್ಲ. ನಾನು ಅವ್ರು ಜೊತೆಯಾಗಿಯೇ ಸಾಧ್ಯವಾದ್ರೆ ಬರ್ತೀವಿ."

ಅವರ ಅಭಿಮಾನಕ್ಕೆ ಪೆಟ್ಟುಬಿದ್ದಂತಾಯಿತು. ಹಿಂದೆ ಒಂದೆರಡು ಬಾರಿ ಇದನ್ನೆಲ್ಲ ಸಹಿಸಿಕೊಂಡು ಹೆಂಡತಿಗೆ ಸಮಾಧಾನ ಹೇಳಿದ್ದರು. ಈಗಲೂ ಸೊಸೆಯೆಂಬ ಮಮತೆಯೇ.

"ಸಾಗರ್ ಹೇಳಿದ್ದಾನೆ. ನಾಲ್ಕು ದಿನ ಇದ್ದಂಗಾಗುತ್ತೆ. ನಿಮ್ಮತ್ತೆ ಮನಸ್ಸಿಗೂ ಎಷ್ಟೋ ಸಂತೋಷ. ಮನೆ ಕಡೆ ಅವ್ನು ಬೇರೆ ವ್ಯವಸ್ಥೆ ಮಾಡ್ತಾನೆ."

ಅಷ್ಟರಲ್ಲಿ ಶಾಂತಾರಾಮ್ ಮಾತಿನ ಮಧ್ಯೆ ಇಣಕಿದರು. "ನೀವೋಗ್ರಿ ಅವರಿಬ್ರೂ ಬರ್ತಾರೆ." ಮೊದ್ಲೇ ಬಂದು ಮಾಡೋದು ತಾನೇ ಏನಿದೆ?" ಅವರ ತಣ್ಣನೆಯ ಮಾತುಗಳು ಪಾಂಡುರಂಗಯ್ಯನವರ ಮೈಗೆ ಬೆಂಕಿಯ ಕೆಂಡಗಳಾದವು.

ಬಹಳ ಪ್ರಯಾಸದಿಂದ ಕಹಿ ಉಗುಳನ್ನು ನುಂಗಿದರು.

"ನೀವಿನ್ನು ಮಗ್ಳು ಅನ್ನೋ ಅಧಿಕಾರದಿಂದ್ಲೇ ಮಾತಾಡ್ತೀರಲ್ಲ. ಅದು ಇರಬೇಕಾದ್ದೇ. ಅದಕ್ಕೂ ಕೆಲವು ಮಿತಿಗಳಿವೆ. ಅದ್ನ ಹಿರಿಯರು ಅಂದ್ಕೊಂಡವ್ರು ಅರ್ಥಮಾಡಿಕೊಳ್ಳೋದೆ ಒಳ್ಳೇದು" ಶಾಂತರಾಗಿಯೇ ಹೇಳಬೇಕೆಂದುಕೊಂಡರೂ ಉದ್ವೇಗದ ಸ್ಥಿತಿಯನ್ನು ತಲುಪಿದ್ದರು ಪಾಂಡುರಂಗಯ್ಯ.

ಬೇರೆಯ ಸಮಯದಲ್ಲಾದರೆ ಶಾಂತಾರಾಮ್ ಹೇಗೆ ನಡೆದು ಕೊಳ್ಳುತ್ತಿದ್ದರೋ! ಈಗ ಮಾತ್ರ ನಿರ್ಲಕ್ಷ್ಯದಿಂದ ಎದ್ದು ಹೋದರು. ಪಾಂಡುರಂಗಯ್ಯನವರು ಉಗುಳು ನುಂಗಿದರು.

"ರಾಧ...." ಕೂತಲ್ಲಿಂದಲೇ ಕೂಗಿದರು. ಹೊರಗೆ ಬಂದು ಇಣಕಿದಳು. "ರೆಡಿನಾ... ಹೊರಡು" ಅಸಹಾಯಕತೆಯ ಕಂಬನಿ ಅವಳ ಕೆನ್ನೆಯ ಮೇಲೆ ಉರುಳಿದಾಗ ದಿಗ್ಭ್ರಮೆಗೊಂಡರು. ಆದರೂ ಇಂಥದ್ದನ್ನು ಊಹಿಸೇ ಇದ್ದರು.

ಹೊರಗಡೆ ಇದ್ದ ಶಾಂತಾರಾಮ್ ಒಳಗೆ ಬಂದರು. ರಾಧಳ ಮೇಲೆ ಯಾರ ಅಧಿಕಾರ ನಡೆಯುವುದು ಮಾತ್ರವಲ್ಲದೆ ಬೇರೆಯವರು ಅವಳಿಗೆ ಸನಿಹವಾಗುವುದು ಅವರಿಗಿಷ್ಟವಿಲ್ಲ.

"ನಾನು ಅವ್ಳುನ ಊರ್ಗೆ ಕರ್ಕೊಂಡ್ಹೋಗ್ತಾ ಇದ್ದೀನಿ. ಅಲ್ಲಿ ಮನೆಯಲ್ಲಿ ಮಾಡೋರಿಲ್ಲ." ತಾವೇ ಹೇಳಲು ಮುಂದಾದಾಗ ಪಾಂಡುರಂಗಯ್ಯನವರು ಬಹಳ ತಾಳ್ಮೆ ವಹಿಸಿದರು. ಪೂರ್ತಿ ನಿರ್ಲಕ್ಷ್ಯ ತೋರುವಂತೆ ಹೇಳಿದರು.

"ಎಲ್ಲಾ ಆಗಿದ್ರೆ.... ಹೊರಡು" ಗಡುಸಾಗಿಯೇ ಹೇಳಿದ್ದು ಅಲ್ಲದೇ ನೇರವಾಗಿ ಅವಳ ಕೋಣೆಗೆ ನುಗ್ಗಿದರು. ಅಲ್ಲಿನ ಸ್ಥಿತಿ ನೋಡಿ ದಂಗು ಬಡೆದರು. ಅದು ಹಳೇ ಸಾಮಾನು ಎಸೆದ ಗೋಡೌನ್ ಆಗಿತ್ತು. "ಸಾಗರ್... ಎಂದೂ ಈ ಕೋಣೆಯೊಳ್ಗೆ ಕಾಲಿಟ್ಟಿದ್ದು ಇಲ್ವೇ?"

ರಾಧ ತಲೆ ತಗ್ಗಿಸಿದಳು. ಬಟ್ಟೆ ಬರೆ ತುಂಬಿಟ್ಟಿದ್ದ ಚೀಲ ಗೋಡೆಗೆ ಒರಗಿತ್ತು. ಪೂರ್ತಿ ಅರ್ಥಮಾಡಿಕೊಂಡು ಚೀಲನ ಕೈಯಲ್ಲಿ ಹಿಡಿದು ಹೊರಡುವಂತೆ ಸನ್ನೆ ಮಾಡಿದರು. ಅವಳ ಮುಖ ಭಯದಿಂದ ಬಿಳಿಚಿಕೊಂಡಿತು.

"ನಿಂಗೆ ತಾಳಿ ಕಟ್ಟಿದವನ ಅಪ್ಪ ನಾನು. ಅದ್ನ ತಿಳ್ಕೋ."

ಉಟ್ಟ ಬಟ್ಟೆಯಲ್ಲಿಯೇ ಅವಳನ್ನು ಕರೆದುಕೊಂಡು ಹೊರಟುಬಿಟ್ಟರು. ನಳಿನಿ, ಶಾಂತಾರಾಮ್ ಗೊಂಬೆಗಳಾದರು. ಚೇತರಿಸಿಕೊಳ್ಳಲು ನಿಮಿಷಗಳೇ ಬೇಕಾಯಿತು.

"ಇದ್ನ ನಾನು ನಿರೀಕ್ಷಿಸಿರಲಿಲ್ಲ. ಮೆತ್ತಗಿದ್ದ ಜನ ಎಷ್ಟು ಜೋರಾಗಿದ್ದಾರೆ, ನೋಡು" ನೋಟ ಅಲುಗಾಡಿಸದೇ ಶಾಂತಾರಾಮ್ ಹೇಳಿದಾಗ ಮುಖ ತಿರುವಿಕೊಂಡು ಕೋಣೆಯತ್ತ ನಡೆದಳು ನಳಿನಿ.

ಸಂಜೆ ಬಂದ ಸಾಗರ್‌ಗೆ ನಳಿನಿ ಹೋಗದಿದ್ದುದ್ದು ಅಸಮಾಧಾನವಾದರೂ ರಾಧಳನ್ನು ಕರೆದೊಯ್ದಿದ್ದು ಸಂತೋಷದ ಸಂಗತಿ. ಎಣ್ಣೆ ಕುಡಿದಂತಿದ್ದ ಶಾಂತಾರಾಮ್ ಮುಖ ನೋಡಿ ನಗು ಬಂದರೂ ಒಳಗೆ ನುಂಗಿಕೊಂಡ.

"ನಮ್ಗೇ ಮೂರ್ಕಾಸು ಬೆಲೆ ಇಲ್ಲದಂಗಾಯ್ತು" ಸಣ್ಣಗೆ ಗೊಣಗಿದಾಗ ಅರ್ಥವಾಗದವನಂತೆ ಮುಖ ಮಾಡಿದ. "ನನ್ಹತ್ರ ಹೇಳೋದ್ರಿಂದ ಏನು ಪ್ರಯೋಜನವಿಲ್ಲ. ಈಗ ಜನ ಬದಲಾಗಿದ್ದಾರೆ. ಬೆಲೆ ಕೊಡಬಾರದ ವ್ಯಕ್ತಿಗಳಿಗೆ ಗೌರವ ಕೊಡಲು ಹಿಂದು ಮುಂದು ನೋಡ್ತಾರೆ." ಈ ಬದಲಾವಣೆ ಕೂಡ ಒಳ್ಳೆಯದೇ" ಬೇರೆ ವಿಷಯಕ್ಕೆ ಕೈಹಚ್ಚಿ ಹೇಳಿದರೂ ಮರ್ಮಾಘಾತಕವಾಗಿದ್ದವು

ಸಾಗರ್‌ನ ಮಾತುಗಳು, ತೆಪ್ಪಗಾದರು.

ಹಿಂದೆನೇ ಕೋಣೆಗೆ ಬಂದ ನಳಿನಿಯ ಮುಖ ಗಡಿಗೆ ಗಾತ್ರವಾಗಿತ್ತು. ಲಕ್ಷಿಸಿದವನಂತೆ ಸಣ್ಣಗೆ ಜನಪದ ಗೀತೆಯನ್ನು ಗುನುಗತೊಡಗಿದ.

"ನೀವೇನು ಹೇಳಿದ್ದು?" ಅವಳತ್ತ ತಿರುಗಿದ. ಹುಬ್ಬುಗಳು ಬೆಸೆದುಕೊಂಡು ಕಣ್ಣುಗಳು ಕಿರಿದಾಗಿ ನೋವಿನ ವಿಸ್ಮಯ ಇಣಕಿತು. "ಅಂದ್ರೆ..." ಕಣ್ಣರಳಿಸಿದ. ಮುಖದ ಬಿಗುವನ್ನು ಸಹಜವಾಗಿ ತಗ್ಗಿಸಿದ.

"ಮತ್ತೇನು ಹೇಳ್ಬೇಕಾಗಿತ್ತು! ಜನ ಯಾವಾಗ್ಲೂ ಒಂದೇ ತರಹ ಇರಬೇಕೂಂತ ಯಾಕೆ ಅಪೇಕ್ಷೆ ಪಡಬೇಕು? ಅದೇನು ನಡ್ಯೋ ಅಂಥದ್ದಾ! ಹಿಂದೆ ಹೇಳಿದ್ದಕ್ಕೆ ತಲೆ ತಗ್ಗಿಸಿ ಕೆಲ್ಸ ಮಾಡುತ್ತಿದ್ದ ಜನ ಈಗ ತಲೆಯೆತ್ತಿ ನಡೆಯುತ್ತಿರಬಹುದು. ಅದಕ್ಯಾಕೆ ತಲೆ ಕೆಡ್ಸಿಕೊಳ್ಳಬೇಕು? ಸ್ವಲ್ಪ ಹೊಂದಿಕೊಳ್ಳೋ ಪ್ರಯತ್ನ ಮಾಡಿದ್ದರೆ ಸರಿ ಹೋಗುತ್ತೆ."

ತಲೆ ಗಟ್ಟಿಸಿಕೊಂಡಳು ನಳಿನಿ. ಸಾಗರ್ ಹೊರಗೆ ಹೋದ.

ಅವಳ ಮುಖದಲ್ಲಿ ಗೊಂದಲ ಕಾಣಿಸಿಕೊಂಡಿತು. ಅವಳಿಗೆ ತಕ್ಷಣಕ್ಕೆ ಏನು ಅರ್ಥವಾಗಲಿಲ್ಲ.

ಒದ್ದೆಯ ಮುಖವನ್ನು ಟವಲಿನಿಂದೊತ್ತುತ್ತ ಬಂದ ಸಾಗರ್ ನಿಧಾನವಾಗಿ ಹೇಳಿದ. "ನೈಟ್ ಬಸ್ಸು ಒಂದಿದೆ. ಹೇಗೂ ರಜ ಸಿಕ್ಕಿದೆ. ಹೋಗ್ಬಿಡೋಣ. ಸೂಟುಕೇಸ್‌ಗೆ ಬಟ್ಟೆಗಳ್ನ ತುಂಬು"

ತಂದೆ, ಮಗಳು ಮುಖ ಮುಖ ನೋಡಿಕೊಂಡರು. ಶಾಂತಾರಾಮ್ ಮಿದುಳು ಚುರುಕಾಗಿ ಕೆಲಸ ಮಾಡಿತು. ಯೋಜನೆ ಕೈಗೂಡುವವರೆಗೂ ತೆಪ್ಪಗಿರುವುದು ಅನಿವಾರ್ಯವಾಯಿತು.

"ಹೋಗಿದ್ದು... ಬಾ" ನೇರವಾಗಿ ತಲೆಯಾಡಿಸಿಬಿಟ್ಟಳು. "ನಾನು ಖಂಡಿತ ಹೋಗೋಲ್ಲ."

ಹೊರಗೆ ಕರೆದೊಯ್ದು ಮಗಳಿಗೆ ಬುದ್ಧಿ ಹೇಳಿದರೂ ಅವಳು ಹಿಡಿದ ಪಟ್ಟು ಬಿಡಲಿಲ್ಲ.

"ನಾನಂತು ಹೋಗೋಲ್ಲ, ಅಶ್ವಿನಿ, ಅವ್ರ ಮಕ್ಕಳುನ ಸದಾ ಪ್ರೀತಿ ಮಾಡುವ ಇವರು ನಂಗೆ ಹುಚ್ಚೇ ಹಿಡಿಯುತ್ತೆ. ಯಾರಾದ್ರೂ... ಹಾಳಾಗ್ಲೀ"

ಚಿಂತೆಯ ಕಾರ್ಮೋಡಗಳು ಶಾಂತಾರಾಮ್ ಮುಖದ ಮೇಲೆ ತಮ್ಮ ನೆಲೆಯನ್ನು ಸ್ಥಾಪಿಸುವಲ್ಲಿ ಜಯಶೀಲವಾದವು. ಬಹಳ ದಿನದ ಬಯಕೆಯೆನ್ನುವಂತೆ ಮುತ್ತಿಬಿಟ್ಟವು.

* * *

ಬಾಗಿಲಿಗೆ ಬಂದು ಕಾದೇ ಕಾದರು ನಾಗವೇಣಮ್ಮ. ಇಡೀ ಮಗನ ಸಂಸಾರನ ಎದುರು ನೋಡುತ್ತಿದ್ದರು. ನಿರಾಶೆಯನ್ನೇ ಉಂಡಿದ್ದರು. ಪ್ರತಿ ಹಬ್ಬಕ್ಕೆ ಮಾತ್ರವಲ್ಲದೆ ಅಳಿಯ ತಮ್ಮ ಸ್ವತ್ತು ಎನ್ನುವಂತೆ ನಡೆಸಿಕೊಂಡಿದ್ದರು ಶಾಂತಾರಾಮ್ ದಂಪತಿಗಳು. ಅದನ್ನೆಲ್ಲ ಸುಲಭವಾಗಿ ಮರೆಯಲು ಅವರಿಂದ ಸಾಧ್ಯವಿಲ್ಲ.

"ಏನು ಬರ್ತಾರೋ, ಏನೋ?" ಕಾಲೆಳೆದುಕೊಂಡು ಒಳಗೆ ಬಂದವರೇ

ಕೂತು ಬಿಟ್ಟರು. ಮಗುವನ್ನು ತೊಡೆಯ ಮೇಲೆ ಹಾಕಿಕೊಂಡು ಕೂತ ಅಶ್ವಿನಿ ಹುಬ್ಬೆತ್ತಿ ಅವರತ್ತ ನೋಡಿದಳು. "ಖಂಡಿತ ಬರ್ತಾರೆ, ನೀನ್ಯಾಕೆ ಸುಮ್ನೇ ಬೇಜಾರು ಮಾಡ್ಕೋತಿ!"

"ಬೀಗರು ಪುಣ್ಯಾತ್ಮರು ಅಲ್ಲೇ ಇದ್ದರೋ ಏನೋ! ಊರಿನಲ್ಲೊಂದು ಕಾಲು, ಮಗಳ ಮನೆಯಲ್ಲೊಂದು ಕಾಲು. ತೆಪ್ಪಗಾದ್ರೂ.... ಇರ್ತಾರಾ? ಅದು....ಇಲ್ಲ" ಬೇಸರ ಸ್ವರ ಒದ್ದೆಯಾಗಿತ್ತು.

"ತಾತ... ಬಂತು" ರವಿ, ಶಶಿ ಓಡಿಬಂದಾಗ ಆಕೆಯ ಮುಖದ ಮೇಲೆ ಸಂಭ್ರಮದ ಕಲೆ ತುಂಬಿಕೊಂಡಿತು. "ಒಬ್ರೇ... ನೇನೋ!"

ಅಷ್ಟರಲ್ಲಿ ರಾಧಳೊಂದಿಗೆ ಪಾಂಡುರಂಗಯ್ಯ ಒಳಗೆ ಬಂದರು. ರಾಧಳ ಪಾದಗಳು ನೆಲಕ್ಕೂರಿ ನಿಂತವು. ಹಣೆಯ ಮೇಲೆ ಬೆವರಿನ ಬಿಂದುಗಳು ಸಾಲುಗಟ್ಟಿದ್ದಾಗ ಅಂಗೈನಿಂದೊರೆಸಿಕೊಂಡಳು.

"ನಳಿನಿ ಬರಲಿಲ್ವಾ?" ಹೆಂಡತಿಯನ್ನು ಕಣ್ಣಿನಲ್ಲಿಯೇ ಗದರಿಕೊಂಡು ಬಾಯಿ ಮುಚ್ಚಿಸಿದರು. "ರಾಧ, ಒಳ್ಗಡೆ ಹೋಗಮ್ಮ" ಅವರ ಕೈಯಲ್ಲಿನ ಬ್ಯಾಗ್ ಗೋಡೆಗೊರಗಿತು. ಸಂಕೋಚದ ತೆರೆಯನ್ನು ಸರಿಸಲು ಅಶ್ವಿನಿ ಪ್ರಯತ್ನಿಸಿದಳು.

ಆ ಮನೆಯ ಆತ್ಮೀಯ ವಾತಾವರಣಕ್ಕೆ ಅವಳು ಪೂರ್ತಿ ಹೊಂದಿಕೊಂಡಳು. ಕಿವಿಯಲ್ಲಿನ ಸಣ್ಣ ಕೆಂಪಿನೋಲೆ, ಬರೀ ಕರೀಮಣಿ ಪೋಣಿಸಿದ ಸರ ನೋಡಿ ಪಾಂಡುರಂಗಯ್ಯ ಹೇಳಿದರು.

"ಸಾಗರ್ ಇವ್ಳ ಕಡೆ ಗಮನ ಕೊಟ್ಟಂಗೆ ಕಾಣಲಿಲ್ಲ. ಯಾವ ಸ್ಥಿತಿಯಲ್ಲಿದೆ ನೋಡು ಆ ಮಗು. ಕಿವಿಗೆ ಲಕ್ಷಣವಾದ ಒಂದ್ಜೊತೆ ವಾಲೆ ಬೇಡ್ವಾ? ಬೇಕಿಲ್ಲದ ಮದ್ವೆಗಳೇ... ಹೀಗೆ"

ಹತ್ತಿ ಬಿಡಿಸುತ್ತಿದ್ದ ನಾಗವೇಣಮ್ಮನ ಮುಖದಲ್ಲಿ ಗೆರೆಗಳು ಮೂಡಿದವು. ಕೈ ಬೆರಳುಗಳು ಹತ್ತಿಯಲ್ಲಿನ ಬೀಜಗಳನ್ನು ಹೆಕ್ಕಿ ಹದ ಮಾಡುತ್ತಿದ್ದರೇ ಮಗನ ಸಂಸಾರದ ಬಗ್ಗೆ ಯೋಚಿಸುತ್ತಿತ್ತು.

"ದೂರದ ಆಸೆಯಿದ್ರೂ ಒಂದು ಹೆಣ್ಣಿಗೆ ಅನ್ಯಾಯ ಮಾಡೋ ಮನಸ್ಸು ನಮ್ಗೇ ಇರ್ಲಿಲ್ಲ. ಅಷ್ಟನ್ನ ಹೇಳಿದ್ರೆ ಸಾಗರ್‌ನ ಮುಂದೆ ನಾವೇನು ಆಗ್ತಾ ಇದ್ವೋ! ಅವ್ರೆ ಮುಂದು ನಿಂತು ಮಾಡಿದ್ದಾರೆ. ನಂಗಂತೂ ಎಲ್ಲಾ ಒಗಟಾಗಿ ಕಾಣಿಸ್ತಾ ಇದೆ" ಹತ್ತಿಯಿಂದ ಬೇರೆಯಾದ ಬೀಜಗಳು ಒಂದೆಡೆ ಬೀಳುತ್ತಿದ್ದವು.

"ಅದೆಲ್ಲ ಇರ್ಲಿ... ಆ ಹುಡ್ಗೀನ ನೋಡು. ನಿಂಗೆ ಅನ್ಯಾಯ ಅನ್ನಿಸೋಲ್ವಾ? ಅದೇ ಬಣ್ಣಗೆಟ್ಟ ನಳಿನಿ ಸೀರೆಗಳು. ಕೆಂಪಿನ ಬಿಳಿ ಚಿನ್ನದ ಒಂದ್ಜೊತೆ ವಾಲೆ ಕಿವಿಗಳಿಗೆ. ಧಾರಾಳ ಮನಸ್ಸಿನಿಂದ ಬೀಗರು ಮಾಡ್ಸಿಕೊಟ್ಟ ತಾಳಿ, ಪೋಣಿಸಿದ ಕರೀಮಣಿ ಸರದಲ್ಲಿ" ಹೆಂಡತಿಯ ಚಿತ್ತದ ಮುಂದಿಡಿದರು ರಾಧಳ ರೂಪವನ್ನ. ಆಕೆ ನಿಧಾನವಾಗಿ ತಲೆಯೆತ್ತಿದರು.

"ಈಗ್ಲೂ ಸಾಗರ್‌ಗೆ ಸಮಾಧಾನವಿಲ್ಲಾಂತ ಕಾಣಿಸುತ್ತೆ. ಆ ಪುಣ್ಯಾತ್ಮ ಸುಮ್ಮನಿದ್ದಿದ್ರೆ...

ಮಗನಿಗೆ ಮಕ್ಳು ಇಲ್ಲ ಅನ್ನೋ ಕೊರಗು ಮಾತ್ರ ಇತ್ತು. ಈಗ ಇದೊಂದು ಹಚ್ಚಿಕೊಂತು" ತೀವ್ರ ಚಿಂತೆಯಲ್ಲಿ ಮುಳುಗಿದರು ದಂಪತಿಗಳು.

ಪಾಂಡುರಂಗಯ್ಯ ಸುಮ್ಮನೆ ಕೂಡಲಿಲ್ಲ. ತಮಗೆ ಪರಿಚಯವಿದ್ದವರ ಅಂಗಡಿಯಲ್ಲಿ ಎರಡೆಳೆ ಕರೀಮಣಿ ಸರ, ಒಂದ್ಜೊತೆ ವಾಲೆ ತಂದೇಬಿಟ್ಟರು.

ಪೊಟ್ಟಣ ಹೆಂಡತಿಯ ಮುಂದಿಟ್ಟು ಹೇಳಿದರು.

"ಈ ಒಡ್ವೆ ಆ ಮಗು ಮೈ ಮೇಲೆ ಇರ್ಲಿ. ನಾವು ಕೊಟ್ಟ ಅಷ್ಟಿಷ್ಟು ಚಿನ್ನ ಬೇರೆ ರೂಪದಲ್ಲಿ ನಳಿನಿ ಹಾಕ್ಕೊಂಡಿದ್ದು. ಅವೆಲ್ಲ ಅವ್ಳ ಅಪ್ಪನ ಹೆಸರಿನಲ್ಲೇ. ಇವಿಷ್ಟಾದ್ರೂ ಈ ಹುಡ್ಗೀ ಮೈ ಮೇಲೆ ಇರ್ಲಿ..."

ಭಾರವಾದ ಉಸಿರನ್ನ ಗಂಡ ದಬ್ಬಿದಾಗ ಹಿಂದಿನ ಘಟನೆ ನೆನಪಿಸಿಕೊಂಡು ನಾಗವೇಣಮ್ಮ ನೊಂದರು.

ತಮ್ಮ ಬಳಿಯಿದ್ದ ಚೂರು, ಪಾರು ಚಿನ್ನ ಸೇರಿಸಿ ಒಂದೆಳೆ ಸರ, ಒಂದ್ಜೊತೆ ಬಳೆಯನ್ನ ನಳಿನಿಗೆ ಮದುವೆಯ ಸಮಯದಲ್ಲಿ ಹಾಕಿದ್ದರು. ಬಹಳ ದಿನಗಳ ನಂತರ ಪ್ರಸ್ತಾಪಿಸಿದಾಗ ನಳಿನಿ ಹೇಳಿದ್ದಳು.

"ಏನೇನು ತೂಕ ಇರ್ಲಿಲ್ಲ. ನಮ್ಮಪ್ಪ ಬೇರೆ ಚಿನ್ನ ಹಾಕ್ಸಿ ಮಾಡ್ಸಿ ಕೊಟ್ಟಿದ್ದಾರೆ." ಅವಳ ಕೈಯಲ್ಲಿನ ಬಳೆಗಳು ಝುಣಗುಟ್ಟಿದಾಗ ನೊಂದು ತೆಪ್ಪಗಾಗಿದ್ದರು.

"ಹೋಗ್ಲೀ ಬಿಡಿ." ಒಡ್ವೆಯನ್ನು ಅಂಗೈಯಲ್ಲಿ ಹಿಡಿದರು. "ಹಣಕ್ಕೆ ಏನ್ಮಾಡಿದ್ರಿ?

"ಸದ್ಯಕ್ಕೆ ಸಾಲ ಮಾಡೋದು. ಸಾಗರ್ ಮನಸ್ಸು ಮಾಡಿ ಇಷ್ಟಿಷ್ಟು ಕೊಟ್ರೆ ಕೊಡ್ಲಿ. ಇಲ್ದಿದ್ರೆ ನನ್ನ ಪಿಂಚಣಿಯಲ್ಲಿ ತೀರಿಸ್ತೀನಿ" ವಿಶ್ವಾಸದಿಂದ ಹೇಳಿದಾಗ ನಾಗವೇಣಮ್ಮನ ಮುಖದಲ್ಲಿ ಗೆಲುವು ಇಣಕಿತು.

ಕೊನೆಯಲ್ಲಿ ಚಿಂತೆ ಅವರನ್ನ ಕಾಡದೆ ಹೋಗಲಿಲ್ಲ.

"ಬೀಗರೇನಾದ್ರೂ ತಪ್ಪು ತಿಳ್ಕೊಂಡ್ರೆ" ಕೈಯೆತ್ತಿ ತಳ್ಳಿ ಹಾಕಿದರು ಪಾಂಡುರಂಗಯ್ಯ "ತಿಳ್ಕೊಳ್ಳಿ ಬಿಡೇ, ನಾವ್ಯಾಕೆ ಹೆದರ್ಕೋಬೇಕು? ಈಗೇನು ನಮ್ಮಗ ಅವ್ರ ಅನ್ನ ತಿಂತಾ ಇಲ್ಲ."

ನಾಗವೇಣಮ್ಮನಿಗೆ ಎಷ್ಟೋ ಸಮಾಧಾನವಾಯಿತು. ಬೀಗಿತ್ತಿಯ ನೆನಪು ಬಂದರೆ ಮಡಿಲಿನಲ್ಲಿ ಕೆಂಡಗಳನ್ನು ಸುರಿದುಕೊಂಡ ಅನುಭವವಾಗುತ್ತಿತ್ತು ಆಕೆಗೆ. ಈಗ ಒಂದು ತರಹ ನೆಮ್ಮದಿ.

ತಾನೇ ಸೋತು ಪ್ರಯಾಣವನ್ನು ಮುಂದಕ್ಕೆ ಹಾಕಿ ರಮಿಸಿ, ಅತ್ಯಂತ ಸಮಾಧಾನದಿಂದ ಅವಳ ಮನ ತಿಳಿ ಮಾಡಲು ಪೆಟ್ಟು ತಿಂದಿದ್ದ ಸಾಗರ್, ರೋಸಿದ ಮನ ನಾನಾ ಬಗೆಯಲ್ಲಿ ಯೋಚಿಸಿತು.

"ಯಾಕೆ ಇಷ್ಟು ಹಟ ಮಾಡ್ತೀಯಾ? ಹಿಂದೆಲ್ಲ ನಿನ್ಮಾತು ಕೇಳಿಲ್ವಾ? ಈಗ ಅಶ್ವಿನಿ ಮಗು ನಾಮಕರಣ. ಅಪ್ಪ ಸ್ವತಃ ಬಂದು ಹೇಳ್ಹೋಗಿದ್ದಾರೆ. ಹೋಗ್ದಿದ್ರೆ ಎಲ್ಲಾ ನೊಂದ್ಕೊತಾರೆ. ಸುಮ್ನೇ ಹೊರಡು" ಸಹನೆಗೆಟ್ಟರೂ ಅತ್ಯಂತ ಸಮಾಧಾನವಾಗಿಯೇ ಹೇಳಿದ.

"ನಾನು ಬರೋದು ಇಲ್ಲ. ನೀವು ಹೋಗ್ಲೂ ಕೂಡ್ದು. ನಮ್ಮಪ್ಪನ ಮಾತಿಗೆ ಬೆಲೆ ಕೊಡ್ದೇ ಅವ್ಳುನ ಕರ್ಕೊಂಡ್ಹೋಗಿದ್ದಾರೆ. ಅವ್ರಿಗೆ ಬುದ್ಧಿ ಬರ್ಲಿ" ತೀರಾ ಅವಿವೇಕವಾಗಿ ಮಾತಾಡಿದಾಗ ತನ್ನ ಸೂಟುಕೇಸ್ ಎತ್ತಿಕೊಂಡು ಹೊರಗೆ ಬಂದಿದ್ದ.

ಬಸ್ ಸ್ಟ್ಯಾಂಡಿಗೆ ಬರುವ ವೇಳೆಗೆ ಅವನ ಕೋಪ ತಣ್ಣಗಾಗಿತ್ತು. ಪಶ್ಚಾತ್ತಾಪಪಟ್ಟಿದ್ದ. ಪ್ರೀತಿ ಇರೋ ಕಡೆ ಅಸೂಯೆ ಇರುವುದು ಸಹಜ. ದುಡುಕಿ ಈಗ ನೋಯುತ್ತಿದ್ದಾಳೆ. ಸಹಾನುಭೂತಿಯಿಂದ ಅವನ ಮನ ತೊಯ್ದಾಡಿದರು ಹಿಂದಿರುಗಲು ಇಚ್ಛಿಸಲಿಲ್ಲ.

ಕೈ ಹಿಡಿದ ಗಂಡನ ಸುಖ, ಸಂತೋಷ, ಶ್ರೇಯೋಭಿವೃದ್ಧಿಗೆ ಹೇಗೆ ಕಾರಣವಾಗಬಲ್ಲಳೋ ಹೆಣ್ಣು, ಹಾಗೆಯೇ ಅವನ ಅವನತಿಗೆ ಕೂಡ ಕಾರಣೀಭೂತಳಾಗಬಲ್ಲಳು. ಯೋಚಿಸಿ.... ಯೋಚಿಸಿ ಅವನ ಮಿದುಳು ದಣಿಯಿತು.

ಊರಿಗೆ ಬರುವ ವೇಳೆಗೆ ಪೂರ್ತಿ ದಣಿದಿದ್ದ. ಇಂದು ಸೂಟ್‌ಕೇಸ್ ಕೂಡ ಅವನಿಗೆ ಭಾರವೆನಿಸಿತ್ತು. ಕೂಲಿಯವನಿಗೆ ಒಪ್ಪಿಸಿ ಸೋತ ಹೆಜ್ಜೆಗಳನ್ನು ಹಾಕತೊಡಗಿದ.

ಗೇಟಿನ ಬಳಿ ಬಂದವನೆ ಸುಮ್ಮನೆ ನಿಂತುಬಿಟ್ಟ. ಕಣ್ಣುಗಳನ್ನೇ ನಂಬಲಾಗಲಿಲ್ಲ. ಸುಂದರ ಸಾಂಪ್ರದಾಯಿಕ ಚೆಲುವಿಗೆ ಒಲವು, ಗೆಲುವಿನ ಜೊತೆ ಒಪ್ಪ ಓರಣಗಳು ಅಪ್ಪಿ ನೂರ್ಮಡಿ ಶೋಭೆಗೊಂಡಿತ್ತು. ಕಿರಿದಾದ ಕಣ್ಣುಗಳಲ್ಲಿ ಮೆಚ್ಚುಗೆ ಮೂಡಿತು.

"ಸ್ವಾಮಿ ಎಲ್ಲಿ ಇಡಲಿ?" ಕೂಲಿಯವನ ಸ್ವರಕ್ಕೆ ಎಚ್ಚೆತ್ತ. ನಕ್ಕು ಜೇಬಿಗೆ ಕೈ ಹಾಕಿದ. ನೋಟು ಅವನ ಕೈಗೆ ಹೋದಾಗ ಸೂಟುಕೇಸ್‌ಗೆ ಕೈ ಹಾಕಿದ. "ನಾನು ತಗೊಂಡ್ಹೋಗ್ತೀನಿ" ಅಂದಿದ್ದು ರಾಧ.

ರಾಧಳ ಕಣ್ಣುಗಳು ಹಿಂದೆಲ್ಲ ಹುಡುಕಾಡಿತು. ಅರ್ಥಮಾಡಿ ಕೊಂಡವನಂತೆ ನಕ್ಕ.

"ಅವ್ಳು ಬರ್ಲಿಲ್ಲ. ಮನೆ ಕಡೆ ಯಾರಾದ್ರೂ ಇರ್ಲೇಬೇಕು" ನಿರಾಶೆಯ ಸಿಂಚನದಲ್ಲಿ ಮಿಂದಂತಿತ್ತು ಸಾಗರ್‌ನ ಸ್ವರ. ಅವಳ ತಲೆ ತಗ್ಗಿತು.

ಮನೆಯಲ್ಲಿ ಸಂಭ್ರಮದ ವಾತಾವರಣ ತುಂಬಿಕೊಂಡರೂ ನಾಗವೇಣಮ್ಮನಿಗೆ ಬೇಸರವೇ ಆಯಿತು.

"ಒಂದು ದಿನದ ಮಟ್ಟಿಗೆ ಬಂದು ಹೋಗ್ಬದಿತ್ತು. ನಾನು, ಸೊಸೆ ಅನ್ನೋ ತಿಳಿವಳಿಕೆ ಆ ಹುಡ್ಗೀಗೆ ಯಾವತ್ತು ಬರುತ್ತೋ, ಅಥ್ವಾ ಇಲ್ವೋ"

"ಅಮ್ಮ, ಸುಮ್ಮನಿದ್ಬಿಡು. ಆ ವಿಷಯ ಮಾತಾಡೋದೆ ಬೇಡ. ಅವ್ಳಿಗೆ ಅಕ್ಕರೆ, ವಾತ್ಸಲ್ಯ ಎಲ್ಲಾ ಇದ್ರೂ ಆ ಅಪ್ಪ, ಅಮ್ಮ ಅನ್ನಿಸಿಕೊಂಡೋರು ಬಿಡ್ಬೇಕಲ್ಲ. ತಾನಾಗಿ ಸರ್‍ಯೋಗ್ತಾಳೆ" ಬಹಳ ಕಷ್ಟದಿಂದಲೇ ಸಾಗರ್ ಆಡಿದ.

"ಹೌದಪ್ಪ, ನಿನ್ಹೆಂಡ್ತಿ ಇನ್ನು ಎಳೆ ಮಗು" ಕುಟುಕಿಯೇ ಹೋದರು. ಕೈ ಬಾಯಿಗೆ ಅಡ್ಡ ಹಿಡಿದೇ ಅಶ್ವಿನಿ ನಕ್ಕಳು. "ಎಳೆ ಮಗುವಾಗಿದ್ರೆ... ಆರಾಮವಾಗಿ ಎತ್ಕೊಂಡುಬರ್ಬಹುದಿತ್ತು" ಮೂರು ಮಕ್ಕಳ ತಾಯಿ ಎಂಬುದನ್ನೇ ಮರೆತು ತಲೆಯ ಮೇಲೆ ಮೊಟಕಿದ.

ನಾಗವೇಣಮ್ಮ ತಂದಿಟ್ಟ ಕಾಫೀ ಕುಡಿದು ಬಟ್ಟೆ ಬದಲಾಯಿಸಿದ ಸಾಗರ್

ತಂಗಿಯ ಪುಟ್ಟ ಮಗುವನ್ನು ಎತ್ತಿಕೊಂಡು ಬಂದು ಕೂತ. ಮಗು ಸ್ವಲ್ಪ ಪೀಚಾಗಿದ್ದರೂ ಗೆಲುವಾಗಿತ್ತು.

ಮೃದುವಾಗಿ ಕೆನ್ನೆಯ ಮೇಲೆ ಅವನ ಕೈಯಾಡಿದಾಗ ಅವ್ಯಕ್ತ ಆನಂದದ ಅನುಭವ. ಹೃದಯ ಸುಂದರವಾಗಿ ಹಾಡಿತು.

"ನೆನಪು ಇದೇ ತಾನೇ! ಇವ್ಳು ನನ್ನ ದತ್ತು ಪುತ್ರಿ" ಗೆಲುವಿನಿಂದ ತಂಗಿಯ ಕಡೆ ಕಣ್ಣು ಹಾಯಿಸಿದಾಗ ವಿಶಿಷ್ಟವಾದ ಭಾವವೊಂದು ಅವಳ ಮುಖದ ಮೇಲೆ ಹರಿದು ಹೋಯಿತು. "ಅಂಥ ಯೋಚ್ನೇ ಯಾಕೆ? ನಮ್ಮಣ್ಣನ ಪಡಿಯಚ್ಚಿನಂಥ ಮಗುನ ನೋಡೋಕೆ ನಂಗೂ ಇಷ್ಟ."

ತಟ್ಟನೆ ನಕ್ಕ ಸಾಗರ್ ಸುಮ್ಮನಾದ. ಮುಖದಲ್ಲಿನ ಗೆಲುವು ತಗ್ಗಿತು. ಆದರೆ ಹೃದಯ ಸಣ್ಣಗೆ ಹಾಡಿತು. 'ತನ್ನದೇ ಆದ ಮಗು, ತನಗೊಂದು ಮಗು' ಇದು ಸ್ವಾರ್ಥವಲ್ಲ; ಸಹಜ ಆಸೆ. ಗಂಭೀರವಾದ.

ಸುಲಭವಾಗಿ ಅರ್ಥಮಾಡಿಕೊಂಡಳು ಅಶ್ವಿನಿ. ಇದು ಅವನ ಪಾಲಿಗೆ ಕಷ್ಟವಾದ ವಿಷಯವೇ. ಸ್ವಲ್ಪ ರಾಜಿಗೆ ಬಂದಿದ್ದರೇ ಮಕ್ಕಳಿಲ್ಲವೆಂಬ ಚಿಂತೆಯನ್ನು ತೂರಿ ನಳಿನಿಯೊಂದಿಗೆ ಆರಾಮವಾಗಿದ್ದು ಬಿಡುತ್ತಿದ್ದ.

"ಬೇಜಾರು ಮಾಡ್ಕೋಬೇಡ ಕಣೋ" ಸಾಂತ್ವನದ ದನಿಗೆ ತೋರಿಕೆಯ ಗೆಲುವಿನ ನಗು ನಕ್ಕ. "ಇವ್ಳಿಗೆ ಏನು ಹೆಸರು ಇಡ್ಬೇಕೂಂತ ನಿಶ್ಚಯಿಸಿದ್ದಿಯಾ?"

"ನಕ್ಷತ್ರ ಬಲಕ್ಕೆ ಬಂದ ಹೆಸರು ಏನಾದ್ರೂ ಇರಲಿ. ನೀನೊಂದು ಒಳ್ಳೆ ಹೆಸರು ಹೇಳು. ನಂಗೆ ಯಾರು ಹೇಳ್ದ ಹೆಸರುಗಳು ಹಿಡಿಸಲಿಲ್ಲ. ಕೂಗೋಕೆ ತುಂಬ ಸಿಹಿಯಾಗಿರಬೇಕು. ಕೇಳೋರ ಕಿವಿಗೆ ಆಪ್ಯಾಯಮಾನವಾಗಿರಬೇಕು."

ಕೆಳತುಟಿಯನ್ನು ಕಚ್ಚಿ ಹಿಡಿದ. ನೋಟ ಮೇಲಾಡಿತು. ಸಿಕ್ಕಿದ್ದೆಲ್ಲ ಜ್ಞಾಪಿಸಿಕೊಂಡ. ಒಂದೂ ಸರಿ ಬರಲಿಲ್ಲ. ಕೈ ಮಾತ್ರ ಮಗುವಿನ ರೇಷ್ಮೆಯಂಥ ಕೂದಲಲ್ಲಾಡುತ್ತಿತ್ತು.

"ಅಶೂ, ಹೀಗೆಲ್ಲ ಸರಿ ಹೋಗಲ್ಲ, ಹಾಳೆ, ಪೆನ್ನು ತಗೊಂಡ್ಬಾ. ನೆನಪಿಗೆ ಬಂದಿದ್ದೆಲ್ಲಾ ಬರೆಯೋಣ. ಆಮೇಲೆ ಅದ್ರಲ್ಲೆ.... ಆರಿಸ್ಕೋಬಹ್ದು."

ಇಬ್ಬರು ಸೇರಿ ಸಾಕಷ್ಟು ಗುರುತು ಹಾಕಿದರು. ಹಾಳೆ ತುಂಬಿತೇ ವಿನಃ ಒಂದೂ ಇಷ್ಟವಾಲಿಲ್ಲ. ಪಾಂಡುರಂಗಯ್ಯ, ನಾಗವೇಣಮ್ಮನ ಜೊತೆ ರಾಜಣ್ಣ ಕೂಡ ಸೇರಿಕೊಂಡ. ಇನ್ನೊಂದು ಪುಟ ಬರ್ತಿಯಾಯಿತು. ಆದರೂ ಎಲ್ಲರಿಗೂ ಇಷ್ಟವಾಗುವಂಥ ಹೆಸರೇ ಸಿಕ್ಕಲಿಲ್ಲ.

ಅಶ್ವಿನಿಯ ಕೈಯಲ್ಲಿನ ಪೆನ್ನು, ಹಾಳೆ ಕೆಳಗೆ ಇಳಿಯಿತು. ಪುಟಗಳು ಗಾಳಿಗೆ ಹಾರಿದವು.

"ಒಂದು ಒಳ್ಳೆ ಹೆಸರು ಸಿಕ್ಲಿಲ್ಲ" ಬೇಸರದ ಮುಖ ಮಾಡಿದಳು ಅಶ್ವಿನಿ. ರಾಜಣ್ಣನ ತೀಕ್ಷ್ಣ ನೋಟ ಹರಿದಾಡಿತು. "ನಂಗಂತೂ ಅರ್ಥವಾಗೋಲ್ಲ. ನಿನ್ನ ಕಂಡೀಷನ್‌ಗಳಿಗೆ ಅನ್ವಯವಾಗೋಂಥ ಹೆಸರುಗಳೇ ಸಿಗೋಲ್ಲ" ಎದ್ದು ಹೋದಾಗ ಸಾಗರ್ ಕಿರು ನಕ್ಕ.

ನೆನಪು ಕಚಗುಳಿ ಇಟ್ಟಿತು ಸಾಗರ್‌ಗೆ. ಅವನ ಪೂರ್ತಿ ಹೆಸರು ಕೃಷ್ಣಸಾಗರ್. ಹುಡುಗರ ಬಾಯಲ್ಲಿ ಕೃಷ್ಣರಾಜಸಾಗರವಾಗಿ ಹುಡುಗರ ನಾಲಿಗೆಯಲ್ಲಿ ಕೃಷ್ಣವೇಣಿ ಸಾಗರ್ ಆದಾಗ ದಿಗ್ಭ್ರಮೆಗೊಂಡಿದ್ದ. ಸಣ್ಣವನಾಗಿದ್ದಾಗ ಅಮ್ಮನ ಮುಂದೆ ಅತ್ತು ಕಿರಿಕಿರಿ ಮಾಡಿದ್ದ.

"ನಂಗ್ಯಾಕೆ ಇಂಥ ಹೆಸರು ಇಟ್ಟಿದ್ದು? ಎಲ್ಲಾ ಆಡಿಕೊಂಡು ನಗ್ತಾರೆ"

ಆಮೇಲೆ ತಾನೇ ಪಿ.ಕೆ. ಸಾಗರ್ ಎಂದು ಬದಲಿಸಿಕೊಂಡು ಉದ್ದ ಹೆಸರಿಗೆ ವಿದಾಯ ಹೇಳಿದ್ದ.

ಇಷ್ಟೊತ್ತು ನಮ್ಗೇ ಹೊಳೀಲೇ ಇಲ್ಲ. ರಾಧ.. ಅಂದವಳು ಅತ್ಗೇ...." ಅಂದು ತುಟಿ ಕಚ್ಚಿಕೊಂಡಳು.

ನಾಗವೇಣಮ್ಮ ನಕ್ಕುಬಿಟ್ಟರು.

"ಪರ್ವಾಗಿಲ್ಲ, ರಾಧ ಅಂತಲೇ ಕರೀ. ತಪ್ಪೇನಿದೆ" ಲೈಸೆನ್ಸ್ ಸಿಕ್ಕಕೂಡಲೇ ಸಾಗರ್‌ನತ್ತ ನೋಟ ಹರಿಸಿದಳು. ತೀರಾ ಗಂಭೀರವಾಗಿದ್ದ. "ಅಮ್ಮ ಹೇಳಿದ್ಮೇಲೆ ನಿನ್ನದೇನು ಅಭ್ಯಂತರವಿಲ್ಲ."

ಸಾಗರ್ ಕಿವಿಗೆ ಬೀಳಲೇ ಇಲ್ಲ. ನಳಿನಿಯ ನೆನಪಿನಲ್ಲಿ ಮುಳುಗಿ ಹೋಗಿದ್ದ.

ಪಾಂಡುರಂಗಯ್ಯನವರು ಕೂತ ಕಡೆಯಿಂದಲೇ ಕೂಗಿ ಕರೆದರು. ಬಡತನದ ಬಳುವಳಿ ಎರಡು ವಿಧ. ಒಂದು ದಬ್ಬಾಳಿಕೆಯ ವಿರುದ್ಧ ಕೋಪ, ಅಸಹನೆ, ಇನ್ನೊಂದು ವಿನಯ, ವಿಧೇಯತೆ, ಎರಡನೆಯದು ರಾಧಳನ್ನು ಅಪ್ಪಿಕೊಂಡಿತ್ತು.

"ಈ ಪಾಪಂಗೆ ಒಂದು ಒಳ್ಳೆ ಹೆಸರು ಹುಡ್ಕಿಕೊಡು" ಎರಡು ಪುಟಗಳನ್ನು ಅವಳತ್ತ ತಳ್ಳಿದಾಗ ಅಶ್ವಿನಿ, ಮೊದಲು ಅವಳ ಕಣ್ಣುಗಳಲ್ಲಿ ಸಂಕೋಚ ಬೆರೆತ ಗಾಬರಿ ಇಣಕಿತು. "ನಂಗೆ ಅಷ್ಟೆಲ್ಲ ಗೊತ್ತಾಗೋಲ್ಲ."

ಸ್ವರದಲ್ಲಿನ ಮಾಧುರ್ಯತೆ ಸಾಗರ್‌ಗೆ ಹಾಯೆನಿಸಿತು. ತಂಪಿನ ಸಿಂಚನವಾಗಿತ್ತು.

ಪಟ್ಟು ಸಡಿಲಿಸಲಿಲ್ಲ ಅಶ್ವಿನಿ. ಈ ವಾತಾವರಣದಲ್ಲಿ ರಾಧಳ ವ್ಯಕ್ತಿತ್ವಕ್ಕೆ ಬೆಲೆ ಬಂದಿತ್ತು. ಸ್ವರ್ಗದಲ್ಲಿ ವಿಹರಿಸಿದಂತಾಗಿತ್ತು.

ಪುಟಗಳ ಮೇಲೆ ಕಣ್ಣಾಡಿಸಿದ ರಾಧ ಸಣ್ಣ ಸ್ವರದಲ್ಲಿ ಹೇಳಿದಳು.

"ರಶ್ಮಿ...." ತಟ್ಟನೆ ಕೈಯೆತ್ತಿ ಉದ್ಗರಿಸಿದ ಸಾಗರ್ "ಗುಡ್, ಸ್ವೀಟ್ ನೇಮ್...."

"ರವಿ, ಶಶಿ, ರಶ್ಮಿ...." ಮೆಲಕು ಹಾಕಿದಳು ಅಶ್ವಿನಿ. ಮೆಚ್ಚಿಗೆ ಅವಳ ಕಣ್ಣುಗಳಲ್ಲಿ ಕುಣಿಯಿತು. "ತುಂಬ ಚೆನ್ನಾಗಿದೆ. ಅದೇ ಹೆಸರು ನನ್ನ ಮಗ್ಳಿಗೆ ಇರ್ಲಿ."

ಯಾರಿಂದಲೂ ವಿರುದ್ಧ ಪ್ರತಿಕ್ರಿಯೆ ಬರದಿದ್ದರಿಂದ ಸರ್ವಾನುಮತದಿಂದ ಅಂಗೀಕಾರವಾಯಿತು.

ಪೂರ್ಣವಾಗಿ ನಾಗವೇಣಮ್ಮ, ಪಾಂಡುರಂಗಯ್ಯ ರಾಧಳನ್ನು ಸೊಸೆಯೆಂದು ಅಂಗೀಕರಿಸಿದ್ದರಿಂದ ಕೇಳಿದವರಿಗೆ ಮಾತ್ರ ನಿಜವನ್ನೇ ಹೇಳಿದ್ದರು.

ಬರೀ ಮಾತುಗಳಲ್ಲೇ ಮುಳುಗಿದ್ದ ಅಣ್ಣನ ಮುಖದ ಆಯಾಸ ಗಮನಿಸಿ ಅಶ್ವಿನಿ ಹೇಳಿದಳು.

"ಸದ್ಯ, ಹೋಗಿ ಮಲಕ್ಕೋ. ಬರೀ ಮಾತಿನಲ್ಲೇ ಮನೆ ಕಟ್ಟಿದ್ದಾಯ್ತು."

ಎದ್ದು ಮುಂದಿನ ಕೋಣೆಗೆ ಬಂದ. ಎರಡು ಹಾಸಿಗೆ ಬಿಡಿಸಿತ್ತು. ರಸಿಕ ಮನ ಕೇಕೆ ಹಾಕಿದರೂ ಸಭ್ಯ ಮನ ಸಂಕೋಚಿಸಿತು. ತಾಳಿ ಕಟ್ಟಿದ್ದು ನಿಜವಿರಬಹುದು. ಎಂದೂ ಆ ಮಟ್ಟದಲ್ಲಿ ರಾಧಳನ್ನು ಪುರಸ್ಕರಿಸಿರಲಿಲ್ಲ. ಅಂತಹ ಅವಕಾಶವು ಕೂಡಿಬಂದಿರಲಿಲ್ಲ.

ಕಸಿವಿಸಿಗೊಂಡ ಸಾಗರ್ ಹಣೆಯ ಬೆವರಿನ ಬಿಂದುಗಳು ಮೂಡಿದವು. ಉಸಿರಾಟದ ಗತಿ ತೀವ್ರವಾಯಿತು. ಪಾಂಡುರಂಗಯ್ಯನವರ ನೋಟ ಇತ್ತ ತಿರುಗುವ ಮುನ್ನ ನುಗ್ಗಿದ.

'ನಳಿನಿ...' ಅವನ ಪ್ರಾಮಾಣಿಕ ಮನ ಪ್ರಲಾಪಿಸಿತು. ನೆಲದಲ್ಲೂರಿದ ಪಾದಗಳು ಚಡಪಡಿಸಿದವು.

ಗೋಡೆಗೆ ಆತು ನಿಂತ ರಾಧಳ ಮುಖದಲ್ಲಿ ಸಮ್ಮಿಶ್ರ ಭಾವಗಳು. ಕುಶಲ ಶಿಲ್ಪಿ ಬಹು ಎಚ್ಚರಿಕೆಯಿಂದ ಕಡೆದಿಟ್ಟ ಮೂರ್ತಿ. ಮುಖಕ್ಕೆ ಶಾಂತ ಮಾರ್ದವತೆಯ ಚಿನ್ನಾಭರಣ.

ಆಯಾಸದಿಂದ ಹಾಸಿಗೆಯ ಮೇಲೆ ಕೈ ಚಾಚಿದ. ತಾನೇ ಇಷ್ಟೊಂದು ಗೊಂದಲದಲ್ಲಿ ಸಿಲುಕಿರುವಾಗ, ಅವಳ ಸ್ಥಿತಿ ನೆನೆದ.

"ರಾಧ.... ಮಲಕ್ಕೋ" ಮಗ್ಗುಲಾದ. ಪುನಃ ಇತ್ತ ತಿರುಗದಂತೆ ಶಾಪಿಸಿಕೊಂಡಿದ್ದ.

ಕೋಣೆಯ ದೀಪವಾರಿತು. ಉಸಿರಾಟದ ಸದ್ದೇ ವಿನಃ ಎಲ್ಲಾ ನಿಶ್ಯಬ್ದ. ವಿವೇಕ ಮನವನ್ನು ಕಡೆಯುವ ಕುಡುಗೋಲಾಯಿತು. ಪ್ರತಿ ಪ್ರಶ್ನೆಗೆ ಅವನು ಉತ್ತರಿಸದಾದ. ರಾಧಳನ್ನು ಮದುವೆಯಾದದ್ದೇಕೆ? ಅವನ ಮಿದುಳಿನ ನರಗಳು ಸಿಡಿಯತೊಡಗಿದವು. ಆ ರಾತ್ರಿ ಅವನಿಗೆ ಸವಾಲ್ ಆಗಿ ಪರಿಣಮಿಸಿತು. ಎದ್ದು ಕೂತ. ಪಕ್ಕದ ಹಾಸಿಗೆ ಅಷ್ಟು ದೂರಕ್ಕೆ ಸರಿದಿತ್ತು. ಶಾಂತವಾಗಿ ನಿದ್ರಿಸುತ್ತಿದ್ದಳು ರಾಧ.

"ರಾಧ, ನಾನು ಖಂಡಿತ ಅಪ್ಪ ಯೋಜನೆಯಲ್ಲಿ ಶಾಮೀಲು ಆಗಿಲ್ಲ. ಇದು ಸ್ಪಷ್ಟ" ಆ ಮುದ್ದು ಮುಖ ನಕ್ಕಂತಾಯಿತು. ಉತ್ತರಿಸದಾದ.

ಬೆಳಿಗ್ಗೆ ಅವನಿಗೆ ಎಚ್ಚರವಾದಾಗ ಎಂಟು ಗಂಟೆ. ಊಹೆ, ಕಲ್ಪನೆಗಳಿದ್ದರೂ ಆಧಾರವಿಲ್ಲದೆ ಚಡಪಡಿಸಿದರು. ಎಲ್ಲರಿಗೂ ರಾಧಳಿಗೆ ಅನ್ಯಾಯವಾಗುವುದು ಬೇಡವಾಗಿತ್ತು.

ರಾಜಣ್ಣನ ಜೊತೆ ಮನೆ ಬಿಟ್ಟವನು ಸಂಜೆಯೆ ಹಿಂದಿರುಗಿದ್ದು. ಮನದ ತುಮುಲ ಸ್ತಬ್ಧವಾಗಿತ್ತು. ಗೆಲುವಾಗಿದ್ದ.

ಕಾಫೀ ಹಿಡಿದು ಬಂದ ರಾಧಳಿಗೆ ಹೇಳಿದ.

"ನಮ್ಮ ಊರು ನಿಂಗೆ ತೋರಿಸ್ತೀನಿ. ಬೇಗ ರೆಡಿಯಾಗಿ ಬಾ" ಅವಳ ತುಟಿಗಳು ಕಂಪಿಸಿದವು.

ಇಬ್ಬರು ಹೊರಟಾಗ ಮನೆಮಂದಿಗೆಲ್ಲ ಸಮಾಧಾನ. ಆದರೆ ರಾಜಣ್ಣನೊಬ್ಬ ಮಾತ್ರ ಚಿಂತಿತನಾಗಿದ್ದ.

ದಾರಿಯುದ್ದಕ್ಕೂ ಅವನು ಕಲಿತ ಪಾಠಶಾಲೆ, ಆಡಿದ ಮೈದಾನ ಎಲ್ಲವನ್ನು

ತೋರಿಸುತ್ತ ಅವಳಲ್ಲಿನ ಸಂಕೋಚ, ಲಜ್ಜೆ, ಹಿಂಜರಿಕೆಯನ್ನು ದೂರ ಮಾಡುತ್ತ ನಡೆದ.

ಪ್ರಶಾಂತವಾದ ಸ್ಥಳ ಮುಟ್ಟಿದಾಗ ಅವಳೆಡೆಗೆ ನೇರವಾಗಿ ನೋಡಿದ. ಲಜ್ಜೆಯ ನೋಟವನ್ನು ಹಿಡಿದಿಡಲು ಅವನಿಂದಾಗಲಿಲ್ಲ.

ಅಲ್ಲಿದ್ದ ಕೊಳದ ಮೆಟ್ಟಿಲುಗಳ ಮೇಲೆ ಕುಳಿತರು. ಪದಗಳನ್ನ ಹೇಗೆ ಜೋಡಿಸಿದರೆ ಸೂಕ್ತ? ಹೆಚ್ಚು ಪರಿಣಾಮಕಾರಿಯಾಗಲು ಬಳಸಬೇಕಾದ ವಾಕ್ಯಗಳಾದವು.

"ನೀನು ನನ್ನ ಮದ್ವೆಯಾಗೋಕೆ ಯಾಕೆ ಒಪ್ಕೊಂಡೆ?" ಹಠಾತ್ತನೆ ಬಂದ ಪ್ರಶ್ನೆಗೆ ನಡುಗಿದಳು. ಬರೀ ಉಗುಳು ನುಂಗಿದಳೇ ವಿನಃ ಉತ್ತರಿಸಲು ಸಮರ್ಥವಾಗಲಿಲ್ಲ.

"ನಾನು ನಳಿನಿ ಇಷ್ಟಪಟ್ಟೆ ಮದ್ವೆಯಾಗಿದ್ದು. ಮುಂದೆ ಮಕ್ಕಳಾಗುವ ಸಂಭವವಿತ್ತು. ಆಗದಿದ್ರೂ ಅದೊಂದು ಸಮಸ್ಯೆ ಅನ್ನಿಸಿಕೊಳ್ತಾ ಇರ್ಲಿಲ್ಲ. ಇದೆಲ್ಲಾ ನಿಂಗೆ ಗೊತ್ತೇ ಇತ್ತು. ಅಂಥದ್ರಲ್ಲಿ ಯಾಕೆ ಈ ಮದ್ವೆಗೆ ಒಪ್ಪಿಕೊಂಡೆ?" ಮಧ್ಯೆ ಮಧ್ಯೆ ಉದ್ವೇಗ ಇಣಕುತ್ತಿದ್ದರಿಂದ ಪ್ರಯಾಸವಾಗಿ ಆಡಿದ ಸಾಗರ್.

ತಣ್ಣಗೆ ಬೀಸಿ ಬರುವ ಗಾಳಿ. ಬೆವತ ಅಂಗೈಯನ್ನು ಬಿಡಿಸಿ ನೋಡಿದಳು. ಏನಾದರೂ ಹೇಳಬೇಕೆಂದುಕೊಂಡರೂ ಸ್ವರ ಹೊರಡದು. ನಿಸ್ಸಹಾಯಕತೆ ಮುಖದ ತುಂಬ ಹರಡಿಕೊಂಡಿತು.

"ಮಾತಾಡು ರಾಧ, ನಾನು ಕೂಡ ಸಾಧಾರಣ ಮನುಷ್ಯ. ನಿನ್ನ ಸಮಸ್ಯೆ, ನಿಸ್ಸಹಾಯಕತೆಯನ್ನು ಅರ್ಥಮಾಡಿಕೊಳ್ಳಬಲ್ಲೆ" ಪ್ರಯಾಸದಿಂದ ತಲೆಯೆತ್ತಿದಳು. ಕಂಬನಿ ತುಂಬಿದ ಕಣ್ಣುಗಳಿಗೆ ಯಾವುದೂ ಸ್ಪಷ್ಟವಾಗದು. ಕೆನ್ನೆಗಳ ಮೇಲೆ ಹರಿದಾಗ ಮುಂಗೈನಿಂದೊರೆಸಿಕೊಂಡಳು.

"ನಂಗೂ ಈ ಪ್ರಸ್ತಾಪ ಎದುರಾದಾಗ ಆಶ್ಚರ್ಯವಾಗಿತ್ತು. ಮಾತಿನ ನಡುವೆ ಎಲ್ಲಾ ಗಟ್ಟಿ ಮಾಡಿದ್ದರು. ನಮ್ಮ ಬಡತನ, ನನ್ನ ತಂದೆಯ ನಿಸ್ಸಹಾಯಕತೆ ಪುಂಡು, ಪೋಲಿ ಹುಡುಗರಿಗೆ ರಕ್ಕೆ ಬಂದಂತಾಗಿತ್ತು. ಹೊರ್ಗಡೆ ಓಡಾಡೋದು ಕೂಡ ಅಸಾಧ್ಯವಾಗಿತ್ತು. ಮುಳು ಮುಳು ಅಳೋ ಅಮ್ಮ, ನಿಸ್ಸಹಾಯಕತೆಯಿಂದ ಏದುಸಿರು ಬಿಡುತ್ತ ಶಾಪ ಹಾಕೋ ಅಪ್ಪ, ಹದ್ದುಗಳ ಹಾಗೆ ಕಾಡೋ ಕೆಟ್ಟ ಜನ.

ಇವರಿಂದ ಮುಕ್ತಿ ಬೇಕಾಗಿತ್ತು. ನಂಗೆ ಬೇಕಾಗಿದ್ದುದ್ದು ಮರ್ಯಾದೆಯ ಜೀವ್ನ. ಅದಕ್ಕಾಗಿಯೇ ಒಪ್ಕೊಂಡೆ. ಇಲ್ಲಿ ನನ್ನ ಒಪ್ಗೇ ಮುಖ್ಯವಾಗಿರಲಿಲ್ಲ." ಮುಖ ಮುಚ್ಚಿ ಬಿಕ್ಕಿದಾಗ ಅವನೆದೆಗೆ ಚೂರಿ ಹಾಕಿದಂತಾಯಿತು. ತಣ್ಣನೆಯ ಗಾಳಿ ಕೂಡ ಬಿಸಿಯಾಯಿತು.

ಮುಖ ಹಿಂಡಿ ಹಣೆಯುಜ್ಜಿದ. ಅವಳ ಪಾಲಿಗೆ ತಾನು ದುರಂತ ನಾಯಕನಾಗ ಬೇಕಾಯಿತೇ? ಹೃದಯ ಹೊರಳಿ ಹೊರಳಿ ನರಳಿತು. ಕಣ್ಮುಂದೆ ದಟ್ಟವಾದ ಮಂಜು. ಮುಂದಿನ ದಾರಿ ಅಸ್ಪಷ್ಟ.

"ಆಗ ನಳಿನಿ ಬಗ್ಗೆ ನೀನು ಯೋಚಿಸಲಿಲ್ಲ" ಕುಟುಕಿದಂತಾಯಿತು ಅವಳಿಗೆ.

"ತೀರಾ ಬಾಯಾರಿ ಬಳಲಿ ಸೋತು ಹೋದ ಮನುಷ್ಯ ಬದುಕಿಸಬಹುದಾದ ಒಂದೇ ಒಂದು ತೊಟ್ಟು ಜಲ ಸಿಕ್ಕಿದ್ರೂ ಬಾಯಿ ಹಾಕ್ತಾನೆ. ಆಗ ಅವನದೇ ಜೀವ

ಅವ್ನಿಗೆ ಮುಖ್ಯವಾಗಿರುತ್ತೆ. ಬೇರೆಲ್ಲ ಗೌಣ. ನಂತರವೇ ಅದು ಕುಡಿಯಲೂ ಯೋಗ್ಯವೇ? ಅದರಿಂದ ತನಗೇನು ತೊಂದರೆಯೇ? ಮತ್ತೆ ತಾನು ಕುಡಿದಿದ್ದರಿಂದ ಬೇರೆಯವರಿಗೆ ಅನ್ಯಾಯವಾಯಿತೇ? ನನ್ನ ಸ್ಥಿತಿನು ಹಾಗೇ ಇತ್ತು" ಅವಳ ವಿಚಾರಪೂರಿತ ಮಾತುಗಳಿಗೆ ಬೆರಗಾದ.

"ದಯವಿಟ್ಟು ಕ್ಷಮ್ಸಿ, ನಳಿನಿ ಅಕ್ಕನ ಬಗ್ಗೆ ನಂಗೆ ಯಾವಾಗ್ಲೂ ಗೌರವನೇ..." ಬೇರೆಡೆ ತಿರುಗಿ ಕಣ್ಣೀರು ಸುರಿಸತೊಡಗಿದಳು.

"ಮದ್ವೆಯಾಗಿ ಮೂರು ತಿಂಗ್ಳು ಕಳದ್ಮೇಲೆನೆ ನಿನ್ನೊತೆ ಇವತ್ತು ಏಕಾಂತವಾಗಿ ಮಾತಾಡೋ ಅವಕಾಶ ಸಿಕ್ಕಿದ್ದು" ದೂರಕ್ಕೆ ದೃಷ್ಟಿ ಹಾಯಿಸಿದ.

ಸೂರ್ಯ ಸಂಪೂರ್ಣವಾಗಿ ಪಶ್ಚಿಮಕ್ಕೆ ವಾಲಿದ್ದ. ಹಕ್ಕಿಗಳ ಕಲರವ ಮಂಜುಳ ನಾದದಂತಿತ್ತು.

"ಇಲ್ಲಿಗೆ ಬಂದ್ಮೇಲೆ ಗೆಲುವಾಗಿದ್ದಿ. ಈ ಪರಿಸರಕ್ಕೆ ಹೊಂಡಿಕೊಂಡಿದ್ದಿ. ನಿನ್ನ ಅಮ್ಮ, ಅಪ್ಪ, ಅಶ್ವಿನಿ ಎಲ್ಲಾ ಚೆನ್ನಾಗಿ ನೊಡ್ಕೋತಾರೆ. ನಿನ್ನ ಕಾಲೇಜಿಗೆ ಸೇರಿಸ್ತೀನಿ. ಭವಿಷ್ಯದ ಬಗ್ಗೆ ನಿಶ್ಚಿಂತೆಯಿಂದಿರು."

ಅವಳ ತಲೆಯ ಮೇಲೆ ಸಿಡಿಲು ಅಪ್ಪಳಿಸಿದಂತಾಯಿತು. ಅವಳ ಮನಸ್ಥಿತಿಯೇ ಬಿರುಗಾಳಿಗೆ ಸಿಕ್ಕಿದ ತರಗೆಲೆಯಾಯಿತು.

ಕೊಳದ ಕಡೆಗೆ ಮುಖ ಮಾಡಿ ಕೂತವಳು ತಟ್ಟನೆ ಇತ್ತ ತಿರುಗಿದಳು. ಮುಸುಕಿದ ಭಯ ಆ ಮುಖದ ಚೆಲುವಿಗೆ ಗ್ರಹಣ ಹಿಡಿದಂತಾಗಿತ್ತು.

"ದಯವಿಟ್ಟು ಬೇಡ. ನನ್ನ ಮಾತ್ರ ನಿಮ್ಮಿಂದ ದೂರ ಇರೋಕೆ ಹೇಳ್ಬೇಡಿ." ಆ ಮನೆಯಲ್ಲಿ ಕೆಲ್ಸದವಳಾಗೆ ಇರ್ತೀನಿ. ನಿಮ್ಮನ್ನ ನೋಡ್ತೀನಲ್ಲ ಅನ್ನೋ ಸಂತೋಷವೇ ಸಾಕು" ಕಾಲು ಮೇಲೆ ಮುಖವಿಟ್ಟು ಬಿಕ್ಕಿದಾಗ ಅವನಿಗೆ ಏನೂ ತೋಚದಾಯಿತು. ಆಯ್ದುಕೊಂಡ ದಾರಿ ಕತ್ತಲೆಯಿಂದ ಮುಚ್ಚಿಹೋಯಿತು. ಸಂಪೂರ್ಣವಾಗಿ ಸೋತು ಹೋದ. ಇಲ್ಲಿ ಗೆಲುವು ರಾಧಳದು.

"ಏಳು ಹೋಗೋಣ" ದೀರ್ಘವಾಗಿ ಉಸಿರೆಳೆದು ದಬ್ಬಿದ. ಪ್ರಯಾಸ, ಸಂಕೋಚದಿಂದ ನೋಟವೆತ್ತಿದಳು. "ನನ್ನಿಂದ ಯಾರ್ಗೂ ಅನ್ಯಾಯವಾಗೋದ್ಬೇಡ..." ತಲೆಯಾಡಿಸಿ ಕಣ್ಣಲ್ಲಿಯೇ ಸಮಾಧಾನ ಹೇಳಿದ.

ಬೇರೆ ದಾರಿ ತೋರಿಸಲು ಹೊರಟವನು ತನ್ನ ಹಾದಿಯಲ್ಲಿಯೇ ಅವಳನ್ನ ನಡೆಯಲು ಬಿಟ್ಟಿದ್ದ. ಈ ಒಪ್ಪಂದ ಅನಿವಾರ್ಯವಾಗಿತ್ತು.

ನಾಮಕರಣ ಮುಗಿಯಿತು. ರಾಧಳೊಂದಿಗೆ ಸಾಗರ್ ಹೊರಟಾಗ ರಾಜಣ್ಣ ನಿಶ್ಚಿಂತನಾದ.

ಒಳ್ಳೆದೇ ಮಾಡ್ದೆ. ಅವರಾಗಿ ಅವ್ರೆ ಮಾಡಿದ್ದು. ನೀನ್ಯಾಕೆ ಸುಮ್ನೆ ತಲೆಕೆಡ್ಸಿಕೊಳ್ತೀ, ನಾವು ಸಾಮಾನ್ಯ ಜನ. ದೊಡ್ಡ ದೊಡ್ಡ ಆದರ್ಶದ ವಿಚಾರಗಳು ನಮ್ಮಂಥವ್ರಿಗೆ ಎಷ್ಟು ಅನ್ವಯವಾಗುತ್ತೋ, ಗೊತ್ತಿಲ್ಲ. ಯಾರೋ ಮಾಡ್ದ ತಪ್ಪಿಗೆ ಆ ಹುಡ್ಗೀನ ಬಲಿ ಕೊಡ್ಬೇಡ. ನಿಮ್ಮ ನಳಿನಿ ಬಗ್ಗೆ ಕಾಳಜಿ ಹಚ್ಚಿಕೊಂಡಿರೋ ಅಪ್ಪ, ಅಮ್ಮ ಇದ್ದಾರೆ. ಆಸ್ತಿ ಇದೆ. ಒಂದು ರೀತಿ ಹಮ್ಮು ಇದೆ. ಈ ಹುಡ್ಗೀ ನಿನ್ನ ಪ್ರೀತಿಯಲ್ಲೇ ಎಲ್ಲಾ ತುಂಬ್ಕೋಬೇಕು.

ಅದ್ನ ಅರ್ಥಮಾಡ್ಕೋ" ರಾಜಣ್ಣನ ಮಾತುಗಳಿಗೆ ಬೆರಗಾಗಿ ಸಾಗರ್ ಕಣ್ಣರಳಿಸಿದ.

"ನಿನ್ನ ಏನೋಂತ ತಿಳ್ಕೊಂಡಿದ್ದೆ." ಭುಜ ತಟ್ಟಿದ.

ಹೊರಡೋವಾಗ ಅನಿರೀಕ್ಷಿತವಾಗಿ ಅರಿವಿಗೆ ಬರದಂಥ ಗೆಲುವು ಅವನನ್ನ ಅಪ್ಪಿಕೊಂಡಿತ್ತು. 'ಪ್ರೀತಿ' ಒಂದು ರೀತಿಯ ಮತ್ತು. ಅದರ ಅಮಲು ಬಲು ವ್ಯಾಪಕ. ಇಡೀ ಜಗತ್ತನೇ ಆವರಿಸಿದೆ.

ದಾರಿಯುದ್ದಕ್ಕೂ ಅವಳ ವಿದ್ಯಾಭ್ಯಾಸ, ಮನೆಯ ಸಂಗತಿಯನ್ನೆಲ್ಲ ವಿಚಾರಿಸಿದ. ಮಾತಿನ ಮಧ್ಯೆ ಸುಂದರಮ್ಮನ ಸಂಗತಿ ಇಣಕಿತು. ತೆಪ್ಪಗಾದಳು. ವಾರೆಗಣ್ಣಿನಿಂದ ಅವಳ ಮುಖದ ಭಾವನೆಗಳನ್ನ ಅವಲೋಕಿಸಿದ.

"ನಿಂಗೆ ಅವ್ರುನ ಕಂಡ್ರೆ ತುಂಬ ಭಯವಿರ್ಬಹ್ದು" ತಕ್ಷಣ ಅವಳ ಮುಖ ಬಿಳಿಚಿಕೊಂಡಿತು. "ಹಾಗೇನು ಇಲ್ಲ"

ಪಕ್ಕದಲ್ಲಿ ಕೂತ ಹೆಣ್ಣು ಕೈ ಹಿಡಿದ ಮಡದಿ. ಮಾನಸಿಕವಾಗಿ ಇನ್ನ ಒಪ್ಪಿಕೊಂಡು ಮುಂದುವರಿಯಲಾರದ ಸ್ಥಿತಿ. ಒಮ್ಮೆ ಬಸ್ಸು ವಾಲಿದಾಗ ಅಪ್ಪಿ ಹಿಡಿಯಬೇಕೆನ್ನುವ ಬಯಕೆಯಿಂದ ನುಣುಚಿಕೊಳ್ಳಲು ಪ್ರಯತ್ನಿಸಿದ. 'ನಾವು ಸಾಮಾನ್ಯ ಜನ' ರಾಧ ಹೇಳಿದ ಮಾತು ನೆನಪಾಯಿತು.

ಮನೆಯ ಮುಂದೆ ಆಟೋದಿಂದ ಇಳಿದಾಗ ಸುಂದರಮ್ಮ ಹೊರಗೆ ಇದ್ದರು. 'ತಾನು ತನ್ನ ಮನೆಯಲ್ಲಿದ್ದಿನಾ ಅಥವಾ ಮಾವನ ಮನೆ ವಾಸಿನಾ?' ಪದೇ ಪದೇ ಪಡುವ ಸಂಶಯಕ್ಕೆ ನಿವಾರಣೆಯೇ ಇಲ್ಲ.

ಆಕೆಯ ಬಿರುಗಣ್ಣುಗಳಿಗೆ ಹೆದರಿದ ಗುಬ್ಬಚ್ಚಿಯಾದಳು ರಾಧ. ಮೈಯಲ್ಲಿನ ಶಕ್ತಿಯನ್ನೆಲ್ಲ ಕಳೆದುಕೊಂಡವಳಂತೆ ಕಂಪಿಸಿದಳು.

"ಒಳ್ಗಡೆ.... ನಡೀ" ನಿರ್ಲಕ್ಷ್ಯದಿಂದ ಹೇಳಿದ.

ಕುಸಿಯುತ್ತಿದ್ದ ಪಾದಗಳನ್ನು ಎಳೆದು ಹಾಕುತ್ತ ನಡೆದ ರಾಧ ಬಾಗಿಲಲ್ಲಿ ನಳಿನಿಯನ್ನು ನೋಡಿದ ಕೂಡಲೇ ಅಚೇತನನಾದಳು.

ಮುಂದಕ್ಕೆ ನಡೆದ ಸಾಗರ್ ಕತ್ತನ್ನು ತಿರುಗಿಸಿ ನೋಡಿದ. ಬೆದರಿದ ಹರಿಣಿಯಂತೆ ಕಂಡಳು. ಬೇಟೆಗೆ ಸಿಕ್ಕ ಪ್ರಾಣಿಯ ಭೀತಿ ಇತ್ತು ಅವಳ ಮುಖದ ಮೇಲೆ.

"ಇದೇನು ಅಲ್ಲೇ ನಿಂತೇ! ಒಳ್ಗಡೆ ಬಾ.." ಸ್ವಲ್ಪ ದನಿಯೇರಿಸಿದ ತಡಬಡಾಯಿಸಿ ಕೊಂಡು ಪಾದಗಳು ಒಳಗೆ ಬಂದರೂ ಅವಳ ಮುಖದ ಭೀತಿ ತಗ್ಗಲಿಲ್ಲ. "ಇದು ಮನೆ. ನೀನೇನು ಕಾಡಿಗೆ ಬಂದಿಲ್ಲ. ಇಲ್ಲಿ ಯಾವ ಪ್ರಾಣಿಗಳು ಇಲ್ಲ" ಅರ್ಥಗರ್ಭಿತವಾಗಿ ಆಡಿದ ಮಾತುಗಳಿಗೆ ಸುಂದರಮ್ಮ ರೋಷತಪ್ತರಾದರು. ಅವರ ಊಹೆಗೂ ನಿಲುಕದ್ದು ನಡೆಯುತ್ತಿತ್ತು.

ಹೊರಟಾಗಲೇ ಗಂಡ ತಾಕೀತು ಮಾಡಿ ಕಳಿಸಿದ್ದರು.

"ಸುಮ್ನೇ ರಾಮಾಯಣ ಮಾಡಿಕೊಳ್ಳೋದ್ಬೇಡ. ಆದಷ್ಟು ಬೇಗ ಮುಗ್ಸಿ, ಷುರು ಮಾಡ್ದ ಅಧ್ಯಾಯಕ್ಕೆ ಮುಕ್ತಾಯ ಹಾಡಬೇಕು. ಅಷ್ಟರವರ್ಗೂ ಸಹನೆ ಇರ್ಲಿ. ದುಡುಕಿ ಸಾಗರ್‌ನ ಮನಸ್ಸಿಗೆ ಘಾಸಿಗೊಳಿಸಿ ನಾವು ಕೆಟ್ಟವರಾಗೋದ್ಬೇಡ. ಸ್ವಲ್ಪ ನಿನ್ನ

ಮಗ್ಗಿಗು ತಿಳಿವಳಿಕೆ ಕೊಡು."

ಆ ಅರ್ಥಗರ್ಭಿತ ಮಾತುಗಳು ಅವರನ್ನು ತಣ್ಣಗಾಗಿರಿಸಿದ್ದವು.

"ಎಲ್ಲರಂಥ ಮನುಷ್ಯ ಅಲ್ಲ ಸಾಗರ್. ಪ್ರಾಮಾಣಿಕ ವ್ಯಕ್ತಿ. ತೀರಾ ಯಾವ್ದು ಬೆಳೆಯೋಕೆ ಬಿಟ್ರು ಅನಾಹುತವಾಗುತ್ತೆ. ಮೊದ್ಲು ನಮ್ಮೆಲ್ಲ ಕೆಲ್ಸ ಕೈಗೂಡಲಿ. ಆಮೇಲೆ ನಾನೇ ವಿಷ್ಯ ತಿಳಿಸ್ತೀನಿ" ಇವಿಷ್ಟು ಮಾತುಗಳು ಎಚ್ಚರಿಸಿದವು.

ಒಳಗೆ ಬಂದವರು ಬಹಳ ಆತ್ಮೀಯವಾಗಿ ಅಳಿಯನೊಂದಿಗೆ ಎಲ್ಲರನ್ನು ವಿಚಾರಿಸಿದರು. ಅಪ್ಪಿ ತಪ್ಪಿಯು ರಾಧಳ ಸುದ್ದಿ ಎತ್ತಲಿಲ್ಲ. ಈ ಕೃತಕತೆಯನ್ನು ನಂಬಿ ಬಿಡುವಷ್ಟು ಸಾಗರ್ ಮೂರ್ಖನಾಗಲಿಲ್ಲ.

"ಇಲ್ಲಿ ನಳಿನಿ ಒಬ್ಬೇ. ಅವ್ರು ಬಂದ ಕೂಡ್ಲೇ ನನ್ನ ಹೊರಡಿದ್ರು, ಅಲ್ಲಿ ವ್ಯವಸಾಯ ಜೊತೆ ಸಾಕಷ್ಟು ಕೆಲ್ಸಗಳು ಬಿದ್ದಿದೆ. ಬಿಟ್ಟು ಬರೋದೂಂದ್ರೆ ಕಷ್ಟ. ಹಾಗಂತ ಸುಮ್ನೆ ಇರೋಕು.... ಆಗೋಲ್ಲ!" ಈ ಪ್ರಲಾಪಕ್ಕೆ ಕಿವಿ ಮುಚ್ಚಿಕೊಳ್ಳಬೇಕೆನಿಸಿತು ಅವನಿಗೆ. ಮೌನವಹಿಸಿದ.

ಅಡಿಗೆ ಮನೆಗೆ ಬಂದ ರಾಧಳನ್ನು ಅಡಿಯಿಂದ ಮುಡಿಯವರೆಗೂ ನೋಡಿದರು. ಚೆಲುವು ಕಣ್ಣು ಕುಕ್ಕಿತು. ಗಂಟಲಿಂದ ಒಡಲಿನವರೆಗೂ ಕಾದ ಸೀಸ ಹರಿದಂತಾಯಿತು.

"ಎಲ್ಲಾ ಸಂಭ್ರಮ ಮುಗೀತಾ !" ತೀರಾ ಕೆಳ ಸ್ವರದಲ್ಲಿ ಆಕೆ ಕೇಳಿದರೂ ಅದರಲ್ಲಿನ ತೀಕ್ಷ್ಣತೆ ಅವಳ ಗುಂಡಿಗೆಯನ್ನ ನಡುಗಿಸಿಬಿಟ್ಟಿತು. "ಅವ್ರೆ...."

"ಎಲ್ಲಾ ಗೊತ್ತಾಯ್ತು. ನಡೀಲಿ ನಾಲ್ಕು ದಿನ. ಚಪ್ಪಲಿನ ಹಾಕ್ಕೊಂಡು ಒಳಗೆಲ್ಲ ನಡೆದಾಡಿದ ಮಾತ್ರಕ್ಕೆ ಶ್ರೇಷ್ಠ ಅಂತ ತಿಳ್ಕೋಬೇಡ. ಅದ್ರ ಕೆಲ್ಸ ಮುಗದ್ಮೇಲೆ ಬೀದಿಗೆ ಎಸೆಯೋದೇ!" ಸುಂದರಮ್ಮನ ಮಾತುಗಳನ್ನು ಆ ಗಳಿಗೆಯಲ್ಲಿ ಅರ್ಥೈಸಿಕೊಳ್ಳುವ ಸ್ಥಿತಿಯಲ್ಲಿರಲಿಲ್ಲ ರಾಧ.

ಇಷ್ಟು ಅಂದು ಆಡಿ ಮುಗಿಸಿದ ಮೇಲೆನೆ ಸುಂದರಮ್ಮನ ಒಳಗಿನ ಬೆಂಕಿ ತಣ್ಣಗಾಗಿದ್ದು. ಒಂದು ಲೋಟ ಕಾಫೀ ಅವಳ ಮುಂದೆ ಕುಕ್ಕಿದಳು.

ನಳಿನಿಗೆ ಪೂರ್ಣವಾಗಿ ಅಸಮಾಧಾನವಾಗಿದೆಯೆಂದರಿತ ಸಾಗರ್ ತಾನೇ ಸೋಲಲು ನಿಶ್ಚಯಿಸಿದ. ಗಂಡಿನ ಪ್ರೀತಿ, ಹೆಣ್ಣಿನ ಪ್ರೀತಿಯನ್ನು ಯಾರು ಪಾಲು ಮಾಡಿಕೊಳ್ಳಲು ಸಿದ್ಧರಲ್ಲ. ಇದು ಸಿದ್ಧಾಂತಕ್ಕೂ ಮೀರಿದ್ದು.

ಹಾಸಿಗೆಗೆ ಬಂದವಳನ್ನು ಬರಸೆಳೆದೋ ಬಿಸಿಯುಸಿರಿನಲ್ಲಿ ಕರಗಿಸಲು ನೋಡಿದ.

"ನಿಮ್ಮ...." ಮುಂದೆ ಮಾತನಾಡದಂತೆ ಬೆರಳುಗಳಿಂದ ಅವಳ ಬಾಯನ್ನು ಮುಚ್ಚಿದ. "ಈಗೇನು ಮಾತಾಡೋದ್ಬೇಡ."

ಮೊದಲು ಕೊಸರಾಡಿದರು ಅಪ್ಪುಗೆಯಲ್ಲಿ ಪೂರ್ತಿ ಕರಗಿಹೋದಳು. ರಾಧನ ಇಬ್ಬರು ಮರೆತಂತೆ ಜಾಗೃತಾವಸ್ಥೆಯಲ್ಲಿ ನಟಿಸಿದರು.

ಎಲ್ಲಾ ತುಮುಲವನ್ನು ಮರೆತಂತೆ ಶಾಂತವಾಗಿಯೇ ನಿದ್ರಿಸಿದ. ಕಿಟಕಿಯಿಂದ ತೂರಿ ಬರುತ್ತಿದ್ದ ಬೆಳದಿಂಗಳಲ್ಲಿ ಅವನ ಮುಖವನ್ನೇ ದಿಟ್ಟಿಸಿದಳು. ಸ್ವಚ್ಛವಾಗಿತ್ತು.

"ಸುಮ್ನೇ ಕಾಡಿ ಎಲ್ಲಾ ಯೋಜನೆನು ಹಾಳು ಮಾಡ್ಬೇಡ. ನಾಲ್ಕು ದಿನ

ತೆಪ್ಪಗಿರು. ಅವರಿಬ್ರೂ... ಒಂದಾಗ್ಲಿ..." ತಾಯಿಯ ಮಾತುಗಳು ನೆನಪಾಗಿ ಮಗ್ಗುಲಾಗಿ ಮಲಗಿದಳು.

ಬೆಳಗಿನ ಜಾವಕ್ಕೆ ಎಚ್ಚರಗೊಂಡ ಸಾಗರ್ ಅವಳ ಮುಂಗುರುಳು ತೀಡಿ ಎಚ್ಚರಿಸಿದ. ಕೆನ್ನೆಗೆ ತುಟಿಯೊತ್ತಿ ಹೇಳಿದ.

"ರಾಧಳಿಗೆ ನಮ್ಮಿಂದ ಅನ್ಯಾಯವಾಗೋದ್ಬೇಡ. ಅವ್ಳುನ ಕಾಲೇಜಿಗೆ ಸೇರಿಸೋಣ" ತಟ್ಟನೆ ಅವನ ಕೈಯನ್ನು ಹಿಂದಕ್ಕೆ ತಳ್ಳಿದಳು. ದಢಕ್ಕನೇ ಎದ್ದು ಕೂತಳು.

"ಅವ್ಳು ಇಲ್ಲಿ ಇದ್ಕೊಂಡು ಓದಿಕೊಳ್ಳೀಂತ ಯಾರು ಮದ್ವೆ ಮಾಡ್ಸಿಕೊಂಡ್ಬಂದಿಲ್ಲ" ಸಿಡಿದಳು.

ಸಾಗರ್ ತಾಳ್ಮೆ ಕಳೆದುಕೊಳ್ಳಲು ಇಚ್ಛಿಸಲಿಲ್ಲ. ಬಳಸಿ ಪ್ರೀತಿಯಿಂದ ಅವನ ಕಡೆಗೆ ತಿರುಗಿಸಿಕೊಂಡ. ನವಿರಾಗಿ ರೇಗಿಸಿದ.

"ಅವ್ಳು ನಂಗೆ ಮಡದಿಯಾಗ್ಲೀಂತ ತಾನೇ ನಿನ್ನ ಅಭಿಪ್ರಾಯ. ಈಗ್ಲೇ ದುಡುಕಿದ್ದೀಯಾ. ಮತ್ತೊಮ್ಮೆ ದುಡುಕೋದ್ಬೇಡ" ಮುಖ ಬಿಗಿದು ಕೂತಳು. ನೋಡುತ್ತಲೇ ಕೂತ.

"ಅಂತೂ ನಿನ್ನ ಕಡೆ ತೀರ್ಮಾನ. ಅವ್ಳಿಗೆ ಎಲ್ಲದರಲ್ಲೂ ಸಮಪಾಲು ಕೋಡೋಕೆ ನೀನು ಸಿದ್ಧ" ನಗುನಗುತ್ತಲೇ ರೇಗಿಸಿದ.

ಅವಳ ಅವುಡುಗಳು ಬಿಗಿದುಕೊಂಡವು. ಕಣ್ಣುಗಳಲ್ಲಿ ಕ್ರೋಧ. ಉಸಿರಾಟದ ಗತಿ ಏರುಪೇರಾಯಿತು. ಉದ್ವಿಗ್ನತೆಯಿಂದ ಭುಸುಗುಟ್ಟತೊಡಗಿದಳು.

"ಈ ಮನೆಗೆ ಒಂದು ಮಗುವಿನ ಅವಶ್ಯಕತೆ ಇದೆ ಅಂತಲೇ ಮದ್ವೆ ಮಾಡಿದ್ದು. ನನ್ನದರಲ್ಲಿ ಸಮಪಾಲು ಹಂಚೋಕ್ಕಾಗೋಲ್ಲ. ಆ ಯೋಗ್ಯತೆ ಅವ್ಳಿಗೂ ಇಲ್ಲ. ಕೊಡೋ ಅರ್ಹತೆ ನಿಮ್ಗೂ ಇಲ್ಲ" ಮುಖಕ್ಕೆ ರಾಚಿದ ಮಾತುಗಳು ಅವನ ಸಹನೆ, ಪ್ರೀತಿಯುತ ಮನವನ್ನು ಛಿದ್ರಗೊಳಿಸಿದವು. ಒರಟಾಗಿ ಅವಳ ಮುಖವನ್ನು ತನ್ನೆಡೆಗೆ ತಿರುಗಿಸಿಕೊಂಡ.

"ನೀನು ಹೆಣ್ಣಲ್ಲ, ನಿನ್ನಲ್ಲಿ ಕುಣಿತಾ ಇರೋದು ನಿಮ್ಮಪ್ಪ, ಅಮ್ಮನ ಭೂತ" ಕೈ ಹಿಂದಕ್ಕೆ ಬಂತು. ಮಂಚದಿಂದಿಳಿದು ನಡೆದ.

ಕೊತಕೊತನೆ ಲಾವಾರಸದಿಂದ ಕುದಿಯುವ ಈ ಮನೆ ಬಿಟ್ಟು ಹೋಗೋವರ್ಗೂ ಅವನಿಗೆ ನೆಮ್ಮದಿ ಇಲ್ಲ. ತಣ್ಣೀರಿನಲ್ಲಿಯೇ ಸ್ನಾನ ಮುಗಿಸಿದ. ಉಡುಪು ತೊಟ್ಟು ಹೊರಗೆ ಬಂದಾಗ ಸುಂದರಮ್ಮ ನಿಂತಿದ್ದರು.

"ಹೇಗೊ ರಾಧ ಇದ್ದಾಳೆ. ನಾಲ್ಕು ದಿನ ನಳಿನಿನ ಕರ್ಕೊಂಡ್ಹೋಗ್ತೀನಿ" ಕಪಾಳಕ್ಕೆ ಗಟ್ಟಿಸಬೇಕೆನ್ನುವಷ್ಟು ರೋಷ ಉಕ್ಕಿತು. ನುಂಗಿಕೊಂಡ. "ಈಗೇನು ಬೇಡ"

ನಾಲ್ಕು ಹೆಜ್ಜೆ ಮುಂದಕ್ಕೆ ಹೋದವನನ್ನು ಅವರ ಮಾತುಗಳು ಹಿಡಿದು ನಿಲ್ಲಿಸಿದವು.

"ಸ್ವಲ್ಪ ನಳಿನಿ ಹೊಂದ್ಕೋಬೇಕು. ಅವ್ಳು ಒರಟುತನದಿಂದ ನೀವು ನೊಂದಿದ್ದೀರಾ. ನಾವಾಗಿ ಮಾಡಿ ನಿಮ್ಮನ್ನು ಇಕ್ಕಟ್ಟಿಗೆ ಸಿಕ್ಕಿಸಿದಂತಾಯ್ತು. ಒಂದ್ಮಗುವಾದ್ರೆ ಎಲ್ಲಾ

ಸರ್ಯೋಗುತ್ತೆ."

ಹಿಂದಕ್ಕೆ ತಿರುಗದೆ ಹೊರಟುಬಿಟ್ಟ. ಸ್ಕೂಟರ್ ಹೊರಗೆ ತೆಗೆಯುವಷ್ಟು ತಾಳ್ಮೆ ಕೂಡ ಅವನಿಗಿರಲಿಲ್ಲ. ನಡದೇ ಹೊರಟವನು ದಾರಿಯಲ್ಲಿ ಸಿಕ್ಕಿದ ಹೋಟೆಲ್‌ಗೆ ನುಗ್ಗಿ ಜನಸಂದಣಿ ಇಲ್ಲದ ಖಾಲಿ ಟೇಬಲ್ಲಿನ ಬಳಿ ಹೋಗಿ ಕೂತ.

"ಗರ್ಭ ಧರಿಸಲು ನಿಮ್ಮ ಮಡದಿಯ ಗರ್ಭಕೋಶ ಸಮರ್ಥವಲ್ಲವೆಂದು ದೃಢಪಟ್ಟಿದೆ. ಶಸ್ತ್ರ ಚಿಕಿತ್ಸೆಯಿಂದನೂ ಅಂತಹ ಪರಿಣಾಮ ಕಾಣದು. ಕೆಲವು ನಮ್ಮ ನಂಬಿಕೆಗಳಿಗೆ ಸವಾಲ್ ಎಸೆಯುವಂಥ ಘಟನೆಗಳು ನಡೆದಿದೆ. ಅಕಸ್ಮಾತ್ ದೈವಕೃಪೆಯಿಂದ ಮಕ್ಕಳಾದ್ರೂ.... ಆಗ್ಬಹ್ದು. ಅದಕ್ಕಾಗಿ ಚಿಂತೆ ಬೇಡ. ವಿಶ್ ಯು ಬೆಸ್ಟ್ ಆಫ್ ಲಕ್" ಎಂದು ತಪಾಸಣೆ ನಡೆಸಿದ ಡಾಕ್ಟರ್ ಭುಜ ತಟ್ಟಿದ್ದರು. ಆದರೆ ತಮ್ಮ ಮಗಳಿಗೆ ಮಕ್ಕಳೇ ಆಗುವುದಿಲ್ಲವೆಂದು ತೀರ್ಮಾನಕ್ಕೆ ಹೇಗೆ ಬಂದರು? ಅದಕ್ಕೆ ಅವರದೇ ಆದ ಕಾರಣಗಳೇನಾದ್ರೂ ಉಂಟಾ? ಚಿಂತೆಯಿಂದ ಅವನ ಹಣೆಯ ಮೇಲೆ ಗೆರೆಗಳು ಮೂಡಿದವು.

"ಏನು ಕೊಡ್ಲಿ ಸಾರ್?" ಎದುರು ನಿಂತ ಮಾಣಿಯ ಕಡೆ ನೋಡಿದ. "ಇಡ್ಲೀ, ವಡೆ ತಗೊಂಡ್ಬಾ...." ಕೈ ತೊಳೆದು ಬರಲು ಎದ್ದ.

ಬಹಳ ನಿಧಾನವಾಗಿ ತಿಂದು ಕಾಫೀ ಕುಡಿದ. ತಾಯಿ, ಮಗಳ ಮಾತುಗಳಿಗೆ ತಾಳೆ ಹಾಕಿ ನೋಡಲು ಪ್ರಯತ್ನಿಸಿದ. ಒಂದು ಮಗುವಿಗಾಗಿ ಇಷ್ಟೊಂದು ತ್ಯಾಗ' ಮನ ಪರಿಹಾಸ್ಯ ಮಾಡಿತು. ನಂಬಲು ಸಿದ್ಧವಿಲ್ಲ.

"ಆ ಹೆಣ್ಣಿಗೆ ಬೇಡದ್ದು ತಾನೇಕೆ ಕಾಯ್ದಿಡಲು ಪ್ರಯತ್ನಿಸಬೇಕು? ಬರೀ ತುಮುಲದ ನಡುವೆ ಬೆಯ್ಯೋಕ್ಕಿಂತ ಅವರು ತೋರಿಸಿದ ದಾರಿಯಲ್ಲಿ ನಡೆದು ಬಿಡೋದೆ ಸರಿ" ರೋಸಿದ ಮನ ನಿರ್ಧಾರಕ್ಕೆ ಬಂದಾಗ ಎದ್ದು ಬಿಲ್ ತೆತ್ತು ಹೊರಬಂದ.

ಆಟೋ ಹಿಡಿದು ಆಫೀಸಿಗೆ ಬಂದ. ಮೊದಲು ಪೀಟರ್ ಬಂದು ವಿಚಾರಿಸಿದ.

"ಸಾಗರ್, ನಿನ್ನ ಮಾನಸಿಕ ಸ್ಥಿತಿ ಏನೇನು ಚೆನ್ನಾಗಿಲ್ಲ. ಬದ್ಕುನೊಂದಿಗೆ ರಾಜಿಯಾಗು. ಇಲ್ದಿದ್ರೆ ಮೂವತ್ತಕ್ಕೆ ಮುಪ್ಪು. ಅಷ್ಟಲ್ಲದೆ ಪಡೆದ ಸಂಬಳಕ್ಕೆ ಕೆಲ್ಸ ಮಾಡೋಕು ನಮ್ಮಿಂದ ಆಗೋಲ್ಲ." ಭುಜ ತಟ್ಟಿ ಹೋದ.

ತಲೆ ಬಿಸಿಯಲ್ಲಿ ಫೈಲ್‌ಗಳಲ್ಲಿದ್ದಿದ್ದು ಅವನ ತಲೆಗೆ ಹೋಗಲೇ ಇಲ್ಲ. ಬರೀ ತಾಯಿ, ಮಗಳ ಮಾತುಗಳು ಕಿವಿಯಲ್ಲಿ. ದೀನವದನಳಾದ ರಾಧ ಕಣ್ಮುಂದೆ. ಒರಟಾಗಿ ಫೈಲ್‌ಗಳನ್ನು ತಳ್ಳಿ ಸಿಡಿಯುವ ತಲೆಯನ್ನು ಅಂಗೈನಿಂದೊತ್ತಿದ.

ವಿರಾಮದ ವೇಳೆಯಲ್ಲಿ ಹೋಗಿ ಸಿಗರೇಟ್ ಪ್ಯಾಕ್, ಬೆಂಕಿಪೊಟ್ಟಣ ಕೊಂಡು ಜೇಬಿಗೆ ಸೇರಿಸಿ ಬರುತ್ತಿದ್ದವನು ಒಂದುಕ್ಷಣ ನಿಂತ. 'ಎಲ್ಲಾ ದುರಭ್ಯಾಸಗಳಿಂದ ನನ್ನ ಮಗ ಮುಕ್ತಿ' ತಾಯಿಯ ಅಭಿಮಾನದ ಮಾತುಗಳು. ಎರಡನ್ನು ತೆಗೆದು ಕೈಯಲ್ಲಿಡಿದು ನೋಡಿದ. ಎತ್ತಿ ಚರಂಡಿಗೆ ಎಸೆದ.

ಅಂದಿನ ಕೆಲಸ ಅವರ ಪಾಲಿಗೆ ಹೋರಾಟವಾಗಿ ಪರಿಣಮಿಸಿತು. ಪದೇಪದೇ ವಾಚ್ ಕಡೆ ನೋಡಿದ. ಐದು ನಿಮಿಷ ಮೊದಲೇ ಹೇಳಿ ಎದ್ದು ಬಂದ.

ಬೆಳಿಗ್ಗೆ ಹೋಟೆಲಲ್ಲಿ ತಿಂಡಿ. ಹೊಟ್ಟೆಯಲ್ಲಿ ದೊಂಬರಾಟ ಷುರುವಾಗಿತ್ತು. ಮತ್ತೆ ಹೋಟೆಲಿಗೆ ಹೋಗಲು ಇಷ್ಟಪಡಲಿಲ್ಲ.

ಮತ್ತೆ ಆಟೋ ಹಿಡಿದು ಮನೆಗೆ ಬಂದ. ಪೂರ್ತಿ ನೀರವತೆಯಲ್ಲಿ ಮುಳುಗಿತ್ತು. ಬೆಲ್ ಮಾಡಿದ. ಬಂದು ತೆಗೆದವಳು ರಾಧ. ಬೆಳಗಿನ ಮಂಕುತನ, ಭಯ ಇರಲಿಲ್ಲ. ತುಟಿಗಳ ಮೇಲೆ ನಸುನಗೆಯ ಛಾಯೆ. ಮುಖದಲ್ಲಿ ಹಸನ್ಮುಖತೆ. ಅರ್ಧ ಆಯಾಸ ಪರಿಹಾರವಾದಂತಾಯಿತು.

ಬಟ್ಟೆ ಬದಲಾಯಿಸುತ್ತಿದ್ದವನು ಕಾಫೀ ಹಿಡಿದು ಬಂದವಳತ್ತ ತಿರುಗಿದ. ಕಣ್ಣಿನಲ್ಲಿ ಪ್ರಶ್ನೆ ಇತ್ತು.

"ಅಕ್ಕ, ಅತ್ತೆ ಊರ್ಗ್ಗೇ ಹೋದ್ರು. ತೇರು ಮುಗ್ದ ಕೂಡಲೇ ಬರ್ತಾರಂತೆ" ಮೆಲುವಾದ ದನಿಯಲ್ಲಿ ಹೇಳಿದಾಗ ಮುಖ ಗಂಟಾಕಿದರು ಮನಸ್ಸಿಗೆ ಆರಾಮವೆನಿಸಿತು.

ಕಾಫೀ ಲೋಟಕ್ಕೆ ಕೈ ಹಚ್ಚುವ ವೇಳೆಗೆ ಪರಿಚಿತ ದನಿ. ತಿರುಗಿದವನು ಮುಖ ಅರಳಿಸಿದ.

"ಹಲೋ..." ಲಾಯರ್ ರಂಗನಾಥ್ ನಗು ಬೀರಿಯೇ ಮುಂದಡಿ ಇಟ್ಟಿದ್ದು. ಸಾಗರ್‌ನ ಬಾಯಲ್ಲಿನ ತೇವ ಆರಿತು. "ಹಲೋ..." ಕೃತಕ ಸಂತೋಷ ನಟಿಸಿದ.

ಅವರ ಪ್ರಾಮಾಣಿಕ ನೋಟ ಎದುರಿಸಲೇ ಮುಜುಗರಪಟ್ಟ. ರಾಧ ಬಗ್ಗೆ ಪ್ರಶ್ನಿಸಿದಾಗ ಏನೆಂದು ಉತ್ತರಿಸುವುದು? ತಾನು ಅವರ ದೃಷ್ಟಿಯಲ್ಲಿ ಎಷ್ಟು ಕೆಳಗೆ ಇಳಿಯಬಲ್ಲೆ! ಹೃದಯ ಹಿಂಡಿದಂತಾಯಿತು.

ರಾಣಿ ಓಡಿಬಂದಳು. ಕುಟುಂಬ ಸಮೇತರಾಗಿ ಬಂದಿದ್ದರು. ಕಾಲಡಿಯ ಭೂಮಿಯಲ್ಲಿ ಹಂತಹಂತವಾಗಿ ಸೇರಿಹೋಗಬೇಕೆನಿಸಿತು.

"ಹೌ ಆರ್ ಯು? ನಮ್ಮ ಮನೆ ಕಡೆ ಬರ್ಲೇ ಇಲ್ಲ. ನಮ್ಮ ರಾಣಿ ಪದೇ ಪದೇ ಜ್ಞಾಪಿಸೋಳು...." ಸೋತ ನಗೆ ನಕ್ಕಾಗ ಗಂಡ, ಹೆಂಡತಿ ಮುಖ ಮುಖ ನೋಡಿಕೊಂಡರು.

ಅವರಾಗಿ ಕೂತರು. ಸಾಗರ್ ಮಾತುಗಳಿಗಾಗಿ ಹುಡುಕಾಡಿದ. ಅವನಲ್ಲಿನ ಅಪರಾಧಭಾವ ಚಿತ್ರವಧೆ ಮಾಡುತ್ತಿತ್ತು.

"ಯಾರು ಕಾಣ್ತಾ ಇಲ್ಲ" ವಿಮಲ ಕೇಳಿದಾಗ ಭಂಗಿ ಬದಲಾಯಿಸಿ ಹೆಚ್ಚಾಗಿ ಕಿರುನಗೆ ಬಿರಿದ. "ನಳಿನಿ ತವರು ಮನೆಗೆ ಹೋಗಿದ್ದಾಳೆ."

ಈ ಸಂಕೋಚದಿಂದ ಅವನನ್ನ ಮುಕ್ತನನ್ನಾಗಿ ಮಾಡುವುದು ಹೇಗೆಂದು ಇಬ್ಬರು ಯೋಚಿಸಿದರು.

"ರಾಧ ಕೂಡ ಹೋಗಿದ್ದಾರ?" ವಿಸ್ಮಯದಿಂದ ತಲೆಯೆತ್ತಿದ. ತಮಗೆ ವಿಷಯ ಗೊತ್ತಿದೆಯೆನ್ನುವಂತೆ ನಕ್ಕರು ರಂಗನಾಥ್.

ವಿಮಲನೆ ಎದ್ದು ಹೋಗಿ ರಾಧಳನ್ನು ಪರಿಚಯ ಮಾಡಿಕೊಂಡಳು. ಹೊರಗೆ ಕರೆತಂದು ಗಂಡನಿಗೆ ಪರಿಚಯಿಸಿದಾಗ ರಂಗನಾಥ ಕೈ ಮುಗಿದರು. ಕಣ್ಣರಳಿಸಿದರು. ಕಣ್ಣು ಕೋರೈಸುವಂಥ ರೂಪ.

"ರಾಣಿ, ಇವ್ರು ಯಾರು ಗೊತ್ತಾ?" ವಿಮಲಳ ಪ್ರಶ್ನೆಗೆ ರಾಣಿಯ ನೋಟ ರಾಧಳ ಮೇಲೆ ನೆಟ್ಟಿತು. 'ಗೊತ್ತಿಲ್ಲ' ಎನ್ನುವಂತೆ ತಲೆಯಾಡಿಸಿದಳು. "ಮಾಮಿ..." ಅವಳ ಕಣ್ಣುಗಳಲ್ಲಿ ಮೂಡಿದ ಕುತೂಹಲಕ್ಕೆ ಯಾರು ಸಮರ್ಪಕ ಸಮಾಧಾನ ಹೇಳಲು ಶಕ್ತರಾಗಲಿಲ್ಲ.

ಮಾತುಗಳಲ್ಲಿ ಹಂತಹಂತವಾಗಿ ಮುಜುಗರ ಹರಿದು ಸಹಜವಾಗಿ ಮಾತನಾಡುವ ಸ್ಥಿತಿಗೆ ಬಂದ ಸಾಗರ್.

ರಾಧಳ ಜೊತೆಯಲ್ಲಿ ವಿಮಲ ಮನೆಯಲ್ಲ ನೋಡಿ ಬಂದರು. ಸರಳ, ಮುಗ್ಧ ಸ್ವಭಾವದ ರಾಧ ಅತ್ಯಂತ ಮೆಚ್ಚಿಗೆಯಾಗಿದ್ದಳು.

ಹೋಗುವ ಮುನ್ನ ರಾಣಿಯ ಹುಟ್ಟುಹಬ್ಬಕ್ಕೆ ಆಹ್ವಾನಿಸಿದರು. ನಾಲ್ಕು ಹೆಜ್ಜೆ ಹಾಕಿ ಹಿಂದಕ್ಕೆ ಬಂದ ವಿಮಲ ಹೇಳಿದರು.

"ಖಂಡಿತ ರಾಧನ್ನ ಕರ್ಕೊಂಡ್ಬನ್ನಿ. ನಿಮ್ಮ ತಾಯಿ ಎಲ್ಲಾ ಹೇಳಿದ್ದಾರೆ. ಸುಮ್ನೇ ಯಾಕೆ ಅಪರಾಧ ಭಾವದಿಂದ ನರಳ್ತೀರಾ? ಯಾರ್ದೋ ತಪ್ಪಿಗೆ ಯಾರದೋ ಬಲಿ. ಇದು ಲೋಕದ ರೀತಿನೇ ಆಗ್ಬಿಟ್ಟಿದೆ. ಅಷ್ಟಕ್ಕೆ ಅವಕಾಶ ಕೊಡ್ಬೇಡಿ."

ವಿಮಲ ತೀರಾ ಆತ್ಮೀಯತೆ ವ್ಯಕ್ತಿಯಾಗಿ ಕಂಡರು. ಅವನನ್ನ ದಬ್ಬಿ ಕೇಕೆ ಹಾಕುತ್ತಿದ್ದ ಇನ್‌ಫಿಯಾರಿಟಿ ಕಾಂಪ್ಲೆಕ್ಸ್ ಸಣ್ಣಗೆ ನರಳಿತು.

ಭಾರವಾದ ಎದೆ ಸ್ವಲ್ಪ ಹಗುರವಾಯಿತು. ನೇರವಾಗಿ ಒಳಕ್ಕೆ ಬಂದ. ನೆಲದ ಮೇಲೆ ಕೂತು ಅಂದಿನ ಪತ್ರಿಕೆಯಲ್ಲಿ ಕಣ್ಣು ನೆಟ್ಟಿದ್ದವಳು ತಟ್ಟನೆ ಎದ್ದಳು.

"ನೀನು ಇಷ್ಟು ಭಯಪಟ್ರೆ ಕಷ್ಟವಾಗುತ್ತೆ. ಸ್ವಲ್ಪ ಧೈರ್ಯವಾಗಿರೋದ್ನ ಅಭ್ಯಾಸ ಮಾಡ್ಕೋ" ನವಿರಾಗಿ ಹೇಳಿದಾಗ ಅವಳ ಕದಪುಗಳಲ್ಲಿ ಕೆಂಪು ಮೂಡಿತು. ನೋಟ ಅತ್ತಿತ್ತ ಚಲಿಸಲಿಲ್ಲ. "ಬ್ಯೂಟಿಫುಲ್..." ಮನ ಉದ್ಗರಿಸಿತು.

ಹೊರಕ್ಕೂ ಒಳಕ್ಕೂ ಓಡಾಡಿದ. ನಳಿನಿಯ ನೆನಪು. ಸವಿ ಕ್ಷಣಗಳು ಅವನನ್ನ ಕಂಗೆಡಿಸಿಬಿಟ್ಟವು. ತಾನು ಇದರಿಂದ ಮುಕ್ತನಾಗಿ ರಾಧಳ ಜೊತೆ ವರ್ತಿಸಬೇಕಾದ್ರೆ ಬೇರೆಯ ವಾತಾವರಣವೇ ನಿರ್ಮಾಣವಾಗ್ಬೇಕು.

"ತಟ್ಟೆ ಹಾಕ್ತೀಯಾ" ಕೋಣೆಯಿಂದಲೇ ಕೂಗಿದ. ಬೆಚ್ಚಿದಂತೆ ಎದ್ದ ರಾಧ ಓಡಿದಳು. "ಆಯ್ತು.." ಬಾವಿಯಾಳದಿಂದ ಬಂದಂತಿತ್ತು ಸ್ವರ.

ಟೇಬಲ್ಲಿನ ಮೇಲಿದ್ದಿದ್ದು ಒಂದೇ ತಟ್ಟೆ. ಎಂದೂ ಅವಳು ಇಲ್ಲಿ ಕೂತು ಊಟ ಮಾಡುವ ಅವಕಾಶವನ್ನೇ ಕೊಟ್ಟಿರಲಿಲ್ಲ ನಳಿನಿ. ಅವಳ ಮನಸ್ಥಿತಿಯೇ ಅವನಿಗೆ ಅರ್ಥವಾಗಿರಲಿಲ್ಲ.

"ಇನ್ನೊಂದು ತಟ್ಟೆ ಹಾಕು" ಅವನ ಸ್ವರದಲ್ಲಿ ಅಧಿಕಾರವಿತ್ತು. ಉಗುಳು ನುಂಗಿದಳು. "ನಾನು ಆಮೇಲೆ ಮಾಡ್ತೀನಿ" ಹುಬ್ಬೆತ್ತಿ ಅವಳತ್ತ ನೋಡಿದ. ಭಯ, ಸಂಕೋಚ ಅವನಿಗೆ ರೇಗಿತು.

"ಹಾಗೇನಾದ್ರು ಶಾಸನ ಆಗಿದ್ಯಾ? ನಾನು ಹೇಳ್ತಾ ಇದ್ದೀನಿ, ಇನ್ನೊಂದು ತಟ್ಟೆ ಹಾಕು"

ಆ ಕೋಪಕ್ಕೆ ಅವಳ ಹೃದಯ ಹಾಡುವ ನವಿಲಾಯಿತು. ವಸಂತದ ಸೊಗಸನ್ನ ಕಂಡಂತೆ ನರ್ತಿಸಿತು.

ಊಟದ ಮಧ್ಯೆ ಆಗಾಗ ಮಾತಾಡಿ ವಾತಾವರಣ ಸಾಕಷ್ಟು ತಿಳಿ ಮಾಡಿದ. ಆಮೇಲೆ ಅದರ ಪ್ರಯಾಸದ ಅರಿವು ಮೂಡಿತು.

"ಇಂಥ ಸಮಸ್ಯೆಗಳನ್ನು ಯಾವ ಮೂರ್ಖ ಕೂಡ ತಂದೊಡ್ಡಿಕೊಳ್ಳಲಾರ. ಸೂಕ್ಷ್ಮ ಮಾತ್ರವಲ್ಲ ಅತ್ಯಂತ ಜಟಿಲ ಕೂಡ" ಎದೆಯ ಮೇಲೆ ಕೈಯಿಟ್ಟುಕೊಂಡು ಅದರ ಏರುಪೇರಿನ ಲೆಕ್ಕ ಹಾಕುತ್ತಲೇ ಎದ್ದ.

ಇವನು ಕೋಣೆಗೆ ಬರುವ ವೇಳೆಗೆ ಒಂದು ಲೋಟ ಹಬೆಯಾಡುವ ಹಾಲಿತ್ತು. ಸಮವಾಗಿ ಹಂಚಿಕೊಂಡು ಕುಡಿದ ಸಿಹಿನೆನಪುಗಳು ಕಚಗುಳಿ ಇಟ್ಟವು. ಆಮೇಲೆ ಅವೆಲ್ಲ ಬರೀ ನೆನಪುಗಳಾದವು. ಮೊದಲಿನ ಬಿಸಿ, ಬಯಕೆಗಳು ತಣ್ಣಗಾದರೂ ಮಧುರವಾದ ದಾಂಪತ್ಯ ಜೀವನವನ್ನ ಉಳಿಸಿಕೊಳ್ಳಬಹುದಿತ್ತು. ಆದರೆ... ನಳಿನಿ ಮುಖ ಮೇಲೆತ್ತಿ ಭಾರವಾದ ಉಸಿರನ್ನ ದಬ್ಬಿದ.

ಎಷ್ಟೋ ಹೊತ್ತು ಎದೆಯ ಮೇಲೆ ಕೈ ಕಟ್ಟಿ ಮೌನವಾಗಿ ಕುಳಿತ. ಕ್ಷಣಗಳು, ನಿಮಿಷಗಳು ಸರಿದು ಗಂಟೆಗಳ ಸನಿಹಕ್ಕೆ ಬಂದಾಗ ತಲೆ ಕೊಡವಿ ಮೇಲೆದ್ದ. ಮನೆ ಪೂರ್ತಿ ನಿಶ್ಯಬ್ದವಾಗಿತ್ತು.

ರಾಧಳ ಕೋಣೆಯ ಒಳಗೆ ಬಂದ. ಎದೆಯ ಬಡಿತ ಎರಡು ಪಟ್ಟು ಹೆಚ್ಚಿತ್ತು. ಲೈಟು ಹಾಕಿದ. ಮತ್ತಷ್ಟು ಬಿಗಿಯಾಗಿ ಕಣ್ಮುಚ್ಚಿಕೊಂಡಳು.

"ರಾಧ...." ಅವನ ಸ್ವರ ಜೇನಿನಲ್ಲಿ ಅದ್ದಿದಂತಿತ್ತು. ಅವಳಿಗಿಂತ ಮೊದಲು ಅವನೇ ಬೆವತ. "ಯಾಕೋ ನಿದ್ದೆ ಬರ್ಲಿಲ್ಲ. ಮೇಲೆ ಹೋಗಿ ಕೂತು ಕೊಳ್ಳೋಣ."

ಮುಂದಲೆ, ಸೆರಗು ಸರಿಮಾಡಿಕೊಂಡು ಎದ್ದು ಅವಳ ಮುಖದಲ್ಲಿ ಸಹಜ ಸಂಭ್ರಮವಿತ್ತು. ಮಧುರವಾಗಿ ಕಂಪಿಸುವ ತುಟಿಗಳು ನೂರು ಪ್ರೀತಿಯ ಮಾತುಗಳನ್ನಾಡಲು ತವಕಿಸುತ್ತಿತ್ತು.

ಮನೆಯ ಪಕ್ಕ ಬಳಿಸಿಕೊಂಡು ಇಬ್ಬರು ಮೇಲೇರಿದರು. ತುಂಬು ಬೆಳದಿಂಗಳ ರಾತ್ರಿ, ಪ್ರಕೃತಿ ಸಂಭ್ರಮದಿಂದ ಬೀಗುತ್ತಿತ್ತು. ಒಟ್ಟಿನಲ್ಲಿ ಆಹ್ಲಾದಕರ ವಾತಾವರಣ. ಅವನ ಮನ ಹಕ್ಕಿಯಾಯ್ತು.

"ಒಳಗಿನ ಉಸಿರುಗಟ್ಟುವ ವಾತಾವರಣಕ್ಕಿಂತ ಇಲ್ಲೇ ಚೆನ್ನಾಗಿದೆ" ಮೃದುವಾಗಿ ನುಡಿದ. ಮಧುರವಾಗಿ ಕಂಪಿಸಿದಳು ರಾಧ. ಅವಳದು ಕೂಡ ದ್ವಂದ್ವ ಮನಸ್ಥಿತಿ. "ಇಲ್ಲೇ ಹಾಸಿ ಕೊಡ್ಲಾ?"

ಹುಬ್ಬೆತ್ತಿ ಅವಳತ್ತ ನೋಡಿದ. ಅಪರೂಪದ ಚೆಲುವೆಗೆ ಬೆಳದಿಂಗಳ ಆಭರಣ. ನೂತನ ಚೇತನ ಒಳಗೆ ಹರಿದಾಡಿತು. ಕೆಳಗಿಳಿದು ಹೋದ ರಾಧ ಹಾಸಿಗೆ ಹೊತ್ತು ತಂದಳು.

ನಿಧಾನವಾಗಿ ಬಿಡಿಸಿದಳು. ಎದ್ದವಳತ್ತ ಜಡೆ ಹಿಡಿದು ಕೈ ನಿಲ್ಲಿಸಿತು. ಅವನ ಕಣ್ಣುಗಳಲ್ಲಿ ಹೊಸ ಲೋಕವಿತ್ತು. ಬಳಸಿ ಅಧರಗಳಲ್ಲಿನ ಜೇನನ್ನ ಹೀರಿದ.

"ರಾಧ..." ಬಿಸಿಯುಸಿರು ಅವಳ ಕೆನ್ನೆಗೆ ಸೋಕಿದಾಗ ಪೂರ್ತಿ ಮರೆತಳು. ತುಂಬು ಚಂದಿರ. ಅಣಕಿಸಿದಾಗ ಅವನಿಂದ ಬಿಡಿಸಿಕೊಂಡಳು. "ನಾನು ಕೆಳಗಡೆ ಹೋಗ್ತೀನಿ" ಏರಿಳಿಯುತ್ತಿದ್ದ ವೃಕ್ಷ ಸೌಂದರ್ಯ ಅವನ ನೋಟವನ್ನು ಪೂರ್ತಿಯಾಗಿ ಹಿಡಿದಿಟ್ಟಿತು.

ನವಿರಾಗಿ ಕಂಪಿಸುವ ಅವಳ ಹೃದಯದಲ್ಲಿ ಮಧುರ ತರಂಗಗಳು. ಪ್ರಕೃತಿಬದ್ಧ ನಿರ್ಣಯಗಳಿಗೆ ಇಲ್ಲಿ ಶಾಸ್ತ್ರಬದ್ಧ ಸಮ್ಮತವಿತ್ತು.

ಕೋಣೆಗೆ ಬಂದವಳೇ ಹಾಸಿಗೆಯ ಮೇಲೆ ಉರುಳಿಕೊಂಡಳು. ಆಕ್ರಮಣ ಅತಿಕ್ರಮವಲ್ಲ. ತೋಳಿನ ಬಿಸಿಯಲ್ಲಿ ಪೂರ್ತಿಯಾಗಿ ಕರಗಿಹೋದಳು. ಬಹಳ ತೃಪ್ತನಾಗಿ ಆಯಾಸಗೊಂಡವನಂತೆ ಉರುಳಿಕೊಂಡ.

ಹೃದಯಗಳ ಪ್ರೀತಿ ಹೊಸಗೆಯ ನಂತರವೇ ದೇಹಗಳ ಸಮ್ಮಿಲನವಾದದ್ದು. ಒಂದೆರಡು ದಿನ ನೊಂದ. ಬೇಸರಿಸಿ ಮುಜುಗರಪಟ್ಟುಕೊಂಡ. ಪ್ರೇಮದ ಸೆಲೆಯಲ್ಲಿಯೇ ಅವನನ್ನ ತೋಯಿಸಿದ ರಾಧ ಹೊಸ ಸಾಮ್ರಾಜ್ಯವನ್ನೇ ಸೃಷ್ಟಿಸಿಕೊಟ್ಟಂತಾಗಿತ್ತು.

ಬಿಸಿ, ಬಯಕೆಗಳಿಗಿಂತ ಪ್ರೇಮದ ಪರಾಕಾಷ್ಠತೆ ಇತ್ತು. ಆರಾಧನಾ ಭಾವದಲ್ಲಿ ಅವನು ಬಂಧಿ.

ಶನಿವಾರದ ರಾತ್ರಿಯೇ ಹೇಳಿದ.

"ಪತ್ರನು ಬಂದಿಲ್ಲ. ನಾಳೆ ಹೋಗಿ ನಳಿನಿನ ಕರ್ಕೊಂಡ್ಬರ್ತೀನಿ" ಮೌನವಾಗಿ ತಲೆಯಾಡಿಸಿದಳು. ಎದೆಯಲ್ಲಿ ಭಯದ ನೆರಳು. ನಳಿನಿಯ ಮುಂದೆ ನಿಲ್ಲಲು ಹಿಂಜರಿಕೆ. "ನಂಗ್ಯಾಕೋ ಭಯ!" ಕೆನ್ನೆ ತಟ್ಟಿ ಮೃದುವಾಗಿ ಕೈ ಅದುಮಿದ. ಪೂರ್ಣ ಭರವಸೆ ಇತ್ತು.

ಇಡೀ ರಾತ್ರಿ ಬಳಸಿಯೇ ಹಗಲು ಮಾಡಿದ. ಆ ರಾತ್ರಿ ಅವನ ಜೀವನದಲ್ಲಿ ಅತ್ಯಂತ ಮಧುರ.

ಹೊರಟುನಿಂತಾಗ ಅವಳೆದೆ ಭಾರವಾಯಿತು. ತೌರಿನ ಚಿತ್ರ ಕಣ್ಮುಂದೆ ಇತ್ತು. ತೋಡಿಕೊಳ್ಳಲಾರದಷ್ಟು ಅಸಹಾಯಕತೆ.

"ಯಾಕೆ ಒಂದು ತರಹ ಇದ್ದೀ?" ಕಣ್ಣಲ್ಲಿ ಕಣ್ಣಿಟ್ಟು ನೋಡಿದ. ನೀರಿನ ತುಂತುರು. ನಿನ್ನ ಮನೆಯವ್ರಿಗೆ ಏನಾದ್ರೂ ಹೇಳ್ಬೇಕಾ?"

ಕೆನ್ನೆಯ ಮೇಲೆ ಹರಿದ ಕಣ್ಣೀರು ಕಾಣದಿರಲೆಂದು ಮುಖ ಪಕ್ಕಕ್ಕೆ ತಿರುಗಿಸಿಕೊಂಡು ಬೆರಳುಗಳಿಂದ ತೊಡೆದುಕೊಂಡಳು.

"ನೀನು ಬರ್ತೀಯಾ?" ತಲೆಯಾಡಿಸಿದಳು. ಅಲ್ಲಿ ಅಸಹಾಯಕತೆ ಸ್ಪಷ್ಟ. "ಅಕಸ್ಮಾತ್ ಸಿಕ್ಕಿದ್ರೆ... ಕೇಳ್ದೇಂತ ಹೇಳಿ."

ಅಚೇತನನಾಗಿ ನಿಂತು ಬಿಟ್ಟ ಸಾಗರ್. ಅದರ ಹಿಂದಿನ ದಾರುಣ ಚಿತ್ರ ಶೋಷಣೆಯ ಒಂದು ಮುಖವನ್ನು ಒತ್ತಿ ಹೇಳುತ್ತಿತ್ತು.

ಆದರೆ ಊರಿಗೆ ಬಂದ ಮೇಲೆನೆ ಅವಳ ಮಾತುಗಳಿಗೆ ಸ್ಪಷ್ಟತೆ ಸಿಕ್ಕಿದ್ದು. ಮಾತುಕತೆ ಊಟ ಮುಗಿದ ಮೇಲೆ ಎದ್ದು ಷರಟು ತೊಟ್ಟ.

"ಆ ಮನೆ ಹತ್ರ ಹೋಗ್ಬರ್ತೀನಿ" ಶಾಂತ ಕಣ್ಣುಗಳು ಕಿರಿದಾಗಿ ತೀಕ್ಷ್ಣತೆ ಅಧಿಕವಾಯಿತು. "ಯಾವ ಮನೆಗೆ?"

ಆ ಪ್ರಶ್ನೆಗೆ ಅರಗಿಸಿಕೊಳ್ಳಲು ಅವನಿಗೆ ನಿಮಿಷಗಳೇ ಬೇಕಾಯಿತು. ನಳಿನಿ ಕಣ್ಣುಗಳಲ್ಲಿ ಕುಹಕ ಕಾಣಿಸಿಕೊಂಡರೆ ಶಾಂತಾರಾಮ್ ಕಣ್ಣುಗಳಲ್ಲಿ ತಾತ್ಸಾರವಿತ್ತು. ಬದಲಿಸಿ ಬದಲಿಸಿ ನೋಡಿದ.

'ಓಹೋ... ಅಪ್ಪ, ಅಮ್ಮನ ಕ್ಷೇಮ ಸಮಾಚಾರ ವಿಚಾರಿಸಲು ಹೇಳಿ ಕಳಿಸಿರಬೇಕು' ವ್ಯಂಗ್ಯ ನುಡಿಗಳು ಅವನೆದೆಗೆ ಭರ್ಜಿಗಳಾದವು. ತುಟಿಗಳು ಬಿಗಿದು ಕೂತವು.

"ಛೆ, ನೀವು ಆ ಬಡ ಜೋಯಿಸರ ಮನೆ ಬಾಗ್ಲುಗೆ ಹೋಗೋದೆ.? ಎಲ್ಲಾದ್ರೂ ಉಂಟಾ? ಅದೆಲ್ಲ ಆಗ್ದ ಕೆಲ್ಸ. ಬೇಕಿದ್ರೆ ನಾನೇ ಹೇಳಿ ಕಳ್ಸಿ ಕರಿಸ್ತೀನಿ... ಅಂಥ ಅಗತ್ಯ ತಾನೇ ಏನಿದೆ?" ಎಲ್ಲಾ ಅವರೇ ಹೇಳಿಬಿಟ್ಟಾಗ ಮುಖಕ್ಕೆ ಅಪ್ಪಳಿಸುವ ಮನಸ್ಸಾಯಿತು. ಆದರೂ ನುಂಗಿದ.

ಸಂಜೆಯ ಮುಂದೆ ಹೆಂಡತಿಯ ಜೊತೆ ಜೋಯಿಸರೇ ಬಂದರು. ಬಡತನದಲ್ಲಿ ಮಿಂದ ಜನ ಎಲುಬುಗೂಡಿನಂತಿದ್ದರು. ಅವರ ಸ್ಪಷ್ಟ ಚೇತನಶಾಲಿ ರೂಪಿಗೂ ಮಂಕು ಬಡಿದಿತ್ತು.

"ರಾಧ ಚೆನ್ನಾಗಿದ್ದಾಳ?" ತೀರಾ ಸಂಕೋಚದಿಂದ ಸಾಗರ್‌ನ ಗಂಟಲು ಹಿಡಿದಂತಾಯಿತು. ಚೇತರಿಸಿಕೊಳ್ಳಲು ಪ್ರಯತ್ನಿಸಿದ "ಚೆನ್ನಾಗಿದ್ದಾಳೆ..."

ಮಧ್ಯೆ ಬಂದ ಶಾಂತಾರಾಮ್ ರೇಗಿಕೊಂಡರು.

"ಇಲ್ಲಾದ್ರೂ ಅರೆ ಹೊಟ್ಟೆ ಊಟ, ಅಲ್ಲೇನು ಚೆನ್ನಾಗಿದ್ದಾಳೆ. ಮಗ್ಳುನ ವಿಚಾರ್ಸಬೇಕೂಂತಲೇ ಬಂದ್ರಾ?" ಈ ತಾತ್ಸಾರದ ನುಡಿಗಳು ಅವರ ಮುಖದ ಅಲ್ಪಸ್ವಲ್ಪ ಉತ್ಸಾಹವನ್ನು ಅಳಿಸಿಹಾಕಿಬಿಟ್ಟಿತು.

"ಏನಿಲ್ಲ ಹೀಗೆ ಬಂದ್ವಿ" ಹೆಗಲ ಮೇಲಿನ ವಸ್ತ್ರದಿಂದ ಮುಖವನ್ನುಜ್ಜಿದರು. ಸಾಗರ್‌ನ ಒಳ್ಳೆಯ ಮನ ಕಣ್ಣೀರು ಮಿಡಿಯಿತು. "ರಾಧ ಈಗ ನೀನು ಕ್ಷಮ್ಸುವ ಅಗತ್ಯವಿದೆ" ಎಂದುಕೊಂಡ ಮನದಲ್ಲಿ.

ನಳಿನಿ ಮುಖ ತಿರುಗಿಸಿಕೊಂಡು ಎದ್ದು ಹೋದಳು. ಕಂಡರೂ ಕಾಣದಂತಿದ್ದ ಸಾಗರ್. ಜೋಯಿಸರ ಹೆಂಡತಿ ಎರಡು ಸಲ ತುಟಿಗಳು ಅಲುಗಿಸಲು ಪ್ರಯತ್ನಿಸಿದರಷ್ಟೆ ಸ್ವರ ಮಾತ್ರ ಹೊರಗೆ ಬರಲಿಲ್ಲ.

ಮೂರು ಜನ ಮೂರು ಕಡೆ ಎದ್ದು ಹೋದಾಗ ಅವರ ನಡುವೆ ಅವನು ಮಾತ್ರ ಉಳಿದ.

"ನೀವೆಲ್ಲ ಹೇಗಿದ್ದೀರಾ?" ಪ್ರಶ್ನೆಯ ಜೊತೆ ಅವನ ಕಣ್ಣೋಟ ಅತ್ತಿತ್ತ ಆಡಿತು. ಬಾಗಿಲಲ್ಲಿ ಇಣುಕಿದ ಸುಂದರಮ್ಮನ ನೆರಳು ಹೆದರಿಕೆಯೊಡ್ಡುವಂತಿತ್ತು.

"ಹೀಗಿದ್ದೀವಿ. ನಮ್ದು ಹೇಗಾದ್ರಾಗ್ಲಿ. ಆ ಹುಡ್ಗೀ ಒಳ್ಳೆ ಕಡೆ ಸೇರಿದಳಲ್ಲ ಅನ್ನೋ ಸಮಾಧಾನ. ಹೇಗೋ ನಮ್ದು ಕಳ್ದು ಹೋಗುತ್ತೆ. ಬಡವರ ಮನೆಯಲ್ಲಿ ಬೆಳ್ದ ಹೆಣ್ಣು. ನಾಜೂಕು ತಿಳಿಯದು...."

ಈಗ ಹೊರಗೆ ಬಂದು ಇಣಕಿದ್ದು ನಳಿನಿ. ಕೋಪದಿಂದ ಅವಳ ಮೂಗಿನ ಹೊಳ್ಳೆಗಳು ಬಿರಿದಿದ್ದವು. ಕಣ್ಣುಗಳು ಬೆಂಕಿಯನ್ನು ಸ್ಫುರಿಸಿತು.

"ನೀವ್ಯಾಕೆ ಅವ್ರ ಮುಂದೆ ಕೂತಿದ್ದೀರಿ? ಸುಮ್ನೇ ಪುರಾಣ ಬಿಚ್ತಾರೆ. ದೊಡ್ಡದಾಗಿ ಮಗ್ಳ ಮದ್ವೆ ಮಾಡ್ದ ಜನ. ಸ್ವಲ್ಪ ನಾವುಗಳು ದೊಡ್ಡ ಮನಸ್ಸು ಮಾಡಿದಿದ್ರೆ...ಯಾವ ಪುಂಡ, ಪೋಕರಿಗಳ ಪಾಲಾಗ್ತಾ ಇದ್ದಳೋ!" ಬಿರುಸಾದ ಮಾತುಗಳಿಗೆ ನಡುಗಿಹೋದರು.

ತುಟಿ ಕಚ್ಚಿದ ಸಾಗರ್. ಬಡತನ ಇಷ್ಟೊಂದು ಕಠೋರವೇ!

ಆ ಜನ ಬಾಲ ಮುದುರಿದ ನಾಯಿಗಳಂತೆ ಎದ್ದು ಹೋದಾಗ ಅವನೆದೆ ಬಿರಿದಂತಾಯಿತು. ಬೆಂಕಿಯ ಮೇಲೆ ಕುಳಿತಂತೆ ಚಡಪಡಿಸಿದ.

"ಅಬ್ಬ... ನಿನ್ನ ಒಂದ್ಮುಖದ ಪರಿಚಯ ಮಾತ್ರ ನಂಗಿತ್ತು. ಈಗೀಗ ಇನ್ನೊಂದ್ಮುಖದ ಪರಿಚಯ...." ತೀರಾ ನಾಜೂಕಾಗಿಯೇ ಆಡಿದ. ತಕ್ಷಣ ನಾಲಿಗೆ ಕಚ್ಚಿಕೊಂಡ.

ಮೈಮುರಿದು ಎದ್ದು ಹೊರಗೆ ಬಂದ. ಕಲಿತ ಹೆಣ್ಣು ನಳಿನಿ. ಬೆಳೆದ ಪರಿಸರದ ಪೂರ್ಣ ಬಂಧಿ. ತೀರಾ ವಿವೇಕಶೂನ್ಯಳು.

ಹೊರಗೆ ಮುಖ ಹಾಕಿದ ಸುಂದರಮ್ಮ ಬಹಳ ಆತ್ಮೀಯತೆಯಿಂದ ನುಡಿದರು.

"ನಿಮ್ಗೇ ಇಷ್ಟಾಂತ ಕಡುಬು ಮಾಡಿದ್ದೀನಿ. ನಾಳೆಯೊಂದು ದಿನ ಇರೀ" ಬೆಂಕಿ ಸೋಕಿದಂತಾಯಿತು ಅವನಿಗೆ. ಕತ್ತು ಹೊರಳಿಸಲಿಲ್ಲ.

"ನಂಗೆ ರಜಾ ಇಲ್ಲ. ಇಂದೇ ಹೋಗ್ಬೇಕಿತ್ತು. ನಳಿನಿ ಬಲವಂತಕ್ಕೆ ಉಳ್ದುಕೊಂಡೆ. ಅವ್ರುನ ಕರ್ಕೊಂಡ್ ನಾಳೆ ಹೊರಟುಬಿಡ್ತೀನಿ."

ಹೆಜ್ಜೆಗಳನ್ನ ಮುಂದಕ್ಕೆ ಹಾಕಿದ. ಶಾಂತಾರಾಮ್ ಈ ಊರಿನಲ್ಲಿ ಬಾಡಿಗೆ ಮನೆ ಹಿಡಿದೇ ಬಂದಿದ್ದು. ಈಗ ಮೂರು ಮನೆ ಮಾಲೀಕರು. ಹೀಗೇಂತ ಮಾತ್ರ ಯಾರು ಪ್ರಶ್ನಿಸಕೂಡದು. ಚಾಣಾಕ್ಷ ವ್ಯಕ್ತಿ. ಎಲ್ಲಕ್ಕೂ ದಾಖಲೆ ಒದಗಿಸಬಲ್ಲ.

ಎಲ್ಲಕ್ಕಿಂತ ಹೆಚ್ಚಾಗಿ ಅವ್ರಿಗೆ ಈ ಆಸ್ತಿಗೆ ಒಬ್ಬ ವಾರಸುದಾರ ಬೇಕಾಗಿರಬಹುದು. 'ಛೀ' ಅನಿಸಿತು. ಕಹಿ ಉಗುಳನ್ನು ರಸ್ತೆಯ ಬದಿಗೆ ಉಗುಳಿದ.

ಒಂಟಿಯಾಗಿಯೇ ಸಾಗರ್ ಹಿಂದಿರುಗಿದ್ದು. ನೂರೆಂಟು ಪೋಣಿಸಿದ್ದರು. ಗಂಡ, ಹೆಂಡತಿ. ರೋಸಿದ ಮನ ತಕರಾರು ಹೂಡದೇ ನಿರ್ಲಕ್ಷ್ಯ ಮಾಡಿತ್ತು.

* * *

ರಾಧಳ ಪ್ರೀತಿ, ಪ್ರೇಮ, ಸ್ನೇಹದಲ್ಲಿ ಅವನು ಸಂಪೂರ್ಣ ಸುಖಿಯಾಗಿದ್ದರೂ ನಳಿನಿಯನ್ನು ಮರೆಯಲಾರದವನಾಗಿದ್ದ. ಕರ್ತವ್ಯಪ್ರಜ್ಞೆ ಅವನನ್ನು ಎಚ್ಚರಿಸುತ್ತಿತ್ತು. ಒಂದಿಲ್ಲೊಂದು ಸಬೂಬು ಅವರದು.

ಸಂಜೆಯ ಮುಂದು ಕಾಂಪೌಂಡ್‌ನಲ್ಲಿ ಅಡ್ಡಾಡುತ್ತಿದ್ದವನು ಆಟೋ ಸದ್ದಿಗೆ ತಿರುಗಿದ. ತಾಯಿ, ಮಗಳು ಇಳಿದರು. ಸೂಟುಕೇಸ್, ಸಾಮಾನು ಕೆಳಗೆ ಬಂತು. ತಣ್ಣಗೆ ಬೇರೆಡೆ ಮುಖ ತಿರುಗಿಸಿದ.

ತಾಯಿ, ಮಗಳು ಮುಖ ಮುಖ ನೋಡಿಕೊಂಡರು. ತಾವೇ ಹೊತ್ತೊಯ್ದರು.

ನಳಿನಿ ವರಾಂಡದಲ್ಲಿಯೇ ಸೂಟುಕೇಸ್ ಕುಕ್ಕಿದಳು.

"ಏಯ್ ರಾಧ..." ಬೆದರಿದ ಹುಲ್ಲೆಯಂತೆ ಅವರ ಮುಂದೆ ಬಂದು ನಿಂತಳು. ತುಂಬಿಕೊಂಡ ಗಲ್ಲಗಳು, ಬೆಳಕು ತುಂಬಿಕೊಂಡ ಕಣ್ಣುಗಳು ಕಡೆದ ಶಿಲಾಬಾಲಿಕೆಯಂತೆ ಕಂಡಾಗ ಅವರೆದೆಯೊಡೆದಂತಾಯಿತು. "ಹೇಗಾಗಿದ್ದಾಳೆ ನೋಡು..." ಕೆಕ್ಕರಿಸಿಕೊಂಡು ಹೇಳಿದರು ಸುಂದರಮ್ಮ. ಮುಖ ಕೆಳಗೆ ಹಾಕಿದಳು ರಾಧ.

"ಇವೆಲ್ಲ ಒಳಗಡೆ ಇಡು." ಅಧಿಕಾರದಿಂದ ಹೇಳಿದಳು ನಳಿನಿ. "ಆಯ್ತು..." ತಲೆಯಾಡಿಸಿ ಒಯ್ದಳು. "ಎಷ್ಟು ಸೊಕ್ಕಿದ್ದಾಳೆ ನೋಡು. ಇನ್ನ ಭದ್ರ ಮಾಡ್ಕೋ. ಮುಂದಿನ ಏರ್ಪಾಟು ನಂದಿರ್ಲಿ."

ಅಂದಿನಿಂದ ತಾಯಿ, ಮಗಳ ದರ್ಬಾರು ಷುರುವಾಯಿತು. ರಾಧನ ಅವನ ಮುಂದೆ ಬರದಂತೆ ನೋಡಿಕೊಂಡರೂ ಒಂದೇ ಮನೆಯಲ್ಲಿ ಅದು ಸಾಧ್ಯವಿರಲಿಲ್ಲ. ಸುಂದರಮ್ಮ ರಾಧನ ತಮ್ಮ ಬಳಿಯಲ್ಲಿಯೇ ಮಲಗಿಸಿಕೊಳ್ಳ ತೊಡಗಿದರು. ಬೆರಳು ಕಚ್ಚಿದ ಸಾಗರ್.

ಗೂಢತೆ ತಾನಾಗಿ ಬಿಚ್ಚಿಕೊಳ್ಳುವತ್ತ ನಡೆಯವುದು ಅವನಿಗೆ ಭಾಸವಾಯಿತು. ಎದೆಯಾಳದಲ್ಲಿ ಎಂತಹುದೋ ಭಯ.

ಬಳಸಿದ ಕೈಯನ್ನ ಮೆತ್ತಗೆ ಪಕ್ಕಕ್ಕೆ ತೆಗೆದಿಟ್ಟ. ಶುಭ್ರ, ಶೀತಲ, ಸ್ನೇಹಮಯ ಜನದಲ್ಲಿ ಮಿಂದವನಿಗೆ ನಳಿನಿಯ ಸನಿಹ ಸುಡು ಬೇಸಿಗೆ.

"ಸ್ವಲ್ಪ ದೂರ ಮಲಕ್ಕೋ. ಸುಮ್ನೇ ಹಿಂಸೆ..." ಅಸಹನೆಯಿಂದ ರೇಗಿದ. ನಳಿನಿ ಮುಖ ಬಿಳಿಚಿಕೊಂಡಿತು. "ನಂಗೆಲ್ಲ ಅರ್ಥವಾಗ್ತಾ ಇದೆ"

ಅದೇನೆಂದು ಪ್ರಶ್ನಿಸಲು ಹೋಗಲಿಲ್ಲ. ತೆಪ್ಪಗೆ ಮಲಗಿದ. ಎಷ್ಟು ಸಹಿಸಿಕೊಳ್ಳಬೇಕೆಂದು ಕೊಂಡರೂ ಅವಳ ಒರಟು ಮಾತು, ವ್ಯಂಗ್ಯ ಇರಿತ, ಸ್ನೇಹವಿಲ್ಲದ ಬಯಕೆ ಅವಳಿಂದ ದೂರವೇ ಅವನನ್ನ ಇರಿಸತೊಡಗಿತು.

ಬೆಳಿಗ್ಗೆ ಎದ್ದ ಕೂಡಲೇ ಹಿತ್ತಲಿಗೆ ಬಂದ. ಎಂದಿನಂತೆ ಸುಂದರಮ್ಮ ಕಾವಲಾಗಿರಲಿಲ್ಲ. ರಾಶಿ ಪಾತ್ರೆಗಳು, ವಾಂತಿ, ಮಾಡಿಕೊಳ್ಳುತ್ತಿದ್ದ ರಾಧ. "ರಾಧ.... ಏನಾಯ್ತು?" ಧಾವಿಸಿದ. ಅವನೆದೆಗೆ ಒರಗಿ ಕಣ್ಮುಚ್ಚಿದಳು. 'ಈ ಕ್ಷಣದಲ್ಲಿಯೇ ಸತ್ತರೇ ಚೆನ್ನ' ನಿಸ್ಸಹಾಯಕ ಮನ ಹಂಬಲಿಸಿತು. "ನಂಗ್ಯಾಕೋ ಭಯ ಆಗುತ್ತೆ" ಭಯಗ್ರಸ್ತ ಕಣ್ಣುಗಳಿಗೆ ಮುತ್ತಿಟ್ಟ.

"ಛೆ, ಏನೇನೋ ಮಾತಾಡ್ಬೇಡ. ಡಾಕ್ಟ್ರ ಬಳಿ ಕರ್ಕೊಂಡ್ಹೋಗ್ತೀನಿ" ಮುಂಗುರುಳನ್ನು ಪ್ರೀತಿಯಿಂದ ಸವರಿದ. ಎಂತಹುದೋ ಹಿತ, ಅವ್ಯಕ್ತವಾದ ಆನಂದ. ಈ ಕ್ಷಣ ಶಾಶ್ವತವಾಗಬಾರದೇ ಎನಿಸಿತು.

"ಏನಾಯ್ತು?" ಸುಂದರಮ್ಮನ ದನಿ.

ಅವನೆದೆಯಲ್ಲಿನ ಸಂಕೋಚ, ಮುಜುಗರ, ಅಪರಾಧಭಾವವೆಲ್ಲ ಆ ಕ್ಷಣದಲ್ಲಿ ಸುಟ್ಟು ಭಸ್ಮವಾಯಿತು.

ಅವ್ಳಿಗೆ ಹುಷಾರಿಲ್ಲ" ನಡೆಸಿಕೊಂಡು ಹೊರಟಾಗ ಸುಂದರಮ್ಮನ ಮಿದುಳಿನಲ್ಲಿ

ದಗ್ಗನೇ ಬೆಂಕಿ ಹತ್ತಿ ಉರಿಯಿತು. 'ಈ ಮನೆಯ ಋಣ ಹರೀತು'

ತಾನೇ ಹಾಸಿಗೆ ಬಿಡಿಸಿ ಅವಳನ್ನು ಮಲಗಿಸಿದ. ಇಣುಕಿದ ನಳಿನಿ ಬೆಂಕಿಯಾದಳು.

"ಭೇಷ್, ಏನೋ ಅಂದ್ಕೊಂಡೆ" ಅತ್ತ ಅವನ ಗಮನವೇ ಹರಿಯಲಿಲ್ಲ.

ಒಂದ್ಲೋಟ ಹಾಲು ತಗೊಂಡ್ಬಾ. ರಾಧಗೆ ಹುಷಾರಿಲ್ಲ" ರಾಧಳ ಮುಖದ ಬೆವರು ಕರ್ಚೀಫ್‌ನಿಂದ ಒತ್ತಿದ. "ರಾತ್ರಿ ಊಟ ಮಾಡಿದ್ಯಾ?"

ಮೆಲ್ಲಗೆ ಕಣ್ತೆರೆದಳು. ಹೃದಯ ಒಡೆದು ಹೋಗುವಂಥ ವೇದನೆ. ಕೈ ಬಾಯಿಗೆ ಅಡ್ಡ ಇಟ್ಟು ಬಿಕ್ಕಿದಳು.

"ನನ್ನ ಎಲ್ಲು ಕಳಸಬೇಡಿ. ನಾನು ಹೋಗೋಲ್ಲ" ಆರ್ತಳಾಗಿ ಬೇಡಿದಾಗ ಸಣ್ಣಗೆ ನಕ್ಕ. "ನಿಂಗ್ಯಾಕೆ ಆ ಭಯ? ಹಾಗೇನು ಆಗೋಲ್ಲ."

ಅವನ ಕೈ ಹಿಡಿದು ಕಣ್ಣುಮುಚ್ಚಿದಾಗ ಕರುಣೆಯಿಂದ ನೋಡಿದ. ಮನದಲ್ಲಿ ಮಟಿಯುವ ಪ್ರಶ್ನೆಗಳಿಗೆ ಅವನು ಸಮರ್ಥವಾಗಿ ಉತ್ತರಿಸಲಾರ.

ಬಂದ ದಿನದಿಂದ ಬರೀ ಹಂಬಲಿಕೆಯಲ್ಲಿಯೇ ಅವರಿಬ್ಬರನ್ನು ಕೊಂದಿದ್ದಳು ನಳಿನಿ. ರಾಧ ಅಸಹಾಯಕಳು. ಸಾಗರ್‌ಗೆ ಒಂದು ತರಹ ಹಿಂಜರಿಕೆ ಮತ್ತು ನಳಿನಿ ನೊಂದಳೆಂಬ ತುಡಿತ.

ನಿಮಿಷಗಳು ಕಳೆದರೂ ಹಾಲು ತರುವ ಸೂಚನೆ ಇಲ್ಲ. ತಾನೇ ಎದ್ದು ಹೊರಬಂದ. ಅಡಿಗೆಯ ಮನೆಗೆ ಬಂದಾಗ ನೆಲದ ಮೇಲೆ ಹಾಲು ಕೋಡಿಯಾಗಿತ್ತು. ಹಿಂದಿನ ಒಂದು ಸಂದರ್ಭ ನೆನಪಿಗೆ ಬಂತು. ಅಂದು ಹಸಿದು ಮಲಗಿದ ಮಗು ರಾಣಿಗೆ ನೀರಿನ ಹಾಲು ತಂದಿರಿಸಿದ್ದಳು. ಕಹಿ ನುಂಗಿದಂತೆ ಮುಖ ಮಾಡಿದ.

ಶಾಂತವಾಗಿ ಕೋಣೆಗೆ ಬಂದ. ಮುಖ ಧುಮ್ಮಿಸಿಕೊಂಡು ಕೂತಿದ್ದ ಹೆಣ್ಣಿನ ಹೃದಯದಲ್ಲಿದ್ದ ಹಾಲಾಹಲ ಗೋಚರವಾಯಿತು.

"ಯಾಕೆ ಹಾಲು ಎಲ್ಲ ಚೆಲ್ಲಿದೆ? ನಿಂಗೇನು ಸಿಕ್ತು?" ಅವಳು ಕೂತ ಕುರ್ಚಿಯ ಮೇಲೆ ಎರಡು ಕೈಗಳನ್ನೂರಿ ಮುಖದ ಬಳಿ ಪ್ರಶ್ನಿಸಿದ.

"ಇಲ್ಲಿ ಹಾಲು, ಹಣ್ಣು ತಿಂದು ಸಮೃದ್ಧವಾಗ್ಲೀಂತ ಅವ್ಳನ ತಂದಿರಿಸಿಕೊಂಡಿಲ್ಲ. ನಿಮಗ್ಯಾಕೆ ಅವ್ಳ ಬಗ್ಗೆ ಕಾಳಜಿ?" ಅವನ ಕೈಗಳು ಹಿಂದಕ್ಕೆ ಬಂದವು.

"ನಿನ್ನ ಪ್ರಶ್ನೆಗೆ ನಿನ್ನಲ್ಲೇ ಉತ್ತರ ಇದೆ. ನಿನ್ನ ಅಂತರಾತ್ಮನ ಕೆದಕಿ ನೋಡು. ನಿಂಗೆ ಅವಳ ಮೇಲೆ ಪ್ರೀತಿ, ಪ್ರೇಮ ಇಲ್ದಿದ್ರೂ ಪರ್ವಾಗಿಲ್ಲ. ಸ್ವಲ್ಪ ಕರುಣೆಯಿಂದಲಾದ್ರೂ ನೋಡು. ಪರಂಪರೆಯಿಂದ ಬೆಳೆದು ಬಂದ ಸ್ವಜಾತಿ ದ್ವೇಷವೇ ಹೆಣ್ಣಿನ ಪ್ರಗತಿಗೆಲ್ಲ ಅಡ್ಡಿಯಾಗಿದೆ" ಸ್ವರದಲ್ಲಿ ಕಹಿ ಬೆರೆಸಿ ಹೇಳಿದ.

ನಳಿನಿ ಕೂತ ಕಡೆಯಿಂದ ಅಲುಗಾಡಲಿಲ್ಲ. ಅವಳೆದೆಯಲ್ಲಿದ್ದಿದ್ದು ಅಸೂಯೆಯ ಬೆಂಕಿ ಮಾತ್ರವಲ್ಲ, ತುಂಬು ಸ್ವಾರ್ಥದ ಅಹಂಕಾರ, ಪೂರ್ಣ ಹಿಡಿತದ ಪರದಾಟ.

ಎರಡು ಹೆಜ್ಜೆ ಮುಂದಕ್ಕೆ ಬಂದವನು ಹಿಂದಿರುಗಿ ನೋಡಿದ. ಸುಂದರ ಮುಖ ಧಗಧಗನೆ ಉರಿಯುತ್ತಿತ್ತು. ಸಹಾನುಭೂತಿಯಿಂದ ತೋಯಿಸಲು ಸಿದ್ಧ. ಆದರೆ ಅವಳಿಗೆ ಬೇಕಿಲ್ಲ.

"ಸ್ವಲ್ಪ ನೋಡ್ಕೋ..... ಹೋಗಿ ಡಾಕ್ಟ್ರನ ಕರ್ಕೊಂಡ್ಬರ್ತೀನಿ" ತಕ್ಷಣ ಬಂದು ಅವನಿಗೆ ಅಡ್ಡ ನಿಂತಳು. ಮುಖದ ಮೇಲೆ ಕುಟುಕುವ ವ್ಯಂಗ್ಯ ಇಣಕಿತು. "ನಿಮ್ಮ ಕೆಲ್ಸ ಮುಗೀತು. ಇನ್ನ ಅವ್ಳ ತಂಟೆ ನಿಮ್ಗೇ ಬೇಡ."

ಒಂದಿಂಚು ಅಲುಗಾಡಲಿಲ್ಲ ಸಾಗರ್. ಪ್ರೀತಿ ಮತ್ತು ಒಳ್ಳೆಯತನದಿಂದ ಹತ್ತಿಕ್ಕುವ ಸ್ವತಂತ್ರ ಆಪ್ಯಾಯಮಾನ. ಈಗ.... ಎಡಗೈನಿಂದ ಪಕ್ಕಕ್ಕೆ ಸರಿಸಿದ.

ಕೋಣೆಗೆ ಬಂದ ಸ್ವಲ್ಪ ಆಯಾಸಗೊಂಡಂತೆ ಕಂಡರೂ ಆ ಮುಖದ ಚೆಲುವು ಕುಗ್ಗಿರಲಿಲ್ಲ. ಪ್ರೀತಿಯಿಂದ ಬಗ್ಗಿ ಗಲ್ಲದ ಮೇಲೆ ಕೈಯಾಡಿಸಿದ. ಮೆಲ್ಲಗೆ ಕಣ್ತೆರೆದಳು.

"ನಾನ್ಹೋಗಿ ಡಾಕ್ಟ್ರನ ಕರ್ಕೊಂಡ್ಬರ್ತೀನಿ" ಅವಳ ಮುಖ ಪೂರ್ತಿಯಾಗಿ ಬಿಳಿಚಿಕೊಂಡಿತು. ಕಣ್ಣುಗಳಲ್ಲಿ ಭಯ ಸ್ಪಷ್ಟವಾಯಿತು. "ಯಾಕೆ ಭಯ? ಬೇಗ ಬಂದ್ಬಿಡ್ತೀನಿ" ಕೆನ್ನೆ ತಟ್ಟಿದ.

ಸಾಗರ್ ಹೋಗುವುದಕ್ಕೆ ಕಾದವರಂತೆ ತಾಯಿ, ಮಗಳು ಬಾಯಿಗೆ ಬಂದಂತೆ ಕೂಗಾಡಿದರು. ಎರಡು ಕೈಗಳಿಂದ ಕಿವಿಗಳನ್ನು ಮುಚ್ಚಿಕೊಂಡು ಕಣ್ಣೀರು ಸುರಿಸಿದಳು.

"ಇನ್ಯಾಕೆ ತೆಪ್ಪಗಿದ್ದು ಬಿಡೋಣ. ನಾಳೇನೋ, ನಾಳಿದ್ದೋ ಊರ್ಗೆ ಕರ್ಕೊಂಡ್ಹೋಗ್ತೀನಿ. ಅಲ್ಲಿಗೆ ಮುಗೀತಲ್ಲ ಕತೆ" ಸುಂದರಮ್ಮನ ಮಾತುಗಳು ಅವಳ ಕಿವಿಯಲ್ಲಿ ಬಿಸಿ ಸೀಸವನ್ನೊಯ್ದಂತಾಯಿತು.

ಡಾಕ್ಟರ್ ತಿಳಿಸಿದ ವಿಷಯದಿಂದ ಅವಳ ಹೃದಯ ತುಂಬಿಹೋಯಿತು. ಮಡಿಲಲ್ಲಿ ಆಡುತ್ತ ಕೇಕೆ ಹಾಕುವ ಹಾಲುಗಲ್ಲದ ಮುದ್ದು ಮಗುವಿನ ನೆನಪಾಯಿತು. ಕುಣಿದಾಡುವಷ್ಟು ಸಂತೋಷ.

"ರಾಧ.... ರಾಧ...." ನಾಚಿ ಕಣ್ಮುಚ್ಚಿದ ಮುಖದಲ್ಲಿ ನೂರು ಭಾವಗಳನ್ನು ಕಂಡ. ವ್ಯಕ್ತಪಡಿಸಲಾರದಷ್ಟು ಆನಂದ. "ನಂಗೂ ಮಾತಾಡ್ಲೋಕೆ ಏನು ತೋಚ್ತಾ ಇಲ್ಲ."

ಎಲ್ಲ ಮರೆತವನಂತೆ ನಳಿನಿಯ ಬಳಿ ಬಂದ. ಸಂಕೋಚ ಕಾಡಿತು. ಸಹಾನುಭೂತಿಯಿಂದ ನೋಡಿದ. ಆ ಮುಖದ ಕಠಿಣತೆ ಅವನ ಸಂತೋಷ, ಉತ್ಸಾಹಕ್ಕೆ ತಣ್ಣೀರು ಎರಚಿತು.

ಅರೆ ಮನಸ್ಸಿನಿಂದಲೇ ಆಫೀಸ್‌ಗೆ ಹೊರಟ. ಮಧ್ಯಾಹ್ನ ಬಂದಾಗ ಮನೆ 'ಬಿಕೋ' ಎನ್ನುತ್ತಿತ್ತು. ಗೆಲುವಾಗಿದ್ದಳು ನಳಿನಿ. ತುಟಿ ಕಚ್ಚಿ ಯೋಚಿಸಿದ. "ಎಲ್ಲಾ ಎಲ್ಲಿ?" ಅವನ ಕಿರಿದಾದ ಕಣ್ಣುಗಳಲ್ಲಿ ತೀಕ್ಷ್ಣತೆ ಇಣುಕಿತು.

ಮುಖ ಗಂಟಿಕ್ಕಿದ್ದಳು. ನಳಿನಿ "ಯಾರು? ಅಮ್ಮ ಅವ್ಳನ ಊರಿಗೆ ಕರ್ಕೊಂಡ್ಹೋದ್ರು."

ಅವನೆದೆಯ ಮೇಲೆ ಚಪ್ಪಡಿ ಎಳೆದಂತಾಯಿತು. ಅವಮಾನದಿಂದ ಅವನೆದೆ ಕುದಿಯಿತು.

"ನಂಗೆ ತಿಳಿಸ್ದೇ ಅವ್ರು ಯಾಕೆ ಕರ್ಕೊಂಡ್ಹೋದ್ರು? ಸಂಬಂಧಪಡದ ವಿಷಯಗಳಿಗೆಲ್ಲ ಯಾಕೆ ಕೈ ಹಾಕಬೇಕು? ಸುಂದರಮ್ಮ ನಿಂಗೆ ಅಮ್ಮ ಇರ್ಬಹ್ದು. ರಾಧಗೆ ಏನು ಅಲ್ಲ"

ಒತ್ತಿ ಹೇಳಿದಾಗ ಅವನ ಕೊರಳಿಗೆ ನರಗಳು ಬಿಗಿದವು.

ಹಲ್ಲಿನಡಿಯಲ್ಲಿಯೇ ಆಡಬೇಕಾದ ಮಾತುಗಳನ್ನು ನಳಿನಿ ನುಂಗಿದಳು. ಅಮ್ಮನ ಎಚ್ಚರಿಕೆ ಅವಳ ಗಮನದಲ್ಲಿತ್ತು. ತನಗೆ ಸಂಬಂಧಿಸಿಯೇ ಇಲ್ಲವೆನ್ನುವಂತೆ ಹೊರಗೆ ಹೋದಳು.

ಎರಡು ದಿನಗಳಲ್ಲಿ ನಳಿನಿ ಅವನಿಗೆಷ್ಟು ಸಮೀಪವಾಗಿದ್ದಳೋ, ಅವನಷ್ಟೇ ಮಾನಸಿಕವಾಗಿ ದೂರವಾದ. ತಲೆಯ ಒಂದೇ ಸಮನೆಯ ಸಿಡಿತ, ಆಕ್ರೋಶಿಸುವ ಮನ, ತುಡಿಯುವ ಹೃದಯ ಹೇಗೆ ಸಮಾಧಾನಿಸಬಲ್ಲ.

ಮನಸ್ಸಿನ ಪೂರ್ಣ ಸಮಾಧಾನ ಕಳೆದುಕೊಂಡ ಅವನು ಪ್ರತಿಯೊಂದಕ್ಕೂ ಸಿಡಿಯತೊಡಗಿದ. ಸ್ವಲ್ಪ ನಳಿನಿಗೆ ಗಾಬರಿಯಾದರೂ ಗಾಳಿಗೆ ತೂರಿದ.

"ಈ ಸಮಯದಲ್ಲಿ ಅವಳನ್ನು ನಿಮ್ಮಮ್ಮ ಯಾಕೆ ಕರ್ಕೊಂಡ್ಹೋದ್ರು? ಅವ್ಳಿಗೆ ವಿಶ್ರಾಂತಿ, ಉಪಚಾರ ಎಲ್ಲಾ ಬೇಕಿತ್ತು" ಮುಂದಿದ್ದ ಟೀಪಾಯಿಯನ್ನು ಅಷ್ಟು ದೂರಕ್ಕೆ ಒರಟಾಗಿ ತಳ್ಳಿದ.

ಸೈರಿಸಲಾರದಾದಳು, ಭಯವಾಗಿ ಕಾಡಿದ್ದು ಈಗ ಭೂತವಾಗಿ ಬೆಳೆದು ನಿಂತಿತ್ತು. ಮೊದಲ ಬಾರಿ ಎಂಬಂತೆ ಸ್ವಲ್ಪ ಮೆತ್ತಗಾದಳು.

"ನಿಮ್ಗೆ ಇಷ್ಟವಿಲ್ದ ಮದುವೆ! ಸಂಪೂರ್ಣ ಜವಾಬ್ದಾರಿ ಹೊತ್ತದ್ದು ನಮ್ಮಪ್ಪ, ಅಮ್ಮ. ಈಗ್ಲೂ ನಿಶ್ಚಿಂತೆಯಿಂದ ಇದ್ಬಿಡಿ" ಸುಲಭವಾಗಿ ಹೇಳಿದಳು. ಅವನ ಅಂತಃಕರಣಕ್ಕೆ ಚಾಕು ಹಾಕಿದಂತಾಯಿತು.

ನಾಲ್ಕೈದು ದಿನ ಕಳೆಯುವ ವೇಳೆಗೆ ಅವನಿಗೆ ಸಾಕು ಸಾಕಾಯಿತು. ಅಂತರಂಗದಲ್ಲಿ ಭೀತಿಯ ಸೂಚನೆ, ಅವ್ಯಕ್ತ ಕಲ್ಪನೆಗಳು, ಇಷ್ಟರ ನಡುವೆ ಅಷ್ಟಿಷ್ಟು ಅರ್ಥೈಸಿಕೊಳ್ಳುವಷ್ಟು ಸಮರ್ಥನಾದ.

ಎದೆಯ ಮೇಲೊರಗಿದವಳ ಮುಂಗೂದಲಲ್ಲಿ ಕೈಯಾಡಿಸುತ್ತ ಹೇಳಿದ.

"ನಾವು ರಾಧನ್ನ ಕರ್ಕೊಂಡ್ಬಂದ್ಬಿಡೋಣ. ಮಗುವಿಗೋಸ್ಕರ ತಾನೇ ಈ ಮದುವೆ ಮಾಡಿದ್ದು. ಆ ಸ್ಥಿತಿಯಲ್ಲಿ ಅವ್ಳು ಇಲ್ಲಿರೋದು ಉತ್ತಮ" ಒರಟಾಗಿ ಅವನ ಕೈ ತಳ್ಳಿ ಎದ್ದು ಕೂತಳು. ಅವನ ಕಣ್ಣುಗಳಲ್ಲಿ ಸಿಡಿಲಿತ್ತು.

ಪದೇ ಪದೇ ಅದೇ ರಾಗ ಹಾಡ್ಬೇಡ. ಆ ಮಗು ಎಂದೂ ನಮ್ದೇ. ಅದ್ರಲ್ಲಿ ಸಂಶಯ ಬೇಡ. ಸದ್ಯಕ್ಕೆ ನೀವು ಅವ್ಳನ ಮರ್‍ತು ಬಿಡಿ."

ಪೂರ್ತಿಯಾಗಿ ರೋಸಿಹೋದ ಸಾಗರ್. ಎಷ್ಟೇ ಸಹಾನುಭೂತಿಯಿಂದ ಅವಳ ಮನಸ್ಸನ್ನು ನೋಯಿಸಬಾರ್ದೆಂದು ಅವನು ಮೃದುವಾಗುತ್ತಿದ್ದನೋ, ಅವಳಷ್ಟೇ ಒರಟಾಗುತ್ತಿದ್ದಳು. ಪದೇಪದೇ ಬದಲಾಗುತ್ತಿದ್ದ ನಿರ್ಧಾರಗಳು ದೃಢತೆಯಿಲ್ಲದೆ ಸಾಗರ್ ಪೂರ್ತಿ ನೊಂದು ಹೋಗಿದ್ದ.

ಅಂದು ಆಫೀಸಿಗೆ ಹೊರಡುವಾಗ ಸ್ಕೂಟರ್ ಹೊರಗೆ ತರಲಿಲ್ಲ. ನಳಿನಿ ವಿಸ್ಮಯದಿಂದ ಪ್ರಶ್ನಿಸಿದಳು.

"ಸ್ಕೂಟರ್ ಬೇಡ್ವಾ?" ಅವಳತ್ತ ವ್ಯಂಗ್ಯದ ನೋಟ ತೋರಿದ. "ಬೇಡ...

ಆಫೀಸ್‌ನಿಂದ ನಿನ್ನಪ್ಪನ ಊರ್ಗೇ ಹೋಗ್ತಾ ಇದ್ದೀನಿ."

ಕಾಲು ಅಪ್ಪಳಿಸುತ್ತ ನಡೆದುಬಿಟ್ಟ, ಗೊಂಬೆಯಂತೆ ನಿಂತುಬಿಟ್ಟಳು. ಷಾಕ್‌ತಿಂದ ಮನಸ್ಥಿತಿ ಅವಳದು.

* * *

ಎರಡು ದಿನ ಗೋಳಾಡಿ ಜೋಯಿಸ ದಂಪತಿಗಳು ತಮ್ಮ ಮಗಳನ್ನು ಮನೆಗೆ ಕರೆದೊಯ್ದರು. ಗಂಡ, ಹೆಂಡತಿ ಇಬ್ಬರದು ತಕರಾರು.

ಅಲ್ಲೇನು ಉಪಚಾರ ಮಾಡ್ತೀರಾ? ಬರೀ ಪ್ರೀತಿ, ಅಂತಃಕರಣದಿಂದ ಹೊಟ್ಟೆ ತುಂಬೋಲ್ಲ" ರೇಗಿಯೇ ಕಳಿಸಿದ್ದರು ಶಾಂತಾರಾಮ್.

ಸಾಗರ್ ಬಂದಾಗ ಸುಂದರಮ್ಮ ನಾಲ್ಕು ಹೆಂಗಳೆಯರನ್ನು ಕೂಡಿಸಿ ಕೊಂಡು ಮಾತನಾಡುತ್ತಿದ್ದರು. ಇದೇನು ಅವರಿಗೆ ಅನಿರೀಕ್ಷಿತವಲ್ಲವೇನೋ! ಅವರ ಮುಖದಲ್ಲಿ ಗಾಬರಿಯೊಡೆಯಲಿಲ್ಲ.

"ಒಬ್ರೆ.... ಬಂದ್ರಾ?" ಪ್ರಶ್ನೆಗೆ ಉತ್ತರಿಸುವ ಮುನ್ನ ಕರ್ಚೀಫ್‌ನಿಂದ ಮುಖದ ಬೆವರೊತ್ತಿದ. ಅವನ ನೋಟ ಸುತ್ತಲೂ ಆಡಿತು. "ರಾಧ...ಎಲ್ಲಿ?"

ಬಲವಾದ ಪೆಟ್ಟು ಬಿದ್ದಂತಾಯಿತು ಸುಂದರಮ್ಮನಿಗೆ. ಅದನ್ನು ತೋರ್ಪಡಿಸಿಕೊಳ್ಳಲಿಲ್ಲ.

"ನಾವು ಕಳಿಸೋಲ್ಲಂದ್ರು ಜೋಯಿಸರು ಕೇಳಲಿಲ್ಲ. ನಿನ್ನೆ ಸಂಜೆ ಕರ್ಕೊಂಡ್ಹೋದ್ರು ಎರ್ಡು ದಿನದ ಮಟ್ಟಿಗೆ."

ಹೆಜ್ಜೆಗಳನ್ನು ಎತ್ತಿ ಸಾಗರ್ ಹಿಂದಕ್ಕೆ ಇಟ್ಟ. ಜೋಯಿಸರ ಮನೆ ಅವನಿಗೆ ಗೊತ್ತಿಲ್ಲ. ವಿಚಾರಿಸಿದ ಮೇಲೆನೆ ತಲುಪಿದ್ದು.

ಮಣ್ಣಿನ ಹಳೆಯ ಕಾಲದ ಜೀರ್ಣಾವಸ್ಥೆಯಲ್ಲಿದ್ದ ಸಣ್ಣ ಮನೆ. ಆದರೂ ಅಂಗಳ ಶೋಭಾಯಮಾನವಾಗಿ ಚಿತ್ತಾರದ ರಂಗೋಲಿಗಳಿಂದ ತುಂಬಿಕೊಂಡಿತ್ತು. ಒಂದು ಕ್ಷಣ ನಿಂತ.

ಎರಡೆಜ್ಜೆ ಮುಂದಕ್ಕೆ ಹೋಗಿ ಮುಚ್ಚಿದ ಬಾಗಿಲ ಮೇಲೆ ಕೈ ಇಟ್ಟ. ಒರಟುಒರಟಾದ ಮೈ, ಅಂಗೈ ಹಿಂದಕ್ಕೆ ಬಂತು. 'ಈ ಪರಿಸ್ಥಿತಿಯೆ ರಾಧಳನ್ನು ತನಗೆ ಕೊಡುಗೆಯಾಗಿ ನೀಡಿತು.'

ನೇತಾಡುವ ಚಿಲಕವನ್ನು ಸದ್ದು ಮಾಡಿದ. ಕಣ್ಣುಗಳನ್ನು ಹೊಸಕಿಕೊಳ್ಳುತ್ತಾ ಬಂದು ಬಾಗಿಲು ತೆಗೆದ ಜೋಯಿಸರ ಹೆಂಡತಿ ದಿಗ್ಭ್ರಮೆಯಿಂದ ನಿಂತುಬಿಟ್ಟರು.

"ನನ್ನ ಗುರುತು ಸಿಕ್ಲಿಲ್ವಾ?" ಆಕೆಯ ಸ್ಥಿತಿಯನ್ನು ನೋಡಿ ತಾನೇ ಪ್ರಶ್ನಿಸಿದ. "ಅಯ್ಯೋ, ಬನ್ನಿ...ಬನ್ನಿ...." ಪೂರ್ಣವಾಗಿ ಬಾಗಿಲು ಹಿಂದಕ್ಕೆ ಸರಿಯಿತು. ಸಂಕೋಚದಿಂದ ಆಕೆ ಉಸುರಿದಳು. "ಸ್ವಲ್ಪ ತಲೆ ತಗ್ಗಿಸಿ" ನುಗ್ಗಲು ಹೊರಟವನು ನಿಂತ. ಹಳೆ ಬಾಗಿಲಿನ ತೊಲೆಯ ಮೇಲೆ ಕೈಯಾಡಿತು. ತಲೆ ಸ್ವಲ್ಪ ತಾಗಿದ್ದರೂ ಬಹಳ ದಿನ ನೆನಪಾಗಿ ಉಳಿದು ಬಿಡುತ್ತಿತ್ತು. ಆ ಮಾತನ್ನು ತುಟಿಗಳ ನಡುವೆ

ಅಡಗಿಸಿಟ್ಟ.

ಗೋಡೆಗೆ ಒರಗಿಸಿಟ್ಟ ಛೇರ್ ಮೇಲೆ ಹೇಳಿಸಿಕೊಳ್ಳದೇ ಕೂತ. ಎತ್ತರ ಕಮ್ಮಿ, ಗಾಳಿ, ಬೆಳಕಿನ ಅಭಾವ ಎದ್ದು ಕಾಣುತ್ತಿತ್ತು. ನೋಟ ಅತ್ತಿತ್ತ ಹರಿದಾಡುತ್ತಲೇ ಮೆಲುಕು ಹಾಕುತ್ತಿತ್ತು.

"ರಾಧ, ಹೇಗಿದ್ದಾಳೆ? ಸಂಕೋಚವನ್ನು ಪಕ್ಕಕ್ಕೆ ತಳ್ಳಿದ. ಆಕೆ ಪ್ರಯಾಸದಿಂದ ನೋಟವೆತ್ತಿದರು. "ತುಂಬ ಬಯಕೆ, ಸಂಕ್ಟ, ಏನು ಸೇರೋಲ್ಲ...."

ತಲೆ ಬಾಗಿಲಿನಿಂದ ಕಮ್ಮಿಯಿದ್ದ ಬಾಗಿಲೊಳಗೆ ತೂರಿದರು. "ನಿಮ್ಮ ಯಜಮಾನ್ರು ಬಂದಿದ್ದಾರೆ. ಅವ್ರತ್ರ ಹೇಗೆ ಮಾತಾಡಬೇಕೋ ಒಂದು ಗೊತ್ತಾಗ್ತಾ ಇಲ್ಲ" ಸಂಕೋಚದ ಸ್ವರ ಅವನ ಕಿವಿಗಳನ್ನು ಮುಟ್ಟಿದಾಗ ಪರಿಸ್ಥಿತಿಯನ್ನು ನೆನೆದು ನೊಂದ.

ರಾಧ ಹೊರಗೆ ನಡೆದಳು. ಸ್ವಲ್ಪ ಬಿಳಿಚಿಕೊಂಡಂತೆ ಕಂಡರೂ ನಳ ನಳಿಸುವ ಹೂವಿನಂತೆ ಕಂಡಳು. ಸಾಗರ್‌ನ ಕಣ್ಣುಗಳಲ್ಲಿ ಮಿಂಚು ಹರಿದಾಡಿತು.

ಆಕೆ ಅಡಿಗೆಯ ಮನೆ ಕಡೆ ನಡೆದರು. ಮತ್ತಷ್ಟು ಸೆರಗನ್ನು ಎಳೆದು ಹೊದೆಯುತ್ತ ನಾಲ್ಕು ಹೆಜ್ಜೆ ಅವಸರಿಸಿ ಅವಳನ್ನು ಸಮೀಪಿಸಿದ.

"ರಾಧ...." ಮಧುರ ಸ್ವರ ಅವಳ ಮೈಗೆ ಹೂವೆರಚಿತು. "ಹೇಗಿದ್ದಿ?" ಕೈ ಹಿಡಿದ. ಹೃದಯಕ್ಕೆ ಒತ್ತಿಕೊಳ್ಳಬೇಕೆನಿಸಿತು.

ಅವಳನ್ನು ಬಳಸಿಯೇ ಸಣ್ಣ ಕೋಣೆಯೊಳಗೆ ತಲೆತಗ್ಗಿಸಿ ತೂರಿದ. ಉಸಿರುಗಟ್ಟಿಸುವಂಥ ವಾತಾವರಣ. ಅದರೂ ಮನ ಉಲ್ಲಾಸವಾಗೇ ಇತ್ತು.

ಬಹಳ ಪ್ರಯಾಸದಿಂದ ನೋಟವೆತ್ತಿದಳು. ಕಂಬನಿ ತುಂಬಿದ ಕಣ್ಣುಗಳಲ್ಲಿ ತುಂಬು ಆರಾಧನಾ ಭಾವ. ಮಾರ್ದವತೆ ವ್ಯಥೆಯನ್ನು ನುಂಗಿ ಮುಖದ ಮೇಲೆ ಪ್ರಜ್ವಲಿಸುತ್ತಿತ್ತು.

ಹೇಗಿದ್ದಾರೆ ನಳಿನಿ ಅಕ್ಕ?" ಪ್ರಯಾಸದ ಪ್ರಶ್ನೆಗೆ ಅವನ ಕಣ್ಣುಗಳು ಕಿರಿದಾಗಿ ಹುಬ್ಬುಗಳ ಕೆಳಗೆ ಗೆರೆಗಳು ಮೂಡಿದವು. "ಚೆನ್ನಾಗಿದ್ದಾಳೆ. ನಂಗೆ ತಿಳಿಸ್ದೇ ಯಾಕ್ಬಂದೆ?" ಆಕ್ಷೇಪಣೆಯ ಮೃದುವಾಗಿಯೇ ಇತ್ತು. ಅವನ ನೋಟ ತಗ್ಗಿತು. 'ನಂಗೆಲ್ಲ ಗೊತ್ತಿತ್ತು' ಎನ್ನುವಂತೆ ಅವಳ ಕೈಯನ್ನು ಮೃದುವಾಗಿ ಅಮುಕಿದ.

ಅಲ್ಲಿಂದ ಹೊರಡುವಾಗ ಹೇಳಿದ.

"ಸಂಜೆ ಬರ್ತೀನಿ. ಬೆಳಿಗ್ಗೆ ಹೊರಡೋಣ. ವಿಷ್ಯನ ನಿಮ್ಮಪ್ಪನ ಕಿವಿಗೆ ಹಾಕು."

ನಳಿನಿ ಸಂತೋಷದ ತೆಪ್ಪದಲ್ಲಿ ತೇಲಿದರೂ ಅನುಮಾನದಿಂದ ಕುಸಿದಳು. ಹೊರಡುವಾಗಲೇ ಸುಂದರಮ್ಮ ಹೇಳಿದ್ದರು.

"ನಿಂದು ಏನೇನಿದ್ಯೋ ಅದನ್ನೆಲ್ಲ ತಗೊಂಡ್ಬಿಡು. ಮತ್ತೆ ಇಲ್ಲಿಗೆ ಬರೋಲ್ಲ"

ಆ ಮಾತು ಅವಳ ನೆನಪಿನಲ್ಲಿ ಹಸಿರು ಮಾತ್ರವಲ್ಲ ಭೂತದಂತೆ ಅವಳನ್ನು ಕಾಡುತ್ತಿತ್ತು. ಅದರ ಹಿನ್ನಲೆ ಅವಳಿಗೆ ಅರ್ಥವಾಗದಿದ್ದರೂ ತನ್ನ ಭವಿಷ್ಯ ಸುಗುಮವಲ್ಲ ಎನ್ನುವ ಎಂದಿನ ಅನುಮಾನವೇ ದೃಢವಾಗುತ್ತಿತ್ತು. ಕಗ್ಗತ್ತಲೆಯ ನಡುವೆ ಬದುಕು.

ಕೆನ್ನೆ ತಟ್ಟಿ ಹೊರಗೆ ಬಂದ. ಬೆಲ್ಲದ ಕಾಫಿಯಾದರೂ ರಾಧಳ ಕೈಯಿಂದ

ಬಂದಿದ್ದರಿಂದ ತುಂಬ ರುಚಿಯಾಗಿಯೇ ಇತ್ತು.

ಮೇಲ್ಮುಖಕ್ಕೆ ಹಸನ್ಮುಖರಾಗಿ ಕಂಡರೂ ಶಾಂತಾರಾಮ್ ಒಳಗೇ ಕುದಿಯುತ್ತಿದ್ದರು. ಆದರೂ ಅಳಿಯನನ್ನು ನಗುಮುಖದಲ್ಲಿಯೇ ಎದುರುಗೊಂಡು ಕುಶಲ ವಿಚಾರಿಸಿದರು.

"ಎರ್ಡು ಹೊತ್ತಿನ ಅವರ ಗೋಳು ನೋಡಲಾರ್ದೇ ಕಳ್ಸಿಕೊಟ್ಟೆ" ಅರ್ಥಗರ್ಭಿತವಾಗಿ ಹೇಳಿದರೂ ತಾತ್ಸಾರ ಸ್ಪಷ್ಟವಾಗಿತ್ತು. ಮುಖ ಹಿಂಡಿದ ಸಾಗರ್.

ಬಹಳ ಯೋಚಿಸಿ ಒಂದು ನಿರ್ಧಾರಕ್ಕೆ ಬಂದಿದ್ದರು ಶಾಂತಾರಾಮ್. ಅಳಿಯನನ್ನು ಬದಿಗೆ ಕೂಡಿಸಿಕೊಂಡು ಅತ್ಯಂತ ಆತ್ಮೀಯವಾಗಿ ಷುರು ಮಾಡಿದರು.

"ನಮ್ಗೇ ನಳಿನಿ ಒಬ್ಳೇ ಮಗ್ಳು. ಅವಳ ಸುಖ, ಸಂತೋಷವೇ ನಮ್ಗೇ ಬೇಕಾದ್ದು. ಮಕ್ಳು ಇಲ್ಲ ಅನ್ನೋ ಕೊರಗಿಂದ ಮುಪ್ಪಾಗಬಾರ್ದು ಅನ್ನೋ ಯೋಚ್ನೇ...." ನಿಲ್ಸಿದರು. ನೇರವಾಗಿ ಅವರತ್ತ ನೋಡಿದ ಸಾಗರ್ ಕಣ್ಣುಗಳಲ್ಲಿ ಕುತೂಹಲ ಇಣಕಿತು. ಕೋಣೆಯ ಕಡೆ ಹೋದವರು ಮತ್ತೆ ಬಂದು ಕೂತರು.

"ಗೊತ್ತಿರ್ಲೋ.... ವಿಷಯ ಪದೇ ಪದೇ ಯಾಕೆ?" ಸಾಗರ್ ಕೈ ಅವನ ಹಣೆಯ ಮೇಲಾಡಿತು. "ನಂಗೆ ಅರ್ಥವಾಗಿದೆ...."

"ಖಂಡಿತ ಇಲ್ಲ..." ದೃಢವಾಗಿ ಹೇಳಿದರು ಶಾಂತಾರಾಮ್.

'ಹೆರುವ ಒಡಲು ಬಾಡಿಗೆಗೆ ಇದೆ' ಒಂದು ಶೀರ್ಷಿಕೆ ಹೊತ್ತ ಲೇಖನವನ್ನು ಅವನ ಮುಂದಿಟ್ಟರು. ದಿಗ್ಭ್ರಮೆಯಿಂದ ಬೆವೆತು ಹೋದ.

"ಇಲ್ಲು ಅಷ್ಟೆ. ನಮ್ಗೇ ನಿಮ್ದೇ ಒಂದು ಮಗು ಬೇಕಾಗಿತ್ತು. ಅದಕ್ಕೋಸ್ಕರ ಈ ಮದ್ವೆ. ಯಾವ ತಾಯ್ತಂದೆಯರು ಮಗಳ ಪಾಲಿನ ಸುಖ, ಪ್ರೀತಿಗೆ ಇನ್ನೊಬ್ಬಳನ್ನು ತಂದುಕೊಳ್ಳೋಲ್ಲ. ಪಾಶ್ಚಾತ್ಯ ದೇಶಗಳ ಹಾಗೇ ಇಲ್ಲಿ ಅಂಥ ಅನುಕೂಲವಿಲ್ಲ. ಬಹಳ ಯೋಚ್ನೆ ಮಾಡ್ದ ಮೇಲೆನೇ ಈ ನಿರ್ಧಾರಕ್ಕೆ ಬಂದಿದ್ದು" ಶಾಂತಾರಾಮ್ ಸಹಜ ಸ್ವರದಲ್ಲಿಯೇನೋ ಹೇಳಿದರು. ಆದರೆ ಸಾಗರ್‌ನ ತಲೆಯ ಮೇಲೆ ಸಿಡಿಲೆರಗಿದಂತಾಯಿತು. ಚೇತರಿಸಿಕೊಳ್ಳಲು ನಿಮಿಷಗಳು ಬೇಕಾದವು.

"ಎಂಥ ಕೆಲ್ಸಕ್ಕೆ ಕೈ ಹಾಕಿದ್ರಿ. ನಿಮ್ಮಗಳಿಗೆ ಮಕ್ಕಳ ಅಗತ್ಯ ಅಷ್ಟಾಗಿ ಕಂಡಿದ್ದರೇ ಯಾವುದಾದ್ರೂ ಮಗುನ ದತ್ತು ತಗೋಬೇಕಿತ್ತು. ಅದನ್ನ ಬಿಟ್ಟು ಒಂದು ಹೆಣ್ಣಿನ ಜೀವ್ನ ಬಲಿ ಕೊಡೋ ಪ್ರಯತ್ನಕ್ಕೆ ಕೈ ಹಾಕಿದಿರಿ" ಪದಗಳು ತಡೆದು ತಡೆದು ಉರುಳಿದವು ಸಾಗರ್‌ನ ಬಾಯಿಂದ.

"ಈಗೇನು ಆಗಿಲ್ಲ. ನಾನು ಅನ್ಯಾಯವಾಗ್ದ ಹಾಗೇ ವ್ಯವಸ್ಥೆ ಮಾಡಿದ್ದೀನಿ. ಎಲ್ಲಾ ಮುಂದಾಲೋಚನೆಯಿಂದ್ಲೇ ನಡ್ಸಿದ್ದು. ದತ್ತು ಮಗುನ ನೀವು ಸ್ವಂತ ಮಗುವಿನಷ್ಟು ಪ್ರೀತಿ, ಮಮತೆಯಿಂದ ನೋಡೋಕೆ ಆಗ್ತಾ ಇರ್ಲಿಲ್ಲ. ನಮ್ಗೂ ಒಂದು ತರಹ ಮುಜುಗರ. ಈಗ ಆ ಪ್ರಸಕ್ತಿ ಇಲ್ಲ. ಮಗು ನಿಮ್ದೇ ಅನ್ನೋ ಪ್ರೀತಿ, ವಿಶ್ವಾಸ ನಮ್ಗೂ ಇರುತ್ತೆ. ಮತ್ತೆಲ್ಲ ಸುಗಮ.

ಬಹಳ ನಿಧಾನವಾಗಿ ತಲೆಯೆತ್ತಿ ಅವರನ್ನು ನೇರವಾಗಿ ನೋಡಿದ. 'ರಾಧಳ ಬಗ್ಗೆ....' ಕಣ್ಣುಗಳಲ್ಲಿದ್ದುದ್ದನ್ನು ಅರ್ಥಮಾಡಿಕೊಂಡು ಕಿರು ನಕ್ಕರು.

"ಆ ಹುಡ್ಗೀಗೂ ಒಂದು ದಾರಿ ಮಾಡೋ ಯೋಚ್ನೆ ಇದೆ. ಸ್ವಲ್ಪ ಜಮೀನು, ಒಂದು ಮನೆ, ಅವ್ಳ ಹೆಸರಿಗೆ ಬರೀತೀನಿ. ಅವಳಪ್ಪ, ಅಮ್ಮ ಜೊತೆಗೆ ಇರ್ತಾರೆ. ಅವ್ರಿಗೂ ಸ್ವಲ್ಪ ಅನುಕೂಲವಾಗುತ್ತೆ."

ದೊಡ್ಡ ಆಘಾತವಾಗಿತ್ತು ಸಾಗರ್‌ಗೆ. ಚೇತರಿಸಿಕೊಳ್ಳಲಾರದಂಥ ಪೆಟ್ಟು. ಅವಳ ಕಣ್ಣಗಳಲ್ಲಿನ ಭಯಕ್ಕೆ ಅರ್ಥ ಸಿಕ್ಕಿತ್ತು .

"ಇದಕ್ಕೆ ರಾಧ ಒಪ್ಕೊಂಡಿದ್ದಾಳಾ? ಅವ್ರ ಮನೆಯವ್ರು ಸುಮ್ನೆ ಇರ್ತಾರಾ?" ಇವನ ಪ್ರಶ್ನೆಗಳಿಗೆ ಜೋರಾಗಿ ನಕ್ಕು ಬಿಟ್ಟರು.

"ಒಪ್ಪಿಕೊಳ್ದೇ ಇರೋಕೆ ಅವ್ಳಿಗೇನು ದಾಢಿ? ಸುಮ್ನೇ ಇಲ್ದೇ ಅವರೇನು ಬಾಯಿ ಬಡ್ಕೋತಾರ? ಮನೆ, ಜಮೀನು ಜೊತೆ ಋಣ ಹರಿತೂಂತ ನಾಲ್ಕು ಕಾಸು ಬಿಸಾಕೋದು"

ಸಹಜವಾಗಿ ಅರಗಿಸಿಕೊಳ್ಳಲು ಸಾಗರ್ ಪ್ರಯತ್ನಪಟ್ಟ. ಹುಟ್ಟು ಶ್ರೀಮಂತಿಕೆಯಲ್ಲಿ ಬೆಳೆಯುವ ಬಡತನದ ಬದುಕು ಅಪ್ಪಿಕೊಂಡ ಜನ ಹೇಗೋ ಮೇಲೇರಿದ ಮೇಲೆ ತಾವು ಬಂದ ಬದುಕಿನ ಕಡೆ ಅಸಹ್ಯ ನೋಟ. ಕ್ರೋಧ ತೀರಿಸಿಕೊಳ್ಳುವ ಹುಮ್ಮಸ್ಸು. ಅಚೇತನನಾದ.

ಹೆಗಲ ಮೇಲೆ ಕೈ ಬಿತ್ತು. ನಿಧಾನವಾಗಿ ಅತ್ತ ತಿರುಗಿದ.

"ನಿಮ್ಗೂ ಬೇಡವಾದ ಮದುವೆ. ಒಳ್ಳೆ ಮಡಿಲಿನಿಂದ ನಿಮ್ಮ ಮಗು ಜನ್ಮ. ತುಂಬ ಸಮಾಧಾನಕರವಾದ ಸಂಗತಿ ಎಲ್ಲಾ ಮರ್ತು ಬಿಡಿ. ರಾಧ ಮಗು ನಳಿನಿ ತೊಡೆ ಮೇಲೆ ಬೆಳಿತಾಳೆ. ನೀವು ಯಾವ ಶ್ರಮಾನು ತೆಗ್ದು ಕೊಳ್ಳೋ ಅವಶ್ಯಕತೆ ಇಲ್ಲ, ಇದೊಂದು ಕನಸೂಂತ ಆ ಹುಡ್ಗೀನ ಮರ್ತು ಬಿಡಿ. ನಿಮ್ಮ ಮಗುನ ತಂದು ನಿಮ್ಗೇ ಒಪ್ಪಿಸುವ ಜವಾಬ್ದಾರಿ ನಂಗಿರ್ಲಿ.

ತಲೆಯ ಮೇಲೆ ಕೈಯೊತ್ತು ಸಾಗರ್ ಕೂತುಬಿಟ್ಟ. ತಲೆಯಲ್ಲಿ ದೊಡ್ಡ ಪ್ರಳಯ, ಹೃದಯದಲ್ಲಿ ಸ್ಫೋಟ. ಅಲೆಗಳ ಬಡಿತದ ಮಧ್ಯೆ ಅವನು ಕಲ್ಲಾಗಿದ್ದ.

ಏನೇ ಮಾಡಿದರೂ ಅವನ ಮನಸ್ಸು ಒಪ್ಪುವ ಸ್ಥಿತಿಯಲ್ಲಿರಲಿಲ್ಲ. ಬಡತನ, ನಿಸ್ಸಹಾಯಕತೆ ಉಳ್ಳವರ ಕೈಯಲ್ಲಿ ಯಾವ ರೀತಿಯಲ್ಲಿ ಬಳಕೆಯಾಗುತ್ತಿದೆಯೆನ್ನುವುದಕ್ಕೆ ಇದೊಂದು ಸ್ಪಷ್ಟ ಉದಾಹರಣೆಯೆನಿಸಿತು.

"ಛೆ, ನನ್ನ ಮನಸ್ಸು ಒಪ್ಪೋಲ್ಲ. ತಾಯಿ, ಮಕ್ಕಳನ್ನು ಅಗಲಿಸಬೇಕೆನ್ನುವುದೇ ಭಯಂಕರ. ಮಾನವೀಯತೆಗೆ ಅದೊಂದು ಸವಾಲ್. ಮಗು ಜೊತೆಗೆ ರಾಧ ಇರ್ಲಿ...." ದೃಢವಾಗಿ ಹೇಳಿದನ್ನ ನಿರ್ದಾಕ್ಷಿಣ್ಯವಾಗಿ ತಳ್ಳಿಹಾಕಿದರು.

"ಅದು ಸಾಧ್ಯವಿಲ್ದ ಮಾತು. ಈಗ್ಲೇ ನಮ್ಮ ನಳಿನಿ ಸಾಕಷ್ಟು ತ್ಯಾಗ ಮಾಡಿದ್ದಾಳೆ.

ಇವ್ಳು ಅಲ್ಲಿ ಉಳಿಯೋಕೆ ಸಾಧ್ಯವೂ ಇಲ್ಲ. ಅವ್ರ ಗಂಡನ ಪ್ರೀತೀನ ಬೇರೆಯವ್ರಿಗೆ ಹಂಚೋಕೆ ನನ್ನ ಮಗ್ಳುನು ಸಿದ್ಧನೂ ಇಲ್ಲ. ಇದು ಕನಸುಗಳ ಕಲ್ಪನೆಗಳಲ್ಲೂ ಕೂಡ ಸಾಧ್ಯವಾಗ್ದ ವಿಷಯ. ನಿಮ್ಗೇ ಬೇಕಾಗಿರೋದು ಒಂದು ಮಗುನೇ, ವಿನಃ ಇನ್ನೊಬ್ಬ ಹೆಂಡ್ತೀಯಲ್ಲ" ಉದ್ವೇಗದಿಂದ ಕೂಗಿದರು.

ಅಷ್ಟಿಷ್ಟು ಇದ್ದ ಕೋಪ, ಆತ್ಮಾಭಿಮಾನ ಹಂತಹಂತವಾಗಿ ಬೆಟ್ಟವಾಗುವ ಸ್ಥಿತಿಗೆ ಬಂದಾಗ ಸಾಗರ್ ಕಣ್ಣುಗಳಲ್ಲಿ ಕೆಂಡಗಳೇ ಉರುಳಿದವು. ಬಾಯಿ ತೆರೆಯಬೇಕೆನ್ನುವಷ್ಟರಲ್ಲಿ ವಿವೇಕ ಎಚ್ಚರಿಸಿತು. ಹೆಣಗಾಡಿ ತನ್ನನ್ನು ತಾನು ಸಮಾಧಾನಿಸಿಕೊಂಡ.

"ಮಗು ಬಗ್ಗೆ ಯೋಚ್ಸಿದ್ರೂ ರಾಧ ಇಲ್ಲಿರೋದು ಸರಿಯಲ್ಲ. ಈ ವಾತಾವರಣದಲ್ಲಿ ಹುಟ್ಟೋ ಶಿಶು ಹೆಚ್ಚು ಆರೋಗ್ಯಕರವಾಗಿರೋಲ್ಲ. ಸದ್ಯಕ್ಕೆ ಕರ್ಕೊಂಡ್ಹೋಗ್ತೀನಿ. ನಂಗೆ ಹೆಂಡ್ತಿಗಿಂತ ಮಗುನೇ ಮುಖ್ಯ" ದ್ವಂದ್ವಾರ್ಥದಲ್ಲಿ ನರಳುವಂತೆ ಮಾಡಿದ ಶಾಂತಾರಾಮ್‌ನ ಮಧ್ಯೆ ಸುಂದರಮ್ಮ ಸ್ವರವೆತ್ತಿದಾಗ ಕೈ ಎತ್ತಿದ.

"ಇನ್ನೇನು ಹೇಳ್ಬೇಡಿ. ಅವ್ಳಿಗೆ ಈಗ ಒಳ್ಳೆ ಉಪಚಾರ, ವೈದ್ಯಕೀಯ ಸೌಲಭ್ಯ ಬೇಕು. ಅಪರೂಪಕ್ಕೆ ಹುಟ್ಟುತ್ತಾ ಇರೋ ಶಿಶುನ ನಿಕೃಷ್ಟವಾಗಿ ನೋಡೋಕೆ ನನ್ನ ತಂದೆ ಮನಸ್ಸು ಒಪ್ತಾ ಇಲ್ಲ" ಕಣ್ಣುಗಳಲ್ಲಿ ಬೆಂಕಿಯನ್ನು ಅಡಗಿಸುತ್ತ ಸಾಗರ್ ಹೇಳಿದರೂ ಅವನೆದೆಯಲ್ಲಿ ಸ್ಫೋಟಕ ಸ್ಥಿತಿಯಲ್ಲಿತ್ತು ಅಗ್ನಿಪರ್ವತ.

"ಈ ವಿಷ್ಯ ನೀವು ಇಲ್ಲಿಗೆ ಕೈ ಬಿಡಬೇಕು. ನನ್ನ ಮಗ್ಳು ಮಾನಸಿಕವಾಗಿ ಚಿತ್ರಹಿಂಸೆ ಅನುಭವಿಸೋದ್ನ ನಾನು ಸಹಿಸ್ಲಾರೆ. ನಾನೇ ಆ ಹುಡ್ಗೀನ ಮನೆಯಲ್ಲಿ ಇರಿಸಿಕೊಂಡು ಆರೈಕೆ ಮಾಡ್ತೀನಿ. ಆ ಮನೆಗೆ ಇನ್ನ ರಾಧನ ಕರ್ಕೊಂಡ್ಹೋಗೋ ಪ್ರಯತ್ನ ಕೈ ಬಿಡಿ. ಇದ್ರಿಂದ ಯಾರ್ಗೂ ಸುಖ ಇಲ್ಲ" ಖಡಾಖಂಡಿತವಾಗಿ ಶಾಂತಾರಾಮ್ ಒತ್ತಿ ಹೇಳಿದಾಗ ಸಾಗರ್‌ನ ನಿರ್ಧಾರ ಮತ್ತಷ್ಟು ದೃಢವಾಯಿತು.

ಆದರೂ ತೀರಾ ಅಪಾಯಕಾರಿ ಜನವೆಂದು ಅರಿತ ಮೇಲೆ ಹುಷಾರಾದ. ಬಹಳ ಪ್ರಯಾಸಪಟ್ಟು ಅವರನ್ನು ಒಪ್ಪಿಸುವ ವೇಳೆಗೆ ಸಾಕುಸಾಕಾದ.

"ಆಯ್ತು, ಡಾಕ್ಟ್ರ ಹತ್ರ ಟೆಸ್ಟ್ ಮಾಡ್ಸ ಕೂಡಲೇ ನಾನು ಬಂದು ಕರ್ಕೊಂಡ್ಬರ್ತೀನಿ. ಒಂದೇ ಮನೆಯಲ್ಲಿ ಎರಡು ಹೆಣ್ಣು. ತೀರಾ ಮಾನಸಿಕ ಹಿಂಸೆ...." ನಿರುಪಾಯ ಮಾತುಗಳಿಗೆ ಸಾಗರ್ ಬೆರಗಾಗದಿದ್ದರೂ ಉಪಾಯವಿಲ್ಲದೆ ಒಪ್ಪಿಗೆ ಸೂಚಿಸಿದ.

ರಾತ್ರಿಯಾದರೂ ಜೋಯಿಸರ ಮನೆಯತ್ತ ಹೋಗುವ ಮನಸ್ಸು ಮಾಡಲಿಲ್ಲ. ಎಚ್ಚರಿಕೆಯಿಂದಿಲ್ಲದಿದ್ದರೇ ಮತ್ತಷ್ಟು ಅಪಾಯವಾಗುವ ಸಂಭವವಿತ್ತು.

ಯೋಚನೆಯಲ್ಲಿಯೇ ಬೆಳಗು ಮಾಡಿದವನು ಸ್ನಾನ ಮುಗಿಸಿ ಹೊರಟುನಿಂತ. ಮತ್ತೊಮ್ಮೆ ಎಚ್ಚರಿಕೆಯೊಂದಿಗೆ ಶಾಂತಾರಾಮ್ ಜ್ಞಾಪಿಸಿದರು. ಮೌನ ಉತ್ತರವಾಯಿತು.

ರಾಧಳನ್ನು ಕರೆತಂದಾಗ ಸಿಡಿಯಲು ಸಿದ್ಧವಾದ ಅಗ್ನಿಪರ್ವತವಾಗಿದ್ದಳು ನಳಿನಿ. ವಿವೇಕ ಎಚ್ಚರಿಸಿತು. ತಕ್ಷಣ ಕೂತು ರಾಜಣ್ಣನಿಗೆ ಪತ್ರ ಬರೆದ. "ಅವ್ಳುನ ಯಾಕೆ ಕರ್ಕೊಂಡ್ಬಂದ್ರಿ?" ಸಿಡಿಲಿನಂತೆ ಬಂದೆರಗಿದ ಪ್ರಶ್ನೆಗೆ ತಣ್ಣಗೆ ಉತ್ತರವಿತ್ತ "ಅಗತ್ಯವಿತ್ತು..."

ಪೂರ್ತಿ ತಾಳ್ಮೆ ಕಳೆದುಕೊಂಡ ನಳಿನಿ ಒಂದೇ ಸಮನೆ ಹಾರಾಡ ತೊಡಗಿದಳು. ಕಡಿವಾಣವಿಲ್ಲದ ನಾಲಿಗೆಯ ಮಾತುಗಳನ್ನು ಲಕ್ಷಿಸಲಿಲ್ಲ.

ಮಾಡಿದ ಅಡಿಗೆಯನ್ನೆಲ್ಲ ಹೊರಗೆ ತಗೊಂಡ್ಹೋಗಿ ಕುಕ್ಕಿದಳು. ರಾಧ ಬೇಟೆಗಾರರ ಬಾಣಕ್ಕೆ ಹೆದರಿದ ಪಕ್ಷಿಯಾದಳು. ಪರಿಸ್ಥಿತಿ ಮಿತಿ ಮೀರಿದಾಗ ತಾನೇ ಕೂಡಿಸಿಕೊಂಡು ನಳಿನಿಗೆ ಬುದ್ಧಿ ಹೇಳಿದ.

"ಸ್ವಲ್ಪ ಸಮಾಧಾನ ತಂದ್ಕೋ, ನಾನು ಅರ್ಥಮಾಡಿಕೊಳ್ಳಬಲ್ಲೆ. ಒಂದು ತಪ್ಪು ಸಾಮೂಹಿಕವಾಗಿ ಮಾಡಿದ್ದೀವಿ. ಮತ್ತೆ ಅಂಥ ಅವಿವೇಕ ಮಾಡೋದ್ಬೇಡ. ರಾಧ ಬಯಕೆ, ಸಂಕಟದಿಂದ ಒದ್ದಾಡುತ್ತಾ ಇದ್ದಾಳೆ. ಸ್ವಲ್ಪ ಕರುಣೆ ಇಡು."

"ಸಾಧ್ಯವೇ ಇಲ್ಲ. ಅವ್ಳು ಇಲ್ಲಿ ಇರಕೂಡದು. ಬರೀ ನಾಟಕಕ್ಕೋಸ್ಕರ ನಿಮ್ಮ ಮದ್ವೆ ಮಾಡಿದ್ದು. ಅವ್ಳು ಬರೀ ಬಾಡಿಗೆ ಹೆಣ್ಣು. ನಿಮ್ಗೇ ದೇಹ ತೆತ್ತುಕೊಂಡ ಸೂಳೆ!" ಅಬ್ಬರಿಸಿದಳು.

ಸಹನೆ ಕಳೆದುಕೊಂಡು ಕೆನ್ನೆಗೆ ಬಾರಿಸಿ ಆಮೇಲೆ ಪಶ್ಚಾತ್ತಾಪಪಟ್ಟ. ರೋಷದಿಂದ ಅವನತ್ತ ನೋಡಿದಳು. ಮೂರನೇ ಕಣ್ಣಿದ್ದರೆ ತೆಗೆದು ಸುಟ್ಟು ಬಿಡುತ್ತಿದ್ದಳು. ಪ್ರಯಾಸದಿಂದ ಉಗುಳು ನುಂಗಿದ.

"ಈಗಾಗ್ಲೇ ಪ್ರೀತಿ ಕಳ್ಳುಕೊಂಡ ನೀನು ಸಹಾನುಭೂತಿಯನ್ನು ಮಾತ್ರ ಉಳಿಸಿಕೊಂಡಿದ್ದೆ. ಅದು ಹಾರಿ ಹೋದ್ರೆ... ಕರ್ತವ್ಯ ಮಾತ್ರ ಉಳ್ದು ಕೊಳ್ಳುತ್ತೆ." ಅವನ ಸ್ವರ ಸೀಳಾಗಿತ್ತು.

ರಾಧ ಒಂದು ತೀರ್ಮಾನಕ್ಕೆ ಬಂದಳು. ಅನುಮಾನವಿದ್ದುದ್ದು ಸ್ಪಷ್ಟವಾಗಿತ್ತು. ಇಷ್ಟು ದುರ್ಭರ ಬದುಕನ್ನ ಅಪ್ಪಿಕೊಳ್ಳುವುದರ ಬದಲು ಊರಿಗೆ ಹೋಗಿ ಬಿಡೋದು ಒಳ್ಳೆಯದು. ಅವಳ ಗಂಟಲೊತ್ತಿ ಕಣ್ಣಲ್ಲಿ ನೀರು ಇಣಕಿತು.

ನೆನಪು, ಆಸೆಗಳ ಮೇಲೆ ಬಂಡೆ ಕಳಚುವ ಪ್ರಯತ್ನವಷ್ಟು ಮಾಡಬಹುದು.

ಸಫಲ, ವಿಫಲ ಆಮೇಲೆ ಯೋಚಿಸಿದರೂ ಪರಿಸ್ಥಿತಿಗೆ ಒಗ್ಗಿಕೊಳ್ಳುವುದು ಅನಿವಾರ್ಯ.

ಕೋಣೆಯೊಳಕ್ಕೆ ಬಂದಾಗ ರಾಧ ಕೂತಲ್ಲಿಯೇ ಶಿಲೆಯಾಗಿದ್ದಳು. ಮುಖ ಮಾತ್ರ ಮೃದುವಾಗಿಯೇ ಇತ್ತು.

"ನಾನು ಊರ್ಗೆ ಹೋಗ್ತೀನಿ. ದಯವಿಟ್ಟು ಒಪ್ಗೇ ಕೊಡಿ" ದೈನ್ಯವಾಗಿ ಅವನನ್ನು ಬೇಡಿದಾಗ ನೋವಿನ ನಗೆ ನಕ್ಕ. "ಸ್ವಲ್ಪ ಸುಮ್ಮನಿರು. ಬರೀ ಹಾರಾಟ ಅವಳದು. ತಾನಾಗಿ ಕಮ್ಮಿ ಆಗುತ್ತೆ" ಇದು ಸುಳ್ಳು ಭರವಸೆಯೆಂದು ಅವನಿಗೂ ಗೊತ್ತು.

"ಬೇಡಿ... ಬೇಡಿ.... ಕರುಣೆಯ ಬದ್ಕು ತೀರಾ ಕಠಿಣ. ಈಗ ನಂಗೆ ಧೈರ್ಯ ಬಂದಿದೆ. ಕೊರಳಲ್ಲಿ ನೀವು ಕೊಟ್ಟಿದ ತಾಳಿ ಇದೆ. ಮುಂದೆ ನಿಮ್ಮ ಮಗು ನಂಗೆ ಆಸರೆಯಾಗುತ್ತೆ. ಯಾವುದಾದ್ರೂ ಒಂದ್ಕೆಲ್ಸ ಬೇರೆ ಎಲ್ಲಾದ್ರೂ ಕೊಡ್ಸಿಬಿಡಿ. ನಾನು ಸಾಯದೇ ಬದುಕಿರ್ತೀನಿ."

ಮನದಲ್ಲೇ ನೋವಿನ ನಗೆ ನಕ್ಕ. ಈ ಮನುಷ್ಯತ್ವ ಇಲ್ಲದ ಜನ ನಿನ್ನ ಮಗುನ ಕೂಡ ನಿಂಗೆ ಬಿಡೋಲ್ಲ. ಜೋಯಿಸರ ಮೊಮ್ಮಗು ಅನ್ನೋದೇ ಅಳ್ಸಿಬಿಡ್ತಾರೆ. ಆ ಮಗು ಚಲಾವಣೆಯಾಗೋದು ಶಾಂತಾರಾಮ್ ಮೊಮ್ಮಗನೆಂದೆ' ಮನದಲ್ಲೇ ಮರುಗಿದ. ಇಷ್ಟನ್ನ ಬಾಯಿಬಿಟ್ಟು ಹೇಳಿ ಅವಳೆದೆಯನ್ನೊಡೆಯಲು ಇಷ್ಟವಿಲ್ಲ.

ಕೆನ್ನೆ ತಟ್ಟಿ ಮೃದುವಾಗಿ ಕೈ ಅಮುಕಿ ಹೊರಗೆ ಬಂದ. ಎಷ್ಟೋ ಬಗೆಯಲ್ಲಿ ನಳಿನಿಯನ್ನು ಸುಧಾರಿಸಲು ಪ್ರಯತ್ನಿಸಿ ಸೋತ. ಇಂಚು ಇಂಚಾಗಿ ಅವಳ ವಿಷಯದಲ್ಲಿ

ಕಲ್ಲಾಗತೊಡಗಿದ. ಪರಿಸ್ಥಿತಿ ಅವನಲ್ಲಿ ಬದಲಾವಣೆಯನ್ನು ತರತೊಡಗಿತು.

ಎರಡು ದಿನ ರಜೆ ಹಚ್ಚಿ ಮನೆಯಲ್ಲೇ ಉಳಿದ. ಶಾಂತ ಸುಂದರ ಸಮುದ್ರ ಹೇಗೆ ಅಲ್ಲೋಲ್ಲ ಕಲ್ಲೋಲವಾಗಿ ಬಿಡಬಹುದೆಂಬಂತೆ ಅವನ ಮನೆ ಬದಲಾಗಿತ್ತು.

ತುಟಿ ಕಚ್ಚಿ ಕೈಲಾದಷ್ಟು ಮಾಡತೊಡಗಿದಳು ರಾಧ. ತಿಂದ ಎರಡು ಅಗಳು ಅನ್ನ ವಾಂತಿಯಾದಾಗ ಮೂಸಂಬಿ ರಸ ಮಾಡಿ ಕುಡಿಸಿದ ಸಾಗರ್.

"ಸುಮ್ನೇ ಆಯಾಸ ಮಾಡ್ಕೋಬೇಡ" ತಲೆ ಸವರಿದ. ಅವಳೆದೆಯಲ್ಲಿ ಮಡುವುಗಟ್ಟಿದ ವೇದನೆಗೆ ಶಾಶ್ವತ ಪರಿಹಾರವಿಲ್ಲ. 'ಇದು ಅನಿವಾರ್ಯ' ನಿರಾಸೆಯಲ್ಲಿ ಒಮ್ಮಿದ ದೃಢತೆ.

ಮಧ್ಯಾಹ್ನ ಸೋಫಾ ಮೇಲೆ ಮೈ ಚಾಚಿ ಕಣ್ಣು ಮುಚ್ಚಿದ ಸಾಗರ್. ಆ ಕೋಣೆ ಕಡೆ ಹೋದರೆ ಪ್ರಳಯ. ಈ ಕೋಣೆಯೊಳಗೆ ಸುಡು ಬೇಸಿಗೆ. ಒಂದು ನಿಮಿಷ ಇರಲಾರ. ಸದ್ಯಕ್ಕೆ ಮಧ್ಯದ ಹಾಲ್‌ನ ಆಶ್ರಯಿಸಿದ್ದ.

"ಫಳ್..." ಎದ್ದು ಲೋಟ ಬಿದ್ದ ಸಪ್ಪಳ. ತಕ್ಷಣ ಕಣ್ತೆರದ. ಉದಾಸೀನದಿಂದ ಕಣ್ಮುಚ್ಚಿದ.

"ನನ್ನ ಕೋಣೆಯೊಳ್ಗೇ ಕಾಲು ಇಡಕೂಡ್ದು" ಘರ್ಜನೆ ಅವನನ್ನು ಮಲಗಲು ಬಿಡಲಿಲ್ಲ. ಎದ್ದು ಕೂತ.

ಕೋಣೆಯಿಂದ ಹೊರಗೆ ಬಂದ. ರಾಧಳ ಮುಖಕ್ಕೆ ಕಾಫಿಯ ಅಭಿಷೇಕ. ಆವೇಶದಿಂದ ಎದ್ದವನ ಕಾಲಿಗೆ ಬಿದ್ದಳು.

"ದಯವಿಟ್ಟು, ಯಾವ ಹೆಣ್ಣು ಸಹಿಸಲಾರದಂಥ ಸ್ಥಿತಿ. ಅವ್ರ ಸ್ಥಾನದಲ್ಲಿ ನಿಂತು ಯೋಚ್ಸಿ" ಉಗುಳು ನುಂಗಿದ ಸಾಗರ್.

ಎಷ್ಟೇ ತಲೆ ಕೆಡಿಸಿಕೊಂಡರೂ ಶಾಂತಾರಾಮ್ ಹೇಳಿದನ್ನ ಅವನ ಮನಸ್ಸು ಒಪ್ಪಲು ಸಿದ್ಧವಿಲ್ಲ. ಅವಳ ಮಡಿಲಲ್ಲಿ ಬೆಳೆಯಬೇಕಾದ ಮಗುವನ್ನು ಕಿತ್ತುಕೊಳ್ಳಲು ತನಗೇನು ಅರ್ಹತೆ ಇದೆ? 'ಇದು ಅನ್ಯಾಯ.... ಅಕ್ರಮ... ಮಾತೃ ಹೃದಯದ ಕೊಲೆ...'

ಹೊರಗೆ ಬಂದು ನಿಂತ. ಒಂದು ತರಹ ನಿರ್ಜನತೆ ದೂರದಲ್ಲಿ ಅಲ್ಲಲ್ಲಿ ಕಾಣಿಸುವ ಮನೆಗಳು, ಇದು ಪೂರ್ತಿಯಾಗಿ ಬಡಾವಣೆಯಾಗಿ ಜನಸಂದಣಿಯಿಂದ ಕಳೆಗಟ್ಟಬೇಕಾದರೆ ಹತ್ತು ವರ್ಷಗಳಾದ್ರೂ ಬೇಕು. ತಕ್ಷಣ ಅವನ ಮಿದುಳಿನಲ್ಲಿ ಬೆಳಕು ಮೂಡಿತು. ಇದು ಸಂಚಿನ ಪ್ರಥಮ ಹೆಜ್ಜೆ. 'ಮದುವೆ, ರಾಧ, ಮಗು ಸಮಾಜದ ಕಣ್ಣಿಗೆ ಬೀಳಬಾರ್ದು ಮಾತ್ರವಲ್ಲ ತಮ್ಮ ಮಗಳು ಮಕ್ಕಳಿಲ್ಲ' ಎನ್ನುವ ಆಡಿಕೆಗೆ ಗುರಿಯಾಗಬಾರ್ದು. ಶಾಂತಾರಾಮ್ ಬುದ್ಧಿಯ ತೀಕ್ಷ್ಣತೆಗೆ 'ಭೇಷ್' ಎಂದುಕೊಂಡ.

ಎರಡು ಆಟೋ ಒಟ್ಟಿಗೆ ಶಾಂತಾರಾಮ್, ಸುಂದರಮ್ಮನ ನೆನಪು ಜಿಗುಪ್ಸೆಯನ್ನು ಮೂಡಿಸಿತು. ಮುಖವನ್ನು ಪಕ್ಕಕ್ಕೆ ತಿರುಗಿಸಿಕೊಂಡ.

"ಮಾವ....." ತಟ್ಟನೆ ಇತ್ತ ತಿರುಗಿದ.

ಪಾಂಡುರಂಗಯ್ಯನವರು ಸಾಮಾನು ಇಳಿಸಿಕೊಳ್ಳುತ್ತಿದ್ದರೇ ರವಿ, ಶಶಿ ಓಡಿಬಂದರು. ಅಶ್ವಿನಿಯ ಕೈಯಲ್ಲಿದ್ದ ರಶ್ಮಿಯನ್ನು ಎತ್ತಿಕೊಂಡ.

"ಒಂದು ಪತ್ರನಾದ್ರೂ ಹಾಕಬಾರ್ದೇ" ಆಕ್ಷೇಪಿಸಿದಾಗ ಪಾಂಡುರಂಗಯ್ಯನವರೇ ಹೇಳಿದರು. "ನೆಂಟರಿಗೋ, ಇಷ್ಟರಿಗೋ.... ಆದ್ರೆ ಹಾಗೆ ಮಾಡ್ಬಹುದಿತ್ತು. ನಮ್ಮ ಮನೆಗೆ ನಾವು ಬರೋಕೆ ಪತ್ರಗಳ ಓಡಾಟವೇಕೆ?"

ಎರಡು ನಿಮಿಷಗಳ ಹಿಂದೆ ಮೌನ ಬಿದ್ದುಕೊಂಡಿದ್ದ ಮನೆಯಲ್ಲಿ ಗದ್ದಲ ತುಂಬಿಹೋಯಿತು. ಅಶ್ವಿನಿ ಗಲಾಟೆ ಜೊತೆ ನಾಗವೇಣಮ್ಮನ ಮಾತು. ಅಶ್ವಿನಿಯ ಸಡಗರ, ಓಡಾಟ, ನಗು– ಇಡೀ ಮನೆಗೆ ಜೀವಕಳೆಯನ್ನು ತಂದುಕೊಟ್ಟಿತು.

ನಾಗವೇಣಮ್ಮ ತಾವೇ ಅಡಿಗೆ ಮನೆಯ ಪಾರುಪತ್ಯ ವಹಿಸಿಕೊಂಡರು. ನಳಿನಿಯನ್ನು ಅಕ್ಕರೆಯಿಂದ ಮಾತನಾಡಿಸಿದರೇ ಪ್ರೀತಿಯಿಂದ ರಾಧಳ ಮೈದಡವಿದರು.

"ನಿನ್ನ ಹೆರಿಗೆ ಆಗೋವರ್ಗೂ ನಾವೆಲ್ಲಿ ಹೋಗೋಲ್ಲ" ಈ ಮಾತು ನಳಿನಿಯ ಕಿವಿಗೆ ಬಿದ್ದಾಗ ಇಂಚು ಇಂಚಾಗಿ ಭೂಮಿಗಳಿದ ಅನುಭವವಾಯಿತು. "ಹೋಗದಿದ್ರೆ ಒದ್ದು ಹೊರ್ಗಡೆ ಹಾಕಿಸ್ತೀನಿ" ಹಲ್ಲು ಕಡಿದಳು.

ರಾತ್ರಿಯ ಊಟದಲ್ಲಿ ಸಂಭ್ರಮವಿತ್ತು. ಎಲ್ಲರನ್ನು ಒಟ್ಟಿಗೆ ಕೂಡಿಸಿ ತಾವೇ ಬಡಿಸಲು ನಿಂತವರು ಸಾಗರ್ ಪಕ್ಕದಲ್ಲಿನ ಖಾಲಿ ತಟ್ಟೆ ನೋಡಿ ಕಸಿವಿಸಿಗೊಂಡರು.

"ನಳಿನಿನ ಕರೀರಿ...." ರವಿ, ಶಶಿ ಎದ್ದು ಹೋದರು. ವಾಪಸ್ಸು ಬಂದರು. "ಬರೋಲ್ವಂತೆ..." ಉಪ್ಪಿನಕಾಯಿಗೆ ಬೆರಳು ಹಚ್ಚಿದ್ದ ಅಶ್ವಿನಿ ಎದ್ದು ಹೋದಳು.

ಅನ್ನ ಬಡಿಸುವ ವೇಳೆಗೆ ವಾಪಸ್ಸು ಬಂದವಳು ತಟ್ಟೆಯ ಮುಂದೆ ಕೂತಳು. ಕಣ್ಸನ್ನೆಯಿಂದಲೇ ತಿಳಿಸಿದಳು.

"ನೀನೇ ಹೋಗಿ ಕರ್ಕೊಂಡ್ಬಾರಪ್ಪ. ಹಸಿವಿಲ್ದಿದ್ರೂ ಬಂದು ಊಟ ಮಾಡ್ದ ಶಾಸ್ತ್ರ ಮಾಡ್ಲಿ" ಸೌಟು ಹಿಡಿದ ಕೈಯಲ್ಲೇ ಮಗನಿಗೆ ಹೇಳಿದರು.

ಸಿಡಿದವನಂತೆ ಎದ್ದು ಹೋದರು ನಳಿನಿಯನ್ನು ಪ್ರೀತಿಯಿಂದ ರಮಿಸಿದ.

"ಯಾಕೆ ಇಷ್ಟೊಂದು ಹಟ ಮಾಡ್ತೀಯಾ? ಅವ್ಳ ಬಯಕೆ ಸಂಕಟದಿಂದ ನರಳ್ತಾ ಇದ್ದಾಳೆ. ಸ್ವಲ್ಪ ಸಮಾಧಾನ ತಂದ್ಕೋ. ಹೆರಿಗೆ ಆದ್ಮೇಲೆ ಬೇರೆ ಏರ್ಪಾಟು ಮಾಡೋಣ" ಅವನ ಕೈಯನ್ನು ಅಷ್ಟು ದೂರಕ್ಕೆ ತಳ್ಳಿದಳು.

"ಅಲ್ಲಿಯವರ್ಗೂ ನಂಗೆ ಸಹಿಸೋಕ್ಕಾಗೋಲ್ಲ. ಅವ್ರುನ ಪೂರ್ತಿಯಾಗಿ ನಮ್ತಂದೆ, ತಾಯಿ ವಶಕ್ಕೆ ಕೊಟ್ಟು ಕೈ ತೊಳ್ಕೊಳ್ಳಿ" ತುಟಿ ಕಚ್ಚಿದ. ಬೆರಳುಗಳು ನೀಟುಗಳನ್ನು ಎಳೆದು ಲೆಕ್ಕಾಚಾರ ಹಾಕಿತು. ಅಲ್ಲೂ ನಿರಾಶೆ.

"ಅದೆಲ್ಲಾ ಇರಲಿ....' ಈಗ ಊಟಕ್ಕೆ ಎದ್ದು ಬಾ. ಸುಮ್ನೇ ಎಲ್ಲಾ ಬೇಜಾರು ಮಾಡ್ಕೋತಾರೆ." ಭುಸುಗುಟ್ಟುತ್ತಲೇ ಸುಮ್ಮನೆ ಕೂತಳು. ಸಾಗರ್ ಹೊರಗೆ ಬಂದ.

ಇವನು ತಟ್ಟೆಯ ಮುಂದೆ ಕೂತಾಗ ಎಲ್ಲರ ನೋಟ ಇವನತ್ತಲೇ ಇತ್ತು. ತಲೆ ಬಗ್ಗಿಸಿ ಅನ್ನ ಕಲಿಸುತ್ತ ಹೇಳಿದ.

"ಅವ್ಳಿಗೆ ಈಗ ಹಸಿವಿಲ್ವಂತೆ. ಆಮೇಲೆ ಮಾಡ್ತಾಳಂತೆ."

ಆ ಪ್ರಸಕ್ತಿಯನ್ನು ಮರೆತವರಂತೆ ಎಲ್ಲರೂ ಊಟ ಮಾಡಿದರು. ರವಿ, ಶಶಿ ಗಲಾಟೆಯ ಜೊತೆ ರಶ್ಮಿಯ ಅಳು. ನಳಿನಿ ಕಿವಿ ಮುಚ್ಚಿಕೊಂಡಳು. ಹಿಂದೆ ಬಹಳ ಮುಜುಗರದಿಂದಿರುತ್ತಿದ್ದವರು ಈಗ ಸರ್ವತಂತ್ರ ಸ್ವತಂತ್ರದಿಂದ ಓಡಾಡುತ್ತಿದ್ದರು.

ಹೊರಗಡೆ ಮಾತಿಗೆ ಕೂತಾಗ ರಾಜಣ್ಣ ಬಾಯಿ ಬಿಟ್ಟ. "ನಂಗೆ ಇಲ್ಲೇ ಟ್ರಾನ್ಸ್‌ಫರ್ ಆಯ್ತು. ರಿಲೀವರ್ ಬರೋವರ್ಗೂ ಅಲ್ಲಿ ರಿಲೀವ್ ಮಾಡೋಲ್ಲಾಂತಾರೆ. ಅಲ್ಲಿಯವರ್ಗೂ ಅಲ್ಲೇ ನಾನು ಮಾತ್ರ ಇರ್ತೀನಿ. ಬಂದ್ಮೇಲೆ ಮನೆ.... ಮಾಡಿದರಾಯ್ತು."

ವಿರುದ್ಧ ಪ್ರತಿಕ್ರಿಯೆ ಯಾರಿಂದ ವ್ಯಕ್ತವಾಗದಿದ್ದರೂ ನಳಿನಿ ಉರಿದು ಬಿದ್ದಳು. 'ತನ್ನಪ್ಪ ಕೊಂಡುಕೊಂಡ ಮನೆ' ಅಹಂ ವಿಜೃಂಭಿಸಿತು. ಒಂದುಕ್ಷಣ ಕಂಗಾಲಾದರೂ ಕೆಟ್ಟ ಧೈರ್ಯ ತುಂಬಿಕೊಂಡಳು.

ಅವಳ ಧೋರಣೆಗೆ ಬೆನ್ನು ಹಾಕಿ ನಿಂತ ಸಾಗರ್. ಅವಳ ಪಿಟಿ ಪಿಟಿ, ವಟವಟನ ಕೇರ್ ಮಾಡಲಿಲ್ಲ. ಹತ್ತರ ಸುಮಾರಿಗೆ ಶಾಂತಾರಾಮ್ ಹೆಂಡತಿ ಸಮೇತ ಬಂದಿಳಿದಾಗ ತಾನೇ ಹೋಗಿ ಬಾಗಿಲು ತೆರೆದ.

ಪಾಂಡುರಂಗಯ್ಯ, ನಾಗವೇಣಮ್ಮ ಮಕ್ಕಳ ಜೊತೆ ಹಾಲ್‌ನಲ್ಲಿ ಮಲಗಿದ್ದರೆ, ಮುಂದಿನ ಕೋಣೆಯಲ್ಲಿ ಅಶ್ವಿನಿ, ಅವಳ ಗಂಡ ಹಾಸಿಗೆಗಳನ್ನು ಬಿಡಿಸಿಕೊಂಡಿದ್ದರು.

ಹಿಂದಿನ ಕೋಣೆಯಲ್ಲಿ ರಾಧ ಮಲಗಿದ್ದಳು. ಎರಡು ಅಂಗೈಗಳನ್ನು ಬೆಸೆದು ಉಜ್ಜಿ ಮೈ ಮುರಿದು ಕೋಣೆಗೆ ಬಂದ ಸಾಗರ್ ಹೇಳಿದ.

"ನಿಮ್ಮಪ್ಪ, ಅಮ್ಮ ಬಂದಿದ್ದಾರೆ. ನೋಡ್ಹೋಗು."

ದಢಕ್ಕನೇ ಎದ್ದು ಕೂತ ನಳಿನಿ ಮುಖದಲ್ಲಿ ಗೆಲವು ವಿಜೃಂಭಿಸಿತು. ಹಲ್ಲುಗಳನ್ನು ಕಚ್ಚಿ ಹಿಡಿದಳು.

"ಈ ಪ್ರದರ್ಶನಗಳೆಲ್ಲ ಅಲ್ಲಿ ನಡೀಲಿ." ಒರಟಾಗಿ ಒಗೆದ ಮಾತನ್ನ.

ಬದುಕನ್ನು ಸ್ವಲ್ಪ ತಿದ್ದಿಕೊಳ್ಳಬೇಕಾದ್ದುದ್ದರಿಂದ ಸಿಸ್ಟಮ್ಯಾಟಿಕ್ ಆಗಿ ಕೆಲವು ಬದಲಾವಣೆಗಳನ್ನು ತಂದುಕೊಳ್ಳಬೇಕೆಂದು ನಿರ್ಧರಿಸಿ ಕೆಲವು ರೂಲ್ಸ್‌ಗಳನ್ನ ತನ್ನಲ್ಲಿ ಜಾರಿಗೆ ತಂದುಕೊಳ್ಳಬೇಕೆಂದು ನಿರ್ಧರಿಸಿದ್ದ.

ಒಂದು ಹಾಸಿಗೆನ ಎತ್ತಿಕೊಂಡು ಹೋಗಿ ವರಾಂಡದಲ್ಲಿ ಬಿಡಿಸಿಕೊಂಡು ಮಲಗಿಬಿಟ್ಟ. ಮುಕ್ತವಾದಂಥ ಆರಾಮ. ನಿದ್ದೆಗೆ ತನ್ನನ್ನು ಒಡ್ಡಿಕೊಂಡ. ಬೆಚ್ಚಿದವನಂತೆ ಎದ್ದ.

ಹೊದ್ದಿಕೆ ಕಾಲುಗಳ ಬಳಿ ಸರಿಯಿತು. ನೇರವಾಗಿ ರಾಧಳ ಕೋಣೆಗೆ ಬಂದ. ಕೆನ್ನೆ ತಟ್ಟಿ ಎಚ್ಚರಿಸಿದ. ಭಯದ ಕಣ್ಣೊಳಗೆ ಹೊಕ್ಕು ಧೈರ್ಯದ ಆಶ್ವಾಸನೆ ಕೊಡುತ್ತಾ ಕಿರುನಕ್ಕ.

"ಕ್ಲಿಷ್ಟ ಸಮಸ್ಯೆ ಪರಿಹಾರಕ್ಕೆ ನಾನಾ ತೊಡಕುಗಳು. ನಳಿನಿ, ಅಪ್ಪ, ಅಮ್ಮ ಬಂದಿದ್ದಾರೆ, ನಿನ್ನ ಹಾಸ್ಗೇನ ಹಾಲ್‌ನಲ್ಲಿ ಬಿಡ್ಸಿಕೊಡ್ತೀನಿ" ಪಿಸು ದನಿಯಲ್ಲಿ ಉಸುರಿದ.

ಸುತ್ತಿದ ಹಾಸಿಗೆಗೆ ಕೈ ಹಾಕಿದಾಗ ತಡೆದ. ಮುಖದಲ್ಲಿ ತುಂಬು ಮಾಧುರ್ಯ. ಪ್ರೇಮದಿಂದ ಅವಳೆದೆ ತುಂಬಿ ಹೋಯಿತು.

ಹಾಸಿಗೆ ಹೊತ್ತುಕೊಂಡು ಹೊರಗೆ ಬಂದಾಗ ಅಡಿಗೆ ಮನೆಯಲ್ಲಿ ಗುಸುಗುಸು, ಪಿಸುಪಿಸು ನಡೆಯುತ್ತಿತ್ತು. ಸಣ್ಣನೆಯ ನಗು ಅವನ ತುಟಿಯಂಚಿನಲ್ಲಿ ಹಾದುಹೋಯಿತು.

ನಾಗವೇಣಮ್ಮನ ಪಕ್ಕದಲ್ಲಿ ಬಿಡಿಸಿಕೊಟ್ಟು ಆರಾಮವಾಗಿ ಹೋಗಿ ಮಲಗಿಬಿಟ್ಟ. ಇಂದು ನಿಶ್ಚಿಂತೆಯಿಂದ ನಿದ್ದೆ ಬಂತು. ಭಾರವಾದ ಬದುಕಿನಿಂದ ವಿಮುಕ್ತನಾದ ಅನುಭವ.

ಮೂವರು ಅಡಿಗೆ ಮನೆಯಿಂದ ಹೊರಗೆ ಬಂದಾಗ ಅರ್ಧ ರಾತ್ರಿ ದಾಟಿತ್ತು. ತಮ್ಮ ಜೀವನದಲ್ಲಿ ಪ್ರಥಮ ಬಾರಿಗೆ ದೊಡ್ಡ ತೊಡಕಿಗೆ ಸಿಕ್ಕಿ ಬಿದ್ದವರಂತೆ ಚಿಂತಿಸಿದರು ಶಾಂತಾರಾಮ್, ಸುಂದರಮ್ಮ.

"ಹೋಗಿ ಮಲಕ್ಕೋ, ಯಾವುದಕ್ಕೂ ಆತ್ರ ಪಡೋದ್ಬೇಡ." ಮಗಳ ತಲೆ ಸವರಿದರು. ನಳಿನಿ ಮುಖ ದಪ್ಪವಾಗೇ ಇತ್ತು. "ಇವ್ರೆಲ್ಲ ಸದ್ಯಕ್ಕೆ ತೊಲಗೋಲ್ಲ"

"ಸದ್ಯಕ್ಕೆ ಏನು ಮಾತಾಡ್ಬೇಡ. ಸಾಗರ್ ತುಂಬ ಜಾಣನಾದ. ಒಂದು ತರಹ ಮೂರ್ಖತನ ಕೂಡ" ತೀರಾ ಅರ್ಥಗರ್ಭಿತವಾಗಿ ಹೇಳಿದ ಶಾಂತಾರಾಮ್ ಗಡ್ಡ ತಿಕ್ಕಿದರು.

ಇಡೀ ರಾತ್ರಿ ಗಂಡ, ಹೆಂಡತಿ ನಿದ್ರಿಸಲಿಲ್ಲ. ಮಗಳ ಕುಣಿತಕ್ಕೆ ತಾಳ ಹಾಕುತ್ತಿದ್ದ ಸಾಗರ್ ತೀರಾ ಸಭ್ಯ ಮಾತ್ರವಲ್ಲ ಮೃದುವಾದ ವ್ಯಕ್ತಿಯೆಂದು ನಂಬಿದ್ದರು. ಈಗ ಅಲ್ಲೇ ಧೋಕಾ ತಿಂದಿದ್ದು.

"ಈಗೇನ್ಮಾಡೋದು?" ತಲೆಯ ಮೇಲೆ ಕೈಯೊತ್ತರು ಸುಂದರಮ್ಮ. ನೋಟ ಮೇಲೆತ್ತಿ ಶಾಂತಾರಾಮ್ ಪಿಸು ದನಿಯಲ್ಲಿ ಉಸುರಿದರು. "ಹಾಗೇನು ಆಗೋಲ್ಲ, ನಾನೆಲ್ಲ ಮಾಡ್ತೀನಿ"

ಭರವಸೆಯೇನು ಮೂಡಲಿಲ್ಲ ಆಕೆಗೆ. ತಮ್ಮ ಕೈಯಿಂದ ಸಾಗರ್ ಜಾರಬಾರದೆಂದು ಅವರ ಪ್ರಮುಖ ಉದ್ದೇಶವಾಗಿತ್ತು.

ಅಶ್ವಿನಿ ಎದ್ದು ಹೊರಗೆ ಬಂದಾಗ ವರಾಂಡದಲ್ಲಿ ಮಲಗಿದ್ದ ಸಾಗರ್‌ನ ಅವಸ್ಥೆ ನೋಡಿ ನೊಂದಳು. ಹಿಂದಿನಿಂದ ಬಂದ ರಾಜಣ್ಣ ತಲೆ ಕೆರೆದುಕೊಂಡ.

"ಅಜೀರ್ಣವಾದಾಗ ಊಟ ಬಿಟ್ಟು ಆರೋಗ್ಯ ಕಾಪಾಡಿಕೊಳ್ಳೋಲ್ವಾ, ಹಾಗೆ ಇದು. ಒಂದು ದಿನಕ್ಕೆ ಮುಗೀಲಿಲ್ಲ" ಮೇಲಕ್ಕೆ ಎರಡು ಕೈಯೆತ್ತಿದ "ಪರಮಾತ್ಮನೇ ಕಾಪಾಡಬೇಕು. ಪುರಾಣ, ಇತಿಹಾಸಗಳಲ್ಲಿ ಬರೆದಿರೋದು ನಿಜಾನಾ ಅನ್ನೋ ಅನುಮಾನ! ಒಬ್ಬ ಮೇಲೆ ಇನ್ನೊಬ್ಬು ಬಂದೇ ಸಾಗರ್‌ದು ಈ ಫಜೀತಿ. ನೂರಾರು ಜನ... ಅಯ್ಯಯ್ಯಪ್ಪೋ.... ಆ ಕಷ್ಟ ಯಾವ ಶತ್ರುಗೂ ಬೇಡ."

ನಗು ತಡೆಯಲಾರದೆ ಅಶ್ವಿನಿ ಬಾಯಿಗೆ ಕೈ ಅಡ್ಡಯಿಟ್ಟಳು. ಎಚ್ಚರಗೊಂಡ ಸಾಗರ್ ಪಿಳಿ ಪಿಳಿ ಕಣ್ಣುಗಳನ್ನು ಬಿಟ್ಟ.

"ಯಾಕೆ ನಗ್ತೀಯಾ?" ಉತ್ತರಿಸಲಾರದೆ ಅಶ್ವಿನಿ ಓಡಿದಳು. ಕೂತು ಅವನ ಬಳಿ ಬಗ್ಗಿದ. "ನಿನ್ನ ಅವಸ್ಥೆ ನೋಡಿ ಮಾರಾಯ! ಯಾವ ಅಪರಾಧಕ್ಕೆ ಈ ಶಿಕ್ಷೆ?"

"ಅಪರಾಧ....." ಸಾಗರ್ ತುಟಿಗಳ ಮೇಲು ನಗು ತೇಲಿತು. ಹೊದ್ದಿಕೆ ಸರಿಸಿ

ಮೇಲಕ್ಕೆದ್ದ. "ರಾಜಣ್ಣ, ಇಂಥ ಒಳ್ಳೆ ನಿದ್ದೆ ಮಾಡಿ ಎಷ್ಟು ದಿನವಾಯ್ತೋ"

ರಾಜಣ್ಣ ಕೇಕೆ ಹಾಕ್ಕೊಂಡು ಮನೆಯವರಿಗೆಲ್ಲ ಕೇಳೋ ಹಾಗೆ ನಕ್ಕೇ ಬಿಟ್ಟ. ಕಣ್ಣಲ್ಲೇ ಸನ್ನೇ ಮಾಡಿ ಸುಮ್ಮನಿರಿಸಿದ ಸಾಗರ್ ಮೇಲಕ್ಕೆದ್ದ.

ಪಾಂಡುರಂಗಯ್ಯನವರು ಕಾಲು ಮೇಲೆ ಕಾಲು ಹಾಕಿ ಪೇಪರ್ ಹಿಡಿದು ಕೂತುಬಿಟ್ಟರು. ಸ್ವಲ್ಪ ಕಾಫೀ ತಡವಾದುದಕ್ಕೆ ಹೆಂಡತಿ ಮೇಲೆ ರೇಗಿದರು.

ಕಾಫೀ ಹಿಡಿದು ಬಂದ ರಾಧನ ನೋಡಿದರು. ಸೌಮ್ಯತೆ, ಸೌಜನ್ಯತೆ ಕಳೆಗೂಡಿದ ಅಪರೂಪದ ಶಿಲ್ಪ. ಒಂದುಕ್ಷಣ ಶಾಂತಾರಾಮ್ ಮೇಲೆ ಗೌರವ ಮೂಡಿತು.

"ಇದೊಂದು ಒಳ್ಳೆ ಕೆಲ್ಸ ಮಾಡಿದ್ರಿ. ಒಬ್ನೇ ಮಗನನ್ನು ಇಟ್ಕೊಂಡ ನಾವು ಇಂಥ ಅಪರೂಪದ ಹುಡ್ಗೀ ಸೊಸೇಂತ ಹೇಳಿಕೊಳ್ಳೋಕಾಗುತ್ತಾ ಇತ್ತಾ?" ಅಷ್ಟಲ್ಲದೆ ವಂಶದ ಹೆಸರು ಹೇಳೋಕೆ ಒಂದು ಮಗುವಿಲ್ಲವಲ್ಲಾಂತ ಕೊರಗ್ತಾ ಇದ್ದ ನಮ್ಗೆ ಒಂದು ದಾರಿ ತೋರಿಸಿದ್ರಿ. ನಿಮ್ಮದು ದೊಡ್ಡ ಮನಸ್ಸು. ಉಪಕಾರಾನ ನಾವು ಖಂಡಿತ ಮರೆಯೋಕಾಗೋಲ್ಲ" ಅವರ ಸ್ವರದಲ್ಲಿ ಸಹಜ ಕೃತಜ್ಞತೆ ಇತ್ತು.

ಶಾಂತಾರಾಮ್ ಕೂತಿದ್ದ ನೆಲವೇ ಅಲುಗಾಡಿದಂತಾಯಿತು. ಯಾವ ಕ್ಷಣದಲ್ಲಿಯಾದ್ರೂ ಕುಸಿಯಬಹುದೆಂಬ ಗಾಬರಿ. ಆ ತಣ್ಣನೆಯ ಸಮಯದಲ್ಲೂ ಅವರ ಮುಖದ ಮೇಲೆ ಬೆವರು ಮೂಡಿತು.

ಪೆಚ್ಚುಪೆಚ್ಚಾಗಿ ನಕ್ಕರು. ಇಂತಹ ಸಂದರ್ಭಗಳು ಅವರ ಜೀವನದಲ್ಲಿ ಅಪರೂಪವೆ. ಕಾಫೀ ಲೋಟ ಬಲವಂತದಿಂದ ಕೈಗೆತ್ತಿಕೊಂಡರು. ತುಟಿ ಹಚ್ಚಿದಾಗಲೇ ಬರೀ ಕಹಿ. ಥೂ ಉಗಿಯಬೇಕೆನಿಸಿತು.

"ನೋಡಿ ಶಾಂತಾರಾಮ್, ನಮ್ಮ ಮೊಮ್ಮಕ್ಕಳಿಗೆ ಕಾಫೀಗೆ ಸಕ್ಕರೆ ಜಾಸ್ತಿ ಬೇಕು. ಅದೇ ರುಚಿಗೆ ನಮ್ಮ ನಾಲಿಗೆ ಹದ ಮಾಡ್ತಾ ಇದ್ದಾಳೆ ಅಶ್ವಿನಿ. ನಿಮ್ಗೆ ಸಕ್ಕರೆ ಜಾಸ್ತಿ ಯಾದರೆ ಸ್ವಲ್ಪ ಡಿಕಾಕ್ಷನ್ ಹಾಕ್ಕೊಳ್ಳಿ."

ಬಿಸಿ ಕಾಫಿಯನ್ನು ಒಂದೇ ಸಲಕ್ಕೆ ಗಂಟಲೊಳಕ್ಕೆ ಒಯ್ದುಕೊಂಡು ಲೋಟ ಕುಕ್ಕಿ ಎದ್ದು ಹೋದ ಶಾಂತಾರಾಮ್‌ನ ವಾರೆಗಣ್ಣಿನಿಂದ ನೋಡಿದ ಪಾಂಡುರಂಗಯ್ಯ ಕಿರುನಗು ನಕ್ಕರು.

ಈ ಸೊಕ್ಕಿನ ಮನುಷ್ಯ ಮದುವೆಯ ದಿನದಿಂದ ಅವರನ್ನು ಕಾಡುತ್ತಿದ್ದರು. ಎಲ್ಲಕ್ಕೂ ಬಾಯಿ ಮುಚ್ಚಿದ್ದರು. ಯಜಮಾನ್ಯ ವಹಿಸಿಕೊಂಡಿದ್ದ ಈ ಮನೆಯಲ್ಲಿ ಅವರು ಅತಿಥಿಗಳಂತೆ ಇದ್ದು ಹೋಗುತ್ತಿದ್ದರು.

"ಈ ಲೋಟಗಳನ್ನು ತೆಗ್ದು ಹಿತ್ತಲಲ್ಲಿಡು" ರವಿಗೆ ಹೇಳಿ ಹೊರಗೆದ್ದು ಬಂದರು.

ಪೂರ್ಣಭಾರ ತಾನೊಬ್ಬನೆ ಹೊತ್ತು ನರಳುತ್ತಿದ್ದ ಸಾಗರ್‌ಗೆ ಸಮಾಧಾನವಾಗಿ ಉಸಿರಾಡುವಂತಾಯಿತು. ನಳಿನಿ ಜೊತೆ ನಾಲ್ಕು ಮಾತು, ರಾಧಳಿಗೆ ನಾಲ್ಕು ಧೈರ್ಯದ ನುಡಿ ಒಂದು ಸೀಮಾರೇಖೆಯ ನಡುವೆ ತನ್ನನ್ನು ಹುದುಗಿಸಿಕೊಂಡಿದ್ದ.

ನಾಲ್ಕಾರು ಬಾರಿ ಅಳಿಯನ ಜೊತೆ ಮಾತನಾಡಲು ಪ್ರಯತ್ನಿಸಿದರೂ ಶಾಂತಾರಾಮ್‌ಗೆ ಸಾಧ್ಯವಾಗಿರಲಿಲ್ಲ. ಅಂದು ಹೊರಟಾಗ ಹಿಂಬಾಲಿಸಿ ಸ್ಕೂಟರ್

ಬಳಿ ಬಂದವರೇ ಹೇಳಿದರು.

"ನಿನ್ಹತ್ರ ಮಾತಾಡ್ಬೇಕು."

ಕೆಳಕ್ಕೂ, ಮೇಲಕ್ಕೂ ನೋಡಿದ ಸಾಗರ್ ವಾಚ್ ಕಡೆ ನೋಡಿದ. ಸ್ಕೂಟರ್‌ಗೆ ಸ್ಟ್ಯಾಂಡ್ ಬಿತ್ತು. ಎರಡು ಕೈಗಳು ಪ್ಯಾಂಟ್ ಜೇಬಿನಲ್ಲಿಳಿದಾಗ ನೇರವಾಗಿ ಅವರತ್ತ ತಿರುಗಿ ನಿಂತ.

"ಏನು ವಿಷಯ?" ಸಹಜವಾಗಿತ್ತು ಅವನ ದನಿ.

"ನಾನು ವಿಷಯವೆಲ್ಲ ತಿಳಿಸಿದ್ದೆ. ರಾಧನ ಕರ್ಕೊಂಡ್ಹೋಗ್ತೀನಿ. ಇದು ಮುಗ್ದ ಅಧ್ಯಾಯದ ಹಾಗೆ. ನಾನೆಲ್ಲ ಅವ್ಳಿಗೆ ಅನ್ಯಾಯವಾಗ್ದಂತೆ ವ್ಯವಸ್ಥೆ ಮಾಡ್ತೀನಿ."

ಬಿರುಗಾಳಿ ಎದ್ದಂತಾಯಿತು ಅವನೆದೆಯಲ್ಲಿ. ಮಗಳ ಭವಿಷ್ಯಕ್ಕಾಗಿ ಇಷ್ಟೊಂದು ಸಮಸ್ಯೆಗಳನ್ನು ತಂದು ಹಾಕಿಕೊಂಡ ಮನುಷ್ಯ ಸ್ವಲ್ಪವಾದರೂ ಆ ಹೆಣ್ಣಿನ ಬಗ್ಗೆ ಕರುಣೆ ತೋರಿಸಲು ಸಿದ್ಧವಿರಲಿಲ್ಲ.

"ಬೇರೆಯವ್ರ ವಿಷಯದಲ್ಲಿ ಅಷ್ಟೊಂದು ಕಠೋರವಾಗೋದು ಒಳ್ಳೆಯದಲ್ಲ. ನಿಮ್ಮ ಯೋಚ್ನೆಗಳು ತಪ್ಪು ದಾರಿ ಹಿಡೀತು. ಈಗ್ಲೂ ಮತ್ತೆ ಮತ್ತೆ ತಪ್ಪುಗಳನ್ನ ಮಾಡೋದ್ಬೇಡ. ಮಗುವೆಷ್ಟೋ ರಾಧನು ಅಷ್ಟೇ ಅನಿವಾರ್ಯ ಈ ಮನೆಯ ಬದುಕಿಗೆ" ನಯವಾಗಿ ನುಡಿದಾಗ ಅವರ ಕಣ್ಣುಗಳು ವಿಚಿತ್ರ ಗತಿಯಿಂದ ಓಲಾಡಿದವು.

"ಸಾಧ್ಯವಿಲ್ದ ಮಾತು" ಮುಖದ ಬೆವರೊತ್ತಿದರು ಶಾಂತಾರಾಮ್. ತೀಕ್ಷ್ಣವಾಗಿ ಅವರತ್ತ ನೋಡಿದ. "ಈ ಪಟ್ಟು ಒಳ್ಳೆಯದಲ್ಲ. ತಾತನ ಸ್ವತ್ತು ಮೊಮ್ಮಗನಿಗೆ ಅನ್ನೋ ಹಾಗೆ ಮೊಮ್ಮಗನ ಬಾಧ್ಯತೆ ತಾತನಿಗೆ. ಏನಿದ್ರೂ ನಿಮ್ಮ ಬೀಗ್ರತ್ರ ಮಾತಾಡಿ" ಸ್ಕೂಟರ್ ಮೇಲಿದ್ದ ಹೆಲ್ಮೆಟ್ ತಲೆಗೆ ಭೂಷಣವಾಯಿತು. ಹತ್ತಿ ಹೊರಟೇಬಿಟ್ಟ.

ಒಂದು ಕ್ಷಣ ದಿಕ್ಕು ತೋಚದಿದ್ದರೂ ಹಿಂದೆಗೆಯಲಿಲ್ಲ. ಹೀಗೆ ಬಿಟ್ಟರೆ ರಾಧ ಇನ್ನು ಆಳವಾಗಿ ಬೇರು ಬಿಟ್ಟು ನಳಿನಿಯ ಬಾಳಿಗೆ ಮುಳ್ಳಾಗಬಹ್ದು. ತಕ್ಷಣ ನಿರ್ಧಾರವನ್ನು ಕಾರ್ಯರೂಪಕ್ಕೆ ತರಲು ನಿರ್ಧರಿಸಿದರು.

ಮಗಳ ಕೋಣೆಗೆ ಹೋದರು. ಸುಂದರಮ್ಮ ಕೂಡ ಮಂಕಾಗೇ ಇದ್ದರು. "ನಂಗೇನು ಅರ್ಥವಾಗೋಲ್ಲ. ಏನೋ ಮುಜುಗರ. ಯಾವ ಸ್ವತಂತ್ರ ಇದೆ? ಅಡಿಗೆ ಮನೆಯಿಂದ ಕಾಂಪೌಂಡಿನವರೆಗೂ ಅವರುಗಳೇ ಇದ್ದುಕೊಂಡಿದ್ದಾರೆ. ಇನ್ನ ಅಲ್ಲಿ ನಮ್ಮ ಸ್ಥಾನ ಎಲ್ಲಿ ಉಳೀತು? ಕೂಳಿಗೆ ಬಿದ್ದ ಬಂಧುಗಳ ಹಾಗೆ" ವ್ಯಾಕುಲಚಿತ್ತರಾಗಿ ನುಡಿದ ಸುಂದರಮ್ಮ ತಲೆಯ ಮೇಲೆ ಕೈಯೊತ್ತರು.

"ನಾಲ್ಕು ದಿನ ನಡೀಲಿ. ನೀನು ಮೊದ್ಲು ರಾಧನ ಹೊರಡಿಸಿಕೊಂಡು ನಡೀ. ಮುಂದಿಂದು ನಂಗಿರ್ಲಿ."

ಸುಂದರಮ್ಮ ತಕ್ಷಣ ಕಾರ್ಯೋನ್ಮುಖರಾದರು. ರವಿ, ಶಶಿಯ ನಡುವಿದ್ದ ರಾಧ ಅವರು ಬಂದಾಗ ತಕ್ಷಣ ಎದ್ದಳು.

"ನಿಮ್ಮಪ್ಪ, ಅಮ್ಮ ನೋಡ್ಬೇಕೂಂದರು. ಬಟ್ಟೆ, ಬರೆ ಜೋಡಿಸ್ಕೊಂಡು ಹೊರಡು" ಎಷ್ಟೇ ಪ್ರಯತ್ನಿಸಿದರೂ ಅವರ ಸ್ವರದಲ್ಲಿ ನಯಗಾರಿಕೆ ಹೊರಡಲಿಲ್ಲ. ಅವಳ ಮುಖ

ಪೂರ್ತಿಯಾಗಿ ಬಿಳಿಚಿಕೊಂಡಿತು. "ಅವ್ರಿಗೆ... ಹೇಳಿಲ್ಲ..."

ಬೆಂಕಿಯ ವರ್ಷವನ್ನೇ ಸುರಿಸಿದರು ಕಣ್ಣಿಂದ ಸುಂದರಮ್ಮ.

"ಎಲ್ಲಾ ಹೇಳಿ ಆಗಿದೆ. ನೀನು ತೆಪ್ಪಗೆ ಹೊರಡು.

ರವಿ, ಶಶಿ ತಕ್ಷಣ ಅಲ್ಲಿಂದ ಹಾರಿಕೊಂಡವರೇ ವರಾಂಡದಲ್ಲಿ ತಾತನಿಗೆ ಹೋಗಿ ಸುದ್ದಿ ಮುಟ್ಟಿಸಿದರು. ಅವರ ಮುಖದಲ್ಲಿ ಕೋಪದ ಜೊತೆ ಸ್ವಾಭಿಮಾನಾನೂ ಬೆರೆಯಿತು.

"ಅಜ್ಜೀನ ಒಂದ್ಲೋಟ ನೀರು ತರೋಕೆ ಹೇಳು" ಹುಡುಗರನ್ನು ಅಟ್ಟಿ ಯೋಚನಾಪರವಶರಾದರು. ನಳಿನಿ ಬಗ್ಗೆ ಅಪಾರ ಸಹಾನುಭೂತಿಯ ಜೊತೆ ಪ್ರೀತಿಯು ಇತ್ತು. ಕನ್ನಡಕ ತೆಗೆದು ಪಕ್ಕಕ್ಕಿಟ್ಟರು. 'ದುರ್ಬಲರನ್ನು ಮೆಟ್ಟೋದೇ ಅವ್ರ ಧ್ಯೇಯ ಅಂತ ಕಾಣುತ್ತೆ' ತರ್ಕಿಸಿದರು.

ತಂದಿಟ್ಟ ಲೋಟದ ನೀರನ್ನು ಪೂರ್ತಿ ಕುಡಿದಿಟ್ಟರು.

"ಸ್ವಲ್ಪ ರಾಧನ ಕರೀ..." ಪ್ರಶ್ನಾರ್ಥಕವಾಗಿ ನಾಗವೇಣಮ್ಮ ನೋಡಿದರು. "ಹೇಳಿದಷ್ಟು ಕೆಲ್ಸ ಮಾಡು" ಪೇಪರ್ ಕೈಗೆತ್ತಿಕೊಂಡರು.

ತುಮುಲದ ಮಧ್ಯೆ ಸಿಕ್ಕಿದ ರಾಧ ಗೋಡೆಗೆ ಕಂಬನಿ ಅಭಿಷೇಕ ಮಾಡುತ್ತಿದ್ದಳು.

"ಇದೇನಿದು? ಯಾಕೆ ಅಳ್ತೀ?" ಅವರ ಮುಖದಲ್ಲಿ ಗಾಬರಿಯೊಡೆದಾಗ ಕಣ್ಣೀರು ತೊಡೆದುಕೊಂಡಳು. ಸುಂದರಮ್ಮ ಇಣಕಿದ್ದು ವಾರೆಗಣ್ಣಿನಿಂದ ಗಮನಿಸಿದ ಆಕೆ "ನಿನ್ನ ಮಾವನೋರು ಕರೀತಾರೆ, ನೋಡ್ಹೋಗು"

ರಾಧ ಕಡ್ಡಾಯವಾಗಿ ಹೋಗುವುದು ಅನಿವಾರ್ಯವಾಗಿತ್ತು. ಸುಂದರಮ್ಮ ಗೊಂಬೆಯೆಂತೆ ನಿಂತುಬಿಟ್ಟರು.

"ಒಳ್ಗಡೆ ಏನ್ಮಾಡ್ತೀಯಾ? ಬಸುರಿ ಹೆಣ್ಣು ಮಗ್ಳು ಒಳ್ಳೆ ಚಿಂತನೆಗಳ್ನ ಮಾಡ್ಬೇಕು ಇಲ್ಬಂದು ಕೂಡು" ಎಂದವರೇ ಒಳಗೆದ್ದು ಪಾಂಡುರಂಗಯ್ಯ ಹೋದಾಗ ದಿಕ್ಕು ತೋಚದವಳಂತೆ ನಿಂತಳು.

ಎರಡು ಗ್ರಂಥಗಳನ್ನು ತಂದು ಅವಳ ಕೈಯಲ್ಲಿಟ್ಟರು.

"ಇದ್ನ ಓದು. ಒಳ್ಳೆ ಯೋಚ್ನೆಗಳು, ಸದ್ಭಾವನೆಗಳು ಈಗ ತೀರಾ ಅಗತ್ಯ" ಆ ಗ್ರಂಥಗಳ ಮೇಲೆ ಅವಳ ಕೈ ಬೆರಳಾಡಿದವು.

ಮುಂದೆ ಕೂಡಿಸಿಕೊಂಡು ಪುರಾಣ ಸಂಗತಿಗಳನ್ನು ಅವಳ ಮುಂದೆ ಹೇಳತೊಡಗಿದರು. ಎರಡು ಮೂರು ಸಲ ಸುಂದರಮ್ಮ, ಶಾಂತಾರಾಮ್ ಓಡಿಯಾಡಿದರು. ಅವರ ಅಸಹನೆಯ ಕಟ್ಟೆಯೊಡೆಯಿತು.

"ರಾಧನ ಊರ್ಗೆ ಕರ್ಕೊಂಡ್ಹೋಗ್ತಾ ಇದ್ದೀನಿ" ಅಂದವರೇ ರಾಧಳನ್ನು ಉದ್ದೇಶಿನಿ ಹೇಳಿದರು. "ಆಗ್ಲೇ ಹೇಳಿದ್ನಲ್ಲಮ್ಮ. ಬೇಗ ಎದ್ದು ಬಟ್ಟೆ ಬರೆ ಜೋಡಿಸ್ಕೋ"

ವಿಸ್ಮಿತರಾದಂತೆ ನಟಿಸಿದರು ಪಾಂಡುರಂಗಯ್ಯ. ಆ ಕ್ಷಣದಲ್ಲಿ ರಾಧಳಿಗೆ ಏನು ಮಾಡಬೇಕೆಂದು ತೋರಲಿಲ್ಲ. ಕಕ್ಕಾಬಿಕ್ಕಿಯಾಗಬೇಕಾದ ಪರಿಸ್ಥಿತಿ.

"ಈಗ್ಯಾಕೆ?" ಬಹಳ ತೀಕ್ಷ್ಣವಾಗಿ ಪ್ರಶ್ನಿಸಿದರು ಪಾಂಡುರಂಗಯ್ಯ. ಆ ಸ್ವರದಲ್ಲಿನ

ಅಧಿಕಾರದ ಗತ್ತಿಗೆ ತಹತಹಿಸಿದರು ಶಾಂತಾರಾಮ್. "ಈ ಹುಡ್ಗೀನ ಊರ್ಗೇ ಕರ್ಕೊಂಡ್ಹೋಗೋಣಾಂತ."

"ಈಗೇನು ಅಂಥ ಪ್ರಮೇಯ? ಈ ಸ್ಥಿತಿಯಲ್ಲಿ ಪ್ರಯಾಣಾಂದ್ರೆ ಆಯಾಸ. ಇಲ್ಯಾರು ಜನವಿಲ್ದಿದ್ರೆ ಅದರ ಮಾತು ಬೇರೆ. ನಾವೆಲ್ಲ ಇಲ್ಲೇ ಇರ್ತೀವಿ. ನಾವು ಹೆರಿಗೆಗೂ ಕೂಡ ಎಲ್ಲಿಗೂ ಕಳ್ಸಿಕೊಡೋಲ್ಲ. ಅವರಪ್ಪ, ಅಮ್ಮನೇ ಸುಮ್ಮನಿರುವಾಗ ನಿಮಗ್ಯಾಕೆ ತುಡಿತ?"

ಶಾಂತಾರಾಮ್ ಸುತ್ತ ಮುಳ್ಳಿನ ಬೇಲಿ ನಿರ್ಮಾಣವಾದಂತಾಯಿತು. ಎತ್ತ ತಿರುಗಿದರೂ ಗಾಯ. ತಾವು ಮಾಡಿದ ಈ ಮದುವೆಯ ಸಲುವಾಗಿ ಮೊದಲು ಬಾರಿ ಪಶ್ಚಾತ್ತಾಪಪಟ್ಟರು.

"ನೋಡಿ ಬೀಗರೆ, ನಮ್ಮ ನಮ್ಮಲ್ಲಿ ಕಹಿ ಬೆರೆಯೋದ್ಬೇಡ. ನೀವಾಗಿ ತಂದ್ಕೊಂಡ ಸೊಸೆ ಒಳಗಿದ್ದಾಳೆ. ನಿಮ್ಮಗಳ ಪ್ರೀತಿ, ಹಕ್ಕು, ಕರ್ತವ್ಯ ಎಲ್ಲಾ ಅಲ್ಲೆ, ನಾನು.... ಮಾಡ್ದ...." ಮಾತು ಆಡುವ ಮುನ್ನವೇ ತಿರುಗಿಬಿದ್ದರು.

"ಏನ್ರಿ ಹಾಗಂದ್ರೆ.. ಅರ್ಥ? ರಾಧ ನಮ್ಮ ಸೊಸೆ ಅಲ್ಲಾಂತಾನ ನೀವು ಹೇಳೋದು! ಬೀದಿಯಲ್ಲಿ ಹೋಗೋ ಜನ ಕರುಣೆಗೋ, ಪ್ರೀತಿಗೋ ಹೆಸರು ಸಂಪಾದ್ನೇ ಮಾಡಬೇಕೆನ್ನೋ ಧಾರೆಯೆರೆದು ಕೊಡ್ತಾರೆ. ಅಷ್ಟು ಮಾತ್ರಕ್ಕೆ ಅಧಿಕಾರ ಚಲಾಯಿಸೋಕ್ಕಾಗುತ್ತ?"

ಮರ್ಮಾಘಾತವಾಯಿತು ಶಾಂತಾರಾಮ್‌ಗೆ. ಮುಖದ ಮೇಲಿನ ಬೆವರು ಇಳಿಸಿದಂತಾಯಿತು. ರಾಧ ಎದ್ದು ಒಳಗೆ ಹೋದಳು.

ಮನೆಯೊಳಗಿನ ಜನವೆಲ್ಲ ವರಾಂಡಕ್ಕೆ ಬಂದರು. ಸುಂದರಮ್ಮ ಪೂರ್ತಿ ತಾಳ್ಮೆ ಕಳೆದುಕೊಂಡರು.

"ನಿಮ್ಗೂ, ಈ ವಿಷಯಕ್ಕೂ ಸಂಬಂಧವಿಲ್ಲ. ಅವತ್ತು ಬೇಕೂಂತ ಅನಿಸ್ತು ಮದ್ವೆ ಮಾಡಿದ್ದು. ಇವತ್ತು ಬೇಡಾ ಅನಿಸ್ತಾ ಇದೆ...." ಷಾಕ್ ತಿಂದವರಂತೆ ಶಾಂತಾರಾಮ್ ಹೆಂಡತಿಯ ಮೇಲೆ ರೇಗಿದರು.

"ನೀನ್ಯಾಕೆ ಈ ವಿಷಯದಲ್ಲಿ ತಲೆ ಹಾಕ್ತಿ? ಒಳ್ಗಡೆ ನಡೀ..."

ನಾಗವೇಣಮ್ಮನವರು ಅವರಿಗೆ ಮುನ್ನ ಕಾಲ್ತೆಗೆದು ತಮ್ಮ ಕೆಲಸಕ್ಕೆ ಹೋಗಿಬಿಟ್ಟರು. ದವಾನಲ ಅಡಗಿಸಿಟ್ಟು ಶಾಂತಾರಾಮ್, ಪಾಂಡುರಂಗಯ್ಯನವರನ್ನು ವಿಶ್ವಾಸಕ್ಕೆ ತೆಗೆದುಕೊಂಡು ಬಗ್ಗಿಸಬೇಕೆಂದು ನಿರ್ಧರಿಸಿದರು.

"ಸ್ವಲ್ಪ ಬನ್ನಿ. ನಿಮ್ಗೇ ವಿಷ್ಯ ಮನವರಿಕೆ ಮಾಡಿಕೊಡ್ತೀನಿ. ಆಮೇಲೆ ನಿರ್ಧಾರಕ್ಕೆ ಬರೋಣ" ಬಲವಂತದಿಂದ ಪಾಂಡುರಂಗಯ್ಯನವರನ್ನು ಎಬ್ಬಿಸಿಕೊಂಡು ಹೋದರು.

ಆಟೋಗೆ ಹದಿನೈದು ತೆತ್ತು ದೂರದ ನಿರ್ಜನ ಪ್ರದೇಶಕ್ಕೆ ಹೋದರು. ಕೆಲವನ್ನು ಮುಚ್ಚಿಟ್ಟರು. ಮಿಕ್ಕದನ್ನ ಪ್ರಾಮಾಣಿಕವಾಗಿ ಹೇಳಿದರು.

"ದತ್ತು ಮಗೂಂದ್ರೆ ಒಂದು ತರಹ ಸಮಸ್ಯೆ. ಬೆಳ್ದ ಮೇಲೆ ತನ್ನ ತಾಯ್ತಂದೆ ಅಲ್ಲಾಂತ ತಿಳಿದ್ರೆ ನಿಕೃಷ್ಟವಾಗಿ ಕಾಣ್ತಾನೆ. ವಿದೇಶಗಳಲ್ಲಿ ಕೆಲವು ಪರಿಹಾರಗಳ್ನ ಕಂಡು

ಹಿಡ್ಕೊಂಡಿದ್ದಾರೆ. ಬಾಡ್ಗೇ ಹೆಣ್ಣು ಹೆತ್ತು ಕೊಡೋ ಜನ ಅಲ್ಲಿ ಸಿಕ್ತಾರೆ. ಇಲ್ಲಿ ಕಷ್ಟ ಅದ್ಕೇ ಈ ಯೋಚ್ನೇ ಮಾಡಿದ್ದು. ತನ್ನ ಹೊಟ್ಟೆಯಲ್ಲಿ ಹುಟ್ಟದಿದ್ರೂ ಗಂಡನದೇ ಮಗೂಂತ ನಳಿನಿ ಅಭಿಮಾನ, ಪ್ರೀತಿಯಿಂದ್ಲೇ ನೋಡ್ತಾಳೆ ಆ ಮಗೂನ. ಇನ್ನ ಸಾಗರ್ ವಿಷ್ಯ. ಸ್ವಂತ ಮಗುವಿನ ಮೇಲೆ ಅವ್ನಿಗೆ ರಕ್ತಗತ ಮಮತೆ. ನಿಮ್ಮಗಳಿಗೂ ಆ ಮಗು ಮೇಲೆ ಯಾವ್ದೇ ತಿರಸ್ಕಾರ ಇರೋಲ್ಲ. ನಳಿನಿ, ಸಾಗರ್ ಜೊತೆ ನಾವು ನೆಮ್ದಿಯಾಗಿರಬೇಕೂಂತಲೇ ಯೋಚಿಸಿದ್ದು."

ಅಮೃತ, ಹಾಲಾಹಲ ಒಟ್ಟಿಗೆ ಬೆರೆಸಿ ಪಾಂಡುರಂಗಯ್ಯನವರ ಮುಂದಿಟ್ಟಂ ತಾಯಿತು. ಕಣ್ಣು ಕಣ್ಣು ಬಿಟ್ಟರು. ಸಂದಿಗ್ಧ ವಿಷ್ಯವಾದ್ರೂ ಅನ್ಯಾಯಕ್ಕೆ ಅವರ ಮನ ಒಪ್ಪಲಿಲ್ಲ.

"ಬರೀ ನಮ್ಮಗಳ ಬಗ್ಗೆ ಯೋಚ್ಸಿಕೊಂಡಿದ್ರಿ. ತುಂಬ ಸ್ವಾರ್ಥ ಆಯಿತು. ನ್ಯಾಯವಾಗಿ ಆ ಹುಡ್ಗೀ ಬಗ್ಗೆ ಚಿಂತೆ ಮಾಡಬೇಕಿತ್ತು. ಹೆತ್ತೊಡಲ ಸಂಕಟದ... ಶಾಪ... ಹತ್ತು ಜನ್ಮದವರ್ಗೂ ಕಾಡುತ್ತೆ" ಕಹಿಯನ್ನು ನುಂಗಿದವರಂತೆ ನುಡಿದರು.

"ಬೇಡಿ.... ಬೇಡಿ... ನೀವು ಪೂರ್ತಿ ಅರ್ಥಮಾಡಿಕೊಂಡಿಲ್ಲ. ಕಡು ಬಡತನ. ಶಾಸ್ತ್ರಕ್ಕೆ ಕತ್ತುನಲ್ಲಿ ಮದ್ವೆ ತಾಳಿ ಇದೆ. ಜಮೀನು, ಮನೆ ಕೊಡ್ತೀನಿ. ಅಷ್ಟಕ್ಕೂ ಮೀರಿ ಒಂದಷ್ಟು ಹಣನು ಕೊಡೋದು" ಶಾಂತಾರಾಮ್ ಸ್ವರದಲ್ಲಿ ಚಾಣಾಕ್ಷತನ ಪುಟಿಯಿತು.

ಸುಮ್ಮನೆ ಕೂತುಬಿಟ್ಟರು ಪಾಂಡುರಂಗಯ್ಯ. ಹೊಟ್ಟೆಯಲ್ಲಿ ಅಪರಿಮಿತವಾದ ಸಂಕಟ. ಇನ್ನೊಂದು ಮದುವೆಯ ಸುದ್ದಿ ಎತ್ತಿದಾಗಲೇ ಪ್ರಾಮಾಣಿಕವಾಗಿ ಮುಖ ತಿರುವಿದ್ದರು. ಯಾವ ಹೆಣ್ಣಿಗೂ ಅನ್ಯಾಯವಾಗುವುದು ಅವರಿಗಿಷ್ಟವಿಲ್ಲ.

ಅವರ ಮುಖದ ಬದಲಾಗುತ್ತಿರುವ ಭಾವನೆಗಳಲ್ಲಿ ದೃಷ್ಟಿ ನೆಟ್ಟ ಶಾಂತಾರಾಮ್ ಕಬ್ಬಿಣ ಕಾದಾಗಲೇ ಬಡಿಯಬೇಕೆನ್ನುವ ನಿಶ್ಚಯಕ್ಕೆ ಬಂದರು.

"ನೀವೇನು ಯೋಚ್ನೇ ಮಾಡ್ಬೇಡಿ. ಆಗ಼್ೂ ನಾನೇ ಹೊತ್ಕೊಂಡೆ. ಈಗ್ಲೂ ನಾನೇ ಹೊತ್ಕೋತೀನಿ. ನಿಮ್ಮ ಮೊಮ್ಮಗುನ ನಿಮ್ಗೇ ಒಪ್ಪಿಸುತ್ತೀನಿ. ದಯವಿಟ್ಟು ಇನ್ನೊಂದು ಮಾತು ಬೇಡ" ನಯವಾದ ಮಾತುಗಳ ಹಿಂದಿನ ವಂಚನೆ ಪಾಂಡುರಂಗಯ್ಯನವರಿಗೆ ಅರ್ಥವಾಯಿತು.

"ನನ್ನ ಮನಸ್ಸು ಒಪ್ಪೋಲ್ಲ. ಸಾಗರ್ ನನ್ಮಗ. ಅವ್ನು ಒಪ್ಪೋ ಸಾಧ್ಯತೆನು ಇಲ್ಲ. ಹೇಗೂ ಇಷ್ಟೆಲ್ಲ ನಡ್ದು ಹೋಗಿದೆ. ಆ ಹುಡ್ಗೀನು ಇದ್ದುಕೊಳ್ಳಿ" ಸಮಾಧಾನಾಗಿಯೇ ಹೇಳಿದರು. ಬೆಂಕಿಯ ಪರ್ವತ ಉರುಳಿದಂತೆ ಶಾಂತಾರಾಮ್ ತತ್ತರಿಸಿದರು.

ಎರಡೇ ನಿಮಿಷದಲ್ಲಿ ಶಾಂತಾರಾಮ್ ಮುಖದಲ್ಲಿ ಕಠಿಣತೆ ದಟ್ಟವಾಯಿತು. ಕೆಂಪೆತ್ತಿದ ಕಣ್ಣುಗಳು, ಬಿಗಿದುಕೊಂಡ ಹುಬ್ಬುಗಳು. ಸೆಟೆದು ನಿಂತ ಮೂಗು.

"ಖಂಡಿತ ಸಾಧ್ಯವಿಲ್ಲ. ಕನಸಿನಲ್ಲೂ ಕೂಡ ನಿರೀಕ್ಷಿಸಬೇಡಿ. ನನ್ನ ಮಗ್ಳು ಬಾಳಿಗೆ ಇನ್ನೊಬ್ಳು. ಯಾವ ತಾಯ್ತಂದೆನು ಒಪ್ಪೋಲ್ಲ. ಇನ್ನ ನಾನು ಒಪ್ತೀನಾ!" ರೋಷದಿಂದ ಕೂಗಿದರು.

ಮೆತ್ತಗೆ ಮೇಲೆದ್ದ ಪಾಂಡುರಂಗಯ್ಯ ಪಂಚೆ ಕೊಡವಿದರು. ಮೇಲೆ ಸುಡು

ಬಿಸಿಲು, ಕೆಳಗೆ ಕಾದ ನೆಲ, ಮಧ್ಯದಲ್ಲಿ ಬೆಂದು ಹೋಗುತ್ತಿದ್ದ ಮೈ, ಮನಗಳು.

"ಅದು ನಿಮ್ಗೇ ಸೇರಿದ್ದು. ಇಲ್ಲಿ ನಿಮ್ಮ ಒಪ್ಗೇ ಅಷ್ಟು ಮುಖ್ಯವು ಅಲ್ಲ. ನಮ್ಗೇ ಮಾತ್ರ ನಳಿನಿ ಹೇಗೋ ರಾಧನು ಹಾಗೇನೆ. ಭೇದವೆಣಿಸೋಕೆ ನಾವು ಸಿದ್ಧವಿಲ್ಲ" ಅವರ ಸ್ವರದಲ್ಲಿ ಉದ್ವೇಗವಿಲ್ಲದ ತಣ್ಣನೆಯ ಮಂಜಿನ ಸ್ಪರ್ಶವಿತ್ತು.

ಅರಗಿಸಿಕೊಳ್ಳಲು ಶಾಂತಾರಾಮ್ ಹೆಣಗಾಡಿದರು. ಕುಬ್ಜರಾದ ಅನುಭವ. ಹುಡುಗರನ್ನ ಕುರಿಗಳಂತೆ ಮೇಯಿಸುತ್ತಿದ್ದ ತಮ್ಮ ಚಾಣಾಕ್ಷತನ ಎಲ್ಲಿ ಹೋಯಿತು? ನೋಟ ನೆಲದಲ್ಲಾಡಿತು.

"ಮನೆಗೆ ಹೋಗೋಣ" ಏರುಪೇರಿಲ್ಲದ ಸ್ವರ ಪಾಂಡುರಂಗಯ್ಯನವರದು. ಏನು ನಡೆಯಲೇ ಇಲ್ಲವೆನ್ನುವಂತೆ ತೋರ್ಪಡಿಸಿಕೊಳ್ಳುವ ಸೌಜನ್ಯ. ಶಾಂತಾರಾಮ್ ಎದೆಯಲ್ಲಿ ಬೆಂಕಿ. "ಹೀಗೆಲ್ಲ ಹೇಳ್ಬೇಡಿ. ನಾನಂತೂ ಇಂದು ರಾಧನ ಕರ್ಕೊಂಡ್ಹೋಗೋದು ದಿಟ. ಹಿಂದಿನ ಹಾಗೇ ಈಗ್ಲೂ ಸಹಕಾರ ಕೊಡಿ, ಸಾಗರ್ ತಾನಾಗಿ ಹೊಂದ್ಕೋತಾರೆ."

ಪಾಂಡುರಂಗಯ್ಯನ ಕಣ್ಣುಗಳು ಕಿರಿದಾಗಿ ಮುಖದ ಸುಕ್ಕುಗಳು ಆಳವಾದವು. ನಾಲಿಗೆ ತುಟಿಯ ಮೇಲಾಡಿತು. ನಾಲ್ಕು ಹೆಜ್ಜೆ ಮುಂದೆ ಹೋಗೇ ಬಿಟ್ಟರು.

"ಬನ್ನಿ.... ಬನ್ನಿ... ಅಷ್ಟು ಸುಲಭವಾಗಿ ನಿರ್ಧಾರ, ನಿಶ್ಚಯ ಮಾಡೋಂಥದಲ್ಲ. ಹೆಣ್ಣು ಕೊಟ್ಟ ಮಾವನಿಗೆ ಕೆಲವು ಮಿತಿಗಳು ಇರುತ್ತೆ. ಬ್ಯಾಂಕ್ ಹಣ ಕಟ್ಟೋಕೆ ಹೋದಾಗ ಅವರೇನು ಹೆಚ್ಚಿನ ವಿವರ ಕೇಳೋಲ್ಲ. ಚೆಕ್ ಹಿಡಿದು ಹೋದಾಗ ಅವರ ಪ್ರಕಾರನೇ ನಡ್ಕೋತಾರೆ. ಹೀಗೆ, ಮದ್ವೇ ಮಾಡೋವಾಗ ಪ್ರತಿಭಟನೆ ತೋರಿಬಂದರೂ ಗಾಢವಾಗಿಲ್ಲ. ಈಗ ಇಲ್ಲಿ ನೀವು ಪೂರ್ತಿ ಹೊರಗಿನವರಾಗ್ತೀರಾ" ನಿಂತು ತಲೆಯಾಡಿಸಿದರೂ ಸುಮ್ಮನೆ ಹೊರಟೇ ಬಿಟ್ಟರು.

ಅಚೇತನರಾಗಿ ಬಿಟ್ಟರು ಶಾಂತಾರಾಮ್.

* * *

ಮನೆಯಲ್ಲಿ ಪ್ರಕ್ಷುಬ್ಧ ಸ್ಥಿತಿ. ಒಳಗೆ ಹೋರಾಟವಿದ್ದರೂ ಹೊರಗೆ ಮಾತ್ರ ಶಾಂತಚಿತ್ತನಾಗಿದ್ದ ಸಾಗರ್. ಎರಡು ಕೋಣೆಯತ್ತ ಸುಳಿಯುತ್ತಿರಲಿಲ್ಲ. ಮಧ್ಯಾಹ್ನ ಹಾಲ್, ವರಾಂಡದಲ್ಲಿ ಅವನ ವಾಸ್ತವ.

ಆಫೀಸ್‌ಗೆ ಹೊರಟಾಗ ಬಿರುಗಾಳಿಯಂತೆ ಬಂದಳು ನಳಿನಿ. ಕಣ್ಣಲ್ಲಿಯೇ ಹಾಸ್ಯವಾಗಿ ಪ್ರಶ್ನಿಸಿದ.

"ನಂಗೆ ಸಹಿಸಿ ಸಾಕಾಗಿದೆ" ಅಸಹನೆಯ ಸ್ವರವನ್ನು ಅವನ ತಂಪುನೋಟ ನುಂಗಿತು. "ಅದ್ಕೇ ಆರಾಮವಾಗಿ ಬಿಟ್ಟಿದ್ದೀನಲ್ಲ."

"ನಾನು ನಿಮ್ಮ ಹೆಂಡ್ತಿ" ಸ್ಕೂಟರ್ ಹ್ಯಾಂಡಲ್ ಹಿಡಿದು ಗಟ್ಟಿಸಿ ಹೇಳಿದಾಗ ಅವನ ಕೈ ಸೊಂಟದ ಮೇಲೆ ಹೋಯಿತು. ಕೂಲಿಂಗ್ ಗ್ಲಾಸ್ ತೆಗೆದು ಕೈಯಲ್ಲಿ ಹಿಡಿದ "ನಾನೇನು ಇಲ್ಲ ಅನ್ನಲಿಲ್ವಲ್ಲ. ಅದ್ಕೇ ಸಾಕಷ್ಟು ಮಂದಿ ಸಾಕ್ಷಿಗಳು ಇದ್ದಾರೆ."

ತಟ್ಟನೆ ಏನನ್ನಿಸ್ತೋ ಮುಖ ಮೇಲಕ್ಕೆ ಎತ್ತಿದಳು.

"ಫಿಲಂಗೆ ಹೋಗ್ಬೇಕು. ಸಂಜೆ ಬೇಗ್ಬನ್ನಿ" ಸ್ಕೂಟರ್ ಸ್ಟ್ಯಾಂಡ್ ಸರಿಸುತ್ತಿದ್ದವನು ಕೆನ್ನೆಯುಜ್ಜಿದ. "ನೋಡೋಣ"

ಟಾಟಾ ಮಾಡುತ್ತಿದ್ದ ರವಿ, ಶಶಿಗೆ ಕೈಯಾಡಿಸಿ ಹೊರಟೇಬಿಟ್ಟ. ಅವನೆದೆ ಸಂಕಟದಿಂದ ಬಿರಿಯುವಂತಾಯಿತು. ಪರಿಹಾರವಾಗುವಂಥ ಸಮಸ್ಯೆಯೆ ಅಲ್ಲ ಅನ್ನಿಸಿತು. ಬದುಕು ತೀರಾ ವೈವಿಧ್ಯಮಯವೆನಿಸಿತು.

ಬರೀ ಹಸನ್ಮುಖತೆಯ ಮುಸುಕಿನೊಂದಿಗೆ ನಟನೆ ಮಾಡುತ್ತಿದ್ದ. ಪೀಟರ್ ಬಿಟ್ಟು ಬೇರೆಯವರಿಗಾರಿಗೂ ಅವನ ಮನೆಯ ಸಂಗತಿ ಗೊತ್ತಿರಲಿಲ್ಲ. ಇಲ್ಲದಿದ್ದರೇ ಅವಹೇಳನ, ನಗೆಚಾಟಿಕೆ ಹಲವಾರು ಜನರ ನಾಲಿಗೆಗೆ ವಸ್ತುವಾಗಿ ಬಿಡುತ್ತಿದ್ದ.

ಮಧ್ಯಾಹ್ನ ಸೇಲ್ಸ್‌ಸೆಕ್ಷನ್‌ಗೆ ಹೋದ. ಪೀಟರ್ ನಗುಮುಖದಿಂದಲೇ ಸ್ವಾಗತಿಸಿದ.

"ಮಧ್ಯಾಹ್ನ ರಜೆ ಹಾಕೋಕೆ ಆಗುತ್ತಾ?" ಛೇರ್‌ನ ಹಿಡಿದು ಕೇಳಿದ. ಒಂದು ಗಳಿಗೆ ಪೀಟರ್ ಕಣ್ಣುಗಳಲ್ಲಿ ವಿಸ್ಮಯ ಮೂಡಿತು. "ಓ.ಕೆ. ಹೇಗಾದ್ರೂ ಅಡ್ಜಸ್ಟ್ ಮಾಡ್ತೀನಿ."

"ಥ್ಯಾಂಕ್ಯೂ.." ಎಡಗೈ ಬೆರಳುಗಳಿಂದ ಕೂದಲನ್ನು ಹಿಂದಕ್ಕೆ ತಳ್ಳಿದ "ತುಂಬ ಮಾತನಾಡೋದಿದೆ. ಒಂದೆರಡು ದಿನ ಈ ಸಮಸ್ಯೆಗಾಗಿ ನೀನು ತಲೆ ಕೆಡಿಸಿಕೊಳ್ಳ ಬೇಕಾಗುತ್ತೆ" ಕಣ್ಣರಳಿಸಿ ಒಂದು ತರಹ ನೋಡಿ ತಲೆತೂಗಿದ.

"ನಿನ್ನ ಮನಸ್ಸಿಗೆ ತೃಪ್ತಿಯಾಗೋ ರೀತಿಯಲ್ಲಿ ಪರಿಹಾರ ಮಾಡೋ ಸಾಮರ್ಥ್ಯ ಆ ಜೀಸಸ್ ಕೊಟ್ರೆ. ಐ ಯಾಮ್ ಹ್ಯಾಪಿ....." ಮೇಲೆ ನೋಡಿದ.

ಸಾಗರ್‌ನ ಆತ್ಮೀಯತೆಯ ಉದ್ದಗಲಕ್ಕೂ ಬೆಳೆದು ನಿಂತ ಪೀಟರ್. ಪ್ರೇಮದಿಂದ ನೋಡಿ ಹೊರಗೆ ನಡೆದ.

ಮಧ್ಯಾಹ್ನ ಇಬ್ಬರು ರಜೆ ಹಾಕಿ ನಡೆದಾಗ ಕೆಲವರು ರೇಗಿಸಿ ಮಾತನಾಡಿದರೂ ವ್ಯಂಗ್ಯವಿರಲಿಲ್ಲ. ಅದೊಂದು ಆತ್ಮೀಯತೆಯ ವಾತಾವರಣ.

"ಎಲ್ಹೋಗೋಣ...?" ವೆಹಿಕಲ್ ಬಳಿ ಬಂದಾಗ ಪೀಟರ್ ಪ್ರಶ್ನಿಸಿದ. ಸಾಗರ್ ತುಟಿ ಕಚ್ಚಿ ಯೋಚಿಸಿದ. "ಅಂತೂ ತುಂಬ ಮಾತಾಡ್ಬೇಕು. ಎಲ್ಹೋದ್ರೆ.... ಏಕಾಂತ ಸಿಕ್ಕುತ್ತೆ?"

ಪೀಟರ್ ತಕ್ಷಣ ಪರಿಹಾರ ಹೇಳಿದ.

"ನಮ್ಮನೆಗೆ ಹೋಗೋಣ. ಸದ್ಯಕ್ಕೆ ಯಾರೂ ಊರಲ್ಲಿಲ್ಲ."

ಇಬ್ಬರ ವೆಹಿಕಲ್‌ಗಳು ಪೀಟರ್‌ನ ಮನೆಯತ್ತ ದೌಡಾಯಿಸಿದವು. ವಿಷಯ ತಿಳಿಯುವಷ್ಟು ಕುತೂಹಲವಿಲ್ಲದಿದ್ದರೂ ತೀರಾ ಗಂಭೀರವಾಗಿ ಯೋಚಿಸುತ್ತಿದ್ದ. ಆ ಮಾನಸಿಕ ಹಿಂಸೆಯಲ್ಲಿ ಸಾಗರ್ ಎಷ್ಟು ಚಿಂದಿಯಾಗಿದ್ದಾನೆ ಎನ್ನುವ ವಿಷಯ ಆತನಿಗೆ ಚೆನ್ನಾಗಿ ಗೊತ್ತು.

ಇಬ್ಬರು ವೆಹಿಕಲ್‌ಗಳನ್ನು ನಿಲ್ಲಿಸಿದರು. ಬೀಗ ತೆಗೆದು ಆಹ್ವಾನಿಸಿದ ಪೀಟರ್.

"ಮನೆ ಒಂದು ತರಹ ನಿರ್ಜನವಾಗಿ ಕಾಣುತ್ತೆ !" ಪೀಟರ್ ಮುಖದಲ್ಲಿ

ಆಳವಾದ ಗೆರೆಗಳು ಮೂಡಿದವು. "ಮನೆ ನಂದನವನವಾಗೋದು ಕೆಲವರ ಪಾಲಿಗೆ ಮಾತ್ರ-ಮತ್ತಷ್ಟು ಜನ ನನ್ನಂಥವರು ಭಯಂಕರ ಕಾಡಿನಲ್ಲಿ ವಾಸಿಸಬೇಕಾದ ಅವಸ್ಥೆಗೆ ಕಟ್ಟುಬಿದ್ದರೇ ನಿನ್ನಂಥವರಿಗೆ ನಿರ್ಜನ ಪ್ರದೇಶ. ಇವೆಲ್ಲದರ ನಡುವೆಯೆ ಬದುಕು. ಇದಕ್ಕೆ ಒಳಪಟ್ಟಂತೆಯೆ ಇದೆ ಸಾಮಾಜಿಕ ಜೀವನ."

ಎದೆಯ ಮೇಲೆ ಕೈಕಟ್ಟಿ ಸಾಗರ್ ದೀರ್ಘವಾದ ನಿಟ್ಟುಸಿರು ದಬ್ಬಿದ. ಪಾಂಡುರಂಗಯ್ಯನ ದೃಢತೆ ಅವನನ್ನು ಎಷ್ಟೋ ನೆಮ್ಮದಿಯಲ್ಲಿ ಇಟ್ಟಿತ್ತು. ಇಲ್ಲದಿದ್ದರೆ ಇಷ್ಟೊತ್ತಿಗೆ ಹುಚ್ಚಾಸ್ಪತ್ರೆಯಲ್ಲಿ ಇರುತ್ತಿದ್ದ.

ಪೀಟರ್ ಸಮೋಸ ಜೊತೆ ಟೀ ಮಾಡಿ ತಂದ. ಅದರ ನಡುವೆ ಮಾತುಗಳು ಷುರುವಾಯಿತು. ಅಷ್ಟಿಷ್ಟು ವಿಷಯ ತಿಳಿದಿದ್ದರೂ ಇಂದು ಪೂರ್ಣವಾಗಿ ಅರಿತ.

"ಈಗೇನ್ಮಾಡ್ಬೇಕು ?" ಪೀಟರ್ ಪ್ರಶ್ನೆ ಬಂದಾಗ ಅವನು ತಲೆಯ ಮೇಲೆ ಕೈಯೊತ್ತ."ಅದ್ನೇ ನಿನ್ನ ಕೇಳ್ತಾ ಇರೋದು."

"ಬಹಳ ಕಠಿಣವಾದ ಸಮಸ್ಯೆ. ನಿರಂತರವಾಗಿ ಬಾಧೆ ಅನುಭವಿಸೋದು ಕಷ್ಟ. ಸದ್ಯಕ್ಕೆ ರಾಧನ ಹಳ್ಳಿಯಲ್ಲಿ ಬಿಡು" ಪೀಟರ್ ಹೇಳಿದಾಗ ವ್ಯಥೆಯ ನೆರಳಾಡಿತು ಅವನ ಮುಖದ ಮೇಲೆ.

"ಸಾಧ್ಯವಿಲ್ಲ, ಪೀಟರ್ ಈಗಾಗ್ಲೇ ನಮ್ಮಾವ ಅವ್ರ ಬಡತನ ದುರುಪಯೋಗ ಮಾಡಿಕೊಂಡಿದ್ದಾನೆ. ಹೆಣ್ಣನ್ನ ಬದುಕೋಕೆ ಬಿಡೋಲ್ಲ. ತೀರಾ ಚಾಣಾಕ್ಷ. ಮಾನಸಿಕವಾಗೇ ಅವ್ಳನ್ನು ಸಾವಿನ ದವಡೆಗೆ ತಳ್ಳಿ ಬಿಡ್ತಾನೆ. ಅದ್ಕೇ ನನ್ನ ಮನಸ್ಸು ಒಪ್ತಾ ಇಲ್ಲ" ಉದ್ವೇಗದಿಂದ ಅವನ ಸ್ವರ ನಡುಗಿತು.

ಪೀಟರ್ ಸೋಫಾದ ಬೆನ್ನಿಗೆ ಒರಗಿದ. ಚಿಂತಿಸಿದ.

"ಸಾಗರ್ ನಂಗೆ ಎರಡು ದಿನ ಸಮಯ ಕೊಡು. ಅಷ್ಟರಲ್ಲಿ ಯೋಚ್ಸಿ ಹೇಳ್ತೀನಿ. ನಳಿನಿ ಬಗ್ಗೆ ನಿಂಗೆ ಮೊದ್ಲಿನ ಪ್ರೀತಿ ಇದ್ಯಾ?" ನೋಟ ಕೆಳಗೆ ಹಾಕಿ ಸುಮ್ಮನೆ ಕೂತು ಬಿಟ್ಟ ಸಾಗರ್.

ತೀರಾ ಹೃದಯಕ್ಕೆ ಸಂಬಂಧಪಟ್ಟ ಪ್ರಶ್ನೆ. ಹಿಂಜಿ ಹಿಂಜಿ ನೋಡಿದ. ಮನ ಮೊದಲಿನ ಹಾಗೆ ನಳಿನಿಯನ್ನು ಪ್ರೀತಿಸುವುದಿಲ್ಲವೆಂದು ಪ್ರಾಮಾಣಿಕವಾಗಿ ಒಪ್ಪಿಕೊಂಡಿತು. ಮುಖಭಾವನೆಗಳನ್ನು ಓದಿಕೊಂಡ ಪೀಟರ್ ಮೇಲಕ್ಕೆದ್ದ.

"ಎರಡು ದಿನ ಬಿಟ್ಟು ನಿಂಗೆ ಹೇಳ್ತೀನಿ. ನಿಶ್ಚಿಂತೆಯಿಂದಿರು" ಭುಜ ತಟ್ಟಿದ.

ಬೀಳ್ಕೊಡಲು ಹೊರಗೆ ಬಂದಾಗ ಪೀಟರ್ ಹೇಳಿದ.

"ಇನ್ನೊಮ್ಮೆ ಅವರುಗಳ ತೀರ್ಮಾನಗಳ ಬಗ್ಗೆ ಅವರಿಂದಲೇ ತಿಳೀ. ಕಡೆಯ ಪ್ರಯತ್ನವೆನ್ನುವಂತೆ ಹಿಂಜಿ ಹಿಂಜಿ ಅವರ ಮನಗಳನ್ನು ಅರಿತುಕೋ."

ಮೌನವಾಗಿ ತಲೆಯಾಡಿಸಿ ಸ್ಕೂಟರ್ ಹತ್ತಿದ. ಮನೆಯ ಕಡೆ ಹೊರಟಿದ್ದವ ನಿಲ್ಲಿಸಿದ. ಸಿನಿಮಾ ಬೇಡಿಕೆಗೆ ಮಣಿಯಬೇಕಾಗುತ್ತದೆ. ಈಗ ರಾಧಳ ಚಿತ್ರ ಅವನ ಕಣ್ಮುಂದೆ ಸುಳಿಯಿತು.

"ಸಾಗರ್ ಹೀಗ್ಯಾಕೆ ಮಾಡ್ತೀಯೋ ! ನಾಲ್ಕು ಮಾತಾದ್ರು ಆಡು. ಬಸುರಿ

ಹೆಣ್ಣು ಬಡವರ ಮನೆಯಲ್ಲಿ ಹುಟ್ಟಿದ್ದೇ ತಪ್ಪಾಯ್ತು!" ತಾಯಿಯ ಬುದ್ಧಿಮಾತು ಮುಖ ಬೆವರಿನಿಂದ ತೋಯ್ದು ಹೋಯಿತು.

"ನಾನು ದೊಡ್ಡ ತಪ್ಪು ಮಾಡ್ದೇ. ಅಷ್ಟು ದುರ್ಬಲ ವ್ಯಕ್ತಿಯಾಗ್ಬಾರ್ದಿತ್ತು. ಕರ್ಚೀಫ್‌ನಿಂದ ಮುಖವನ್ನುಜ್ಜಿದ.

"ಏಯ್.... ಮಾವ" ಸ್ವರ ಬಂದತ್ತ ನೋಟವರಿಸಿದ. ರವಿ, ಶಶಿ ಜೊತೆ ಆತುರಾತುರವಾಗಿ ಬಂದ ರಾಜಣ್ಣ ಏದುಸಿರು ಬಿಡುತ್ತಿದ್ದ. ಇದು ತುಂಬ ತಪ್ಪು. ಸಾಗರ್ ದಾರಿಯಲ್ಲೆಲ್ಲ ಮನೆ ವಿಷ್ಯನೇ ಯೋಚ್ಸಿಕೊಂಡು ವೆಹಿಕಲ್ ಓಡಿಸಿದ್ರೆ.... ಗತಿಯೇನು? ಇದೊಂದು ಭಯಂಕರ ಸ್ಥಿತಿ...." ದಾರಿಯೆಂಬುದನ್ನು ಮರೆತು ಹಣೆಗಟ್ಟಿಸಿಕೊಂಡಾಗ ಸಾಗರ್ ಕೈ ಹಿಡಿದುಕೊಂಡ.

"ಯಾವಾಗ್ಬಂದಿದ್ದು ?" ಮಾತು ಮರೆಸುವ ಪ್ರಯತ್ನ ಮಾಡಿದ. ಇನ್ನು ಏದುಸಿರು ಬಿಡುತ್ತಲೇ ಇದ್ದ ರಾಜಣ್ಣ "ಬಂದ ಮನೆ ಹಾಳಾಯ್ತು ಬಿಡು. ಏನಾದರೊಂದು ಪರಿಹಾರಕ್ಕೆ ಬಾ. ಇಲ್ಲದಿದ್ದರೇ, ನೀನು ರಾಧ ಬಲಿಯಾಗ್ತೀರಿ. ಇದ್ರಿಂದ ನಳಿನಿಗೂ ಸುಖ ಇಲ್ಲ." ಆ ಮಾತುಗಳ ಹಿಂದಿನ ಪ್ರೀತಿ ವ್ಯಕ್ತವಾದಾಗ ಸಾಗರ್‌ನ ಎದೆ ಭಾರವಾಯಿತು.

"ಹತ್ತು ಮಾರಾಯ, ಹೋಗೋಣ" ಅವಸರಿಸಿದ. ಹುಡುಗರನ್ನು ಮುಂದೆ ಹತ್ತಿಸಿಕೊಂಡ. ಸ್ಕೂಟರ್ ಸರಿಯಾದ ಹಾದಿಯಲ್ಲಿ ಓಡುತ್ತಿದ್ದರೂ ಮನ ಸುತ್ತು ಬಳಸುವ ಹಾದಿಗಳತ್ತ ಕಣ್ಣೋಟ ಬೀರುತ್ತಿತ್ತು.

ಹೊರಗೆ ನಿಂತಿದ್ದ ಅಶ್ವಿನಿ ಮುಖ ಮೊರದಗಲವಾಯಿತು. ಕಣ್ಣರಳಿಸಿದಳು. ಆದರೆ ರೋಡಿನತ್ತ ಬೆನ್ನು ಹಾಕಿದ ರಾಧ ಹಣ್ಣಾದ ಉದುರುವ ಕ್ರೋಟನ್ ಎಲೆಗಳಲ್ಲಿ ಕೈಯಾಡಿಸುತ್ತಿದ್ದಳು.

"ಅಣ್ಣ, ಎಲ್ಲಿ ಸಿಕ್ರೋ?" ರಾಧಳ ಕತ್ತು ಇತ್ತ ಹೊರಳಿತು. ಮಂಜು ಕಣ್ಣುಗಳಲ್ಲಿ ಬೆಳದಿಂಗಳ ಪುಳಕ. ಅನಾಯಾಸವಾಗಿ ಅವನ ನೋಟವನ್ನು ಕಟ್ಟಿ ಹಾಕಿತು. ಶಾಂತ ಸರೋವರದಲ್ಲಿ ಮಿಂದಂತಾಯಿತು.

ರಾಜಣ್ಣ, ಅಶ್ವಿನಿ ಮುಖ ಮುಖ ನೋಡಿಕೊಂಡರು. ಮಂಜು ಮುಸುಕಿಕೊಂಡಿತು. ಕಣ್ಣುಗಳ ಮುಂದೆ. ನಿಟ್ಟುಸಿರು ದಬ್ಬಿದರು.

ಮುಂದಿನ ಪ್ರಮಾದದ ಅರಿವಿಲ್ಲದವನಂತೆ ಹಸನ್ಮುಖನಾಗಿ ಒಳಗೆ ಬಂದ.

ಎಂದಿನ ಗತ್ತಿನಲ್ಲಿಯೇ ಶಾಂತಾರಾಮ್ ಕೂತಿದ್ದರು. ಅವನ ಕಣ್ಣುಗಳು ಕಿರಿದಾಗಿ ಉದಾಸೀನ ಮಿನುಗಿತು.

"ಹೇಗಿದ್ದೀರಾ?" ಬೇಕಾಬಿಟ್ಟಿಯ ಪ್ರಶ್ನೆ.

"ಮಾಡ್ದ ತಪ್ಪಿಗೆ ಮರುಗ್ತಾ ಇದ್ದೀವಿ. ಇಂಥ ಜನಾಂತ ನಂಗೆ ಗೊತ್ತಿರ್ಲಿಲ್ಲ!"

ಸ್ವರದಲ್ಲಿನ ಒರಟುತನಕ್ಕೆ ನೇರವಾಗಿ ನೋಟವೆತ್ತಿದ ಸಾಗರ್ ಕಣ್ಣುಗಳು 'ಹೌದೆ' ಎಂದು ವ್ಯಂಗ್ಯವಾಗಿ ಪ್ರಶ್ನಿಸಿದಂತಿತ್ತು.

"ತಪ್ಪು ಮಾಡಿದ್ಮೇಲೆ ಶಿಕ್ಷೆ ಬಗ್ಗೆ ಯೋಚ್ನೆ ಮಾಡ್ಬಾರ್ದು, ಅನಿವಾರ್ಯ" ಕೂತು

ಷೂ ಲೇಸ್ ಬಿಚ್ಚಲು ಬಗ್ಗಿದ.

"ಇಷ್ಟು ದೊಡ್ಡ ಮನೆ ನನ್ಮಗ್ಳಿಗೆ ಕೊಂಡು ಕೊಟ್ಟಿದ್ದು ಅವ್ಳು ಸುಖವಾಗಿರ್ಲಿಂತ...." ಅರ್ಥಗರ್ಭಿತ ವ್ಯಂಗ್ಯದ ಇರಿತ. ಕನಲಿದ ಸಾಗರ್.

ಹಿಂದಿನಿಂದ ಬಂದ ರಾಜಣ್ಣ ಅಲ್ಲೇ ನಿಂತ ಯಥಾವತ್ ಅರ್ಥವಾಗಿತ್ತು. ಆದರೂ ನಾಚಿಕೆ ಪಡಬೇಕೆನಿಸಲಿಲ್ಲ. ಎದೆ ಸೆಟೆದು ಹಾದುಹೋದ.

"ಕೊಂಡವರ ಉದ್ದೇಶ ಬಾಡ್ಗೆಯವ್ರಿಗೆ ಅಗತ್ಯವಿಲ್ಲ. ಅಂಥ ಮಾತುಗಳೆಲ್ಲ ಮೂರ್ಖತನವಾದೀತು!" ಬಾಣಕ್ಕೆ ಪ್ರತಿ ಬಾಣ. ದಂಗುಬಡಿದು ಹೋದರು ಶಾಂತಾರಾಮ್.

ಷೂ ಪಕ್ಕಕ್ಕೆ ತಳ್ಳಿ ಎದ್ದು ನಿಂತ. ತುಟಿಯ ಮೇಲೆ ನಾಲಿಗೆಯಾಡಿತು. ಅವರತ್ತ ತಿರುಗಲಿಲ್ಲ.

"ನೀವು ಮನೆ ಮಾಲೀಕರ ಪಕ್ಷ ವಹಿಸಿ ಮಾತಾಡಿದ್ರಿಂದ ನಾನು ಎರ್ಡು ಮಾತು ಹೇಳ್ಬೇಕಾಗಿದೆ. ಸಲೀಸಾಗಿ ಬಾಡ್ಗೇ ಕೊಟ್ಮೇಲೆ.... ಮುಗೀತು. ನನ್ನ ಮನೆಯ ಸ್ವಂತ ವಿಷ್ಯಗಳಿಗೆ ಬೇರೆಯವ್ರು ಕೈ ಹಾಕೋದು ನಾನು ಸಹಿಸ್ಲಾರೆ. ಹೆಣ್ಣು ಕೊಟ್ಟ ಮಾವ ನಾಲ್ಕು ದಿನದ ಅತಿಥಿಯೇ ವಿನಹ ಈ ಮನೆಗೆ ಮಾಲೀಕನಲ್ಲ!" ಚಾಟಿಯಿಂದ ಅಪ್ಪಳಿಸಿದಂತಾಯಿತು ಶಾಂತಾರಾಮ್‌ಗೆ. ವಿವೇಕ ಕಳೆದುಕೊಂಡರು ಕಾಲು ಅಪ್ಪಳಿಸುತ್ತ ಮಗಳ ಕೋಣೆಗೆ ಹೋದರು.

ಬಟ್ಟೆ ಬದಲಾಯಿಸಿ ಬಾತ್‌ರೂಂಗೆ ಹೋದ. ಮುಖಕ್ಕೆ ತಣ್ಣೀರು ಬಿದ್ದರು ಉರಿ ಕಮ್ಮಿಯಾಗಲಿಲ್ಲ. ಮೈಯಲ್ಲೆಲ್ಲ ಬೆಂಕಿ.

ಹೊರಗಡೆ ದೊಡ್ಡ ಗಲಾಟೆ. ತಂದೆ ಮಗಳ ಜೊತೆ ಸುಂದರಮ್ಮ ಕೂಡ ಸೇರಿಕೊಂಡಿದ್ದರು. ಬಾಯಿಗೆ.... ಬಾಯಿ.... ಶಾಂತಾರಾಮ್ ಏರು ಧ್ವನಿಯಲ್ಲಿ ಹಾರಾಡುತ್ತಿದ್ದರು.

"ಯಾರು ಈ ಮನೆಯಲ್ಲಿ ಒಂದು ಕ್ಷಣ ಇರಕೂಡ್ದು" ಶಾಂತಾರಾಮ್‌ನ ಏರು ಸ್ವರ. ಹಿಂದೆಯೇ ನಾಗವೇಣಮ್ಮನ ತಗ್ಗಿದ ಸ್ವರ "ಸಂಬಂಧಗಳಲ್ಲಿ ಕಹಿ ಬೆರೆಸಬೇಡಿ. ಇದರಿಂದ ಮತ್ತಷ್ಟು ಹದಗೆಡುತ್ತೆ ಮನೆ ಪರಿಸ್ಥಿತಿ. ಅವನೀಗ್ಲೇ ಬೇಸತ್ತು ಹೋಗಿದ್ದಾನೆ. ಸ್ವಲ್ಪ ಸಮಾಧಾನ ತಂದುಕೊಳ್ಳಿ. ಯಾರ್ಗೂ ನಳಿನಿ ಮೇಲೆ ದ್ವೇಷವಾಗ್ಲೀ, ತಿರಸ್ಕಾರವಾಗ್ಲೀ ಇಲ್ಲ !"

"ಇವೆಲ್ಲ ಬೇಕಾಗಿಲ್ಲ. ಜಟ್ ಪಟ್ ಅಂತ ತೀರ್ಮಾನವಾಗಿ ಬಿಡ್ಲಿ. ಈ ಆಟಗಳೆಲ್ಲ ಹಿಂದಿನ ಹಾಗೆ ನನ್ಮಗ್ಳು ಜೊತೆ ಸಾಗರ್ ಇರ್ಲಿ." ಸುಂದರಮ್ಮನ ಸವಾಲ್.

ಮುಖ, ಮೂಗು ಕೆಂಪಗೆ ಮಾಡಿಕೊಂಡ ಅಶ್ವಿನಿಯ ಕೆರಳಿದ ಸ್ವಾಭಿಮಾನದ ಸ್ವರ.

ಅವ್ನಿಗೆ ಕಂಡೀಷನ್ ಹಾಕೋಕೆ ನೀವ್ಯಾರು? ಗಂಡ, ಹೆಂಡ್ತಿ ತಾನಾಗಿ ಸರಿ ಹೋಗ್ತಾರೆ. ನೀವ್ಯಾಕೆ ಮಧ್ಯೆ ಬರ್ತೀರಾ? ನೀವು ಮಗ್ಳಿಗೆ ಕೊಂಡು ಕೊಟ್ಟ ಮನೆ. ಇರ್ಬಹ್ದು. ನನ್ನಣ್ಣ ಬಾಡ್ಗೇ ಬಿಸಾಕ್ತಾನೆ."

ಸಾಗರ್‌ನ ಒದ್ದೆಯ ಮುಖದ ನೀರು ಟವಲು ಹಚ್ಚದೆಯೆ ಹಿಂಗಿ ಹೋಯಿತು. ಹೇಗೆ ಮುಂದಿನ ಬದ್ಕು? ನಳಿನಿ ತನಗಿಂತ ತಾಯಿ, ತಂದೆಯರನ್ನು ಹೆಚ್ಚು ಪ್ರೀತಿಸುತ್ತಿರಬಹುದೇ? ಈಗ ಸೇಡು ತೀರಿಸಿಕೊಳ್ಳುವ ಮನೋಭಾವವೇ? ಅಚೇತನನಾದ.

ಕೂಗಾಟ ನಡೆದೇ ಇತ್ತು. ತೀರಾ ಸ್ವಾರ್ಥಿಗಳು ಶಾಂತಾರಾಮ್ ದಂಪತಿಗಳು. ಅವರಿಗೆ ಎಲ್ಲಕ್ಕಿಂತ ಮಗಳ ಸಂತೋಷವೇ ಮುಖ್ಯ ಮಾತ್ರವಲ್ಲ ತಮ್ಮ ಅಧೀನದಲ್ಲಿಯೇ ಇರಬೇಕೆಂಬ ಹೆಬ್ಬಯಕೆ. ಆ ಮಹತ್ವಾಕಾಂಕ್ಷೆ ನೆರವೇರುವತ್ತ ಮಾತ್ರ ಅವರ ಗಮನ.

ಮಾತುಗಳು ನಿಂತು ಶಾಂತತೆಗೆ ತಿರುಗಿದರೂ ಒಂದು ರೀತಿಯ ಪ್ರಕ್ಷುಬ್ಧ ಸ್ಥಿತಿ. ನೇರವಾಗಿ ನಳಿನಿಯ ಕೋಣೆಗೆ ಬಂದ. ಒಬ್ಬೊಬ್ಬರ ಮುಖ ಗಡಿಗೆಗಳ ಗಾತ್ರ.

ಉದಾಸೀನವಾಗಿ ಬಟ್ಟೆ ಧರಿಸಿದ. ಕಣ್ಣಲ್ಲಿಯೇ ನಳಿನಿಗೆ ಹೊರಡುವಂತೆ ಸನ್ನೆ ಮಾಡಿದ. ಯಾವುದೇ ಪ್ರತಿಕ್ರಿಯೆ ವ್ಯಕ್ತವಾದಾಗ ರೆಟ್ಟೆ ಹಿಡಿದು ಎಬ್ಬಿಸಿದ.

"ಫಿಲಿಂಗೆ ಹೋಗೋಣಾಂತ ಅಂದಿದ್ದೆ" ಅವಳು ಏನಾದರೂ ಹೇಳುವ ಮುನ್ನ ಎಳೆದೊಯ್ದ.

ಸ್ಕೂಟರ್ ಹೊರಟಾಗ ಮನೆಯವರ ಕಣ್ಣುಗಳೆಲ್ಲ ಒಂದೊಂದು ಕಡೆ ಇಣಕಿತು.

ಪಾರ್ಕ್ ಬಳಿ ಸ್ಕೂಟರ್ ನಿಂತಾಗ ಕೋಪದಿಂದ ಭುಸುಗುಟ್ಟಿದಳು ನಳಿನಿ.

"ಯಾಕೆ ಸುಳ್ಳು ಹೇಳಿದ್ರಿ?" ಕೋಪದ ಪ್ರಶ್ನೆಗೆ ತಣ್ಣಗೆ ಉತ್ತರಿಸಿದ. "ಅಗತ್ಯ ಇತ್ತು. ನಾನು, ನೀನೂ ಸಂತೋಷವಾಗಿ ಫಿಲಂ ನೋಡೋ ಸ್ಥಿತಿಯಲ್ಲಿಲ್ಲ. ಒಮ್ಮತದ ಪರಿಹಾರ ಸಿಕ್ಕರೆ ಸೆಕೆಂಡ್ ಷೋಗೆ ಹೋಗೋಣ."

ಇಬ್ಬರು ನಡೆದು ಬಂದು ಹುಲ್ಲಿನ ಮೇಲೆ ಕೂತರು. ಬೇರೆಡೆ ತಿರುಗಿ ಕೂತಿದ್ದವಳನ್ನು ನೋಡಿ ಸಣ್ಣಗೆ ನಕ್ಕ.

"ನಾವಿಬ್ರೂ ಶತ್ರುಗಳಲ್ಲ. ಈ ಕಡೆ ತಿರುಗು" ಸುತ್ತಲು ಕಣ್ಣಾಡಿಸಿ ಬಲವಂತದಿಂದ ತನ್ನತ್ತ ತಿರುಗಿಸಿಕೊಂಡ. ಬಗ್ಗಿದ ಮುಖವನ್ನು ತೋರು ಬೆರಳಿನಿಂದ ಮೇಲೆತ್ತಿದ. "ನಾವಿಬ್ರೂ ಗಂಡ, ಹೆಂಡ್ತಿ. ಜೀವನ ಪೂರ್ತಿ ಜೊತೆಯಲ್ಲಿ ಅನುಸರಿಸಿಕೊಂಡು ನಡೆಯಬೇಕಾದವ್ರು. ಎಷ್ಟು ದಿನಾಂತ ಈ ರೀತಿ ಬಾಳ್ವೆ ನಡ್ಸೋಕಾಗುತ್ತೆ! ನೀನೇನು ಮುಗ್ಧೆಯಲ್ಲ. ಪ್ರಬುದ್ಧೆ" ಬಿಡಿಸಿ ಹೇಳಿದ. ನವಿರಾಗಿ ಬಗೆಹರಿಸಿಕೊಳ್ಳುವ ಮನಸ್ಸು ಅವನದು.

ಚೂಪಾದ ನೋಟ ಅವನತ್ತ ಎಸೆದಳು. ಶೀತಲದ ಕಿರಣಗಳು ನುಂಗಲು ಯತ್ನಿಸಿದವು.

"ಇಷ್ಟಕ್ಕೆಲ್ಲಾ ನೀವೇ ಕಾರಣ" ಸವಾಲ್ ಇತ್ತು ಅವಳ ಸ್ವರದಲ್ಲಿ. ತಾಳ್ಮೆ ಕಳೆದುಕೊಳ್ಳದೆ ನೇರವಾಗಿ ನೋಡಿದ "ಹೇಗೇಂತ...."

"ನಂಬಿದವ್ರಿಗೆ ದ್ರೋಹ ಮಾಡಿದ್ರಿ" ವಿವೇಚನರಹಿತ ಆರೋಪಗಳಿಗೆ ಜಿಗುಪ್ಸೆಗೊಂಡ "ಈ ಎರವಲು ಆರೋಪಗಳು ಬೇಡ. ಸ್ವಂತವಾಗಿ ಯೋಚ್ಸು. ನಾನಾಗಿ ಮದ್ವೆಯಾಗಿಲ್ಲ. ಅಪ್ಪ, ಮಗಳು ಕಾಡಿ ಸಂಕೋಲೆ ಸಿಕ್ಕಿ ಹಾಕ್ಸಿದ್ರಿ. ಮದ್ವೆಯೊಂದು ಆಮಿಷ. ಅದೊಂದಷ್ಟು ದಿನ ಹೆಣಗಾಟ, ದ್ವಂದ್ವ, ನಂತರ ಸ್ವಲ್ಪ ಚೇತರಿಸಿಕೊಳ್ಳುವ ಪ್ರಯತ್ನದಲ್ಲಿದ್ದಾಗಲೇ

ಬಲವಾದ ಪೆಟ್ಟು, ಇಂಥ ಇಕ್ಕಟ್ಟಿನ ನಡುವೆ ಬದುಕು" ಮನವನ್ನು ಪ್ರಾಮಾಣಿಕವಾಗಿ ತೆರೆದಿಟ್ಟ. ಸೋಲಿನ ಸುಳಿವು ಸಿಕ್ಕಂತಾಯಿತು ನಳಿನಿಗೆ.

"ನೀವಾಗಿ ಎಲ್ಲ ತಂದ್ಕೊಂಡಿದ್ದು. ಈಗ್ಲೂ ವೇಳೆ ಮೀರಿಲ್ಲ. ನಮ್ತಂದೆ ಹೇಳ್ದಂಗೆ ಕೇಳ್ಬಿಡಿ" ಸಿಡಿಲೆರಗಿದಂತಾಯಿತು ಸಾಗರ್‌ಗೆ.

ನನ್ನ ಏನಂದ್ಕೊಂಡೆ ! ನಂಗೂ ಸ್ವಾಭಿಮಾನ, ಮನಸ್ಸು, ಹೃದಯ ಇದೆ. ಸ್ವಂತ ಆಸೆ, ಸುಖ, ಅನಿಸಿಕೆಗಳು ಅಂಟಿಕೊಂಡಿವೆ. ಆ ವಿಧವಾದ ಯೋಚ್ನೆ ಬೇಡ, ನಮ್ಮ ಕರ್ಮನ ರಾಧಳ ಮೇಲೆ ಹೇರೋದು ಸಮಂಜಸವಲ್ಲ. ಸ್ವಲ್ಪ ವಿಶಾಲವಾದ ಹೃದಯ ಇಟ್ಕೋ."

ಹೆಡೆ ತುಳಿಸಿಕೊಂಡ ನಾಗಿಣಿಯಾದಳು ನಳಿನಿ. ಅಪ್ಪ ಚುಚ್ಚಿಕೊಟ್ಟ ವಿಷ ಮೈಯೆಲ್ಲ ಹಬ್ಬಿಕೊಂಡಿತ್ತು.

"ಖಂಡಿತ ಸಾಧ್ಯವಿಲ್ಲ. ಅವ್ಳು ಮನೆಯಲ್ಲಿ ಇರೋದು ಮಾತ್ರವಲ್ಲ, ನೀವು ಕರುಣೆಯಿಂದ ಕೂಡ ಅವ್ಳನ ನೋಡಕೂಡ್ದು. ಅನಿಷ್ಟ.... ಅವ್ಳ ಮಗುನು ನಮ್ಗೆ ಬೇಡ. ಅದೆಲ್ಲ ಕಂಟಕಪ್ರಾಯವಾಗುತ್ತೋ" ಬಡಬಡಿಸಿದಾಗ ಭಯಗೊಂಡ ಸಾಗರ್.

ಇವಳಿಗೇನಾದ್ರೂ ತಲೆ ಕಟ್ಟಿದೆಯೇ? ಮಿದುಳಿನಲ್ಲಿ ಕೆಟ್ಟ ಸಿಡಿತ.

"ಈಗೇನು ಮಾಡ್ಬೇಕು?" ತಣ್ಣಗೆ ಕೇಳಿದ.

"ನೀವು ಮೊದ್ಲಿನ ಹಾಗೆ ಇರ್ಬೇಕು. ಈಗ ಮನೆಯಲ್ಲಿರೋರೆಲ್ಲ ಹೊರ್ಗೆ ಹೋಗ್ಬೇಕು. ವರ್ಷಕ್ಕೆ ಎರಡ್ಸಕ್ಕೆ ಬಂದ್ಹೋಗೋ ಅತಿಥಿಗಳು ಮಾತ್ರ ಅವ್ರು ಆಗ್ಬೇಕು. ರಾಧ ಇಲ್ಲಿರಕೂಡ್ದು. ಅವ್ಳು ಮಗುನ ಬಗ್ಗೆ ನಮ್ತಂದೆ, ತಾಯಿದೇ ತೀರ್ಮಾನ."

ಜೋರಾಗಿ ನಕ್ಕುಬಿಟ್ಟ. ಮೂರ್ಖತನದ ಪರಮಾವಧಿಯಲ್ಲಿರೋ ಹೆಣ್ಣಿನ ಬಗ್ಗೆ ಕನಿಕರವಾಯಿತು.

"ಹುಚ್ಚುಚ್ಚಾಗಿ ಮಾತಾಡ್ಬೇಡ. ಹಟದಿಂದ ಏನು ಆಗೋಲ್ಲ. ನಿಮ್ಮಪ್ಪನ ಜುಜುಬಿ ಆಸ್ತಿ, ಚಾಣಾಕ್ಷತನದಿಂದ ಯಾವ ಸಾಧನೇನು ಆಗೋಲ್ಲ. ಮೂರ್ಖತನದಿಂದ ಆಳ ನೋಡ್ದೇ ಬಾವಿಗೆ ತಳ್ಳಿ ಮುರುಕಲು ಏಣಿಯಿಂದ ಎತ್ತೋ ಸಾಹಸ ಮಾಡ್ತಾ ಇದ್ದಾನೆ. ಅವ್ರ ಬಗ್ಗೆ ಪ್ರೀತಿ, ಗೌರವ ಮಾತ್ರ ಇರಲಿ. ತಲೆ ತಿನ್ನೋ ಆ ಜನರನ್ನು ಸಂತೋಷವಾಗಿರೋಕೆ ಬಿಡೋದಿಲ್ಲ" ತೀರಾ ನವಿರಾಗಿ ಬಿಡಿಸಿ ಹೇಳುವ ಪ್ರಯತ್ನ ಮಾಡಿ ಸೋತ. ಅವಳು ಒಂದಿಂಚು ಅಲುಗಾಡಲಿಲ್ಲ.

"ಓ.ಕೆ. ಆಯ್ತು, ಹೋಗೋಣ ನಡೀ. ನಮ್ಮಿಬ್ರ ಮನಸ್ಸು ವಿಕ್ಷಿಪ್ತ ಸ್ಥಿತಿಯಲ್ಲಿಯೇ ಇದೆ. ಫಿಲಂ ಅಗತ್ಯವಿಲ್ಲ." ಮೇಲಕ್ಕೆದ್ದು ಕೈ ನೀಡಿದ. ಮುಖ ತಿರುಗಿಸಿ ಮೇಲೆದ್ದಳು.

ಅಧ್ಯಾಯಕ್ಕೆ ತೆರೆ ಬಿದ್ದಿತು. ಖಂಡಿತ ನಳಿನಿ ಸೋಲಲಾರಳು. ಪ್ರೀತಿಯ ಹೆಣ್ಣು ಅಷ್ಟು ನಿಷ್ಠೂರವಾಗಿ ಮಾತನಾಡಿದಳೇ!

ಮನೆಯಲ್ಲಿ ಗಂಭೀರ ಸ್ಥಿತಿಯಿತ್ತು. ಪಾಂಡುರಂಗಯ್ಯನವರ ಓಡಾಟದಿಂದಲೇ ಹತ್ತಾರು ಬಾರಿಯಾದ್ರೂ ಹೊರಕ್ಕೂ, ಒಳಕ್ಕೂ ಓಡಾಡಿರಬಹುದೆಂದು ತಿಳಿದುಕೊಂಡ. ತಾನು ಇಲ್ಲದಾಗ ನಡೆದ ರಗಳೆಯ ಬಗ್ಗೆ ಕೋಪೋದ್ರಿಕ್ತರಾಗಿದ್ದರು.

"ಯಾಕೆ ಒಂದು ತರಹ ಇದ್ದೀರಾ?" ನಿಂತು ಪ್ರಶ್ನಿಸಿದಾಗ ಅವನನ್ನು ಸವರಿಕೊಂಡೇ ನಳಿನಿ ಒಳಗೆ ಹೋದಳು. ಕನ್ನಡಕ ತೆಗೆದು ಒಂದು ತರಹ ನೋಡಿದರು. "ಏನಿಲ್ಲ ಹೀಗೆ ಅವಾಂತರ ಬಿಡು. ಯಾವುದು ನೀನು ತಲೆಗೆ ಹಚ್ಕೋಬೇಡ."

ತಲೆತಗ್ಗಿಸಿ ಒಳಗೆ ನಡೆದ. ಒಬ್ಬೊಬ್ಬರು ಒಂದೊಂದು ಕಡೆ ಕೂತಿದ್ದರು. ಅಶ್ವಿನಿಯ ಕಣ್ಣಂಚಿನಲ್ಲಿ ನೀರು, ಮುಖದಲ್ಲಿ ಭಯದ ನೆರಳಿತ್ತು.

"ಯಾಕೆ, ಹೀಗೆ ಮಂಕಾಗಿ ಕೂತಿದ್ದೀಯಾ?" ನಾಗವೇಣಮ್ಮ ಏನು ಮಾತಾಡಲಿಲ್ಲ. ಸದ್ಯಕ್ಕೆ ಮಗನ ತಲೆ ಕೆಟ್ಟಿರುವುದು ಅವರಿಗೆ ಸಾಕಿತ್ತು. "ಏನಿಲ್ಲ ಬಿಡು...." ಎಂದರು.

ಬಟ್ಟೆ ಬದಲಾಯಿಸಿ ಚಾಪೆ ಹಿಡಿದು ಮೇಲೆ ಹೊರಟ. ಮೊದಲು ರವಿ, ಶಶಿ ಹಿಂಬಾಲಿಸಿದರು. ರಾಧ ಹೊರಟಿದ್ದು ಯಾರೂ ಗಮನಿಸಲಿಲ್ಲ.

ಬಿಡಿಸಿ ಅಂಗಾತ ಮಲಗಿ ಕೈಗಳೆರಡು ತಲೆ ಕೆಳಗೆ ಇರಿಸಿಕೊಂಡ. ಕಪ್ಪು ಮೋಡಗಳು ಆವರಿಸಿ ಮಳೆ ಬರುವ ಮುನ್ಸೂಚನೆಯಂತೆ ತಂಗಾಳಿ ಬೀಸುತ್ತಿತ್ತು.

"ನೋಡಿ...." ತಟ್ಟನೆ ತಿರುಗಿದ. ನಿಂತಿದ್ದ ಮುಖ ಅಸ್ಪಷ್ಟ. "ಕೂತ್ಕೊ... ರಾಧ" ಅವನ ಸ್ವರ ಒದ್ದೆಯಾದ ಅನುಭವ ಅವಳಿಗೆ.

ದಿಂಬುಗಳನ್ನು ಹೊತ್ತು ತರಲು ಇಬ್ಬರು ಸ್ಪರ್ಧೆಯಿಂದ ಹೊರಟಾಗ ಉಳಿದವರು ಸಾಗರ್ ಮತ್ತು ರಾಧ. ಅವನ ಕೈ ಹಿಡಿದು ಬಿಕ್ಕಿದಾಗ ಅವಳ ತೊಡೆಯ ಮೇಲೆ ಕೈಯಿಟ್ಟ.

"ಯಾರ್ಗೂ ನೆಮ್ದಿ ಇಲ್ಲದ ಬದ್ಕು ಏನು ಚೆನ್ನ? ಸದ್ಯಕ್ಕೆ ನಾನು ಊರಿಗೆ ಹೋಗ್ಬಿಡ್ತೀನಿ. ಆಮೇಲೆ ನಂಗೊಂದು ಕೆಲ್ಸ ಕೊಡ್ಸಿ" ಹಿಂದಿನ ಸ್ವರವೇ.

ರಾಧಳನ್ನು ಸರಿಸುವುದು ಸುಲಭವಾಗಿತ್ತು. ಹೋರಾಟವನ್ನು ಅಡಗಿಸಿಟ್ಟು ಅವಳು ಹೋಗಿಬಿಡಲು ಸಿದ್ಧ. ಆದರೆ ತನ್ನ ಮನ, ಹೃದಯಕ್ಕೆ ಏನೆಂದು ಉತ್ತರಿಸುವುದು? ವ್ಯವಹಾರಿಕ ಬುದ್ಧಿ, ಪಾಪ ಪ್ರಜ್ಞೆ ನನ್ನ ಬದುಕಿನ ಉದ್ದಕ್ಕೂ ಕಾಡಿಬಿಡುತ್ತೆ.

ಕೈ ಬೆರಳಿನಿಂದ ಕಣ್ಣೀರು ತೊಡೆದ. ಬಳಸಿ ಸವರಿದ. ಏನೋ ಪುಳಕ. ಅನಿರ್ವಚನೀಯವಾದ ಆನಂದ. ತನ್ನ ರಕ್ತದ ಕುಡಿಯನ್ನೊತ್ತ ಮಾತೃ ದೇವತೆಯೆಂಬ ಅಭಿಮಾನ.... ಗೌರವ...

"ನಂಗೆ ವಿಷಯ ಗೊತ್ತಾಯ್ತು" ತಟಕ್ಕನೆ ಎದ್ದ. ಅವನ ಉಸಿರಾಟದಲ್ಲಿ ಏರುಪೇರಾಯಿತು. "ಏನು ಗೊತ್ತಾಗಿದ್ದು?" ಬೆವರಿದ. ಅವನ ತೊಡೆಯ ಮೇಲೆ ತಲೆಯಿಟ್ಟು ಬಿಕ್ಕಿದಳು.

"ನನ್ನ ಮಗು ನನ್ನಿಂದ ಪೂರ್ತಿಯಾಗಿ ಕಸಿದುಕೊಳ್ಳಬೇಕೂಂತ ಮಾಡಿದ್ದಾರೆ." ಅವಳ ನಡುಗುವ ತುಟಿಗಳ ಮೇಲೆ ಬೆರಳುಗಳನ್ನಿಟ್ಟ" ಛೆ, ಛೆ...." ಮುಂದೆ ನಾಲಿಗೆ ಹೊರಳಲು ಶಕ್ತವಾಗಲಿಲ್ಲ.

"ನಂಗೆ ಆ ಪರಿಸರದಿಂದ ವಿಮುಕ್ತಗೊಳ್ಳುವಂಥ ಬಾಳು ಬೇಕಾಗಿತ್ತು. ಕನಿಕರದಿಂದ ಕಂಡ್ರಿ. ಪ್ರೇಮದಿಂದ ನೋಡಿದ್ರಿ. ಈ ಮನೆಯಲ್ಲಿ ನಾನು ಯಾವ ಸ್ಥಿತಿಯಲ್ಲಿ ಬೇಕಾದರೂ ಇರಬಲ್ಲವಳಾಗಿದ್ದೆ. ಪುನಃ ಅದೇ ಸ್ಥಿತಿ. ಅದೇ ಪರಿಸರ... ಒಂದು

ಮಗುವನ್ನು ಹೊತ್ತು ಹೆತ್ತು ಹಡೆದು ಕೊಡೋಕೆ ಕೂಲಿ. ಎಂಥ... ಭಯಂಕರ...." ಎರಡು ಕೈಗಳಿಂದ ಮುಖ ಮುಚ್ಚಿಕೊಂಡಳು.

"ಬಡತನ ತುಂಬ ಕ್ರೂರ. ಶ್ರೀಮಂತ ಜನ ಎಷ್ಟೋ ರೀತಿಯಲ್ಲಿ ಬಳಸಿಕೊಳ್ಳುತ್ತಾರೆ. ಇದೊಂದು.... ಕ್ರೂರ... ಮಾನವೀಯತೆಗೆ ಪೆಟ್ಟು. ಇದ್ನ ಹೇಗೆ ಸಹಿಸ್ಕೊಳ್ಳಿ?"

ಎಲ್ಲಾ ಮಾತುಗಳಿಗೂ ಶಿಲೆಯಾಗಿದ್ದ. ಕಣ್ಮುಚ್ಚಿ ತೆಗೆದ. ಈಗಿರೋ ಪ್ರಕ್ಷುಬ್ಧ ಸ್ಥಿತಿಯಲ್ಲಿ ಯಾವ ಭರವಸೆ ನೀಡಬಲ್ಲ!

"ಹಾಗೇನು ಆಗೋಲ್ಲ, ಧೈರ್ಯವಾಗಿರು" ಕೈ ಅದುಮಿ ಭರವಸೆ ನೀಡಿದ. ನಿಧಾನವಾಗಿ ತಲೆಯೆತ್ತಿದಳು. "ಪೂರ್ತಿ ನೀವು ನರ್ಕದಲ್ಲಿಯೇ ಬೇಯಬೇಕಾಗುತ್ತೆ. ನಾನೇ..." ಮುಂದೆ ಮಾತನಾಡಲಾರದ ಸ್ಥಿತಿ.

ತಾನಾಗಿ ಕಣ್ಣೀರು ತೊಡೆದುಕೊಂಡಳು. ಯೋಚಿಸುತ್ತಿದ್ದವಳು ಒಂದು ನಿರ್ಧಾರಕ್ಕೆ ಬಂದಳು.

"ಆ ಮಗು ನಿಮ್ಹತ್ರ ತಾನೇ ಉಳಿಯುತ್ತೆ. ನಂಗೇನು ಕಷ್ಟವಾಗೋಲ್ಲ. ಒಪ್ಕೋತೀನಿ..." ಬಾಚಿ ತಬ್ಬಿಕೊಂಡ ಸಾಗರ್ ಕಣ್ಮುಂದೆ ಮಂಜು. " ಆದ್ರೆ... ಅವ್ರು ಕೊಡೋ ಕೂಲಿ ಮಾತ್ರ ತಗೋಳೊಲ್ಲ. ನಂಗೂ......" ಎದೆಯಲ್ಲಿ ಮುಖವನ್ನು ಅವಚಿ ಬಿಕ್ಕಿದಳು.

ಅವನೆದೆಯ ಪ್ರೀತಿ ಉಕ್ಕಿ ಭೋರ್ಗರೆಯಿತು. ಕಲ್ಲಾಗಿದ್ದ ಹೃದಯ ಇಲ್ಲಿ ಬೆಣ್ಣೆಯಾಗಿತ್ತು. ಆದರೆ ದೃಢ ನಿರ್ಧಾರ ಹಿಮಾಲಯದಷ್ಟು ಅಚಲವಾಗಿತ್ತು.

"ರಾಧ, ನನ್ನ ಬಿಟ್ಟು ಹೋಗೋ ಮಾತು ಮಾತ್ರ ಇಡ್ಬೇಡ. ಬಿಸಿಯುಸಿರು, ಬಯಕೆಗಳ ನಡುವೆ ಚಿಂದಿಯಾಗುತ್ತಿದ್ದವನಿಗೆ ಪ್ರೀತಿ ಬೆರೆತ ಸ್ನೇಹಮಯವಾದ ಬದ್ಕು ಸಿಕ್ಕಿದ್ದು ನಿನ್ನಿಂದಲೇ. ಅಂಥದ್ದೇನು ನಡ್ಯೊಲ್ಲ. ಗುಡುಗು, ಸಿಡಿಲು, ಆರ್ಭಟದ ನಂತರವೇ ಮಳೆ ಬರೋದು."

ಎಷ್ಟೋ ಹೊತ್ತು ಅದೇ ಸ್ಥಿತಿಯಲ್ಲಿದ್ದರು. ಇಬ್ಬರದೇ ಒಂದು ಲೋಕ ನಿರ್ಮಿತವಾಗಿತ್ತು. ಹುಟ್ಟುವ ಮಗು ಆ ರಾಜ್ಯದ ಧ್ರುವತಾರೆ. ಸಾಮಾನ್ಯ ಜನರ ಬಾಳಿಗೆ ಇಂಥದೊಂದು ಆಶಾಕಿರಣ. ಆಗ ಬದುಕು ಸಹ್ಯವಾಗುತ್ತದೆ.

* * *

ಒಂದಷ್ಟು ದಿನ ಕಾದ ಶಾಂತಾರಾಮ್ ಎಲ್ಲರಿಗೂ ಸವಾಲಾದರು. ಅಕಸ್ಮಾತ್ ಊರಿಗೆ ಹೋದರು. ಮರುದಿನವೇ ಹಿಂದಿರುಗಿ ಬಿಡುತ್ತಿದ್ದರು. ವಿವೇಕ ಶೂನ್ಯರಾಗಿದ್ದರು.

ಹೊರಗಡೆ ಬಂದ ನಳಿನಿ ತೀರಾ ಗಡುಸಾಗಿ ಹೇಳಿದಳು. "ಅಮ್ಮನ ಆರೋಗ್ಯ ಚೆನ್ನಾಗಿಲ್ಲ. ಅವ್ರಿಗೆ ಪೂರ್ತಿ ರೆಸ್ಟ್ ಬೇಕಂತೆ" ಮೆಲ್ಲಗೆ ತಲೆಯೆತ್ತಿದ ಸಾಗರ್ 'ಇದು ನಿಜವೇ?' ಎಂದು ಪ್ರಶ್ನಿಸುವಂತಿತ್ತು ಅವನ ನೋಟ.

ಹಿಂದಿನ ಕೋಣೆ ಅವರ ಕಾರಾಸ್ಥಾನಕ್ಕೆ ವಾಸ್ತವವಾಗಿತ್ತು. ಅತ್ತ ಗಮನ ಕೊಡಲು ಹೋಗಿರಲಿಲ್ಲ.

"ಇದು ಡಾಕ್ಟ್ರ ಸಲಹೆನಾ?" ಅವನ ಸ್ವರ ಸೀಳಾಯಿತು. "ಹೌದು, ಹುಡುಗರ

ಗಲಾಟೆ ತಡೆದುಕೊಳ್ಳೋಕೆ ಆಗೋಲ್ಲ" ಕೂತಿದ್ದವನು ಮೆಲ್ಲಗೆ ಎದ್ದ. ಅವಳ ಇಂಗಿತ ಅರ್ಥವಾದರೂ ಆಗದಂತೆ ನಟಿಸಿದ. "ಇಲ್ಲಿಂತ ಊರಿಗೆ ಹೋಗ್ಬಿಡೋದು ಒಳ್ಳೇದು. ಅಲ್ಲಿನ ಹವಾ, ವಾತಾವರಣಕ್ಕೆ ಬೇಗ ಚೇತರ್‍ಸಿಕೊಳ್ತಾರೆ."

ಕೆಂಡ ಸುರಿದಂತಾಯಿತು ನಳಿನಿಗೆ. ತಲೆಯ ಮೇಲೆ ಕೋಪ, ಅಸಹನೆಯಿಂದ ಧುಮುಗುಟ್ಟಿದಳು.

"ಅವ್ರು ಊರಿಗೆ ಹೋಗೋಲ್ಲ. ಇಲ್ಲೇ ಇರ್ತಾರೆ. ಅವ್ರ ಸುಖ, ಸಂತೋಷ, ನೆಮ್ಮದಿಗಾಗಿ ಮನೆ ಕೊಂಡಿದ್ದು. ಎಲ್ಲರನ್ನು ಊರ್ಗೇ ಕಳ್ಸಿ. ಬಂದ ಜನ ಉಳ್ಕೊಳ್ಳೋಕೆ ಇದ್ನ ಛತ್ರ ಮಾಡೋಕ್ಕಾಗೋಲ್ಲ" ಸಹನೆ ಕಳೆದುಕೊಂಡು ಕೂಗಿದಳು.

"ಮನೆ ಅವರ್ದೇ ಇರಬಹುದು. ಆದ್ರೆ... ಬಾಡ್ಗೇ ಕೊಡ್ತಾ ಇದ್ದೀನಿ" ರೋಷದಿಂದ ಹೇಳಿದ. ಹೊರಗೆ ಬಂದ ಶಾಂತಾರಾಮ್ ಧಗಧಗಿಸುತ್ತಿದ್ದರು. "ಅವೆಲ್ಲ ಮಾತು ಬೇಡ. ಇದು ನನ್ನ ಮಗ್ಳಿಗಾಗಿ ಕೊಂಡಿದ್ದು. ನೀವು ಮಾತ್ರ ಇರ್‍ಬಹ್ದು. ಬೇರೆಯವ್ರು ಇರೋಕೆ ನನ್ನ ಸಮ್ಮತಿ ಇಲ್ಲ. ನಮ್ಮ ಮಾತುಗಳಿಗೆ ಬೆಲೆ ಕೊಡ್ದ ಜನರ ಸಂಬಂಧ ನಮ್ಗೆ ಬೇಡ."

ಇಂಚು ಇಂಚಾಗಿ ನೆಲದೊಳಕ್ಕೆ ಇಳಿದುಹೋದ ಅನುಭವವಾಯಿತು.

ಅಷ್ಟರಲ್ಲಿ ಹೊರಗೆ ಬಂದ ಪಾಂಡುರಂಗಯ್ಯ ತೀರಾ ಗಂಭೀರವಾಗಿ ಹೇಳಿದರು.

"ಸಂತೋಷ, ಇಲ್ಲಿಗೆ ಮಾತುಕತೆ ಮುಗೀತಲ್ಲ. ಎಂಟು ದಿನ ಅವಕಾಶ ಕೊಡಿ. ನಿಮ್ಮ ಮನೆ ಖಾಲಿ ಮಾಡಿಕೊಡ್ತೀವಿ. ನಿಮ್ಮ ಹಾಗೆ ನಾವು ಯೋಚ್ನೇ ಮಾಡ್ಬೇಕಾಗುತ್ತೆ. ನಾವು ನಮ್ಮ ಮಗನ್ನು ಹೆತ್ತು, ಹೊತ್ತು, ಓದಿಸಿ, ಕೆಲ್ಸ ಕೊಡ್ಸಿದ್ದು ನಮ್ಮ ಭವಿಷ್ಯದ ಬಗ್ಗೆ ಯೋಚ್ಸಿಯೇ. ಮದ್ವೆ ಮಾಡಿದ್ದು ಕೂಡ ಅವನ ನಲಿವಿನ ಜೊತೆ ನಮ್ಮ ವಂಶ ಉದ್ಧಾರವಾಗಲಿ, ಮೊಮ್ಮಕ್ಕಳ ಜೊತೆ ನಮ್ಮ ವೃದ್ಧಾಪ್ಯವನ್ನು ಹಾಯಾಗಿ ಕಳೆಯೋಣ ಅಂತಲೇ..." ಕೈ ಬೆರಳುಗಳನ್ನು ತಿರುಗಿಸಿದರು.

ಶಾಂತಾರಾಮ್ ಸ್ವರವೆತ್ತಬೇಕೆನ್ನುವಾಗ ಕೈಯೆತ್ತಿದರು.

"ಸ್ವಲ್ಪ ಕೇಳಿ, ಪದೇ ಪದೇ ಮಾತುಕತೆಗಳು ಬೇಡ. ಬರೀ ನಿಮ್ಮ ಅಳಿಯನನ್ನಾಗಿ ನನ್ನ ಮಗನನ್ನು ನಾನು ಬಿಟ್ಟು ಕೊಡೋಕೆ ಸಿದ್ಧವಿಲ್ಲ. ನಿಮ್ಮ ಮಗ್ಳಿಂದ ಅವ್ನಿಗೆ ಸುಖನು ಇಲ್ಲ. ನಮ್ಗೆ ಮೊಮ್ಮಗುನು ಇಲ್ಲ. ನಿಮ್ಗೇ ಇಷ್ಟವಿಲ್ದಿದ್ರೆ ಸಂಬಂಧನೇ ಬೇಡ ಬಿಡಿ" ಕಡ್ಡಿ ಎರಡು ತುಂಡು ಮಾಡಿದಂತೆ ಹೇಳಿಬಿಟ್ಟರು.

ಸಾಗರ್ ತಲೆತಗ್ಗಿಸಿ ಒಳಗಡೆ ನಡೆದಾಗ ಚಪ್ಪಲಿ ಮೆಟ್ಟಿ ಪಾಂಡುರಂಗಯ್ಯನವರು ಹೊರಗೆ ನಡೆದರು. ಅವರೆದೆಯ ಬಡಿತ ಎರಡು ಪಟ್ಟು ಹೆಚ್ಚಿತ್ತು. ಬಹಳ ನುಂಗಿ ದಿನಗಳನ್ನು ತಳ್ಳಿದ್ದರು. ನಳಿನಿ ಬಗ್ಗಿದಷ್ಟು ಭಾರಿ ಪೆಟ್ಟುಗಳನ್ನು ಕೊಟ್ಟಿದ್ದಳು.

* * *

ಪೀಟರ್ ಮರುದಿನ ರಜ ಹಾಕಿ ಹೋದವನು ಒಂದು ತಿಂಗಳ ನಂತರವೆ ಹಿಂದಿರುಗಿದ್ದು. ಅಂತಹ ಉತ್ಸಾಹವಿಲ್ಲದಿದ್ದರಿಂದ ಮನಸ್ಸಿನಲ್ಲೇ ಲೆಕ್ಕ ಹಾಕುತ್ತಿದ್ದ.

ಸಾಗರ್‌ನ ಅರಸಿಕೊಂಡು ಬಂದಾಗ ಅವನ ಸೀಟ್ ಖಾಲಿಯಾಗಿತ್ತು. ಹುಬ್ಬುಗಳು

ಬೆಸೆದುಕೊಂಡವು. ಮನ ಹೊಯ್ದಾಡಿತು.

"ಸಾಗರ್ ಹದಿನೈದು ದಿನದಿಂದ ಬಂದಿಲ್ಲ" ಟೈಪಿಸ್ಟ್ ತಲೆಯೆತ್ತದೆ ಹೇಳಿದಾಗ ಪೀಟರ್ ಮುಖದಲ್ಲಿ ಆತಂಕವೊಡೆಯಿತು. "ಏನಾದ್ರೂ... ಗೊತ್ತಾ"

"ಸರ್ಯಾಗಿ ಏನು ಗೊತ್ತಿಲ್ಲ. ಏನೇನೋ ಮಾತಾಡುತ್ತಾರೆ. ಡೆಫನೆಟ್ ಆಗಿ ಏನು ಹೇಳೋಕ್ಕಾಗೋಲ್ಲ" ಆಕೆ ಕೆಲಸದತ್ತ ಪೂರ್ಣ ಗಮನಹರಿಸಿದಾಗ ಸುಮ್ಮನೆ ತಲೆ ಕೆಡಿಸಿಕೊಂಡ.

ಬೇರೆ ಯಾರನ್ನು ಕೇಳಬಾರದೆಂದು ನಿಶ್ಚಯಿಸಿಕೊಂಡ. ಬಹಳ ಸಂಯಮದಿಂದ ಸಂಜೆಯಾಗುವುದನ್ನೇ ಕಾದ. ವೆಹಿಕಲ್ ಏರಿ ನೇರವಾಗಿ ಸಾಗರ್ ಮನೆಗೆ ಬಂದ. 'ಬಿಕೋ' ಎನ್ನುವಂಥ ವಾತಾವರಣ.

ಅವನೆದೆ ಢವಗುಟ್ಟತೊಡಗಿತು. ಕೆಟ್ಟ ಯೋಚನೆಗಳು, ಬಲವಾಗಿ ತಳ್ಳಿದ. ಸಾಗರ್ ಖಂಡಿತ ಅಂತಹ ದುರ್ಬಲ ವ್ಯಕ್ತಿಯಲ್ಲ.

ಬಾಗಿಲನ್ನು ಮೃದುವಾಗಿ ಸದ್ದು ಮಾಡಿದ. ಅವನ ಸಮಸ್ಯೆಗೆ ಒಂದು ತೀರ್ಮಾನ ಸಿಕ್ಕಿರಬಹುದೇ? 'ತಾನು ಅಷ್ಟೆಲ್ಲ ಕಷ್ಟ...' ತಳ್ಳಿ ಹಾಕಿ ಮತ್ತೊಮ್ಮೆ ಬಾಗಿಲ ಮೇಲೆ ಸದ್ದು ಮಾಡಿದ. ಕಾಲಿಂಗ್ ಬೆಲ್ ಸ್ತಬ್ಧವಾಗಿತ್ತು. ಅರೆ ಮನದಿಂದಲೇ ನಿಂತ.

ಐದು ನಿಮಿಷಗಳ ನಂತರ ಬಾಗಿಲು ತೆರೆಯಿತು. ವಯಸ್ಸು, ಆಕಾರ ಕಣ್ಣುಗಳಲ್ಲಿನ ಕಪಟದಿಂದಲೇ ಸಾಗರ್ ಮಾವನೆಂದು ಗುರ್ತಿಸಿದ.

"ನಾನು ಪೀಟರ್ ಅಂತ. ಸಾಗರ್ ಫ್ರೆಂಡ್..." ತಕ್ಷಣ ಅವರ ಮುಖದ ಬಣ್ಣವೇ ಬದಲಾಯಿತು. ಕೃತಕ ಆತ್ಮೀಯತೆಯನ್ನು ನಟಿಸಿದರು. "ಬನ್ನಿ... ಬನ್ನಿ...." ಆ ಆಹ್ವಾನವನ್ನು ಅರೆ ಮನಸ್ಸಿನಿಂದಲೇ ಮನ್ನಿಸಿದ.

ಒಳಗೆ ಕರೆದೊಯ್ದು ಕೂಡಿಸಿದರು. ಕಾಫೀ ಕೊಟ್ಟು ಉಪಚರಿಸಿದರು. ವಿಪರೀತ ನಯಗಾರಿಕೆ ಪೀಟರ್‌ಗೆ ಬೇಸರ ತಂದಿತು.

"ಸಾಗರ್ ಎಲ್ಲಿ?" ಕಪ್ ಕೆಳಗಿಳಿಸುತ್ತ ಪ್ರಶ್ನಿಸಿದನು. ಒಂದು ನಿಮಿಷ ತಲೆ ಕೆಳಗಾಕಿ ಮೌನವಾಗಿ ಕೂತು ಬಿಟ್ಟರು. "ನಮ್ಮ ಗ್ರಹಚಾರ ನೆಟ್ಟಗಿಲ್ಲ...."

ಕೂತಿದ್ದ ಸೋಫಾ ಎತ್ತಿ ಹೊರಗೆಸೆದಂತಾಯಿತು. ಆತಂಕದಿಂದ ಅವನೆದೆ ಹಾರಿತು.

"ದಯವಿಟ್ಟು ಬೇಗ ಹೇಳ್ಬಿಡಿ. ನಂಗ್ಯಾಕೋ ಗಾಬ್ರಿ. ಸಾಗರ್ ನನ್ನ ಆತ್ಮೀಯ ಸ್ನೇಹಿತ. ನಾನು ಅವನ ಪ್ರಾಮಾಣಿಕ ಹಿತೈಷಿ. ಒಂದು ತರಹ ಭಯವಾಗ್ತಾ ಇದೆ." ದಡಬಡಿಸಿದ

"ಅಂಥದ್ದೇನು ನಡೆದಿಲ್ಲ. ನಿಮ್ಮಂಥ ಆತ್ಮೀಯ ಮಿತ್ರರು ಬುದ್ದಿ ಹೇಳಿ ಈಗ್ಲೂ ಸರಿಪಡಿಸ್ಬಹ್ದು. ಅರ್ಥವಿಲ್ಲದ ಕೋಪ, ದ್ವೇಷ ನಮ್ಮ ಮೇಲೆ ಸಾಧಿಸ್ತಾನೆ" ಬಗಟಾಗಿ ಹೇಳಿದಾಗ ಅವನಿಗೆ ತಲೆ ಚಚ್ಚಿಕೊಳ್ಳಬೇಕೆನಿಸಿತು.

"ಈಗೆಲ್ಲ ಹೇಳಿದ್ರೆ ನಂಗೆ ಖಂಡಿತ ಅರ್ಥವಾಗೋಲ್ಲ. ಸಾರ್, ಸೀದಾ ಏನಿದ್ಯೋ ಅದ್ನ ಹೇಳ್ಬಿಡಿ" ಪಟ್ಟಾಗಿ ಕೂತರು. ಪೀಟರ್‌ಗೆ ಸಾಗರ್ ಮೇಲೆ ಎಷ್ಟು

ಅಭಿಮಾನವಿದೆಯೆಂದು ಕಳವಳಗೊಂಡ ಅವನ ಕಣ್ಣುಗಳೇ ಹೇಳುತ್ತಿದ್ದವು.

ದೊಡ್ಡ ಅಪರಾಧನೆಯ ಪಟ್ಟಿಯನ್ನೆ ಪೀಟರ್ ಮುಂದೆ ತೆರೆದಿಟ್ಟಾಗ ಅವಾಕ್ಕಾದ. ಇವನ್ನು ನಂಬಲು ಮನ ಸಿದ್ಧವಿಲ್ಲದಿದ್ದರೂ ಶಾಂತಾರಾಮ್ ಎಷ್ಟು ಅಪಾಯಕಾರಿ ವ್ಯಕ್ತಿ ಎಂಬ ಅರಿವಾಗಿತ್ತು.

"ನಂಬೋಕೆ ಕಷ್ಟವಾಗಿದೆ" ಸುಸ್ತಾದವನಂತೆ ಹಿಂದಕ್ಕೆ ಒರಗಿದಾಗ ಸೋಫಾ ಬೆನ್ನು ಬಿಟ್ಟು ಮುಂದಕ್ಕೆ ಬಗ್ಗಿದರು ಶಾಂತಾರಾಮ್. "ಯಾವ್ದೇ ತೊಂದರೆ ಯಾಗದಿರಲೀಂತ ಮನೆಯ ಸಮಸ್ತ ಜವಾಬ್ದಾರಿ ವಹಿಸಿಕೊಂಡೆ. ಕೇಳಿ ಕೇಳಿದಾಗಲೆಲ್ಲ ಹಣ ಕೊಟ್ಟೆ. ಇಷ್ಟು ವರ್ಷ ನಮ್ಮ ಅಳಿಯನ ಒಂದು ಪೈಸೆ ಹಣ ಈ ಮನೆಗಾಗಲಿ, ಹೆಂಡತಿಗಾಗಲಿ ಖರ್ಚು ಮಾಡಿದ್ದಾನ? ಖಂಡಿತ ಇಲ್ಲ" ಆವೇಶ ಬೆರೆತ ಸ್ವರದಲ್ಲಿ ಹೇಳಿದರು.

"ನಮ್ಮಗ್ಳು ಏನಾದ್ರೂ ಸುಖಪಟ್ಲೇ? ಖಂಡಿತ ಇಲ್ಲ. ಕಣ್ಣೀರಿನಲ್ಲೇ ಕೈ ತೊಳೆಸಿಬಿಟ್ಟ ಅವರಪ್ಪ, ಅಮ್ಮನ ಮಾತು ಕೇಳ್ಕೊಂಡು. ಈಗ ತಂಗಿ, ಅವ್ಳ ಗಂಡ, ಅವ್ರ ಮಕ್ಕಳು ಎಲ್ಲಾ ಇಲ್ಲೇ ಠಿಕಾಣಿ. ಇಷ್ಟು ಜನರ ಚಾಕರಿ ನನ್ಮಗ್ಳು ಮಾಡ್ಬೇಕು. ಇನ್ನೊಂದು ಪಟ್ಟು ಹಿಡಿದು ಕೂತ ಆಸ್ತಿ ನನ್ನ ಹೆಸರಿಗೆ ಬರೆಯದಿದ್ರೆ ಬೇರೆ ಮದ್ವೆಯಾಗ್ತೀನಿಂತ. ನಾವು ಆಗ ಒಪ್ಪಲಿಲ್ಲ. ಇನ್ನೊಬ್ಬ ಕೈ ಹಿಡ್ದ. ಇದ್ನ ಹೇಗೆ ಸಹಿಸೋಣ? ಈಗ ಈ ಮನೇನ ನಿಮ್ಮ ಗೆಳೆಯನ ಹೆಸರಿಗೆ ಬರೀಬೇಕಂತೆ. ದೊಡ್ಡ ರಾದ್ಧಾಂತವಾಗಿ ಬಿಟ್ಟಿದೆ" ತಲೆ ಮೇಲೆ ಕೈಯೊತ್ತು ಕೂತುಬಿಟ್ಟರು.

ಭ್ರಮೆಯಲ್ಲಿ ಬಿದ್ದಂತಾಯಿತು ಪೀಟರ್‌ಗೆ. ಸ್ವಲ್ಪ ಚುರುಕು ಮುಟ್ಟಿಸಲು ನಿರ್ಧರಿಸಿದ.

"ಸಾಗರ್ ಬಗ್ಗೆ ಅಲ್ಪ ಸ್ವಲ್ಪ ತಿಳಿದ ಜನ ಕೂಡ ಇದ್ನ ನಂಬೋಲ್ಲ. ಹೇಗೆ ಇದೆಲ್ಲ ಆಯಿತು? ಈಗ ಸಾಗರ್ ಎಲ್ಲಿ?" ಸಹಜವಾಗಿ ಕೈಯಾಡಿಸಿ ಬಿಟ್ಟರು.

"ನಮ್ಗೇನು ಗೊತ್ತೇ ಇಲ್ಲ. ಇನ್ನು ನಾಲ್ಕು ದಿನ ನೋಡ್ತೀವಿ. ಕೋರ್ಟ್‌ಗೆ ಹೋಗೋಕು ನಾವು ತಯಾರು."

ಪೀಟರ್ ಬಹಳ ಕಷ್ಟದಿಂದ ನಗುವ ಪ್ರಯತ್ನ ಮಾಡಿದರು. ವಿಷಯ ಸಾಗರ್ ಬಾಯಿಂದ ತಿಳಿಯುವವರೆಗೂ ಮಾತಾಡೋದು ಬೇಡಾಂತ ನಿಶ್ಚಯಿಸಿ ಮೇಲೆದ್ದ.

"ನಾನಿನ್ನ ಬರ್ತೀನಿ" ಔಪಚಾರಿಕವಾಗಿ ಕೈ ಮುಗಿದಾಗ ಹೊರಗಿನವರೆಗೂ ಬಂದು ಬೀಳ್ಕೊಡುವ ಮುನ್ನ ಹೇಳಿದರು. "ಸ್ವಲ್ಪ ಸಾಗರ್‌ಗೆ ವಿವೇಕ ಹೇಳಿ. ಅವರಪ್ಪ, ಅಮ್ಮನ ವಿವೇಚನೆ ಇಲ್ದ ಮಾತುಗಳನ್ನು ಕೇಳಿ ಹಾಳಾಗಿದ್ದಾನೆ. ಇದ್ರಿಂದ ಏನು ಪ್ರಯೋಜನ? ಮೂರ್ಖತನ ಬೇಡಾಂತ ಬುದ್ಧಿ ಹೇಳಿ."

ಪೀಟರ್ ಮೌನವಾಗಿ ತಲೆಯಾಡಿಸಿದರು.

ವೆಹಿಕಲ್ ಹತ್ತಿದ ಮೇಲೆ ಯೋಚನೆಯಾಯಿತು. ಸಾಗರ್ ಎಲ್ಲಿರಬಹುದು? ತಕ್ಷಣ ಮಿದುಳು ಚುರುಕಾಯಿತು. ಲಾಯರ್ ರಂಗನಾಥ್ ಮನೆ ಕಡೆ ನಡೆಸಿದ.

ಅಲ್ಲಿಗೆ ಬರುವ ವೇಳೆಗೆ ಕತ್ತಲು ಪೂರ್ತಿ ಆವರಿಸಿತ್ತು. ಹೊರಗಿನ ಲೈಟು ಉರಿಯುತ್ತಿದ್ದರೂ ಮುಂಬಾಗಿಲನ್ನು ಹಾಕಿದ್ದರು. ಬಹಳ ನಿಧಾನವಾಗಿ ಬೆಲ್

ಮಾಡಿದರು.

ಬಾಗಿಲು ತೆರೆದ ವಿಮಲ ಅತ್ಯಂತ ನಯವಾಗಿ ಕೇಳಿದರು.

"ಯಾರು ಬೇಕಾಗಿತ್ತು?"

ನಾನು ಸಾಗರ್ ಫ್ರೆಂಡ್, ಸಬಾರ್ಡಿನೇಟ್. ಅವ್ರ ವಿಷ್ಯ ಸ್ವಲ್ಪ ತಿಳಿಯಬೇಕಿತ್ತು." ಮೊದಲು ವಿಮಲ ಮುಖದಲ್ಲಿ ಅನುಮಾನ ತೆರೆ ಇಣಕಿದರು ಹಿಂದಕ್ಕೆ ಸರಿದಳು. "ಬನ್ನಿ , ಕೂತ್ಕೊಳ್ಳಿ. ಅವ್ರುನ ಕರೀತಿನಿ."

ನಿಧಾನವಾಗಿ ಒಳಗೆ ಬಂದ ಪೀಟರ್ ಅಲ್ಲಿದ್ದ ಬೆತ್ತದ ಚೇರ್ ಮೇಲೆ ಕೂತ. ಕಾರ್ನರ್ ಸ್ಟ್ಯಾಂಡಿನಲ್ಲಿದ್ದ ರಾಣಿಯ ಫೋಟೋ ಅವನ ಗಮನ ಸೆಳೆಯಿತು.

'ಎಂಥಾ ಮುದ್ದಾದ ಮಗು' ಮನ ಉದ್ಗರಿಸಿತು. ಈ ಮಗುವಿನ ಸೆಳೆತ ಅವನ ಮನದಾಳದ ಮಗುವಿನ ಆಸೆಯನ್ನು ಗಟ್ಟಿ ಮಾಡಿರಬಹುದೇ?

"ನಮಸ್ಕಾರ... ರಂಗನಾಥ್" ಸ್ವರಕ್ಕೆ ಎದ್ದರು. ವಕೀಲರೆಂಬ ಗತ್ತು ಇಲ್ಲದ ಸರಳ ಸೌಜನ್ಯ ವ್ಯಕ್ತಿ. ಮೊದಲ ನೋಟದಲ್ಲಿಯೇ ನೋಡಿದವರ ಉದ್ದಗಲಕ್ಕೂ ಬೆಳೆದು ಬಿಡುವಂಥ ಮನುಷ್ಯ. "ನಮಸ್ಕಾರ... ಸ್ವಲ್ಪ ತೊಂದರೆ ಕೊಡಬೇಕೂಂತಲೇ ಬಂದಿದ್ದು" ಎಂದ. "ಪರಸ್ಪರ ಸಹಕಾರ ಅಷ್ಟೆ ತೊಂದರೆ ತುಂಬ ಅನ್ನಿಸೋಲ್ಲ" ಅರ್ಥಗರ್ಭಿತವಾಗಿ ಆಡಿದರು ರಂಗನಾಥ್.

ಬೋರ್ನ್‌ವೀಟಾ ಮುಗಿದ ಮೇಲೆನೆ ಮಾತಿಗೆ ಷುರು ಮಾಡಿದ್ದು. ಸಾಗರ್ ವಿಷ್ಯ ಬಂದ ಕೂಡಲೇ ಅವರ ಮುಖ ಚಿಕ್ಕದಾಯಿತು.

"ನಂಬಿಕೆ, ಸಂಬಂಧಗಳು ಅನ್ನೋದು ಆ ವ್ಯಕ್ತಿಯ ವಿಷಯದಲ್ಲಿ ಪೂರ್ತಿ ಸುಳ್ಳಾಯ್ತು! ಆ ಜನ ಕೂಡ ಮೂರ್ಖರಾದ್ರೂ ಶೋಷಣೆಗೆ ಹೆಣ್ಣು, ಗಂಡೆಂಬ ತಾರತಮ್ಯವಿಲ್ಲವೆನಿಸಿತು." ಹಲ್ಲಿನಡಿಯಿಂದ ಬಿಗಿಯಾದ ದನಿಯಲ್ಲಿ ರಂಗನಾಥ್ ಹೇಳಿದಾಗ ಪೀಟರ್ ಕೈ ಕರ್ಚೀಫ್‌ಗಾಗಿ ಪ್ಯಾಂಟ್ ಜೇಬಿನೊಳಕ್ಕೆ ಇಳಿಯಿತು.

ಮುಖ್ಯ ವಿಷ್ಯಕ್ಕೆ ಬಂದರು. ಸಾಕಷ್ಟು ವರದಕ್ಷಿಣೆ ಪಡೆದ ಗಂಡು ಮಾತ್ರವಲ್ಲ, ತಮ್ಮ ಮಗಳನ್ನು ಮದುವೆಯಾದಾಗಿನಿಂದ ಹಣಕ್ಕಾಗಿ ಕಾಡಿದ ಅಳಿಯನೆನ್ನುವ ಆರೋಪ ಸಾಗರ್‌ನ ಮೇಲೆ. ಕೋರ್ಟ್ ಹತ್ತುವ ಬೆದರಿಕೆ, ಮರು ಮದುವೆಯ ಆರೋಪ. ಪೊಲೀಸ್ ಸ್ಟೇಷನ್‌ಗೆ ಕಂಪ್ಲೆಂಟ್, ಸಾಗರ್‌ನ ಹಣ್ಣು ಮಾಡಲು ಎಷ್ಟು ಬೇಕೋ ಅಷ್ಟು ಮಾಡಿದ್ದರು.

ಪೂರ್ತಿ ಕೇಳಿದ ಪೀಟರ್ ವಿಷಣ್ಣವದನನಾದ. ಎಷ್ಟೋ ಹೊತ್ತು ಹಾಗೆಯೇ ಕೂತುಬಿಟ್ಟ. ದುರಂತ ದಾಂಪತ್ಯದ ಕತೆ.

"ಹೆಂಡತಿ ಬದ್ಕಿದ್ದಾಗ ಎರಡನೆಯ ಮದ್ವೆಯಾಗಿದ್ದು ಅಪರಾಧ. ಮದ್ವೆಯಾದಾಗಿನಿಂದ ಅವ್ರ ಸಂಸಾರಕ್ಕೆ ತಂದ, ಕೊಂಡ ಸಾಮಾನು ಪಟ್ಟಿಗಳನ್ನು ರಸೀದಿ ಸಮೇತ ಇಟ್ಟಿದ್ದಾರೆ ಶಾಂತಾರಾಮ್. ಬಾಡ್ಗೇನು ಅವ್ರ ಹೆಸರಿನಲ್ಲಿ ಚೆಕ್ ಸಂದಾಯವಾಗಿದೆ. ಎಲ್ಲಕ್ಕೂ ಅವ್ರಲ್ಲಿ ದಾಖಲೆಗಳಿವೆ. ಕೈ ಹಿಡಿದ ಹೆಂಡತಿ, ಹೆಣ್ಣು ಕೊಟ್ಟ ಮಾವನೇ ಬೆನ್ನಿಗೆ ಚೂರಿ ಹಾಕ್ತಾರೇಂತ ಸಾಗರ್ ಮಾತ್ರವಲ್ಲ, ಯಾರು

ಕನಸು ಕಂಡಿರೋಕೆ ಸಾಧ್ಯವಿಲ್ಲ" ರಂಗನಾಥ್ ವೃತ್ತಿಯ ಲೇಪನ ಹಚ್ಚಿಯೇ ಮಾತಾಡಿದರು.

ಬಹಳ ಹೊತ್ತು ಮಾತಾಡುತ್ತ ಕೂತ ಪೀಟರ್ ಎದ್ದಾಗ ಅವನೆದೆ ಭಾರವಾಗಿತ್ತು. ಪ್ರಪಾತದ ಅಂಚಿನಲ್ಲಿ ನಿರ್ಮಿಸಿಕೊಂಡ ಮನೆ ಸಾಗರ್‌ದು. ಯಾವ ಕ್ಷಣವೋ, ಎಲ್ಲಿಯ ಹೊಡೆತವೋ?

"ಬರ್ತೀನಿ..." ಲಾಯರ್ ಬಾಗಿಲವರೆಗೂ ಬಂದು ಬೀಳ್ಕೊಟ್ಟರು. "ಈಗ ಸಾಗರ್‌ಗೆ ಬೇಕಾಗಿರೋದು ಆತ್ಮವಿಶ್ವಾಸ, ಧೈರ್ಯ. ನಿಮ್ಮಂಥವರಿಂದ ಆ ಕೆಲ್ಸ ಆಗ್ಬೇಕು" ಕೈ ಕುಲುಕಿದರು.

ವಾಚ್ ಕಡೆ ನೋಡಿದಾಗ ಒಂಭತ್ತರ ಸನ್ನಿಹದಲ್ಲಿತ್ತು. ಮನೆ ಹುಡುಕುವುದು ಪ್ರಯಾಸವೇ. ಮನ ಛಲ ತೊಟ್ಟಂತಿತ್ತು.

ಸಾಗರ್ ಬಾಡಿಗೆಗೆ ಹಿಡಿದಿದ್ದ ಹೊಸ ಮನೆ ತಲುಪಿದಾಗ ಹನ್ನೊಂದು ಗಂಟೆಯಾಗಿತ್ತು. ಬಾಗಿಲು ಬಡಿದಾಗ ರಾಜಣ್ಣ ಗಾಬರಿಯಿಂದಲೇ ಬಂದು ತೆಗೆದಿದ್ದು.

"ಸ್ವಲ್ಪ ಸಾಗರ್‌ನ ನೋಡ್ಬೇಕು" ಎಂದಾಗ ರಾಜಣ್ಣ ಹಿಂದೂ ಮುಂದೂ ನೋಡದಂತಿತ್ತು. "ನಾನು ಪೀಟರ್ ಬಂದಿದ್ದೀನೀಂತ ಹೇಳಿ" ಸ್ವರದ ಹಿಂದೆ ಸಾಗರ್‌ನೆ ಬಂದ.

"ಹಲೋ... ಪೀಟರ್..." ಕೈ ಕುಲುಕಿದ.

ಒಳ್ಗಡೆ ಕರೆದೊಯ್ದ. ಮನೆ ಅಷ್ಟು ದೊಡ್ಡದಲ್ಲದಿದ್ದರೂ ಅಚ್ಚುಕಟ್ಟಾಗಿತ್ತು. ಯಾವುದೇ ಫರ್ನಿಚರ್ ಇರಲಿಲ್ಲ. ಕೋಣೆಗೆ ಕರೆದೊಯ್ದ. ಹಾಸಿದ್ದ ಹೊಸ ಚಾಪೆಯ ಮೇಲೆ ಕೂತ ಪೀಟರ್.

"ಎರಡು ದಿನ ಟೈಮ್ ಕೊಡೊಂದವ್ನು ಎಲ್ಹೋಗಿ ಬಿಟ್ಟೆ? ನಂಗಂತೂ ಗಾಬ್ರಿಯಾಯ್ತು." ನೊಂದ ಸ್ವರದಲ್ಲಿ ತಮಾಷೆ ಇಣಕಿತು. ಪೀಟರ್ ಸಣ್ಣಗೆ ನೋವಿನ ಬಗೆ ನಕ್ಕ.

"ಸಾಮಾಜಿಕ ಪ್ರಜ್ಞೆಯುಳ್ಳ ಒಬ್ಬ ವಕೀಲ, ಒಬ್ಬ ವೈದ್ಯ, ಒಬ್ಬ ಸಾಹಿತಿಯ ಒರೆಗೆ ಹಚ್ಚಿದಾಗ ಈ ಸಮಸ್ಯೆ ಹೇಗೆ ರೂಪು ತಾಳುತ್ತದೆಯೆನ್ನುವ ಕುತೂಹಲಕ್ಕಾಗಿ" ಪೀಟರ್ ಹೇಳಿದಾಗ ಸಾಗರ್‌ನಲ್ಲಿ ಉತ್ಸಾಹ ಮೂಡಲಿಲ್ಲ.

"ರಜಾ ಹಾಕಿದ್ದೀಯಾ?" ಪೀಟರ್ ಪ್ರಶ್ನೆಗೆ ಮುಖ ಮೇಲೆತ್ತಿ ಕೆನ್ನೆಯುಜ್ಜಿದ ಸಾಗರ್. ಕಣ್ಣುಗಳು ಕಿರಿದಾಗಿ ಅಡಗಿಸಿಟ್ಟ ನೋವಿನ ಮಿಡಿತಕ್ಕೆ ಸ್ಪಂದಿಸಿದವು. "ಹಾಗಂತಾನೇ ತಿಳ್ಕೋ...."

ಬಂದು ಕೂತ ಪಾಂಡುರಂಗಯ್ಯನವರು ಎಲ್ಲಾ ವಿದ್ಯಮಾನಗಳನ್ನು ಬಿಚ್ಚಿಟ್ಟರು.

"ಅವ್ರ ಮಗ್ಳುನ ಎಂದು ಸೊಸೆಯಾಗಿ ತಂದುಕೊಂಡೆನೋ, ಅಂದಿಗೆ ಮಗನ ಮನೆಯಲ್ಲಿ ಉಳ್ಯೋದು ಸಾಧ್ಯವಿಲ್ಲಾ ಅನ್ನೋ ತೀರ್ಮಾನಕ್ಕೆ ಬಂದೆ. ಅವನಾದ್ರೂ ಸುಖವಾಗಿದ್ದನಲ್ಲ ಅನ್ನೋ ನೆಮ್ದಿ ಇತ್ತು. ಅದು ಇಲ್ಲದಾಗ ನನ್ನ ಬಗ್ಗೆ ನಾನು ಯೋಚ್ಸಬೇಕಾಯ್ತು. ಸ್ವತಂತ್ರ ತಗೋಬೇಕಾಯ್ತು. ಬರೀ ಆ ಶಾಂತಾರಾಮ್‌ನ ಮಗಳ

ಬಯಕೆ, ಬೇಡಿಕೆಗಳಿಗೆ ನನ್ನ ಮಗ್ನ ತೆತ್ತು ಬಿಡಲಾ?" ಅವರ ಮೈನ ರಕ್ತವೆಲ್ಲಾ ಮುಖಕ್ಕೆ ನುಗ್ಗಿತು. ರೋಷದಿಂದ ಸ್ವರ ನಡುಗಿತು. ಮುಖ ಕೆಳಗೆ ಹಾಕಿದ ಸಾಗರ್.

ಮತ್ತೆ ಬಾಯೆತ್ತಿದಾಗ ಸಾಗರ್ ಕಣ್ಣು ಸನ್ನೆಯಿಂದ ತಂದೆಯನ್ನು ಸುಮ್ಮನಾಗಿಸಿದ. ಬಸುರಿ ರಾಧಳಿಗೆ ದಿಕ್ಕೆಂಟ್ಟಂತಾಗಿತ್ತು.

"ಪಾಪ, ಆ ಬಸುರಿ ಹೆಣ್ಣು ಮಗ್ಳು ಸೆವೆದು ಹೋಗ್ತಾ ಇದ್ದಾಳೆ." ಗೊಣಗಿ ಎದ್ದರು ಪಾಂಡುರಂಗಯ್ಯ.

ಬೆಳಗಿನವರೆಗೂ ಪೀಟರ್, ಸಾಗರ್ ಮಾತನಾಡುತ್ತಲೇ ಇದ್ದರು. ಹೋಗುವ ಮುನ್ನ ಪೀಟರ್ ಹೇಳಿದ.

ಇಂಥ ಒಂದು ಸಮಸ್ಯೆಯನ್ನು ಸಾಮಾಜಿಕ ಪ್ರಜ್ಞೆಯುಳ್ಳ ಮೂವರು ವಿಚಾರವಂತರ ಮುಂದಿಟ್ಟಾಗ, ಅವರವರ ಮಿತಿಯಲ್ಲಿಯೇ ಯೋಚಿಸಿದರು. ಆದರೆ ಇಂಥ ಒಂದು ಕಾದಂಬರಿ ಮುಕ್ತಾಯ ಹಂತ ತಲುಪುವಾಗ ಓದುಗರ ಸಹಾನುಭೂತಿ ಗಳಿಸುವುದಕ್ಕಿಂತ ಭಿನ್ನವಾಗಿ ಯೋಚಿಸುವ ಲೇಖಕ ತನ್ನದೇ ಆದ ಮುಕ್ತಾಯಗಳನ್ನು ಮುಂದಿಟ್ಟ. ಇಬ್ಬರ ನಡುವೆ ಸಾಮರಸ್ಯ ಅಸಾಧ್ಯ. ಎರಡು ಹೆಣ್ಣುಗಳ ಮಧ್ಯೆ ದುರಂತ ಪಟ್ಟ ನಾಯಕನಿಗೆ...." ನೋವಿನ ನಗೆ ಸಾಗರ್‌ನ ತುಟಿಗಳ ಮೇಲೆ ಮಿನುಗಿತು.

ಭುಜ ತಟ್ಟಿ ಹೊರಟ ಪೀಟರ್ ಹನ್ನೆರಡು ಗಂಟೆ ಹೊತ್ತಿಗೆ ಬರುವುದಾಗಿ ಹೇಳಿದ. ಸಾಗರ್ ಕೋಣೆಗೆ ಬಂದಾಗ ಗೋಡೆಯ ಕಡೆ ತಿರುಗಿ ಮಲಗಿದ್ದ ರಾಧ ಕಣ್ಣೀರು ಸುರಿಸುತ್ತಿದ್ದಳು. ನೋವಿನಿಂದ ಅವನ ಎದೆ ಹಿಂಡಿತು.

"ರಾಧ, ನಂಗೆ ನೀನು ಕಣ್ಣೀರು ಸುರಿಸೋದು ಇಷ್ಟವಿಲ್ಲ" ಅವನ ಕೈಯಿಂದ ಮುಖ ಮುಚ್ಚಿಕೊಂಡಳು.

ಶಾಂತಾರಾಮ್ ಕೊಟ್ಟ ಎಚ್ಚರಿಕೆಯ ನುಡಿಗಳು ಅವಳನ್ನು ಭಯ ಭ್ರಾಂತಳನ್ನಾಗಿ ಮಾಡುತ್ತಿತ್ತು.

"ನಿನ್ನ ಹೆಂಡ್ತಿ ಅಂತ ಒಪ್ಪಿಕೊಳ್ಳೋಕೆ ಸಾಧ್ಯನೇ ಇಲ್ಲ. ಸಾಗರ್ ಕೈಗೆ ಕೋಳಗಳನ್ನ ಹಾಕ್ಸಿಬಿಡ್ತೀನಿ. ಕಡೆಗೆ ನೀನು, ನಿನ್ನ ಮಗು ಬೀದಿ ಪಾಲಾಗಬೇಕು. ತೆಪ್ಪಗೆ ಊರಿಗೆ ನಡೀ...."

"ನಂಗ್ಯಾಕೋ ಭಯ" ಮೃದುವಾಗಿ ಅವಳ ಕೂದಲಲ್ಲಿ ಕೈ ಬೆರಳುಗಳನ್ನಾಡಿಸಿದ. "ಹುಟ್ಟೋ ಮಗು ಬರೀ ಸುಂದರವಾಗಿದ್ರೆ ಸಾಲ್ದು. ಧೈರ್ಯಶಾಲಿಯಾಗಿರ್ಬೇಕು. ನೀನು ಸದಾ ಭಯ ಅಂದ್ರೆ... ಅಂಜುಕುಳಿ ಹುಟ್ತಾನೆ" ಅಂತಹ ಸಮಯದಲ್ಲೂ ನವಿರಾಗಿ ರೇಗಿಸಿದ.

ಪಾಂಡುರಂಗಯ್ಯನವರು ಹಟ ತೊಟ್ಟಂತೆ ಹೇಳಿದ್ದರು.

"ನೀನೇನು ಹೆದರ್ಕೋಬೇಡ. ತೋರ್ಸೇ ಬಿಡ್ತೀನಿ. ಅಲ್ಲಿಯವರ್ಗೂ ಈ ಊರು ಬಿಟ್ಟು ಕದಲೊಲ್ಲ."

"ಖಂಡಿತ ಇಲ್ಲ" ಮೃದುವಾಗಿ ತೊದಲಿದಳು. ಸಾಗರ್ ಕಣ್ಣುಗಳಲ್ಲಿ ವಿಸ್ಮಯ

ಇಣುಕಿತು. "ನಿಂಗೇನು ಭವಿಷ್ಯ ಗೊತ್ತಾ?" ಅತ್ತ ಕೆಂಪು ಮುಖದಲ್ಲಿ ಮತ್ತಷ್ಟು ಕೆಂಪು ರಾಚಿತು.

ಕಾಫೀ ಕಂಪು ತೇಲಿ ಬಂದಾಗ ಸಾಗರ್ ಸರಿದ, ರಾಧ ಎದ್ದು ಕೂತಳು. "ಬರಬಹುದಾ?" ಅಶ್ವಿನಿಯ ಸ್ವರ.

"ಅಶೂ, ನಿಂಗೆ ಯಾವಾಗ್ಲೂ ಹುಡುಗಾಟ" ಪ್ರೀತಿಯಿಂದ ರೇಗಿದ ಮೇಲೆನೆ ಕಾಫೀಯ ಲೋಟಗಳು ಒಳಗೆ ಬಂದಿದ್ದು. ತುಂಬು ಪ್ರಸನ್ನತೆಯಿತ್ತು ಅಶ್ವಿನಿಯ ಮುಖದ ಮೇಲೆ. "ನಾನೆಷ್ಟೇ ದೊಡ್ಡವಳಾದ್ರೂ... ನಿಂಗೆ ತಂಗೀನೇ ತಾನೇ! ನಿನ್ಹತ್ರ ಬಿಟ್ಟು ಬೇರೆಯವ್ರ ಹತ್ರ ಹುಡ್ಗಾಟ ಮಾಡೋಕಾಗುತ್ತಾ?"

ರಾಧಳ ಸಂಕೋಚ, ಹಿಂಜರಿಕೆ ಸ್ವಲ್ಪ ಕಡಿಮೆಯಾದದ್ದು ಅಶ್ವಿನಿಯಿಂದಲೇ. ಅವಳ ಬದುಕಿಗೆ ಚೇತನ ತುಂಬಿ ಭರವಸೆಯಿಂದ ದಿನಗಳು ತಳ್ಳಲು ಅವಳ ಸಹಕಾರ ಮುಖ್ಯವಾಗಿತ್ತು.

ಮೂವರು ಕೂತು ಕಾಫೀ ಕುಡಿದರು. ರಾಜಣ್ಣನ ಟ್ರಾನ್ಸ್‌ಫರ್ ಸುದ್ದಿಯೇ ಇಲ್ಲದಿದ್ದರಿಂದ ಅಲ್ಲಿಗೂ, ಇಲ್ಲಿಗೂ ಪ್ರಯಾಸ ಲೆಕ್ಕಿಸದೆ ಓಡಾಡುತ್ತಿದ್ದ.

ಪೀಟರ್ ಹೇಳಿದ ವೇಳೆಗಿಂತ ಅರ್ಧಗಂಟೆ ಮೊದಲೇ ಬಂದ. ಅವನ ಕಣ್ಣುಗಳು ಹುಡುಕಾಡಿದಾಗ ಅರಿತವನಂತೆ ಹೇಳಿದ ಸಾಗರ್.

"ಸ್ಕೂಟರ್ ಅಲ್ಲೇ ಇದೆ" ಪೀಟರ್ ಅವಾಕ್ಕಾದ.

ಅದೇನು ಮಾವನ ಕೊಡುಗೆಯಲ್ಲವೆನ್ನುವ ವಿಷಯ ಅವನಿಗೆ ಗೊತ್ತಿತ್ತು. ಮದುವೆಗೆ ಮುನ್ನಿನ ದಿನಗಳಲ್ಲಿಯೇ ಆಫೀಸಿನಿಂದ ಲೋನ್ ತಗೊಂಡು ಕೊಂಡಿದ್ದ.

"ಪೀಟರ್ ನಡೀ...." ಭುಜ ತಟ್ಟಿ ಅವನ ಬೈಕ್ ಮೇಲೆ ಹತ್ತಿ ಭುಜ ತಟ್ಟಿದ. "ಬೇರೆಲ್ಲ ಯೋಚ್ಸಿದ್ರೆ, ಇದು ಆಶ್ಚರ್ಯಪಡಬೇಕಾದ ಸಂಗತಿಯೇನಲ್ಲ."

ಬೈಕ್ ಮುಂದಕ್ಕೆ ಹಾರಿತು. ನೇರವಾಗಿ ಪಾರ್ಕ್‌ನ ಬಳಿ ನಿಲ್ಲಿಸಿ ಲಾಕ್ ಮಾಡಿದ. ಬಿಸಿಲಿನ ಹೊಡೆತ ತೀವ್ರವಾಗಿತ್ತು. ಜನ ಕಡಿಮೆಯಿದ್ದರೂ ಸೋಮಾರಿಗಳು ಅಲ್ಲಲ್ಲಿ ನೆರಳಲ್ಲಿ ಉರುಳಿಕೊಂಡಿದ್ದರು.

ಒಂದು ಮರದ ಕೆಳಗೆ ಕಲ್ಲು ಬೆಂಚಿನ ಮೇಲೆ ಕೂತರು. ಎದುರು ಬಿಸಿಲು, ದೂರದಲ್ಲಿದ್ದ ಹುಲ್ಲು ಹಾಸಿನತ್ತ ನಡೆದರು.

ಕೂತ ಸಾಗರ್ ಎಷ್ಟೋ ಹೊತ್ತು ಮೌನವಾಗಿದ್ದ ನೀರವತೆಗೆ ಭೇದಿಸಲು ಪೀಟರ್ ಮುಂದಾದ.

"ನಿನ್ನ ಸಮಸ್ಯೆಗೆ ಪರಿಹಾರ ಕಂಡುಕೊಂಡು ಬರುವ ವೇಳೆಗೆ ಮತ್ತೊಂದು ತಿರುವಿಗೆ ಬಂದಿದ್ದೀಯಾ! ಏನಾಯಿತು? ನಿಮ್ಮ ಮಾವನ ಆರೋಪ ಮಾರುದ್ದ... ಬುದ್ಧಿ ಹೇಳುವಂತೆ ನಿಂಗೆ ಹೇಳಿದರು."

ರೋಷದಿಂದ ಅವನ ಮುಖ ಕೆಂಪಾಯಿತು. ಕಣ್ಣುಗಳಲ್ಲಿ ಬೆಂಕಿಯ ಉಂಡೆಗಳು. ಹುಬ್ಬುಗಳು ಗಂಟಾದವು.

"ಶತ್ರು ಕೂಡ ಅಷ್ಟು ಕೀಳುಮಟ್ಟಕ್ಕೆ ಇಳಿಯಲಾರ. ನನ್ನ ಬಗ್ಗು ಬಡಿದು

ನೆಲಸಮ ಮಾಡಿಬಿಡುವ ಸಾಹಸ, ಪ್ರೀತಿ, ಅಂತಃಕರಣ, ನ್ಯಾಯ, ಧರ್ಮದಂಥ ಪದಗಳಿಗೆ ಅವರಲ್ಲಿ ಅರ್ಥವೇ ಇಲ್ಲ" ಸಿಡಿದ.

ಹಂತಹಂತವಾಗಿ ವಿಷಯ ತಿಳಿದಾಗ ರೋಷತಪ್ತ ಸಾಗರ್ ಅಷ್ಟು ಸಂಯಮದಿಂದ ವರ್ತಿಸಿದ್ದೆ ಹೆಚ್ಚೆನಿಸಿತು. ಮೂಕನಾದ.

ಇಡೀ ಮನೆಯ ಸಾಮಾನು ತಮ್ಮದೆಂದರು. ಆ ಮನೆಯಿಂದ ಅತಿಥಿಗಳಂತೆ ಬರುವಂಥ ಸ್ಥಿತಿ ತೀರಾ ಕಠೋರವಾಗಿತ್ತು.

ಒಬ್ಬ ಸಬ್ ಇನ್ಸ್‌ಪೆಕ್ಟರ್ ಕರೆಸಿ ಹೊರಗೆ ಹಾಕಿದ್ದರು. ಆ ಸಮಯದಲ್ಲಿ ರಂಗನಾಥ್ ಧಾವಿಸಿ ಎಷ್ಟೋ ಸಹಾಯ ಮಾಡಿದ್ದರು. ದುರಂತ ಘಟನೆಯನ್ನುವಂತೆ ನಡೆದುಹೋಗಿತ್ತು.

"ನಂಗ್ಯಾಕೋ ಪ್ರೀತಿ, ಪ್ರೇಮ, ಸಂಬಂಧಗಳ ಬಗ್ಗೆನೇ ನಿರಾಶೆಯಾಗಿ ಹೋಗಿತ್ತು. ಕೈ ಹಿಡಿದ ಗಂಡನ ಬಗ್ಗೆ ನಳಿನಿ ಎಷ್ಟು ಕಠೋರವಾಗಿ ಬಿಟ್ಟಳು. ಈಗ್ಲೂ ಹೆದರಿಕೆ, ಬೆದರಿಕೆಗಳು ತಪ್ಪಿಲ್ಲ. ಕೋರ್ಟ್‌ಗೆ ಹೋಗುವುದಾಗಿ ಬೆದರಿಕೆ ಶಾಂತಾರಾಮ್ ಅವರಿಂದ. ಇಡೀ ಆಫೀಸ್‌ನಲ್ಲಿ ಹೋಗಿ ಪಂಚಾಯಿತಿ ಮಾಡಿ ಬಂದಿದ್ದಾರೆ. ಮ್ಯಾನೇಜಿಂಗ್ ಡೈರೆಕ್ಟರ್ ಕರೆಸಿ ಕೇಳಿದಾಗ ನನಗೆ ನೆಲದಲ್ಲಿ ಇಳಿದು ಹೋದ ಅನುಭವವಾಗಿತ್ತು." ಮುಖ ಮೇಲೆತ್ತಿ ಉಸಿರೆಳೆದು ದಬ್ಬಿದ.

"ಅಷ್ಟಕ್ಕೋಸ್ಕರ ಕೆಲ್ಸಕ್ಕೆ ಬರೋದು ನಿಲ್ಸಿದ್ಯಾ?" ತಲೆ ತಗ್ಗಿಸಿದ ಸಾಗರ್ ತಲೆಯಾಡಿಸಿದ. ಎದೆ ಸೆಟೆಸಿ ಓಡಾಡಿದ ನನಗೆ ಎಲ್ಲರ ಪ್ರಶ್ನೆಗಳಿಗೂ ಉತ್ತರಿಸಲಾಗಲಿಲ್ಲ. ಕೆಲವರೇನು, ಎಲ್ಲರಿಗೂ ನಾನು ನೈತಿಕತೆ ಕಳೆದುಕೊಂಡ ವ್ಯಕ್ತಿ. ವರದಕ್ಷಿಣೆ ಆಸೆಗಾಗಿ ಹೆಂಡತಿಯನ್ನು ಹಿಂಸಿಸಿದ ಕ್ರೂರ ಮನುಷ್ಯ. ಕಾನೂನುಬಾಹಿರ ಮದ್ವೆ. ಇವಕ್ಕೆಲ್ಲ ನನ್ನಲ್ಲಿ ಉತ್ತರವಿಲ್ಲ" ಕೈ ಬೆರಳುಗಳಿಂದ ತಲೆಯ ಕೂದಲು ಕಿತ್ತ.

ಪೀಟರ್ ಬಹಳ ಸಂತೈಸಿದ. ಏನೋ ಹೊಳೆದಂತಾಯಿತು. ತಕ್ಷಣ ಕೇಳಿದ.

"ನಾನ್ಹೋಗಿ ನಳಿನಿಯವರ ಹತ್ರ ಮಾತಾಡ್ಲಾ?" ತಟ್ಟನೆ ಕೈಯೆತ್ತಿ ತಳ್ಳಿ ಹಾಕಿದ ಸಾಗರ್. "ಹೆಣ್ಣು, ಗಂಡಿನ ಮಧ್ಯೆ ಇರಬೇಕಾದ್ದು ಮಧುರ ಸಂಬಂಧವೇ ವಿನಃ ಸ್ವಾರ್ಥ, ಅಸೂಯೆ, ದ್ವೇಷವಲ್ಲ. ಅಂತಹ ಮಧುರ ಭಾವನೆಗಳೆಲ್ಲ ನನ್ನ ಹೃದಯದಲ್ಲಿ ಅವಳ ಬಗ್ಗೆ ಒಣಗಿ ಹೋಗಿದೆ. ಸೌಜನ್ಯ, ಸಭ್ಯತೆ, ಪ್ರಾಮಾಣಿಕತೆ ಕೆಲವರ ಕಣ್ಣುಗಳಲ್ಲಿ ದುರ್ಬಲತೆ. ಮುಂದೆ ಅಂತಹುದಕ್ಕೆ ಅವಕಾಶವಿಲ್ಲ" ಕತ್ತಿನ ಅಲಗಿನಂತಿತ್ತು ಅವನ ಮಾತುಗಳು.

ಆ ವಿಷಯದಿಂದ ಪ್ರಜ್ಞಾವಂತರ ದುರಂತದ ಅಂಚನ್ನೇ ಸವರೋದು. ಒಬ್ಬ ನಿರ್ದೇಶಕ ತನ್ನ ಒಂದು ಚಿತ್ರದಲ್ಲಿ ಇಂಥ ಸಮಸ್ಯೆಯನ್ನು ಬಿಡಿಸುವಾಗ ಇಬ್ಬರಲ್ಲಿ ಒಬ್ಬರಿಗೆ ಸಾವು ಕಟ್ಟಿಟ್ಟ ಬುತ್ತಿ. ಲೇಖಕ ಕೂಡ ದುರಂತದ ಬಗ್ಗೆ ಯೋಚ್ಸಿದರೂ ತನ್ನದೇ ಆದ ರೀತಿಯಲ್ಲಿ ಬಿಡಿಸಿ ನೋಡುತ್ತಾನೆ. ಯಾರಿಂದ ಯಾರಿಗೆ ದುರಂತ? ರಾಧಳೊಬ್ಬಳ ಸಾವು ನಳಿನಿಗೆ ಮಾತ್ರವಲ್ಲ, ಅವಳಪ್ಪ, ಅಮ್ಮನಿಗೂ ಸುಖಾಂತದ ಅಂತ್ಯ. ಮತ್ತೊಂದು ತಿರುವಿನತ್ತ ನೋಡಿದಾಗ ಶಾಂತಾರಾಮ್ ಮತ್ತಷ್ಟು

ಮುಂದುವರಿದಿದ್ದಾರೆ. ಸಾಗರ್ ಧೀಮಂತ ಗಂಡು ಇರಬಹುದು. ಆದರೆ ರಾಧ ಇಂಥದ್ದನ್ನು ಈ ಸ್ಥಿತಿಯಲ್ಲಿ ಸಹಿಸುವಷ್ಟು ಮನೋದಾರ್ಢ್ಯ ಪಡೆದುಕೊಂಡಿದ್ದಾಳೆಯೇ? ಇಲ್ಲ... ಇಷ್ಟೆಲ್ಲ ಒತ್ತಡಗಳಿಗೆ ಅವಳೇ ಬಲಿ. ಹೆರಿಗೆಯ ಸಮಯದಲ್ಲಿ ಸಾವು ಸಹಜ. ಬಯಸಿದ ಮಗು ಉಳಿಯುತ್ತೆ ಶಾಂತಾರಾಮ್‌ಗೆ ಗ್ಯಾರಂಟಿ. ಮೊಸಳೆ ಕಣ್ಣೀರು, ನಯವಂಚಕತನದಿಂದ ಮೊದಲ ಸ್ಥಿತಿಗೆ ಮಗಳ ಸಂಸಾರ ತರುವುದು ಆತನಿಗೆ ಕಷ್ಟವಾಗಲಾರದು."

ಬೆಚ್ಚಿ ಬಿದ್ದ ಸಾಗರ್ ತಲೆಯ ಮೇಲೆ ಸಿಡಿಲೆರಗಿದಂತಾಯಿತು.

"ಸಾಧ್ಯವಿಲ್ಲ... ಸಾಧ್ಯವಿಲ್ಲ... ರಾಧನ ಸಾಯೋಕೆ ನಾನು ಬಿಡೋಲ್ಲ" ಬೆವತು ಉದ್ವಿಗ್ನಗೊಂಡ. ಕೈಹಿಡಿದು ಸಮಾಧಾನಿಸಿದ ಪೀಟರ್. "ಇದು ಒಂದು ಕಾದಂಬರಿಯ ಅಂತ್ಯ ಮಾತ್ರ...."

ಬಹಳ ಯೋಚಿಸಿ ಯೋಚಿಸಿ ಮನದಾಳದ ಪ್ರಾಮಾಣಿಕತೆಯನ್ನು ಅರಿತಿದ್ದ.

"ಬರೀ ಒತ್ತಡ, ಹಟಕ್ಕೆ ನನ್ನ ಮನಸತ್ವ ಕರಗಿ ಬಿಡುವಷ್ಟು ದುರ್ಬಲವಾಗಿರಲಿಲ್ಲ. ಕರುಣೆ, ಸಹಾನುಭೂತಿಗೆ ಮೀರಿದ ಒಂದು ಭಾವದ ಒತ್ತಿಗೆ ನಾನು ರಾಧಳಿಗೆ ತಾಳಿ ಬಿಗಿದಿದ್ದು. ಅದನ್ನು 'ಪ್ರೇಮ' ಎಂದುಕೊಂಡರೂ ತಪ್ಪಿಲ್ಲ."

ಪೀಟರ್ ಅಚ್ಚರಿಗೊಳ್ಳಲಿಲ್ಲ. ಇಬ್ಬರೂ ಎದ್ದು ಹೊರಟರು. ಮನೆಯ ಮುಂದೆ ವೆಹಿಕಲ್ ನಿಲ್ಲಿಸಿದ ಪೀಟರ್ ಕೇಳಿದ.

"ಸದಾ ಮನೆಯಲ್ಲೇ ಇರ್ತೀಯಾ? ಮ್ಯಾನೇಜ್‌ಮೆಂಟ್ ಒಳ್ಳೆದಿರ್ಬಹ್ದು. ಆದರೆ ತಿಂಗಳಾನುಗಟ್ಟಲೇ ಬರ್ದಿದ್ರೆ ಕ್ಷಮಿಸಿಬಿಡುವಷ್ಟು ಕರುಣಾಮಯವಲ್ಲ. ಈಗ್ಲೇ ಸಾಕಷ್ಟು.... ರಿಮಾರ್ಕ್ಸ್ ಬೆಳೆದಿರಬಹುದ್ದು. ಅದ್ಕೇ ಅವಕಾಶ ಯಾಕೆ? ಸ್ವಂತ ವಿಷ್ಯದ ಬಗ್ಗೆ ಪ್ರಶ್ನಿಸಲು ಅವರಿಗೇನು ಅಧಿಕಾರ?"

ಸಾಗರ್ ತಲೆಯೆತ್ತಲಿಲ್ಲ.

"ಸದ್ಯದ ಮನಸ್ಥಿತಿಯಲ್ಲಿ ನಾನು ಕೆಲ್ಸ ಮಾಡ್ಲಾರೆ ಅನಿಸುತ್ತೆ" ಕೈಯಾಡಿಸಿ ಒಳಗೆ ನಡೆದಾಗ ಕರುಣೆಯನ್ನು ಬೀರಿದ ಪೀಟರ್.

* * *

ಒಂಭತ್ತು ತುಂಬುವ ವೇಳೆಗೆ ರಾಧ ತುಂಬ ವೀಕಾದಳು. ಜೋಯಿಸರ ದಂಪತಿಗಳು ಬಂದವರೇ ಕಣ್ಣೀರು ಸುರಿಸುತ್ತ ಕೂತುಬಿಟ್ಟರು. ಪಾಂಡುರಂಗಯ್ಯ ರೇಗಿ ಬುದ್ಧಿ ಹೇಳಿದರೂ ಬೀಗರೆಂಬ ಗೌರವದಿಂದಲೇ ಕಂಡರು.

ಪಾಂಡುರಂಗಯ್ಯನವರು ಆರ್ಥಿಕ ಸ್ಥಿತಿ ಹದಗೆಟ್ಟಿದೆಯೆನ್ನುವ ಬಿಸಿ ಸಾಗರ್ ಮತ್ತು ರಾಧಗೆ ಸೋಕದಂತೆ ನೋಡಿಕೊಂಡರು.

ಧಾವಂತದಿಂದ ಹೊರಗೆ ಬಂದ ನಾಗವೇಣಮ್ಮ ಹೇಳಿದರು.

"ಯಾಕೋ ಒಂದು ತರಹ ಇದ್ದಾಳೆ. ಮನೆಯಲ್ಲಿಟ್ಟುಕೊಳ್ಳೋಕೆ ಭಯ. ಆಸ್ಪತ್ರೆಗೆ ಸೇರ್ಸಿಬಿಡೋಣ."

ಒಂದು ಕ್ಷಣ ಯೋಚಿಸುತ್ತಾ ನಿಂತ ಅವರು ದೃಢ ನಿರ್ಧಾರಕ್ಕೆ ಬಂದಿದ್ದರು.

“ನರ್ಸಿಂಗ್ ಹೋಂಗೆ ಕರ್ಕೊಂಡ್ಹೋಗೋಣ. ಸದ್ಯ ಆ ಮಗು ಬಗ್ಗೆ ಮಾತ್ರ ಯೋಚ್ಸು. ಇದೊಂದು ಗಂಡಾಂತರ ಕಳ್ದು ಹೋಗ್ಲೀ.”

ಸಾಗರ್ ಹೋಗಿ ಟ್ಯಾಕ್ಸಿ ತಂದ. ಕರುಣಾಜನಕ ಸ್ಥಿತಿಯಲ್ಲಿ ಅವಳನ್ನು ನೋಡದಾದ. ಕಾದಂಬರಿಯ ಅಂತ್ಯ ಜೀವನಕ್ಕೂ... ಅನ್ವಯಿಸಿದ್ದರೇ... ಬರೆದ ಲೇಖಕನ ಬಗ್ಗೆ ಅವನೆದೆ ಹತ್ತಿ ಉರಿಯಿತು. ವಿವೇಕ, ವಾಸ್ತವಿಕ ಪ್ರಜ್ಞೆ ಎಲ್ಲಾ ಮರೆಯಾಯಿತು.

‘ನಿನಗೆ ಹೃದಯ, ಮನಸ್ಸು ಏನೂ ಇಲ್ಲ’ ಚೀರಬೇಕೆನಿಸಿತು. ಕುಸಿದು ಕೂತ. ಗಾಬರಿಯಾದರು ಪಾಂಡುರಂಗಯ್ಯ.

“ಏನಾಯ್ತೋ ಸಾಗರ್” ಮುಖ ಕಿವುಚಿದ. ಬೆವರಿನಿಂದ ತೊಯ್ದು ಹೋದ. “ನಂಗ್ಯಾಕೋ ಭಯ....”

ಭುಜದ ಮೇಲೆ ಕೈಯಿಟ್ಟರು. ಅವನ ಸ್ಥಿತಿಯಲ್ಲಿ ತಾವಿದ್ದರೂ, ಹೀಗೇನೆ! ಭಾರವಾದ ಉಸಿರೆಳೆದು ದಬ್ಬಿದರು.

“ಯಾಕೆ ಇಷ್ಟೊಂದು ನರ್ವಸ್ ಆಗ್ತೀಯಾ; ಏನು ಆಗೋಲ್ಲ” ಭುಜ ತಟ್ಟಿ ಸಂತೈಸಿದರು.

ಪಕ್ಕದ ಮನೆಯಲ್ಲಿ ಹುಡುಗರನ್ನು ಬಿಟ್ಟು ಇಡೀ ಮನೆಯವರೆಲ್ಲ ನರ್ಸಿಂಗ್ ಹೋಂಗೆ ಧಾವಿಸಿದರು. ಅಡ್ಮಿಟ್ ಆದಕೂಡಲೇ ಶಿಸ್ತಿನ ಸಿಪಾಯಿಗಳಂತೆ ಸರಸರನೆ ಚೆಕ್‌ಅಪ್ ಮಾಡಿದರು.

“ಹೆರಿಗೆ ಇನ್ನು ನಿಧಾನ. ಇಲ್ಲೆಲ್ಲ ನೋಡಿಕೊಳ್ಳೋಕೆ ಸಿಬ್ಬಂದಿ ಇದೆ. ತಾವೆಲ್ಲ ಮನೆಗೆ ಹೋಗ್ಬಹ್ದು” ಲೇಡಿ ಡಾಕ್ಟರ್ ನಿರ್ವಿಕಾರ ಚಿತ್ತ ಹೇಳಿದಾಗ ಒಬ್ಬೊಬ್ಬರ ಮುಖದ ಮೇಲೂ ಧಾವಂತವಿತ್ತು.

ಮೂರನೆ ದಿನ ನೋವು ಶುರುವಾದರೂ ಸಾವು, ಬದುಕಿನ ನರಳಾಟ. ತನ್ನ ಶಕ್ತಿಯನ್ನೆಲ್ಲ ವ್ಯಯಿಸಿ ನೋವು ತಡೆದುಕೊಳ್ಳಲು ಪ್ರಯತ್ನಿಸಿ ಸೋತು ಹೋಗುತ್ತಿದ್ದಳು ರಾಧ.

“ತುಂಬಾ ವೀಕಾಗಿದ್ದಾರೆ. ಇನ್ನ ನಾಲ್ಕು ದಿನ ಮೊದ್ಲೇ ಬರ್ಬೇಕಿತ್ತು.” ಡಾಕ್ಟರ್ ಅಡ್ಡಗೋಡೆಯ ಮೇಲೆ ದೀಪವಿಟ್ಟಾಗ ಸಾಗರ್ ಕಿಟಕಿಯ ಬಳಿ ಹೋಗಿ ನಿಂತ.

ಮೊದಲ ಬಾರಿಗೆ ರಾಧಳನ್ನು ನೋಡಿದ ಸಂದರ್ಭ ಜ್ಞಾಪಿಸಿಕೊಂಡ. ಶಾಂತ ಸರೋವರಗಳಂಥ ಸುಂದರ ನೇತ್ರಗಳ ಮುದ್ದಾದ ಹುಡ್ಗಿ. ಆದರೆ ಕರುಣಾಜನಕ ಸ್ಥಿತಿಗೆ ನೊಂದಿದ್ದ.

ಮದುವೆಯ ಪ್ರಸಂಗ ಸಂದರ್ಭ ನೆನಪಾದಾಗ ಕಣ್ಣಾಲಿಗಳು ತುಂಬಿ ಬಂದವು. ಅಂದಿನ ರಾಧಳ ದೈನ್ಯ ಮುಖದ ಹಿಂದಿನ ಆರಾಧನಾ ಭಾವಕ್ಕೆ ಸೋತುಬಿಟ್ಟಿದ್ದ.

ಸ್ಟ್ಯಾಂಡಿನಲ್ಲಿ ನೇತಾಡುತ್ತಿದ್ದ ಗ್ಲೂಕೋಸ್ ಬಾಟಲುಗಳು ಕಂಗೆಟ್ಟು ಮಲಗಿದ್ದ ರಾಧ. ಪೀಟರ್ ಹೇಳಿದ ಕಾದಂಬರಿಯ ಅಂತ್ಯ ನೆನಪಾಯಿತು.

ಬಹಳ ಪ್ರಯಾಸದಿಂದ ಹಾಸಿಗೆಯ ಬಳಿಗೆ ಹೋದ. ನೋವಿನಿಂದ ಜರ್ಝರಿತವಾಗುತ್ತಿರುವ ಮಂಪರಿನಲ್ಲಿ ತೊಯ್ದ ಹೂ ಅಕಾಲದಲ್ಲಿ ಬಾಡಿದ

ಅನುಭವವಾಯಿತು.

"ರಾಧ...." ಹಣೆಯ ಮೇಲೆ ಕೈಯಿಟ್ಟ. ಪ್ರಯಾಸದಿಂದ ಕಣ್ತೆರೆದಳು. ಮುಖದಲ್ಲಿ ನೂರು ಭಾವಗಳು. ತುಟಿಗಳು ಅಲುಗಿದರು ಹೇಳಲ್ಲು ಶಕ್ತಳಲ್ಲ. ತತ್ತರಿಸುತ್ತಿದ್ದ ಸಾಗರ್.

ಚೇತರಿಕೆಯ ನಟನೆ ಮಾಡಿದ. "ಡಾಕ್ಟ್ರು... ನಾರ್ಮಲ್... ಅಂದ್ರು...."

ನಿಧಾನವಾಗಿ ಕಣ್ಮುಚ್ಚಿದಳು. ಕೈ ಹಿಡಿದು ಕೆನ್ನೆಗೊತ್ತಿಕೊಂಡ. ಅವನ ಹೃದಯ ಕಿತ್ತು ಬಾಯಿಗೆ ಬರುತ್ತಿತ್ತು. ಒತ್ತರಿಸಿ ಬರುತ್ತಿದ್ದ ಅಳುವನ್ನು ನುಂಗಲಾರದೆ ನಾಲ್ಕು ಹೆಜ್ಜೆ ಹಿಂದಕ್ಕೆ ಹೋದವನು ಮತ್ತೆ ಬಂದು ಕೆನ್ನೆ ಸವರಿ ಹೊರಗೆ ನಡೆದುಬಿಟ್ಟ.

ಅಶ್ವಿನಿ ಮಕ್ಕಳೊಂದಿಗೆ ಮನೆಗೆ ಹೊರಟಿದ್ದಳು. ಅವಳೊಂದಿಗೆ ಹೋಗಿ ಬಿಟ್ಟು ಮನೆಯಿಂದ ಹೊರಬಿದ್ದ.

ಎಲ್ಲೆಡೆ ಶೂನ್ಯ. ಯಾವುದೋ ದೇವಸ್ಥಾನದ ಜಗುಲಿಯ ಮೇಲೆ ಕೂತು ಅರ್ಧ ರಾತ್ರಿ ಕಳೆದ. ಕಾಲೆಳೆಯುತ್ತ ನರ್ಸಿಂಗ್ ಹೋಂನತ್ತ ನಡೆದು ಹೊರಟಿದ್ದ.

ಬರುವ ವೇಳೆಗೆ ಮೂರು ಗಂಟೆ ಆಗಿತ್ತು. ವಾಚ್‌ಮೆನ್ ನೋಡಿ ವಿಚಾರಿಸಿ ಒಳಗೆ ಬಿಟ್ಟ. ಸೋತ ಕಾಲುಗಳನ್ನು ಎಳೆಯುತ್ತ ಲೇಬರ್ ವಾರ್ಡ್ ಬಳಿ ಬಂದ. ಆಮೇಲಿನ ನೆನಪುಗಳಲ್ಲಿ ಅವನು ಬಂಧಿ. ಕಣ್ಣಾಲಿಗಳು ತುಂಬಿ ಬಂದವು. ಮುಂಗೈನಿಂದ ಮರೆಯಲ್ಲಿ ತೊಡೆದುಕೊಂಡ.

ಪಾಂಡುರಂಗಯ್ಯ ಕೂತಿದ್ದ ರಾಜಣ್ಣನನ್ನು ಸನ್ನೆ ಮಾಡಿ ಪಕ್ಕಕ್ಕೆ ಕರೆದುಕೊಂಡು ಹೋದರು.

"ಮೊದ್ಲು ಹೋಗಿ ಪೀಟರ್‌ನ ಕರ್ಕೊಂಡ್ಬಾ. ಯಾತಕ್ಕಾದ್ರೂ ಆತ ಇರೋದು ಒಳ್ಳೇದು" ಗದ್ಗದ ಕಂಠದಿಂದ ಉಸುರಿದರು. ರಾಜಣ್ಣನ ಮನ ಒದ್ದೆಯಾಯಿತು. "ನಂಗೆ ವಿಳಾಸ ಗೊತ್ತಿಲ್ಲ" ನಿಸ್ಸಹಾಯಕತೆ ಮಿನುಗಿತು ಮುಖದ ಮೇಲೆ.

ಭಾರವಾದ ಕಾಲುಗಳನ್ನ ಎಳೆದು ಹಾಕುತ್ತ ಮಗನ ಬಳಿ ಬಂದರು. ಕಿಟಕಿಯ ಹೊರಗೆ ಅವನ ನೋಟ.

"ಸಾಗರ್...." ಭುಜದ ಮೇಲೆ ಕೈಯಿಟ್ಟಾಗ ಬೆಚ್ಚಿಬಿದ್ದ. ಆತಂಕ, ಗಾಬರಿಗಳ ನಡುವಿನ ಮಧ್ಯೆ ಬಂಧಿ. "ಸ್ವಲ್ಪ ಪೀಟರ್ ವಿಳಾಸ ಕೊಡು."

ಸಾಗರ್‌ನ ಕಣ್ಣುಗಳಲ್ಲಿ ಆತಂಕ, ಗಾಬರಿಗಳ ನಡುವೆ ವಿಸ್ಮಯ ಇಣಕಿತು.

"ಸ್ವಲ್ಪ ಬೇಕಾಗಿತ್ತು...." ಯೋಚಿಸುವ ಸ್ಥಿತಿಯಲ್ಲಿರಲಿಲ್ಲ ಸಾಗರ್. ಜೇಬಿನಲ್ಲಿದ್ದ ಸಣ್ಣ ಪೇಪರ್ ಮೇಲೆ ಗುರುತು ಹಾಕಿಕೊಟ್ಟ. "ನೋಡೇ ವಾರ ಆಗಿ ಹೋಯ್ತು. ಬಹುಶ: ಊರಲ್ಲಿ ಇದ್ದಾನೋ, ಇಲ್ಲವೋ"

ಪಾಂಡುರಂಗಯ್ಯನ ಮುಖದ ಗೆಲುವು ಪೂರ್ತಿಯಾಗಿ ತಗ್ಗಿ ಹೋಯಿತು. ಗಂಟಲು ನಾಲಿಗೆ ತುಟಿ ಒಣಗಿತು.

"ನೋಡಿಕೊಂಡಾದ್ರೂ.... ಬಾ" ರಾಜಣ್ಣನನ್ನ ಅಟ್ಟಿದರು.

ಡಾಕ್ಟರ್ ಪರ್ಮಿಷನ್ ಪಡೆದು ರಾಧಳನ್ನು ನೋಡಲು ಹೋದ. ಕಾಲುಗಳು

ಕುಸಿಯುವಂತಾಯಿತು. ನೀರವತೆ ಗಾಬರಿ ಹುಟ್ಟಿಸಿತು.

"ಸಾಗರ್..." ನರ್ಸಿಂಗ್ ಹೋಂ ಎನ್ನುವುದನ್ನ ಮರೆತು ಕೂಗಿದರು ಪಾಂಡುರಂಗಯ್ಯ ಉದ್ವೇಗದಿಂದ ನಡುಗುತ್ತಿದ್ದರು. "ಹೆಣ್ಣು ಮಗುವಪ್ಪ.... ತಾಯಿ, ಮಗು ಸುಖವಾಗಿದ್ದಾರೆ" ಕಣ್ಣೊರೆಸಿಕೊಂಡರು.

ತಕ್ಷಣ ನಂಬುವುದು, ಅರ್ಥಮಾಡಿಕೊಳ್ಳುವುದು ಕಷ್ಟವಾಯಿತು. ಪೀಟರ್ ಬಂದು ಕೈ ಕುಲುಕಿದ.

"ಕಂಗ್ರಾಟ್ಸ್.." ಸಾಗರ್ ಇನ್ನೂ ಚೇತರಿಕೆಯ ಸ್ಥಿತಿಯಲ್ಲೇ ಇಲ್ಲ.

"ಸದ್ಯಕ್ಕೆ ಬಾಂಬೆಯಲ್ಲಿರುವ ಹೆಡ್ ಆಫೀಸಿಗೆ ನಿನ್ನ ಪೋಸ್ಟ್ ಮಾಡಿದ್ದಾರೆ. ಎಂಟು ದಿನದೊಳ್ಗೇ ಅಲ್ಲಿಗೆ ಹೋಗ್ಬೇಕು...." ಪೀಟರ್‌ನ ಬಳಸಿದ. ಕಣ್ಣೀರಿನ ಬಿಂದುಗಳು ಜಾರಿದವು.

"ಲೇಖಕ, ಸಾಹಿತಿ ಇಂಥ ಒಂದು ಕಾದಂಬರಿ ಅಂತ್ಯ ಹೇಗೆ ಮೂಡಿದರೂ, ದೈವ ಬೇರೆ ರೀತಿಯಲ್ಲೇ ನಿರ್ಣಯ ಕೈಗೊಂಡಿದೆ. ನಿನ್ನ ಜೀವನಕ್ಕೆ ಹೊಸ ತಿರುವು."

ಯಾವುದೇ ನಿರ್ಬಂಧಕ್ಕೆ ಸಿಕ್ಕಿಕೊಳ್ಳದ ನಿಮಿಷಗಳು ತಮ್ಮ ಪಾಡಿಗೆ ತಾವು ಉರುಳತೊಡಗಿದವು. ಮುಂದಿನ ಘಟನೆಗಳು ಭವಿಷ್ಯದ ಹಾದಿಯಲ್ಲಿ.

* * *